AF761461

വിചാരണ

vicharana
novel

•

original title
the trial

•

franz kafka

•

translation
bitter c mukkolakal

•

first edition
february 2016

•

second edition
april 2018

•

typesetting & published
chintha publishers, thiruvananthapuram

•

printed
akshara offset, thiruvananthapuram

•

cover
ambeesh

•

വിതരണം

ദേശാഭിമാനി ബുക്ക് ഹൗസ്
H O തിരുവനന്തപുരം–695 035
phone: 0471-2303026, 6063026
www.chinthapublishers.com
chinthapublishers@gmail.com

ബ്രാഞ്ചുകൾ

ഹെഡ്ഡാഫീസ് ബ്രാഞ്ച് കുന്നുകുഴി • സ്റ്റാച്യു തിരുവനന്തപുരം • കെ എസ് ആർ ടി സി ബസ് സ്റ്റേഷൻ ആലപ്പുഴ • കെ എസ് ആർ ടി സി ബസ് സ്റ്റേഷൻ എറണാകുളം • മച്ചിങ്ങൽ ലെയ്ൻ തൃശൂർ • ഐ ജി റോഡ് കോഴിക്കോട് • മാവൂർ റോഡ് കോഴിക്കോട് • എൻ ജി ഒ യൂണിയൻ ബിൽഡിങ് കണ്ണൂർ • സെൻട്രൽ ബസ് ടെർമിനൽ കോംപ്ലക്സ് താവക്കര കണ്ണൂർ

CR - 1859 / 4642
ISBN - 978-93-85045-66-0

വിചാരണ

(നോവൽ)

ഫ്രാൻസ് കാഫ്ക

പരിഭാഷ

ബിറ്റർ സി മുക്കോലയ്ക്കൽ

ചിന്ത പബ്ലിഷേഴ്സ്
തിരുവനന്തപുരം-695 035

ഫ്രാൻസ് കാഫ്ക (1883–1925)

ആയിരത്തി എണ്ണൂറ്റി എൺപത്തി മൂന്ന് ജൂലൈ മൂന്നിന് പ്രാഗിലെ ഒരു യഹൂദകുടുംബത്തിൽ ജനിച്ചു. നിയമപഠനം പൂർത്തിയാക്കിയ അദ്ദേഹം ഒരു ഇൻഷ്വറൻസ് കമ്പനിയിലാണ് ജോലി ചെയ്തത്. അവിവാഹിതനായിരുന്നു. നാല്പത്തിയൊന്നാം വയസ്സിൽ ക്ഷയരോഗം ബാധിച്ചാണ് മരിച്ചത്. മൂന്ന് നോവലുകൾ എഴുതി: *അമേരിക്ക, വിചാരണ, കോട്ട* എന്നിവ. ഇവ മൂന്നും അപൂർണ്ണങ്ങളാണ്. ഇവ കൂടാതെ *ഒരു സമരവിവരണം, രൂപാന്തരണം, പീനൽകോളനിയിൽ, നാട്ടുമ്പുറത്തെ ഡോക്ടർ, പാട്ടുകാരിയായ യോസഫീന* തുടങ്ങിയവ അദ്ദേഹത്തിന്റെ പ്രധാന കഥാസമാഹാരങ്ങളാണ്. സുഹൃത്തായ മാക്സ്ബ്രോഡാണ് അത്യാവശ്യം ചില്ലറ ക്രമീകരണങ്ങൾ വരുത്തിക്കൊണ്ട് ഇവയെല്ലാം അച്ചടിച്ചു പ്രസിദ്ധം ചെയ്തത്. അല്ലാത്തപക്ഷം അവയൊക്കെ കാഫ്കയോടൊപ്പം മൺമറഞ്ഞേനെ.

ബിറ്റർ സി മുക്കോലയ്ക്കൽ

അദ്ധ്യാപകൻ, പരിഭാഷകൻ, സാഹിത്യകാരൻ തുടങ്ങിയ നിലകളിൽ പ്രവർത്തിക്കുന്നു. കുട്ടികൾക്കും മുതിർന്നവർക്കുമായി ധാരാളം പുസ്തകങ്ങൾ രചിച്ചു. *നൂറാനക്കാര്യങ്ങൾ ഇംഗ്ലീഷിൽ, ഇംഗ്ലീഷിൽ ചിന്തിക്കാം സംസാരിക്കാം, ഇംഗ്ലീഷ് ലാഫർ, വേറിട്ടുവേരോടുന്ന അമേരിക്കൻ ഇംഗ്ലീഷ്, ഗ്രാമർ പോയംസ് ഫോർ ദി സ്റ്റുഡന്റ്, പഠനപ്രോജക്ടുകൾ എന്ത് എങ്ങനെ? ഫോൾ ഓഫ് ദി മിസ്റ്റ് ഇന്റു ദി ഹാർട്ട്, കരയാത്ത കാക്ക, കുട്ടികളും സൃഷ്ടിപരതയും, സ്കൂൾ ഡൈജസ്റ്റ്, ഇന്റർവ്യൂവിന് ആത്മവിശ്വാസത്തോടെ, എബ്രഹാം ലിങ്കൺ, ജഗദീഷ് ചന്ദ്രബോസ്, പഠനം രസകരമാക്കാൻ* തുടങ്ങിയവ. *കാന്റർബറി കഥകൾ, റോബിൻസൺ ക്രൂസോ, മൂന്നു പടയാളികൾ, അമേരിക്ക* തുടങ്ങിയവ പരിഭാഷകളാണ്. മലയാളത്തിൽനിന്നും ഇംഗ്ലീഷിലേക്കു പരിഭാഷപ്പെടുത്തിയ പുസ്തകമാണ് *എ പിറ്റ് ഓഫ് സക്സസ്.* ആനുകാലികങ്ങളിലും ഇയർബുക്കുകളിലും എഴുതുന്നു. ടെലിവിഷൻ ചാനലുകളിൽ കുട്ടികൾക്കു വേണ്ടി പരിപാടികൾ അവതരിപ്പിക്കുന്നു.

ഉള്ളടക്കം

പ്രസാധകക്കുറിപ്പ്

ഫ്രാൻസ് കാഫ്കയുടെ മികച്ച കൃതികളിൽ ഒന്നാണ് *വിചാരണ.* Der Prozess എന്നാണ് ജർമ്മൻ ഭാഷയിൽ ഈ മഹത്തായ കൃതിയുടെ ശീർഷകം. 1914 ൽ എഴുതപ്പെട്ട ഈ കൃതി കാഫ്കയുടെ മരണശേഷം 1925 ൽ പ്രസിദ്ധീകരിക്കപ്പെട്ടു. അജ്ഞാതമായ ഏതോ പരാതിയുടെ പേരിൽ അജ്ഞാതമായ കുറ്റത്തിന് അറസ്റ്റ് ചെയ്യപ്പെടുന്ന ജോസഫ് കെ എന്ന ബാങ്ക് ഉദ്യോഗസ്ഥനെ അറിയപ്പെടാത്ത ഏതോ അധികാരകേന്ദ്രം വിചാരണ ചെയ്യുന്നു. ജോസഫ് കെയ്ക്കുതന്നെയോ വായനക്കാർക്കോ അയാൾ ചെയ്ത കുറ്റം എന്ത് എന്നു വ്യക്തമാകുന്നില്ല. കോടതി എന്ന അസംബന്ധവും വിചാരണ എന്ന ജീവിതവും കടന്നു നീണ്ടുപോകുന്ന, അന്തമില്ലാത്ത പ്രക്രിയ. ഇവയെല്ലാം ചേർന്ന് മനുഷ്യാസ്തിത്വത്തിന്റെ മൗലികമായ ചോദ്യങ്ങളാണ് ഉയർത്തുന്നത്. ആ വ്യക്തി തെരഞ്ഞെടുത്ത ജീവിതത്തിന് വ്യക്തമായ ന്യായീകരണം കാണാനാകാതെ അയാൾ കുഴങ്ങിപ്പോകുന്നു. കാഫ്ക ആസ്ട്രോ ഹങ്കേറിയൻ കോടതികളുടെ ന്യായവിചാരണയുടെ അസംബന്ധത്തെയാണ് ഭംഗ്യന്തരേണ സൂചിപ്പിക്കുന്നത് എന്ന അഭിപ്രായവും നിലനില്ക്കുന്നുണ്ട്. സാർത്രിനെപ്പോലെ, കാമുവിനെപ്പോലെ കാഫ്കയും മനുഷ്യാസ്തിത്വത്തിന്റെ സങ്കീർണ്ണതകളിലേക്കാണ് വായനക്കാരെ കൊണ്ടുപോകുന്നത്. ഇരുപതാം നൂറ്റാണ്ടിലെ മികച്ച നൂറു നോവലുകളിൽ ഒന്നായും മികച്ച ജർമ്മൻ നോവലുകളിൽ രണ്ടാമത്തെതായും ഈ പുസ്തകം അടയാളപ്പെടുത്തപ്പെട്ടിട്ടുണ്ട്. ലോകത്തെ ഏറ്റവും മികച്ച നോവലുകളിലൊന്നിലേക്കാണ് നിങ്ങൾ പ്രവേശിക്കുന്നത്. ഒന്നാം പതിപ്പിനു ലഭിച്ച സ്വീകരണം രണ്ടാം പതിപ്പിനും ലഭിക്കുമെന്നുറപ്പുണ്ട്.

ചിന്ത പബ്ലിഷേഴ്സ്

ഒരു വാക്ക്

ഫ്രാൻസ് കാഫ്ക എഴുതിയ മൂന്നു നോവലുകളിൽ പ്രധാനപ്പെട്ട ഒന്നാണ് *വിചാരണ* (The Trial). മറ്റു അത്ഭുതനോവലുകൾ പോലെ തന്നെ ഈ നോവലും അപൂർണ്ണമാണ്. ജോസഫ് കെ എന്ന ബാങ്ക് ഉദ്യോഗസ്ഥന്റെ കഥയാണ് ഈ നോവൽ. അയാൾക്ക് കുറ്റം ചെയ്യാതിരുന്നിട്ടും കുറ്റബോധത്തോടെ ജീവിക്കേണ്ടി വന്നു. അയാളുടെ അന്ത്യവും ഭയാനകമായിരുന്നു. കാഫ്കയുടെ സ്വന്തം ജീവിതാനുഭവങ്ങൾ ഉൾക്കൊള്ളുന്ന ഒരു നോവലായി ഇത് പരിഗണിക്കപ്പെടുന്നു. സ്വന്തം പേരിന്റെ ആദ്യാക്ഷരം തന്നെയാണ് അദ്ദേഹം ഈ നായകനും നല്കിയിരിക്കുന്നത്. അജ്ഞാതശക്തികളാൽ പീഡിപ്പിക്കപ്പെടുന്ന മനുഷ്യന്റെ കഥയായി ചിലർ ഈ നോവലിനെ വ്യാഖ്യാനിക്കുന്നു. കൃത്യമായ ഖണ്ഡികകളോ ഘടനയോ ഇല്ലാത്തതും ദൈർഘ്യമേറിയ വാക്യങ്ങളും വിശേഷവാക്യഘടനകളും ഒക്കെ നിറഞ്ഞതുമായ ഈ നോവൽ പരിഭാഷപ്പെടുത്തുന്നത് അത്ര എളുപ്പമല്ലായിരുന്നു. രചനാവേളയിൽ പ്രോത്സാഹനം തന്ന എല്ലാവർക്കും സ്നേഹപൂർവ്വം നന്ദിയറിയിച്ചുകൊണ്ട് സഹൃദയ വായനക്കാർക്ക് സമർപ്പിക്കുന്നു.

ബിറ്റർ സി മുക്കോലയ്ക്കൽ

ബന്ധനം– ഫ്രൗ ഗ്രുബാഹുമായുള്ള സംഭാഷണം, പിന്നെ ഫ്രൗളിൻ ബ്രൂസ്റ്റനറുമായും

ജോസഫ് കെ യെക്കുറിച്ച് ആരോ ഒരു കള്ളപ്പരാതി നല്കിയിരിക്കണം. ഒരു തെറ്റും ചെയ്യാതെയാണ് അയാളെ ഒരു സുപ്രഭാതത്തിൽ അറസ്റ്റ് ചെയ്തത്. എന്നും എട്ടുമണിക്ക് അയാൾക്ക് പ്രഭാതഭക്ഷണം എത്തിച്ചിരുന്ന വീട്ടുടമസ്ഥയുടെ വേലക്കാരി അന്ന ആ അവസരത്തിൽ എത്തിയതുമില്ല. മുമ്പൊരിക്കലും അങ്ങനെ സംഭവിച്ചിട്ടുമില്ല. കെ കുറച്ചുനേരം കൂടി കാത്തു. ഒപ്പം എഴുന്നേല്ക്കാതെ തലയണയിൽ തലവെച്ചുകൊണ്ടു തന്നെ എതിരെ താമസിക്കുന്ന വൃദ്ധയെ അയാൾ ശ്രദ്ധിച്ചുകൊണ്ടിരുന്നു. അസാധാരണമായ ഏതോ ജിജ്ഞാസയോടെ ആ വൃദ്ധ ഇപ്പോൾ അയാളെത്തന്നെ തുറിച്ചുനോക്കുകയായിരുന്നു. തുടർന്ന് ചിന്താക്കുഴപ്പവും വിശപ്പും ഒന്നിച്ചായപ്പോൾ അയാൾ ബെല്ലടിച്ചു. അതോടെ ആരോ വാതിലിൽ മുട്ടി. ആ കെട്ടിടത്തിൽ താൻ ഇതുവരെ കണ്ടിട്ടില്ലാത്ത ഒരാളാണ് അപ്പോൾ അകത്തേക്ക് കയറിവന്നത്.

ഒരു മെലിഞ്ഞ മനുഷ്യൻ. പക്ഷേ, ഉറച്ച ശരീരം. ശരീരത്തിൽ പാകമായിക്കിടക്കുന്ന കറുത്തവേഷമായിരുന്നു അയാൾക്ക്. പക്ഷേ, വേഷത്തിലെ മടക്കുകളും പോക്കറ്റുകളും ബക്കിളുകളും ബട്ടണുകളും പിന്നെ ബെൽറ്റും കണ്ടാൽ അയാൾ ഒരു വിനോദസഞ്ചാരിയെന്നു തോന്നിപ്പോകും. പക്ഷേ, ഒരാളിന് ഇങ്ങനെയൊരു ആവശ്യമെന്താണെന്ന് ആർക്കും തികച്ചും പറയാനാകില്ലെന്നത് ഒരു വസ്തുതയാണ്.

കിടക്കയിൽനിന്നും പാതിയെഴുന്നേറ്റുകൊണ്ട് കെ ചോദിച്ചു: "നിങ്ങളാരാണ്?"

പക്ഷേ, ആ ചോദ്യം കേട്ടതായി അയാൾ ഭാവിച്ചില്ല. അല്ലെങ്കിൽ തന്നെ തന്റെ വരവ് മറ്റൊരു വിശദീകരണത്തിന്റെ ആവശ്യം ഉണ്ടാക്കുന്നില്ലല്ലോ. അയാൾ വെറുതെ തിരിച്ചു ചോദിച്ചു : "നിങ്ങൾ ബെല്ലടിച്ചോ?"

"എനിക്ക് അന്ന പ്രഭാതഭക്ഷണം കൊണ്ടുവരേണ്ടതായിരുന്നു." കെ പറഞ്ഞു. തുടർന്ന് അയാൾ ആരായിരിക്കുമെന്നറിയാൻ നിശ്ശബ്ദമായ തീവ്രതയിൽ അയാളെ മനസ്സിലാക്കാൻ നോക്കി.

പക്ഷേ, ആ മനുഷ്യൻ കെ യുടെ സൂക്ഷ്മപരിശോധനയ്ക്ക് അധികനേരം നിന്നുകൊടുത്തില്ല. അയാൾ വാതിലിനരികിലേക്കു തിരിഞ്ഞുകൊണ്ട് അതു സാവധാനം തുറന്നിട്ടു. തുടർന്ന് അതിനു പിന്നിൽ നിശ്ചയമായും നിന്നിരുന്ന ഏതോ ഒരാളിനോട് ഇങ്ങനെ വിവരം പറഞ്ഞു: "അയാൾക്ക് അന്ന പ്രഭാതഭക്ഷണം കൊണ്ടുവരേണ്ടതായിരുന്നുവെന്നാണ് അയാൾ പറയുന്നത്."

മറുപടിയായി അടുത്ത മുറിയിൽ നിന്നും ഒരു ചെറിയ വിടലച്ചിരി വന്നു. ഒരാളാണോ അതോ ഒന്നിലധികം പേരാണോ അങ്ങനെ ചിരിച്ചതെന്ന് ആർക്കും പറയാൻ പറ്റില്ല. ആ ചിരിയിൽ നിന്നും ആ അപരിചിതൻ മുമ്പറിയാവുന്നതിൽ കൂടുതലൊന്നും മനസ്സിലാക്കിയില്ലെങ്കിലും, അയാൾ കെ യോട് അപ്പോൾ പറഞ്ഞു; ഒരു പ്രസ്താവനപോലെ. "അതു പറ്റത്തില്ല."

"ഇതു നല്ല കൂത്ത്!" കെ അലറിക്കൊണ്ട് കട്ടിലിൽ നിന്നും ചാടിയെഴുന്നേറ്റുകൊണ്ട് ധൃതിയിൽ ട്രൗസർ വലിച്ചിട്ടു. "അടുത്താരൊക്കെയാണുള്ളതെന്ന് എനിക്കു കാണണമല്ലോ. ഇത്തരം പെരുമാറ്റത്തിന് ഫ്രൗ ഗ്രുബാഹ് എന്തു വിശദീകരണമാണ് നല്കുന്നതെന്ന് നോക്കട്ടെ."

പക്ഷേ, പെട്ടെന്ന് അയാൾക്കുതോന്നി താനിത് ഉച്ചത്തിൽ പറയരുതായിരുന്നെന്ന്. കാരണം അങ്ങനെ ചെയ്തതിലൂടെ തന്റെ പ്രവൃത്തികളെ നിരീക്ഷിക്കാനുള്ള ആ അപരിചിതന്റെ അവകാശത്തെ ഒരു തരത്തിൽ താൻ സമ്മതിച്ചുകൊടുക്കുകയായിരുന്നു. പക്ഷേ, ആ സമയത്ത് അയാൾ അതൊന്നും കാര്യമാക്കിയില്ല.

ആ അപരിചിതൻ അയാളുടെ വാക്കുകളെ കരുതിയത് അതേ അർത്ഥത്തിൽ തന്നെയായിരുന്നു. അയാൾ പറഞ്ഞു: "നിങ്ങൾ ഇവിടെ നില്ക്കുന്നതല്ലേ നല്ലത്?"

"നിങ്ങൾ ആരാണെന്ന് പറയാത്തിടത്തോളം ഞാൻ ഇവിടെ നില്ക്കുകയോ എന്നെ നിങ്ങൾക്ക് പരിചയപ്പെടുത്തിത്തരുകയോ ഇല്ല."

"നിങ്ങളുടെ നല്ലതിനുവേണ്ടി ഞാൻ പറഞ്ഞെന്നേയുള്ളു" അപരിചിതൻ പറഞ്ഞു. തുടർന്ന് അയാൾ വാതിൽ തള്ളിത്തുറന്നടച്ചിടുകയും ചെയ്തു.

താൻ വിചാരിച്ചിരുന്നതിനെക്കാൾ സാവകാശത്തിലാണ് അടുത്ത മുറിയിലേക്ക് കെ കയറിയത്. എല്ലാം അയാൾ ഒന്നു നോക്കി. ഒക്കെ തലേന്ന് സായാഹ്നത്തിൽ കണ്ടതുപോലെ തന്നെയായിരുന്നു.

ഫ്രൗ ഗ്രുബാഹിന്റെ താമസമുറിയായിരുന്നു അത്. തടിയുപകരണങ്ങളും പരവതാനിയും ചൈനീസ്പാത്രങ്ങളും ഫോട്ടോകളുമൊക്കെക്കൊണ്ട് നിറഞ്ഞിരുന്ന ആ മുറിക്കിപ്പോൾ അല്പം ഇടംകൂടിയതുപോലെ അയാൾക്കു തോന്നി. പക്ഷേ, ഒറ്റനോട്ടത്തിലത് ആർക്കും മനസ്സിലാകു

ന്നതായിരുന്നില്ല. പ്രത്യേകിച്ച് തുറന്നിട്ട ജനാലയ്ക്കരികിലിരുന്ന് പുസ്തകം വായിക്കുന്ന ഒരാളിന്റെ സാന്നിദ്ധ്യമുണ്ടാക്കിയ ഒരു പ്രധാന മാറ്റം.

"നിങ്ങൾ ആ മുറിയിൽത്തന്നെ ഇരിക്കണമായിരുന്നു. ഫ്രാൻസ് അക്കാര്യം നിങ്ങളോടു പറഞ്ഞിരുന്നില്ലേ?" പുസ്തകത്തിൽനിന്നും തല യുയർത്തിക്കൊണ്ട് അയാൾ ചോദിച്ചു.

"അതെ. അതെ പക്ഷേ, നിങ്ങൾ എന്താണിവിടെ ചെയ്യുന്നത്" കെ ചോദിച്ചു. തന്റെ പുതിയ പരിചയക്കാരനെയും വാതിൽക്കൽത്തന്നെ നില്ക്കുകയായിരുന്ന ഫ്രാൻസ് എന്ന് വിളിക്കുന്ന ആളിനേയും നോക്കി ക്കൊണ്ടാണ് കെ ഇതു ചോദിച്ചത്. പക്ഷേ, തുറന്നിട്ടിരിക്കുന്ന ജനാലയി ലൂടെ എതിർവശത്തെ വീട്ടിൽ താമസിക്കുന്ന ആ വൃദ്ധയെ അയാൾ വീണ്ടും കണ്ടു. കാര്യങ്ങളെല്ലാം കഴിയുന്നിടത്തോളം കൃത്യമായി കാണാൻ ഒത്ത എതിർവശത്തെ ജനാലയ്ക്കരികിൽ ഉൽക്കണ്ഠയോടെ അവർ വന്നു നില്ക്കുകയായിരുന്നു അപ്പോൾ.

"എനിക്കു ഫ്രൌ ഗ്രുബാഹിൽ നിന്നും" ആ രണ്ടുപേരിൽനിന്നും ഒഴിഞ്ഞുമാറിക്കൊണ്ട് കെ പറഞ്ഞു. (യഥാർത്ഥത്തിൽ അയാളുടെ അരി കിൽനിന്നും കുറച്ചകലെത്തന്നെയാണ് അവർ നിന്നിരുന്നത്.) അയാളുടെ സാഹസം കണ്ടാൽ മനസ്സിലാകും പുറത്തേക്ക് ഇറങ്ങിപ്പോകാനുള്ള ശ്രമ ത്തിലാണെന്ന്.

"പറ്റില്ല" വായിച്ചുകൊണ്ടിരുന്ന പുസ്തകത്തെ മേശപ്പുറത്തേക്ക് വലിച്ചെറിഞ്ഞുകൊണ്ടും ചാടിയെഴുന്നേറ്റുകൊണ്ടും ജനാലയ്ക്കരികിലി രുന്ന ആ മനുഷ്യൻ പറഞ്ഞു: "നിങ്ങൾക്ക് പോകാൻ പറ്റില്ല. നിങ്ങൾ അറസ്റ്റിലാണ്."

"അങ്ങനെതന്നെ എനിക്കും തോന്നുന്നു." കെ പറഞ്ഞു. "പക്ഷേ എന്തിനാണിത്?" അയാൾ തുടർന്നുചോദിച്ചു.

"അക്കാര്യം പറയാൻ ഞങ്ങളെ അധികാരപ്പെടുത്തിയിട്ടില്ല. നിങ്ങൾ മുറിയിൽച്ചെന്നിരിക്കുക. നിങ്ങൾക്കെതിരെയുള്ള നടപടികൾ തുടങ്ങിക്ക ഴിഞ്ഞു. എല്ലാ വിശേഷങ്ങളും ആവശ്യാനുസരണം നിങ്ങളെ അറിയി ക്കുന്നതാണ്. ഇമ്മാതിരി നിങ്ങളോടു സംസാരിക്കുന്നതുതന്നെ എനി ക്കുള്ള നിർദ്ദേശങ്ങൾക്ക് അപ്പുറമാണ്. ഫ്രാൻസ് അല്ലാതെ മറ്റാരും ഞാൻ പറയുന്നത് കേൾക്കുന്നില്ലെന്നാണ് ഞാൻ കരുതുന്നത്. മാത്രമല്ല, നിങ്ങ ളോട് ഇത്രയും നന്നായി ഇടപെടുന്നതുവഴി അയാൾ തന്നെ നിർദ്ദേശ ങ്ങൾ ലംഘിച്ചിരിക്കുകയാണല്ലോ. വാർഡർമാരുടെ കാര്യത്തിൽ നിങ്ങൾക്കു കിട്ടിയ സൗഭാഗ്യം ഇനിയുമുണ്ടായാൽ നിങ്ങൾക്ക് അത് അവസാനത്തിന് ആത്മവിശ്വാസമാണുണ്ടാക്കുന്നത്."

തനിക്കിരിക്കണമെന്ന് കെ ക്കു തോന്നി. ജനാലയ്ക്കരികിൽ കിട ക്കുന്ന ആ കസേരയല്ലാതെ മറ്റൊന്നും അവിടെ ആ മുറിയിൽ ഇരിക്കാ നായിട്ടുണ്ടായിരുന്നില്ല.

"ഞങ്ങൾ പറയുന്നത് സത്യമാണെന്ന് താമസിയാതെ തന്നെ മന

സ്സിലാക്കും." ഫ്രാൻസ് ഇത് പറഞ്ഞുകൊണ്ട് മറ്റേയാളിനോടൊപ്പം അയാളുടെ നേരെ നീങ്ങുകയും ചെയ്തു.

കെ യെക്കാൾ ഉയരമുണ്ടായിരുന്ന മറ്റേയാൾ അയാളുടെ തോളിൽ ശക്തിയായി തട്ടിക്കൊണ്ടിരുന്നു. അവർ അയാളുടെ രാത്രിയിലുള്ള വേഷം പരിശോധിച്ചുകൊണ്ട് അല്പം കൂടി സാധാരണമായ വസ്ത്രം ധരിക്കണമായിരുന്നെന്ന് നിർദ്ദേശിച്ചു. അതും അയാളുടെ മറ്റു അടിവസ്ത്രങ്ങളും തങ്ങൾ തന്നെ സൂക്ഷിക്കുമെന്നും, പരാതി അനുകൂലമായിട്ടു വരുമ്പോൾ പിന്നീട് അതൊക്കെ അയാൾക്കു മടക്കിക്കൊടുക്കുന്നതാണെന്നും അവർ പറഞ്ഞു.

"ഇതൊക്കെ ഡിപ്പോയിൽ കൊടുക്കുന്നതിനേക്കാൾ ഞങ്ങളെ ഏല്പിക്കുന്നതാണ് നല്ലത്" അവർ പറഞ്ഞു. "കാരണം ഡിപ്പോയിൽ മോഷണം ഇപ്പോൾ വല്ലാണ്ട് കൂടിയിരിക്കുകയാണ്. മാത്രമല്ല അവിടെയുള്ളവർ കുറച്ചുകാലം കഴിയുമ്പോൾ അതൊക്കെ വിറ്റുകളയുകയും ചെയ്യും. പരാതി പരിഹരിക്കപ്പെട്ടോ ഇല്ലയോ എന്ന കാര്യത്തിൽ അവർക്ക് യാതൊരു വിഷയവുമില്ല. ഈ പരാതികൾ എത്രകാലം പരിഹരിക്കാതെ നില്ക്കുമെന്ന് നിങ്ങൾക്ക് അറിയാനേ പറ്റുകയില്ല. പ്രത്യേകിച്ച് ഇന്നത്തെക്കാലത്ത്. കാലം കുറെ കഴിയുമ്പോൾ ഡിപ്പോയിൽ നിന്നും നിങ്ങൾക്ക് പണം കിട്ടുമെന്നുള്ളത് ഉറപ്പാണ്. പക്ഷേ വില കേൾക്കുമ്പോൾ പേടിക്കരുത്. കൂടിയ ലേലത്തുക കിട്ടുന്നുണ്ടോയെന്നല്ല കൂടിയ കൈക്കൂലി കിട്ടുന്നുണ്ടോയെന്ന് നോക്കിയിട്ടാവും അവർ വില നിശ്ചയിക്കുന്നത്. ഓരോ വർഷവും കൈകളിൽ നിന്നും കൈകളിലേക്കു നീങ്ങിനീങ്ങി അവസാനം നിങ്ങൾക്ക് അതിന്റെ പണം കിട്ടുമ്പോൾ അതെത്രമാത്രം കുറവായിരിക്കുമെന്ന് ഞങ്ങൾക്ക് നന്നായിട്ടറിയാം."

ആ ഉപദേശത്തോട് കെ ചെവി കൊടുക്കാൻ നിന്നില്ല. കാരണം തന്റെ വസ്തുക്കൾ ഒഴിവാക്കുന്നതിൽ തനിക്കുള്ള അവകാശത്തെ അയാൾ അത്ര കണ്ട് വില കൊടുത്തിരുന്നില്ല. അതിനേക്കാൾ മുഖ്യമായിട്ട് അയാൾക്ക് തോന്നിയത് തന്റെ അപ്പോഴത്തെ അവസ്ഥയെക്കുറിച്ച് വ്യക്തമായി ഒന്നു മനസ്സിലാക്കുകയെന്നതായിരുന്നു. പക്ഷേ ആ രണ്ടു പേരുടെയും സാന്നിദ്ധ്യത്തിൽ അയാൾക്കു ചിന്തിക്കാൻ കഴിഞ്ഞില്ല. കാരണം രണ്ടാമത്തെ വാർഡർ സൗഹൃദമെന്ന മട്ടിൽ വയറുകൊണ്ട് കെ യുടെ ശരീരത്തിൽ ചേർന്നു നില്ക്കുകയായിരുന്നു (അവർ വാർഡർമാരായിരിക്കുമെന്നു തന്നെ അയാൾ തീർച്ചപ്പെടുത്തിയിരുന്നു). കെ ഒന്നു മുകളിലേക്കു നോക്കിയപ്പോൾ കണ്ടത്, ആ തടിച്ചുകൊഴുത്ത ശരീരത്തിന് ഒട്ടും യോജിക്കാത്തവിധത്തിലുള്ള വരണ്ടതും എല്ലുന്തിയതുമായ ഒരു മുഖമായിരുന്നു. മൂക്കാകട്ടെ, അസാധാരണമാം വലിപ്പത്തിലുള്ളതും. അയാൾ തന്റെ തലയ്ക്കു മുകളിലൂടെ മറ്റേ വാർഡറോട് എന്തോ അന്വേഷിച്ചറിയുന്നതായി കെ യ്ക്ക് തോന്നി.

ആരായിരിക്കും ഇവർ? എന്തിനെക്കുറിച്ചായിരിക്കും ഇവർ സംസാരിക്കുന്നത്? ഏത് അധികാരത്തിന്റെ പ്രതിനിധികളായിരിക്കുമിവർ? കെ

ജീവിക്കുന്നത് നിയമപരമായ ഭരണഘടനയുള്ള രാജ്യത്തുതന്നെയാണ്. അവിടെ സമാധാനമുണ്ട്. നിയമവാഴ്ചയും ഉണ്ട്. പക്ഷേ, സ്വന്തം താവളത്തിൽ വന്നുകയറി തന്നെ പിടികൂടാൻ ആർക്കാണ് ധൈര്യം വന്നത്? എന്തിനെയും നിസ്സാരമായിട്ടെടുക്കുന്ന ഒരു പ്രകൃതമായിരുന്നു അയാളുടേത്. വളരെ മോശമായത് സംഭവിച്ചാലേ അയാൾ അക്കാര്യം വിശ്വസിക്കുകയുള്ളു. പക്ഷേ അതത്ര നേരായ ഒരു ചിന്താരീതിയല്ലെന്ന് അയാൾക്ക് ഇപ്പോഴാണ് തോന്നിത്തുടങ്ങിയത്. എല്ലാ സംഗതിയും ഒരുവൻ ഒരു തമാശയായിട്ടായിരിക്കും കണക്കാക്കുന്നത്. ബാങ്കിൽ ഒപ്പം ജോലി ചെയ്യുന്നവർ എന്തോ ഒരു കാരണം കൊണ്ട് അയാളുടെ മേൽ പ്രയോഗിക്കുന്ന ഒരു ക്രൂരമായ തമാശ; ഒരു പക്ഷേ അയാളുടെ മുപ്പതാം പിറന്നാൾ ആയതുകൊണ്ടാവും. അതാവാനാണ് വഴി. മനുഷ്യരുടെ മുഖത്തേക്കുനോക്കി ഒന്നു ചിരിക്കുകയേ വേണ്ടൂയെന്ന് അയാൾക്കു തോന്നി. അവരും അപ്പോൾ ചിരിച്ചെന്നു വരാം. ഒരുപക്ഷേ അവർ തെരുവിലെ ചുമട്ടുകാരാവാനും വഴിയുണ്ട്. കണ്ടിട്ട് അങ്ങനെയും തോന്നുന്നു. പക്ഷേ, ഫ്രാൻസ് എന്ന ആളിനെ ആദ്യം കണ്ടപ്പോൾ തന്നെ ഇവർക്കുമേൽ തനിക്കു കിട്ടിയേക്കാവുന്ന എത്ര നിസ്സാരമായ അധികാരവും വിട്ടുകൊടുക്കരുതെന്ന് അയാൾ തീരുമാനിച്ചിരുന്നു.

ഒരു ഫലിതം തിരിച്ചറിയാൻ തനിക്കു കഴിയാതെ പോയി, എന്നൊരു കുറവ് തന്റെ സുഹൃത്തുക്കളിൽ നിന്നും പിന്നീടുണ്ടായേക്കാവുന്ന ചെറിയൊരു അപകടസാദ്ധ്യത കെ കാണാതിരുന്നില്ല. അനുഭവത്തിൽ നിന്നും പഠിക്കുകയെന്നൊരു സാദ്ധ്യത അയാളുടെ പ്രകൃതത്തിലുള്ളതല്ലെങ്കിൽ ക്കൂടി ചില അപ്രധാന അനുഭവങ്ങൾ അയാളപ്പോൾ ഓർമ്മിച്ചുപോയി. തന്റെ സുഹൃത്തുക്കളുടെ ഉപദേശങ്ങൾ കണിശമായും നിരാകരിച്ചു കൊണ്ടും പരിണിതഫലങ്ങൾ ഒന്നുപോലും ആലോചിക്കാതെയും എടുത്തുചാടിയതുകൊണ്ടുണ്ടായ ദുരന്തങ്ങൾ അയാൾ ഓർത്തു. അത്തരം സംഭവങ്ങൾ ഇനിയുമുണ്ടാകരുതല്ലോ, പ്രത്യേകിച്ച് ഈ ചുറ്റുപാടുകളിൽ. എന്നാൽ ഇതൊക്കെ ഒരു തമാശയാണെങ്കിൽ, അത് നടപ്പാക്കിത്തീരുന്നതുവരെ കളിക്കാൻ അയാളും തയ്യാറായിരുന്നു.

പക്ഷേ, യഥാർത്ഥത്തിൽ അയാൾ അപ്പോഴും സ്വതന്ത്രനായിരുന്നു.

''ഇതാ ഞാൻ വരുന്നു'' എന്നു പറഞ്ഞുകൊണ്ട് അയാൾ വാർഡർമാർക്കിടയിലൂടെ നടന്ന് മുറിയിലേക്കുപോയി.

"കുറച്ചു വിവരമുള്ള ആളുതന്നെയാണെന്നു തോന്നുന്നു" പിന്നിൽ നിന്നും അവരിലൊരാൾ പറയുന്നതു അയാൾ കേട്ടു.

മുറിയിലെത്തിയപാടെ അയാൾ മേശയുടെ വലിപ്പുതുറന്നു. എല്ലാം അതിനുള്ളിൽ ക്രമത്തിലടുക്കി വച്ചിരിക്കുന്നു. പക്ഷേ, തന്റെ മനഃക്ഷോഭം മൂലം താൻ നേടിയെടുക്കാൻ വന്ന തിരിച്ചറിയൽ കാർഡുകൾ അയാൾക്കു കണ്ടുപിടിക്കാൻ പറ്റിയില്ല. അവസാനം കിട്ടിയത് സൈക്കിളിന്റെ ലൈസൻസായിരുന്നു. അതുമായി വാർഡർമാരുടെ അരികിലേക്ക് അയാൾ ധൃതിയിൽ നീങ്ങാൻ തുടങ്ങിയതായിരുന്നു. പക്ഷേ, അതൊരു

നിസ്സാരരേഖയല്ലേയെന്നു തോന്നിയപ്പോൾ, അയാൾ മറ്റു രേഖകൾ മേശയ്ക്കുള്ളിൽ പരതുകയും അവസാനം ജനനസർട്ടിഫിക്കറ്റ് കണ്ടെത്തുകയും ചെയ്തു. അതുമായി അടുത്ത മുറിയിലേക്ക് തിരിഞ്ഞപ്പോൾ എതിർവശത്തെ വാതിൽ തുറന്നുകൊണ്ട് ഫ്രൗഗ്രുബാഹ് തന്നെ കയറി വന്നു. അയാൾ അവരെ ഒരു മിന്നായം പോലെയേ കണ്ടുള്ളു. പക്ഷേ അയാളെ തിരിച്ചറിയേണ്ട താമസം വല്ലാണ്ടായ അവർ, ശല്യപ്പെടുത്തിയതിന് ക്ഷമചോദിച്ചുകൊണ്ട് അകത്തേക്കു തിരിച്ചുകയറുകയും, ശബ്ദമുണ്ടാക്കാതെ വാതിൽ അടയ്ക്കുകയും ചെയ്തു. "അകത്തു വരൂ, വരൂ..." എന്ന് അവരോട് പറയാനുള്ള സമയം അയാൾക്കുണ്ടായിരുന്നു. പക്ഷേ താൻ തപ്പിയെടുത്ത കടലാസുകളും പിടിച്ചുകൊണ്ട് ആ വാതിലിലേക്കു നോക്കിക്കൊണ്ട് നിർന്നിമേഷനായി അയാൾ നിന്നുപോയി. ആ വാതിൽ പിന്നെ തുറക്കപ്പെട്ടതേയില്ല. വാർഡർമാരുടെ ഉച്ചത്തിലുള്ള ഒച്ചകേട്ടാണ് അയാൾ തുടർന്ന് ചിന്തയിലേക്കു വന്നത്. തുറന്നിട്ടിരിക്കുന്ന ജനാലയ്ക്കരകിൽ ഇരുന്നുകൊണ്ട് അയാളുടെ പ്രഭാതഭക്ഷണം അവർ വാരിവിഴുങ്ങുകയായിരുന്നു.

"എന്തുകൊണ്ടാണ് അവർ അകത്തേക്കു വരാതിരുന്നത്" അയാൾ ചോദിച്ചു.

"അകത്തേക്കു വരാനുള്ള അനുവാദം അവർക്കില്ല." ഉയരമുള്ള ആ വാർഡൻ പറഞ്ഞു. "പ്രത്യേകിച്ച് നിങ്ങളെ ബന്ധനസ്ഥനാക്കിയശേഷം"

"അതിന് ഞാനെങ്ങനെ ബന്ധനസ്ഥനാകും പ്രത്യേകിച്ച് ഇത്തരം പരിഹാസ്യമായ രീതിയിൽ?"

"അപ്പോൾ നിങ്ങൾ എല്ലാം വീണ്ടും തുടങ്ങുന്നതേയുള്ളു" ഒരു കഷണം വെണ്ണതേച്ച റൊട്ടി തേൻപാത്രത്തിൽ മുക്കിക്കൊണ്ട് ഒരു വാർഡൻ പറഞ്ഞു. "ഇമ്മാതിരി ചോദ്യങ്ങൾക്ക് ഞങ്ങൾ മറുപടി പറയാറില്ല."

"നിങ്ങൾ അതിനൊക്കെ മറുപടി പറഞ്ഞേ പറ്റുകയുള്ളു." കെ പറഞ്ഞു. തുടർന്ന് അയാൾ പറഞ്ഞു : "ഇതാ എന്റെ രേഖകൾ. ഇനി നിങ്ങളുടെ കടലാസുകൾ കാണിക്കൂ. ആദ്യം എന്നെ ബന്ധനസ്ഥനാക്കാനുള്ള വാറണ്ടൊന്നു കാണട്ടേ."

"ഓ! എന്റെ ദൈവമേ!" ആ വാർഡൻ വിളിച്ചുപോയി. "നിങ്ങൾ നിങ്ങളുടെ സ്ഥാനമറിയണമായിരുന്നു. ഞങ്ങളിൽ അനാവശ്യമായി വേവലാതി ഉണ്ടാക്കരുതായിരുന്നു. പ്രത്യേകിച്ച് ഈ സമയത്ത് ഞങ്ങൾ നിങ്ങൾക്ക് ഈ ഭൂമിയിൽ വച്ചുള്ളതിൽവച്ച് ഏറ്റവും വലിയ ചങ്ങാതിയായിരിക്കുന്ന സ്ഥിതിക്ക്."

"അതു നേരാണ്. നിങ്ങൾക്കത് വിശ്വസിക്കാം." ഫ്രാൻസ് പറഞ്ഞു. കൈയിലെടുത്ത കാപ്പിക്കപ്പ് ചുണ്ടിലേക്കടുപ്പിക്കാതെയും, ദീർഘവും അർത്ഥം വച്ചുള്ളതും എന്നാൽ മനസ്സിലാക്കാൻ പറ്റാത്തതുമായ ഒരു നോട്ടത്തോടെയാണ് അയാൾ അതു പറഞ്ഞതെന്ന് കെ മനസ്സിലാക്കി. കെയും അത്തരം ഒരു നോട്ടം അറിയാതെ തന്നെ തിരിച്ചും നല്കിപ്പോയി.

"ഇതാ എന്റെ തിരിച്ചറിയൽ രേഖകൾ" തന്റെ കൈവശമിരുന്ന കട ലാസിൽ തട്ടിക്കൊണ്ട് കെ പറഞ്ഞു:

"നിന്റെ കടലാസുകളൊക്കെ ഞങ്ങൾക്കെന്തിനാണ്?" ആ പൊക്ക മുള്ള വാർഡൻ അലറി. "നിങ്ങൾക്ക് ഒരു കൊച്ചുകുഞ്ഞിന്റെ വിവരം പോലുമില്ലല്ലോ. ഇനിയെന്താണ് നിങ്ങളുടെ പദ്ധതി? ഈ കടലാസുക ളുടെയും വാറണ്ടിന്റെയും ഒക്കെ കാര്യം പറഞ്ഞ് ഞങ്ങൾക്ക് ഈ വാർഡർമാരുമായി തർക്കിച്ചാൽ ഈ കേസ് എളുപ്പത്തിൽ തീരുമെ ന്നാണോ നിങ്ങൾ കരുതുന്നത്? ഞങ്ങൾ ഇങ്ങു താഴേക്കിടയിലുള്ള ജോലി ക്കാരാണേ. നിയമത്തിന്റെ കാര്യങ്ങളൊന്നും ഞങ്ങൾക്കറിയില്ല. പിന്നെ ദിവസവും പത്തുമണിക്കൂർ നേരം നിങ്ങൾക്ക് കാവലിരുന്ന ശേഷം കിട്ടുന്ന കൂലിയുമായി പോകുന്നതാണ് ഈ കേസുമായി ഞങ്ങൾക്ക് ആകപ്പാടെയുള്ള ബന്ധം. ഞങ്ങൾ അത്രയ്ക്കേ ഉള്ളൂ. പക്ഷേ ഞങ്ങൾ സേവനം ചെയ്യുന്ന അധികാരികൾ ഇത്തരത്തിലുള്ള ബന്ധനത്തിന് ഉത്ത രവിടണമെങ്കിൽ വ്യക്തമായും അവർക്ക് ഒരു ധാരണയുണ്ടാകും. ബന്ധ നസ്ഥനായ വ്യക്തിയെക്കുറിച്ചുള്ള സകലമാനവിവരങ്ങളും അവർക്ക് കിട്ടിയിട്ടുണ്ടാകുമെന്നും ഞങ്ങൾക്ക് ഉറപ്പുണ്ട്. ഇക്കാര്യത്തിൽ ഞങ്ങൾക്ക് ഒരു തെറ്റും പറ്റിയിട്ടില്ല. എനിക്കറിയാവുന്നിടത്തോളം ഞങ്ങളുടെ മേല ധികാരികൾ കുറ്റം കണ്ടുപിടിക്കാനായി ഓടി നടക്കാറില്ല. മറിച്ച്, നിയമ ത്തിൽ പരാമർശിക്കുന്നതുപോലെ കുറ്റക്കാരെ ആകർഷിക്കുകയും പിന്നെ വാർഡർമാരായ ഞങ്ങളുടെ അടുക്കലേക്കു പറഞ്ഞയയ്ക്കുകയുമാണ്. അതിൽപ്പിന്നെങ്ങനെയാണ് തെറ്റുപറ്റുന്നത്?"

"എനിക്ക് ഈ നിയമങ്ങൾ ഒന്നുമറിയില്ല" കെ പറഞ്ഞു.

"നിങ്ങൾക്കുള്ള ഏറ്റവും വലിയ അപകടവും അതുതന്നെ" ആ വാർഡൻ പറഞ്ഞു.

"അതു നിങ്ങളുടെ തലയ്ക്കകത്തുള്ള കാര്യം മാത്രമല്ലേ" കെ പറഞ്ഞു. ഏതെങ്കിലും വിധത്തിൽ ആ വാർഡർമാരുടെ മനസ്സിലേക്കു കയറിക്കൊണ്ട് തനിക്ക് ഗുണം ലഭിക്കുന്നരീതിയിൽ കാര്യങ്ങളെ വള ച്ചൊടിക്കാനും അതുമല്ലെങ്കിൽ അതിനൊപ്പം നീങ്ങാനുമായിരുന്നു കെ യുടെ ശ്രമം.

പക്ഷേ വാർഡൻ അയാളെ അതിനു വിട്ടുകൊടുക്കാതെ ഇങ്ങനെ മാത്രം പറഞ്ഞു: "നിങ്ങൾ അതൊക്കെ ക്രമേണ അറിഞ്ഞോളും."

"നോക്കൂ, വില്ലെ, അയാൾക്ക് നിയമത്തെക്കുറിച്ച് ഒന്നുമറിയില്ലെ ന്ന്. എന്നിട്ടും അയാൾ പറയുന്നതെന്താണ്? നിരപരാധിയാണെന്ന്." ഫ്രാൻസ് ഇടയ്ക്കു കയറിപ്പറഞ്ഞു.

"നിങ്ങൾ പറഞ്ഞതു തികച്ചും ശരിയാണ്. പക്ഷേ ഇത്തരം മനു ഷ്യരെ ആർക്കും പറഞ്ഞു മനസ്സിലാക്കിക്കാൻ കഴിയില്ല." അയാൾ പറ ഞ്ഞു.

കെ മറുപടിയൊന്നും വീണ്ടും പറഞ്ഞില്ല. അങ്ങനെയായിരിക്കു മെന്നു ചിന്തിക്കുകമാത്രം അയാൾ ചെയ്തു. ഈ നീചന്മാരുടെയിടയിൽ

നിന്ന് സ്വയം തന്റെ ആശയക്കുഴപ്പത്തെ വഷളാക്കേണ്ടതുണ്ടോയെന്നും അയാൾ ചിന്തിച്ചു: അവർ വൃത്തികെട്ടവന്മാർ തന്നെയാണെന്ന് അവർ സ്വയം തന്നെ പറഞ്ഞിട്ടുള്ളതാണ്. അവർക്കുപോലും അറിയാൻ വയ്യാത്ത കാര്യങ്ങളെക്കുറിച്ചാണ് അവർ സംസാരിക്കുന്നത്. ഇത്രയും ഉറപ്പോടെ അവർ സംസാരിക്കുന്നതുതന്നെ അവരുടെ തികഞ്ഞ ബുദ്ധിശൂന്യതയെയാണ് കാണിക്കുന്നത്. സ്വന്തം മാനസികനിലവാരത്തിലുള്ള ആരോടെങ്കിലും കുറച്ചു സംസാരിക്കാൻ പറ്റിയെങ്കിൽ, ഈ രണ്ടുപേരുമായി മണിക്കൂറുകളോളം സംസാരിച്ചാലും കിട്ടാത്ത സകലവിവരങ്ങളും തനിക്കു മനസ്സിലാക്കാമായിരുന്നു.

മുറിയിലെ ഒഴിഞ്ഞഭാഗത്ത് അയാൾ കുറച്ചുനേരം അങ്ങോട്ടുമിങ്ങോട്ടും നടന്നു. തെരുവിന്റെ അങ്ങേത്തലയ്ക്കലുള്ള ആ വൃദ്ധയെ അയാൾക്ക് അപ്പോഴും കാണാമായിരുന്നു. കുറേക്കൂടി പ്രായം ചെന്ന ഒരു വൃദ്ധനെ അവരിപ്പോൾ വലിച്ചുകൊണ്ടുവരുന്നത് അയാൾ കണ്ടു. ആ വൃദ്ധന്റെ അരക്കെട്ടിൽ കൈ ചുറ്റിപ്പിടിച്ചുകൊണ്ടാണ് അവരിതു ചെയ്യുന്നത്.

ഈ അപഹാസ്യത അവസാനിച്ചേ പറ്റൂയെന്ന് കെ യ്ക്കു തോന്നി.

"എന്നെ ഉയർന്ന മേലധികാരികളുടെ അടുത്തേക്കു കൊണ്ടുപോകൂ." അയാൾ പറഞ്ഞു.

"അത് മേലധികാരി തന്നെ പറയട്ടെ. അതിനു മുമ്പ് പറ്റത്തില്ല" വില്ലെം എന്ന വാർഡൻ പറഞ്ഞു. തുടർന്ന് അയാൾ പറഞ്ഞു: "ഞാനൊന്നു പറഞ്ഞോട്ടെ. നിങ്ങൾ നിങ്ങളുടെ മുറിയിൽച്ചെന്ന് സമാധാനത്തോടെ ഇരിക്കുക. നിങ്ങളുടെ കാര്യത്തിൽ എന്തു തീരുമാനമാണ് ഉണ്ടാകാൻ പോകുന്നതെന്ന് കാത്തിരുന്നു തന്നെകാണുക. അനാവശ്യവും നിഷ്ഫലവുമായ ചിന്തകളിൽ മനസ്സുകടത്തി വേദനിപ്പിക്കരുത്. ഇതെന്റെ ഉപദേശമായി കരുതുക. മാത്രമല്ല നിങ്ങൾ തയ്യാറെടുത്തിരിക്കണം. കാരണം അത്രയും കാര്യങ്ങളാണ് നിങ്ങൾക്ക് ചെയ്യാനുണ്ടാകുന്നത്. നിങ്ങൾക്ക് അർഹിക്കുന്ന രീതിയിൽ ഇത്രയൊക്കെ സഹായം ഞങ്ങൾ ചെയ്തിട്ടും അതിനുള്ള നന്ദി നിങ്ങൾ കാണിക്കുന്നില്ല. ഞങ്ങൾ ആരുമായിക്കൊള്ളട്ടെ, പക്ഷേ നിങ്ങളെ വച്ചു താരതമ്യം ചെയ്താൽ ഞങ്ങൾ ബന്ധിതരല്ലല്ലോ. സ്വതന്ത്രരല്ലേ. അതൊക്കെ വിട്ടേക്കാം. കൈയിൽ പണമുണ്ടോ? എങ്കിൽ തെരുവിന്റെ അങ്ങേത്തലയ്ക്കലുള്ള ആ ചായക്കടയിൽ നിന്നും നിങ്ങൾക്കു കഴിക്കാൻ കുറച്ചെന്തെങ്കിലും വാങ്ങിക്കൊണ്ടുവരാൻ ഞങ്ങൾക്ക് താല്പര്യമുണ്ട്."

ഈ കാരുണ്യത്തിനൊന്നും കെ മറുപടി പറഞ്ഞില്ല. നിന്നിടത്തു തന്നെ അനങ്ങാതെ അയാൾ നിന്നു. അടുത്ത മുറിയുടെ വാതിൽ തുറക്കുകയോ അതല്ലെങ്കിൽ ഹാളിലേക്കുള്ള വാതിൽ തുറക്കുകയോ ചെയ്താലും ആരുംതന്നെ അയാളെ തടുക്കാനുള്ള ധൈര്യം കാണിച്ചെന്നുവരില്ല. ഈ അപഹാസ്യത അവസാനിപ്പിക്കാനുള്ള ഏറ്റവും ലളിതമായ മാർഗ്ഗം അതു ചെയ്യുന്നതാണ്. പക്ഷേ അവർ അയാളുടെ മേൽ

ചാടിവീഴുകയും അയാളെ കീഴ്പ്പെടുത്തുകയോ ചെയ്താൽ ഒരു തരത്തിൽ അയാൾക്ക് ഇതുവരെയുണ്ടായിരുന്ന ആ ഉയർന്ന വില നഷ്ടമാകാനിടയുണ്ട്. അതുകൊണ്ട് ഒരു പരിഹാരത്തിലേക്ക് ഒരു എടുത്തുചാട്ടം നടത്താൻ അയാൾ ആഗ്രഹിച്ചില്ലതന്നെ. സംഭവങ്ങൾക്ക് സ്വാഭാവികമായ ഒരു മാറ്റമുണ്ടാകുമ്പോൾ വന്നുചേർന്ന സുനിശ്ചിതത്വം മതിയെന്ന് അയാൾ തീരുമാനിച്ചു. തുടർന്ന് അയാളൊന്നും പറഞ്ഞില്ല. വാർഡർമാരും ഒന്നും പറഞ്ഞില്ല. തുടർന്ന് അയാൾ അയാളുടെ മുറിയിലേക്കു തന്നെ മടങ്ങുകയും ചെയ്തു.

അയാൾ കട്ടിലിലേക്കു മറിഞ്ഞു. രാവിലെ കഴിക്കാനായി രാത്രിയിൽ മാറ്റിവച്ചിരുന്ന ഒരു മുഴുത്ത ആപ്പിൾ അയാൾ സ്റ്റാന്റിൽ നിന്നുമെടുത്തു. ഇപ്പോൾ പ്രഭാതഭക്ഷണത്തിന് ഇതുതന്നെ ധാരാളമായി മതിയാകും. അയാൾ അതു കടിച്ചു തിന്നുതുടങ്ങി. കാരുണ്യം പകരുന്ന ആ വാർഡർമാർ ആ വൃത്തികെട്ട പാതിരാക്കടയിൽ നിന്നും വാങ്ങിക്കൊണ്ടുവന്നേക്കാവുന്ന ആഹാരത്തേക്കാൾ എത്രയോ ഭേദമാണിത്. അയാളുടെ മനസ്സ് ഒന്നുകൂടി ഉറച്ചു. ആത്മവിശ്വാസവും വന്നു. രാവിലത്തെ ബാങ്കിലെ തന്റെ ജോലി അന്ന് മുടങ്ങിയിരിക്കുന്നുവെന്നത് സത്യമാണ്. പക്ഷേ ബാങ്കിലെ തന്റെ താരതമ്യേനയുള്ള ഉയർന്ന ജോലി വച്ചുനോക്കുമ്പോൾ അതത്ര പ്രശ്നമുള്ള കാര്യമല്ല. തന്റെ അസാന്നിദ്ധ്യത്തിനു കാരണമായ യഥാർത്ഥസാഹചര്യം പറയേണ്ടതുണ്ടാകുമോ? അങ്ങനെ തന്നെ വേണ്ടിവരുമെന്ന് അയാൾ കരുതി. ഇപ്പോഴത്തെ സാഹചര്യത്തിൽ ആരും അയാളെ കുറ്റപ്പെടുത്തുകയില്ല. സാക്ഷി പറയാൻ ഫ്രൗ ഗ്രൂബാഹിനെ കൂട്ടാവുന്നതേയുള്ളു. വേണ്ടിവന്നാൽ തെരുവിനപ്പുറത്തെ ആ വൃദ്ധനെയും വൃദ്ധയെയും വിളിക്കാം. അവരിപ്പോൾ വാതിലിനരികിൽ നിന്ന തന്റെ ഒത്തനേർക്കു വരുന്ന ജനാലയ്ക്കരികിലേക്കു നീങ്ങിയിരിക്കുകയാണ്.

വാർഡർമാരുടെ വശത്തുനിന്നു ചിന്തിക്കുമ്പോൾ തന്നെ മുറിയിലേക്കു അയച്ചശേഷം അവർ തന്നെ ഒറ്റയ്ക്കാക്കിയിരിക്കുന്നതിൽ കെയ്ക്ക് അത്ഭുതമാണ് തോന്നിയത്. ആത്മഹത്യ ചെയ്യാനിവിടെ നല്ല സൗകര്യവുമുണ്ട്. പക്ഷേ തന്റെ വശത്തുനിന്നും ചിന്തിക്കുമ്പോൾ അത്തരം ഒരു പ്രവൃത്തിക്ക് തനിക്കു നല്കാൻ ന്യായീകരണങ്ങൾ ഒന്നുമില്ലെന്ന് അയാൾക്കു മനസ്സിലായി. തനിക്കുള്ള ഭക്ഷണവും കഴിച്ചുകൊണ്ട് ആ വാർഡർമാർ അടുത്ത മുറിയിലെ വാതില്ക്കലിരിക്കുകയാണ്. ആത്മഹത്യയെന്നത് അപ്പോൾ ബുദ്ധിശൂന്യതയാണ്. അല്ലെങ്കിൽ തന്നെ അതു അവിവേകമാണെന്ന് സ്വയം തോന്നി അയാൾ അതിൽ നിന്നും പിന്തിരിയുന്നതായിരിക്കും. അയാളെ ഒറ്റയ്ക്ക് വിട്ടതിന്റെ പിന്നിൽ വാർഡർമാരുടെ ബുദ്ധിപരമായ ദരിദ്രത ഇത്രത്തോളം പ്രകടമായിരുന്നില്ലെങ്കിൽ അതുതന്നെ അയാൾ വിശ്വസിക്കുമായിരുന്നു.

അയാൾ ചുവരലമാര തുറന്നു. അകത്തു നിന്നും ഒരു ബ്രാൻഡിക്കുപ്പിയെടുത്തു. ഗ്ലാസ്സിലേക്കു പകർന്നുകൊണ്ട് പ്രഭാതഭക്ഷണത്തി

നായി കഴിച്ചു. തുടർന്ന് ധൈര്യം കിട്ടാനായി അയാൾ രണ്ടാമതും കുടിച്ചു. ഇതൊക്കെ വാർഡർമാർ സ്വതന്ത്രമായി നിന്ന് അയാളെ നിരീക്ഷിച്ചുകൊണ്ടിരുന്നു. ധൈര്യമെടുക്കേണ്ടിവരുന്നത് എപ്പോഴാണെന്നറിയില്ലല്ലോ. അതിനുള്ള മുൻകരുതലായിട്ടാണ് അയാൾ രണ്ടാമതും കഴിച്ചത്.

അപ്പോഴേക്കും അടുത്ത മുറിയിൽനിന്നും ഒരലർച്ച കേട്ടു. കെ ഞെട്ടിപ്പോയി.

"ഇൻസ്പെക്ടർക്ക് നിങ്ങളെ കാണണം'' ഇതായിരുന്നു ആ അലർച്ചാശബ്ദം. പരുഷവും പട്ടാളസ്വഭാവവുമുള്ള ആ അലർച്ച വാർഡൻ ഫ്രാൻസ് പോലുള്ള ഒരാളിൽ നിന്നും അയാൾ ഒരിക്കലും പ്രതീക്ഷിച്ചിരുന്നില്ല.

"അവസാനം!" കെ തിരിച്ചു മറുപടി പറഞ്ഞു. ഒപ്പം ചുവരലമാര പൂട്ടിയശേഷം അടുത്ത മുറിയിലേക്കു ധൃതിയിൽ നടന്നു. അവിടെ ചെന്നപ്പോൾ അവിടെ ഉണ്ടായിരുന്ന രണ്ടു വാർഡർമാരും കൂടി അയാളെ വീണ്ടും അയാളുടെ മുറിയിലേക്കു തന്നെ വേഗത്തിൽ തിരിച്ചോടിച്ചു. അതുചെയ്യേണ്ടത് ആവശ്യമാണെന്ന മട്ടായിരുന്നു അവരുടെ പ്രവൃത്തിയിൽ.

"നിങ്ങളെന്താണ് വിചാരിക്കുന്നത്?" ആ വാർഡർമാർ അലറി. "വെറും ഷർട്ടുമാത്രമിട്ടുകൊണ്ട് ഇൻസ്പെക്ടറുടെ മുന്നിൽ പോകുകയാണോ? അദ്ദേഹം നിങ്ങളെ ആട്ടിപ്പായിക്കും. പിന്നെ ഞങ്ങളെയും... തല്ലിച്ചതയ്ക്കും!"

"നാശങ്ങൾ. മാറി നില്ക്ക്" കെ അലറി.

അപ്പോഴേക്കും വാർഡർമാർ കെ യെ വസ്ത്രമിരിക്കുന്ന ചുവരലമാരയ്ക്കരികിലേക്കു ഉന്തിത്തള്ളിക്കൊണ്ടുപോയിരുന്നു.

"നിങ്ങൾ എന്നെ കട്ടിലിൽ നിന്നും വലിച്ചെഴുന്നേല്പിക്കുമ്പോൾ ഞാൻ അണിഞ്ഞൊരുങ്ങിക്കിടക്കുമെന്നായിരുന്നോ കരുതിയത്? കെ ചോദിച്ചു.

"ഇങ്ങനെയൊന്നും പറഞ്ഞിട്ടുകാര്യമില്ല" വാർഡർമാർ പറഞ്ഞു. കെ ഉച്ചത്തിൽ സംസാരിച്ചപ്പോൾ യഥാർത്ഥത്തിൽ അവരുടെ സ്വരം താണിരുന്നു. എന്തോതരം പ്രയാസത്തിന്റെ ഒരു ലക്ഷണം അവരുടെ മുഖത്ത് നിഴലിച്ചിരുന്നു.

"കുറെ വൃത്തികെട്ട നടപടിക്രമങ്ങൾ" അയാൾ മുരണ്ടു. പക്ഷേ പെട്ടെന്നുതന്നെ കസേരയിൽക്കിടന്ന ഒരു കോട്ടെടുത്തിട്ടുകൊണ്ട്, വാർഡർമാരുടെ സമ്മതം വാങ്ങാനെന്നവണ്ണം അതെടുത്തുയർത്തിക്കൊണ്ട് കുറച്ചുനേരം നിന്നു

"അതു കറുത്തതു തന്നെ വേണം." അവർ തലകുലുക്കിക്കൊണ്ടു പറഞ്ഞു. അതു കേട്ടപാടെ കെ ആ കോട്ടെടുത്ത് ദൂരെ നിലത്തേക്കെറിഞ്ഞു. (താൻ എന്തർത്ഥത്തിലാണ് അതു പറഞ്ഞതെന്ന് അയാൾക്കു തന്നെ അറിയില്ലായിരുന്നു.) തുടർന്ന് കെ ചോദിച്ചു: "അതിന് ഇനിയും വിചാരണയൊന്നുമായിട്ടില്ലല്ലോ."

വാർഡർമാരുടെ മുഖത്ത് പുഞ്ചിരി വിടർന്നു. അവർ പറഞ്ഞു: "കറുത്തതു തന്നെ വേണം... കറുത്തതു തന്നെ." അവർ ആ അഭിപ്രായത്തിൽത്തന്നെ ഉറച്ചു നിന്നു.

"ഇതുകൊണ്ട് കേസ് വേഗത്തിൽ തീരുമെങ്കിൽ എനിക്കു കുഴപ്പമൊന്നുമില്ല." എന്നു പറഞ്ഞുകൊണ്ട് കെ അലമാര തുറന്നു. ഏറെനേരത്തെ പരതലിനുശേഷം അയാൾ ഏറ്റവും കറുത്ത ഒരു സ്യൂട്ട് തെരഞ്ഞെടുത്തു. ആ വസ്ത്രത്തിന്റെ ഭംഗിയെച്ചൊല്ലി വലിയൊരു ചർച്ചാവിഷയമായി മാറിയതായിരുന്നു ആ വേഷം. ഒരു പുതിയൊരു ഉടുപ്പുകൂടി തപ്പിയെടുത്തശേഷം, അയാൾ ശ്രദ്ധയോടെ വസ്ത്രം മാറാൻ തുടങ്ങി.

താൻ കുളിച്ചിറങ്ങുന്ന കാര്യം പറയാൻ വാർഡർമാർ മറന്നുപോയത് നന്നായിയെന്ന് കെ യ്ക്കു തോന്നി. അത്രയും സമയം ലാഭിച്ചല്ലോയെന്ന് അയാളുടെ മനസ്സ് പറഞ്ഞു. എങ്കിലും അവർ അക്കാര്യം ഓർക്കുമോയെന്നു കരുതി അയാൾ അവരെ ഒന്നുകൂടി നോക്കി. എന്തായാലും അങ്ങനെയൊരു ചിന്ത അവർക്കുണ്ടായതേയില്ലെന്ന് അയാൾ ഉറപ്പിച്ചു. അതേസമയം കെ വസ്ത്രം മാറ്റുകയാണെന്ന വിവരം ഇൻസ്പെക്ടറോടു ചെന്നു പറയാൻ വില്ലെം വേഗത്തിൽ ഫ്രാൻസിനെ പറഞ്ഞയയ്ക്കുകയും ചെയ്തിരുന്നു.

കെ വസ്ത്രം മാറ്റി. വില്ലെമിന്റെ അകമ്പടിയോടെയാണ് തുടർന്ന് അയാൾ ഒഴിഞ്ഞുകിടക്കുന്ന സമീപത്തെ മുറിയിലൂടെ അതിനപ്പുറമുള്ള മുറിയിലേക്കു നടന്നുപോയത്. അതിന്റെ ഇരുപാളിക്കതകുകളെ മലർക്കെ തുറന്നുവച്ചിരുന്നു. ഈ അടുത്തകാലത്തായി ആ മുറിയെ ഫ്രൗളിൻ ബൂർസ്റ്റനർ എന്ന ഒരു ടൈപ്പിസ്റ്റ് വാടകയ്ക്കെടുത്തിരിക്കുകയാണെന്ന് കെയ്ക്ക് അറിയാമായിരുന്നു. അതിരാവിലെ ജോലിക്കു പോകുന്ന അവർ വളരെ താമസിച്ചാണ് തിരിച്ചെത്തിയിരുന്നത്. മാത്രമല്ല, അവരുമായി കെ വളരെ അടുത്ത് സംസാരിച്ചിട്ടുമില്ല. അവരുടെ കട്ടിലിന്റെ തലയ്ക്കൽ കിടന്നിരുന്ന ചെറിയൊരു മേശ ഇപ്പോൾ നടുവിലേക്ക് പിടിച്ചിട്ടിരിക്കുകയാണ്. ഇൻസ്പെക്ടർ അതിന്റെ പിന്നിലിരിക്കുകയാണ്. കാലിനുമുകളിൽ കാൽവെച്ചും ഒരു കൈ കസേരയുടെ പിന്നിൽ താങ്ങിയുമാണ് ഇൻസ്പെക്ടർ ഇരുന്നത്.

ഫ്രൗളിൻ ബുർസ്റ്റനറുടെ ഫോട്ടോഗ്രാഫുകൾ നോക്കിക്കൊണ്ട് മുറിയുടെ ഒരു മൂലയ്ക്ക് മൂന്ന് യുവാക്കൾ കൂടിനില്ക്കുകയായിരുന്നു. തുറന്നിട്ടിരുന്ന ജനാലയുടെ കൊളുത്തിൽ ഒരു വെളുത്ത ബ്ലൗസ് തൂങ്ങിക്കിടക്കുകയാണ്. എതിരെയുള്ള ജനാലയ്ക്കു പുറകിലായി ആ വൃദ്ധനും വൃദ്ധയും വീണ്ടും നില്ക്കുന്നുണ്ട്. പക്ഷേ അവരുടെ എണ്ണം കൂടിയിട്ടുള്ളതുപോലെ. ആ വൃദ്ധരേക്കാൾ ഉയരം കൂടിയ ഒരാൾ തലയുയർത്തിയും നെഞ്ചു പുറത്തുകാണുന്ന രീതിയിൽ ഉടുപ്പുതുറന്നിട്ടും നില്ക്കുന്നു. വിരലുകൾ കൊണ്ട് അയാൾ അയാളുടെ ചെമ്പൻനിറത്തിലുള്ള കൂർത്ത താടിരോമങ്ങൾ തടവുകയും ചുരുട്ടുകയും ചെയ്തുകൊണ്ടിരിക്കുകയാണ്.

"ജോസഫ് കെ?" കെ യുടെ അലോസരപ്പെട്ടു നിന്ന നോട്ടത്തെ ഒന്നു പിടിച്ചുനിർത്താൻ വേണ്ടിയാണ് ഇൻസ്പെക്ടർ അതു ചോദിച്ചത്. കെ തലകുലുക്കി.

"ഇന്നുരാവിലെ നടന്ന സംഭവങ്ങൾ നിങ്ങളെ അത്ഭുതപ്പെടുത്തിയെന്നു തോന്നുന്നല്ലോ?" മേശപ്പുറത്തിരുന്ന കുറേ സാധനങ്ങൾ അടുക്കിവച്ചുകൊണ്ട് ഇൻസ്പെക്ടർ ചോദിച്ചു: ഒരു മെഴുകുതിരി, ഒരു തീപ്പെട്ടി, ഒരു പുസ്തകം, മൊട്ടുസൂചി കുത്തിവയ്ക്കാനുള്ള ഒരു കുഷ്യൻ ഒക്കെയായിരുന്നു അത്. അവയൊക്കെ ചോദ്യം ചെയ്യലിന് ആവശ്യമുള്ള വസ്തുക്കളാണെന്നേ തോന്നുകയുള്ളൂ.

"അതെ, അത്ഭുതപ്പെടുത്തിയത് നേരാണ്?" കെ പറഞ്ഞു. തന്നെ മനസ്സിലാക്കാൻ പറ്റുന്ന ബോധമുള്ള ഒരാളിനെ കണ്ടെത്തിയ ഒരാശ്വാസമാണ് അയാൾക്ക് അപ്പോഴുണ്ടായത്. കെ വീണ്ടും പറഞ്ഞു: "അതെ അത്ഭുതപ്പെടുത്തി... പക്ഷേ അത്രയ്ക്ക് അത്ഭുതപ്പെടുത്തിയില്ല."

"അത്രയ്ക്ക് അത്ഭുതം തോന്നിയില്ലെന്നോ?" മെഴുകുതിരിയെ മേശയുടെ മദ്ധ്യത്തും ബാക്കിയുള്ള സാധനങ്ങൾ അതിനു ചുറ്റുമായി ക്രമീകരിച്ചുകൊണ്ട് ഇൻസ്പെക്ടർ ചോദിച്ചു.

"താങ്കൾ എന്നെ തെറ്റിദ്ധരിച്ചിരിക്കുന്നു." കെ ധൃതിയിൽ കൂട്ടിച്ചേർത്തു. "ഞാൻ ഉദ്ദേശിച്ചത്..." അയാൾ തുടർന്ന് നിർത്തി. "ഞാൻ... ഒന്നിരുന്നോട്ടേ." അയാൾ ഒരു മേശയ്ക്കുവേണ്ടി ചുറ്റും ഒന്നു പരതി.

"അത് പതിവുള്ളതല്ലല്ലോ." ഇൻസ്പെക്ടർ മറുപടി പറഞ്ഞു.

"ഞാൻ ഉദ്ദേശിച്ചത്..." മറ്റൊന്നും ആലോചിക്കാതെ കെ വീണ്ടും പറഞ്ഞുതുടങ്ങി...." "ശരിക്കും ഞാൻ അതിശയിച്ചു എന്നു തന്നെയാണ്. പക്ഷേ സത്യം പറഞ്ഞാൽ മൂന്നു ശതാബ്ദക്കാലം ഈ ലോകത്തു ജീവിച്ച ഒരാൾക്ക് പ്രത്യേകിച്ച് എന്നെപ്പോലെ സകലതും ഒറ്റയ്ക്കു നേരിടേണ്ടി വന്ന ഒരാൾക്ക് അതിശയങ്ങൾ പുത്തരിയല്ലാതാകുകയാണ്. പ്രത്യേകിച്ച് ഇന്നു രാവിലെ സംഭവിച്ച ഇക്കാര്യം."

"അതെന്തുകൊണ്ടാണ് ഇന്നത്തെ കാര്യം ഇങ്ങനെ?" ഇൻസ്പെക്ടർ ചോദിച്ചു.

"എല്ലാം ഒരു തമാശയായിരുന്നൂയെന്ന് ഞാൻ വിചാരിക്കുന്നില്ല,കാരണം വളരെയധികം തയ്യാറെടുപ്പുകൾ അതിന്റെ പിന്നിൽ നടന്നിട്ടുള്ളതാണല്ലോ. ഈ കെട്ടിടത്തിൽ താമസിക്കുന്ന എല്ലാ ആൾക്കാരും അതിൽ പങ്കാളിയായിട്ടുണ്ട്. അതുപോലെ താങ്കളുടെ ആളുകളും. അപ്പോൾ അതൊരു തമാശയാവുമെന്ന് ഞാൻ പറയില്ല."

"വളരെ ശരിയാണ്." തീപ്പെട്ടിക്കുള്ളിൽ എത്ര കൊള്ളികൾ ഉണ്ടെന്ന് എണ്ണിത്തിട്ടപ്പെടുത്തിക്കൊണ്ട് ഇൻസ്പെക്ടർ പറഞ്ഞു.

"പക്ഷേ, മറ്റൊരു തരത്തിൽ പറഞ്ഞാൽ..." കെ തുടർന്നു പറഞ്ഞു. അവിടെ നില്ക്കുന്ന എല്ലാവരെയും സംബോധന ചെയ്തുകൊണ്ടാണ് അയാൾ പറഞ്ഞത്. "ഫോട്ടോയിൽ കാണുന്ന ആ മൂന്നുപേർകൂടി താൻ പറയുന്നത് കേട്ടാൽ നന്നായിരിക്കുമെന്ന് അയാൾക്ക് തോന്നിയിരുന്നു."

ഈ സംഗതി അത്ര ഗൗരവമുള്ളതല്ല എന്നും എനിക്ക് തോന്നിപ്പോകാറുണ്ട്. അങ്ങനെ ഊഹിക്കുന്നതിന് എനിക്ക് കാരണവുമുണ്ട്. എന്റെ പേരിൽ കുറ്റം ചുമത്തിയിട്ടുള്ളത് ശരിതന്നെ. പക്ഷെ അതിന് നിസ്സാരമായ ഒരു കാരണവും ഞാൻ കാണുന്നില്ല. ഇത് ഒരു കാരണമായി തോന്നുന്നില്ലെങ്കിൽ ഒന്നു ചോദിച്ചോട്ടെ. "യഥാർത്ഥത്തിൽ ആരാണ് കുറ്റം ചുമത്തിയത്? ഏത് അധികാരികളാണ് ഈ നടപടികൾ എടുക്കുന്നത്? നിങ്ങളൊക്കെ ഉദ്യോഗസ്ഥന്മാരാണോ? ഒരാളും യൂണിഫോമിലല്ലല്ലോ. അല്ലെങ്കിൽ നിങ്ങളെ ഈ വേഷത്തെ യൂണിഫോമെന്നു വിളിക്കേണ്ടി വരും." കെ ഒപ്പം ഫ്രാൻസിനെ ഒന്നുനോക്കി. തുടർന്ന് അയാൾ പറഞ്ഞു. "പക്ഷെ, ഈ വേഷം കണ്ടാൽ വിനോദസഞ്ചാരികളുടേതാണെന്നേ തോന്നുകയുള്ളു. എന്റെ ഈ ചോദ്യങ്ങൾക്കൊക്കെ വ്യക്തമായ ഉത്തരം കിട്ടേണ്ടതുണ്ട്. അതിനുള്ള വിശദീകരണം ശരിയായിക്കിട്ടിയാൽ പിന്നെ നമുക്ക് സ്നേഹത്തോടെ പരസ്പരം പിരിയാവുന്നതേയുള്ളു."

ഇൻസ്പെക്ടർ ആ തീപ്പെട്ടി മേശപ്പുറത്തേക്കെറിഞ്ഞു.

"നിങ്ങൾക്ക് വലിയൊരബദ്ധം പറ്റി." ഇൻസ്പെക്ടർ പറഞ്ഞു. "ഈ നിലയ്ക്കു മാന്യന്മാർക്കും എനിക്കും നിങ്ങളുടെ കാര്യവുമായി യാതൊരു ബന്ധവുമില്ല. അതിനെക്കുറിച്ച് യാതൊന്നും അറിയില്ലായെന്നു പറയുന്നതാകും ശരി. ഞങ്ങൾ ഇനി എത്ര ഔദ്യോഗികമായ വേഷമിട്ടുവന്നാലും ശരി, നിങ്ങളുടെ കേസിന്റെ ഗൗരവം ഇപ്പോൾ ഉള്ളതിനേക്കാൾ കൂടാനൊന്നും പോകുന്നില്ല. നിങ്ങളുടെ പേരിൽ കുറ്റം ചുമത്തിയിട്ടുണ്ടോയെന്ന് കൃത്യമായിപ്പറയാൻ തന്നെ എനിക്കു പറ്റുകയുമില്ല. മറ്റൊരു തരത്തിൽ പറഞ്ഞാൽ നിങ്ങൾ കുറ്റവാളിയാണോയെന്നു പോലും എനിക്കറിയില്ല. വാർഡർമാർ ഇതിൽ നിന്നും വ്യത്യസ്തമായ മറ്റെന്തെങ്കിലുമൊക്കെ പറഞ്ഞിട്ടുണ്ടാവാം. പക്ഷേ അതൊക്കെ വെറും അഭിപ്രായങ്ങളാണ്. അതൊന്നും ഞാനിപ്പോൾ ചർച്ച ചെയ്യുന്നില്ല. നിങ്ങളുടെ ചോദ്യങ്ങൾക്ക് മറുപടി പറയാൻ കഴിഞ്ഞില്ലെങ്കിലും എനിക്ക് ചില ഉപദേശങ്ങൾ തരാനുണ്ട്. നിങ്ങൾ ഞങ്ങളെക്കുറിച്ചോ ഞങ്ങൾക്ക് എന്താണ് സംഭവിക്കാൻ പോകുന്നതിനെക്കുറിച്ചോ വേവലാതിപ്പെടരുത്. പകരം നിങ്ങൾ നിങ്ങളെക്കുറിച്ചുമാത്രം ആലോചിക്കുക. അതുപോലെ നിരപരാധിയാണെന്നുള്ള ആ ഭാവമുണ്ടല്ലോ അതങ്ങു കളയണം. മറ്റു വിധത്തിൽ അത്ര മോശമല്ലാത്ത നിങ്ങളുടെ അഭിമാനത്തെ അതു മോശമാക്കുകയാവും ചെയ്യുന്നത്... ഒരു കാര്യം കൂടി പറഞ്ഞോട്ടെ, നിങ്ങൾ ഇത്രയധികം സംസാരിക്കുകയരുത്. നിങ്ങൾ പറയാനുദ്ദേശിച്ചതൊക്കെ ഒന്നുരണ്ടു വാക്കുകളിൽ മാത്രമാണ് നിങ്ങൾ പറഞ്ഞതെങ്കിലും നിങ്ങളുടെ പെരുമാറ്റത്തിൽ നിന്നും കാര്യങ്ങളൊക്കെ മനസ്സിലാക്കാൻ ഞങ്ങൾക്കു കഴിഞ്ഞു. നിങ്ങൾ പറഞ്ഞതൊന്നും ഒരു തരത്തിലും നിങ്ങൾക്കൊരു നല്ലയഭിപ്രായമുണ്ടാക്കാൻ കഴിയുന്നതായിരുന്നില്ല."

കെ അപ്പോൾ ഇൻസ്പെക്ടറെ തുറിച്ചുനോക്കി. തന്നെക്കാൾ പ്രായം കുറവായ ഒരാൾ ഈ രീതിയിൽ എന്നെ പഠിപ്പിക്കുകയായിരുന്നോ?

എല്ലാം തുറന്നുപറഞ്ഞതിനുള്ള ശാസനാരീതിയിലുള്ള ശിക്ഷയായിരുന്നോ ഇത്? തന്നെ ബന്ധിച്ചിരിക്കുന്നതിന്റെ കാരണവും, അതിനുള്ള ഉത്തരവ് ഇറക്കിയത് ആരെന്നും അറിയാൻ എനിക്കു സാധിക്കുന്നില്ലെന്നോ?

കെ പ്രക്ഷുബ്ധതയിലേക്ക് എറിയപ്പെട്ടു; അങ്ങോട്ടുമിങ്ങോട്ടും അയാൾ നടന്നു. ആരും അയാളെ തടഞ്ഞില്ല. അയാൾ തന്റെ ഷർട്ടിന്റെ കൈഭാഗം മുകളിലേക്ക് മടക്കിക്കയറ്റി. നെഞ്ചുതടവി; തലമുടിയിലൂടെ വിരലോടിച്ചു.

"ഇത് തികച്ചും അസംബന്ധമാണ്" ആ മൂന്നു ചെറുപ്പക്കാരുടെയും മുന്നിലൂടെ നടന്നുകൊണ്ട് കെ പറഞ്ഞു.

മൂന്നുപേരും അയാളെ സഹതാപത്തോടെ, അതേസമയം ഗൗരവത്തോടുകൂടി നോക്കി. അവസാനം അയാൾ ഇൻസ്പെക്ടറുടെ മേശയ്ക്കു മുന്നിൽ ചെന്നുനിന്നു.

"അഡ്വക്കേറ്റ് ഹേസ്റ്ററർ എന്റെ അടുത്തയൊരു ചങ്ങാതിയാണ്." കെ പറഞ്ഞു: "ഞാൻ അയാളെയൊന്ന് ഫോൺ വിളിച്ചോട്ടെ."

"വിളിച്ചോളൂ" ഇൻസ്പെക്ടർ പറഞ്ഞു: "പക്ഷേ, അതുകൊണ്ട് എന്തെങ്കിലും ഉപയോഗമുണ്ടെന്നു തോന്നുന്നില്ല. പിന്നെ നിങ്ങൾക്ക് എന്തെങ്കിലും അയാളുമായിട്ട് സ്വകാര്യകാര്യങ്ങൾ ഉണ്ടെങ്കിൽ പ്രയോജനമുണ്ടാകും."

"പ്രയോജനമുണ്ടാകില്ലെന്ന് എന്തർത്ഥത്തിലാണ് പറഞ്ഞത്?" ഏറെ അത്ഭുതത്തോടെയാണ് കെ ചോദിച്ചത്. തുടർന്നയാൾ പറഞ്ഞു. "നിങ്ങളൊക്കെ ഏതുതരക്കാരാണ്? ബോധത്തോടെ പെരുമാറാൻ നിങ്ങൾ എന്നോടു ആവശ്യപ്പെടുകയും അതേസമയം ബോധമില്ലാതെ നിങ്ങൾ എന്നോടു പെരുമാറുകയും ചെയ്യുന്നു. ഒരാളിനു വട്ടുപിടിക്കാൻ ഇതു മതിയല്ലോ! പരിചയമില്ലാത്ത ഇത്രയും പേർ എന്റെ സ്വന്തം വീട്ടിൽ വന്നു കയറുക, പിന്നെ ഈ മുറിയിൽ വെറുതെ നടന്ന് ചുറ്റിക്കറങ്ങുക. ഞാനിവിടെയിരുന്ന് ഇതിനൊക്കെയുള്ള കാരണം കണ്ടുപിടിക്കാൻ തലപുണ്ണാക്കുകയാണ്. ബന്ധനസ്ഥനായ ഒരാൾ ഒരു അഡ്വക്കേറ്റിനെ വിളിക്കുന്നതെന്തിനാണെന്ന് പോലും! ശരി... ഞാൻ ആരേയും ഫോൺ വിളിക്കുന്നില്ല."

"നിങ്ങൾക്ക് ആവശ്യമെങ്കിൽ ഫോൺ വിളിച്ചോളൂ" ഫോൺ ഇരിക്കുന്ന മുറിയുടെ പ്രവേശനകവാടത്തിലേക്ക് കൈനീട്ടിച്ചൂണ്ടിക്കൊണ്ട് ഇൻസ്പെക്ടർ പറഞ്ഞു.

"വേണ്ട, എനിക്കിപ്പോൾ വിളിക്കേണ്ട" എന്നു പറഞ്ഞുകൊണ്ട് കെ ജനാലയ്ക്കരികിലേക്കു നീങ്ങി.

റോഡിനപ്പുറം ജനാലയ്ക്കു പുറകിലായി ആ മൂന്നംഗസംഘം അപ്പോഴും നിരീക്ഷിച്ചുകൊണ്ടിരുന്നു. കെ ജനാലയ്ക്കരികിൽ പ്രത്യക്ഷപ്പെട്ടപ്പോൾ അവരുടെ നിശ്ശബ്ദമായ നിരീക്ഷണത്തിന് ശല്യമായെന്നു തോന്നുന്നു. വൃദ്ധനും വൃദ്ധയും എഴുന്നേല്ക്കാൻ ശ്രമിച്ചെങ്കിലും പുറ

കിൽ നിന്നിരുന്ന ആൾ അവരെ നിർബ്ബന്ധിച്ച് ഇരുത്തുകയായിരുന്നു.

"ഇതാ കാണാനായി നല്ലൊരു കൂട്ടംതന്നെയുണ്ട്" അങ്ങോട്ടു വിരൽ ചൂണ്ടിക്കൊണ്ട് കെ അപ്പോൾ ഇൻസ്പെക്ടറോട് പറഞ്ഞു.

"മാറിപ്പോകിനെടോ" അയാൾ അവരെ നോക്കിയലറി.

അപ്പോഴേക്കും ആ മൂവരും ഒന്നു രണ്ടു ചുവട് പിന്നിലേക്കു വച്ചു. വൃദ്ധനും വൃദ്ധയും അതിവേഗം ആ ചെറുപ്പക്കാരന്റെ പിന്നിൽ മറഞ്ഞു നിന്നു. ദൂരെയാണ് അവർ നില്ക്കുന്നതെങ്കിലും അയാൾ അവരോടു എന്തോ പറയുന്നുണ്ടെന്ന് കെ യ്ക്കു തോന്നി. പക്ഷേ അവർ അവിടെ നിന്നും മാറിപ്പോയില്ല. ഒരവസരം കിട്ടിയാൽ വീണ്ടും വന്ന് ആരും കാണാതെ തന്നെ ജനാലയ്ക്കരികിൽ നില്ക്കാൻവേണ്ടിയാണ് അവർ ശ്രമിച്ചുകൊണ്ടിരുന്നത്.

"നന്ദിയില്ലാത്ത നീചന്മാർ" കെ പറഞ്ഞു. ഒപ്പം അയാൾ മുറിയിലേക്കു മടങ്ങുകയും ചെയ്തു. ഇൻസ്പെക്ടറുടെ മനോഭാവം അതുതന്നെയാണെന്ന് അയാളുടെ മുഖഭാവം കണ്ടാൽ കെ ക്ക് അറിയാമായിരുന്നു. പക്ഷേ ഇൻസ്പെക്ടർ അതൊന്നും കേട്ടിരുന്നില്ലായെന്നതിനുള്ള തുല്യ സാദ്ധ്യതയും ഉണ്ടായിരുന്നു. കാരണം അയാൾ തന്റെ കൈകൾ മേശമേൽ അമർത്തിവച്ചുകൊണ്ട് വിരലുകളുടെ നീളമെടുക്കുന്ന മട്ടിൽ നില്ക്കുകയായിരുന്നു.

വാർഡർമാർ ഇരുവരും ഒരു പെട്ടിയുടെ മുകളിലിരുന്നുകൊണ്ട് കാൽമുട്ടുകൾ തിരുമ്മിക്കൊണ്ടിരുന്നു. മറ്റു മൂന്നു ചെറുപ്പക്കാർ ഇളിയിൽ കൈയും താങ്ങി എങ്ങോട്ടെന്നില്ലാതെ നോക്കിക്കൊണ്ടു നിന്നു. ആളുകൾ ഒഴിഞ്ഞുതീർന്ന ഒരു ഓഫീസിന്റെ പ്രതീതിയായിരുന്നു അവിടെ.

"എന്നാൽ ശരി" കെ ഉറക്കെപ്പറഞ്ഞു. എല്ലാവരുടെയും ഭാരം താൻ ഒരുമിച്ചു ചുമക്കുകയാണോയെന്ന് അയാൾക്കു തോന്നിയ നിമിഷമായിരുന്നു അത്. "നിങ്ങളുടെ പെരുമാറ്റം കാണുമ്പോൾ എന്റെ കാര്യം ഒരു തീരുമാനമായതുപോലെയാണ് എനിക്കു തോന്നുന്നത്. എന്റെ അഭിപ്രായത്തിൽ ഇനി ചെയ്യാനുള്ളത് നിങ്ങളുടെ പ്രവൃത്തികൾ ശരിയാണോയെന്നു പരിശോധിക്കാൻ നില്ക്കാതെ പരസ്പരം കൈ കൊടുത്ത് പ്രശ്നങ്ങൾ പര്യവസാനിപ്പിക്കുന്നതാണ് നല്ലത്. ഞാൻ പറയുന്നത് സമ്മതമാണെങ്കിൽ മാത്രം മതി." തുടർന്ന് അയാൾ ഇൻസ്പെക്ടറുടെ അടുത്തേക്ക് ചെന്ന് കൈനീട്ടി.

ഇൻസ്പെക്ടർ മുഖമുയർത്തുകയും ചുണ്ടുകടിച്ചുകൊണ്ട് തന്റെ നേരെ നീട്ടിയിരിക്കുന്ന കൈകളിലേക്കു നോക്കി. ഇൻസ്പെക്ടർ തന്റെ നേരെ കൈ തരുമെന്നുതന്നെയാണ് കെ യ്ക്കു തോന്നിയത്.

പക്ഷേ, ഇൻസ്പെക്ടർ എഴുന്നേറ്റുകൊണ്ട് ഫ്രൗളിൻ ബ്രൂർസ്റ്റനറുടെ കട്ടിലിൽ കിടന്നിരുന്ന കട്ടിയുള്ള വട്ടത്തൊപ്പിയെടുത്തു, തുടർന്ന് പുതിയൊരു തൊപ്പി വച്ചുനോക്കുന്ന മട്ടിൽ രണ്ടുകൈകൾ കൊണ്ടും അതെടുത്തു തലയിൽവച്ചുനോക്കി.

"നിങ്ങൾ ഇതൊക്കെ എത്ര നിസ്സാരമായാണ് കാണുന്നത്" അയാൾ

കെ യോടു പറഞ്ഞു. തുടർന്ന് അയാൾ പറഞ്ഞു: “കാര്യങ്ങൾ ഒക്കെ ഒത്തുതീർപ്പാക്കണം അല്ലേ? അതൊന്നും നടക്കുമെന്നു തോന്നുന്നില്ല. എന്നു കരുതി നിങ്ങൾ പ്രതീക്ഷയൊന്നും കളയേണ്ട. നിങ്ങളെ ബന്ധിച്ചുയെന്നതേയുള്ളു. അതിനപ്പുറമൊന്നും സംഭവിച്ചിട്ടില്ല. അക്കാര്യം മാത്രം പറയാനേ എനിക്കു പറ്റൂ. ഞാൻ അതു ചെയ്യുകയും ചെയ്തു. അതിനുള്ള നിങ്ങളുടെ പ്രതികരണം ഇതാ കാണുകയും ചെയ്തു. നമുക്കിനി തല്ക്കാലത്തേക്കു പിരിയാം. ഇന്നത്തേക്ക് ഇനിയൊന്നും വേണ്ടാ... നിങ്ങൾ ഇനി ബാങ്കിലേക്കാണോ പോകുന്നത്?”

“എന്ത്? ബാങ്കിലേക്കാണോയെന്നോ?'' കെ അത്ഭുതത്തോടെ ചോദിച്ചു. “ എന്നെ ബന്ധിച്ചിരിക്കുന്നൂയെന്നല്ലേ പറഞ്ഞത്?” ഒരു തരം ധിക്കാരസ്വരം അയാളുടെ മറുപടിയിൽ ഉണ്ടായിരുന്നു.

താൻ നീട്ടിയ കൈയെ ഇൻസ്പെക്ടർ സ്വീകരിച്ചില്ലെങ്കിൽപ്പോലും അയാൾ എഴുന്നേറ്റു നിന്നതോടെ, താൻ അവരിൽ നിന്നും കൂടുതൽ സ്വതന്ത്രനാകുന്നതായിട്ടാണ് കെ യ്ക്കു തോന്നിയത്. അയാൾക്ക് എല്ലാമൊരു തമാശയായിട്ടു തോന്നി. അവർ പോകുമ്പോൾ അവരുടെ പിന്നാലെ ചെന്ന് ‘ഇതാ ബന്ധിച്ചോളൂ” എന്നു പറഞ്ഞുകൊണ്ട് തന്റെ കൈകൾ നീട്ടിക്കൊടുക്കണമെന്നു പോലും അയാൾക്കു തോന്നിയിരുന്നു.

“ഞാൻ എങ്ങനെ ബാങ്കിൽ പോകും നിങ്ങൾ എന്നെ ബന്ധിച്ചിരിക്കുകയല്ലേ”? ഒക്കെ മനസ്സിൽ സൂക്ഷിച്ചുകൊണ്ട് കെ പറഞ്ഞു.

“ഓ അതാണോ കാര്യം'' വാതിലിനരികിൽ എത്തിക്കഴിഞ്ഞ ഇൻസ്പെക്ടർ ചോദിച്ചു. “ഞാൻ പറഞ്ഞത് നിങ്ങൾ തെറ്റിദ്ധരിച്ചിരിക്കുകയാണ്. നിങ്ങളെ ബന്ധിച്ചിരിക്കുന്നൂയെന്ന് പറഞ്ഞിരിക്കുന്നത് നേരു തന്നെ. പക്ഷേ അത് നിങ്ങളുടെ ജോലിക്ക് ഒരു തടസ്സവുമാകുന്നില്ല. അതുപോലെ തന്നെ നിങ്ങളുടെ ദൈംനദിനജോലിക്കും അതൊരു തടസ്സമാകുന്നില്ല.”

“അപ്പോൾ ബന്ധനസ്ഥനാകുകയെന്നുവച്ചാൽ അതു അത്ര ഗൗരവമുള്ളകാര്യമല്ലെന്നു മനസ്സിലായി.” കെ പറഞ്ഞു. ഒപ്പം ഇൻസ്പെക്ടറുടെ അരികിലേക്ക് അയാൾ നീങ്ങുകയും ചെയ്തു.

“അങ്ങനെ ഞാൻ പറഞ്ഞിട്ടേയില്ലല്ലോ” അയാൾ പറഞ്ഞു.

“കാര്യങ്ങളൊക്കെ ആ വിധത്തിലല്ലെങ്കിൽ എന്നെ ബന്ധിച്ചിരിക്കുന്ന കാര്യങ്ങളെക്കുറിച്ച് എന്നോടു പറയേണ്ടതില്ലായിരുന്നല്ലോ.” ഇൻസ്പെക്ടറുടെ സമീപത്തേക്ക് കൂടുതൽ ചേർന്നുനിന്നുകൊണ്ട് കെ പറഞ്ഞു. മറ്റുള്ളവർ എല്ലാവരും അപ്പോൾ നടന്ന് വാതിലിനരികിൽ എത്തിയിരുന്നു. അവരിപ്പോൾ വാതിലിനിരികിൽ ഒരു കൂട്ടം പോലെ കാണപ്പെട്ടു.

“അതെന്റെ ഉത്തരവാദിത്വമായിരുന്നു” ഇൻസ്പെക്ടർ പറഞ്ഞു.

“ബുദ്ധിയില്ലാത്ത ഒരു ഉത്തരവാദിത്വമെന്നു വേണം ഇതിനെ പറയേണ്ടത്” കെയ്ക്ക് തന്നെ നിയന്ത്രിക്കാനായില്ല.

“അങ്ങനെ തന്നെ കരുതിക്കോളൂ. എന്തായാലും സംസാരിച്ചു നിന്നു

കൊണ്ട് പാഴാക്കാൻ ഞങ്ങൾക്ക് സമയമൊന്നുമില്ല. നിങ്ങൾക്ക് ബാങ്കിലേക്കു പോകേണ്ടതുണ്ടാകുമെന്ന് ഞാൻ വിചാരിച്ചുപോയി. നിങ്ങൾക്ക് വാക്കുകളുടെ ശരിയായ പ്രയോഗമാണ് പ്രധാനമായിരിക്കുന്നതിനാൽ ഞാൻ ഒന്നുകൂടി കൂട്ടിച്ചേർത്തോട്ടെ: ഞാൻ നിങ്ങളെ ബാങ്കിൽ പോകാനൊന്നും നിർബ്ബന്ധിക്കുന്നില്ല. നിങ്ങൾ ബാങ്കിൽ പോകേണ്ടതുണ്ടാകുമെന്ന് ഞാൻ വെറുതെ കരുതിപ്പോയി. അതിനു സൗകര്യമുണ്ടാക്കാൻ വേണ്ടി, ബാങ്കിലേക്കു നിങ്ങൾ പോകുന്നത് ആരുടേയും ശ്രദ്ധയിൽപ്പെടാതിരിക്കാനുമായി നിങ്ങളുടെ സഹപ്രവർത്തകരായ മൂന്നാളുകളെ നിങ്ങളുടെ സഹായത്തിനായി ഞാൻ കൊണ്ടുവന്നതായിരുന്നു."

"എന്ത്?" കെ ഉച്ചത്തിൽ വിളിച്ചുപോയി.

കെ ആ മൂവരെയും തുറിച്ചുനോക്കി. അനീമിയ ബാധിച്ചപോലുള്ള പ്രസാദമില്ലാതെ മൂന്നാളുകൾ! ഫോട്ടോകൾ നോക്കി നില്ക്കുന്ന ഒരു സംഘമാണെന്നാണ് കെ ക്ക് നേരത്തെ തോന്നിയിരുന്നത്. അവർ ബാങ്കിലെ ക്ലാർക്കുമാർ ആയിരുന്നു. എന്തായാലും സഹപ്രവർത്തകർ ആയിരുന്നില്ല. പക്ഷേ സഹപ്രവർത്തകരെന്ന് ആ ഇൻസ്പെക്ടർ പറഞ്ഞത് അയാളുടെ സർവ്വജ്ഞാനത്തിലെ ഒരു കുറവായിരുന്നു.

പക്ഷേ കെ എന്തുകൊണ്ടാണ് ആ മൂന്നുപേരെയും ഇതുവരെ ശ്രദ്ധിക്കാതെ പോയത്? അയാളുടെ ശ്രദ്ധ അത്രമാത്രം ഇൻസ്പെക്ടറുടെയും വാർഡർമാരുടെയും മേലായിരുന്നിരിക്കാം. കെ ആ മൂവരെയും ഒന്നുകൂടി നോക്കി.

കൈയാട്ടി നില്ക്കുന്ന ഗൗരവസ്വഭാവക്കാരനായ റാബൻസ്റ്റീനർ.

കുഴിഞ്ഞ കണ്ണുകളുള്ള സുന്ദരനായ കുല്ലിഷ്.

ജന്മനാതന്നെ വായ കോടിപ്പോയതിനാൽ എപ്പോഴും പുഞ്ചിരിക്കുന്ന മാതിരിയുള്ള കാമിനെർ.

അല്പം നിശ്ശബ്ദതയ്ക്കു ശേഷം കെ അവരുടെ നേരെ കൈ നീട്ടി. ബഹുമാനപൂർവ്വം അവർ തലകുനിച്ചുകൊണ്ട് നിന്നു. "ഗുഡ്മോണിങ്" കെ പറഞ്ഞു.

"എനിക്ക് നിങ്ങളെ മനസ്സിലായിരുന്നില്ല. ശരി ഇനി നമുക്ക് ജോലിക്ക് പോയാലെന്താണ്?" കെ ചോദിച്ചു.

ഇതു കേൾക്കാനാണ് തങ്ങൾ ഇത്രയും നേരം കാത്തുനിന്നതെന്ന മട്ടിൽ അവർ ഉത്സാഹത്തോടെ തലകുലുക്കിക്കൊണ്ട് ചിരിച്ചുനിന്നു.

തുടർന്ന് താൻ മുറിയിൽ മറന്നുവച്ചുപോയ തൊപ്പിയെടുക്കാനായി കെ തിരിഞ്ഞു. പക്ഷേ ആ മൂന്നാളുകളും അതെടുത്തുവരാനായി മുറിക്കുള്ളിലേക്ക് ഒന്നിനുപുറകെ ഒന്നായി പാഞ്ഞു. എന്തോ സംഭ്രമമുള്ളതായി അതു കണ്ടാൽ ആർക്കും തോന്നും.

തുറന്നിരിക്കുന്ന രണ്ടു വാതിലുകൾ വഴി നിശ്ചലനായിനിന്നുകൊണ്ട് കെ എല്ലാം നോക്കി.

കാമിനെർ തൊപ്പികൊണ്ടു വന്ന് കെ യുടെ കൈയിൽ കൊടുത്തു. ഏറ്റവും പിന്നിലായി വന്നത് ഗൗരവസ്വഭാവക്കാരനെന്നു പറഞ്ഞിരുന്ന

റാബൻസ്റ്റീനർ ആയിരുന്നു. കാമിനെർ തൊപ്പി നല്കിയപ്പോൾ അയാളുടെ മുഖത്തുണ്ടായിരുന്ന ചിരി അയാൾ യഥാർത്ഥത്തിലുള്ളതല്ലെന്നും, അയാൾക്കൊരു പുഞ്ചിരി വരുത്താൻ കഴിയുന്നതല്ലെന്നും കെ സ്വയം ഓർത്തു. ബാങ്കിലായിരിക്കുമ്പോഴും കെ കൂടെക്കൂടെ അങ്ങനെ ചിന്തിക്കാറുണ്ടായിരുന്നു.

അപ്പോഴേക്കും ഫ്രൌഗ്രൂബാഹ് കുറ്റബോധത്തിന്റെ ലവലേശം പോലും തീണ്ടാതെ കയറിവന്നശേഷം മുറിയുടെ വാതിൽ എല്ലാവർക്കും വേണ്ടി പുറത്തിറങ്ങുവാനായി തുറന്നുകൊടുത്തു. അവളുടെ കൊഴുത്ത വയറിൽ കുതഞ്ഞുമുറുകിക്കിടക്കുന്ന പാവാടച്ചരടിലേക്ക് അയാളുടെ നോട്ടം പതിവുപോലെ ചെന്നു. പുറത്തിറങ്ങിയശേഷം വാച്ചുനോക്കി സമയമറിഞ്ഞ അയാൾ ഇനിയും സമയം പാഴാക്കേണ്ടതില്ലെന്ന മട്ടിൽ ബാങ്കിൽ ചെല്ലാനായി ഒരു ടാക്സി പിടിക്കാൻ തീരുമാനിച്ചു, കാരണം ഇതിനകം അയാൾ അരമണിക്കൂർ വൈകിയിരിക്കുകയാണ്.

കാമിനെറാണ് ടാക്സി പിടിക്കാനായി പോയത്; അപ്പോഴേക്കും മറ്റു രണ്ടുപേരും കെ യുടെ ശ്രദ്ധതിരിക്കാൻ ശ്രമിച്ചുകൊണ്ടിരുന്നു. പെട്ടെന്ന് കുല്ലിഷ് എതിരെയുള്ള വീടിന്റെ വാതിലിലേക്ക് കൈ ചൂണ്ടി. അവിടെ ചെമ്പിച്ച കൂമ്പൻ താടിയുള്ള ആൾ പുറത്തേക്കിറങ്ങി വരുന്നു. തന്നെ പൂർണ്ണരൂപത്തിൽ പുറത്തുകാട്ടാനുള്ള സംഭ്രമം കൊണ്ടാം അയാൾ പെട്ടെന്ന് ചുവരിന്റെ അരികിലേക്കു ചാഞ്ഞുനിന്നത്. ആ വൃദ്ധദമ്പതികൾ ഇപ്പോഴും ആ കോണിപ്പടിയിറങ്ങുന്നുണ്ടാവണം. നേരത്തെ തന്നെ താൻ കണ്ടിരുന്നതും അതേസമയം കാണുമെന്ന് താൻ പ്രതീക്ഷിച്ചിരുന്നതുമായ ഒരാളിനെ അയാൾ തനിക്കു ചൂണ്ടിക്കാണിച്ചുതരുന്നതിൽ കെയ്ക്ക് കുല്ലിഷിനോട് നീരസമാണ് യഥാർത്ഥത്തിൽ തോന്നിയത്.

“അങ്ങോട്ടു നോക്കാതെടോ...” കെ അയാളോടു പറഞ്ഞു. മുതിർന്നവരോടു ഈവിധം സംസാരിക്കുന്നത് മറ്റുള്ളവർ കണ്ടാൽ എന്തുതോന്നുമെന്ന ചിന്തയില്ലാതെയാണ് അയാൾ ഇതു പറഞ്ഞത്.

പക്ഷേ വിശദീകരണങ്ങൾ ഒന്നും തന്നെ വേണ്ടി വന്നില്ല. കാരണ അപ്പോഴേക്കും ടാക്സിയെത്തിയിരുന്നു. എല്ലാവരും പെട്ടെന്നു തന്നെ കാറിൽക്കയറി അവിടെ നിന്നും പോകുകയും ചെയ്തു.

ഇൻസ്പെക്ടറും വാർഡർമാരും ടാക്സിയിൽ കയറാതെ സ്ഥലം വിട്ടത് താൻ ശ്രദ്ധിച്ചില്ലല്ലോയെന്ന് അപ്പോഴാണ് കെ. യ്ക്ക് ഓർമ വന്നത്. നേരത്തെ ആ മൂന്നു ബാങ്കുക്ലാർക്കുമാരും തന്റെ ശ്രദ്ധയിൽപ്പെടാതിരിക്കാനായി ഇൻസ്പെക്ടർ ശ്രമിച്ചു. ഇപ്പോഴാകട്ടെ ഇൻസ്പെക്ടറെ തന്റെ ശ്രദ്ധയിൽപ്പെടാതിരിക്കാനായി അവരും ശ്രമിച്ചിരിക്കുന്നു. കെ. യ്ക്ക് പരിസരചിന്ത നഷ്ടമായിരിക്കുന്നുയെന്നല്ലേ ഇതു സൂചിപ്പിക്കുന്നത്.

ഇനിമുതൽ കൂടുതൽ ശ്രദ്ധവേണം; കെ തീരുമാനിച്ചു. എന്നിട്ടും അയാൾ ഒന്നു തിരിഞ്ഞ് ടാക്സിയുടെ പിൻഭാഗത്തെ ഗ്ലാസിലൂടെ ഇൻസ്പെക്ടറെയും വാർഡർമാരെയും കാണാമോയെന്നറിയാൻ നോക്കി. തുടർന്ന് അയാൾ മുന്നിലേക്കു തന്നെ തിരിഞ്ഞ് സീറ്റിന്റെ ഒരറ്റത്ത്

സ്വസ്ഥമായി സസുഖം ചാരിയിരുന്നു. തന്റെ സുഹൃത്തുക്കളിൽ നിന്നും ഒരാശ്വാസവചനം അയാൾ അപ്പോൾ പ്രതീക്ഷിച്ചിരുന്നു. പക്ഷെ അവരൊക്കെ വളരെ ക്ഷീണിതരായിട്ടു കാണപ്പെട്ടിരുന്നു. റാബൻസ്റ്റീനർ വലതുവശത്തേക്കും കുല്ലീഷ് ഇടതുവശത്തേക്കും കാഴ്ചകൾ നോക്കിയിരുന്നു. കാമിനാർ മാത്രമായിരുന്നു കെയ്ക്ക് അഭിമുഖമായിരുന്നത്; അയാളുടെ പല്ലിളിക്കൽ അപ്പോഴും ഉണ്ടായിരുന്നു; അയാളുടെ ചിരിയെക്കുറിച്ച് പറഞ്ഞാൽ അതു മനുഷ്യത്വമാവില്ലെന്നറിയാമല്ലോ.

ആ വസന്തകാലത്ത് കെ തന്റെ സായാഹ്നങ്ങൾ ചെലവഴിച്ചത് ഈ വിധത്തിലായിരുന്നു. ഒൻപതുമണിവരെ അയാൾ ഓഫീസിൽത്തന്നെയായിരുന്നു. ജോലിസമയം കഴിഞ്ഞ് സാധിക്കുമെങ്കിൽ ഒറ്റയ്ക്കോ തന്റെ സഹപ്രവർത്തകരുമൊത്തോ ചെറിയൊരു നടത്തമുണ്ടാകും. തുടർന്ന് ഒരു ബിയർഷോപ്പിൽ പോകും. അവിടെയുള്ള പ്രായമായവരോടൊപ്പം പതിനൊന്നുമണിവരെ ചെലവഴിക്കും. പക്ഷേ ഈ ദിനചര്യയ്ക്ക് മാറ്റം വരാറുമുണ്ടായിരുന്നു. ഉദാഹരണമായി തന്റെ ശുഷ്കാന്തിയിലും വിശ്വാസ്യതയിലും വളരെയധികം മൂല്യം കണ്ടിരുന്ന ബാങ്കുമാനേജരെ തന്റെ കൂടെ ഒന്നു നടക്കാനോ അല്ലെങ്കിൽ വില്ലയിൽ വച്ചുള്ള ഭക്ഷണത്തിനോ ക്ഷണിക്കുമ്പോഴാണ് ഒരു മാറ്റം ദിനചര്യയിലുണ്ടാകുന്നത്. ഇതുകൂടാതെ ആഴ്ചയിലൊരിക്കൽ എൽസ എന്ന ഒരു ചെറുപ്പക്കാരിയെ സന്ദർശിക്കാനും സമയം കണ്ടെത്തിയിരുന്നു. രാത്രി മുഴുവൻ വീഞ്ഞുശാലയിൽ ജോലി ചെയ്തശേഷം പകുതിനേരത്ത് തന്റെ കിടക്കയിൽ അതിഥികളെ സ്വീകരിക്കുകയും ചെയ്യുന്നവളായിരുന്നു എൽസ.

പക്ഷേ, അന്ന് ജോലിത്തിരക്കും പ്രശംസയും സ്നേഹപൂർണ്ണമായ ജന്മദിനാശംസകളും കാരണം പകൽ വേഗത്തിൽ കടന്നു പോയതായി കെയ്ക്ക് മനസ്സിലായി; എന്തായാലും വീട്ടിലേക്കു തന്നെ പോകാമെന്ന് അയാൾ തീരുമാനിച്ചു. ജോലിക്കിടയിൽ കിട്ടുന്ന ഓരോ ഇടവേളകളിലും അയാൾ അതുതന്നെയാണ് ചിന്തിച്ചുകൊണ്ടിരുന്നത്. പക്ഷേ അന്നു രാവിലെ നടന്ന സംഭവങ്ങൾ ഫ്രൗ ഗ്രൂബാഹിന്റെ വീടിനെ ആകെപ്പാടെ കുഴച്ചുമറിച്ചിട്ടിരിക്കുകയാണെന്നും, അതിനെ പൂർവ്വസ്ഥിതിയിൽ ആക്കേണ്ടത് തന്റെ ഉത്തരവാദിത്വമാണെന്നും കെ യ്ക്ക് പെട്ടെന്നു തോന്നി. ഒക്കെ പൂർവ്വസ്ഥിതിയിലായാൽപ്പിന്നെ ആ സംഭവത്തെ സംബന്ധിച്ച ഒരു പാടും ബാക്കിയുണ്ടാവുകയില്ലെന്നും എല്ലാം പഴയമാതിരിതന്നെ നടന്നു പോകുമെന്നും കെ കരുതി.

ആ മൂന്നു ബാങ്ക് ക്ലാർക്കുമാരിൽ നിന്നും യാതൊന്നും ഭയക്കേണ്ടിയിരുന്നില്ല. ബാങ്കിന്റെ ഉദ്യോഗവൃന്ദത്തിലേക്ക് അവർ വളരെ വേഗത്തിലാണ് അലിഞ്ഞു ചേർന്നത്. അവരിൽ മറ്റു മാറ്റങ്ങളൊന്നും ഉണ്ടായിരുന്നില്ല. അവരെ നിരീക്ഷിക്കുകയെന്ന ഒരൊറ്റ ലക്ഷ്യത്തിനായി പലതവണയാണ് അയാൾ അവരെ തന്റെ ഓഫീസിലേക്ക് വിളിച്ചിരുന്നത്. ഒറ്റയ്ക്കും ഒരുമിച്ചുമൊക്കെ അവർ വരുമ്പോൾ ഓരോ തവണയും അവർ മനഃസമാധാനത്തോടെയാണ് പറഞ്ഞയക്കപ്പെട്ടിരുന്നത്.

രാത്രി ഒമ്പതരമണി കഴിഞ്ഞപ്പോഴാണ് കെ തന്റെ താമസസ്ഥലത്ത് എത്തിച്ചേർന്നത്. വാതിൽക്കൽ ഒരു പയ്യൻ നില്ക്കുന്നു. കാലുകൾ ഇരുവശത്തേക്ക് അകറ്റിപ്പിടിച്ചും പുകവലിച്ചുംകൊണ്ടാണ് അയാളുടെ നില്പ്.

"നീയാരാണ്?" തന്റെ മുഖത്തെ അവന്റെ മുഖത്തോടടുപ്പിച്ചുനോക്കിക്കൊണ്ട് കെ ചോദിച്ചു. ഇരുട്ടായിരുന്നതിനാൽ ഒന്നും വ്യക്തമായി കാണാനാകുമായിരുന്നില്ല.

"ഞാൻ ഹൗസ് പോർട്ടറുടെ മകനാണ്, സർ." വായിലിരുന്ന പൈപ്പ് കൈയിലെടുത്തുകൊണ്ടും വാതിലിൽ നിന്ന് അല്പം മാറിനിന്നുകൊണ്ടും അവൻ പറഞ്ഞു.

"ഹൗസ്പോർട്ടറുടെ മകനെന്നോ?" കെ അക്ഷമനായി. അയാൾ ഊന്നുവടി തറയിൽ ആഞ്ഞടിച്ചുപോയി.

"സാറിന് എന്തെങ്കിലും ഉപകാരം വേണ്ടതുണ്ടോ? ഞാൻ എന്റെ അച്ഛനെ ഇപ്പോൾത്തന്നെ കൂട്ടിക്കൊണ്ടുവരാം."

"വേണ്ട... വേണ്ട..." കെ പറഞ്ഞു. എന്തോ അപരാധം ചെയ്ത ആ പയ്യന് താൻ ക്ഷമ നല്കിയെന്ന മട്ടായിരുന്നു അയാളുടെ സ്വരത്തിന്.

"ശരി... ശരി." പയ്യൻ പടികയറി; ഒപ്പം പുറകിലേക്ക് അവൻ ഒന്നുകൂടി തിരിഞ്ഞുനോക്കുകയും ചെയ്തു.

നേരെ മുറിയിലേക്കു പോകാനാണ് അയാൾ തീരുമാനിച്ചിരുന്നത്. പക്ഷേ ഫ്രൗഗ്രൂബാക്കുമായി ഒന്നു സംസാരിക്കണമെന്നു ആഗ്രഹിച്ചതിനാൽ അയാൾ അവരുടെ വാതിലിൽ ചെന്നു മുട്ടി.

കുറേ സ്റ്റോക്കിങ്സുകൾ കൂട്ടിയിട്ടിരുന്ന ഒരു മേശയ്ക്കരികിലിരുന്ന് അവർ പണിയെടുക്കുകയായിരുന്നു. വളരെ താമസിച്ചെത്തി വാതിലിൽ മുട്ടിയതിന് അയാൾ അവരോട് ക്ഷമാപണം പറഞ്ഞതായിരുന്നു. പക്ഷേ അവർ സ്നേഹഭാവത്തിലായിരുന്നെങ്കിലും അതു ചെവിക്കൊണ്ടില്ല.

അയാളോടൊപ്പം സംസാരിക്കുന്നതിന് താൻ എപ്പോഴും സന്തോഷവതിയായിരുന്നു. മാത്രമല്ല അവർക്കേറ്റവും പ്രിയപ്പെട്ട വാടകക്കാരനുമായിരുന്നു അയാൾ.

കെ മുറിക്കുള്ളിൽ ചുറ്റും പരതി; ഒക്കെ പഴയപടിതന്നെ ക്രമീകരിച്ചിരിക്കുന്നു. ജനാലയ്ക്കു സമീപത്തുകിടന്നിരുന്ന മേശപ്പുറത്ത് അന്നു രാവിലെ കിടന്നിരുന്ന പ്രഭാതഭക്ഷണപ്പാത്രങ്ങൾ എടുത്തുമാറ്റിയിരിക്കുന്നതായി അയാൾ കണ്ടു.

സ്ത്രീകളുടെ കൈകൾ എന്തുമാത്രം ഗുണപ്രദമാണെന്ന് കെ ഒരു നിമിഷം ചിന്തിച്ചു. താനായിരുന്നെങ്കിൽ ആ പാത്രങ്ങൾ അവിടെ വച്ചുതന്നെ എറിഞ്ഞുടച്ചേനെ. അയാൾക്ക് ഒരിക്കലും അവ എടുത്തുമാറ്റാൻ കഴിയുമായിരുന്നില്ല. എന്തോ തരം നന്ദിയോടെ അയാൾ ഫ്രൗഗ്രൂബാഹിനെ നോക്കി.

"എന്തിനാണ് ഇത്രയും വൈകുംവരെ നിങ്ങൾ പണിയെടുക്കുന്നത്?" കെ അവരോടു ചോദിച്ചു. അവർ മേശയ്ക്കിരുപുറവും ഇരുന്നു

കൊണ്ടാണ് തങ്ങളുടെ സംഭാഷണം തുടങ്ങിയത്. മേശപ്പുറത്ത് കൂന കൂട്ടിയിട്ടിരിക്കുന്ന സ്റ്റോക്കിങ്സുകളിൽ അയാൾ ഇടയ്ക്കിടെ ഒരു കൈ പൂഴ്ത്തിക്കൊണ്ടിരുന്നു.

"ധാരാളം പണികൾ ചെയ്യാനുണ്ട്." അവർ പറഞ്ഞു. "വാടകക്കാരുടെ കാര്യങ്ങൾ നോക്കാൻ പകൽസമയം മുഴുവൻ വേണം. പിന്നെ സ്വന്തം പണികൾ നോക്കാൻ രാത്രിയിലല്ലേ പറ്റൂ."

"ഇന്ന് ഞാൻ കാരണം ഒരധികജോലി കൂടി വന്നിരിക്കുന്നുവെന്ന് ഞാൻ കരുതുന്നു; ബുദ്ധിമുട്ടായോ?"

"അതെങ്ങനെ?" പണി നിർത്തി സ്റ്റോക്കിങ്സ് മടിയിലേക്കിട്ടുകൊണ്ട് അതീവ താല്പര്യത്തോടെ അവർ ചോദിച്ചു.

"ഇവിടെ ഇന്നു രാവിലെയുണ്ടായിരുന്ന ആളുകളുടെ കാര്യമാണ് ഞാൻ ഉദ്ദേശിച്ചത്." കെ പറഞ്ഞു.

"അതോ." പരിഭ്രമം കളഞ്ഞുകൊണ്ട് അവർ പറഞ്ഞു. "അത് എനിക്ക് വലിയ ജോലിയൊന്നും ഉണ്ടാക്കിയില്ല."

അവർ വീണ്ടും തന്റെ പണിതുടർന്നു. കെ അവരെത്തന്നെ നിശ്ശബ്ദനായി നോക്കിയിരുന്നു.

താൻ അതുപറഞ്ഞത് അവരെ അത്ഭുതപ്പെടുത്തിയെന്ന് അയാൾക്കു തോന്നി. താൻ അതു പറയരുതെന്ന് അവർ കരുതുന്നുണ്ടാകുമെന്നും അയാൾക്കു തോന്നി. പക്ഷേ താൻ അതു ചെയ്യുകതന്നെ വേണമായിരുന്നല്ലോയെന്നും അയാൾക്കു തോന്നി. ഇതുപോലൊരു പ്രായമേറിയ ഒരു സ്ത്രീയോടല്ലാതെ ആരോടാണ് താനിതൊക്കെ പറയേണ്ടത്... വിവിധ തരം ചിന്തകൾ കെ യിൽ വന്നു നിറഞ്ഞു.

"എന്തായാലും അതു വലിയ ജോലിതന്നെയാണ് ഉണ്ടാക്കിയത്." അവസാനം അയാൾ പറഞ്ഞു. "..... പക്ഷേ അതിനിയും ഉണ്ടാകില്ല."

"ഇല്ല.... അതിനിയും ഉണ്ടാകില്ല തന്നെ." അവർ ഒന്നുകൂടി ഉറപ്പുവരുത്തി. അപ്പോഴുണ്ടായ അവരുടെ ചിരിയിൽ ഒരിനം ശ്ലോകച്ഛായ കലർന്നിരുന്നു.

"നിങ്ങൾ കാര്യമായിട്ടാണോ ഈ പറഞ്ഞത്?" കെ ചോദിച്ചു.

"അതെ." അവർ സൗമ്യമായി പറഞ്ഞു: "പക്ഷേ അതൊന്നും അധികം മനസ്സിൽക്കൊണ്ടു നടക്കേണ്ട. ലോകത്തിൽ പലതും സംഭവിക്കും! നിങ്ങൾ എന്നോടു ഒക്കെ തുറന്നു സംസാരിച്ചതുകൊണ്ട് പറയുകയാണ്. കെ വാതിലിന്റെ പിന്നിൽവച്ച് ഞാൻ കുറച്ചൊക്കെ കേട്ടതാണ്. മാത്രമല്ല ആ രണ്ടു വാർഡർമാരും കുറച്ചു കാര്യങ്ങളൊക്കെ എന്നോടു പറഞ്ഞിരുന്നു. ഇത് നിങ്ങളുടെ നന്മയുടെ കാര്യമാണ്. ഞാൻ താങ്കളുടെ ഒരു വീട്ടുടമസ്ഥമാത്രമാണെങ്കിലും, ആവശ്യത്തിലധികം നിങ്ങളെക്കുറിച്ച് ഞാൻ ഹൃദയം കൊണ്ട് ബോധവതിയാണ്."

ഫ്രൗഗ്രൂബാക്ക് തുടർന്നു പറഞ്ഞു: "പിന്നെ...... ഞാൻ ചില കാര്യങ്ങൾ കേട്ടതാണ്. അവ പ്രത്യേകിച്ച് മോശമാണെന്ന് എനിക്കു പറയാൻ പറ്റുകയില്ല; ഇല്ല. നിങ്ങളിപ്പോൾ ബന്ധനസ്ഥനാണ്. തികച്ചും. പക്ഷേ

ഒരു കള്ളനെ ബന്ധിച്ചമാതിരിയല്ല. ഒരാളിനെ കള്ളനായിട്ടാണ് ബന്ധനസ്ഥനാക്കുന്നതെങ്കിൽ അതുമോശമായ കാര്യം തന്നെ. പക്ഷേ നിങ്ങളുടേത്... ഇതിലെന്തോ കാര്യമായിട്ടുണ്ട്. ഞാനെന്തെങ്കിലും വിഡ്ഢിത്തമാണ് പറയുന്നതെങ്കിൽ ക്ഷമിക്കണേ..... ഇതിലെനിക്കു മനസ്സിലാക്കാൻ പറ്റാത്ത എന്തോ കാര്യമുണ്ട്. അല്ലെങ്കിൽത്തന്നെ എനിക്കത് അറിയേണ്ട ആവശ്യവും ഇല്ലല്ലോ."

"നിങ്ങൾ ഇപ്പോൾപ്പറഞ്ഞതിൽ വിഡ്ഢിത്തമൊന്നുമില്ല." കെ പറഞ്ഞു. "ഒന്നുമല്ലെങ്കിലും എനിക്കും ഭാഗികമായിട്ട് ഇതേ അഭിപ്രായം തന്നെയാണുള്ളത്. കാര്യങ്ങളെ കൂടുതൽ ശക്തമായിട്ട് കാണുന്നുയെന്നുമാത്രമേ വ്യത്യസ്തമായിട്ടുള്ളൂ. ഒക്കെ സംഭവിച്ചിരിക്കുന്നത് അത്ഭുതമായിട്ടാണ്. ഉണർന്ന ഉടനെ അന്നു വരാത്തതിനെക്കുറിച്ച് ആലോചിച്ച് നേരം കളയാതെ ആരുടെയും തടസ്സങ്ങൾ പരിഗണിക്കാതെ നിങ്ങളുടെയരികിൽ വരികയും, ഒരു മാറ്റത്തിനുവേണ്ടി അടുക്കളയിൽ നിന്നുകൊണ്ടുതന്നെ പ്രഭാതഭക്ഷണം കഴിക്കുകയും, നിങ്ങളെ പറഞ്ഞയച്ച് എനിക്കണിയേണ്ട തുണികൾ എടുപ്പിക്കുകയും ചെയ്തിരുന്നുവെങ്കിൽ ഇതൊന്നും സംഭവിക്കുമായിരുന്നില്ല.... ഞാൻ കുറേക്കൂടി ബോധത്തോടെ പ്രവർത്തിക്കണമായിരുന്നു. ഈ വിധമൊന്നും അപ്പോൾ സംഭവിക്കുകയില്ലായിരുന്നു. പക്ഷേ ആരും അങ്ങനെയൊന്ന് പ്രതീക്ഷിക്കുകയില്ലല്ലോ. പക്ഷേ ബാങ്കിലായിരുന്നെങ്കിൽ എനിക്ക് കരുതിയിരിക്കാമായിരുന്നു. ഇങ്ങനെയൊന്ന് അവിടെവച്ച് ഉറപ്പായും സംഭവിക്കുകയില്ലായിരുന്നു. കാരണം എനിക്കവിടെ സ്വന്തമായി സഹായിമാരുണ്ട്, പൊതുവായ ടെലിഫോണുണ്ട്. ഓഫീസ് ടെലിഫോൺതന്നെ മുന്നിലെ ഒരു മേശപ്പുറത്താണിരിക്കുന്നത്. എല്ലാത്തിനും ഉപരി എല്ലാ സമയവും ജോലിയിൽ വ്യാപൃതനായിരിക്കുന്നതിനാൽ മനസ്സ് എപ്പോഴും ജാഗരൂകമാംവിധം ഉണർന്നിരിക്കുകയും ചെയ്യും. ഇങ്ങനെയൊരു സംഭവം അവിടെവച്ചാണുണ്ടായിരുന്നതെങ്കിൽ ഞാനതിനെ യഥാർത്ഥ സന്തോഷത്തോടെ അഭിമുഖീകരിച്ചേനെ. എന്തായാലും ഇനി പറഞ്ഞിട്ടു കാര്യമില്ല. കഴിഞ്ഞതു കഴിഞ്ഞു. അതിനെക്കുറിച്ച് പറഞ്ഞിട്ടു കാര്യമില്ലായെന്ന് അറിയാമെങ്കിലും അറിവുള്ള ഒരാളിൽ നിന്നും വിവരം നേടണമെന്ന ആഗ്രഹമാണ് നിങ്ങളോട് എന്നെ സംസാരിപ്പിക്കാൻ ഇടയാക്കിയത്. നാം ഒരേ അഭിപ്രായത്തിലുള്ളവരാണെന്ന് അറിയാൻ പറ്റിയതിൽ എനിക്കു സന്തോഷം തോന്നുന്നു... നിങ്ങൾ നിങ്ങളുടെ കൈ തരൂ. ഇത്തരമൊരു അഭിപ്രായ ഐക്യം കൈകൊടുത്ത് ഉറപ്പുവരുത്തേണ്ടതുമുണ്ടല്ലോ."

ഇവർ എനിക്കു കൈ തരുമോ? ഇൻസ്പെക്ടർ കൈ തന്നിരുന്നില്ലല്ലോ? കെ ആലോചിച്ചു. ഒരു വിമർശനാത്മകത നിറഞ്ഞ കണ്ണുകളോടും വ്യത്യസ്തമാർന്ന അർത്ഥത്തോടുംകൂടി അയാൾ അവരെ തുറിച്ചു നോക്കിക്കൊണ്ടു നിന്നു.

കെ എഴുന്നേറ്റുനിന്നതുകൊണ്ട് അവരും എഴുന്നേറ്റു. അയാൾ പറഞ്ഞതെല്ലാം അതേപടി മനസ്സിലാക്കാതിരുന്നതിനാൽ അവർക്ക് അല്പം

അസ്ഡാളിപ്പുണ്ടായിരുന്നു. ആ അസ്ഡാളിപ്പിന്റെ ഫലമായിട്ടാകണം ഔചിത്യമില്ലാത്ത പലതും അവർ സംസാരിച്ചുതുടങ്ങിയത്.

"ഒന്നിനെക്കുറിച്ചും കാര്യമായി ചിന്തിച്ച് പ്രയാസപ്പെടരുതേ ഹെർ കെ" അവർ പറഞ്ഞു. അവരുടെ കണ്ഠം ഇടറുകയും കണ്ണുകൾ നിറയുകയും ചെയ്തിരുന്നു. ഒപ്പം അയാൾക്കു കൈകൊടുക്കേണ്ട കാര്യവും അവർ മറന്നുപോയി.

"ഞാൻ കാര്യമായി ചിന്തിച്ച് പ്രയാസപ്പെടുന്നെന്ന് എനിക്കറിയാൻ പാടില്ലായിരുന്നല്ലോ." തന്റെ അഭ്രിപായത്തോടുള്ള അവരുടെ മനോഭാവം എന്തായിരുന്നാലും അതു കൂസാക്കാത്ത ഒരു മനോഭാവത്തിലാണ് കെ ഇതു പറഞ്ഞത്.

വാതിൽക്കൽ വച്ച് അയാൾ ചോദിച്ചു: "ഫ്രൗളിൻ ബ്രൂസ്റ്റനർ അകത്തുണ്ടോ?"

"ഇല്ല". അവർ പറഞ്ഞു. ഈ വിറളിയ മറുപടിക്കൊപ്പം അല്പം പിന്നാലെ ഒരു സഹതാപച്ചിരി അവരുടെ മുഖത്ത് വന്നു കൂടി.

"അവൾ തിയേറ്ററിലുണ്ട്. അവളോട് എന്തെങ്കിലും ചോദിക്കാനോ പറയാനോ ഉണ്ടോ? അവളോട് ഞാൻ എന്തെങ്കിലും വിവരങ്ങൾ അറിയിക്കണോ?" അവർ ചോദിച്ചു.

"ഓ.... ഒന്നു രണ്ടു കാര്യങ്ങൾ അവളോട് പറയാനുണ്ട്." കെ പറഞ്ഞു.

"അയ്യയ്യോ! അവൾ എപ്പോൾ മടങ്ങിവരുമെന്ന് അറിയില്ലല്ലോ. തിയേറ്ററിൽ പോകുന്ന ദിവസങ്ങളിൽ താമസിച്ചാണ് മടങ്ങിയെത്താറുള്ളത്."

"അതു സാരമില്ല.... " അയാൾ വാതിലിലേക്കു നോക്കി തലകുനിച്ചു നിന്നു. "അവളുടെ മുറി ഇന്ന് ചോദിച്ചുവാങ്ങിയതിന് എനിക്കവളോടു മാപ്പുപറയണമെന്നുണ്ട്."

"അതു തികച്ചും അനാവശ്യമായ കാര്യമാണ്. ഫ്രൗളിന് നിങ്ങളെക്കുറിച്ച് ഒന്നും അറിയത്തില്ല. ഇന്നു പുലർച്ചയ്ക്കുശേഷം അവർ മടങ്ങിവന്നിട്ടേയില്ല. സാധനങ്ങളെല്ലാം അതാതു സ്ഥാനത്ത് മുറിയിൽ തിരിച്ചു വച്ചിട്ടുണ്ട്. നിങ്ങൾ തന്നെ അതൊക്കെ പോയി നോക്കിക്കോ."

അവർ ഫ്രൗളിന്റെ മുറി തുറന്നുകൊടുത്തു.

"നന്ദിയുണ്ട്. നിങ്ങൾ പറഞ്ഞത് നേരാണ്." കെ പറഞ്ഞു. അതേസമയം തുറന്നിട്ടിരിക്കുന്ന വാതിലിലൂടെ അയാൾ മുറിക്കുള്ളിലേക്കു കയറുകയും ചെയ്തു.

ഇരുട്ടുനിറഞ്ഞിരുന്ന ആ മുറിയിൽ നിലാവെട്ടം അരിച്ചിറങ്ങിയിരുന്നു. കണ്ടിടത്തോളം സാധനങ്ങളെല്ലാം അതതു സ്ഥാനങ്ങളിൽ ഇരിക്കുന്നു. ജനാലയുടെ കൊളുത്തിൽ ഞാണു കിടന്നിരുന്ന ആ ബ്ലൗസും അവിടെയില്ല. ഭാഗികമായി നിലാവേറ്റ് കട്ടിലിൽക്കിടന്നിരുന്ന തലയണകൾക്ക് അസാധാരണമാം വിധത്തിലുള്ള വലിപ്പം തോന്നിച്ചു.

"ഫ്രൗളിൻ പതിവായി താമസിച്ചാണ് വരാറുള്ളതെന്ന് തോന്നുന്നു." കെ പറഞ്ഞു. അതിനുത്തരവാദി ഫ്രൗ ഗ്രുബാഹാണെന്ന മട്ടിൽ അയാൾ

അവരെ നോക്കി.

"ചെറുപ്പക്കാരെല്ലാം അങ്ങനെതന്നെയാണ്." ക്ഷമാപണമന്യേ ഗ്രുബാഹ് മറുപടിപറഞ്ഞു.

"ശരിതന്നെ ശരിതന്നെ." കെ യും തലകുലുക്കി സമ്മതിച്ചു. "പക്ഷേ, അത് കുറേ കൂടിപ്പോകുന്നുയെന്നു മാത്രം."

"അതു കുറേ കൂടിപ്പോയേക്കാം അല്ലേ." ഫ്രൗ ഗ്രുബാഹ് പറഞ്ഞു. ഹെർ കെ. താങ്കൾ പറഞ്ഞത് വളരെ ശരിതന്നെയാണല്ലോ! ഇക്കാര്യത്തിൽ പ്രത്യേകിച്ച് ഫ്രൗളിനെക്കുറിച്ച് വേണ്ടാത്തകാര്യങ്ങൾ പറയാൻ എനിക്കു താല്പര്യമില്ല. അവൾക്കുള്ള എല്ലാവിധ ഗുണങ്ങളും എനിക്ക് പുകഴ്ത്താനേ പറ്റൂ. അവൾ എല്ലാവിധത്തിലും പ്രിയപ്പെട്ടവളാണ്; നല്ല കുട്ടി. ശുദ്ധഗതിക്കാരി. കൃത്യനിഷ്ഠയും കഠിനാദ്ധ്വാനവും കൈമുതലാക്കിയവൾ. പക്ഷേ ഒരുകാര്യം പറയാതിരിക്കാൻ വയ്യ. സ്വന്തം കാര്യം നോക്കിനടത്താനുള്ള മിടുക്കുണ്ടാകണമായിരുന്നു. സ്വന്തം കാര്യംകൂടി അവൾ നോക്കണം."

ഫ്രൗഗ്രുബാഹ് വീണ്ടും പറഞ്ഞു: "ഈ മാസം തന്നെ ഞാൻ അവളെ അനുചിതമായ രണ്ടിടങ്ങളിൽ വച്ചുകണ്ടതാണ്. ഓരോ തവണയും ഓരോ മാന്യന്മാരായിരുന്നു ഒപ്പം. ഹെർ കെ. ഞാൻ ഇക്കാര്യം നിങ്ങളോടു മാത്രമാണ് പറഞ്ഞിട്ടുള്ളത്; മറ്റാർക്കും ഇക്കാര്യം അറിയില്ല. ഞാനിനിയെന്താണ് ചെയ്യേണ്ടത്. എനിക്ക് അവളോടുതന്നെ ഇതൊക്കെ സംസാരിക്കേണ്ടിവരും. ഇതുമാത്രമല്ല വേറെയും കാര്യങ്ങളുണ്ട് എനിക്ക് അവളോടു സംശയം തോന്നാൻ..."

"നിങ്ങൾ തികച്ചും തെറ്റായ ചിന്തയിലാണ്." ഇരച്ചുവന്ന കോപത്തെ മറയ്ക്കാൻ പറ്റാതെ കെ പറഞ്ഞു. തുടർന്ന് അയാൾ പറഞ്ഞു: "ഫ്രൗളിൻ ബ്രൂസ്റ്റനറിനെപ്പറ്റി ഞാൻ പറഞ്ഞത് നിങ്ങൾ തെറ്റിദ്ധരിച്ചെന്നു തോന്നുന്നു. ഞാൻ ഉദ്ദേശിച്ചത് നിങ്ങൾക്കു മനസ്സിലായില്ലെന്നു തോന്നുന്നു. ഞാൻ നിങ്ങളോടു തുറന്നു പറയുകയാണ്, അവളോടു നിങ്ങൾ ഒരക്ഷരം പറയരുത്. എനിക്ക് അവളെ നന്നായിട്ടറിയാം. നിങ്ങൾ പറയുന്നതിൽ ഒരു നെല്ലിട സത്യമില്ലാ.... വേണ്ട ഇതിൽ താങ്കൾക്ക് ഇടപെടേണ്ട വിഷയമില്ല. നിങ്ങൾ എന്തുവേണമെങ്കിലും അവളോടു സംസാരിച്ചോളൂ ഞാൻ അതിൽ കൈ കടത്താനൊന്നും ആഗ്രഹിക്കുന്നില്ല; ശരിയെന്നാ."

"ശരി ശരി ഹെർ കെ." ഫ്രൗഗ്രുബാഹ് പറഞ്ഞു. കെ വാതിൽ തുറന്ന് പുറത്തേക്ക് കടന്നതാണ്, പക്ഷേ ഫ്രൗഗ്രൂബാഹ് അയാളുടെ പിന്നാലെ ഓടിച്ചെന്നു. "പിന്നെ ഒരു കാര്യമുണ്ട്. അവളോടു സംസാരിക്കണമെന്ന് ഇതുവരെയും ഞാൻ തീരുമാനിച്ചിട്ടില്ല കേട്ടോ. ഞാൻ എന്തെങ്കിലും ചെയ്യുന്നതിനുമുമ്പ് എന്തു സംഭവിക്കുമെന്ന് എനിക്ക് കാത്തിരുന്ന് കാണേണ്ടതുണ്ട്. ഞാൻ അറിഞ്ഞ കാര്യങ്ങളൊന്നും ആരോടും ഞാൻ പറഞ്ഞിട്ടേയില്ല; നിന്നോടല്ലാതെ. അല്ലെങ്കിൽത്തന്നെ എന്റെ വീട്ടിന്റെ അന്തസ്സ് ഞാൻ തന്നെ കാക്കേണ്ടതുണ്ട്; അത് എല്ലാ വാടകക്കാരുടേയും ആവശ്യവുമാണ്. ഇക്കാര്യത്തെക്കുറിച്ചുമാത്രമാണ് എനി

ക്കുള്ള ഉൽക്കണ്ഠയും."

"അന്തസ്സ്!" വാതിലിന്റെ വിടവിലൂടെ നോക്കിക്കൊണ്ട് കെ ഉറക്കെപ്പറഞ്ഞു. "നിങ്ങൾ നിങ്ങളുടെ അന്തസ്സ് കാക്കാനാണ് ആഗ്രഹിക്കുന്നതെങ്കിൽ, എന്നെപ്പറഞ്ഞയയ്ക്കാനുള്ള കുറി തരുകയാണ് ആദ്യം വേണ്ടത്."

ഇത്രയും പറഞ്ഞശേഷം അയാൾ വാതിൽ കൊട്ടിയടച്ചു. വാതിലിൽ കേൾക്കുന്ന മുട്ടുന്ന ശബ്ദം ക്ഷീണിച്ചുതീരുന്നത് അയാൾ കേട്ടതായി നടിച്ചില്ല.

ഉറങ്ങണമെന്ന ആഗ്രഹം അയാൾക്കുണ്ടായിരുന്നില്ല. ഉണർന്നിരിക്കാൻ തന്നെ അയാൾ തീരുമാനിച്ചു. ഫ്രൗളിൻ ബൂഴ്സ്റ്റനർ എപ്പോൾ തിരിച്ചുവരുമെന്ന് ആലോചിച്ചുകൊണ്ട് അയാളിരുന്നു. അവൾ വരുന്ന നേരം അനുചിതമായാലും വേണ്ടില്ല രണ്ടുവാക്ക് അവളോടു സംസാരിക്കുകയും വേണം.

അയാൾ ജനാലയ്ക്കരികിലേക്ക് ചാഞ്ഞു ചെന്നിരുന്നു. ക്ഷീണിച്ച മിഴികൾ താനേ അടഞ്ഞതാണ്. ഫ്രൗളിൻ ബ്രൂസ്റ്റനറിനെക്കൂടി കൂട്ടുപിടിച്ച് തനിക്കുകൂടി വീടൊഴിയാനുള്ള കുറി തന്നാലോയെന്ന് അയാൾ ഒരു നിമിഷം ചിന്തിച്ചുപോയി. അങ്ങനെ ചെയ്യുമെങ്കിൽ അത് അധികമായിപ്പോകുമെന്ന് അയാൾക്കറിയാമായിരുന്നു. രാവിലെ സംഭവിച്ച കാര്യങ്ങൾകൊണ്ട് തനിയ്ക്ക് വീടൊഴിയാൻ തോന്നിത്തുടങ്ങിയതാണോയെന്നും അയാൾ ഒരുനിമിഷം ആലോചിച്ചുപോയി. പക്ഷേ ഇതിലപ്പുറം ബോധമില്ലാത്ത ഒരു കാര്യവും ഉണ്ടാവുകയില്ല. അനാവശ്യവും നിന്ദിതവുമായ പ്രവൃത്തിയെന്നേ അതിനെ പറയാനാകൂ.

ആളൊഴിഞ്ഞ തെരുവിലേക്കു കണ്ണും നട്ടുകൊണ്ടിരുന്ന അയാൾ സോഫയിലേക്ക്, ക്ഷീണം തോന്നിയതിനാൽ, നീണ്ടുനിവർന്നുകിടന്നു. ആരെങ്കിലും കയറിവന്നാൽ കാണാൻവേണ്ടി വാതിൽപ്പാളി അല്പം അയാൾ തുറന്നുവച്ചിരുന്നു. പതിനൊന്നു മണിവരെ സിഗരറ്റും പുകച്ചുകൊണ്ടാണ് ശാന്തനായി അയാൾ കിടന്നത്. കിടന്നു മടുത്തപ്പോൾ എഴുന്നേറ്റുകൊണ്ട് അയാൾ ഹാളിനുള്ളിലേക്ക് ഒന്നുരണ്ടടി നടന്നു. ഫ്രൗളിൻ ബ്രൂസ്റ്റനർ ഉടനെതന്നെ കയറിവരുമെന്നു തോന്നും അയാളുടെ നടപ്പു കണ്ടാൽ. യഥാർത്ഥത്തിൽ അവളെ കാണണമെന്ന പ്രത്യേക ആഗ്രഹമൊന്നും അയാൾക്ക് ഉണ്ടായിരുന്നില്ല. അവളുടെ രൂപം പോലും യഥാർത്ഥത്തിൽ അയാൾക്കു ഓർമ്മിക്കാൻ പറ്റിയിരുന്നില്ല. പക്ഷേ അവളോടു സംസാരിക്കണമെന്ന് അയാൾക്കിപ്പോൾ തോന്നിയിരിക്കുന്നു. പക്ഷേ അവൾ ഈ വിധം ഇനിയുമിനിയും വരാൻ താമസിക്കുന്നത് തനിക്ക് ബുദ്ധിമുട്ടും പ്രയാസവും ഉണ്ടാക്കുന്നതാണെന്ന് അയാളറിഞ്ഞു.

അത്താഴത്തിന് അയാളൊന്നും ഇതുവരെ കഴിച്ചിട്ടില്ല. അതിനുള്ള കുറ്റവും അവൾ ഏല്ക്കേണ്ടിവരും. എൽസയെ അന്നു വൈകുന്നരം കാണാമെന്നേറ്റിരുന്നതായിരുന്നു; ആ സന്ദർശനവും മാറ്റിവയ്ക്കേണ്ടി വന്നു. എൽസ ജോലി ചെയ്യുന്ന ആ വീഞ്ഞുശാലയിൽ നേരെ ചെന്നാൽ

മതി രണ്ടിനും പരിഹാരമാകുമായിരുന്നു. എന്തായാലും ഫ്രൗഗ്രുബാഹുമായി സംസാരിച്ചശേഷം മതി അതൊക്കെയെന്ന് കെ തീരുമാനിച്ചു.

സമയം പതിനൊന്നരകഴിഞ്ഞു. അല്പനേരം കൂടി കഴിഞ്ഞപ്പോൾ ആരോ പടികൾ കയറുന്ന ശബ്ദം അയാൾ കേട്ടു. താൻ സ്വന്തം മുറിയിലാണെന്നമട്ടിൽ, ചിന്താഗ്രസ്തനായ അയാൾ ഹാളിൽ കുറച്ചുനേരം അങ്ങോട്ടുമിങ്ങോട്ടും നടക്കുകയായിരുന്നു. നടന്നു നടന്ന് അപ്പോൾ അയാൾ കിടക്കവാതിലിന്റെ പിന്നിലെത്തിയിരുന്നു. അപ്പോഴേക്കും ഫ്രൗളിൻ ഫ്രൗളിൻ ബ്രൂസ്റ്റനർ അവിടേക്കു കയറിവന്നു. അവൾ മുൻവാതിൽ കുറ്റിയിട്ടടയ്ക്കുമ്പോൾ തണുത്തുവിറച്ചിരുന്നു. മെലിഞ്ഞ ശരീരത്തിലേക്ക് അവൾ തന്റെ സിൽക്കുഷാൾ ചുറ്റിയിട്ടു.

കെ വാതിലിന്റെ പിന്നിൽത്തന്നെ നിന്നു. അല്പനേരംകൂടി കഴിയുമ്പോൾ അവൾ സ്വന്തം മുറിയിലേക്കുകയറും. പിന്നെ ആ അസമയത്ത് അയാൾക്ക് അവളെ ശല്യപ്പെടുത്താനും പറ്റത്തില്ല. അതുകൊണ്ട് നേരം പാഴാക്കാതെ ഇപ്പോൾതന്നെ അവളോടു സംസാരിക്കണം. പക്ഷേ നിർഭാഗ്യമെന്നേ പറയാനാകൂ; അയാൾ താൻ നില്ക്കുന്ന മുറിയിലെ ലൈറ്റിടാൻ മറന്നു പോയിരുന്നു. ഇനി ഈ ഇരുട്ടിൽനിന്നും ഇറങ്ങി അവളുടെ അരികിലേക്കു ചെന്നാൽ അതൊരു കടന്നാക്രമണം പോലെയാകില്ലേയെന്ന് അയാൾ ചിന്തിച്ചു; അവളെ അതു ഭയപ്പെടുത്തുമെന്നത് തീർച്ചയാണ്.

കളയാൻ ഒട്ടും നേരമില്ലായിരുന്നു. തന്റെ ചിന്താക്കുഴപ്പങ്ങൾക്കിടിയിൽത്തന്നെ അയാൾ വാതിലിന്റെ വിടവിലൂടെ പതിയെ വിളിച്ചു: "ഫ്രൗളിൻ ബ്രൂസ്റ്റനർ......"

അതൊരു വിളിയായിരുന്നില്ല; യഥാർത്ഥത്തിൽ അതൊരു അപേക്ഷയായിരുന്നു.

"അവിടെ ആരാണ്?" അവൾ ചോദിച്ചു. അവൾ കണ്ണുകൾ തുറന്ന് ചുറ്റുംനോക്കി.

"ഇത്... ഇത് ഞാനാണ്" കെ പറഞ്ഞു. ഒപ്പം അയാൾ മുന്നോട്ടു വരുകയും ചെയ്തു.

"ഓ ഹെർ കെ !" അവൾ ഒന്നു ചിരിച്ചു. "വരൂ" അവൾ കൈകൾ നീട്ടി അയാളെ ക്ഷണിച്ചു.

"എനിക്ക് നിങ്ങളോട് ഒന്നു രണ്ടു കാര്യങ്ങൾ പറയാനുണ്ട്. അത് ഇപ്പോൾ പറയുന്നതിന് ബുദ്ധിമുട്ടൊന്നുമില്ലല്ലോ?" കെ ചോദിച്ചു.

"ഈ നേരത്തോ?" ഫ്രൗളിൻ ബ്രൂസ്റ്റനർ ചോദിച്ചു. അവൾ വീണ്ടും ചോദിച്ചു: "അത് ഇപ്പോൾത്തന്നെ പറയണമോ? അല്പം അസാധാരണത്വം; വിചിത്രം, അല്ലേ?"

"ഒൻപതു മണിമുതൽ ഞാൻ നിങ്ങളെ കാത്തു നില്ക്കുകയാണ്." കെ പറഞ്ഞു.

"അതുശരി. ഞാനപ്പോൾ തിയേറ്ററിലായിരുന്നു. നിങ്ങൾ എന്നെ കാത്തുനില്ക്കുമെന്ന കാര്യം എനിക്കറിയില്ലായിരുന്നത് നിങ്ങൾക്ക് അറി

യാമല്ലോ.''

"ഇന്നുവരെ നടന്നിട്ടില്ലാത്ത ഒരു കാര്യത്തെക്കുറിച്ചാണ് എനിക്കു പറയാനുള്ളത്.'' അയാൾ പറഞ്ഞു.

"അതു നന്നായി. എനിക്കതിന് അങ്ങനെ എതിരൊന്നും ഇല്ല. ക്ഷീണം കാരണം നില്ക്കാൻ വയ്യെന്ന കാര്യം മാത്രമേയുള്ളൂ. പിന്നെ എന്റെ മുറിയിലേക്കു വരൂ. അവിടെയിരുന്ന് സംസാരിക്കാം. ഇവിടെയാണെങ്കിൽ ആരെങ്കിലും ഉണർന്നെന്നു വരും. അത് നമുക്കുതന്നെയാണ് കൂടുതൽ വിനയുണ്ടാക്കുക. അവിടെ നിന്നാൽ മതി; ഞാനാദ്യം ഈ ലൈറ്റൊന്നിട്ടോട്ടെ.... ഇനി ഇവിടത്തെ വെട്ടം അണച്ചോളൂ.''

അയാൾ അതു ചെയ്തു.

തുടർന്ന് ഫ്രൗളിൻ ബ്രൂസ്റ്റനർ അയാളെ പതിഞ്ഞസ്വരത്തിൽ വിളിക്കുന്നതുവരെ അയാൾ കാത്തുനിന്നു.

മുറിയിലെ സോഫ ചൂണ്ടിക്കാണിച്ചുകൊണ്ട് അവൾ പറഞ്ഞു: "ഇരിക്കൂ.'' ക്ഷീണമുണ്ടെന്നു പറഞ്ഞിരുന്നെങ്കിലും അവൾ കട്ടിലിനരികിൽ നിന്നതേയുള്ളൂ. വിവിധതരം പൂക്കൾകൊണ്ട് മോടിപിടിപ്പിച്ചിരുന്ന ചെറിയ തൊപ്പി അവളുടെ തലയിൽത്തന്നെയായിരുന്നു.

"എന്താണ് വിശേഷിച്ച്? സംസാരിക്കാനുണ്ടെന്നു പറഞ്ഞല്ലോ... എനിക്കു കേൾക്കാൻ ധൃതിയായി.....'' അവൾ മുട്ടു പിണച്ചു നിന്നു.

"ഈ നേരത്ത് പറയാൻ പോന്ന അത്ര ഗൗരവമുള്ള കാര്യമല്ലെന്നു നിങ്ങൾ ഒരുപക്ഷേ പറഞ്ഞേക്കാം'' കെ പറഞ്ഞു. "പക്ഷേ...''

"ഞാൻ ഇത്തരം ആമുഖങ്ങളൊന്നും ശ്രദ്ധിക്കാറേയില്ല....'' ഫ്രൗളിൻ ബ്രൂസ്റ്റനർ പറഞ്ഞു.

"അതുശരി. എങ്കിൽ കാര്യങ്ങൾ എളുപ്പമായി.'' കെ പറഞ്ഞു. "ഇന്നു രാവിലെ എന്റെ കൂടി കുഴപ്പംകൊണ്ടാണ് നിങ്ങളുടെ മുറി കുറച്ച് അലങ്കോലമായത്. അതുചെയ്തത് വേറെ ആളുകളാണ്. എനിക്കതിൽ എതിർപ്പുണ്ടായിരുന്നതാണെങ്കിലും, കുറ്റം എന്റേതായിരുന്നതല്ലേ. അതിന് എനിക്ക് മാപ്പു ചോദിക്കണമായിരുന്നു.''

"എന്റെ മുറിയോ?'' ഫ്രൗളിൻ ബ്രൂസ്റ്റനർ ചോദിച്ചു.

അവൾ കെ യെ നോക്കുന്നതിനുപകരം മുറിയെ ചുറ്റിനോക്കി.

"അതുതന്നെ.'' കെ പറഞ്ഞു.

തുടർന്ന് അവർ ആദ്യമായി പരസ്പരം കണ്ണുകളിലേക്കു നോക്കി.

"അതെങ്ങനെ യഥാർത്ഥത്തിൽ ഉണ്ടായിയെന്നത് അത്ര പ്രധാനമല്ല.'' അയാൾ തുടർന്നു പറഞ്ഞു.

"പക്ഷേ തികച്ചും അതാണ് പ്രധാനപ്പെട്ട കാര്യം.'' ഫ്രൗളിൻ ബ്രൂസ്റ്റനർ പറഞ്ഞു.

"അങ്ങനെ പറയരുത്.'' കെ പറഞ്ഞു.

"എങ്കിൽ അങ്ങനെതന്നെ.'' അവൾ പറഞ്ഞു. "ഞാനൊന്നും ചികയാൻ വരുന്നില്ല. ഇതു പ്രധാനമല്ലെന്നാണ് നിങ്ങളുടെ അഭിപ്രായമെങ്കിൽ, അതിനെതിരെ വാദമുന്നയിക്കാനൊന്നും ഞാൻ പോരുന്നില്ല.... പിന്നെ

നിങ്ങൾ എന്നോടു മാപ്പു ചോദിച്ചു. ഞാനത് സന്തോഷത്തോടുകൂടി ത്തന്നെ സ്വീകരിക്കുന്നു. അല്ലെങ്കിൽത്തന്നെ ഇവിടെ യാതൊരു അല ങ്കോലവും ഞാൻ കാണുന്നില്ലല്ലോ."

കൈകൾ ഇളിയിൽ കുത്തിക്കൊണ്ട് അവൾ മുറിക്കകത്ത് ഒന്നു ചുറ്റിനടന്നു. ഫോട്ടോകൾ പതിപ്പിച്ചുവച്ചിരുന്ന പരവതാനിക്കരികിൽ അവൾ അറിയാതെ നിന്നുപോയി.

"അയ്യോ നോക്കൂ!" അവൾ വിളിച്ചുകൂവി. "എന്റെ അഭാവത്തിൽ ഇവിടെ കയറിവന്ന് ചെയ്യാൻ പാടില്ലാത്ത പലതും നിങ്ങളിവിടെ ചെയ്തി രിക്കുന്നു. അത് എനിക്ക് അനുവദനീയമായിരുന്നില്ല."

"ഞാനതു പറഞ്ഞല്ലോ ഫ്രൗളിൻ ബ്രൂസ്റ്റനർ." കെ പറഞ്ഞു അയാൾ ഫോട്ടോയ്ക്കരികിലേക്കു ചെന്നു. "ഈ ഫോട്ടോകളൊക്കെ ഇങ്ങനെ അലങ്കോലപ്പെടുത്തിയത് ഞാനല്ല. നിങ്ങൾ അതു വിശ്വസി ക്കില്ലേ. ആ അന്വേഷണ ഉദ്യോഗസ്ഥൻ കൊണ്ടുവന്നിരുന്ന മൂന്നു ബാങ്കു ക്ലാർക്കുമാരിൽ ഒരുവനാണ് ഇത് ചെയ്തത്. ആരംഭത്തിലെ ഞാനത് തടയേണ്ടതായിരുന്നു."

ഫ്രൗളിൻ ബ്രൂസ്റ്റനറിന്റെ ചോദ്യരൂപേണയുള്ള ഒരു നോട്ടം കൂടി കണ്ടപ്പോൾ കെ കൂട്ടിച്ചേർത്തു. "അത് ഇന്നിവിടെ ഒരു അന്വേഷണക്ക മ്മീഷൻ വന്നിരുന്നു."

"നിങ്ങൾ കാരണമായിട്ടോ?" അവൾ ചോദിച്ചു.

"അതെ." കെ പറഞ്ഞു.

"അതു വെറുതേ തമാശ പറയുന്നതായിരിക്കും!" അവൾ ചിരിച്ചു കൊണ്ട് ഉറക്കെപ്പറഞ്ഞു.

"അതെ. അവർ വന്നിരുന്നു." കെ പറഞ്ഞു. "ഞാൻ ഒരു മര്യാദ ക്കാരനാണെന്ന് നിങ്ങൾ കരുതുന്നതെന്തിനാണ്?"

"കൊള്ളാം നിരപരാധി." അവൾ പറഞ്ഞു. "ഒരു നിമിഷത്തെ പരി ചയം കൊണ്ടുമാത്രം ഞാനെന്തായാലും നിങ്ങളെ അളക്കുന്നില്ല. അതിനി പിന്നീട് ഒരു പ്രശ്നവും ഉണ്ടാക്കരുതല്ലോ... അല്ലെങ്കിൽത്തന്നെ നിങ്ങളെ എനിക്കു അറിയില്ലല്ലോ. എന്തായാലും ഒരു അന്വേഷണക്കമ്മീഷൻ വന്ന സ്ഥിതിക്ക് കുറ്റം അത്രയ്ക്ക് നിസ്സാരമല്ലെന്ന് ഉറപ്പാണ്. പിന്നെ ഇപ്പോഴും ഇവിടെ വിശാലനായി നില്ക്കുന്നതിനാൽ അത്ര വലിയ കുറ്റവാളിയ ല്ലെന്നും തോന്നുന്നു. നോട്ടവും പെരുമാറ്റവും കണ്ടാൽ ജയിൽചാടി വന്ന താണെന്ന് തോന്നുന്നുമില്ല."

"അതെ." കെ പറഞ്ഞു. "ആ അന്വേഷണഉദ്യോഗസ്ഥർ ഞാൻ നിര പരാധിയല്ലെന്ന് കരുതിയിട്ടുണ്ടാകില്ല. പക്ഷേ അവർ ഉദ്ദേശിച്ചിരുന്ന മാതിരി അത്രവലിയ അപരാധമൊന്നും അവർ എന്നിൽ കണ്ടിരുന്നില്ല."

"അങ്ങനെയാവാനുള്ള സാദ്ധ്യത തീർച്ചയായും ഉണ്ട്." ഫ്രൗളിൻ ബ്രൂസ്റ്റനർ വളരെ ജാഗ്രതയോടെയാണ് ഇതു പറഞ്ഞത്. "നോക്കൂ." കെ പറഞ്ഞു. "നിയമപരമായ കാര്യങ്ങൾക്ക് നിങ്ങൾക്ക് അത്ര അറി വൊന്നും ഇല്ലല്ലോ."

"ഇല്ല. എനിക്കക്കാര്യങ്ങൾ അറിയത്തില്ല." അവൾ പറഞ്ഞു. "പക്ഷേ അതിലെനിക്കു ഖേദമുണ്ട്. അറിയേണ്ടതെല്ലാം അറിയണമെന്ന് ആഗ്ര ഹിക്കുന്ന ഒരുവളാണ് ഞാൻ. കോടതിവിഷയങ്ങൾ എന്നെ വല്ലാതെ ആകർഷിക്കാറുണ്ട്. കോടതിക്ക് വല്ലാത്തൊരു പ്രത്യേകതയുണ്ട്, അല്ലേ? ഞാൻ എന്തായാലും ആ ഒരു കുറവിന് ഉടനെ തന്നെ ഒരു പരിഹാരമു ണ്ടാക്കും. കാരണം അടുത്തമാസം മുതൽ ഞാൻ ഒരു വക്കീലിന്റെ ഓഫീ സിൽ ചേരുകയാണ്."

"അതു നല്ല കാര്യം." കെ പറഞ്ഞു. അപ്പോൾ എന്റെ കേസിന്റെ കാര്യത്തിൽ എന്നെ സഹായിക്കാൻ കുറച്ചെങ്കിലും നിങ്ങൾക്കു കഴിയു മായിരിക്കും."

"അങ്ങനെ ചെയ്യാം." അവൾ പറഞ്ഞു. "എന്തുകൊണ്ട് എനിക്കതു പറ്റില്ല. എന്റെ അറിവുകൾ എനിക്കു ശരിയായി ഉപയോഗപ്പെടുത്തിയേ പറ്റൂ."

"ഞാൻ ഗൗരവമായിട്ടു ഉദ്ദേശിച്ചതാണേ." കെ പറഞ്ഞു. "അല്ലെ ങ്കിൽ നിങ്ങൾക്കുള്ള പാതിഗൗരവത്തോടെ... പിന്നെ ഈ കാര്യത്തിൽ ഒരു വക്കീലിന്റെ ആവശ്യമുണ്ടെന്നു തോന്നുന്നില്ല. പക്ഷേ, ഒരു ഉപദേ ഷ്ടാവുണ്ടായിരുന്നെങ്കിൽ നന്നായിരുന്നു...."

"അതു ശരി. പക്ഷേ, ഞാൻ നിങ്ങളുടെ ഒരു ഉപദേഷ്ടാവാകണമെ ങ്കിൽ, ഇതിനെ സംബന്ധിച്ച എല്ലാ കാര്യങ്ങളും ഞാൻ അറിയണം." ഫ്രൗളിൻ ബ്രൂസ്റ്റനർ പറഞ്ഞു.

"അവിടെയാണ് കുഴപ്പം." കെ പറഞ്ഞു. "അവ എനിക്കു തന്നെയ റിയില്ല."

"അപ്പോൾ നിങ്ങളെന്താ, എന്നോടു വെറും തമാശ പറയുകയാണോ? തുടർന്ന് നിരാശയോടെ അവൾ പറഞ്ഞു. "...അതും ഈ അസമയത്തു തന്നെ."

അത്രയും നേരം ഒരുമിച്ചുനിന്നിടത്തുനിന്നും അവൾ മാറിപ്പോയി.

"അതല്ല ഫ്രൗളിൻ." കെ പറഞ്ഞു. "ഞാൻ വെറും തമാശ പറ ഞ്ഞതൊന്നുമല്ല. ഞാൻ പറയുന്നത് വിശ്വസിക്കൂ. എനിക്കറിയാവുന്ന കാര്യങ്ങളാണ് ഞാനീപ്പറഞ്ഞത്; അറിയാവുന്നതിലും കൂടുതൽ പറ ഞ്ഞെന്നു തോന്നുന്നു. പിന്നെ, ആ വന്നത് അന്വേഷണ ഉദ്യോഗസ്ഥർ ആയിരുന്നില്ല. അവരാരാണെന്ന് അറിയാത്തതിനാൽ അങ്ങനെയൊരു പേര് ഞാൻ വിളിച്ചുയെന്നേയുള്ളൂ. എന്നെ അവർ ചോദ്യം ചെയ്തതുമില്ല. ഞാൻ വെറും ബന്ധനസ്ഥനായി. പക്ഷേ അതൊരു കമ്മീഷൻ തന്നെ യായിരുന്നു."

സോഫയിൽ ഇരിക്കുകയായിരുന്ന ഫ്രൗളിൻ ബ്രൂസ്റ്റനർ ഉറക്കെച്ചി രിച്ചു.

"അപ്പോൾ സംഗതി എങ്ങനെയായിരുന്നു?"

"ഭയാനകം" കെ പറഞ്ഞു.

പക്ഷേ, അപ്പോൾ അയാളുടെ മനസ്സിൽ ഭയപ്പാടുണ്ടായിരുന്നില്ല.

അയാൾ ഫ്രൗളിൻ ബ്രൂസ്റ്റനറെ കണ്ണെടുക്കാതെ നോക്കിക്കൊണ്ടേയിരുന്നു. അവർ അപ്പോൾ സോഫയിൽ കൈമുട്ടു കുത്തി മുഖം താങ്ങിയിരുന്നു. “അത് സാധാരണമല്ലേ?” അവൾ പറഞ്ഞു.

“എന്നുവച്ചാൽ? എനിക്കൊന്നും മനസ്സിലായില്ല.” കെ പറഞ്ഞു.

“എന്താണ് മനസ്സിലാകാത്ത കാര്യം?” കെ ചോദിച്ചു. പെട്ടെന്ന് എന്തോവിധം ബോധമുണ്ടായതുപോലെ അയാൾ പറഞ്ഞു. “സംഭവിച്ചതൊക്കെ ഞാൻ കാണിച്ചുതരട്ടേ?”

അയാൾ അവിടെനിന്നും പോകാനൊരുങ്ങിയെങ്കിലും, അവിടം വിട്ടുപോകാൻ അയാൾക്കു മനസ്സുവന്നില്ല.

“എനിക്കു വല്ലാത്ത ക്ഷീണമുണ്ട്.” അവൾ പറഞ്ഞു.

“നിങ്ങൾ വന്നതും വളരെ താമസിച്ചാണ്.” കെ. പറഞ്ഞു.

“അപ്പോൾ വാദി പ്രതിയായി അല്ലേ? എനിക്കിതു തന്നെ വേണം. ഞാൻ നിങ്ങളെ അകത്തുവിളിക്കരുതായിരുന്നു. അതിന്റെ ആവശ്യമുണ്ടായിരുന്നില്ല. അതു വളരെ ശരിയായിരുന്നു.”

“അതിന്റെ ആവശ്യമുണ്ടായിരുന്നു.” കെ പറഞ്ഞു. “അതെന്തുകൊണ്ടാണെന്ന് ഞാനിപ്പോൾ കാണിച്ചു തരാം..... കട്ടിലിനരികിൽ നിന്നും ആ മേശ ഞാനൊന്നു മാറ്റട്ടെ?”

“എന്തൊരു ഉപായം!” അവൾ വിളിച്ചുകൂവി.

“ഒരിക്കലുമില്ല. ഇതു ചെയ്തില്ലെങ്കിൽ എനിക്കതു കാണിച്ചുതരാൻ കഴിയില്ല.” കെ പറഞ്ഞു.

“എന്താണുണ്ടായതെന്ന് കാണിക്കാൻ ഈ മേശ വേണ്ടതെങ്കിൽ ഒരു പ്രശ്നവുമില്ല എടുത്തോളൂ.” അവൾ പറഞ്ഞു. അല്പനേരത്തെ ഒരു നിശ്ശബ്ദതയ്ക്കു ശേഷം അവൾ വീണ്ടും പറഞ്ഞു, “താങ്കൾ കാണിക്കുന്ന അമിതമായ സ്വാതന്ത്ര്യം എന്നെ വളരെയധികം ക്ഷീണിപ്പിക്കുന്നുണ്ട് കേട്ടോ.”

കെ മേശയെ മുറിയുടെ മദ്ധ്യഭാഗത്തിട്ടു. തുടർന്ന് അതിന്റെ പിൻഭാഗത്തിരുന്നു.

“ഓരോ ആളുകളും എവിടെയൊക്കെയാണെന്ന് നിങ്ങൾ തന്നെ സ്വയം ഒന്നു ഭാവന ചെയ്യണം. ഞാൻ ഇൻസ്പെക്ടറാണെന്നു കരുതണം. അവിടെ രണ്ടു വാർഡർമാർ ഇരിക്കുന്നു. ഫോട്ടോഗ്രാഫിനരികിൽ മൂന്നു യുവാക്കൾ നില്ക്കുന്നു. ജനാലയുടെ കൊളുത്തിൽ ഒരു വെളുത്ത ബ്ലൗസ് കിടന്നാടുന്നു. ഇനി നമുക്ക് തുടങ്ങാം. അയ്യോ ഞാൻ എന്നെത്തന്നെ ഒരു നിമിഷം മറന്നുപോയി. ഞാനാണ് പ്രധാനപ്പെട്ട ആൾ. കൊള്ളാം. ഞാൻ ഈ മേശയ്ക്കു മുന്നിൽ ഇവിടെ നില്ക്കുകയാണ്. ഇനി നമുക്ക് തുടങ്ങാം. എന്നെ ഉറക്കത്തിൽ നിന്നുമുണർത്താനെന്നോണം ഇൻസ്പെക്ടർ ഉച്ചത്തിൽ വിളിക്കുന്നു. ഞാൻ ചെയ്യുന്നതൊക്കെ നിങ്ങൾക്കു മനസ്സിലാകുന്നുണ്ടല്ലോ. ഇൻസ്പെക്ടർ അലറുന്നു എന്നുവേണം പറയാൻ; ഒരിനം ഓരിയിടൽ. ശരിക്കത് നിങ്ങൾക്ക് മനസ്സിലാകണമെങ്കിൽ ഞാൻ ഓരിയിട്ടു കാണിച്ചാലേ പറ്റൂ. എന്റെ പേരു

വിളിച്ചാണ് അയാൾ അലറുന്നത്."

അവൾ അത് രസാവഹമായി ശ്രദ്ധിച്ചുകൊണ്ടിരുന്നു. കെ വിളിച്ച് ഓരിയിടാതിരിക്കാനായി അവൾ ചുണ്ടത്ത് വിരൽവച്ച് ആംഗ്യം കാട്ടി. പക്ഷേ അതു വളരെ താമസിച്ചുപോയി. നാടകത്തിലെ തന്റെ പങ്കിൽ ഗാഢമായി അലിഞ്ഞുചേർന്നിരുന്ന അയാൾ നീട്ടി ഓരിയിട്ടു. "ജോസഫ് കെ..." അയാൾ ഭയപ്പെടുത്തിയിരുന്നയത്ര ഉച്ചത്തിലായിരുന്നില്ലെങ്കിലും, അത് മുറിയിലെ അന്തരീക്ഷത്തിൽ തളം കെട്ടി നിന്നു, ഒരു നിമിഷ ത്തേക്ക് തുടർന്ന് അത് എമ്പാടും വ്യാപിച്ചു.

സമീപത്തെ മുറിയിലെ വാതിലിൽ ആരോ മുട്ടുന്ന ശബ്ദം അപ്പോ ഴാണ് അവർ കേട്ടത്. ഉച്ചത്തിൽ വ്യക്തവും നിശ്ചിത ഇടവേള സൂക്ഷിച്ച ശബ്ദം. ഫ്രൗളിൻ ബ്രൂസ്റ്റനറിന്റെ മുഖം വിളറി വെളുത്തു. അവൾ അറി യാതെ നെഞ്ചിൽ കൈവച്ചുപോയി.

കെ യാണ് യഥാർത്ഥത്തിൽ ഞെട്ടിയത്. കാലത്തു സംഭവിച്ച കാര്യ ങ്ങളും, ഇപ്പോൾ താൻ നടത്തുന്ന അഭിനയവും പെട്ടെന്ന് അയാളുടെ മനസ്സിലേക്കു ഇരച്ചുകയറി. ചിന്തയുടെ ബന്ധനത്തിൽ നിന്നും വിമുക്തി നേടിയപ്പോൾ അയാൾ ഓടിച്ചെന്ന് അവളുടെ കരം പിടിച്ചു.

"പേടിക്കേണ്ട." അയാൾ അവളോടു മന്ത്രിച്ചു. "ഞാൻ എല്ലാം ശരി യാക്കാം... പക്ഷേ ആരായിരിക്കും അത്? അടുത്ത മുറി സ്വീകരണ മുറി യാണല്ലോ; ആരും ഉറങ്ങാറില്ല."

"അല്ല." അവൾ അവന്റെ ചെവിയിൽ പറഞ്ഞു. "ഒരാളുണ്ട്... ഇന്നലെ മുതൽ ഫ്രൗ ഗ്രുബാഹിന്റെ സഹോദരീ പുത്രൻ അവിടെയാണ് ഉറക്കം. ഒരു ക്യാപ്റ്റനാണ് അയാൾ വേറെ മുറി ഒഴിവില്ലാത്തതിനാലാണ്. ഇക്കാര്യം ഞാൻ ഒരു നിമിഷം മറന്നുപോയി. പിന്നെ നിങ്ങളെന്തിനാണ് ഇങ്ങനെ ഒച്ചയുണ്ടാക്കിയത്? ഞാൻ തന്നെ അന്തംവിട്ടുപോയി."

"അതിനു കുഴപ്പമൊന്നുമില്ല." കെ. പറഞ്ഞു.

അവൾ സോഫയിലേക്കു താണിരുന്നപ്പോൾ, അയാൾ അവളുടെ മൂർദ്ധാവിൽ ചുംബിച്ചു.

"ഒന്നിവിടുന്നു പോകുക." അവൾ ചാടിയെഴുന്നേറ്റുകൊണ്ടു പറഞ്ഞു. "പോകൂ... എന്താണ് ആലോചിച്ചുകൊണ്ടു നില്ക്കുന്നത്. അയാൾ വാതിൽക്കൽ നിന്ന് ശ്രദ്ധിക്കുന്നുണ്ടാവും. അയാൾക്ക് എല്ലാം കേൾക്കാം. നിങ്ങൾ എന്നെ വിഷമിപ്പിക്കുന്നു!"

"ഞാൻ പോകുന്നില്ല." കെ പറഞ്ഞു. "നിങ്ങൾ ഒന്നു ശാന്തയാ യിട്ടു പോകുന്നതേയുള്ളൂ. നമുക്കിനി ആ മൂലയിൽ ചെന്നിരിക്കാം. അപ്പോൾ അയാൾക്ക് നാം പറയുന്നതൊന്നും കേൾക്കാൻ പറ്റില്ലല്ലോ."

അയാൾ അവളെ വിളിച്ചപ്പോൾ അവൾ അനുസരണയോടെ അങ്ങോട്ടു ചെന്നു.

"നിങ്ങൾക്ക് ഇഷ്ടക്കേടുണ്ടായാലും ശരിതന്നെ, ഇതുകൊണ്ട് യാതൊരു അപകടവും സംഭവിക്കുകയില്ലെന്ന് നിങ്ങൾ അറിയണം. ഫ്രൗ ഗ്രുബാഹിന് എന്നോട് ഒരുതരം ഇഷ്ടം തന്നെയാണെന്നും, ഞാൻ എന്താ

വശ്യപ്പെട്ടാലും പറഞ്ഞാലും അവരത് സമ്മതിക്കുമെന്നതും നിങ്ങൾക്ക് അറിയാമല്ലോ. മാത്രവുമല്ല, എന്നിൽ നിന്നും വലിയൊരു തുക കടമായി വാങ്ങിയതിന്റെ കടപ്പാടുകൂടിയുണ്ട്. നാമിവിടെ ഈ നേരത്ത് വരാനുള്ള കാരണം കേട്ടാൽ വിശ്വാസം ഉണ്ടാവണമെന്നേയുള്ളൂ; ഒരു കാരണം നിങ്ങൾക്ക് കണ്ടുപിടിക്കാമോ? എങ്കിൽ ഞാൻ ആണയിട്ടു പറയാം ഫ്രൗ ഗ്രുബാഹിനെക്കൊണ്ട് പൊതുസ്ഥലത്തുവച്ച് സമ്മതിപ്പിക്കുന്ന കാര്യം ഞാനേറ്റു; അവരത് സത്യസന്ധമായി വിശ്വസിക്കുകയും ചെയ്യും. പിന്നെ എന്റെ കാര്യത്തെപ്പറ്റി നിങ്ങൾ ചിന്തിക്കുകയേ വേണ്ട. ഞാൻ നിങ്ങളെ കൈയേറ്റം ചെയ്യാൻ വന്നൂയെന്നാണ് മറ്റുള്ളവർ അറിയേണ്ടതെങ്കിൽ, അക്കാര്യവും ഞാൻ അവരോടു പറയാം. എന്നിലുള്ള വിശ്വാസം കുറ യാതെ തന്നെ അവരതു വിശ്വസിക്കും. അത്രയ്ക്ക് വിശ്വാസമാണ് അവർക്ക് എന്നോടുള്ളത്."

ഫ്രൗളിൻ ബ്രൂസ്റ്റനർ ഒന്നും മറുപടിയായി പറഞ്ഞില്ല. ഏതാണ്ട് ശബ്ദം ചോർന്നതുപോലെ തറയിലേക്കു മിഴിയും നട്ട് അവളിരുന്നു.

"ഞാൻ നിങ്ങളെ കൈയേറ്റം ചെയ്തൂയെന്ന് ഫ്രൗ ഗ്രൂബാഹ് വിശ്വ സിക്കാതിരിക്കാനുള്ള കാരണമെന്താണെന്നേ...." കെ കൂട്ടിച്ചേർക്കാൻ തുടങ്ങി.

ഇരുവശത്തേക്കും വകഞ്ഞുമാറ്റി, പിന്നിലേക്കിട്ട് മെടഞ്ഞ, കെട്ടിയി രിക്കുന്ന അവളുടെ മുടിയിലേക്കു അയാൾ നോക്കി. ചുവപ്പുകലർന്ന മുടി. അവൾ തന്റെ നേരെ നോക്കുമെന്ന് അയാൾ കരുതി. പക്ഷേ അവൾ മുഖം ഉയർത്തിയതേയില്ല.

അവൾ പറഞ്ഞു: "എന്നോടു പൊറുക്കണം. പെട്ടെന്നൊരു ശബ്ദം കേട്ടപ്പോൾ ഭയന്നു പോയതാണ്; അല്ലാതെ ക്യാപ്റ്റൻ അവിടെ വന്നതു കൊണ്ടല്ല. ഒക്കെ നിശ്ശബ്ദമായിക്കിടന്നിരുന്ന അവസ്ഥയിലാണ് താങ്കൾ വിളിച്ചുകൂവിയതും. അതോടെ ഈ മുട്ടുന്ന ശബ്ദവും കേട്ടു. അതുകൊണ്ടാണ് ഞാൻ ഭയന്നത്. ഈ വാതിലിനരികിൽ ഇരുന്നുകൊണ്ട് ആ മുട്ടൽ എന്റെ അരികിലാണെന്ന് എനിക്കു തോന്നി. നിങ്ങൾ പറഞ്ഞ തിനൊക്കെ ഞാൻ നന്ദിപറയുന്നു. പക്ഷേ ഞാൻ അവയെ സ്വീകരിക്കാ നൊന്നും പോകുന്നില്ല. എന്റെ മുറിയിൽ വച്ച് സംഭവിക്കുന്ന എന്തിനും ഞാൻ ഉത്തരവാദിത്വം ഏറ്റുകൊള്ളും; ആരുടെ മുന്നിൽ വച്ചായാലും നിങ്ങൾ എനിക്കു നല്കിയ നിർദ്ദേശത്തിനുള്ളിൽ അർത്ഥംകൊണ്ടിരുന്ന എനിക്കെതിരായ അധിക്ഷേപം നിങ്ങൾ കാണാതെ പോയതിൽ എനിക്ക് അതിശയം തോന്നുന്നു. പക്ഷേ, എല്ലാറ്റിനുമുപരി അതിന്റെ പിന്നിലു ണ്ടായിരിക്കുന്ന നിങ്ങളുടെ നല്ല തീരുമാനത്തെ എനിക്കു പുകഴ്ത്താ തിരിക്കാനും വയ്യ. എന്തായാലും ഇനി നിങ്ങൾക്കു പോകാം. ഞാൻ ഒന്നു സ്വതന്ത്രയാകട്ടെ; എനിക്കല്പം മനഃസമാധാനം വേണം. കാര്യം പറയാ നായിട്ട് കുറച്ച് മിനിറ്റുകൾ മതിയെന്നു പറഞ്ഞ നിങ്ങൾ ഇപ്പോൾ അരമ ണിക്കൂറിലധികം എടുക്കുകയും ചെയ്തു."

കെ അവളുടെ കൈവിരലുകളിൽ പിടിച്ചു; പിന്നെ കണംകൈയിലും

"അപ്പോൾ നിങ്ങൾക്ക് എന്നോടു കോപമൊന്നുമില്ലല്ലോ?" തുടർന്ന് അയാൾ ചോദിച്ചു.

അവൾ തന്റെ കൈകൾ കുതറിയെടുത്തശേഷം മറുപടി പറഞ്ഞു: "ഇല്ല.. ഇല്ലില്ല.. എനിക്കാരോടും കോപമില്ല."

അയാൾ വീണ്ടും അവളുടെ കണംകൈയിൽ പിടിച്ചു. ഇത്തവണ അവൾ പ്രതികരിച്ചില്ല. അയാൾ വാതിൽക്കലേക്കു ആനയിക്കപ്പെട്ടു.

അവിടെ നിന്നും പോകാൻ തന്നെ അയാൾ തീർത്തും തീരുമാനിച്ചു. പക്ഷേ വാതിലിനരികിലെത്തിയിട്ടും, അങ്ങനെയൊരു ബോധം അയാൾക്ക് ഉണ്ടായില്ല. അവൾ അയാളുടെ കൈകളിൽ നിന്നുള്ള പിടി വിടുവിച്ചശേഷം വാതിൽ തുറന്ന് ഹാളിലേക്കിറങ്ങി.

"ഇറങ്ങിവരൂ." അവൾ മന്ത്രിച്ചു. "നോക്കൂ അതാണ് ക്യാപ്റ്റന്റെ മുറി." അവൾ അങ്ങോട്ടു ചൂണ്ടിക്കാണിച്ചു "അയാൾ അവിടെ ലൈറ്റുമിട്ട് നമ്മുടെ ചെലവിൽ ആസ്വദിക്കുകയാണ്."

"ഞാനിതാ ഇറങ്ങുന്നു." കെ. പറഞ്ഞു.

അയാൾ ധൃതിയിൽ ഹാളിലേക്കിറങ്ങി. അവളെ പിടിച്ചണച്ചുകൊണ്ട് അവളുടെ അധരങ്ങളിൽ അയാൾ ആദ്യം ചുംബിച്ചു; പിന്നെ മുഖമാസകലവും. കാത്തിരുന്നു കിട്ടിയ അരുവിയിലെ ശുദ്ധജലം നുണയുന്ന മൃഗത്തെപ്പോലെ അയാൾ ആർത്തിയോടെ നിന്നു.

തുടർന്ന് അവസാനമായിട്ട് അവളുടെ കഴുത്തിൽ ചുണ്ടുകളമർത്തി അയാൾ ദീർഘനേരം നിന്നു. ക്യാപ്റ്റന്റെ മുറിക്കുള്ളിൽകേട്ട ഏതോ ഒരു ചെറിയ ശബ്ദമാണ് അയാൾക്ക് സ്ഥലകാലബോധമുണ്ടാക്കിയത്.

"ഞാനിപ്പോൾ പോകുകയാണ്." കെ പറഞ്ഞു.

അവളുടെ പേരുപറഞ്ഞ് വിളിക്കണമെന്ന് അയാൾ ആഗ്രഹിച്ചെങ്കിലും സാധിച്ചില്ല; കാരണം അവളുടെ പേരിന്റെ ആദ്യഭാഗം അയാൾക്ക് അറിയില്ലായിരുന്നു.

അവൾ ക്ഷീണിതയായി തലകുലുക്കി. പോകാനിറങ്ങിയ അയാളുടെ നേരെ ഒരു ചുംബനത്തിനായി അവൾ കൈനീട്ടി; വ്യക്തമായ ബോധത്തോടെയാണ് താനത് ചെയ്തതെന്ന് അവൾക്കറിയാമായിരുന്നു. തുടർന്ന് തലയും കുനിച്ച് അയാൾ മുറിയിലേക്ക് തിരിച്ചു കയറി.

കെ തന്റെ മുറിയിൽ ചെന്നുകിടന്നു. തന്റെ പെരുമാറ്റത്തെക്കുറിച്ച് അയാൾ തെല്ലൊന്നു ചിന്തിച്ചു. തന്റെ പെരുമാറ്റത്തിൽ അയാൾക്ക് തൃപ്തിയാണ് തോന്നിയത്. എങ്കിലും കുറച്ചുകൂടി പെരുമാറ്റം മെച്ചമാക്കാമായിരുന്നെന്ന് അയാൾക്ക് ഒരു നിമിഷം തോന്നി. ആ ക്യാപ്റ്റനെക്കുറിച്ച് ചിന്തിച്ചപ്പോൾ ഫ്രൗളിൻ ബ്രൂസ്റ്റനറുടെ കാര്യത്തിൽ അയാൾക്ക് കൂടുതൽ ഉൽക്കണ്ഠ തോന്നി.

വിവിധ ചിന്തകളിൽ മുഴുകിയെങ്കിലും, ഏറെക്കുറെ വളരെവേഗത്തിൽത്തന്നെ അയാൾ ഉറങ്ങിപ്പോകുകയാണുണ്ടായത്.

ആദ്യത്തെ ചോദ്യം ചെയ്യൽ

അടുത്ത ഞായറാഴ്ച കേസിനെ സംബന്ധിച്ച ഒരു അന്വേഷണം ഉണ്ടായിരിക്കുമെന്ന് ടെലിഫോൺ വഴി കെ യെ അറിയിച്ചിരുന്നു. ഇത്തരം അന്വേഷണങ്ങൾ സ്ഥിരമായുണ്ടാകാൻ ഇടയില്ലെന്നും, ആഴ്ചതോറും എന്നൊക്കെയെന്നു പറയുന്നതിനു പകരം, ഇടയ്ക്കിടെ ഉണ്ടാകുമെന്ന് അയാൾക്ക് മുന്നറിയിപ്പു കൊടുത്തിരുന്നു. ഒരു തരത്തിൽ നോക്കുമ്പോൾ കേസന്വേഷണം വളരെ വേഗത്തിൽ അവസാനിക്കുന്നത് എല്ലാവരുടേയും താല്പര്യമനുസരിച്ചായിരിക്കുമെന്ന് കരുതാമെങ്കിലും, മറ്റൊരു തരത്തിൽ നോക്കുമ്പോൾ അന്വേഷണം ദോഷവിമുക്തവുമാകണമല്ലോ. അതിലുള്ള പ്രയാസത്തിന്റെ പേരിൽ ഒരിക്കലും കേസിനെ നീട്ടിനിർത്താനും പാടില്ല. ആ വിധത്തിലാണ് വലിയ മെച്ചമുണ്ടാക്കുന്ന കൊച്ചു കൊച്ചു ചോദ്യം ചെയ്യലുകൾ നടത്താൻ തന്നെ തീരുമാനിച്ചത്.

ഞായറാഴ്ചയാണ് ചോദ്യം ചെയ്യലിന് തെരഞ്ഞെടുത്തത്. അന്നാകുമ്പോൾ കെ യ്ക്ക് ജോലിക്ക് യാതൊരുവിധ തടസ്സവും ഉണ്ടാകുകയില്ല. കെ യ്ക്കും അതുതന്നെയായിരുന്നു താല്പര്യവും. അല്ലെങ്കിൽത്തന്നെ മറ്റൊരു ദിവസമാണ് അയാൾക്ക് സൗകര്യമാണെന്നു വരികിൽ, അതും ഉചിതമായ രീതിയിൽ അവർ തെരഞ്ഞെടുക്കുമായിരുന്നു. രാത്രിയിലും ചോദ്യം ചെയ്യൽ ആകാമല്ലോ. പക്ഷേ ആ സമയം അയാൾ ക്ഷീണിതനായിരിക്കുമെന്ന ഒരു കാര്യമേയുള്ളൂ; ഞായറാഴ്ചകളെങ്കിൽ ആ ഒരു കുഴപ്പവുമില്ല; കെ യ്ക്കും എതിർപ്പില്ല. അയാൾ അന്നു ഹാജരാകുമെന്ന് എല്ലാവർക്കും ഉറപ്പുണ്ട്.

എത്തേണ്ട വീട്ടിന്റെ നമ്പരും അയാൾക്ക് അവർ നല്കി. താൻ ഇതുവരെ പോയിട്ടില്ലാത്ത ഒരു ഇടവഴിക്കരികിലായിരുന്നു ആ കെട്ടിടം.

സന്ദേശം കിട്ടിയപ്പോൾ, മറുപടിയൊന്നും പറയാതെ കെ ഫോൺ താഴെ വച്ചു. ഞായറാഴ്ച തന്നെ മതിയെന്ന് അയാൾ മാനസികമായി

തയ്യാറെടുത്തു; അല്ലെങ്കിൽത്തന്നെ അതു അത്ര അത്യാവശ്യവുമായിരുന്നു. വാദം നേരായവഴിയിൽത്തന്നെ നീങ്ങണം. താൻ സ്വന്തംഭാഗം നേരെയുമാക്കണം. ഈ ആദ്യത്തെ ചോദ്യം ചെയ്യൽ അവസാനത്തേതുമാകണം.

കെ വ്യത്യസ്ത ചിന്തകളിലൂടെ ഫോണിനരികിൽത്തന്നെ നിന്നു. പെട്ടെന്നാണ് ഡെപ്യൂട്ടി മാനേജരുടെ ശബ്ദം പിന്നിൽനിന്നും അയാൾ കേട്ടത്. ഫോൺ ചെയ്യാനായി വന്ന അയാൾ, കെ നില്ക്കുന്നതുകാരണം അതിനുപറ്റാതെ നില്ക്കുകയാണ്.

"എന്താ പ്രശ്നം?" ഡെപ്യൂട്ടി മാനേജർ വെറുതേ കെ. യോടു ചോദിച്ചു. പ്രശ്നമറിയാനുള്ള ആഗ്രഹം കൊണ്ടൊന്നുമല്ല, മറിച്ച് തനിക്ക് ഫോൺ ചെയ്യാനുള്ള സൗകര്യം ലഭിക്കാനാണയാൾ ചോദിച്ചത്.

"ഏയ് ..... ഒന്നുമില്ല." അല്പം ഒതുങ്ങിനിന്നുകൊണ്ട് കെ പറഞ്ഞു. പക്ഷേ അപ്പോഴും ഫോണിന്റെ അരികിൽത്തന്നെ അയാൾ നിന്നു.

ഡെപ്യൂട്ടി മാനേജർ ഫോണെടുത്തുയർത്തി; മറ്റേത്തലയ്ക്കൽ നിന്നുള്ള മറുപടി കിട്ടാൻ കാത്തുനില്ക്കുന്നതിനിടയിൽ കെ യോടു പറഞ്ഞു. "ഓ. നിങ്ങളോടു ഒരു കാര്യം പറയാനുണ്ട്, ഹെർ കെ. ഞായറാഴ്ച രാവിലെ എന്റെ വഞ്ചിയിൽ വച്ച് ഒരു പാർട്ടി നടക്കുന്നുണ്ട്. ദയവായി നിങ്ങൾ അതിൽ പങ്കെടുക്കണം. അത് വലിയൊരു പരിപാടിയാണ്. നിങ്ങളുടെ മിക്ക സുഹൃത്തുക്കളും അവിടെ ഉണ്ടാകുമെന്നതിൽ സംശയം വേണ്ട. പിന്നെ ആ അഡ്വക്കേറ്റ് ഹെർ ഹോസ്റ്ററും ഒപ്പം ഉണ്ടാകും. നിങ്ങൾ വരില്ലേ? വരണം!"

ഡെപ്യൂട്ടി മാനേജർ പറഞ്ഞതെന്താണെന്ന് മനസ്സിലാക്കാൻ കെ ഒരു ശ്രമം നടത്തുകയായിരുന്നു. അയാളെ സംബന്ധിച്ച് അത് ഒരു നിസ്സാരകാര്യമല്ലായിരുന്നു. കാരണം, അയാളുമായി ഒരുതരത്തിലും ഒത്തുപോകാത്ത ഡെപ്യൂട്ടി മാനേജരിൽ നിന്നുള്ള ഈ ക്ഷണം ഒരു സൗഹൃദത്തിന്റെ ലക്ഷണമാണെന്നു തോന്നുന്നു. കെ യുടെ സ്ഥാനം ബാങ്കിൽ വളരെ വലുതാണെന്ന് ഇതു കാണിക്കുകയും ചെയ്യുന്നു. അയാളുടെ സൗഹൃദം എത്ര വിലയുള്ളതാണെന്നും, കുറഞ്ഞപക്ഷം അയാളുടെ നിഷ്പക്ഷത അവിടത്തെ രണ്ടാമത്തെ ഉയർന്ന ഉദ്യോഗസ്ഥൻ എത്ര വിലമതിച്ചുയെന്നതിന്റെയും സൂചനയാണിത്.

ഈ ക്ഷണം നടത്തിയപ്പോൾ ഡെപ്യൂട്ടി മാനേജർ തീർച്ചയായും വിനീതനായിരുന്നു; ഫോൺ ബന്ധം കിട്ടാനായി കാത്തുനിന്ന നേരത്താണ് അലക്ഷ്യമായി അയാൾ ആ ക്ഷണം നടത്തിയതെന്നത് അപ്രസക്തവുമാണ്.

പക്ഷേ, കെ യ്ക്ക് അയാളെ ഒരിക്കൽക്കൂടി വിനീതനാക്കണമായിരുന്നു. ആ ഉദ്ദേശ്യത്തോടെ കെ പറഞ്ഞു: "വളരെ നന്ദിയുണ്ട്. പക്ഷേ ഞായറാഴ്ച എനിക്ക് സമയമില്ലായെന്ന് പറയുന്നതിന് എനിക്കു ഖേദമുണ്ട്. മറ്റൊരു പരിപാടി ഞാൻ നേരത്തെ തീരുമാനിച്ചിരിക്കുകയാണ്."

"അതു കഷ്ടമാണല്ലോ." ഡെപ്യൂട്ടി മാനേജർ പറഞ്ഞു. ഒപ്പം ടെലിഫോൺ ബന്ധം കിട്ടിയതിനാൽ അതിൽ സംസാരിക്കാനും തിരിഞ്ഞു.

ആ ടെലിഫോൺ സംഭാഷണം അത്ര ചെറുതൊന്നുമായിരുന്നില്ല. അതിനരികിൽ വളരെനേരം തന്നെ കെ എന്തുചെയ്യണമെന്നറിയാതെ ചിന്തിച്ചു കാത്തുനിന്നു; പെട്ടെന്ന് അയാൾ ഫോൺ താഴെവച്ച ശബ്ദം കേട്ട് ചിന്തയിൽ നിന്നും ഞെട്ടലോടെ കെ ഉണർന്നു. അത്രയും നേരം അവിടെ ആവശ്യമില്ലാതെ നിന്നതിനുള്ള ക്ഷമാപണമെന്നോളം അയാൾ പറഞ്ഞു. "ഒരാൾ എന്നെ കുറച്ചുനേരത്തെ വിളിച്ചിരുന്നു ഒരിടം വരെ ചെല്ലാനായിട്ട്. പക്ഷേ അയാൾ ചെല്ലേണ്ട നേരം പറയാൻ മറന്നുപോയി."

"അതുശരി.... നിങ്ങൾ ഒന്നു ഫോൺവിളിച്ചു ചോദിച്ചോളൂ." ഡെപ്യൂട്ടി മാനേജർ പറഞ്ഞു.

"അത് അത്ര പ്രാധാന്യമുള്ളതൊന്നുമല്ല." കെ പറഞ്ഞു. യഥാർത്ഥ ത്തിൽ ഇതു പറഞ്ഞപ്പോൾ അയാൾ ആദ്യം പറഞ്ഞ മുടന്തൻ ന്യായത്തെ കൂടുതൽ ദുർബ്ബലപ്പെടുത്തുകയാണുണ്ടായത്.

ഡെപ്യൂട്ടിമാനേജർ പോകാനായിത്തിരിഞ്ഞു. പോകവെ മറ്റു കാര്യ ങ്ങളെക്കുറിച്ചാണ് മാനേജർ സംസാരിച്ചത്. കെയ്ക്ക് മറുപടിയായി എന്തൊക്കെയോ പറയേണ്ടിവന്നു. അപ്പോഴും അയാളുടെ മനസ്സിൽ, ഞായാറാഴ്ച പുലർച്ചേ ഒൻപതിനുതന്നെ പോകുന്ന കാര്യത്തെക്കുറി ച്ചായിരുന്നു ഉണ്ടായിരുന്നത്; പ്രവൃത്തിദിനങ്ങളിൽ കോടതി കൂടുന്നതും മറ്റു പ്രവർത്തനങ്ങൾ നടക്കുന്നതും ആ നേരത്താണല്ലോ.

ഞായറാഴ്ച മ്ലാനപൂർണ്ണമായിരുന്നു. കെയ്ക്ക് നല്ല ക്ഷീണവും ഉണ്ടാ യിരുന്നു. തലേന്ന് രാത്രിയിൽ ഒരു ആഘോഷത്തിൽ പങ്കെടുത്തതായി രുന്നു കാരണം. കിടക്കാനും എഴുന്നേല്ക്കാനും വൈകിയെന്നർത്ഥം.

ആ ആഴ്ചയിൽ തയ്യാറാക്കിയ വിവിധ പദ്ധതികളെ ഒന്നു ഏകോ പിച്ചു നോക്കാനോ, ഒന്നു മനസ്സിരുത്തി ആലോചിക്കാനോ ഉള്ള നേരമി ല്ലാതെ അയാൾ ധൃതിയിൽ എഴുന്നേറ്റു. വേഗത്തിൽ വേഷം മാറി; പ്രഭാ തഭക്ഷണം പോലും കഴിക്കാതെ ചെല്ലാൻ പറഞ്ഞിരുന്ന സ്ഥലത്തേക്ക് അയാൾ പാഞ്ഞു.

വഴിയരികിൽ കണ്ടവരെ തിരിച്ചറിയാനുള്ള സമയമോ ക്ഷമയോ ഇല്ലാതെയാണ് അയാൾ പാഞ്ഞതെങ്കിലും തന്റെ കേസ്സിൽ ഉൾപ്പെട്ട മൂന്നു ക്ലാർക്കുമാർ അയാളുടെ ദൃഷ്ടിയിൽപ്പെട്ടു. റാബിൻസ്റ്റീനർ, കുല്ലിഷ് കാമിനെർ.

ആദ്യത്തെ രണ്ടുപേരും തന്റെ മുന്നിലൂടെ കടന്നുപോയ ഒരു സ്ട്രീറ്റ് കാറിലുണ്ടായിരുന്നു. എന്നാൽ കാമിനെറാകട്ടെ ഒരു കഫേയുടെ മുകൾനിലയിൽ ഇരിക്കുകയായിരുന്നു. കെ കടന്നുപോയപ്പോൾ ആകാം ക്ഷയോടെ കൈവരിക്കു മുകളിലൂടെ അയാൾ എത്തിനോക്കുന്നുണ്ടാ യിരുന്നു.

അവരെല്ലാം അയാളെ ഒരുപക്ഷേ തുറിച്ചുനോക്കുകയാവണം. തങ്ങ ളുടെ ചീഫ് ഇങ്ങനെ ധൃതിപിടിച്ച് പായുന്നതിൽ അവർ അത്ഭുതം കൂറു ന്നുണ്ടാകാം. ഏതോതരം ഒരു തന്റേടഭാവത്തോടെയാണ് ലക്ഷ്യസ്ഥാന ത്തെത്താൻ കെ ഒരു വണ്ടിപിടിച്ചതും. തന്റെ ഈ കേസിന്റെ കാര്യ ത്തിൽ അന്യരിൽ നിന്ന് ആരിൽനിന്നുപോലും ഒരു വിധത്തിലുള്ള സഹാ

യവും അയാൾ ആഗ്രഹിച്ചില്ല. മറ്റൊരാൾക്ക് ഒരു ഭാരമാകാനും തദ്വാരാ തന്റെ കാര്യങ്ങളെക്കുറിച്ച് എത്ര നിസ്സാരമെങ്കിലും ഒരു വിവരം കിട്ടുന്നതിനിടയാക്കാനും അയാൾ ആഗ്രഹിച്ചില്ല. മാത്രമല്ല, ആവശ്യത്തിലധികം നിഷ്ഠ കാണിച്ച് കമ്മീഷന്റെ മുന്നിൽ സ്വയം ചെറുതാകാനും അയാൾ ആഗ്രഹിച്ചില്ല. എന്നിട്ടും സാധിക്കുമെങ്കിൽ ഒൻപതുമണിക്കു തന്നെ എത്തണമെന്ന ധൃതിയിലാണ് അയാളിപ്പോൾ. അതേസമയം എത്രമണിയ്ക്കാണ് എത്തിച്ചേരേണ്ടതെന്നും അയാളെ അറിയിച്ചിരുന്നില്ല.

ഏതെങ്കിലും തരത്തിലുള്ള അടയാളം കൊണ്ടോ, അല്ലെങ്കിൽ വാതിലിലൂടെയുള്ള ആളുകളുടെ അസാധാരണമായ തിരക്കുകണ്ടോ മറ്റോ ദൂരെവച്ചുതന്നെ ആ കെട്ടിടം തിരിച്ചറിയാമെന്ന് കെ ചിന്തിച്ചിരുന്നു. പക്ഷേ അത്തരം അടയാളങ്ങൾ അയാളുടെ മനസ്സിൽ അപ്പോൾ ഉണ്ടായിരുന്നില്ല. എത്തിച്ചേരേണ്ട ജൂലിയസ് സ്ട്രാസേയിൽ വണ്ടിയിറങ്ങിയപ്പോൾ ഇരുവശങ്ങളിലും ഒരേമാതിരിയുള്ള കെട്ടിടങ്ങളാണ് കെ കണ്ടത്. പാവങ്ങൾ താമസിക്കുന്ന വളരെ നരച്ചു വെളുത്ത കുറേ നീളൻ കെട്ടിടങ്ങൾ.

അന്നു ഞായറാഴ്ച കൂടിയായിരുന്നതിനാൽ മിക്ക വീടുകളിലും ആളുണ്ടായിരുന്നു. കൈയുള്ള ഉടുപ്പുകൾ ധരിച്ച ആളുകൾ ചാരിനിന്ന് പുകവലിച്ചുകൊണ്ടിരിക്കുന്നു. ചിലർ ശ്രദ്ധയോടെ തങ്ങളുടെ കുഞ്ഞുങ്ങളെ ചേർത്തുപിടിച്ച് വാത്സല്യത്തോടെ വാതിൽപ്പടിയിൽ ഇരുത്തുന്നു. മറ്റൊരു മുറിയുടെ ജനാലയ്ക്കു പിന്നിൽ മെത്തകൾ അടുക്കിയുയർത്തിരിക്കുന്നതു കാണാം. അതിന്റെ മുകളിൽ ഒരു സ്ത്രീയുടെ കോതിയൊതുക്കാത്ത തല ഉയർന്നു താണും കെ കണ്ടു. തെരുവിന് ഇരുവശത്തു നിന്നും ആളുകൾ പരസ്പരം പേരു വിളിക്കുന്നുണ്ട്. കെ യുടെ ഉച്ചിക്കു മുകളിലുണ്ടായ അത്തരമൊരു വിളി വലിയ ഒരു തമാശയാണുണ്ടാക്കിയത്. റോഡിനിരുപുറത്തും കൃത്യദൂരത്തിലും റോഡുനിരപ്പിനു ചുവട്ടിലായതിനാൽ പടികളിറങ്ങിച്ചെല്ലേണ്ട ഭക്ഷണക്കടകളുണ്ടായിരുന്നു. ചില സ്ത്രീകൾ കടയിലേക്ക് ഇറങ്ങി വരുന്നുണ്ട്. ചിലർ തിരിച്ചുപോകുന്നു. ചിലർ പടിയിൽ നിന്നുകൊണ്ട് വിശേഷങ്ങൾ പറയുന്നു.

ഒരു പഴക്കച്ചവടക്കാരൻ ഉന്തുവണ്ടിയുമായി അതുവഴി വന്നിരുന്നു. അയാൾ മുകളിലേക്കു നോക്കി വിളിച്ചുകൂവുകയായിരുന്നു. കെ യും മുകളിലേക്കു നോക്കി നോക്കിയാണ് നടപ്പ്. ഉന്തുവണ്ടി കെ യെ ഇടിച്ചിടേണ്ടതായിരുന്നു; പക്ഷേ ഭാഗ്യംകൊണ്ട് അതുണ്ടായില്ല. അതേസമയം നഗരത്തിന്റെ മിക്കയിടത്തും ഒരു പഴഞ്ചൻ ഗ്രാമഫോണിന്റെ ഗാനത്തിന്റെ അറുംകൊല കേൾക്കാമായിരുന്നു.

കെ തെരുവിന്റെ തിരക്കിനുള്ളിലേക്കലിഞ്ഞു. തനിക്ക് ധാരാളം സമയമുള്ളതുപോലെ അയാൾക്കുതോന്നി. അല്ലെങ്കിൽ ഏതെങ്കിലുമൊരു ജനാലയ്ക്കരിൽ മജിസ്ട്രേറ്റ് കാണുമെന്നും അവിടെ നിന്നു നോക്കുന്നതിനാൽ അദ്ദേഹം തന്റെ വരവ് മനസ്സിലാക്കിയിട്ടുള്ളതാണെന്നും കെയ്ക്കു തോന്നി.

സമയം ഒൻപതു കഴിഞ്ഞു.

തെരുവിലൂടെ കുറേ നടന്നശേഷമാണ് കെ കെട്ടിടം കാണുന്നത്.

വളരെ ഉയർന്ന ഒരു കെട്ടിടം. നല്ല ഉയരത്തിലും വീതിയിലും നിർമ്മിച്ചിരിക്കുന്ന വാതിൽ. ആ വലിയ മുറ്റത്തിനു ചുറ്റും പൂട്ടിയിട്ടിരിക്കുന്ന ഗോഡൗണുകളിലേക്കു വരുന്ന ലോറികളെ ഉദ്ദേശിച്ചുമായിരിക്കുമത്.

അവിടെക്കണ്ട ചില സ്ഥാപനങ്ങളുടെ പേരുകൾ കെയ്ക്ക് നേരത്തെ തന്നെ ബാങ്കിടപാടുകൾ വഴി നന്നായിട്ട് അറിയാമായിരുന്നു. തന്റെ സാധാരണ പ്രകൃതത്തിനു വിരുദ്ധമായി ആ ബാഹ്യമായ വിശദാംശങ്ങൾ മുഴുവനും അയാൾ തന്റെ മനോമുകുരത്തിൽ സൂക്ഷിച്ചു.

മുറ്റത്തേക്കുള്ള കവാടത്തിനരികിലെത്തിയപ്പോൾ കെ ഒന്നു നിന്നുപോയി. നഗ്നപാദനായ ഒരാൾ ഒരു പെട്ടിമേലിരുന്ന് ദിനപ്പത്രം വായിക്കുന്നു. രണ്ടുകുട്ടികൾ ഒരു കൈവണ്ടിയിൽ താണും ഉയർന്നും കളിക്കുന്നു.

പൈപ്പിനരികിൽ വെള്ളമെടുത്തുകൊണ്ടുനിന്ന ഒരു രോഗിണിയെന്നു തോന്നിക്കുന്ന ഒരു സ്ത്രീ കെ യെ തുറിച്ചുനോക്കി. വീട്ടുവേഷത്തിലായിരുന്നു അവൾ. ബക്കറ്റിൽ വെള്ളം നിറഞ്ഞൊഴുകുന്നത് ആ സ്ത്രീ അറിഞ്ഞില്ലെന്നു തോന്നുന്നു. കഴുകിയ വസ്ത്രങ്ങൾ വിരിച്ചുണക്കാനായി രണ്ടു ജനാലകൾക്കിടയിലായി ഒരു അയ ആരോ വലിച്ചുകെട്ടുന്നു. ചുവട്ടിൽ നില്ക്കുന്ന മറ്റൊരാൾ അതു വലിച്ചുകെട്ടുന്നതിനുള്ള നിർദ്ദേശങ്ങൾ ഇടയ്ക്കിടയ്ക്കു നല്കുന്നുണ്ട്.

ചോദ്യം ചെയ്യൽ നടക്കുന്ന മുറിയിലേക്കു പോകാനായി കെ കോണിപ്പടിയുടെ അടുത്തേക്കു തിരിഞ്ഞു. പക്ഷേ അയാൾ വീണ്ടും ഒന്നു നിന്നുപോയി. കാരണം അതല്ലാതെ മറ്റു മൂന്നു കോണിപ്പടികൾ കൂടി അയാൾ പെട്ടെന്നു കണ്ടു. മാത്രമല്ല ആ മുറ്റത്തിന്റെ അങ്ങേപ്പുറത്തെ ഇടനാഴി വഴി ചെന്നാൽ മറ്റൊരു മുറ്റത്തെത്തുന്നുവെന്നും അയാൾക്കു തോന്നി. താനെത്തേണ്ട മുറിയെക്കുറിച്ച് കൃത്യമായ ഒരു വിവരം ലഭിക്കാതിരുന്നതിന് കെ യ്ക്ക് നീരസമാണുണ്ടായത്.

അവഗണനയോടും അലക്ഷ്യത്തോടും അവർ എന്നോടു പെരുമാറുന്നത് എന്തിനാണ്? താൻ ഇക്കാര്യം യാതൊരു മടിയുമില്ലാതെ അവരോടു ചോദിക്കുകതന്നെ ചെയ്യും. അയാൾ തീർത്തും തീരുമാനിച്ചു.

അവസാനം അയാൾ ആദ്യം കണ്ട കോണിപ്പടികളിൽത്തന്നെ ചുവടുവച്ചു. കോടതിനിയമവും കുറ്റകൃത്യവും തമ്മിൽ ഒരു പരസ്പര ആകർഷണം ഉണ്ടെന്ന അർത്ഥത്തിൽ വാർഡൻ വില്ലെം സംസാരിച്ച കാര്യം കെ യുടെ മനസ്സിന്റെ കോണിൽത്തന്നെയുണ്ടായിരുന്നു. അങ്ങനെയെങ്കിൽ താൻ തെരഞ്ഞെടുക്കാനിടയായ ഈ കോണിപ്പടി ചോദ്യം ചെയ്യൽ നടക്കുന്ന മുറിയിലേക്കായിരിക്കുമെന്ന് കെ കരുതി.

കോണിപ്പടിയിൽ കളിച്ചുകൊണ്ടിരിക്കുന്ന കുട്ടികൾക്ക് അയാളുടെ ആ കടന്നുവരവ് ഒരു ശല്യമായിട്ടാണ് മാറിയത്. തങ്ങൾക്കിടയിലൂടെ കയറിപ്പോകുന്ന അയാളെ കുട്ടികൾ കോപത്തോടെ നോക്കി.

“ഇനി ഇവിടെ വരേണ്ടി വരികയാണെങ്കിൽ” കെ സ്വയം പറഞ്ഞു. “ഇവരെ വശത്താക്കാൻ കുറച്ചു മിഠായികൾ കൂടി കൊണ്ടുവരണം. അല്ലെങ്കിൽ ഇവരെ ആട്ടിപ്പായിക്കാൻ ഒരു വടികൂടി കരുതണം.”

ഒന്നാംനിലയിലെത്തിയപ്പോഴേക്കും തന്റെ മുന്നിലേക്ക് ഉരുണ്ടു വന്ന ഒരു ഗോട്ടി ഒന്നു ഓടിനില്ക്കാൻ വേണ്ടി അയാൾക്ക് അല്പനേരം നില്ക്കേണ്ടി വന്നു. ചട്ടമ്പിത്തരം തുളുമ്പിനിന്ന മുഖമുള്ള രണ്ടുകുട്ടികൾ അയാളുടെ പാന്റിൽ പിടിച്ചു വലിച്ചു നിർത്തിയതായിരുന്നു യഥാർത്ഥത്തിൽ. അവരെ തട്ടിത്തെറിപ്പിച്ചു മുന്നോട്ടുപോയാലോ? അതവർക്ക് വേദനയുണ്ടാക്കുകയും അവർ നിലവിളിക്കുകയും ചെയ്യുമെന്നുള്ളതുകൊണ്ട് അയാൾ പ്രതികരിക്കാതെ നിന്നു. ഒന്നാമത്തെ നിലയിൽവച്ചു തന്നെ അയാളുടെ യഥാർത്ഥ അന്വേഷണം തുടങ്ങി. അന്വേഷണക്കമ്മീഷൻ എവിടെയാണെന്ന് ചോദിക്കാനാവാത്തതിൽ, അയാൾ ലാൻസ് എന്നു പേരുള്ള മരപ്പണിക്കാരനെ മനസ്സിൽ ഭാവനപൂണ്ടു. ഫ്രൗ ഗ്രുബാഹിന്റെ സഹോദരപുത്രൻ ക്യാപ്റ്റന്റെ പേരായിരുന്നു ലാൻസ്. ഓരോ വാതില്ക്കലും ചെന്നശേഷം ലാൻസ് എന്ന മരപ്പണിക്കാരന്റെ താമസസ്ഥലമാണോയെന്ന് കെ വിളിച്ചു ചോദിച്ചു. മുറിയ്ക്കകത്തേക്ക് എത്തിനോക്കാനുള്ള അവസരത്തിനുവേണ്ടിയാണ് അയാൾ അതു ചെയ്തത്. യഥാർത്ഥത്തിൽ അതിന്റെയൊന്നും ആവശ്യമില്ലായിരുന്നു. മിക്ക വാതിലുകളും ജനാലകളും തുറന്നു കിടക്കുകയായിരുന്നല്ലോ. കുട്ടികൾ അകത്തേക്കും പുറത്തേക്കും ഓടിക്കളിച്ചുകൊണ്ടിരുന്നു. മിക്കമുറികളും ഒറ്റജനാലയുള്ളവയായിരുന്നു. പാചകവും അതിനുള്ളിൽ നടക്കുകയായിരുന്നു. ഒരു കൈയിൽ കുഞ്ഞിനേയും തത്തി, മറ്റേക്കൈകൊണ്ട് സ്റ്റൗവിൽ പാചകം ചെയ്യുകയുമായിരുന്നു പല സ്ത്രീകളും. പേരക്കുട്ടികൾ ഒരു മേൽവസ്ത്രം മാത്രം ധരിച്ചുകൊണ്ട് ഓടിക്കളിക്കുന്നു. എല്ലാ മുറികളിലും കട്ടിലിൽ ആളുകളുണ്ടായിരുന്നു. ചിലവയിൽ രോഗികൾ കിടക്കുന്നു; മറ്റു ചിലവയിൽ ഉണർന്നിട്ടും എഴുന്നേല്ക്കാതെ കിടക്കുന്നവർ; ചിലവയിൽ ഉണരാത്തവർ. അടഞ്ഞുകിടക്കുന്ന മുറിയെങ്കിൽ വാതിലിൽ മുട്ടിയ ശേഷം "ലാൻസ് എന്ന മരപ്പണിക്കാരൻ ഇവിടെയാണോ താമസിക്കുന്നതെന്ന് അയാൾ അന്വേഷിച്ചുകൊണ്ടിരുന്നു. ആ സ്ത്രീകൾ കെ യുടെ ചോദ്യം കേൾക്കുമ്പോൾ, കട്ടിലിൽ നിന്നും എഴുന്നേല്ക്കാതെ കിടക്കുന്ന ആളിനോടു തിരിഞ്ഞു ചോദിക്കുന്നു. "ലാൻസ് എന്ന ചെറുപ്പക്കാരനായ മരപ്പണിക്കാരൻ ഇവിടെയാണോ താമസിക്കുന്നതെന്ന് അറിയാൻ വന്നിരിക്കുന്നു."

"ലാൻസ് എന്ന മരപ്പണിക്കാരാനായ ചെറുപ്പക്കാരനോ?" കിടക്കയിൽ കിടന്ന ആൾ ചോദിക്കുന്നു.

"അതെ." കെ പറഞ്ഞു.

അന്വേഷണക്കമ്മീഷന്റെ ആസ്ഥാനം ആ മുറിയല്ലെന്ന് ബോദ്ധ്യമാകുമ്പോൾ, തന്റെ അവിടത്തെ അന്വേഷണം കെ അവസാനിപ്പിച്ചശേഷം അടുത്ത മുറിയിലേക്കു ചെല്ലുകയായി.

ലാൻസ് എന്ന മരപ്പണിക്കാരനെ കണ്ടുപിടിക്കേണ്ടത് കെ.യെ സംബന്ധിച്ച് ഒരത്യാവശ്യകാര്യമാണെന്ന് എല്ലാപേരും വിശ്വസിച്ചു. ഏറെനേരം ചിന്തിച്ചുറച്ചശേഷം ഒരാൾക്ക് ഒരു മരപ്പണിക്കാരനെ ഓർമ്മവന്നു. പക്ഷേ അയാളുടെ പേര് ലാൻസ് എന്നായിരുന്നില്ല. ആ പേരിനോടു യാതൊരു

സാമ്യവും അതിനുണ്ടായിരുന്നില്ല. ചിലർ കെ യോടൊപ്പം ചേർന്ന് അടുത്തമുറിയിൽ അന്വേഷണത്തിനുമിറങ്ങി. അവിടെ അങ്ങനെ ഒരാൾ ഉണ്ടെന്നോ, അയാൾ അവിടെ വാടകയ്ക്ക് താമസിക്കുന്നുണ്ടെന്നോ അതുമല്ലെങ്കിൽ അക്കാര്യം വ്യക്തമായിപ്പറയാനറിവുള്ള മറ്റൊരാൾ അവിടെയുണ്ടെന്നോയൊക്കെ അവിടെയുള്ളവർ പറയാൻ തുടങ്ങി. ഒടുവിൽ കെയ്ക്ക് ഒന്നും അന്വേഷിച്ചു നടക്കേണ്ടി വന്നില്ല. അവിടെയുള്ളവർ കെയെ അടുത്ത നിലയിലേക്കു വലിച്ചുകൊണ്ടുപോയി. തുടർന്ന് എല്ലാ നിലകളിലേക്കും അതോടെ ആദ്യം പ്രായോഗികമെന്നു തോന്നിയ തന്റെ ഉപായം അയാൾക്ക് ഖേദകരമായി അനുഭവപ്പെട്ടു തുടങ്ങി.

തന്റെ അന്വേഷണം അഞ്ചാംനിലയിലെത്തിത്തുടങ്ങിയപ്പോൾ അത് അവസാനിപ്പിക്കാൻ അയാൾ തീരുമാനിച്ചു. അന്വേഷണം ദീർഘിപ്പിച്ചു കൂടെ വന്നിരുന്ന ഒരു യുവാവിനോട് യാത്രയും പറഞ്ഞ് കെ തിരിച്ചിറങ്ങിയതാണ്. പെട്ടെന്ന് താനിനിയതു കാണിക്കുന്നത് വിഡ്ഢിത്തമാണെന്ന് ചിന്തിച്ചുകൊണ്ട്, അയാൾ അഞ്ചാംനിലയിലേക്ക് ഓടിച്ചെന്ന് ഒന്നാമത്തെ മുറിയിൽത്തന്നെ മുട്ടി. ആ കൊച്ചുമുറിയിൽ ഒരു വലിയ ക്ലോക്കിരിക്കുന്നത് അയാൾ കണ്ടു. പത്തുമണിയായിരിക്കുന്നത് കെ അതിൽക്കണ്ടു.

"ലാൻസ് എന്നു പേരുള്ള ഒരു മരപ്പണിക്കാരൻ ഇവിടെ താമസിക്കുകയാണോ?" കെ ചോദിച്ചു.

"അതിലേ ചെല്ലൂ." ബക്കറ്റിൽ കുട്ടിയുടുപ്പുകൾ കഴുകുന്ന ഒരു ചെറുപ്പക്കാരി മറുപടി നല്കി. അടുത്ത മുറിയുടെ തുറന്നു കിടക്കുന്ന വാതിൽ ഒപ്പം അവൾ നനഞ്ഞ കൈകൾകൊണ്ട് ചൂണ്ടിക്കാണിക്കുകയും ചെയ്തു. അവളുടെ കറുത്ത കണ്ണുകൾ വെട്ടിത്തിളങ്ങുകയായിരുന്നു.

ഒരു സമ്മേളനസ്ഥലത്തേക്ക് താൻ കയറിച്ചെല്ലുന്നതായി കെ യ്ക്ക് തോന്നി. വിവിധതരം ആളുകൾ ഉൾപ്പെട്ട ഒരു ജനാവലി. പുതുതായി വന്നയാളെ ആരും ശ്രദ്ധിച്ചില്ല. ഇടത്തരം വലിപ്പമുള്ള രണ്ടു ജനാലകളുള്ള മുറി. കൂരയ്ക്കു താഴെയായി ഒരറ്റത്തുള്ള ഗാലറിയിലും ആളുകൾ തിങ്ങിനിറഞ്ഞിരിക്കുന്നു. കൂരയിൽ തലമുട്ടുമെന്നതിനാൽ അവർ നിവർന്നുനില്ക്കാതെ ശരീരം വളച്ചു നില്ക്കുകയാണ്.

കെ പുറത്തിറങ്ങി. തന്റെ ചോദ്യം മനസ്സിലായിട്ടുണ്ടാകില്ലെന്ന് ചിന്തിച്ച് നേരത്തെ കണ്ട സ്ത്രീയുടെ അരികിൽച്ചെന്നുകൊണ്ട് ചോദിച്ചു: "ലാൻസ് എന്ന പേരുള്ള ഒരു ചെറുപ്പക്കാരൻ മരപ്പണിക്കാരനെക്കുറിച്ചാണ് ഞാൻ ചോദിച്ചത്."

"അതെ. എനിക്കു മനസ്സിലായി." ആ സ്ത്രീ പറഞ്ഞു. "ആ മുറിയ്ക്കകത്തു ഒന്നു ചെന്നാൽ മതി."

അവൾ കെ യുടെ അടുത്തുവന്നു. കൈപിടിച്ചുകൊണ്ട് വാതിലിനരികിലേക്കാക്കുകയും ചെയ്തു. അല്ലെങ്കിൽ അയാൾ വാതിലിനരികിൽ ചെല്ലുമായിരുന്നില്ല.

"നിങ്ങൾ കയറിയശേഷമാണ് എനിക്ക് വാതിൽ അടയ്ക്കേണ്ടത്. ഇനിയാരും ഇതിനകത്ത് കയറരുത്." ആ സ്ത്രീ പറഞ്ഞു.

"കൊള്ളാം നന്നായിട്ടുണ്ട്." കെ പറഞ്ഞു. "അല്ലെങ്കിൽത്തന്നെ ഈ ആളുകൾ തിങ്ങിക്കഴിഞ്ഞിരിക്കുകയാണല്ലോ."

പക്ഷേ എന്തുചെയ്യാം, കെ യ്ക്ക് മുറിക്കകത്ത് കയറേണ്ടതായിത്തന്നെ വന്നു.

വാതിലിനു സമീപത്തുനിന്ന് രണ്ടുപേർ സംസാരിക്കുന്നു. രണ്ടു കൈയും നീട്ടിപ്പിടിച്ചുകൊണ്ട് പണമെന്തോ നല്കുന്ന മാതിരിയാണ് ഒരാൾ നിന്നത്. അയാളെത്തന്നെ തുറിച്ചുനോക്കി നില്ക്കുന്ന മറ്റേയാൾ. അവർക്കിടയിലൂടെ ഒരു കൈ കെ യുടെ നേരെ വന്നു. ചുവന്നു തുടുത്ത കവിളുള്ള ആ കൊച്ചു പയ്യന്റെ കൈയായിരുന്നു അത്.

"ഇതിലേ വരൂ... ഇതിലേ വരൂ." അവൻ പറഞ്ഞു.

കെ യെ ആനയിക്കപ്പെട്ടു. ആ വലിയ ജനക്കൂട്ടത്തിനിടയിൽക്കൂടി ഒരു ഇടുങ്ങിയ വഴി ഒഴിച്ചിട്ടിരിക്കുന്നതുപോലെ കാണപ്പെട്ടു; ഒരുപക്ഷേ രണ്ടുവിഭാഗക്കാരെ വേർതിരിക്കാനായിരിക്കും. അയാളുടെ ഇടത്തും വലത്തും ഉണ്ടായിരുന്ന വിഭാഗക്കാരിൽ നിന്നും ഒരു മുഖംപോലും അയാളുടെ വഴിക്കു നോക്കിയില്ലായെന്നത് അവരുടെ പ്രബലതയെ കൂടുതൽ ശക്തിപ്പെടുത്തി. തങ്ങളുടെ വിഭാഗത്തിലുള്ളവരോടു വാക്കുകളും ആംഗ്യങ്ങളും കൊണ്ട് അഭിമുഖീകരിക്കുന്നവരുടെ പിൻഭാഗം മാത്രമേ കെ യ്ക്കു കാണാനായുള്ളൂ. മിക്കവരും പഴകിയതും നീണ്ടതും വളരെ അയഞ്ഞതുമായ കറുത്തവസ്ത്രമാണ് ധരിച്ചിരുന്നത്! ഒരിനം ഞായാറാഴ്ച വസ്ത്രം. ആ വേഷമല്ലായിരുന്നെങ്കിൽ ഏതോ രാഷ്ട്രീയ കക്ഷിക്കാരുടെ എന്തോ പ്രാദേശികയോഗമാണെന്ന് കെ തെറ്റിദ്ധരിച്ചേനെ.

കെ യെ ആനയിച്ചുകൊണ്ടുപോയ ഹാളിന്റെ പിന്നറ്റത്ത് ഒരു ഉയരം കുറഞ്ഞ വേദിയുണ്ടായിരുന്നു. അവിടെ ആളുകൾ തിങ്ങിനിന്നിരുന്നു. അവിടെ കോണിച്ചിട്ടിരുന്ന ഒരു ചെറിയ മേശയ്ക്കു പിന്നിലായി ഒരു തടിച്ച ഉയരം കുറഞ്ഞ മനുഷ്യൻ ശ്വാസം മുട്ടുന്നമാതിരി ശ്വസിച്ചുകൊണ്ടിരിക്കുന്നു. കാലും പിണച്ച് കൈമുട്ട് കസേരയിലും കുത്തി നില്ക്കുന്ന മറ്റൊരാളോടു ആനന്ദത്താൽ കുഞ്ഞുവർത്തമാനം പറയുകയായിരുന്നു ആ തടിയൻ. ആരുടെയോ ഹാസ്യചിത്രം വരയ്ക്കുന്ന മാതിരി അയാൾ ഇടയ്ക്കിടെ അന്തരീക്ഷത്തിലേക്കു കൈ വീശുന്നുണ്ടായിരുന്നു.

കെ യെ ആനയിച്ചുകൊണ്ടുവന്ന ആ പയ്യന് അയാൾ എത്തിയ വിവരം അറിയിക്കാൻ കുറച്ചു പ്രയാസപ്പെടേണ്ടിവന്നു. രണ്ടു തവണ കാൽവിരലുകളിലൂന്നി നിന്ന് അവൻ എന്തോ പറഞ്ഞെങ്കിലും അവിടെയുണ്ടായിരുന്ന അയാളതു കേട്ടതേയില്ല.

വേദിയിലുണ്ടായിരുന്ന ഒരാൾ അപ്പോഴേക്കും ആ പയ്യൻ എന്തോ പറയുന്ന കാര്യം അയാളുടെ ശ്രദ്ധയിൽപ്പെടുത്തിയപ്പോഴാണ് അയാൾ അവന്റെ നേരെ തിരിഞ്ഞത്. അവൻ സ്വരം താഴ്ത്തിപ്പറയുന്നതെന്തെന്ന് മനസ്സിലാക്കാനായി അയാൾ തല താഴ്ത്തി. തുടർന്ന് അയാൾ വാച്ചെടുത്തുനോക്കിക്കൊണ്ട് കെ യുടെ നേരെ തിരിഞ്ഞു.

"ഒരു മണിക്കൂർ അഞ്ചുമിനിട്ടുമുമ്പ് നിങ്ങൾ ഇവിടെ എത്തണമായിരുന്നു." അയാൾ പറഞ്ഞു. അതിനുള്ള മറുപടി പറയാൻ കെ ശ്രമി

ച്ചെങ്കിലും നടന്നില്ല. കാരണം അപ്പോഴേക്കും ഹാളിന്റെ വലതുവശത്തു നിന്നു പരക്കെ എതിർപ്പിന്റെ ഒച്ചപ്പാടു കേട്ടു തുടങ്ങിയിരുന്നു. "നിങ്ങൾ ഒരു മണിക്കൂർ അഞ്ചുമിനിട്ടുമുമ്പ് ഇവിടെ എത്തിച്ചേരേണ്ടതായിരുന്നു." കുറച്ചുകൂടി ഉച്ചത്തിൽ അയാൾ കെ യോടു ആവർത്തിച്ചു. ഒപ്പം അവിടെ കൂടി നിന്നവരെ ഒന്നു നോക്കുകയും ചെയ്തു.

ആളുകളുടെ പിറുപിറുക്കൽ പെട്ടെന്നു നേരത്തേതിനേക്കാൾ കൂടി. കുറച്ചുനേരം കഴിഞ്ഞപ്പോഴാണ് അവരുടെ ശബ്ദം കുറഞ്ഞത്. അയാൾ കൂടുതലായൊന്നും പറഞ്ഞതുമില്ല.

ക്രമേണ കെ അവിടെ എത്തിയപ്പോൾ ഉണ്ടായിരുന്ന നിശ്ശബ്ദത യേക്കാൾ കൂടുതൽ നിശ്ശബ്ദത അവിടെയുണ്ടായി. ഗാലറിയിൽ ഇരുന്ന വർ മാത്രം എന്തൊക്കെയോ അഭിപ്രായങ്ങൾ പറയുന്നു. ആ ഇരുണ്ട വെട്ടത്തിലും പൊടിയിലും പുകയിലും അയാൾ അവരെ സൂക്ഷ്മമായി നോക്കി; ചുവട്ടിൽ ഇരിക്കുന്നവരേക്കാൾ മോശമായ വേഷമാണ് അവരു ടെതെന്ന് അയാൾ മനസ്സിലാക്കി.

ചിലർ തലയണകളുമായാണ് എത്തിയിരുന്നത്. തല മച്ചിലിടിച്ച് തക രാതിരിക്കാനായി അവർ അതിനെ തലയ്ക്കുമേൽ വച്ചിരുന്നു.

യാതൊന്നും പറയേണ്ടായെന്നും ഒക്കെ കണ്ടുകൊണ്ടു നില്ക്കാ മെന്നും കെ തീരുമാനിച്ചു. താൻ വരാൻ വൈകിയെന്ന ആരോപണത്തെ ഖണ്ഡിച്ചു സംസാരിക്കാനൊന്നും അയാൾ അതിനാൽ മുതിർന്നില്ല. അയാൾ ഇത്രമാത്രം പറഞ്ഞു: "വരാൻ വൈകിയാലും ഇല്ലെങ്കിലും, ഞാൻ ഇപ്പോൾ ഇവിടെ എത്തിയല്ലോ."

അപ്പോഴേക്കും ഹാളിന്റെ വലതുഭാഗത്തു നിന്നുതന്നെ അവിടെ വലി യൊരു കൈയടിയുണ്ടായി.

ഈ ആളുകളെ വരുതിയിലാക്കാൻ എളുപ്പമാണെന്ന് കെയ്ക്കു തോന്നി. തനിക്കു പിന്നിലായി ഹാളിന്റെ ഇടതുഭാഗത്തുണ്ടായിരുന്ന നിശ്ശ ബ്ദത മാത്രമേ അയാളുടെ ആത്മവിശ്വാസത്തെ തകർത്തുള്ളൂ. അവിടെ നിന്നും ഒറ്റതിരിഞ്ഞ ചില കൈയടികൾ മാത്രമേ കേട്ടുള്ളൂ. എല്ലാവരേയും ഒന്നിച്ചു വരുതിയിലാക്കാൻ എന്താണു പോംവഴിയെന്ന് അയാൾ ആലോ ചിച്ചു; കുറഞ്ഞപക്ഷം കുറച്ചനേരത്തേക്കെങ്കിലും ഭൂരിപക്ഷത്തെ വരു തിയിലാക്കണം.

"ശരിയാണ്." അയാൾ പറഞ്ഞു. "പക്ഷേ നിങ്ങൾ പറയുന്നതൊന്നും എനിക്കു കേൾക്കേണ്ട ആവശ്യമില്ല."

വീണ്ടും അവിടെ അപശബ്ദങ്ങൾ ഉയർന്നു. അപ്പോഴേക്കും അയാൾ ഒരു കൈവീശി ആളുകളെ ശാന്തരാക്കി.

തുടർന്ന് അയാൾ പറഞ്ഞു: "പക്ഷേ ഈ അവസരത്തിൽ ഒരുതവ ണത്തേക്ക് ഞാനൊരു ഒഴിവുതരുന്നു. ഇനി മേലാൽ ഈവിധം താമസി ക്കരുത്. ഇനി മുന്നോട്ടു നടന്നോളൂ."

കെ യ്ക്കു നില്ക്കാൻ ഇടം കൊടുക്കാനായി ഒരാൾ വേദിയിൽ നിന്നും താഴേക്കു ചാടിക്കൊടുത്തു. കെ ആ ഇടത്തേക്കു കയറി നിന്നു. മേശയിൽ ചേർന്നമർന്നാണ് അയാൾ നിന്നത്. മേശയിൽ തട്ടി നീങ്ങാതി

രിക്കാനായി അയാൾ ബലം പിടിച്ചു നിന്നു. അല്ലെങ്കിൽ ന്യായാധിപന്റെ മേശപോലും അയാൾ വേദിയിൽനിന്നും താഴേക്കു തള്ളിമറിച്ചിടുമായിരുന്നു.

പക്ഷേ പരിശോധിക്കാൻ വന്ന മജിസ്ട്രേറ്റ് ഒന്നും പ്രയാസപ്പെടുന്നതായി തോന്നിയില്ല. അയാൾ കസേരയിൽ തികച്ചും സുഖകരമായി ഇരിക്കുകയായിരുന്നു. തന്റെ പിന്നിൽ നിന്നയാളിനോട് എന്തോ ചിലവ അവസാനമായിപ്പറഞ്ഞശേഷം അയാൾ ചെറിയൊരു നോട്ടുബുക്കെടുത്തു. ആ മേശമേൽ ആകപ്പാടെയുണ്ടായിരുന്ന വസ്തു അതുമാത്രമായിരുന്നു. അത് ഒരു പഴയ അഭ്യാസബുക്കാണെന്നു തോന്നുന്നു. കൈപിടിച്ച ഭാഗമൊക്കെ മടങ്ങിയൊടിഞ്ഞിരിക്കുന്നു.

ബുക്കിന്റെ കടലാസുകൾ മറിച്ചു നോക്കിയപ്പോൾ പരിശോധനാ മജിസ്ട്രേറ്റ് കെ യെ നോക്കിപ്പറഞ്ഞു: "നിങ്ങൾ പെയിന്റടിപ്പു ജോലിക്കാരനാണല്ലേ." അല്പം അധികാരസ്വരത്തിലാണ് അയാൾ ചോദിച്ചത്.

"അല്ല." കെ പറഞ്ഞു: "ഞാനൊരു ഉയർന്ന ബാങ്കിലെ ജൂനിയർ മാനേജരാണ്."

വലതുവശത്തുനിന്നും അപ്പോൾ മറുപടി ഒരു കൂട്ടച്ചിരിയാണുണ്ടാക്കിയത്. കെ യും അറിയാതെ ഒന്നു ചിരിച്ചുപോയി.

കാൽമുട്ടുകളിൽ കൈയും ഊന്നിപ്പിടിച്ച് ശരീരം വളച്ച് നില്ക്കുന്ന ആളുകൾ ചുമപിടിച്ചവരെപ്പോലെ നിന്നു കുലുങ്ങിച്ചിരിക്കുകയായിരുന്നു. ഗാലറിയിലിരുന്ന പലരും അറിയാതെ ചിരിച്ചുപോയി. മജിസ്ട്രേറ്റിന് രോഷമാണുണ്ടായത്. അദ്ദേഹം താഴെയിരിക്കുന്നവർക്കു മേൽ അധികാരം വയ്ക്കാനാകാത്തതിനാൽ ഗാലറിയിൽ ഇരിക്കുന്നവരോടാണ് രോഷം തീർത്തത്. അയാൾ ചാടിയെഴുന്നേറ്റുകൊണ്ട് അവരെ ഭീഷണിപ്പെടുത്തിയപ്പോൾ അയാളുടെ കണ്ണുകൾക്കു മേൽ ഒരു കുറ്റിക്കാടുപോലെ പുരികങ്ങൾ നിരന്നുനിവർന്നു നിന്നു.

നേരത്തേതിനേക്കാൾ അധികം നിശ്ശബ്ദത ഹാളിന്റെ ഇടതുവശത്തു കട്ടപിടിച്ചിരുന്നു. വേദിയിലേക്കു തിരിഞ്ഞുനോക്കിക്കൊണ്ട് നിന്ന അവർ, അവിടെ നടക്കുന്നതൊക്കെ നിശ്ചലമായി വീക്ഷിച്ചു. ഒപ്പം ഹാളിൽ ഉണ്ടായിരുന്ന മറ്റുള്ള ഒച്ചകളും അവർ ശ്രദ്ധിച്ചുകൊണ്ടിരുന്നു. എതിർപാർട്ടിയിൽപ്പെട്ടവരോടു തങ്ങളിൽപ്പെടുന്ന ചില അംഗങ്ങൾ സംഭാഷണത്തിലും സൗഹൃദത്തിലും ചേരുന്നതും യഥാർത്ഥത്തിൽ അവർക്ക് സഹിക്കേണ്ടി വന്നു. എതിർപാർട്ടിയുടേതുപോലെ എണ്ണത്തിൽ അത്രകണ്ട് പ്രബലമായിരുന്ന ഇടതുപക്ഷത്തുള്ളവർ അവർ യഥാർത്ഥത്തിൽ അപ്രധാനമായവരായിരുന്നു. പക്ഷേ അവരുടെ പ്രത്യക്ഷത്തിലെ ഭാവം കണ്ടാൽ നിസ്സാരമല്ലെന്ന് തോന്നിക്കുമായിരുന്നു. അവരുടെ ആശയങ്ങളാണ് താൻ പ്രതിനിധാനം ചെയ്യുന്നതെന്ന് വിശ്വസിക്കപ്പെട്ടുകൊണ്ടാണ് കെ സംസാരിക്കാൻ തുടങ്ങിയത്.

"ഞാൻ ഒരു പെയിന്റു പണിക്കാരനാണോയെന്ന താങ്കളുടെ ചോദ്യം എനിക്കെതിരെ ഉണ്ടായിത്തുടങ്ങിയിരിക്കുന്ന തീരുമാനങ്ങളുടെ സ്വഭാവമെന്താണെന്ന് സൂചിപ്പിക്കുകയാണ്; പിന്നെ ബഹുമാനപ്പെട്ട മജിസ്ട്രേ

റ്റിന്റെ ചോദ്യം എന്നതിനേക്കൾ ഒരു പ്രസ്താവനയായിരുന്നു എന്നു വേണം അതിനെ പറയേണ്ടത്. ഇത് ഒരു തരത്തിലും ഒരു ന്യായവിചാരണയല്ലെന്ന് നിങ്ങൾ വാദിച്ചേക്കാം. അത് വളരെ ശരിയാണുതാനും. കാരണം എനിക്കും അതങ്ങനെ തോന്നിയാലല്ലേ ഒരു ന്യായവിചാരണയാകൂ. ഒരു സഹതാപത്തിന്റെ പേരിലെങ്കിലും അതങ്ങനെയായിരുന്നെങ്കിൽ എന്ന് ഞാൻ തിരിച്ചറിയുന്നു. ഒരു സഹതാപത്തോടെയല്ലാതെ മറ്റെന്തിന്റെ അടിസ്ഥാനത്തിലാണ് ഒരാൾക്കിത് സമ്മതിക്കാനാവുന്നത്. നിങ്ങളുടെ ന്യായവിചാരണയിലെ നടപടിക്രമങ്ങളിൽ അനുചിതമായ എന്തെങ്കിലും ഉണ്ടെന്നല്ല ഞാനുദ്ദേശിച്ചത്. എങ്കിലും നിങ്ങളുടെ ആത്മചിന്തനത്തിന് ഉപകരിക്കുമെന്നുദ്ദേശിച്ചാണ് ഞാനങ്ങനെ പറയുന്നത്."

തന്റെ പ്രസംഗം അവസാനിപ്പിച്ചശേഷം കെ ഹാളിലേക്കു ഒന്നു നോക്കി. താൻ ഉദ്ദേശിച്ചിരുന്നതിനേക്കാൾ ശക്തമായി തനിക്കു സംസാരിക്കാൻ കഴിഞ്ഞൂയെന്ന് അവന് തോന്നി; ഒക്കെ സംശുദ്ധമായ രീതിയിൽ.

അയാൾ പറഞ്ഞ കാര്യങ്ങൾ കുറച്ചെങ്കിലും കൈയടി അർഹിക്കുന്നതായിരുന്നു. പക്ഷേ എല്ലാപേരും നിശ്ശബ്ദരായിരുന്നു. തുടർന്ന് എന്താണ് സംഭവിക്കുന്നതെന്ന് അറിയാനുള്ള ആകാംക്ഷയായിരുന്നു അവർക്ക്. എല്ലാം അവസാനിക്കാൻ പോന്ന ഒരു പൊട്ടിത്തെറിയുടെ ഒരു നാന്ദിക്കുള്ള ഒരു നിശ്ശബ്ദതയുമാകാമത്.

ആ സമയത്ത് ഹാളിന്റെ വാതിൽ തുറന്നുകൊണ്ട് ആ അലക്കുകാരി അങ്ങോട്ടു കയറിവന്നത് കെ യ്ക്ക് ഒരു ശല്യമായിത്തോന്നി. ജോലി തീർന്നശേഷം വന്നതാവണം അവൾ. വളരെ ജാഗ്രതയിലാണ് അവൾ കയറിവന്നതെങ്കിലും സദസ്യരുടെ പലരുടെയും ശ്രദ്ധ അവളിൽ തിരിഞ്ഞിരുന്നു. പക്ഷേ മജിസ്ട്രേറ്റിന്റെ മുഖഭാവം അയാൾക്കു ഹൃദയത്തിൽ ആഹ്ലാദമുണ്ടാക്കിയപോലെ; കാരണം കെ യുടെ പ്രസംഗം കേട്ട് അയാൾ അന്തിച്ചുപോയിരുന്നു. ഗാലറിയിൽ ഇരിക്കുന്നവരോടു തട്ടിക്കയറാൻ എഴുന്നേല്ക്കുമ്പോഴായിരുന്നു കെ യുടെ പ്രസംഗവും. താൻ ചെയ്ത പ്രവൃത്തിയോട് ആരും അഭിപ്രായം പറയാതിരിക്കാൻ ആഗ്രഹിച്ചുകൊണ്ട് കെ തന്റെ പ്രസംഗം ഒരുവേള നിർത്തിയ നേരം അയാൾ സാവകാശം തന്റെ ഇരിപ്പിടത്തേക്കു താണു. തന്റെ മനസ്സ് അശാന്തമാകാതിരിക്കാൻ വേണ്ടി അയാൾ വീണ്ടും ആ നോട്ടുബുക്കെടുത്ത് മറിച്ചുകൊണ്ടിരുന്നു.

"അതുകൊണ്ടൊന്നും ഒരു കാര്യവുമില്ല." കെ തുടർന്നു. "നിങ്ങളുടെ കൈയിലെ ആ നോട്ടുബുക്കുപോലും ഞാൻ പറയുന്ന കാര്യങ്ങളെ ഉറപ്പാക്കുകയാണ്."

ആ അപരിചിതമായ വേദിയിൽ സ്വന്തം വാക്കുകളിൽ നിന്നുകൊണ്ടു മാത്രം മനഃസ്ഥൈര്യം ആവാഹിച്ചുകൊണ്ട് കെ വളരെപ്പെട്ടെന്നാണ് മജിസ്ട്രേറ്റിന്റെ കൈകളിൽ നിന്നും ആ നോട്ടുബുക്കു തട്ടിപ്പറിച്ചത്. ആ ബുക്ക് തന്റെ കൈകളെ മലിനപ്പെടുത്തുമെന്നു കാണിക്കുന്ന രീതിയിൽ ബുക്കിന്റെ ഉള്ളിലെ ഒരു കടലാസിന്റെ അറ്റത്ത് കൈവിരൽത്തുമ്പുകൊണ്ടുമാത്രം പിടിച്ച് ഉയർത്തുകയായിരുന്നു അയാൾ. ഞെരുക്കിയെഴുതിയ

അക്ഷരങ്ങൾ നിറഞ്ഞ ബുക്കിലെ മഞ്ഞ കടലാസുകൾ ഇരുവശത്തേക്കും വിടർന്നു താണു നിന്നു.

"ഇതാണ് മജിസ്ട്രേറ്റിന്റെ രേഖകൾ... നോക്കൂ." കെ അതിനെ മേശപ്പുറത്തേക്കെറിഞ്ഞു. തുടർന്ന് അയാൾ പറഞ്ഞു. "വായിച്ചോളൂ.. നിങ്ങളുടെ സൗകര്യംപോലെ വായിച്ചോളൂ. അതിലുള്ളതെന്താണെന്ന് എനിക്ക് അറിയില്ലെങ്കിലും നിങ്ങളുടെ ആ കണക്കുപുസ്തകത്തെ എനിക്കു ഒരു ഭയവുമില്ല. വിരൽത്തുമ്പുകൊണ്ടേ അതിനെ എടുക്കാനാവൂ. കൈകൾകൊണ്ടെടുത്താൽ എന്റെ കൈകൾപോലും മലീമസമാകും."

മേശപ്പുറത്ത് വീണിടത്തുനിന്നും മജിസ്ട്രേറ്റ് ആ നോട്ടുബുക്ക് എത്തിയെടുത്തു. അവയുടെ മടങ്ങിച്ചുളുങ്ങിയ കടലാസുകൾ നേരെയാക്കിക്കൊണ്ട് അയാൾ വീണ്ടും അത് വായിക്കാൻ തുടങ്ങിയപ്പോൾ വല്ലാത്ത അപമാനമുണ്ടാക്കിയ ലക്ഷണമാണ് തോന്നിയത്.

മുൻനിരയിലിരുന്നവർ കെ യെത്തന്നെ നോക്കിയിരുന്നു. അതിനാൽ അയാളും ഒരുനിമിഷം അവരേയും ഒന്നു നോക്കിപ്പോയി. അവരെല്ലാവരും നല്ല പ്രായമുള്ളവർ ആയിരുന്നു. ചിലർക്ക് വെള്ളത്താടിയുണ്ടായിരുന്നു. അവരാണോ അവിടത്തെ നിർണ്ണായകരായ ആളുകളെന്ന് കെ ഒരു നിമിഷം സംശയിച്ചു. മറ്റുള്ളവരെ സ്വാധീനിക്കാൻ അവർക്കു കഴിയുമെന്ന് കെ യ്ക്കു തോന്നി. താൻ പരസ്യമായി മജിസ്ട്രേറ്റിനെ ഈ വിധം അപമാനിച്ചുണ്ടാക്കിയ നിർവ്വികാരതയിൽ നിന്നും ആരും മോചിതരായിട്ടില്ലെന്നും കെ യ്ക്കു തോന്നി.

"എനിക്കെന്താണു പറ്റിയത്?" കെ തുടർന്നു. കൂടുതൽ ശാന്തനായിട്ടാണ് അയാൾ സംസാരിച്ചുതുടങ്ങിയത്. മുമ്പിലിരിക്കുന്നവരുടെ മുഖം നോക്കിയപ്പോൾ തന്റെ പ്രസംഗത്തിന് ഒരു തടസ്സമുണ്ടാകുന്നതായി അയാൾക്കു തോന്നി. "ആർക്കും സംഭവിക്കാത്ത ഒരു കാര്യമാണ് എന്റെ കാര്യത്തിൽ സംഭവിച്ചത്. അതു ഗൗരവമായി ഞാൻ കാണാത്തതിനാൽ ഇതിൽ വലിയ കാര്യമൊന്നും ഞാൻ കാണുന്നില്ല. പക്ഷേ മറ്റനേകം ആളുകൾക്കു നേരെ നയിക്കപ്പെടുന്ന അന്യായമായ ഒരു നയത്തിന്റെ സൂചികയാണിത്. അവർക്കു വേണ്ടിയാണ് ഞാനീ സംസാരിക്കുന്നത്; അല്ലാതെ എനിക്കു വേണ്ടിയില്ല."

ഇതു പറയുമ്പോൾ അയാളുടെ സ്വരം അറിയാതെ ഉയർന്നിരുന്നു. ജനക്കൂട്ടത്തിൽ നിന്നും ഏതോ ഒരാൾ കൈയുയർത്തിപ്പിടിച്ച് കൈയടിച്ചു. "ബലേ ഭേഷ്! ബലേ ഭേഷ്!"

മുൻനിരയിലിരുന്നവരിൽ കുറച്ചുപേർ അവരുടെ താടിരോമം പിടിച്ചുവലിക്കുകയായിരുന്നു. അപശബ്ദം കേട്ട ഭാഗത്തേക്കു ആരും തിരിഞ്ഞു നോക്കിയതേയില്ല. കെ യും ഒരു പ്രാധാന്യവും അതിനു നല്കിയതേയില്ല. പക്ഷേ അതയാൾക്ക് ഒരു സന്തോഷം നല്കിയിരുന്നു. എല്ലാരിൽ നിന്നും അങ്ങനെയൊരു കൈയടി അയാൾ തുടർന്ന് ആഗ്രഹിച്ചതുമില്ല. പ്രശ്നത്തെക്കുറിച്ച് ഒന്നു ചിന്തിക്കാൻ ആ ജനക്കൂട്ടത്തിന് കഴിയണമെന്നും അവിടെയുമിവിടെയുമായി ഓരോരുത്തരെയെങ്കിലും വിശ്വാസം വരുത്തിക്കാൻ കഴിയണമെന്നും കെ ഒരു നിമിഷം ആഗ്രഹിച്ചു.

“ഒരു വലിയ പ്രാസംഗികനായി തിളങ്ങാനൊന്നും എനിക്ക് ആഗ്രഹമില്ല.” കെ പറഞ്ഞു. “അങ്ങനെ ആഗ്രഹിച്ചാലും അതു നടക്കുകയില്ല. എന്നാൽ മജിസ്ട്രേറ്റ് സാർ എന്നെക്കാൾ നന്നായി പ്രസംഗിക്കുമെന്നതിന് യാതൊരു സംശയവുമില്ല. അല്ലെങ്കിൽത്തന്നെ അത് അദ്ദേഹത്തിന്റെ തൊഴിലിന്റെ ഭാഗമാണല്ലോ. ഒരു പൊതുപ്രശ്നത്തിന്റെ പൊതുവായ ചർച്ച മാത്രമേ ഞാൻ ഉദ്ദേശിക്കുന്നുള്ളൂ. ഞാൻ പറയുന്നത് ഒന്നു കേൾക്കൂ. ഒരു പത്തുദിവസം മുമ്പ് എന്നെ അറസ്റ്റുചെയ്തു. എനിക്കുതന്നെ അപഹാസ്യമായിത്തോന്നിയ ഒരു തരം അറസ്റ്റ്. അതെന്തായാലും ഇപ്പോൾ ഇവിടെ പറയുന്നതിലർത്ഥമില്ല. ഞാൻ ഉറങ്ങിയെണീക്കുന്നതിനു മുമ്പായിരുന്നു അറസ്റ്റ്; അന്വേഷണ മജിസ്ട്രേറ്റിന്റെ പക്ഷം നോക്കുമ്പോൾ അത് ശരിയായിരിക്കാം. എന്നെപ്പോലെ നിഷ്കളങ്കനായ ഏതോ ഒരു പെയിന്റുപണിക്കാരനെ ബന്ധനസ്ഥനാക്കാനുള്ള ഓർഡർ അവർക്കുണ്ടായിരുന്നു. മജിസ്ട്രേറ്റിന്റെ പ്രസ്താവന നോക്കുമ്പോഴാണ് അതു മനസ്സിലാകുന്നത്. പക്ഷേ അവർക്കു കൈയിൽക്കിട്ടിയത് എന്നെയാണ്. എന്റെ മുറിക്കരികിലുള്ള മറ്റൊരു മുറി രണ്ടുവാർഡർമാർ കൈയേറിയിരുന്നു. ഞാൻ അപകടകാരിയായ ഒരു കവർച്ചക്കാരനോ മറ്റോ ആയിരുന്നെങ്കിൽ, ഇതിൽക്കൂടുതൽ മുൻകരുതൽ വേണ്ടിയിരുന്നില്ല. മാത്രമല്ല, ഈ വാർഡർമാർ നാണംകെട്ട തെമ്മാടികളായിരുന്നു. ഇടതടവില്ലാത്ത പുലമ്പലിൽ അവർ എന്റെ സ്വൈരം നശിപ്പിച്ചു. എന്നോടവർ കൈക്കൂലി ആവശ്യപ്പെട്ടു. ഓരോരോ കാര്യങ്ങൾ പറഞ്ഞ് അവർ എന്റെ വസ്ത്രങ്ങളും അടിവസ്ത്രങ്ങളും അഴിച്ചുമാറ്റാൻ നോക്കി. ഇനിയുമുണ്ട്; ഒരു നാണവുമില്ലാതെ, എനിക്കു ഭക്ഷണം വാങ്ങാൻ പണം എന്റെ കൈയിൽ നിന്നും വാങ്ങിയവർ അവസാനം എന്റെ മുന്നിൽവച്ചുതന്നെ അവയൊക്കെ തിന്നു തീർത്തു. ഇനിയുമുണ്ട് കാര്യങ്ങൾ, മൂന്നാമത്തെ മുറിയിലുണ്ടായിരുന്ന ഇൻസ്പെകടറുടെ മുറിയിൽ എന്നെയവർ കൊണ്ടുപോയി. ഞാൻ വളരെയധികം ബഹുമാനിക്കുന്ന ഒരു സ്ത്രീയുടെ മുറിയായിരുന്നു അത്. ആ ഇൻസ്പെക്ടറും വാർഡർമാരും ചേർന്ന് ആ മുറിയെ വൃത്തികേടാക്കുന്നത് എനിക്കു കണ്ടുനില്ക്കേണ്ടിവന്നു. എന്റെ കുഴപ്പംകൊണ്ടല്ലെങ്കിലും ഞാൻ കാരണമല്ലേ അതു സംഭവിച്ചത് എന്നതിൽ എനിക്കു പ്രയാസം തോന്നി. ഞാൻ വളരെ പ്രയാസപ്പെട്ടാണ് പിടിച്ചു നിന്നത്; എന്തായാലും ഞാൻ അതിൽ വിജയിച്ചു.”

കെ തുടർന്നു പറഞ്ഞു: “പരമാവധി ശാന്തത പാലിച്ചുകൊണ്ട് ഞാൻ ഇൻസ്പെക്ടറോടു ചോദിച്ചു. എന്നെ എന്തിനാണ് ബന്ധനസ്ഥനാക്കിയതെന്ന്. ഇൻസ്പെക്ടർ തന്ന മറുപടിയെന്താണെന്നറിയേണ്ടേ? എനിക്കിപ്പോഴും അയാളെ എന്റെ കണ്ണുകളിൽക്കാണാം. ഞാൻ നേരത്തെ പറഞ്ഞ ഞാൻ ബഹുമാനിക്കുന്നെന്നു പറഞ്ഞ ആ സ്ത്രീയുടെ കസേരയിൽ അയാൾ ഞെളിഞ്ഞാണിരിക്കുന്നത്. ഒരു അഹങ്കാരിയുടെ മൂർത്തഭാവമായിരുന്നു അയാൾക്ക്. മാന്യരേ, ഞാൻ സത്യംപറയട്ടെ. അയാൾ മറുപടി പറഞ്ഞതുപോലുമില്ല. അയാൾക്ക് ഒരു വകയും അറിയില്ലെന്നതാണ് സത്യം. എന്നെ അറസ്റ്റു ചെയ്തു; അത്രമാത്രം. മാത്രവുമല്ല,

ബാങ്കിൽ എന്റെ കീഴിൽ ജോലിചെയ്യുന്ന മൂന്നു ക്ലാർക്കുമാരെക്കൂടി ആ മുറിയിലേക്കു കൊണ്ടുവന്നിരുന്നു. അവർ ആ സ്ത്രീയുടെ ചില ഫോട്ടോകൾ കൈയിലെടുത്ത് കളിതമാശകൾ പറയുകയും അവയുടെ സ്ഥാനം തെറ്റിച്ചുവയ്ക്കുകയും ചെയ്തു. അവരെയും എന്റെ വീട്ടുടമയെയും വേലക്കാരെയും ഉപയോഗിച്ചുകൊണ്ട് എന്നെ ബന്ധനസ്ഥനാക്കിയെന്ന വാർത്ത പരത്താൻ വേണ്ടിയാണ് ഇതൊക്കെ ചെയ്തതെന്ന് എനിക്കു നന്നായിട്ടറിയാം. അപ്പോൾ എന്റെ പേരു നാറുമല്ലോ. പിന്നെ ബാങ്കിൽ എന്റെ സ്ഥാനത്തെ അട്ടിമറിക്കാനും ആകും. പക്ഷേ അവരുദ്ദേശിച്ചതൊന്നും നടന്നില്ല. തെരുവിലെ തെമ്മാടിപ്പിള്ളാരുടെ ഒരുതരം അതിക്രമമായിട്ടേ എന്റെ വീട്ടുടമയ്ക്കുപോലും തോന്നിയത്. പാവം സ്ത്രീ അവരുടെ പേരുപോലും പറയുമ്പോൾ എനിക്ക് ആദരവുണ്ടാകുന്നു. ഫ്രൌഗ്രൂബാഹ്. ഞാൻ വീണ്ടും പറയുകയാണ്. അല്പം അസന്തുഷ്ടിയും ശല്യവും അല്ലാതെ മറ്റൊന്നും ഈ സംഭവങ്ങൾ ഉണ്ടാക്കിയിട്ടില്ല. പക്ഷേ മറ്റാരെങ്കിലും ആയിരുന്നെങ്കിൽ വളരെ ഗുരുതരമായ പ്രത്യാഘാതങ്ങൾ ഉണ്ടാകുമായിരുന്നു."

ഇത്രയും പറഞ്ഞുകൊണ്ട് കെ നിർത്തി. നിശ്ശബ്ദനായിരിക്കുന്ന അന്വേഷണം മജിസ്ട്രേറ്റിനെ അയാളൊന്നു നോക്കി. ജനക്കൂട്ടത്തിലിരിക്കുന്ന ആരോടോ അദ്ദേഹം കണ്ണുകാണിക്കുന്നതായി കെ യ്ക്കു തോന്നി.

കെ ഒരു പുഞ്ചിരിയോടെ പറഞ്ഞു: "എന്റെയരികിലിരിക്കുന്ന ഈ മജിസ്ട്രേറ്റ് അദ്ദേഹം നിങ്ങളിലാർക്കോ എന്തോയൊരു രഹസ്യഅടയാളം നല്കിയിരിക്കുകയാണ്. ഇതിനർത്ഥം നിങ്ങളുടെ ഇടയിലിരിക്കുന്ന ചിലർ ഇവിടെ നിന്നും നിർദ്ദേശങ്ങൾ സ്വീകരിക്കുന്നുയെന്നാണ്. കൂക്കുവിളിക്കാനോ കൈയടിക്കാനോ എന്തിനാണ് ഈ അടയാളം തന്നതെന്ന് എനിക്കറിയില്ല. പക്ഷേ, ഇക്കാര്യം ഞാൻ ഇപ്പോൾ പറയേണ്ടതില്ലായിരുന്നു. കാരണം, ആ രഹസ്യം അടയാളത്തിന്റെ യഥാർത്ഥലക്ഷ്യം എന്താണെന്നറിയാനുള്ള പ്രതീക്ഷകൾ ഇതോടെ മനഃപൂർവ്വം ഞാൻ തന്നെ നഷ്ടപ്പെടുത്തിയിരിക്കുകയാണ്. പക്ഷേ ഇതെല്ലാം എന്റെ നിസ്സംഗത കൂട്ടുന്നതേയുള്ളൂ. ഈ വിധത്തിലുള്ള രഹസ്യ അടയാളങ്ങൾ നല്കുന്നതിനേക്കാൾ എല്ലാവരും കേൾക്കുന്ന വിധത്തിൽ അങ്ങ് ഉത്തരവിറക്കിക്കോളൂ. ഞാൻ അതിനുള്ള അധികാരം അങ്ങേക്കു നല്കുകയാണ്. ഉത്തരവിറക്കിക്കോളൂ, കൂക്കുവിളിക്കൂ അല്ലെങ്കിൽ കൈയടിച്ചോളൂ എന്നൊക്കെ."

ജാള്യതയിലും അക്ഷമയിലും അന്വേഷണ മജിസ്ട്രേറ്റ് ഞെരിപിരികൊണ്ടു. കസേരയുടെ പിന്നിൽ നിന്നുകൊണ്ടു നേരത്തെ സംസാരിച്ചിരുന്ന ആ മനുഷ്യൻ വീണ്ടും മുന്നിൽ വന്നുനിന്ന് വണങ്ങി എന്തോ പറഞ്ഞു. ധൈര്യം കൊടുത്തതാണോ അഥവാ എന്തെങ്കിലും ഉപദേശം നല്കിയതാണോയെന്നൊന്നും അറിയില്ല. ചുവട്ടിൽ നിന്നിരുന്നവർ കൈകളുയർത്തിക്കൊണ്ടാണെങ്കിലും സ്വരം താഴ്ത്തി സംസാരിച്ചുതുടങ്ങി. വളരെയധികം വിരോധികളാണെന്ന് തോന്നിച്ച് ഇരുചേരികളിലായി നിന്നിരുന്നവർ അപ്പോൾ ഒന്നായിക്കഴിഞ്ഞിരുന്നു. അവർ ഒരുമിച്ചു ചേർന്ന്

സംസാരിച്ചുതുടങ്ങി. ചിലർ കെ യ്ക്കു നേരെ കൈ ചൂണ്ടിയാണ് സംസാരിക്കുന്നത്.

മുറിക്കുള്ളിലെ മൂടൽ അന്തരീക്ഷം അസഹനീയമായിത്തുടങ്ങി. അല്പദൂരത്തു നില്ക്കുന്നവരെപ്പോലും കാണാൻ പറ്റാതായിത്തുടങ്ങി. എന്തൊക്കെയാണ് സംഭവിക്കുന്നതെന്നതിനെക്കുറിച്ചുള്ള വ്യക്തമായ ചിത്രം ഗാലറിയിൽ ഇരിക്കുന്നവർക്കു കിട്ടാതായിത്തുടങ്ങി. അവർ മജിസ്ട്രേറ്റിനെ ഒളികണ്ണിലൂടെ നോക്കുകയും രഹസ്യമായി ചുവട്ടിൽ നില്ക്കുന്നവരോട് പതിഞ്ഞസ്വരത്തിൽ വിവരങ്ങളും ചോദിച്ചു. മറുപടി പറയുമ്പോൾ അവരും പതിഞ്ഞസ്വരം സൂക്ഷിക്കാൻ വായ പൊത്തിപ്പിടിച്ചിരുന്നു.

''ഞാനിതാ നിർത്തുന്നു.'' മണിയൊന്നും ഇല്ലാത്തതിനാൽ കൈകൊണ്ട് മേശപ്പുറത്തടിച്ച് ശബ്ദമുണ്ടാക്കിക്കൊണ്ട് കെ പറഞ്ഞു. അതുണ്ടാക്കിയ ആഘാതത്തിൽ മജിസ്ട്രേറ്റും അയാളുടെ ഉപദേഷ്ടാവും പരസ്പരം തല വെട്ടിച്ചു മാറ്റി.

"ഇക്കാര്യത്തിൽ എനിക്കു കാര്യമൊന്നുമില്ല. അതിനാൽ ശാന്തതയോടെ ഇതിനെ വിലയിരുത്താൻ എനിക്കാവും. കോടതി എന്നു പറയുന്ന ഈ സംവിധാനത്തിന് എന്തെങ്കിലും ഗൗരവം നിങ്ങൾ കൊടുക്കുന്നെങ്കിൽ, നിങ്ങൾക്ക് എന്നിൽ നിന്നും പലതും മനസ്സിലാക്കേണ്ടതുണ്ട്. പക്ഷേ, എന്റെ അഭിപ്രായങ്ങളെക്കുറിച്ചുള്ള നിങ്ങളുടെ ചർച്ച മറ്റൊരു അവസരത്തിലേക്ക് മാറ്റിവയ്ക്കണമെന്ന ഒരപേക്ഷ എനിക്കുണ്ട്. കാരണം എനിക്കിന്ന് തിരക്കാണ്; ഉടനെ ഇവിടെനിന്നും എനിക്കു പോകേണ്ടതുണ്ട്."

അവിടെ പെട്ടെന്ന് നിശ്ശബ്ദത പരന്നു. അത്രയ്ക്കായിരുന്നു ആ യോഗത്തിൽ കെ ആധിപത്യം ഉറപ്പിച്ചു കഴിഞ്ഞത്. ജനാവലി പിന്നെ തുടക്കത്തിലുണ്ടായിരുന്ന വിധം ഒച്ചവച്ചതേയില്ല. ആരും കൈയടിച്ചുമില്ല. എല്ലാം നന്നായി ബോദ്ധ്യമായതുപോലെയായിരുന്നു; അഥവാ ഒക്കെ മനസ്സിലായിക്കൊണ്ടിരിക്കുന്നതുപോലെയായിരുന്നു.

"ഒരു സംശയവും ഇല്ല." സ്വരം താഴ്ത്തി കെ പറഞ്ഞു. സദസ്യർ മുഴുവനും തന്നെ ശ്വാസമടക്കി ശ്രദ്ധിക്കുകയാണെന്ന് അയാൾ അറിഞ്ഞു. അതിലയാൾക്ക് സന്തോഷമാണുണ്ടായത്. ആ നിശ്ശബ്ദത സൃഷ്ടിച്ച ആർജ്ജവം മറ്റേതൊരു കരഘോഷത്തെക്കാളും ആവേശം ജനിപ്പിക്കുന്നതായിരുന്നൂയെന്നതിനാൽ സംശയമേയില്ല. എന്റെ കേസിന്റെ കാര്യത്തിനു പിന്നിൽ അതുപോലെ എന്റെ ബന്ധനത്തിന്റെയും മേൽവിസ്താരത്തിന്റെയും പിന്നിൽ, വലിയൊരു സംഘടനയുടെ പിൻബലമുണ്ട്. അഴിമതിക്കാരായ വാർഡർമാരെയും ബുദ്ധിരഹിതരായ ഇൻസ്പെക്ടർമാരെയും (സ്വന്തം കുറവുകൾ അവർക്കുതന്നെ അറിവുള്ളതാണ്) ഗുണമല്ലാതെ മറ്റൊന്നുമില്ലാത്ത മജിസ്ട്രേറ്റുമാരെയും ഉപയോഗപ്പെടുത്തുന്ന ഒരു സംഘടന. മാത്രമല്ല, ഉയർന്ന സർവ്വീസുള്ളവരും ഉന്നതതല ഉദ്യോഗസ്ഥരെയും ശിപായിയെയും പോലീസുകാരെയും മറ്റു ബന്ധപ്പെട്ടവരും ആരാച്ചാരന്മാരും ഒക്കെ അടങ്ങുന്ന ഒരു വൃന്ദത്തെ ഉപയോഗ

പ്പെടുത്തുന്ന ഒരു സംഘടന. എന്തിനുവേണ്ടിയാണ് ഈ വലിയ ഒരു സംഘടന, പറയൂ മാന്യരേ നിരപരാധികളെ ബന്ധനസ്ഥരാക്കാനോ? അവർക്കുമേൽ കുറ്റാരോപണങ്ങൾ നടത്താനോ? പക്ഷേ അതൊന്നും വിലപ്പോവില്ല. എന്റെ കാര്യത്തിൽ നിന്ന് നിങ്ങൾക്കത് ബോദ്ധ്യമാകുമല്ലോ. കാര്യങ്ങളൊക്കെ ഈ വിധം നിരർത്ഥകമായിരിക്കുമ്പോൾ, ഉയർന്ന പദവിയിലിരിക്കുന്നവർക്ക് അവരുടെ പ്രതിനിധികൾക്കുള്ള അഴിമതി എങ്ങനെ തടയാനാകും. തന്റെ കോടതിയിൽ ഈ സംഘടനയിലെ പരമോന്നത ന്യായാധിപൻപോലും തന്റെ അഴിമതി സമ്മതിക്കേണ്ടിവരും. തങ്ങൾ ബന്ധനസ്ഥരാക്കുന്ന ആളുകളുടെ ശരീരത്തിലെ വസ്ത്രങ്ങൾ പോലും വാർഡർമാർ മോഷ്ടിക്കാൻ നോക്കുന്നു. വിവരങ്ങൾ ശരിയായ രീതിയിൽ പരിശോധിക്കാതെ ഇൻസ്പെക്ടർമാർ നിരപരാധികളുടെ വീടുകൾ കയറി ആക്രമിക്കുന്നു; പൊതു നിരത്തുകളിൽ കൊണ്ടുചെന്ന് അപമാനിക്കുന്നു. തടവുകാരുടെ സാധനങ്ങൾ സൂക്ഷിക്കുന്ന ഡിപ്പോകളെക്കുറിച്ച് ഈ വാർഡർമാർ പറഞ്ഞല്ലോ. അത്തരം ഡിപ്പോകൾ എനിക്കൊന്നു കണ്ടാൽ കൊള്ളാമെന്നുണ്ട്. ബന്ധനസ്ഥരായവരുടെ സാധനങ്ങൾ അവിടെ ഉണ്ടോ ഇല്ലായെന്നറിയാമല്ലോ. കുറഞ്ഞപക്ഷം ഉദ്യോഗസ്ഥർ മോഷ്ടിച്ചതിനുശേഷമുള്ള സാധനങ്ങളെങ്കിലും."

ഹാളിന്റെ അറ്റത്തുനിന്നുമുണ്ടായ ഒരപശബ്ദം കെ യുടെ സംഭാഷണത്തെ തടസ്സപ്പെടുത്തി. എന്താണ് സംഭവിച്ചതെന്നറിയാനായി കെ പിന്നിലേക്ക് ഒളിഞ്ഞുനോക്കി. ഹാളിലെ മങ്ങിയ വെളിച്ചവും മൂടലും കാരണം ഒന്നും വ്യക്തമായി കാണാൻ അയാൾക്കു കഴിഞ്ഞില്ല. കേറി വന്നപ്പോൾ താൻ ശല്യക്കാരിയായേക്കാമെന്ന് കരുതിയ ആ അലക്കുകാരിപ്പെണ്ണായിരുന്നു അത്. ഇത്തവണ കുഴപ്പക്കാരി അവൾതന്നെയാണോയെന്ന് കണ്ടുപിടിക്കുക ആർക്കും സാദ്ധ്യമായിരുന്നില്ല.

ഏതോ ഒരാൾ അവളെ വലിച്ചിഴച്ചുകൊണ്ട് വാതിൽക്കലേക്കു വന്ന ശേഷം അവളെ കെട്ടിപ്പിടിച്ചുകൊണ്ട് നില്ക്കുന്നതാണ് കെ യ്ക്കു കാണാൻ കഴിഞ്ഞത്. ഒച്ചയുണ്ടാക്കുന്നത് അവളായിരുന്നില്ല; അയാളായിരുന്നു. വായ് പിളർന്ന് മച്ചിലേക്കു നോക്കിയാണ് അയാൾ ശബ്ദമുണ്ടാക്കുന്നത്.

രണ്ടുപേർക്കും ചുറ്റിലായി ഒരു വലയം സൃഷ്ടിക്കപ്പെട്ടിരുന്നു. കോടതി പ്രവർത്തനങ്ങൾക്കുമേൽ ഗൗരവമായുള്ള കെ യുടെ കടന്നുകയറ്റം ഈവിധത്തിൽ നിസ്സാരമായിത്തീരുന്നത് ഗാലറിയിൽ ഇരുന്നവരെ വല്ലാതെ ആഹ്ലാദിപ്പിച്ചു. അവിടേക്ക് ഓടിച്ചെല്ലാൻ കെ യ്ക്ക് ഒരുവേള തോന്നുകയും ചെയ്തു. ആ ബഹളം ഒന്നവസാനിച്ചു കാണാനും അഥവാ ഇരുവരേയും അവിടെ നിന്നും പായിക്കാൻ എല്ലാപേർക്കും ആഗ്രഹമുണ്ടാകുമെന്നും കെ കരുതി. പക്ഷേ ആരും അനങ്ങിയില്ല. മുൻനിരയിലുണ്ടായിരുന്നവർ നിസ്സംഗരായിത്തന്നെയിരുന്നു. ആരും അയാളെ അങ്ങോട്ടയ്ക്ക് കടത്തിവിട്ടതുമില്ല. അയാളെ ഒന്നു പിടിച്ചുനിർത്താനാണ് ആളുകൾ ശ്രമിച്ചത്. വൃദ്ധർ അയാളെ കൈനീട്ടി തടുത്തു. അയാൾ പിന്നിലൂടെ കെ യുടെ കോളറിൽ കയറി പിടിക്കുകയും ചെയ്തു.

തന്നെ പിടിച്ചതാരാണെന്ന് അറിയാനുള്ള സാവകാശം കെ യ്ക്കുണ്ടായില്ല. അന്നേരം മനസ്സിൽ ആ ജോഡികൾ ആയിരുന്നില്ല. തന്റെ സ്വാതന്ത്ര്യത്തിന് ഒരു തടസ്സം ഉണ്ടാക്കുകയാണെന്നേ അയാൾ കരുതിയുള്ളൂ. തന്നെ ബന്ധനസ്ഥനാക്കാനുള്ള ശ്രമമാണെന്ന് പെട്ടെന്ന് അയാൾക്കു തോന്നി. മറ്റൊന്നും നോക്കാതെ അയാൾ വേദിയിൽ നിന്നും താഴേക്കു ചാടി.

കെ ഇപ്പോൾ ആൾക്കൂട്ടത്തിൽ മുഖാമുഖം നില്ക്കുകയാണ്. ഈ ആളുകൾക്കിടയിൽ തന്റെ വിലയിരുത്തലുകൾ തെറ്റിപ്പോയോ? തന്റെ പ്രസംഗത്തിന്റെ ഫലപ്രാപ്തിയെക്കുറിച്ച് അയാൾ അമിത വിചാരം നടത്തിയോ? താൻ സംസാരിച്ചുകൊണ്ടിരുന്നപ്പോൾ ഇവർ തങ്ങളുടെ യഥാർത്ഥ അഭിപ്രായം മറച്ചുപിടിക്കുകയായിരുന്നോ? താൻ പ്രസംഗം നിർത്തിയ സ്ഥിതിക്ക് ഇനി അഭിനയം മതിയാക്കാമെന്ന് അയാൾ തീരുമാനിച്ചതാണോ?

തനിക്കു ചുറ്റും കാണുന്ന മുഖങ്ങൾ എന്തൊക്കെയാണ്? അവരുടെ കറുത്ത ചെറിയ കണ്ണുകൾ ഒരുവശത്തുനിന്നും മറ്റേ വശത്തേക്ക് പാഞ്ഞു. അവരുടെ നീണ്ടതാടിരോമങ്ങൾ അവിടെയുള്ളതായിരുന്നു. അവ പറ്റിപ്പിടിച്ചിരുന്ന കവിളുകൾ മദ്യപാനികൾക്കെന്നോണം നിവർന്നു ഞാണു കിടക്കുന്നു. പക്ഷേ, താടിരോമങ്ങൾക്കു കീഴേ കോട്ടിന്റെ കോളറിൽ ബാഡ്ജുകൾ വെട്ടിത്തിളങ്ങി. ബഹുവർണ്ണങ്ങളിലും വലിപ്പങ്ങളിലുമുള്ള ബാഡ്ജുകൾ. അയാൾ കാണുന്നവർ മുഴുവനും ബാഡ്ജുകൾ അണിഞ്ഞിരിക്കുകയായിരുന്നു. ഇടതെന്നും വലതെന്നും ഇരുവിഭാഗങ്ങളായി ഇരുന്നവരെല്ലാവരും ഒരേ കൂട്ടത്തിൽപ്പെട്ടവരായിരുന്നെന്ന് കെ യ്ക്കു മനസ്സിലായി. പിന്നിലേക്കു ഒന്നു കണ്ണോടിച്ചപ്പോൾ പരിശോധനാ മജിസ്ട്രേറ്റിന്റെ കോളറിലും അതേതരത്തിലുള്ള ബാഡ്ജുകൾ തന്നെ കെ കണ്ടു. കാൽമുട്ടുകളിൻമേൽ കൈകൾ വച്ച് ശാന്തനായിരുന്ന് ഒക്കെ വീക്ഷിക്കുകയായിരുന്നു അദ്ദേഹം.

"അങ്ങനെയോ!" കെ അലറിക്കൊണ്ട് തന്റെ കൈകൾ അന്തരീക്ഷത്തിലേക്കു വീശി. അയാൾക്കുണ്ടായ വെളിപാട് അയാൾക്ക് വിളംബരം ചെയ്യേണ്ടതുണ്ടായിരുന്നു.

"അപ്പോൾ നിങ്ങളെല്ലാവരും ഉദ്യോഗസ്ഥന്മാരാണല്ലോ." കെ തുടർന്നു. "ഞാൻ ഇതുവരെ പറഞ്ഞുകൊണ്ടിരുന്ന അഴിമതിക്കാർ നിങ്ങൾ തന്നെയായിരുന്നു. കാര്യങ്ങൾ കേൾക്കാനും മണത്തറിയാനും തിരക്കുക്കൂട്ടി വന്ന നിങ്ങൾ രണ്ടു കക്ഷികളായി ഇവിടെയിരുന്നത് വേഷംകെട്ടലായിരുന്നു. നിങ്ങളിൽ പാതിപ്പേരും കൈയടിച്ചത് വെറുതേ എന്നെപ്പൊക്കാൻ വേണ്ടിയായിരുന്നു. ഒരു നിഷ്കളങ്കനായ മനുഷ്യനെ നിങ്ങൾ വിഡ്ഢിയാക്കുകയാണ് ചെയ്തത്; കൊള്ളാം. നിങ്ങൾ നന്നായിത്തന്നെ പ്രവർത്തിച്ചു. ഒരു നിഷ്കളങ്കനായ ഒരാളിനുവേണ്ടി നിലകൊള്ളുമെന്നു പ്രതീക്ഷിച്ച എന്റെ കാര്യത്തിൽ കുറേ തമാശകൾ കൊണ്ടിടാൻ നിങ്ങൾക്കായി."

ആ സമയത്ത് അങ്ങോട്ടു ഉന്തിവന്ന ഒരു പടുകിഴവനെ നോക്കി

കെ അലറി. "മാറി നില്ക്കെടോ! ഒരു തല്ലു തന്നാലുണ്ടല്ലോ." അയാളുടെ സംഭാഷണത്തിനെ ആ വൃദ്ധൻ തടസ്സപ്പെടുത്തിയിരുന്നു.

കെ തുടർന്നു പറഞ്ഞു. "കുറെ തമാശകൾ... എന്തായാലും നിങ്ങൾ ചിലതൊക്കെ പഠിച്ചു. നിങ്ങളുടെ തൊഴിലിന് ഞാൻ എല്ലാ അനുഗ്രഹങ്ങളും നേരുന്നു."

മേശയുടെ അരികിൽക്കിടന്നിരുന്ന തൊപ്പി ഏറ്റിയെടുത്തുകൊണ്ട് പൂർണ്ണനിശ്ശബ്ദതയ്ക്കിടയിലൂടെ അഥവാ അതിശയിപ്പിക്കുന്ന ആ നിശ്ശബ്ദതയ്ക്കിടയിലൂടെ കെ വാതിലിനരികിലേക്കു ധൃതിയിൽ നടന്നു. അപ്പോഴേക്കും അതിനേക്കാൾ വേഗത്തിൽ നീങ്ങിക്കൊണ്ട് അന്വേഷണ മജിസ്ട്രേറ്റ് വാതിൽക്കലെത്തി കെ യെ കാത്തുനിന്നിരുന്നു.

"ഒന്നു നില്ക്കൂ." മജിസ്ട്രേറ്റു പറഞ്ഞു.

കെ നിന്നു. പക്ഷേ, അയാൾ വാതിലിലേക്കു മാത്രം നോക്കി നിന്നു; അന്വേഷണ മജിസ്ട്രേറ്റിന്റെ മുഖത്ത് നോക്കിയതേയില്ല. ഒപ്പം അയാൾ വാതിൽപ്പടിയിൽ കൈവച്ചും കഴിഞ്ഞിരുന്നു.

"നിങ്ങളോട് ഒരു കാര്യം വെറുതെ സൂചിപ്പിക്കണമെന്നുണ്ട്" അന്വേഷണ മജിസ്ട്രേറ്റ് പറഞ്ഞു: "നിങ്ങൾക്ക് അറിയാൻ മേലാഞ്ഞിട്ടു മാത്രം പറയുകയാണ്. അറസ്റ്റിലായ ഒരാളിന് കേസ് വിസ്താരം നടക്കുന്ന സമയത്ത് സാധാരണ ലഭിക്കുന്ന ആനുകൂല്യങ്ങൾ മുഴുവനും നിങ്ങൾതന്നെ നഷ്ടപ്പെടുത്തിയിരിക്കുന്നു."

കെ പൊട്ടിച്ചിരിക്കുകയാണുണ്ടായത്. അപ്പോഴും അയാൾ കണ്ണുകൾ വാതിൽക്കൽത്തന്നെ പതിപ്പിച്ചിരുന്നു.

"എടാ തെമ്മാടികളേ. ന്യായവിചാരമൊക്കെ ഞാൻ അങ്ങോട്ടു കാണിച്ചുതരാം." കെ അലറി.

ഒപ്പം അയാൾ വാതിൽതുറന്ന് അതിവേഗത്തിൽ പടികളിറങ്ങി. വീണ്ടും ജീവൻ വച്ച ചർച്ചയുടെ ബഹളം പടികളിറങ്ങുമ്പോൾത്തന്നെ അയാൾ പിന്നിൽ നിന്നും കേട്ടു. നടന്ന സംഭവങ്ങളെ ഗവേഷണവിദ്യാർത്ഥികളെപ്പോലെ അവർ ചർച്ച ചെയ്യുകയാവാം.

ശൂന്യമായ ന്യായവിചാരണ മുറി - വിദ്യാർത്ഥി- ഔദ്യോഗിക മുറികൾ

കോടതിയിൽ ചെല്ലാനുള്ള പുതിയൊരു വിളിവരുന്നതും കാത്ത് പിറ്റേയാഴ്ച കെ ദിനമെണ്ണിയിരുന്നു. കോടതി വിസ്താരത്തെ താൻ ചോദ്യം ചെയ്തത് അക്ഷരാർത്ഥത്തിൽത്തന്നെ അവർ എടുത്തിരിക്കുന്നത് അയാൾക്ക് വിശ്വസിക്കാനായില്ല. ശനിയാഴ്ച രാത്രിയായിട്ടും വിളിയൊന്നും വന്നില്ല. താൻ വീണ്ടും അതേ സ്ഥലത്ത് അതേ സമയത്ത് എത്തിച്ചേരുമെന്ന് അവർ കരുതുന്നുണ്ടോയെന്ന് ഒരു നിമിഷം അയാൾ ചിന്തിച്ചുപോയി.

അങ്ങനെ ഞായറാഴ്ച പുലർച്ചേ കെ അവിടേക്കു ചെന്നു. കോണിപ്പടികളിലൂടെയും ഇടനാഴികളിലൂടെയും മടിക്കാതെ അയാൾ നടന്നു ചെന്നു. അയാളെ ഓർമ്മയുണ്ടായിരുന്ന ചിലർ വാതിൽക്കൽ വച്ച് അഭിവാദ്യങ്ങൾ പറഞ്ഞു. പക്ഷേ, ആരോടും വഴി ചോദിക്കാതെതന്നെ അയാൾ നേരെ ശരിയായ മുറിയുടെ വാതിൽക്കലെത്തി.

കെ വാതിലിൽ മുട്ടേണ്ട താമസം അതു തുറന്നു കിട്ടി. വാതിലിനരികിൽ നിന്നും പോകാതെ നിന്ന സ്ത്രീയെ ഒന്നു തിരിഞ്ഞുനോക്കുക പോലും ചെയ്യാതെ അയാൾ നേരെ അടുത്ത മുറിയിലേക്കു ചെന്നു.

"ഇന്നു കോടതി പ്രവർത്തനമില്ല." ആ സ്ത്രീ പറഞ്ഞു.

"എന്തുകൊണ്ടാണ് പ്രവർത്തിക്കാത്തത്?" കെ ചോദിച്ചു. കെ യ്ക്ക് വിശ്വസിക്കാൻ പറ്റിയില്ല.

കെയ്ക്ക് വിശ്വാസം വരാനായി ആ സ്ത്രീ തൊട്ടടുത്ത മുറിയുടെ വാതിൽ തുറന്നു കാണിച്ചുകൊടുത്തു. അതും യഥാർത്ഥത്തിൽ ശൂന്യമായിരുന്നു. ആ ശൂന്യതയിൽ കഴിഞ്ഞ ഞായറാഴ്ചത്തേക്കാൾ കൂടുതൽ നികൃഷ്ടമായി ആ മുറി കാണപ്പെട്ടു. മേശപ്പുറത്ത് അന്നത്തേതുപോലെതന്നെ പുസ്തകങ്ങൾ ചിതറിക്കിടക്കുന്നതും കെ യുടെ ശ്രദ്ധയിൽപ്പെട്ടു.

"ഞാനീ പുസ്തകങ്ങൾ ഒന്നു മറിച്ചു നോക്കിക്കോട്ടെ." കെ ചോദിച്ചു. "ആകാംക്ഷകൊണ്ടല്ല; മറിച്ച് ഇവിടെ വന്നതുകൊണ്ട് എന്തെങ്കിലും ചെയ്തെന്നു വരണമല്ലോ."

"പറ്റില്ല." ആ സ്ത്രീ പറഞ്ഞു: "അതിനനുവദിക്കുകയില്ല. അത് അന്വേഷണ മജിസ്ട്രേറ്റിന്റെ പുസ്തകങ്ങളാണ്."

"ഓ. അതു ശരി". കെ തലകുലുക്കി. "ഒക്കെ ഒരുപക്ഷേ നിയമപുസ്തകങ്ങളായിരിക്കും. നിരപരാധികളെ കുറ്റക്കാരാക്കുന്നതിനും അവരുടേ മേൽ ചുമത്തുന്ന ആരോപണങ്ങളിൽ അവർക്ക് അജ്ഞതയുണ്ടാക്കുന്നതിനും ഇവിടെയുള്ളവർക്ക് ഈ പുസ്തകം ഒഴിവാക്കാൻ പറ്റാത്തതാണല്ലോ."

"അങ്ങനെയായിരിക്കും". ആ സ്ത്രീ പറഞ്ഞു. കെ പറഞ്ഞതിന്റെ അർത്ഥം ശരിക്കവൾ ഗ്രഹിച്ചില്ലെന്നു തോന്നുന്നു.

"കാര്യങ്ങളൊക്കെ അങ്ങനെയെങ്കിൽ ഞാൻ ഇനി പോകുന്നതാണ് നല്ലത്." കെ പറഞ്ഞു.

"അന്വേഷണ മജിസ്ട്രേറ്റിനോട് ഞാൻ വല്ലതും പറയണോ?" സ്ത്രീ ചോദിച്ചു.

"നിങ്ങൾക്ക് അദ്ദേഹത്തെ അറിയാമോ?" അയാൾ ചോദിച്ചു.

"തീർച്ചയായും അറിയാം." സ്ത്രീ പറഞ്ഞു. "എന്റെ ഭർത്താവ് കോടതിയിലെ ഒരു ശിപായിയാണെന്നുള്ളത് നിങ്ങളറിയണം."

കഴിഞ്ഞാഴ്ച വന്നപ്പോൾ വെറും തറ തുടയ്ക്കുന്ന തുണിമാത്രം ഉണ്ടായിരുന്ന ആ ചെറുമുറി, എല്ലാവിധ സൗകര്യങ്ങളോടും കൂടിയ ഒരു സ്വീകരണമുറിയായി മാറിയിരിക്കുന്നത് അപ്പോഴാണ് അയാളുടെ ശ്രദ്ധയിൽപ്പെട്ടത്.

കെ അതിൽ ആശ്ചര്യപ്പെട്ടു നില്ക്കുന്നതുകണ്ടപ്പോൾ ആ സ്ത്രീ പറഞ്ഞു: "അതെ ഞങ്ങൾക്കിവിടെ ചെലവില്ലാതെ കിട്ടുന്ന മുറിയാണിത്. കോടതിയുള്ള ദിവസങ്ങളിൽ എല്ലാം ഒഴിഞ്ഞു മാറ്റിക്കൊടുത്താൽ മതിയാകും. എന്റെ ഭർത്താവിന്റെ ഉദ്യോഗത്തിന് അങ്ങനെ കുറച്ച് കുറവുകൾ ഉണ്ട്."

"ഈ മുറിയിലെ കാര്യങ്ങളല്ല എന്നെ അതിശയിപ്പിക്കുന്നത്." കെ പറഞ്ഞു. "നിന്റെ കല്യാണം കഴിഞ്ഞിരിക്കുന്നതിലാണ്." അവളെ തുറിച്ചുനോക്കിക്കൊണ്ടാണ് കെ പറഞ്ഞത്.

"കഴിഞ്ഞയാഴ്ച നിങ്ങൾ സംസാരിച്ചുകൊണ്ടിരുന്നപ്പോൾ ഞാൻ നിങ്ങൾക്ക് ഒരു ബുദ്ധിമുട്ടായതായിരിക്കാം നിങ്ങൾ ഇവിടെ ഉദ്ദേശിച്ചതെന്നു തോന്നുന്നു." സ്ത്രീ പറഞ്ഞു.

"തികച്ചും അതുതന്നെ." കെ പറഞ്ഞു. "പക്ഷേ അതൊക്കെ ഇപ്പോൾ പഴങ്കഥയായിരിക്കുകയാണ്. ഒക്കെ മറന്നിരിക്കുകയാണ്. ആ നേരത്ത് എനിക്ക് വല്ലാത്ത കോപമാണ് വന്നത്. ഇപ്പോൾ നീതന്നെ പറയുന്നു നിന്റെ കല്യാണം കഴിഞ്ഞെന്ന്."

"ഞാൻ ഒരു ബുദ്ധിമുട്ടായതുകൊണ്ട് ഒരു നഷ്ടവും നിങ്ങൾക്ക് പറ്റിയില്ലല്ലോ. ആളുകൾ പിന്നീടു കുശുകുശുക്കുന്നത് കേട്ടപ്പോൾ നിങ്ങ

ളുടെ പ്രസംഗം അവർക്ക് വളരെയധികം ഇഷ്ടമുണ്ടാക്കിയിട്ടുണ്ടെന്നാണ് എനിക്കു മനസ്സിലായത്."

"അങ്ങനെയായിരുന്നിരിക്കാം." കെ വിഷയം മാറ്റിക്കൊണ്ടു പറഞ്ഞു. "അതുകൊണ്ട് നിന്നോടു പൊറുക്കാൻ പറ്റണമെന്നില്ല."

"എന്നെ അറിയാവുന്നവരെല്ലാം എന്നോടു പൊറുത്തു കഴിഞ്ഞു." സ്ത്രീ പറഞ്ഞു. "എന്നെക്കയറിപ്പിടിച്ച ആ മനുഷ്യനെ നിങ്ങൾ കണ്ടല്ലോ. കുറേക്കാലമായി എന്റെ പിന്നാലെ കയറിക്കൂടിയിരിക്കുകയാണ്. കൂടുതൽ പുരുഷന്മാർക്കും ഞാനൊരു പ്രലോഭനമാകില്ലായിരിക്കും. പക്ഷേ അയാളെ സംബന്ധിച്ച് അങ്ങനെയല്ല. അയാളെ ഒഴിവാക്കാമെന്നു വിചാരിച്ചിട്ട് നടക്കുന്നതേയില്ല. എന്റെ ഭർത്താവുപോലും ഇപ്പോൾ സമ്മതിച്ച ലക്ഷണമാണ്. ഭർത്താവിന്റെ തൊഴിൽ പോകാതിരിക്കാൻ അതേ മാർഗ്ഗമുള്ളൂ. നിങ്ങൾ കണ്ട അയാൾ ഒരു നിയമവിദ്യാർത്ഥിയാണ്. ഭാവിയിൽ ഉയരങ്ങളിലെത്തേണ്ട ഒരാളുമാണ്. എപ്പോഴും അയാൾ എന്റെ പിന്നാലെയാണ്. നിങ്ങൾ ഇപ്പോൾ ഇവിടെ വരുന്നതിന് അല്പം മുമ്പും അയാളിവിടെ ഉണ്ടായിരുന്നു."

"എല്ലാം ഒത്തുകിടക്കുകയാണ്." കെ പറഞ്ഞു. "അതിൽ എനിക്ക് അത്ഭുതമൊന്നുമില്ല."

"നിങ്ങൾ ഇവിടത്തെ പരിതഃസ്ഥിതികൾ ഉൽക്കണ്ഠയാൽ മെച്ചപ്പെടുത്താൻ ശ്രമിക്കുകയാണോ? അങ്ങനെയാണ് എനിക്കു തോന്നുന്നത്." സാവധാനത്തിലും കരുതലോടെയുമാണ് ഇത് സ്ത്രീ പറഞ്ഞത്. തനിക്കും കെയ്ക്കും ഒരുപോലെ അപകടമുണ്ടാക്കുന്ന ഒരു കാര്യമാണ് താൻ പറഞ്ഞതെന്ന ഭാവമാണ് അവളിൽ ഉണ്ടായിരുന്നത്.

"നിങ്ങളുടെ പ്രസംഗത്തിൽ നിന്നാണ് അതെനിക്കു തോന്നിയത്." അവൾ തുടർന്നു പറഞ്ഞു. "ഞാൻ താമസിച്ചുവന്നതിനാൽ നിങ്ങളുടെ പ്രസംഗം മുഴുവനും കേൾക്കാൻ എനിക്കു സാധിച്ചില്ലെന്നത് ശരിയാണ്. നിങ്ങൾ പ്രസംഗം അവസാനിപ്പിക്കുന്ന സമയത്ത് ഞാൻ ആ നിയമവിദ്യാർത്ഥിയോടൊപ്പം നിലത്തുകിടക്കുകയായിരുന്നു. ഇവിടം ഭയങ്കര ഭീകരമാണ്." അവൾ പറഞ്ഞു.

അല്പ നിശ്ശബ്ദതയ്ക്കുശേഷം കെ യുടെ കൈയിൽ പിടിച്ചുകൊണ്ട് അവൾ പറഞ്ഞു. "കാര്യങ്ങളൊക്കെ ശരിയാക്കിയെടുക്കാൻ നിങ്ങൾക്കാവുമെന്നു തോന്നുന്നുണ്ടോ?"

അവളുടെ മാർദ്ദവമേറിയ വിരലുകൾക്കിടയിൽ തന്റെ കൈവിരലുകൾ കയറ്റിക്കറക്കിക്കൊണ്ട് പുഞ്ചിരിയോടെ കെ പറഞ്ഞു. "അതിന് യഥാർത്ഥത്തിൽ ഈ സ്ഥലം എന്റേതല്ലല്ലോ. നീ പറഞ്ഞ ഈ ശരിയാക്കിയെടുക്കൽ അന്വേഷണ മജിസ്ട്രേറ്റിനോടാണ് പറഞ്ഞിരുന്നതെങ്കിൽ അദ്ദേഹം നിന്നെ കളിയാക്കുമായിരുന്നു. അല്ലെങ്കിൽ ശിക്ഷിക്കുമായിരുന്നു. സത്യം പറഞ്ഞാൽ, സ്വയം ഇടപെടുക എന്നത് എന്റെ ഭാഗത്തുനിന്നും സ്വപ്നേപി ഉണ്ടാവുകയേ ഇല്ല. ഇവിടത്തെ നിയമസംവിധാനം മെച്ചപ്പെടുത്താൻ വേണ്ടി ഞാൻ ഉറക്കമിളയ്ക്കാനും പോകുന്നില്ല.

എന്നാൽ എന്നെ ബന്ധനസ്ഥനാക്കിയിരിക്കുന്നുയെന്നു പറയുന്നതിനാൽ– പറയുന്നതല്ല, അങ്ങനെയാണല്ലോ– എനിക്ക് ഇടപെടാതിരിക്കാനും കഴിയില്ല. എന്റെ കാര്യങ്ങൾ സംരക്ഷിക്കാനെങ്കിലും അങ്ങനെ വേണമല്ലോ. അതേസമയം ഏതെങ്കിലും രീതിയിൽ നിന്നെയും സഹായിക്കാൻ പറ്റിയാൽ എനിക്കു സന്തോഷം തന്നെ. പക്ഷേ ഞാൻ നിസ്വാർത്ഥസേവനതല്പരനാണെന്നും നീ വിചാരിക്കരുത്. നിനക്കും എന്നെ സഹായിക്കാനാകണം."

"അതെങ്ങനെ എനിക്കു പറ്റും?" അവൾ ചോദിച്ചു.

"എന്നെ ആ മേശപ്പുറത്തുകിടക്കുന്ന പുസ്തകങ്ങൾ നോക്കാൻ അനുവദിക്കുന്നത് അത്തരം ഒരു സഹായമാണ്." കെ പറഞ്ഞു.

"ഓ. തീർച്ചയായും." അയാളെ അവൾ അങ്ങോട്ടേക്കു വലിച്ചിഴച്ചുകൊണ്ടുചെന്നു.

താളുകൾ ചുരുണ്ട പുസ്തകങ്ങളായിരുന്നു അത്. ഒന്നിന്റെ പുറംചട്ട നടുവച്ച് ഏതാണ്ട് ഇളകിവീണ മട്ടായിരുന്നു. പുറംചട്ടയിൽനിന്നും അടർന്നു മാറിയ പുസ്തകത്താളുകൾ വെറും നൂലിലാണ് നിന്നിരുന്നത്.

"എല്ലാത്തിലും നിറയെ പൊടിയാണ്." തലകുലുക്കിക്കൊണ്ട് കെ പറഞ്ഞു.

കെ പുസ്തകമെടുക്കുന്നതിനുമുമ്പ് അവൾ തന്റെ മേൽവസ്ത്രത്തിന്റെ തലപ്പുകൊണ്ട് അവയുടെ പുറംചട്ടയിലെ പൊടി തട്ടിക്കളഞ്ഞു. അവയിൽ ആദ്യത്തെ പുസ്തകമെടുത്ത് അയാൾ തുറന്നു.

ഒരു അശ്ലീല ചിത്രം!

ഒരു സ്ത്രീയും പുരുഷനും നഗ്നരായി സോഫയിൽ ഇരിക്കുന്ന ചിത്രം. ചിത്രകാരന്റെ മോശമായ ലക്ഷ്യം വളരെ വ്യക്തമായിരുന്നു. പക്ഷേ കലാവൈഭവം കുറഞ്ഞതായിരുന്നു ആ ചിത്രം. നട്ടെല്ല് നിവർന്നിരിക്കുന്ന പ്രതിമകണക്കുള്ള സ്ത്രീയും പുരുഷനുമായിപ്പോയി അത്. മാത്രമല്ല മോശമായ ഇരുപ്പിലായിരുന്നതിനാൽ അവർക്ക് നോക്കണമെങ്കിൽത്തന്നെ പെടാപ്പാടുപെടണമെന്ന രീതിയും ആയിരുന്നു.

തുടർന്നുള്ള പേജുകളൊന്നും കെ നോക്കിയില്ല. എന്നാൽ മറ്റൊരു പുസ്തകത്തിന്റെ പുറംഭാഗം അയാൾ വെറുതെയൊന്നു നോക്കി. ഗ്രീറ്റിനെ ഭർത്താവ് പീഡിപ്പിച്ച കഥ എന്ന പേരുള്ള ഒരു നോവലായിരുന്നു അത്.

"ഇതൊക്കെയാണ് ഇവിടെ പഠിക്കുന്ന നിയമപുസ്തകങ്ങൾ?" കെ. പറഞ്ഞു. "എന്റെ കേസു നോക്കാനിരിക്കുന്ന ആളുകൾക്കു പഠിക്കാൻ പറ്റിയ നിയമപുസ്തകങ്ങൾ തന്നെ."

"ഞാൻ നിങ്ങളെ സഹായിക്കാം." അവൾ പറഞ്ഞു. "ഞാൻ സഹായിക്കുന്നതിൽ വിരോധമൊന്നുമില്ലല്ലോ."

"പക്ഷേ നിനക്കതു കുഴപ്പമുണ്ടാക്കില്ലേ? ഉയർന്ന അധികാരികളുടെ കാരുണ്യത്തിലാണ് നിന്റെ ഭർത്താവ് കഴിഞ്ഞുപോകുന്നതെന്ന് നീയല്ലേ കുറച്ചുനേരത്തെ എന്നോടു പറഞ്ഞത്?"

"എന്തൊക്കെയായാലും ഞാൻ നിങ്ങളെ സഹായിക്കും." അവൾ

പറഞ്ഞു. "വരൂ നമുക്കതിനെക്കുറിച്ച് ഒന്നു തീരുമാനിക്കാം. എനിക്കുണ്ടാകുന്ന കുഴപ്പങ്ങളെക്കുറിച്ചൊന്നും നിങ്ങൾ ചിന്തിച്ചുവിഷമിക്കേണ്ട. ഞാൻ ഭയപ്പെടണമെങ്കിൽ ഞാൻ കൂടി അറിയണ്ടേ. ഞാൻ പേടിക്കണമെങ്കിൽ ഞാൻ തന്നെ വിചാരിക്കണം. വരൂ."

വേദിയുടെ ഒരറ്റത്ത് അവളിരുന്നു. അയാൾക്കിരിക്കാനുള്ള ഇടം കൂടി കിട്ടാൻ അവളല്പം ഒതുങ്ങിയാണിരിക്കുന്നത്.

"നിങ്ങളുടെ കണ്ണുകൾ എത്ര സുന്ദരമായിരിക്കുന്നു." അവൾ പറഞ്ഞു. അയാളുടെ കണ്ണുകളിലേക്ക് അവൾ നോക്കിയിരുന്നു. തുടർന്നവൾ പറഞ്ഞു. "എന്റെ കണ്ണുകൾ സുന്ദരമാണെന്നാണ് ആളുകൾ പറയാറുള്ളത്. അതിനേക്കാൾ എത്രയോ സുന്ദരമാണ് നിങ്ങളുടെ കണ്ണുകൾ. നിങ്ങൾ ആദ്യം ഇവിടെ വന്നപ്പോൾത്തന്നെ ഞാനതു ശ്രദ്ധിച്ചിരുന്നു. നിങ്ങൾ കാരണമാണ് ഞാൻ പിന്നീട് കോടതിക്കുള്ളിൽ വന്നതും. ഞാൻ സാധാരണ കോടതിക്കുള്ളിൽ വരാറില്ലാത്തതാണ്. അല്ലെങ്കിലും എനിക്ക് അങ്ങോട്ടു കടക്കാൻ വിലക്കാണുള്ളത്."

"അത്രയേയുള്ളൂ." കെ ഒരുനിമിഷം ചിന്തിച്ചു. "അവൾ അവളെത്തന്നെ എനിക്കു നല്കാൻ തയ്യാറായി നില്ക്കുകയാണ്. ബാക്കിയുള്ളവരെപ്പോലെ ഇവളും അഴിമതിക്കാരിതന്നെയാണ്. ഇവിടത്തെ ഉദ്യോഗസ്ഥരോട് രസിച്ച് അവൾ മടുത്തിരിക്കുകയാണ്. അത് ആർക്കും മനസ്സിലാകും. പുതിയൊരാളിനെക്കണ്ടപ്പോൾ കണ്ണിന്റെ സൗന്ദര്യത്തിന്റെ കഥയും പറഞ്ഞ് പുറത്തേക്കിറങ്ങിയിരിക്കുകയാണവൾ.'

താൻ ഉദ്ദേശിച്ചതൊക്കെ പറഞ്ഞു കഴിഞ്ഞൂയെന്ന അർത്ഥത്തിൽ കെ എഴുന്നേറ്റു. തന്റെ നിലപാടു പറഞ്ഞു കഴിഞ്ഞൂയെന്ന ഭാവമായിരുന്നു അവൾക്ക്.

"നിനക്കെന്നെ സഹായിക്കാൻ പറ്റുമെന്നു തോന്നുന്നില്ല." കെ പറഞ്ഞു. "കാരണം എനിക്കെന്തെങ്കിലും സഹായമാകണമെങ്കിൽ ഉയർന്ന ഉദ്യോഗസ്ഥരുമായി നല്ല ബന്ധം വേണം. പക്ഷേ നിനക്കാണെങ്കിൽ ഇവിടെയെത്തുന്ന കുറച്ചു താണ ഉദ്യോഗസ്ഥരുമായേ ബന്ധമുള്ളൂ. അത് എനിക്ക് നന്നായിട്ട് അറിയാം. അവരെ നിനക്കു പരിചയമാണെന്നും അവരിൽ നിന്നും പലകാര്യങ്ങളും ഒപ്പിച്ചെടുക്കാൻ നിനക്കു കഴിയുമെന്നും എനിക്കുറപ്പുണ്ട്. പക്ഷേ അവരിൽ നിന്നും കിട്ടുന്ന, പരമാവധി ലഭിക്കുന്ന സഹായം കേസിന്റെ മുന്നോട്ടുള്ള നീക്കത്തെ നിർണ്ണായകമായി സ്വാധീനിക്കാൻ ഒരു രീതിയിലും പറ്റുമെന്ന് ഞാൻ കരുതുന്നില്ല. മാത്രമല്ല നിനക്കു വെറുതെ കുറെ സുഹൃത്തുക്കളെ നഷ്ടമായെന്നും വരും. അങ്ങനെ സംഭവിക്കാൻ എനിക്കാഗ്രഹമില്ല. ഈ ആളുകളോടുള്ള നിന്റെ സൗഹൃദം ഈ വിധത്തിൽത്തന്നെ നീങ്ങട്ടെ. കാരണം നിനക്ക് അത് അത്യാവശ്യമുള്ള ഒന്നാണെന്ന് എനിക്കു തോന്നുന്നു. നീ എന്നെക്കുറിച്ച് നല്ലതു പറഞ്ഞ സ്ഥിതിക്ക്, ഖേദത്തോടു കൂടിയാണെങ്കിലും ഞാൻ പറയുകയാണ് എനിക്കും നിന്നെ വളരെ ഇഷ്ടമായി. നിനക്ക് വിഷമം തോന്നേണ്ട കാര്യങ്ങളൊന്നും ഇല്ലെങ്കിലും നീയിങ്ങനെ

വിഷമത്തോടെ നോക്കുന്നതു കൂടി കാണുമ്പോൾ എനിക്ക് എതിരിടേ ണ്ടവരുടെ ഇടയിലാണ് നിന്റെ സ്ഥാനം. പക്ഷേ നീ അവരോടൊപ്പം പ്രവർത്തിക്കേണ്ടതുണ്ട്. നീ ആ നിയമവിദ്യാർത്ഥിയെ സ്നേഹിക്കുന്നു; അതിൽ എനിക്ക് സംശയമില്ല. അഥവാ നീ അവനെ സ്നേഹിക്കുന്നി ല്ലെങ്കിൽക്കൂടി നിന്റെ ഭർത്താവിനോടുള്ളതിനേക്കാൾ കൂടുതൽ ഇഷ്ടം നിനക്ക് അവനോടുണ്ട്. നിന്റെ സംസാരത്തിൽ നിന്നും എനിക്കത് എളുപ്പം മനസ്സിലാകുന്നുണ്ട്."

"ഇല്ല." ഇരുന്നിടത്തുനിന്നും മാറാതെ അവൾ അലറി. അതുപറയു മ്പോൾ അവൾ കെ യുടെ കൈ വെറുതെ പിടിച്ചിരുന്നു. അയാൾ അത് പെട്ടെന്ന് പിൻവലിക്കാനൊന്നും ശ്രമിച്ചില്ല.

"നിങ്ങൾ അങ്ങനെ പോകരുത്." അവൾ തുടർന്നു പറഞ്ഞു. "എന്നെക്കുറിച്ചുള്ള തെറ്റിദ്ധാരണകളുമായി നിങ്ങൾ പോകരുത്. കുറ ച്ചുനേരം കൂടി എന്റെയരികിൽ സംസാരിച്ചിരിക്കാൻ പറ്റാത്തത്ര കുഴപ്പ ക്കാരിയായിട്ടാണോ നിങ്ങളുടെ കണ്ണുകളിൽ ഞാൻ നില്ക്കുന്നത്."

"നീ എന്നെ തെറ്റിദ്ധരിച്ചിരിക്കുകയാണ്." കെ ഇരുന്നുകൊണ്ട് പറ ഞ്ഞു. "കുറച്ചുകൂടി നേരം ഇവിടെയിരിക്കണമെന്ന് നീ പറഞ്ഞാൽ എനി ക്കതിനു സന്തോഷമേയുള്ളൂ. എനിക്ക് സമയത്തിനു കുറവൊന്നുമില്ല. കോടതിയുണ്ടെന്ന് കരുതിയാണല്ലോ ഞാൻ വന്നത്. ഈ കേസിന്റെ കാര്യത്തിൽ എനിക്കുവേണ്ടി നീയൊന്നും ചെയ്യരുതേയെന്ന് അപേക്ഷി ക്കുക മാത്രമാണ് ഞാൻ ഉദ്ദേശിച്ചത്. കേസിന്റെ വിധി എങ്ങനെ വന്നാലും എനിക്കു ഒരുപോലെയാണെന്നതിൽ നിനക്കു പ്രയാസം തോന്നേണ്ടതില്ല. എന്നെ കുറ്റവാളിയാക്കി കോടതി വിധിച്ചാലും എനിക്ക് തമാശയായിട്ടേ തോന്നുകയുള്ളൂ. കേസ് എന്നെങ്കിലും തീരുമെന്ന വിശ്വാസത്തിൽ ഞാനിതു പറയുമ്പോഴും അതിലെനിക്കു സംശയമുണ്ട്. നടപടികൾ നിർ ത്തിവച്ചിട്ടുണ്ടാകും അഥവാ താമസിയാതെ തന്നെ അവ നിർത്തി വെക്കാ നിടയുണ്ടെന്നും ഞാൻ കരുതുന്നു. കേസ് നടപടികൾ നടത്താൻ ഉത്ത രവാദിത്തമുള്ളവർ അവരുടെ ആലസ്യവും മറവിയും കാരണമോ അതു മല്ലെങ്കിൽ ഭയമോ കൊണ്ടാവാം അതു ചെയ്യുന്നത്. അപ്പോഴും പണം കിട്ടാൻ വേണ്ടി കേസു തുടർന്നുകൊണ്ടിരിക്കുകയാണെന്ന് അവർ പ്രക ടിപ്പിച്ചുകൊണ്ടിരിക്കുകയും ചെയ്യും. പക്ഷേ അവർക്കതു തെറ്റി. ഞാൻ നിന്നോടു ഒരു കാര്യം പറയുകയാണ്. ഞാൻ ഒരുത്തനും കൈക്കൂലി കൊടുക്കയില്ല. നിനക്ക് എന്നോടു ചെയ്യാൻ പറ്റുന്ന ഒരു യഥാർത്ഥ ഉപകാരം ഇപ്പോഴുണ്ട്. ആ അന്വേഷണ മജിസ്ട്രേറ്റിനോടോ അഥവാ ഈ വാർത്ത പറഞ്ഞു നടക്കാൻ പറ്റിയ മറ്റാരെങ്കിലുമോ ഉണ്ടെങ്കിൽ അവരോടോ ചെന്നു പറയണം, അവരുടെ ഒരു കൗശലവും എന്നോടു വിലപ്പോകി ല്ലെന്ന്; ഒരു വിധ കൈക്കൂലിയും ഞാൻ കൊടുക്കുകയില്ല. അവരുടെ പരിപാടികൾ നടക്കാത്തതാണെന്ന് നിനക്ക് അവരോട് തുറന്നു പറയാം. ഒരുപക്ഷേ അക്കാര്യം അവർക്ക് ഇതിനകം തോന്നിയിട്ടുണ്ടെന്നു തോന്ന ുന്നു. അങ്ങനെ തോന്നിയില്ലെങ്കിൽത്തന്നെ എനിക്ക് യാതൊരു കുഴപ്പവുമില്ല.

തോന്നിയിരുന്നുയെങ്കിൽ അവരുടെ ജോലി അല്പമൊന്നു കുറഞ്ഞുകിട്ടിയേനെ; എനിക്കുണ്ടാകുന്ന ചില അസ്വസ്ഥതകളും ഒഴിവാകുമായിരുന്നു. ഇനിയും സംസാരിച്ച് നിന്നെ മുഷിപ്പിക്കുന്നില്ല. പിന്നെ, യഥാർത്ഥത്തിൽ നിനക്ക് ആ അന്വേഷണ മജിസ്ട്രേറ്റിനെ നല്ല പരിചയമുണ്ടോ?"

"തീർച്ചയായും ഉണ്ട്." സ്ത്രീ പറഞ്ഞു. "ഞാൻ നിങ്ങളെ സഹായിക്കാമെന്നു പറഞ്ഞപ്പോൾ ആദ്യം എന്റെ മനസ്സിൽ വന്നത് അദ്ദേഹമായിരുന്നു. അദ്ദേഹം ഒരു താഴ്ന്ന ഉദ്യോഗസ്ഥനാണെന്ന് എനിക്ക് അറിയില്ലായിരുന്നു. പക്ഷേ നിങ്ങൾ പറഞ്ഞ സ്ഥിതിക്ക് ഞാനത് വിശ്വസിക്കുകയാണ്. എങ്കിലും അദ്ദേഹമയയ്ക്കുന്ന മേലുദ്യോഗസ്ഥർക്കുള്ള റിപ്പോർട്ടുകൾക്ക് എന്തെങ്കിലും സ്വാധീനം ഉണ്ടാവാതെ വരില്ലെന്നു തോന്നുന്നു. അത്രയധികം റിപ്പോർട്ടുകളാണ് അദ്ദേഹം എഴുതുന്നത്. നിങ്ങൾ പറയുന്നതുപോലെ എല്ലാ ഉദ്യോഗസ്ഥരും അത്രയ്ക്കു മടിയന്മാരൊന്നുമല്ല; പ്രത്യേകിച്ച് ആ അന്വേഷണ മജിസ്ട്രേറ്റ്. ഏതു സമയത്തും അദ്ദേഹം എഴുത്തിലായിരിക്കും. ഉദാഹരണമായി, ആ കഴിഞ്ഞ ഞായറാഴ്ച; രാത്രിയായപ്പോൾ കോടതി പിരിഞ്ഞ് എല്ലാപേരും അവരവരുടെ വീടുകളിൽ മടങ്ങിപ്പോയിട്ടും അദ്ദേഹം അവിടെത്തന്നെയുണ്ടായിരുന്നു. അവിടെ ആകപ്പാടെയുണ്ടായിരുന്ന ഞാൻ കത്തിച്ചുകൊടുത്ത ഒരു ചിമ്മിനിവിളക്ക് അദ്ദേഹത്തിന് ധാരാളമായിരുന്നു. അതിന്റെ മുമ്പിലിരുന്നുകൊണ്ടാണ് അദ്ദേഹം റിപ്പോർട്ടെഴുതിത്തുടങ്ങിയത്. ഞായറാഴ്ച ജോലിയില്ലാതിരുന്നതിനാൽ എന്റെ ഭർത്താവ് അപ്പോഴെത്തി. പിന്നെ ഞങ്ങൾ രണ്ടുപേരും കൂടി കസേരയും മേശയുമൊക്കെ പഴയപടി പിടിച്ചിട്ടു. തുടർന്ന് അവിടേക്ക് വന്ന ചില അയൽക്കാരുമായി ഞങ്ങൾ സംസാരിക്കുമ്പോഴും അദ്ദേഹം തന്റെ എഴുത്തിലായിരുന്നു. സത്യം പറഞ്ഞാൽ പിന്നെ ഞങ്ങൾ അദ്ദേഹത്തിന്റെ കാര്യംപോലും മറന്നു. ഉറങ്ങാൻ കിടന്ന ഞാൻ പാതിരാവിനുശേഷം ഞെട്ടിയുണർന്നപ്പോൾ കണ്ടത് അദ്ദേഹം കട്ടിലിനരികിൽ നില്ക്കുന്നതാണ്. കൂടെയുറങ്ങുന്ന ഭർത്താവിന്റെ മുഖത്ത് വെളിച്ചം പതിക്കാതിരിക്കാൻവേണ്ടി അദ്ദേഹം കൈകൊണ്ട് ചിമ്മിനിയുടെ വെട്ടം മറച്ചുപിടിച്ചിരുന്നു. യഥാർത്ഥത്തിൽ എന്റെ ഭർത്താവ് ഉറങ്ങിക്കഴിഞ്ഞാൽ ഒരു വെട്ടത്തിനും അയാളെ ഉണർത്താനാവില്ലെന്ന് എനിക്കല്ലേ അറിയൂ. അതിനാൽ അദ്ദേഹത്തിന് പ്രകാശം മറച്ചുപിടിക്കേണ്ട ആവശ്യമൊന്നും ഉണ്ടായിരുന്നില്ല. അപ്രതീക്ഷിതമായ വെട്ടവും ആളിനേയും കണ്ടപ്പോൾ ഞാൻ നിലവിളിക്കാൻ തുടങ്ങിയതായിരുന്നു. പക്ഷേ അദ്ദേഹം എന്നെ ശാന്തയാക്കി. താൻ ഇതുവരെ എഴുതിക്കൊണ്ടിരിക്കുകയായിരുന്നെന്നും വിളക്കു മടക്കിത്തരാൻ വന്നതാണെന്നും അദ്ദേഹം പറഞ്ഞു. ഞാൻ ഉറങ്ങിക്കിടക്കുന്ന ചിത്രം അദ്ദേഹത്തിന്റെ മനസ്സിൽ നിന്നും ഒരിക്കലും മാഞ്ഞുപോകില്ലെന്നും തുടർന്ന് അദ്ദേഹം മന്ത്രിച്ചു. ഇതൊക്കെ ഞാൻ പറയുന്നത് അദ്ദേഹം ധാരാളം റിപ്പോർട്ടുകൾ എഴുതുന്നയാളാണെന്ന് അറിയിക്കാൻ വേണ്ടിയാണ്; പ്രത്യേകിച്ച് നിങ്ങളുടെ കേസിന്റെ കാര്യത്തിൽ. കഴിഞ്ഞ ഞായറാഴ്ച

നിങ്ങളുടെ കേസ് വിചാരണയായിരുന്നല്ലോ പ്രധാനം. എന്തായാലും ഇത്രയും സുദീർഘമായ റിപ്പോർട്ടുകൾക്ക് പ്രാധാന്യമില്ലാതെ വരികയില്ല. മാത്രമല്ല, അദ്ദേഹത്തിന് എന്റെമേൽ ഒരു ആകർഷണമുണ്ടെന്നും നിങ്ങൾ മനസ്സിലാക്കിക്കാണുമല്ലോ. ഈ അടുത്തകാലം മുതലാണ് അദ്ദേഹത്തിന് എന്നോട് ഈ ഭ്രമം തുടങ്ങിയത്. തുടക്കമായതിനാൽ എനിക്ക് അദ്ദേഹത്തിൽ നല്ല സ്വാധീനമുണ്ടാക്കാൻ പറ്റുമെന്നാണ് എന്റെ വിശ്വാസം. എന്റെ പ്രീതി നേടാൻ അദ്ദേഹം ഉൽക്കണ്ഠാകുലനാകുന്നുയെന്നതിന് ഇനിയും തെളിവുണ്ട്. ആ നിയമവിദ്യാർത്ഥി അദ്ദേഹത്തോടൊപ്പമാണ് ജോലി ചെയ്യുന്നത്. വലിയ വിശ്വാസമാണ് അദ്ദേഹത്തിന് അവനോടുള്ളത്. കഴിഞ്ഞദിവസം അദ്ദേഹം അവൻ വഴി രണ്ടു സ്റ്റോക്കിങ്സുകൾ എനിക്കു തന്നുവിട്ടു. കോടതികൂടാൻ വേണ്ടി ഹാൾ വെടിപ്പാക്കിയതിനുള്ള സമ്മാനമാണതെന്ന് പറഞ്ഞതെങ്കിലും, അതു വെറുതെയായിരുന്നു. കാരണം ഹാൾ വെടിപ്പാക്കിയിടേണ്ടത് എന്റെ ജോലി തന്നെയായിരുന്നല്ലോ. അതിനുള്ള ശമ്പളം എന്റെ ഭർത്താവ് വാങ്ങുന്നുമുണ്ട്. നോക്കൂ, ഇതാണ് ആ സ്റ്റോക്കിങ്സുകൾ."

അവൾ തന്റെ പാവാട ഉയർത്തി മുട്ടുവരെയാക്കിയശേഷം കാലുകൾ നീട്ടിക്കാണിച്ചുകൊടുത്തു. തുടർന്നവൾ പ്രയാസത്തോടെ പറഞ്ഞു. "എന്തു മനോഹരമാണിവ.... വളരെ മനോഹരം. പക്ഷേ എന്നെപ്പോലൊരു പെണ്ണിനു ഇതു ചേരില്ല."

പെട്ടെന്നവൾ തന്റെ സംസാരം നിർത്തി. തന്റെ കൈകൾ കെ യുടെ കൈകൾക്കുമീതെ വച്ചുകൊണ്ട് വീണ്ടും ഒരുറപ്പു നല്കുന്ന മട്ടിൽ, പറഞ്ഞു: "ശ്ശ്.... ബർത്തോൾഡ് നമ്മളെ നോക്കിക്കൊണ്ടുനില്ക്കുന്നു."

കെ സാവധാനം കണ്ണുകളുയർത്തി. ഉയരം കുറഞ്ഞതും കാലുകളിൽ ഒന്ന് വളഞ്ഞതുമായ ഒരു ചെറുപ്പക്കാരൻ കോടതിമുറിയുടെ വാതില്ക്കൽ നില്ക്കുന്നു. അന്തസ്സ് പെരുപ്പിച്ചുകാണിക്കാൻ വേണ്ടിയാവാം അവൻ ചെമ്പൻ കുറ്റിത്താടി വളർത്തിയിരിക്കുന്നത്. അവൻ താടിയും ചുരുട്ടിച്ചുരുട്ടി നില്ക്കുന്നു.

കെ അവനെ ജിജ്ഞാസയോടെ നോക്കി. നിഗൂഢമായ നിയമവ്യവസ്ഥയ്ക്കുള്ളിൽ കണ്ടുമുട്ടിയ ആദ്യ വിദ്യാർത്ഥിയായിരുന്നു അവൻ, കെയെ സംബന്ധിച്ചിടത്തോളം. മാത്രമല്ല ഒരിയ്ക്കൽ അധികാരത്തിന്റെ ഉന്നതസ്ഥാനത്ത് എത്തപ്പെടേണ്ട ആളുമായിരുന്നു. അവൻ കെ യെ ശ്രദ്ധിച്ചില്ല. താടിയിൽ നിന്നും കൈമാറ്റി, ഒരു വിരൽകൊണ്ട് ആ സ്ത്രീയെ മാടിവിളിച്ചശേഷം അവൻ ജനാലയ്ക്കരികിലേയ്ക്കു നീങ്ങി.

"എന്നോടു ദേഷ്യം തോന്നരുതേ." അവൾ കെ യോടു ശബ്ദമടക്കിപ്പറഞ്ഞു. "ഞാൻ ഒരു മോശക്കാരിയാണെന്നും കരുതരുത്. അവൻ വിളിച്ചാൽ എനിക്കു പോകാതിരിക്കാൻ പറ്റില്ല. പക്ഷേ അവന്റെ രൂപം എന്നെ ഭയപ്പെടുത്തുന്നു. അവന്റെ ആ വളഞ്ഞ കാലുകൾ നോക്കൂ. ഒരു മിനിട്ടിനകം ഞാൻ മടങ്ങിവരാം. പിന്നെ നിങ്ങൾ പറയുന്നിടത്തേക്കു ഞാൻ വരാം. നിങ്ങൾക്കെന്നെ എന്തുവേണമെങ്കിലും ചെയ്യാം. ഇവിടെ

നിന്നും കുറേക്കാലത്തേക്കു മാറിനില്ക്കുന്നതാണ് എനിക്കിഷ്ടം. അത് എന്നെന്നേക്കുമായിരുന്നെങ്കിൽ എത്ര ഭാഗ്യമായിരുന്നു."

കെ യുടെ കൈകൾ ഒന്നുകൂടി തഴുകിയശേഷം അവൾ ചാടിയെഴുന്നേറ്റുകൊണ്ട് ജനാലയുടെ അരികിലേക്കോടി. അയാളുടെ കൈകൾ അയാളറിയാതെ അവളുടെ പിന്നാലെ ശൂന്യമായ അന്തരീക്ഷത്തിലേക്കു നീണ്ടു. ആ സ്ത്രീ അയാളെ വല്ലാണ്ട് ആകർഷിപ്പിച്ചുകഴിഞ്ഞിരുന്നു. താൻ അവളുടെ ആകർഷണത്തിൽ അടിപ്പെടാതിരിക്കാനുള്ള കാരണങ്ങൾ ബോധപൂർവ്വം ആലോചിച്ചിട്ടും ഒന്നും അയാൾക്കു കിട്ടിയില്ല. കോടതിയുടെ നിർദ്ദേശപ്രകാരം തന്നെ കെണിയിൽപ്പെടുത്താനുള്ള അവളുടെ ഒരു പരിപാടിയാണോ ഇതെന്ന ഒരു നിമിഷത്തെ ചിന്ത പെട്ടെന്നാണ് ഒരു പ്രയാസവുമില്ലാതെ അയാൾ ഇല്ലായ്മ ചെയ്തത്. അല്ലെങ്കിൽത്തന്നെ ഏതു രീതിയിലാണ് അവൾ അയാളെ കെണിയിൽപ്പെടുത്തുന്നത്? തന്റെ കാര്യത്തിലെങ്കിലും കോടതിയെ ധിക്കരിക്കാൻ പറ്റുന്ന വിധത്തിൽ സ്വതന്ത്രനല്ലേ അവൻ. കുറഞ്ഞപക്ഷം ആ ആത്മവിശ്വാസമെങ്കിലും അയാൾക്ക് ഉണ്ടാകണ്ടേ? പിന്നെ അവൾ എന്നെ സഹായിക്കാമെന്നു പറഞ്ഞതിൽ ആത്മാർത്ഥത നിറഞ്ഞിരുന്നു. അതുകൊണ്ട് ഒരു പ്രയോജനവുമില്ലെന്ന് പറയാനും പറ്റുകയില്ല. മാത്രവുമല്ല അവളെ ആ മജിസ്ട്രേറ്റിന്റെയും അയാളുടെ ഉദ്യോഗസ്ഥവൃന്ദത്തിന്റെയും കൈകളിൽ നിന്നും രക്ഷിച്ച് തന്റേതാക്കുന്നതല്ലേ അവർക്കെതിരേ ചെയ്യാൻ പറ്റുന്ന ഏറ്റവും നല്ല പ്രതികാര രീതി. അങ്ങനെ ഒരു ദിവസം കെ യെക്കുറിച്ചുള്ള കള്ള റിപ്പോർട്ടുകൾ എഴുതിപ്പിടിപ്പിച്ച് ക്ഷീണിച്ച അദ്ദേഹം അവളുടെ കിടക്ക തേടി വരുമ്പോൾ അത് ശൂന്യമായിരിക്കും. കെ യോടൊപ്പം അവൾ ഓടിപ്പോകുന്നതുകൊണ്ടാവും അത് അന്ന് ശൂന്യമാകുന്നത്. മാത്രമല്ല പരുക്കനായ കറുത്ത വസ്ത്രത്തിനകത്തെ മൃദുലവും ഊഷ്മളവുമായ അവളുടെ ശരീരം അയാളുടേതാകുന്നതുകൊണ്ടാണ്, അതെ അയാളുടേതു മാത്രമാകുന്നതുകൊണ്ട്.

തന്റെ സന്ദേഹത്തിന് കെ ഈ വിധം സമാധാനം കണ്ടു. ജനാലയ്ക്കരികിലെ അടക്കിപ്പിടിച്ച സംസാരം തുടങ്ങിയിട്ട് അധികനേരമായല്ലോയെന്ന് അയാൾക്ക് പെട്ടെന്നു തോന്നി. അതിന്ന് മതിയാക്കണം. അയാൾ മുഷ്ടി ചുരുട്ടി മേശയിലിടിച്ച് ശബ്ദമുണ്ടാക്കാൻ തുടങ്ങി.

സ്ത്രീയുടെ തോളിനു മുകളിലൂടെ നിയമ വിദ്യാർത്ഥി കണ്ണുപായിച്ചു. അവന് ഒന്നും പ്രശ്നമായിത്തോന്നിയില്ല. അവൻ അവളുടെ അരികിലേക്കു കൂടുതൽ ചേർന്നു നിന്നുകൊണ്ട് അവളെ ചുറ്റിപ്പിടിച്ചു നിന്നു. അവൻ പറയുന്നതൊക്കെ ശ്രദ്ധാപൂർവ്വം കേൾക്കുന്ന മട്ടിൽ അവൾ തല കുനിച്ചു നിന്നു. സംസാരിക്കുന്നതിനിടയിൽ അവൻ അവളുടെ കഴുത്തിൽ ശബ്ദത്തോടുകൂടി ഒരു ചുംബനവും നല്കി.

അവൻ തന്റെ മേൽ അനാവശ്യമായി അധിനിവേശം വച്ചുപുലർത്തുന്നൂയെന്ന് അവൾ നേരത്തെ പറഞ്ഞ പരാതിക്ക് ഒരു തെളിവായിട്ട് കെ യ്ക്ക് ഇതു തോന്നി. അവനെ ഇവിടെനിന്നും എങ്ങനെയെ

ങ്കിലും ഒഴിവാക്കണമെന്ന് കെ യ്ക്കു തോന്നി. അയാൾ എഴുന്നേറ്റ് മുറിയിൽ അങ്ങോട്ടുമിങ്ങോട്ടും നടക്കാൻ തുടങ്ങി. ഇടയ്ക്കിടയ്ക്ക് അയാൾ അവനെ ഒളികണ്ണിട്ടു നോക്കി.

കെ യുടെ ഉലാത്തലിൽ അസഹിഷ്ണുത തോന്നിയ അവൻ വിളിച്ചു പറഞ്ഞു: "നില്ക്കാൻ അസ്വസ്ഥതയുണ്ടെങ്കിൽ നിങ്ങൾ ഇവിടെ നില്ക്കുന്നതെന്തിന്. നിങ്ങൾ ഇവിടുന്നു പോയതുകൊണ്ട് ആർക്കും ഒരു പ്രയാസവുമില്ല. ഞാൻ ഇവിടെ വന്നപ്പോൾത്തന്നെ നേരം കളയാതെ നിങ്ങൾ സ്ഥലം കാലിയാക്കേണ്ടതായിരുന്നു."

അവന്റെ വാക്കുകളിൽ അടങ്ങാത്ത കോപം നിറഞ്ഞിരുന്നു. ഭാവിയുടെ ഒരു കോടതിയുദ്യോഗസ്ഥൻ എന്ന നിലയിലെ ഒരു ധാർഷ്ട്യവും ഈ പ്രതിയെക്കണ്ടപ്പോൾ കെ യ്ക്കുണ്ടായിരുന്നു.

കെ അവന്റെ അരികിലേക്കു ചെന്നുകൊണ്ട് പറഞ്ഞു: "ഞാൻ അക്ഷമനായിരിക്കുന്നുയെന്നത് സത്യമാണ്. എന്റെ അസ്വസ്ഥത തീർക്കാനുള്ള എളുപ്പവഴി താൻ ഇവിടെ നിന്നും പോകുന്നതാണ്. താൻ നിയമം പഠിക്കാൻ വന്ന ഒരു വിദ്യാർത്ഥിയാണെന്ന് ഞാനറിഞ്ഞു. അതു തന്നെയാണ് തന്റെ ലക്ഷ്യമെങ്കിൽ ഞാൻ മുറി തനിക്കു നല്കുന്നതിന് എനിക്കു വിരോധമില്ല. ഇവളെയും കൊണ്ട് ഞാൻ പോയേക്കാം. ജഡ്ജിയാകേണ്ടതിനുമുമ്പ് തനിക്ക് ധാരാളം പഠിക്കാനുണ്ടാകുമല്ലോ. എനിക്കാകട്ടെ നിങ്ങളുടെ നിയമപരിശീലനത്തെക്കുറിച്ച് യാതൊരുവിധ അറിവും ഇല്ലെന്ന് ഞാൻ സമ്മതിച്ചോട്ടെ. പക്ഷേ അതിലാകെ മാന്യതയില്ലാത്ത കുറെ അഭിപ്രായങ്ങൾ മാത്രമേയുള്ളൂയെന്ന് ഞാൻ കരുതുന്നു. അതൊക്കെ ചെയ്യാനുള്ള നാണംകെട്ട കഴിവ് നിനക്കുണ്ടെന്നും ഞാൻ മനസ്സിലാക്കുന്നു."

കെ യുടെ അപമാനകരമായ അഭിപ്രായത്തിനു വിശദീകരണം തേടിക്കൊണ്ട് അവൻ അവളോടായി പറഞ്ഞു : "ഇയാളെ ഇതിനകത്ത് കയറ്ററുതായിരുന്നു. ഇതു നമുക്ക് പറ്റിയ തെറ്റായിരുന്നു. ഞാൻ ഇക്കാര്യം മജിസ്ട്രേറ്റിനോടും പറഞ്ഞിരുന്നതാണ്; കോടതിയില്ലാത്ത ദിവസങ്ങളിൽ ഇയാളെ മുറിയിലടച്ചിടണമെന്ന്. ചിലപ്പോഴൊക്കെ ഈ മജിസ്ട്രേറ്റ് ചെയ്യുന്നതെന്താണെന്ന് എനിക്ക് ഒരു പിടിയും കിട്ടുന്നില്ല."

"സംസാരിച്ചു നിന്നിട്ടു കാര്യമില്ല." അവളുടെ നേരെ കൈനീട്ടിക്കൊണ്ട് കെ പറഞ്ഞു. "വാ.. നമുക്കു പോകാം."

"ഓ. അതുശരി." നിയമവിദ്യാർത്ഥി പറഞ്ഞു. "ഇല്ലില്ലാ, നിനക്കവളെ കിട്ടാൻ പോകുന്നില്ല."

തുടർന്ന് അവൻ, അവളെ ഒരു കൈകൊണ്ട് പൊക്കിയെടുത്ത് വാതിലേക്കോടി. അവന് അതിനുള്ള കരുത്തുണ്ടെന്ന് ആരും വിശ്വസിക്കുകയില്ല.

അവൻ കെ യെ ഭയപ്പെട്ടുയെന്നതിനു തെളിവായിരുന്നു ഇത്. അതേസമയം കെ യുടെ കോപം ഇരട്ടിപ്പിക്കാനായി അവൻ മറ്റേക്കൈകൊണ്ട് അവളുടെ കൈയിൽ അമർത്തുകയും തലോടുകയും ചെയ്തു.

കെ രണ്ടടിദൂരം അവനോടൊപ്പം ഓടിച്ചെന്നു. അവനെ പിടിച്ചു നിർത്തി കഴുത്തു പിടിച്ചു ഞെരിക്കാനായിട്ട്.

അപ്പോഴേക്കും ആ സ്ത്രീ ഇടപെട്ടു. "അതുകൊണ്ടൊന്നും ഉപയോഗമില്ല. മജിസ്ട്രേറ്റ് എന്നെ വിളിപ്പിച്ചിരിക്കുകയാണ്." അവൾ പറഞ്ഞു. അവൾ തുടർന്നു പറഞ്ഞു: "എനിക്കു നിങ്ങളുടെ കൂടെ വരാൻ പറ്റില്ല." ഒപ്പം ഒരു കൊച്ചുരാക്ഷസനെന്ന് പറഞ്ഞുകൊണ്ട് അവൾ നിയമവിദ്യാർത്ഥിയുടെ മുഖം തഴുകി. "ഈ കൊച്ചു രാക്ഷസൻ എന്നെ വിട്ടുതരില്ല."

"രക്ഷപ്പെടണമെന്ന ആഗ്രഹം നിനക്കുമില്ല." കെ അലറി. അയാൾ അവന്റെ തോളിൽ കടന്നുപിടിച്ചു.

അവൻ അയാളുടെ കൈകൾ കടിക്കാൻ നോക്കി. ഒപ്പം അവൾ രണ്ടു കൈകൾ കൊണ്ടു കെ യെ തട്ടിമാറ്റി. "വേണ്ട വേണ്ട.. അതുവേണ്ട... നിങ്ങളെന്താ വിചാരിച്ചത്? നിങ്ങൾ എന്റെ ജീവിതം നശിപ്പിക്കുമോ? എന്നെ പോകാൻ അനുവദിക്കൂ. അന്വേഷണ മജിസ്ട്രേറ്റിന്റെ ഉത്തരവനുസരിച്ച് ഇവൻ എന്നെ കൊണ്ടുപോകുന്നു എന്നേയുള്ളൂ."

"എങ്കിൽ ഞാൻ അവനെ ഒന്നും ചെയ്യുന്നില്ല. ഇനി എനിക്കു നിന്നേയും കാണേണ്ട." നിരാശയിൽ നിന്നുണ്ടായ കോപംകൊണ്ട് അയാൾ പറഞ്ഞു.

കെ അവന്റെ പിന്നിൽ ആഞ്ഞൊരു ചവിട്ടുകൊടുത്തു. അടിതെറ്റിയെങ്കിലും താൻ നിലത്തുവീഴാത്തതിലുള്ള വലിയ സന്തോഷത്തോടെ അവൻ ആ കനത്ത ഭാരവുംകൊണ്ട് തുള്ളിച്ചാടി ഉത്സാഹത്തോടെയോടിപ്പോയി.

കെ അവർക്കു പിന്നിലൂടെ നടന്നു സാവധാനം. ഈ ആളുകളിൽ നിന്നും തനിക്കു നേരിടേണ്ടി വന്ന ആദ്യത്തെ, തീർത്തുമുള്ള ഒരു പരാജയമായിരുന്നൂയെന്ന് അയാൾക്ക് മനസ്സിലായി. അതിൽ ഉത്കണ്ഠാകുലനാകേണ്ടതില്ലെന്നും, താൻ എതിർക്കാൻ ചെന്നതുകൊണ്ടാണ് തനിക്കീ പരാജയം ഉണ്ടായതെന്നും കെ യ്ക്കു മനസ്സിലായി. സ്വന്തം വീട്ടിൽ മാന്യമായിരുന്ന് ജീവിക്കുകയാണെങ്കിൽ താൻ ഇവരേക്കാൾ എത്രയോ ഉയർന്നവനായേനെ. ഒരു ഉഗ്രൻ ചവിട്ടുകൊടുത്താൽ വഴിമുടക്കാൻ വരുന്നവരൊക്കെ മാറിപ്പോകുന്നു. ഭാവനചെയ്യാവുന്നതിൽ ഏറ്റവും രസകരമായ ഒരു രംഗം അയാൾ മനസ്സിൽ കണ്ടു. ഈ പീറച്ചെക്കനായ നിയമവിദ്യാർത്ഥി എൽസയുടെ കട്ടിലിനരികിൽ വിറയലോടെ മുട്ടിലിരുന്ന് ക്ഷമയാചിക്കുന്ന ഒരു രംഗം. ആ ഭാവനാചിത്രം കെ യ്ക്കു വളരെ ഇഷ്ടമായി. എന്നെങ്കിലും ഒരവസരം കിട്ടിയാൽ അവനെയും കൊണ്ട് എൽസയുടെ അരികിൽ പോകണമെന്ന് അയാൾ നിശ്ചയിച്ചു. ജിജ്ഞാസയോടെ കെ വാതിലിനരികിലേക്കു ധൃതിയിൽ ചെന്നു. അവളെ എവിടെയാണ് കൊണ്ടുപോകുന്നതെന്ന് അയാൾക്ക് അറിയണമായിരുന്നു. അവളെയും ചുമന്നുകൊണ്ട് അവനെന്തായാലും തെരുവിലൂടെ നടക്കുമെന്നു തോന്നുന്നില്ല. അതിനാൽ അടുത്തെവിടെയോ ആണ് അവർ പോകുന്നതെന്ന്

അയാൾക്കു മനസ്സിലായി. പെട്ടെന്ന് വാതിലിന്റെ മറുവശത്ത് ഒരു ഇടുങ്ങിയ തടിക്കോവണി അയാൾ കണ്ടു. അത് വളഞ്ഞുതിരിഞ്ഞ് തട്ടിൻപുറത്തേക്കു പോകുന്നതായിരുന്നു. വളവുണ്ടായിരുന്നതിനാൽ അതെവിടെച്ചെന്നാണ് തീരുന്നതെന്ന് കാണാൻ അയാൾക്കു കഴിഞ്ഞില്ല. ആ പടികൾ കയറി അവൻ അവളെ കൊണ്ടുപോയി.

ഓടിപ്പോയതുകാരണം ക്ഷീണിതനായതിനാൽ പടികയറുമ്പോൾ അവൻ വല്ലാതെ കിതയ്ക്കുകയും അപശബ്ദങ്ങൾ പുറപ്പെടുവിക്കുകയും ചെയ്തിരുന്നു. അപ്പോഴേക്കും അവൾ താഴെ നില്ക്കുന്ന കെ യെ നോക്കി കൈവീശുന്നുണ്ടായിരുന്നു. ഒപ്പം തന്നെ തട്ടിക്കൊണ്ടുപോകുന്നത് തന്റെ സമ്മതത്തോടെയല്ലായെന്ന് കാണിക്കാൻ അവൾ തോൾകുലുക്കി സൂചിപ്പിക്കാൻ ശ്രമിച്ചുകൊണ്ടിരുന്നു. കെ നിശ്ചേഷ്ടനായി ഏതോ അപരിചിതയെ കാണുന്നതുപോലെ നിന്നു. താൻ നിരാശനാണെന്നോ, തന്റെ നിരാശ വളരെനേരം നീണ്ടുനില്ക്കുന്നതല്ലെന്നോയുള്ള വസ്തുത പ്രകടിപ്പിക്കാതെ അയാൾ ആ സമയത്തു നിന്നു.

ഇരുവരും അപ്രത്യക്ഷരായി. കെ വാതിൽക്കൽ തന്നെ നിശ്ചലനായി നിന്നു. അവൾ തന്നെ വഞ്ചിച്ചിരിക്കുകയാണെന്നും തന്നെ അന്വേഷണ മജിസ്ട്രേറ്റിന്റെ പക്കൽ കൊണ്ടുപോകുകയാണെന്ന് അവൾ കള്ളം പറഞ്ഞതാണെന്നും കെ യ്ക്കു കരുതേണ്ടിവന്നു. എന്തായാലും അന്വേഷണമജിസ്ട്രേറ്റ് അവളേയും കാത്ത് തട്ടിൻപുറത്തിരിക്കില്ലല്ലോ. എത്രനേരം അവിടെ നിന്നാലും ആ മരക്കോവണിയിൽ നിന്നും ഒരു കാര്യവും വെളിവാകില്ലെന്നറിയാം. പെട്ടെന്നാണ് കോണിക്കു സമീപം ചുവട്ടിൽ ഒരു ചെറിയ അറിയിപ്പ് പതിപ്പിച്ചിരിക്കുന്നത് കെ കണ്ടത്. അയാൾ അതിന്റെ അരികിലേക്കു ചെന്നു.

മോശമായ കൈയക്ഷരത്തിലുള്ള ഒരു കുറിപ്പ് അയാൾ കണ്ടു. അയാൾ വായിച്ചുനോക്കി.

"കോടതി മുകളിൽ"

അതുശരി, കോടതി ആഫീസുകൾ തട്ടിൻപുറത്താണല്ലോ? ഈ രീതിയിലുള്ള ക്രമീകരണം കോടതിയോട് സ്വാഭാവികമായും ബഹുമാനം ജനിപ്പിക്കുകയില്ല. പരമദരിദ്രരായ താമസക്കാർ പാഴ്‌വസ്തുക്കൾ വലിച്ചെറിയുന്ന തട്ടിൻപുറത്ത് കോടതിയാഫീസുകൾ നടത്തണമെങ്കിൽ വളരെക്കുറച്ചു പണമാണല്ലോ കോടതിക്ക് ലഭിക്കുന്നത് എന്ന് കുറ്റമാരോപിക്കപ്പെടുന്ന ഒരാളറിയുമ്പോൾ അതയാൾക്ക് ആത്മവിശ്വാസം ഉയർത്തുന്നു. ഒരു കാലത്ത് ധാരാളം പണം ലഭിച്ചിരുന്നപ്പോൾ ഉദ്യോഗസ്ഥർ കോടതിയാവശ്യങ്ങൾക്കു അതു ഉപയോഗിക്കുന്നതിനുമുമ്പ് സ്വന്തം കാര്യം നോക്കാൻ കീശയിലാക്കിയിട്ടുണ്ടാവണമെന്ന ഒരു സാദ്ധ്യത തള്ളിക്കളയാനാവില്ല. കെ യുടെ പൂർവ്വാനുഭവങ്ങൾ വച്ചുനോക്കുമ്പോൾ ഇതിനായിരിക്കും യഥാർത്ഥത്തിൽ കൂടുതൽ സാദ്ധ്യത. അങ്ങനെയാണെങ്കിൽ കോടതിയിൽ അഴിമതിയുടെ പേരിൽ ആരോപണം ചെയ്ത ഒരാളിനെ അപമാനിതനാക്കുന്നത്, കോടതിയുടെ പരമദാരിദ്ര്യം ഉയർത്തുന്ന

ആത്മവിശ്വാസത്തേക്കാൾ കൂടുതൽ ആത്മവിശ്വാസം അതു നല്കും. ആരംഭന്യായവിചാരണയ്ക്ക് തട്ടിൻപുറത്തു വിളിക്കാൻ അവർക്ക് ലജ്ജയുണ്ടായതും പകരം അയാളുടെ വീട്ടിലേക്കു വിളിപ്പിച്ചു ശല്യപ്പെടുത്തിയതിന്റെ കാരണവും കെ യ്ക്കിപ്പോൾ മനസ്സിലായി.

കെ യുടെ പദവിയേക്കാൾ എത്രയോ ഉയർന്നതാണ് ഒരു മജിസ്ട്രേറ്റിന്റെ പദവി. കെ വിശാലമായ ബാങ്കിന്റെ മുറിയിൽ ചില്ല് ജനാലയ്ക്കരികിൽ ഇരിക്കുമ്പോൾ അദ്ദേഹമിവിടെ തട്ടിൻപുറത്തിരുന്നു. കെ യുടെ ബാങ്കിലെ മുറിയുടെ സമീപത്ത് വിശ്രമമുറിയാണ്. അവിടെയിരുന്ന് ചില്ല് ജനാലയിലൂടെ താഴേക്കു നോക്കിയാൽ നാഗരികതയുടെ തിരക്കേറിയ ജീവിതം കാണാം. അയാൾക്ക് കൈക്കൂലിയോ നോക്കുകൂലിയോ ഒക്കെയായി മറ്റൊരു വരുമാനമില്ല. ഒരു സ്ത്രീയേയും ചുമന്നുകൊണ്ട് തന്റെ മുറിയിലേക്കു വരാൻ ഒരു കീഴുദ്യോഗസ്ഥരോടും ഉത്തരവും നല്കാനുമാവില്ല. തന്റെ ഈ ജന്മത്തിലെങ്കിലും ഇതൊക്കെ ത്യജിക്കാൻ അയാൾക്ക് പൂർണ്ണസമ്മതമായിരുന്നു.

കെ അപ്പോഴും ആ നോട്ടീസ്ബോർഡിനടുത്തുതന്നെ നിന്നു. അപ്പോൾ ഒരാൾ ചുവട്ടിൽനിന്നും പടികയറിച്ചെന്ന് തുറന്നിട്ടിരിക്കുന്ന വാതിലിലൂടെ മുറിയ്ക്കുള്ളിലേക്കു നോക്കുന്നത് കെ കണ്ടു. അതുവഴി കെ യ്ക്കും കോടതിമുറി കാണാൻ കഴിഞ്ഞു.

അവിടെയെങ്ങാനും ഒരു സ്ത്രീയെക്കണ്ടോയെന്ന് ഒരു അപരിതിചൻ കെ യോടു ചോദിച്ചു.

"നിങ്ങൾ കോടതിയിലെ ശിപായിയാണല്ലോ?" കെ ചോദിച്ചു.

"അതെ." അയാൾ പറഞ്ഞു: "അല്ലാ, നിങ്ങൾ ആ കേസിലെ പ്രതി കെ അല്ലേ? ഇപ്പോഴാണ് ഞാൻ നിങ്ങളെ മനസ്സിലാക്കിയത്. വരണം വരണം." അയാൾ കെ യ്ക്കു കൈ കൊടുത്തു. കെ ഇത് യഥാർത്ഥത്തിൽ പ്രതീക്ഷിച്ചിരുന്നില്ല.

"ഇന്ന് കോടതിയുള്ള ദിവസമല്ല." കെ നിശ്ശബ്ദനായി നിന്നപ്പോൾ ശിപായി പറഞ്ഞു.

"എനിക്കതെറിയാം." കെ പറഞ്ഞു. തുടർന്ന് അയാൾ ശിപായിയുടെ വസ്ത്രത്തിലേക്കു തുറിച്ചുനോക്കി. സാധാരണ ബട്ടണുകളുടെ ഇടയിൽ തുന്നിപ്പിടിപ്പിച്ചിരുന്ന രണ്ടു തിളങ്ങുന്ന ബട്ടണുകളായിരുന്നു കോടതിയിലെ ഔദ്യോഗികചിഹ്നമായി അതിലുണ്ടായിരുന്നത്. ഏതോ ഒരു പട്ടാള ഉദ്യോഗസ്ഥന്റെ പഴയ കോട്ടിൽ നിന്നും പറിച്ചെടുത്ത ബട്ടണുകളായിരുന്നുയെന്നതിൽ സംശയമുണ്ടായില്ല.

"അല്പനേരംമുമ്പ് നിങ്ങളുടെ ഭാര്യയുമായി ഞാൻ സംസാരിച്ചിരുന്നു." കെ പറഞ്ഞു. "അവളിപ്പോൾ ഇവിടില്ല. ആ നിയമവിദ്യാർത്ഥി അവളേയും ചുമന്നോണ്ട് അന്വേഷണ മജിസ്ട്രേറ്റിന്റെ അരികിൽ പോയിരിക്കുകയാണ്."

"നിങ്ങൾ കണ്ടല്ലോ." കോടതി ശിപായി പറഞ്ഞു. "അവർ എപ്പോഴും അവളെ എന്നിൽ നിന്നും അകറ്റിക്കൊണ്ടിരുന്നു. ഇന്ന് ഞായറാഴ്ച കൂടി

യാണ്. എനിക്കിന്ന് ജോലിയില്ലാത്തതാണ്. പക്ഷേ ഇവിടെ നിന്നും എന്നെ മാറ്റിക്കിട്ടാനായിട്ട് ആവശ്യമില്ലാത്ത എന്തോ കാര്യത്തിന് എന്നെ അവർ പറഞ്ഞുവിടുകയാണ്. പക്ഷേ, അവർ എന്നെ പറഞ്ഞുവിടുന്നത് വളരെ ദൂരത്തേക്കായിരിക്കില്ല. അതിനാൽ വേഗത്തിൽ പോയാൽ സമയത്തു തിരിച്ചുവരാമെന്ന ഒരു ഗുണമുണ്ട്. അങ്ങനെ ഞാൻ കഴിയുന്നത്ര വേഗത്തിലോടും. ഓടി ഓഫീസിലെത്തിയാൽ, പാതിതുറന്ന വാതിലിന്റെ വിടവിലൂടെ സന്ദേശം വിളിച്ചു പറഞ്ഞശേഷം, പരമാവധി വേഗത്തിൽത്തന്നെ ഞാൻ തിരിച്ചോടും. ഓടിക്കിതച്ചുചെന്ന് ഞാൻ വിളിച്ചുപറയുന്ന അക്കാര്യങ്ങൾ അവർക്ക് മിക്കപ്പോഴും മനസ്സിലായെന്നും വരില്ല. പക്ഷേ, ആ നിയമവിദ്യാർത്ഥി എന്നേക്കാൾ നേരത്തെ ഇവിടെയെത്തും. അവന് തട്ടിൻപുറത്തുനിന്നും ഈ തടിക്കോവണികൾ ചാടിയിറങ്ങിയാൽ മതിയല്ലോ. എന്റെ തൊഴിൽ അവരെ ആശ്രയിച്ചുകൊണ്ടുള്ളതല്ലാതിരുന്നുവെങ്കിൽ, ഞാൻ എന്നേ അവനെ ഈ ചുവരിൽ ചേർത്തരച്ചേനെ; ഈ നോട്ടീസിനടുത്തു തന്നെ. ഞാനെന്നും ഇതാണ് സ്വപ്നം കാണുന്നത്. ഇതാ ഇവിടെ ഈ തറയിൽ അല്പം മുകളിലായി രണ്ടു കൈകളും നീട്ടി, വിരലുകൾ വിടർത്തി വളഞ്ഞകാലുകൾ പിരിച്ച്, ചോരയും ചീറ്റി ചമ്മന്തിയായി അവൻ കിടക്കുന്നത് ഇത്രയുംകാലം അതൊരു സ്വപ്നം തന്നെയായിരുന്നു."

"വേറെ പരിഹാരങ്ങൾ ഒന്നുമില്ലേ?" കെ പുഞ്ചിരിയോടെ ചോദിച്ചു.

"മറ്റൊന്നും എനിക്കറിയില്ല." കോടതി ശിപായി പറഞ്ഞു. "മുൻപെന്നതിനേക്കാൾ സംഗതിയിപ്പോൾ വഷളായിക്കൊണ്ടിരിക്കുകയാണ്. ഇതുവരെ അവൻ സ്വന്തം ആനന്ദത്തിനുവേണ്ടിയാണ് അവളെ കൊണ്ടുപോയത്. ഇപ്പോൾ സ്ഥിതിമാറിയിരിക്കുകയാണ് കുറച്ചുകാലമായിട്ട്; മജിസ്ട്രേറ്റിന്റെ അടുത്തേയ്ക്കും കൊണ്ടുപോകാൻ തുടങ്ങിയിരിക്കുന്നു. അങ്ങനെ സംഭവിക്കുമെന്ന് ഞാൻ നേരത്തെ കരുതിയിരുന്നു."

"പക്ഷേ, നിങ്ങളുടെ ഭാര്യയെ അല്ലേ കുറ്റപ്പെടുത്തേണ്ടത്?" കെ. ചോദിച്ചു. അതു ചോദിക്കുമ്പോൾ സ്വയം നിയന്ത്രിക്കാൻ അയാൾക്ക് വളരെ പാടുപെടേണ്ടിവന്നു; കാരണം അത്രയ്ക്കായിരുന്നു അയാളുടെ അസൂയ.

"തീർച്ചയായും" ശിപായി പറഞ്ഞു. "അവളെത്തന്നെയാണ് കുറ്റപ്പെടുത്തേണ്ടത്. അവൾ തനിയെ അവന് മുമ്പേ ചെന്നുവീണതാണ്. അവനാണെങ്കിൽ ഏതുപെണ്ണിനെക്കണ്ടാലും പിറകേ പോകും. ഇവിടെത്തന്നെ അവൻ കയറിച്ചെന്ന അഞ്ചു ഫ്ളാറ്റുകളിൽനിന്നും അവനെ ആട്ടിപ്പായിച്ചതാണ്. ഈ കെട്ടിടങ്ങളിൽ ഉള്ളവരിൽ എന്റെ ഭാര്യതന്നെയാണ് ഏറ്റവും സുന്ദരി. ഞാനെന്തുചെയ്യും. ഞാൻ നിസ്സഹായനാണ്."

"അപ്പോൾ കാര്യങ്ങളുടെ കിടപ്പ് ഈ വിധത്തിലാണല്ലേ. ഒന്നും ചെയ്യാനാകാത്തതുപോലെ തോന്നുന്നു." കെ പറഞ്ഞു.

"എന്തുകൊണ്ട് ആകില്ല?" കോടതിശിപായി ചോദിച്ചു. "ഇനിയവൻ എന്റെ ഭാര്യയുടെ പിന്നാലെ വരുമ്പോൾ ഒറ്റത്തൊഴി അവനുവച്ചുകൊ

ടുത്താൽ മതി. പിന്നെയവൻ വരില്ല. അവൻ എന്തായാലും ഒരു ഭീരുവാണ്. പക്ഷേ, എനിക്കവനെ തല്ലാൻ പറ്റില്ല. ഞാനങ്ങനെ ചെയ്താൽ ഒരാളും എന്റെ വശം ചേരില്ല. കാരണം എല്ലാവർക്കും അവനെ ഭയമാണ്. അത്രയ്ക്ക് പിടിപാടാണ് അവനുള്ളത്. പക്ഷേ നിങ്ങളെപ്പോലുള്ള ഒരാളിന് അതു പറ്റും."

"എന്നെപ്പോലെയുള്ള ഒരാളിനോ? അതെങ്ങനെ?" അയാൾ അത്ഭുതത്തോടെ ചോദിച്ചു.

"നിങ്ങൾ ഇപ്പോൾ ബന്ധനസ്ഥനാണ്. അല്ലേ?" ശിപായി പറഞ്ഞു.

കെ പറഞ്ഞു. "അതെ. അവനെ ഭയപ്പെടാനുള്ള എല്ലാവിധ കാരണങ്ങളും അതിൽത്തന്നെ എനിക്കുണ്ട്. കേസിന്റെ വിധിയിൽ യാതൊരുവിധ സ്വാധീനവും ചെലുത്താൻ അവനായില്ലെങ്കിലും, പ്രാഥമിക ന്യായവിചാരണയിൽ അവന് സ്വാധീനം ചെലുത്താനായേക്കും."

"അതു ശരിതന്നെയാണ്." കോടതി ശിപായി പറഞ്ഞു. കെ യുടെ ഇക്കാര്യത്തിലുള്ള അഭിപ്രായം തന്നെയാണ് തനിക്കുള്ളതെന്ന ഭാവം അയാൾ പ്രകടിപ്പിച്ചു. "മുൻവിധിയൊന്നും ഞങ്ങളുടെ കേസുകൾക്കില്ല."

"കാര്യങ്ങൾ എന്തുതന്നെയായാലും ആ നിയമവിദ്യാർത്ഥിയെ കൈകാര്യം ചെയ്യുന്ന കാര്യത്തിൽ ഒന്നും എനിക്കു തടസ്സമാകില്ല." കെ പറഞ്ഞു.

"എനിക്കു താങ്കളോടു നന്ദിയുണ്ട്." ശിപായി ഔപചാരികതയോടെ അയാൾക്കു നന്ദിപറഞ്ഞു. പക്ഷേ അയാളുടെ ഹൃദയാഭിലാഷം സാക്ഷാൽകരിക്കാമെന്ന വിശ്വാസം അയാൾക്കില്ലെന്നാണ് തോന്നിയത്.

"നിങ്ങളുടെ ഉദ്യോഗസ്ഥരിൽ ചിലർ കൂടി മിക്കവാറും എല്ലാവരും, ഇതേ രീതിയിൽ കൈകാര്യം ചെയ്യപ്പെടേണ്ടവരാണ്." കെ പറഞ്ഞു.

"അതെയതെ." ഒരു സാമാന്യതത്ത്വം തീരുമാനിച്ചമട്ടിൽ അയാൾ പറഞ്ഞു. തുടർന്ന് ആത്മവിശ്വാസത്തോടെ അയാൾ കെ യെ നോക്കി. തുടർന്നയാൾ പറഞ്ഞു: "ആളുകൾ എതിരായിത്തുടങ്ങിയാൽ പിന്നെ ആർക്കും ഒന്നും ചെയ്യാനാവില്ല."

പക്ഷേ, വീണ്ടും എന്തെങ്കിലും പറയുന്നതിൽ അസ്വസ്ഥതയുണ്ടെന്ന മട്ടിൽ അയാൾ തന്റെ ആ സംഭാഷണം നിർത്തി. തുടർന്നു പറഞ്ഞു, "എനിക്ക് മുകളിൽ ചെന്ന് വിവരങ്ങൾ പറയണം. നിങ്ങൾ വരുന്നുണ്ടോ?"

"എനിക്കവിടെ വരേണ്ട കാര്യമൊന്നുമില്ലല്ലോ." കെ പറഞ്ഞു.

"നിങ്ങൾക്കവിടെ കോടതി മുറികളൊക്കെക്കാണാം. ആരും നിങ്ങളെ ശ്രദ്ധിക്കുകയില്ല." ശിപായി പറഞ്ഞു.

"അതിനവിടെ കാണാൻ വല്ലതുമുണ്ടോ?" പോകാനുള്ള നല്ല ആഗ്രഹമുണ്ടായിട്ടും വൈമനസ്യത്തോടെ കെ പറഞ്ഞു.

"ശരിയെന്നാ." ശിപായി പറഞ്ഞു. "ഞാൻ കരുതി നിങ്ങൾക്കു വരാൻ താല്പര്യമുണ്ടാകുമെന്ന്."

"അല്ല." കെ പറഞ്ഞു. "ഞാൻ നിങ്ങളോടൊപ്പം വരുന്നു." കെ അവസാനം പറഞ്ഞു. ശിപായി കയറിയതിനേക്കാൾ വേഗത്തിൽ കെ ഒപ്പം പടികൾ കയറുകയും ചെയ്തു.

അകത്തേക്കു കയറാൻ തുടങ്ങിയപ്പോൾ കെ തട്ടി വീഴാൻ പോയതാണ്. വാതിലിനു പിന്നിൽ മറ്റൊരു പടിയുണ്ടായിരുന്നു.

"ഇവർക്കാർക്കും പൊതുജനങ്ങളുടെ കാര്യമറിയേണ്ട." കെ പറഞ്ഞു.

"അവർക്ക് ഒന്നിനെക്കുറിച്ചും ഒരു ചിന്തയില്ല." മറുപടിയായി കോടതിശിപായി പറഞ്ഞു: "നോക്കൂ ഈ വിശ്രമമുറിയെ."

അതൊരു നീണ്ട ഇടനാഴിയായിരുന്നു. ഇരുവശത്തും മോശമായി നിർമ്മിച്ച വാതിലുള്ള മുറികൾ. സൂര്യപ്രകാശം കടന്നുവരാൻ പറ്റുന്ന ജനാലകൾ ഒന്നുമില്ലെങ്കിലും, കൂരിരുട്ടാണെന്ന് പറയാനാവില്ല. കാരണം ചില മുറികൾ ഉയരത്തിൽക്കെട്ടിപ്പൂർത്തിയാക്കാതെ, തടിയഴികൾകൊണ്ട് കൂര വരെ ഉയർത്തിയിരിക്കുന്നു. അവയ്ക്കിടയിലൂടെ പ്രകാശം അരിച്ചിറങ്ങുന്നുണ്ടായിരുന്നു. മേശയ്ക്കു പിന്നിലിരുന്നു ജോലിചെയ്യുന്ന ഗുമസ്തന്മാരെയും, അഴികൾക്കിടയിലൂടെ ഒളിഞ്ഞുനോക്കി പുറത്തുള്ള ഇടനാഴിയിലെ ആളുകളെ നിരീക്ഷിക്കുന്നവരെയും അതുവഴി കാണാമായിരുന്നു.

ഞായറാഴ്ചയായതുകൊണ്ടാവാം ഇടനാഴിയിൽ അന്ന് ആളുകൾ കുറവായിരുന്നു. അത്ര ആഡംബരപ്പകിട്ടൊന്നും അവർക്കുണ്ടായിരുന്നില്ല. ഇടനാഴിയുടെ ഇരുവശങ്ങളിലും ഇട്ടിരുന്ന തടിബഞ്ചുകളിൽ അവൻ നിശ്ചിത അകലം പാലിച്ച് ഇരിക്കുകയായിരുന്നു. മുഷിഞ്ഞ വേഷമായിരുന്നു അവരുടേത്. അവരുടെ മുഖഭാവം, വേഷഭൂഷാദികൾ, താടിയൊതുക്കിയിരിക്കുന്ന രീതി, പിന്നെ ഇതുപോലെയുള്ള മിക്ക ചെറു പ്രത്യേകതകളും കണ്ടാൽ അവർ ഏതോ ഉന്നതവർഗ്ഗത്തിൽപ്പെട്ടവരെന്നേ തോന്നുകയുള്ളൂ.

തൊപ്പിവയ്ക്കാനുള്ള റാക്കുകൾ അവിടെ ഇല്ലാതിരുന്നതിനാൽ, ബെഞ്ചുകൾക്കിടയിലായിരുന്നു അവരതു വച്ചത്. ഒരാൾ വയ്ക്കുന്നത് കണ്ടാണ് ഓരോരുത്തരായി അങ്ങനെ ചെയ്തത്. വാതിലിന്റെയരികിലിരുന്ന ചിലർ കെ യെയും ശിപായിയെയും തിരിച്ചറിഞ്ഞു. അവരുടനെ എഴുന്നേറ്റു നിന്ന് ഇരുവരേയും വണങ്ങി. ഇതു കണ്ട മറ്റുള്ളവരും തങ്ങളും അതുചെയ്യേണ്ടതാണെന്ന വിശ്വാസത്തിൽ എഴുന്നേറ്റു നില്ക്കാൻ തുടങ്ങി. അങ്ങനെ അവർ രണ്ടുപേരും ഇടനാഴിയിലൂടെ നീങ്ങിയപ്പോൾ എല്ലാപേരും എഴുന്നേറ്റുനിന്നു.

അവർ നിവർന്നല്ല നിന്നത്. മുതുക് വളച്ച് മുട്ടുമടക്കി തെരുവിലെ യാചകരെപ്പോലെയാണ് അവർ നിന്നത്.

മുമ്പേ നടന്ന കെ ഒന്നു നിന്നു; കോടതി ശിപായി ഒപ്പമെത്താൻ. "എന്തുമാത്രം വിനീതരാണിവർ." കെ പറഞ്ഞു.

"അതെ." ശിപായി പറഞ്ഞു. "ഇവരെല്ലാം കുറ്റവാളികളാണ്. വിവിധ തെറ്റുകൾക്ക് ശിക്ഷപ്പെട്ടവർ."

"അതെയോ!" കെ ആശ്ചര്യപ്പെട്ടു. "എങ്കിൽ ഇവരൊക്കെ എന്റെ സഹപ്രവർത്തകരാണ്."

തന്റെ അരികിലായിക്കണ്ട ഉയരം കൂടിയതും, മെലിഞ്ഞതും നര ബാധിച്ചു തുടങ്ങിയതുമായ ഒരാളിനോടു കെ തിരിഞ്ഞു ചോദിച്ചു. "നിങ്ങൾ എന്തിനാണിവിടെ കാത്തുനില്ക്കുന്നത്?" വളരെ ബഹുമാനത്തോടുകൂടിയാണ് അയാളിത് ചോദിച്ചത്.

പക്ഷേ, അപ്രതീക്ഷിതമായ ചോദ്യം അയാളെ കുഴപ്പിച്ചു. മറ്റെവിടെ ആയിരുന്നാലും ആത്മനിയന്ത്രണം ഉണ്ടാകുമായിരിക്കുകയും, തന്റെ മേൽ ആധിപത്യം നേടാൻ വരുന്നവരെ ഒരുതരത്തിലും വിട്ടുകൊടുക്കാത്തയാളുമായിരുന്ന അയാൾ ഈ ലളിതമായ ചോദ്യത്തിനൊരുത്തരം നല്കാൻ പറ്റാതെ കുഴങ്ങി. പരസഹായമില്ലാതെ തനിക്കു മറുപടി പറയാൻ പറ്റില്ലെന്നു തോന്നിക്കും വിധം അയാൾ അവിടെ നിന്ന മറ്റുള്ളവരെ ദയനീയമായി നോക്കി.

അപ്പോഴേക്കും കോടതി ശിപായി മുന്നോട്ടുവന്നുകൊണ്ട് ധൈര്യം നല്കിപ്പറഞ്ഞു. "നിങ്ങൾ എന്തിനാണിവിടെ കാത്തുനില്ക്കുന്നതെന്ന ലളിതമായ ചോദ്യമേ ഇദ്ദേഹം ചോദിച്ചുള്ളൂ. പറയൂ അതെന്തിനാണ്?"

കോടതി ശിപായിയുടെ പരിചിതമായ ശബ്ദം ഉദ്ദേശിച്ച ഫലം തന്നെയുണ്ടാക്കി.

"ഞാൻ നില്ക്കുന്നത്" അയാൾ പറയാൻ തുടങ്ങിയെങ്കിലും മുഴുമിപ്പിക്കാനായില്ല. ചോദ്യം ചോദിച്ചതനുസരിച്ചുള്ള തക്കതായ ഉത്തരം നല്കാനാവണം അയാൾ ഉദ്ദേശിച്ചിരുന്നതെന്നു തോന്നുന്നു. പക്ഷേ എങ്ങനെ സംസാരിച്ചുതീർക്കണമെന്ന് അയാൾക്കറിയില്ലായിരുന്നു. അവിടെയുണ്ടായിരുന്ന മറ്റുകക്ഷികൾ ഇതിനകം അവിടെ വന്നു കൂടിയിരുന്നു.

"ഇവിടെ നിന്നും ദൂരെപ്പോകൂ. വഴിക്കൊരു തടസ്സവും ഉണ്ടാകരുത്." കോടതി ശിപായി അവരെ വിരട്ടി. അവർ അപ്പോൾ അല്പം പുറകിലോട്ടു മാറിനിന്നൂയെന്നല്ലാതെ പൂർവ്വസ്ഥാനങ്ങളിലേക്കു ചെന്നില്ല. ഇതേ സമയം മറ്റേയാൾ സ്വയം ധൈര്യം സംഭരിച്ചുകൊണ്ട് ഒരു ചെറുചിരിയുമായി മറുപടി പറയാൻ തുടങ്ങി:

"ഒരു മാസം മുമ്പ് ഞാൻ എന്റെ കേസുമായി ബന്ധപ്പെട്ട് ചില സത്യവാങ്മൂലം കൊടുത്തിരുന്നു. അതിന്റെ വിധിയറിയാൻ വന്നതാണ് ഞാൻ." അയാൾ പറഞ്ഞു.

"നിങ്ങൾ വല്ലാണ്ട് പ്രയാസപ്പെടുകയാണെന്നാണല്ലോ തോന്നുന്നത്." കെ പറഞ്ഞു.

"അതെ." അയാൾ പറഞ്ഞു. "കാരണം അത് എന്റെ പ്രശ്നമാണ്."

"പക്ഷേ, നിങ്ങൾ ചിന്തിക്കുന്നതുപോലെ എല്ലാവരും ചിന്തിക്കാറില്ലല്ലോ," കെ. പറഞ്ഞു. ഉദാഹരണമായി, എന്റെ കാര്യമെടുക്കാം. ഞാൻ ബന്ധനസ്ഥൻ കൂടിയാണ്. ഞാൻ ഇതുവരെ ഒരു സത്യവാങ്മൂലമോ അതുപോലുള്ള മറ്റെന്തെങ്കിലും കാര്യങ്ങളോ ഇതുവരെ നല്കിയിട്ടില്ല. അതൊക്കെ അത്യാവശ്യമുള്ള കാര്യമാണോ?"

"എനിക്കത് കൃത്യമായി പറയാൻ പറ്റുകയില്ല." ആ മനുഷ്യൻ പറഞ്ഞു.

കെ തന്നെ കളിയാക്കിപ്പറഞ്ഞതാണെന്നാണ് അയാൾ കരുതിയത്. അതിനാൽ താനാദ്യം പറഞ്ഞ മറുപടി അതേപടി ആവർത്തിക്കാനുമാകണം അയാൾ ആഗ്രഹിച്ചത്. പക്ഷേ കെ യുടെ അക്ഷമ നിറഞ്ഞ കണ്ണുകൾക്കു മുന്നിൽ അയാൾക്കിതേ പറയാൻ പറ്റിയുള്ളൂ; "ഞാൻ എന്തായാലും സത്യവാങ്മൂലം കൊടുത്തു."

"ഞാനിപ്പോൾ ബന്ധനസ്ഥനാണെന്ന് ഒരുപക്ഷേ, നിങ്ങൾക്കു വിശ്വസിക്കാനാവുന്നില്ലായിരിക്കും." കെ ചോദിച്ചു.

"അതെ. തീർച്ചയായും വിശ്വസിക്കാനാവുന്നില്ല." മുന്നോട്ടല്പം അരികിലേക്കു നീങ്ങിനിന്നുകൊണ്ട് അയാൾ പറഞ്ഞു. പക്ഷേ മറുപടിയിൽ നിന്നു അയാൾ അല്പം വിരണ്ടിരിക്കുന്നതായും കെ യ്ക്കു മനസ്സിലായി.

"അപ്പോൾ നിനക്ക് ഞാൻ പറഞ്ഞത് വിശ്വാസമാകുന്നില്ല, അല്ലേ?" പ്രകോപിതനായ കെ അയാളുടെ കൈയിൽ കടന്നുപിടിച്ചു. താൻ പറഞ്ഞത് വിശ്വസിപ്പിക്കാനെന്നോണം.

കെ യ്ക്ക് അയാളെ വേദനിപ്പിക്കാനുള്ള ആഗ്രഹം ഉണ്ടായിരുന്നില്ല. അതിനാൽ അയഞ്ഞരീതിയിലാണ് അയാളെ പിടിച്ചിരുന്നതും. പക്ഷെ കെ പിടിച്ചിരിക്കുന്നത് രണ്ടു വിരലുകൾകൊണ്ടല്ല, മറിച്ച് ചുട്ടുപഴുത്ത കൊടിലുകൾ കൊണ്ടാണെന്ന മട്ടിൽ അയാൾ അയാൾ ഉച്ചത്തിൽ അലറിക്കരയാൻ തുടങ്ങി.

ആ കള്ളനിലവിളി കെ യ്ക്ക് യഥാർത്ഥത്തിൽ ഇഷ്ടമായില്ല. താൻ ഒരു ബന്ധനസ്ഥനാണെന്ന് പറഞ്ഞത് അയാൾക്ക് വിശ്വാസമായില്ലെങ്കിൽ കുഴപ്പമില്ല; അതു വളരെ നല്ലതു തന്നെ. ഒരുപക്ഷേ അയാൾ എന്നെ ഒരു ജഡ്ജിയായി മറ്റോ കരുതുന്നുണ്ടാകുമോ? പോകുന്ന പോക്കിൽ ഒന്നു കൊടുത്തിട്ടുപോകാമെന്ന കരുതിയ കെ അയാളെ യഥാർത്ഥത്തിൽ ആഞ്ഞൊന്നു പിടിച്ചശേഷം ബഞ്ചിലേക്ക് ഒരൊറ്റത്തള്ള്. തുടർന്ന് അയാൾ മുന്നോട്ടുപോകുകയും ചെയ്തു.

"മിക്ക കുറ്റവാളികളും ഈ വിധം ബാലിശക്കാരാണ്." കോടതി ശിപായി പറഞ്ഞു.

അവർക്കു പിന്നിൽ കാത്തുനിന്നിരുന്നവർ അയാളുടെ കരച്ചിൽ തീർന്നപാടെ അയാളുടെ ചുറ്റും വന്നുകൂടി കാര്യങ്ങൾ അന്വേഷിച്ചു തുടങ്ങി. അപ്പോഴേക്കും ഒരു വാർഡൻ കെ യുടെ നേരെ വന്നു. അലുമിനിയം കൊണ്ടുള്ള ഉറയിൽ വാളുമായി വരുന്നതായിരുന്നു വാർഡറെ തിരിച്ചറിയാൻ സഹായിച്ച മാർഗ്ഗം. കെ യ്ക്ക് അതിശയം മൂലം അതിലൊന്ന് തൊട്ടുനോക്കാൻ കൈകൾ നീട്ടേണ്ടി വന്നു.

ബഹളം അന്വേഷിക്കാനെത്തിയ ആ വാർഡൻ എന്താണ് സംഭവിച്ചതെന്ന് ചോദിച്ചു. എന്തെങ്കിലും കുറച്ചു പറഞ്ഞശേഷം അയാളെ ഒഴിവാക്കാൻ കോടതി ശിപായി ശ്രമിച്ചു. പക്ഷേ, വാർഡൻ പറഞ്ഞു അയാൾക്കീ പ്രശ്നം നേരിട്ടറിയണമെന്ന്. തുടർന്ന് അയാൾ ഒരു സല്യൂട്ടടിച്ചശേഷം, സന്ധിവീക്കം വന്നവനെപ്പോലെ കാലുകൾ ചേർത്തുവച്ച് വേഗത്തിൽ മാർച്ചുചെയ്തുപോയി.

കെ പിന്നീട് അയാളെക്കുറിച്ചോ, ആ ഇടനാഴിയിൽ നിന്ന ആളുകളെക്കുറിച്ചോ ആലോചിച്ച് തല പുണ്ണാക്കിയില്ല.

അവർ പാതിവഴി പിന്നിട്ടുകാണും, വാതിലില്ലാത്ത ഒരു ഭാഗം വലത്തേക്കു തുറക്കുന്ന വഴിയായിക്കണ്ടപ്പോൾ കെ അതാണോ വഴിയെന്ന് അമ്പേഷിച്ചു. അതുതന്നെയാണെന്ന അർത്ഥത്തിൽ കെ തലകുലുക്കിയപ്പോൾ കെ അങ്ങോട്ടു തിരിഞ്ഞ് അകത്തേക്കു കയറി.

ശിപായിയേക്കാൾ ഒന്നോ രണ്ടോ അടി മുന്നിലായാണ് കെ എപ്പോഴും നടന്നത്. അതുകണ്ടാൽ ഒരു ജയിൽപ്പുള്ളിയെ കെ കൊണ്ടുപോകുന്നതായി കാണികൾക്കു തോന്നുമായിരുന്നു. അതൊഴിവാക്കാനായി അയാൾ കയറി ഒപ്പമെത്താനായി കെ ഇടയ്ക്കിടെ ഒന്നു നിന്നുകൊടുക്കുമായിരുന്നു. എങ്കിലും അയാൾ കെ യ്ക്കൊപ്പമെത്തുന്നതിൽ പരാജയപ്പെട്ടിരുന്നു.

ഈ മനഃക്ലേശത്തിന് ഒരു അവസാനമുണ്ടാക്കാനായി കെ അവസാനം പറഞ്ഞു: "ഞാൻ ഈ സ്ഥലമൊക്കെ കണ്ടു കഴിഞ്ഞു. ഇനി ഞാൻ പോകുന്നതാണ് നല്ലതെന്ന് തോന്നുന്നു."

"പക്ഷേ, നിങ്ങൾ എല്ലാം കണ്ടുതീർന്നിട്ടില്ല." കോടതി ശിപായി വളരെ നിഷ്കളങ്കനായി പറഞ്ഞു.

"ഓ, എനിക്ക് എല്ലാം കാണണമെന്നില്ല." കെ ആകപ്പാടെ അപ്പോഴേക്കും തളരുകകൂടി ചെയ്തിരുന്നു. "എനിക്കെന്തായാലും പോകണം. പുറത്തേക്കുള്ള വഴിയിലേക്കു പോകുന്നതെങ്ങനെ?"

"നിങ്ങൾക്ക് വഴിയൊന്നും തെറ്റിയിട്ടില്ലല്ലോ?" കോടതിശിപായി ചോദിച്ചു. അത്ഭുതത്തോടെയാണ് അയാളത് ചോദിച്ചത്. "ഒരു കാര്യം ചെയ്യൂ. നേരെ ആ മൂലയിലേക്കു നടക്കുക. തുടർന്ന് വലത്തോട്ടു തിരിഞ്ഞ് ഇടനാഴിയിലൂടെ നടന്നാൽ വാതിൽക്കലെത്താം."

"നിങ്ങളും കൂടെ വരൂ." കെ പറഞ്ഞു. "എനിക്ക് വഴിതെറ്റിപ്പോകാം അവിടെ കുറെ ഇടനാഴികൾ കാണുന്നല്ലോ. എനിക്ക് വഴിതെറ്റാനാണിടയുള്ളത്."

"അവിടെ ഒരേയൊരു വഴിയേയുള്ളൂ." കോടതി ശിപായി പറഞ്ഞു. "ഇനി നിങ്ങളോടൊപ്പം മടങ്ങിവരാനുള്ള സമയമില്ല. എനിക്കു കുറച്ച് വാർത്തകൾ എത്തിക്കാനുണ്ട്. നിങ്ങളോടൊപ്പം ചുറ്റിക്കറങ്ങി ഇപ്പോൾത്തന്നെ കുറേ സമയം പാഴായിരിക്കുകയാണ്."

"എന്നോടൊപ്പം വരൂ." കൂടുതൽ നിർബ്ബന്ധം പിടിച്ചാണ് കെ ഇതു പറഞ്ഞത്. കോടതി ശിപായിയുടെ ഒരു കള്ളത്തരം താൻ കണ്ടെത്തിയെന്ന ഭാവം കെ.യുടെ മുഖത്തുണ്ടായിരുന്നു.

"ഇങ്ങനെ അലർച്ചകൂട്ടരുതേ." കോടതി ശിപായി തുടർന്ന് കെയോടു മന്ത്രിച്ചു. "ഇവിടെ എല്ലായിടവും കോടതി ഓഫീസുകളാണ്. നിങ്ങൾക്ക് ഒറ്റയ്ക്കു പോകാൻ വയ്യെങ്കിൽ, എന്നോടൊപ്പം അല്പം കൂടി മുന്നോട്ടു വരൂ. അല്ലെങ്കിൽ ഞാൻ ഈ സന്ദേശം അവിടെ അറിയിച്ചിട്ടു വരുന്നതുവരെ ഇവിടെ എന്നെ കാത്തുനില്ക്കണം. പിന്നെ നിങ്ങളെ ഞാൻ സന്തോഷത്തോടെ തിരിച്ചുകൊണ്ടാക്കാം."

"ഇല്ലില്ല... എനിക്കു കാത്തുനില്ക്കാനൊന്നും പറ്റില്ല നിങ്ങൾ ഇപ്പോൾ തന്നെ എന്നോടൊപ്പം വരണം."

താനിപ്പോൾ നടന്നുനടന്ന് എവിടെയാണെത്തിയിരിക്കുന്നതെന്ന് കെ. യ്ക്കറിയില്ലായിരുന്നു. അപ്പോഴാണ് തടിവാതിലുകളിലൊന്ന് അപ്പോഴേക്കും തുറക്കപ്പെട്ടത്. കെ അങ്ങോട്ടു നോക്കി. കെ യുടെ ഒച്ചവച്ചുള്ള ശബ്ദം കേട്ട് വാതിൽ തുറന്നുവന്ന ഒരു പെൺകുട്ടി. കെ അവളെ കണ്ടു.

"ഈ മാന്യനായ മനുഷ്യന് എന്താണ് വേണ്ടത്?" അവൾ ചോദിച്ചു. അവൾക്ക് പിന്നിലായി ഒരു പുരുഷരൂപം വന്നടുക്കുന്നത് അരണ്ടവെളിച്ചത്തിലൂടെ കെ കണ്ടു.

കെ കോടതിശിപായിയെ നോക്കി. തന്നെ ആരും ശ്രദ്ധിക്കുകയില്ലെന്നാണല്ലോ അയാൾ ആദ്യം പറഞ്ഞിരുന്നത്. ഇപ്പോഴാകട്ടെ ഇതിനകം രണ്ടുപേർ പിന്നാലെ വന്നുകഴിഞ്ഞിരിക്കുന്നു. ഇനി എല്ലാ ഉദ്യോഗസ്ഥന്മാരും പിന്നാലെ വരില്ലെന്നാരു കണ്ടു. താനെന്തിനുവന്നൂയെന്നായിരിക്കും അവർക്കുള്ള ഒരേയൊരു ചോദ്യം. താനൊരു കുറ്റവാളിയാണെന്നും, ഇനിയെന്നാണ് അടുത്ത ന്യായവിചാരണ നടക്കുന്നതെന്നറിയാനാണ് താൻ വന്നതെന്ന് പറയുന്നതാണ് ഏറ്റവും സ്വീകാര്യമായതും ആർക്കും മനസ്സിലാക്കാൻ പറ്റുന്നതുമായ ഒരേയൊരു ഉത്തരം. പക്ഷേ, അങ്ങനെയൊരുത്തരം കൊടുക്കാൻ കെ യ്ക്കു ആഗ്രഹമുണ്ടായില്ല. കാരണം അത് സത്യവിരുദ്ധമാണ്. ഒക്കെ കാണാനുള്ള ജിജ്ഞാസകൊണ്ടാണ് അയാൾ അങ്ങോട്ടു വന്നത്. പക്ഷേ ഈ മറുപടി ഒരു വിശദീകരണമെന്ന രീതിയിൽ അപര്യാപ്തവുമാകുന്നു. ഈ നിയമവ്യവസ്ഥയുടെ അന്തർഭാഗം ബാഹ്യഭാഗം പോലെതന്നെ പൊള്ളത്തരമാണെന്നും സ്ഥാപിക്കാൻ അയാൾക്കാഗ്രഹമുണ്ടായിരുന്നു. അയാളുടെ നിഗമനങ്ങൾ ശരിയായിരുന്നൂയെന്ന് കെ യ്ക്ക് ഇതിനകം തന്നെ ബോദ്ധ്യമായി. അതുകൊണ്ട് തുടർന്നൊരു അന്വേഷണത്തിന്റെ യാതൊരു ആവശ്യവുമില്ല. കണ്ടകാര്യങ്ങൾ തന്നെ അയാളെ മടുപ്പിച്ചുകഴിഞ്ഞിരിക്കുകയാണ്. ഇനിയെതെങ്കിലും തടിവാതിലുകൾ തുറന്ന് ഉയർന്ന ഉദ്യോഗസ്ഥന്മാർ പ്രത്യക്ഷപ്പെട്ടാൽ.. അതൊന്നും അഭിമുഖീകരിക്കാനുള്ള ത്രാണി അയാൾക്കുണ്ടായില്ല. ശിപായിയേയും കൂട്ടി എത്രയും വേഗം പുറത്തുപോകണം. വേണ്ടി വന്നാൽ ഒറ്റയ്ക്കെങ്കിൽ ഒറ്റയ്ക്കും.

അയാൾ അങ്ങനെ ഒരിടത്തു നില്ക്കുന്നത് സംശയത്തിന് കൂടുതലിടവരുത്തുമെന്നതു ശരിയായിരുന്നു. അയാളിൽ എന്തോ വലിയൊരു രൂപമാറ്റം അടുത്തനിമിഷം സംഭവിക്കാൻ പോകുന്നെന്നും അതുകാണാതിരിക്കാൻ തങ്ങൾക്കു കഴിയുകയുമില്ലെന്നഭാവത്തിൽ ആ പെണ്ണും കോടതി ശിപായിയും കെ യെ നോക്കിനിന്നു.

ആ പെണ്ണിന്റെ പിന്നിലായി അകലെനിന്നും വന്നുകൊണ്ടിരുന്ന ആ മനുഷ്യൻ ഇതിനകം വാതിൽക്കലെത്തിയിരുന്നു. ജിജ്ഞാസയുള്ള ഒരു കാഴ്ചക്കാരനെപ്പോലെ ഉയരംകുറഞ്ഞ വാതിൽപ്പടിയുടെ മുകളിൽ പിടിച്ചുകൊണ്ടും കാൽവിരലുകളൂന്നിയും അയാൾ ആടിക്കൊണ്ടുനിന്നു.

പക്ഷെ കെ യുടെ പെരുമാറ്റത്തിനു കാരണം എന്തോ മാനസികാസ്വാസ്ഥ്യവും ക്ഷീണവുമാണെന്ന് ആദ്യമായി തിരിച്ചറിഞ്ഞത് ആ സ്ത്രീ ആയിരുന്നു.

പെൺകുട്ടി ഒരു കസേര വലിച്ചിട്ടുകൊടുത്തുകൊണ്ട് ചോദിച്ചു: "ഇരിക്കുന്നില്ലേ, സർ?"

കെ അപ്പോൾത്തന്നെ കസേരയിലിരുന്നു. കസേരയുടെ പിടിയിൽ കൈമുട്ടുകൾ ചേർത്തുവച്ച് വളരെ സ്വസ്ഥമായിത്തന്നെയാണ് അയാൾ ഇരുന്നത്.

''നിങ്ങൾക്കിപ്പോൾ അല്പം ക്ഷീണമുണ്ട്, അല്ലേ?'' അവൾ ചോദിച്ചു. അവളുടെ കോമളത്തം നിറഞ്ഞമുഖം അയാളുടെ മുഖത്തിനരികിൽ അപ്പോൾ വന്നിരുന്നു.

"വിഷമിക്കേണ്ട." അവൾ പറഞ്ഞു. "അത് ഇവിടത്തെ സർവ്വസാധാരണമായ കാര്യം തന്നെയാണ്. ആദ്യമായി ഇവിടെ വരുമ്പോൾ എല്ലാവർക്കും സംഭവിക്കുന്ന കാര്യം തന്നെയാണിത്. ഇത് നിങ്ങളുടെ ഇവിടേക്കുള്ള ആദ്യവരവല്ലേ? കൊള്ളാം. എങ്കിൽ ഇതിൽ നിങ്ങൾ അത്ഭുതപ്പെടേണ്ട കാര്യമില്ല. സൂര്യൻ കൂരയിൽ ശക്തമായി വീശുമ്പോൾ, അകത്തെ അന്തരീക്ഷം മുഷിപ്പായും കനത്തും നില്ക്കും. ആ സമയത്ത് മറ്റെന്തു മേന്മയുണ്ടായാലും ഓഫീസ് പണിക്ക് അത് യോജിച്ചതല്ല. എന്നാൽ മിക്കദിവസങ്ങളിലും, കക്ഷികൾ കൂട്ടത്തോടെ വരുമ്പോൾ ശ്വാസംപോലും കിട്ടാതാകും. പിന്നെ കഴുകിയ തുണികൾ ഉണക്കാനായി തൂക്കിയിടുക കൂടിയാകുമ്പോൾ ചെറിയ ക്ഷീണവും തലവേദനയും കൂടി വരുമെന്നതിൽ അതിശയിക്കാനൊന്നുമില്ലല്ലോ. തുണിയവിടെ തൂക്കിയിടരുതെന്ന് പറഞ്ഞ് വാടകക്കാരോടു തടയാനും പാടില്ലല്ലോ. പിന്നെ രണ്ടോ മൂന്നോ തവണ വന്നുകഴിയുമ്പോൾ ആ പ്രയാസങ്ങൾ ശ്രദ്ധിക്കുകപോലുമില്ല. യഥാർത്ഥത്തിൽ നിങ്ങൾക്കിപ്പോൾ കുറച്ചു സുഖം തോന്നുന്നില്ലേ?"

കെ ഉത്തരമൊന്നും പറഞ്ഞില്ല.

പെട്ടെന്നുണ്ടായ ക്ഷീണത്തിൽ ഈ ആളുകളുടെ കൈയിൽപ്പെട്ടുപോയതിന്റെ തീവ്രമായ ലജ്ജാബോധമാണ് അയാൾക്കുണ്ടായത്. മാത്രമല്ല അയാളുടെ ക്ഷീണത്തിനുള്ള കാരണം കണ്ടെത്താൻ അയാൾക്ക് ഗുണം ചെയ്യുന്നതിനപ്പുറം വഷളാക്കുകയാണ് ചെയ്തത്.

ആ സ്ത്രീ പെട്ടെന്നതു ശ്രദ്ധിച്ചു. അവൾ പെട്ടെന്നു തന്നെ ചുവരിൽ ചാരിവച്ചിരുന്ന ഒരു കൊളുത്തു വടിയെടുത്തുകൊണ്ട് കെ യുടെ തലയ്ക്കു മുകളിലെ ഒരു ചെറുപാളി തള്ളിത്തുറന്നു. ശുദ്ധവായു പ്രവേശിക്കാനായിട്ട്. പക്ഷേ, പാളിയിൽ പറ്റിപ്പിടിച്ചിരുന്ന പൊടിക്കൂമ്പാരം അകത്തേക്ക് വീണപ്പോൾ, അവൾക്ക് പെട്ടെന്നു തന്നെ വീണ്ടും ആ പാളി ചാരേണ്ടി വന്നു. ഒപ്പം കെയുടെ കൈകളിൽ വീണ പൊടിയെ അവൾ തൂവാലകൊണ്ട് തട്ടിക്കളയുകയും ചെയ്തു. കാരണം ക്ഷീണിച്ചിരുന്ന അയാൾ അതു ശ്രദ്ധിച്ചിരുന്നില്ല.

ക്ഷീണം മാറി നടക്കാനുള്ള ആരോഗ്യം കിട്ടുന്നതുവരെ അവിടെ ത്തന്നെ ശാന്തമായിരിക്കാനാണ് കെ ആഗ്രഹിച്ചത്. അയാളുടെ ക്ഷീണം അവിടെയുള്ളവർ എത്ര നിസ്സാരമായാണോ കാണുന്നത് അത്രയും എളു പ്പത്തിൽ അയാൾക്ക് ക്ഷീണം മാറിക്കിട്ടുകയും ചെയ്യും.

അപ്പോഴേക്കും ആ സ്ത്രീ പറഞ്ഞു: "നിങ്ങൾക്കിവിടെ വിശ്രമിക്കാൻ പറ്റില്ല. ഞങ്ങൾക്ക് തടസ്സം നേരിടുകയാണ്."

കെ ചുറ്റുമെന്ന് കണ്ണോടിച്ചു; താനെന്താണ് തടസ്സം ഉണ്ടാകുന്നതെ ന്നറിയാനായിട്ട്.

തുടർന്ന് അവൾ വീണ്ടും പറഞ്ഞു: "ആ കൈയൊന്നു തരൂ. ഞാൻ നിങ്ങളെ വിശ്രമമുറിയിൽ കൊണ്ടു ചെന്നാക്കാം." വാതിൽക്കൽ നിന്ന അവളുടെ അരികിൽ അയാൾ ചെല്ലാനായി അവൾ കൈനീട്ടി.

കെ യ്ക്ക് വിശ്രമമുറിയിൽ ചെല്ലാൻ തോന്നിയില്ല. ഇനിയും അക ത്തേക്കകത്തേക്ക് പോകുന്നത് ഒഴിവാക്കാനായിരുന്നു അയാൾ ഇഷ്ട പ്പെട്ടത്. കാരണം അകത്തേക്ക് പോകുന്നതനുസരിച്ച് പ്രശ്നം കൂടുതൽ വഷളാകുകയേ ഉള്ളൂയെന്ന് അയാൾക്ക് അറിയാമായിരുന്നു.

"എനിക്കിപ്പോൾ കുഴപ്പമൊന്നുമില്ല; എനിക്ക് നടക്കാനാകും." കെ പറഞ്ഞു.

സ്വസ്ഥമായിട്ടിരുന്ന കസേരയിൽ നിന്നും അയാൾ സാവധാനം എഴു ന്നേറ്റു. പക്ഷേ കാലുകൾ വിറച്ചുതുടങ്ങി. അയാൾക്ക് നിവർന്നു നില്ക്കാൻപോലും കഴിഞ്ഞില്ല.

"ഓ! എനിക്കു പറ്റുന്നില്ല." തലയാട്ടിക്കൊണ്ട് കെ പറഞ്ഞു ഒരു നെടുവീർപ്പോടെ പഴയയിടത്തുതന്നെ ഇരിക്കുകയും ചെയ്തു. തനിക്ക് എന്തൊക്കെ പ്രശ്നമുണ്ടെങ്കിലും ആ കോടതിശിപായി തന്നെ നിസ്സാര മായി പുറത്തേക്കെത്തിക്കുമെന്ന വിശ്വാസം കെ യ്ക്ക് ഉണ്ടായി. പക്ഷേ വളരെ നേരത്തെ എപ്പോഴോ തന്നെ അയാൾ സ്ഥലം കാലി യാക്കിയിരുന്നു. ആ സ്ത്രീയ്ക്കും അവിടെ നിന്നയാളിനുമിടയിലൂടെ ശിപായിയെ പരതിയെങ്കിലും, കണ്ടുപിടിക്കാനായില്ല.

"എനിക്കു തോന്നുന്നത്." രണ്ടു നീളം തുമ്പുതാണുകിടക്കുന്ന ഒരിനം മേൽവസ്ത്രത്തോടുകൂടിയ, പുതിയയിനം വസ്ത്രം ധരിച്ചിരുന്ന ആ മനുഷ്യൻ പറഞ്ഞു. "ഇവിടത്തെ അന്തരീക്ഷത്തിന്റെ കുഴപ്പം കൊണ്ടാണ് ഈ മാന്യന് ക്ഷീണമുണ്ടായത്. അതിനാൽ അയാളെ അകത്തെ വിശ്രമമുറിയിൽ കൊണ്ടുപോകുന്നതിനേക്കാൾ ഓഫീസിൽ നിന്നും പുറത്തേക്കു കൊണ്ടുപോകുന്നതാണ് ഏററവും ഉത്തമം."

"അതാണ് നന്ന്." കെ വിളിച്ചു പറഞ്ഞു. ആ മനുഷ്യന്റെ അഭി പ്രായം പറഞ്ഞു തീർക്കേണ്ട താമസം കെ മറുപടി വിളിച്ചു പറഞ്ഞി രുന്നു. "ഞാനുടനെ, അപ്പോൾ സുഖമാകും. എനിക്കു ഉറപ്പുണ്ട്.. ഇനി യെനിക്ക് ഭയങ്കര ക്ഷീണമുണ്ടാകില്ല. എന്റെ കൈയിൽ ചെറിയൊരു താങ്ങ് തന്നാൽ മതിയാകും. ഞാനിനി നിങ്ങൾക്ക് വലിയ തടസ്സമൊന്നും ഉണ്ടാക്കുകയില്ല. എന്നെ ഈ വാതിൽവരെ ഒന്നുകൊണ്ടുപോയാൽ മതി.

ആ പടികളിൽ ഞാൻ അല്പനേരം ഇരിക്കുമ്പോൾ എന്റെ ക്ഷീണം പമ്പ കടക്കും. കാരണം ഇത്തരം പ്രയാസങ്ങൾ ഇതിനുമുമ്പ് ഞാൻ അനുഭവിച്ചിട്ടേയില്ല. എന്തായാലും ഇത് വലിയ അതിശയമായിരിക്കുന്നു. പിന്നെ ഞാനും ഒരു ഓഫീസിൽ ജോലി ചെയ്യുന്ന ആൾ തന്നെയാണ്. ഓഫീസിലെ അന്തരീക്ഷവുമായി ഞാൻ ചേർന്നു പോകുന്നുണ്ട്. പക്ഷേ, ഇവിടെ സഹിക്കാവുന്നതിലും അധികമാണ്. നിങ്ങൾ പറഞ്ഞതുപോലെ തന്നെ. ഞാൻ നിങ്ങളുടെ മേൽ അല്പമൊന്നു ചാഞ്ഞു നിന്നോട്ടെ. എനിക്ക് ക്ഷീണം തോന്നുന്നു. തല ചുറ്റുന്നതുപോലെ. സ്വയം എഴുന്നേറ്റു നില്ക്കാൻ പറ്റുന്നില്ല."

ആ രണ്ടുപേർക്കും താങ്ങിയെടുത്തുകൊണ്ടുപോകാൻ പറ്റുന്ന വിധം കെ തന്റെ കൈകൾ ഉയർത്തിക്കൊടുത്തു.

പക്ഷേ, ആ മനുഷ്യൻ കെ യുടെ അപേക്ഷയോടു പ്രതികരിക്കാതെ കൈകൾ പോക്കറ്റിലിട്ടുകൊണ്ട് ചിരിച്ചുനിന്നു. തുടർന്ന് അയാൾ അവളോടു പറഞ്ഞു: "നോക്കൂ, ഞാൻ ചിന്തിച്ചതുപോലെ തന്നെ. ഈ മാന്യന് ക്ഷീണമുണ്ടാകുന്നത് ഇവിടെ മാത്രമാണ്, മറ്റൊരിടത്തുമില്ല."

ആ മനുഷ്യന്റെ അഭിപ്രായം കേട്ട് അവളും ചിരിച്ചു. കെ യെ അത് കാര്യമായി കളിയാക്കിയെന്ന സൂചന കാണിക്കാനായി അവൾ തന്റെ കൈവിരലുകൾ കൊണ്ട് കെ യുടെ ഭുജത്തിൽ പതിയെ കുത്തുകയും ചെയ്തു.

അപ്പോഴും ആ മനുഷ്യൻ ചിരിച്ചുകൊണ്ടേയിരുന്നു. തുടർന്ന് അയാൾ പറഞ്ഞു: "ഞാനിയാളെ വെളിയിൽ കൊണ്ടുവിടുകയാണ്. തീർച്ചയായും ഞാനതു ചെയ്യും."

"അപ്പോൾ എല്ലാം ശരിയാകും." അവൾ പറഞ്ഞു. സുന്ദരമായ മുഖം കുനിച്ചുകൊണ്ടാണ് അവൾ ഇതു പറഞ്ഞത്. തുടർന്ന് അവൾ കെ യോടു പറഞ്ഞു: "ഇയാളുടെ ഈ ചിരി നിങ്ങൾ അത്ര കാര്യമാക്കേണ്ട."

മനസ്സു വേദനിച്ച് ഇനിയൊന്നും കേൾക്കേണ്ടെന്ന മട്ടിൽ കെ ഇരിയ്ക്കുകയായിരുന്നു അപ്പോൾ.

അവൾ തുടർന്നു: "ഈ നില്ക്കുന്ന ആൾ... പരിചയപ്പെടുത്തുന്നതിൽ കുഴപ്പമൊന്നുമില്ലല്ലോ?" കെ വിരോധമില്ലായെന്ന മട്ടിൽ കൈവീശിക്കാണിച്ചു. "ഈ ആളാണ് കേസ് അന്വേഷണ വിഭാഗത്തിലെ ഓഫീസർ. കേസു വിളിക്കാൻ വേണ്ടി കാത്തുനില്ക്കുന്നവർക്ക് അവർ ആവശ്യപ്പെടുന്ന എല്ലാ വിവരങ്ങളും നല്കുന്നത് ഈ ആളാണ്. ഞങ്ങളുടെ നടപടിക്രമങ്ങൾ വരുന്നവർക്ക് ഒട്ടും പരിചയമില്ലാത്തതിനാൽ എന്തു മാത്രം സംശയങ്ങളാണ് അവർക്കുണ്ടാകുന്നതെന്നോ? എന്തു സംശയമായാലും ഒരു മറുപടി ഇദ്ദേഹത്തിന്റെ കൈയിൽ നിന്നും ലഭിക്കും. സംശയമുണ്ടെങ്കിൽ ഒന്നു പരീക്ഷിച്ചു നോക്കാം. ഇദ്ദേഹത്തിന്റെ പ്രത്യേകത ഇതുമാത്രമല്ല; മറ്റൊന്നു കൂടിയുണ്ട്. ആ വേഷത്തിന്റെ പ്രത്യേക ഭംഗി. എപ്പോഴും കക്ഷികളുമായി ഇടപെടുന്ന ഒരു വിവരോപദേഷ്ട ഉദ്യോഗസ്ഥൻ എന്ന നിലയിൽ നല്ല വേഷം ധരിക്കണമെന്നത് സ്റ്റാഫുകളായ

ഞങ്ങളുടെ തീരുമാനമായിരുന്നു. കക്ഷികളുമായി ആദ്യമായി ഇടപെടുന്ന അദ്ദേഹത്തിന് അവരുടെ ഇടയിൽ നല്ലൊരു മമത തോന്നണമല്ലോ. ഞങ്ങളെപ്പോലെയുള്ള മറ്റുള്ളവർ, നിങ്ങൾ കണ്ടതാണല്ലോ, മോശമായും പഴഞ്ചൻ രീതിയിലും തന്നെയാണ് വസ്ത്രധാരണം നടത്തുന്നത്. പിന്നെ പറയുന്നതിൽ ഖേദമുണ്ട്; വസ്ത്രത്തിനുവേണ്ടി ഞങ്ങൾക്ക് അധികം പണം ചെലവഴിക്കണമെന്ന് തോന്നാറില്ല. കാരണം ഞങ്ങൾ ഈ ഓഫീസ് വിട്ട് പുറത്തേക്കൊന്നും അധികം പോകാറില്ലല്ലോ. ഉറങ്ങുന്നതുപോലും ഇവിടെതന്നെയാണ്. എന്നാൽ ഇദ്ദേഹത്തിന്റെ കാര്യത്തിൽ ഞങ്ങൾ തീരുമാനിച്ചിരിക്കുന്നത് നല്ല വേഷം ധരിക്കണമെന്നുതന്നെയാണ്. പക്ഷേ ഇക്കാര്യത്തിൽ മേലധികാരികളുടെ പെരുമാറ്റം വിചിത്രമാണ്. അവർ വസ്ത്രത്തിനുള്ള പണമൊന്നും തരാറില്ല. പിന്നെ ഞങ്ങൾ തന്നെ പിരിവെടുക്കുന്നു. ചിലപ്പോൾ ചില കക്ഷികളും വല്ലതും തന്നെന്നു വരും. അതുപയോഗിച്ച് മെച്ചപ്പെട്ട ഒരു വസ്ത്രം ഞങ്ങൾ വാങ്ങി ഇദ്ദേഹത്തിനു നല്കും. ആളുകളുടെ ഇടയിൽ നല്ലൊരു മതിപ്പുണ്ടാക്കാൻ ഇതു മതിയാകും. പക്ഷേ ആളുകളെ അകറ്റുന്ന ചിരികൊണ്ട് ഇദ്ദേഹം അതൊക്കെ നശിപ്പിച്ചിരിക്കുകയാണ്."

"പറഞ്ഞതൊക്കെ നേര് തന്നെ; മതി മതി." ആ മനുഷ്യൻ അർത്ഥം വച്ചു പറഞ്ഞു. "പക്ഷേ, ഫ്രൗളിൻ, എനിക്കു മനസ്സിലാകാത്തത് നീയെന്തിനാണ് നമ്മുടെ ഇടയിലുള്ള രഹസ്യങ്ങൾ ഈ മാന്യനോടു പറയുന്നത്? ഒന്നു കേൾക്കാൻ താല്പര്യമില്ലാത്ത ഒരാളിന്റെ തലയിൽ എല്ലാം കെട്ടിവയ്ക്കുന്നതായി തോന്നുന്നു. നോക്കൂ അയാൾ സ്വന്തം ചിന്തയിൽ മാത്രം മുഴുകിയിരിക്കുകയാണ്."

അയാൾ പറഞ്ഞത് ശരിയാണെന്നാണ് കെ യ്ക്കു തോന്നിയത്. ആ സ്ത്രീയുടെ ഉദ്ദേശ്യം നല്ലതായിരുന്നുയെന്നതിന് യാതൊരു സംശയവും ഇല്ല. അയാളെ ഒന്നു മാറിച്ചിന്തിപ്പിക്കാൻ വേണ്ടിയായിരുന്നു അവൾ ശ്രമിച്ചത്. പക്ഷേ അതിനായി അവൾ സ്വീകരിച്ച മാർഗ്ഗം ശരിയായിരുന്നില്ലെന്നേയുള്ളൂ.

"നിങ്ങളുടെ ചിരിയുടെ അർത്ഥം എനിക്ക് ഇദ്ദേഹത്തോടു പറയണമായിരുന്നു." അവൾ പറഞ്ഞു. "തികച്ചും അധിക്ഷേപിക്കുന്ന തരത്തിലായിരുന്നു."

"ഞാൻ ഇയാളെ ഇവിടെനിന്നും പുറത്തുകടക്കാൻ സഹായിച്ചാൽ ഇതിലും വലിയ അധിക്ഷേപം ഇദ്ദേഹം സഹിക്കേണ്ടതുണ്ടാകും."

കെ ഒന്നും പറഞ്ഞില്ല. മുഖമുയർത്തി ഒന്നു നോക്കിയതുപോലുമില്ല. ഏതോ ഒരു അചേതനവസ്തുവിനെപ്പറ്റി സംസാരിക്കുന്നവരെപോലെ അയാൾ അവരെ സഹിക്കുന്നത് നല്ലതെന്ന് കെ യ്ക്കു തോന്നി.

പെട്ടെന്ന് ആ വിവരോപദേഷ്ട ഉദ്യോഗസ്ഥന്റെയും അവളുടെയും കൈകൾ തന്റെ ചുമലുകളിൽ വീഴുന്നതായി കെ യ്ക്കു തോന്നി.

"എണീക്ക്. ക്ഷീണിതനായ മനുഷ്യാ എണീക്ക്". അയാൾ പറഞ്ഞു.

"രണ്ടുപേർക്കും എന്റെ നന്ദിയുണ്ട്." സന്തോഷവും അത്ഭുതവും നിറഞ്ഞ സ്വരത്തിൽ കെ പറഞ്ഞു.

കെ സാവധാനം എഴുന്നേറ്റുനിന്നു. തന്നെ കൂടുതൽ താങ്ങേണ്ടയി ടങ്ങളിലേക്ക് അയാൾ അവരുടെ കൈകൾ പിടിച്ചുവയ്ക്കുകയും ചെയ്തു.

ഇടനാഴിയുടെ അടുത്തെത്താറായപ്പോൾ അവൾ കെ യുടെ ചെവി യിൽ മന്ത്രിച്ചു. "നിങ്ങൾ വിചാരിക്കുന്നുണ്ടാകും, ഈ വിവരോപദേഷ്ട ഉദ്യോഗസ്ഥനെ ഉയർത്തിക്കാണിക്കാൻ പ്രത്യേകിച്ചെന്തോ താല്പര്യം എനിക്കുണ്ടെന്ന്. യഥാർത്ഥത്തിൽ അങ്ങനെയൊന്നില്ല. സുഖമില്ലാതെ വരുന്ന കക്ഷികളെ പുറത്തെത്തിക്കാനുള്ള ജോലിയൊന്നും ഇദ്ദേ ഹത്തിനില്ല. എന്നിട്ടും ഇദ്ദേഹം ഇതു ചെയ്യുന്നില്ലേ. ഞാൻ സത്യമാണ് പറയുന്നത്. ഇദ്ദേഹം ഒരു കഠിനഹൃദയനല്ല. ഒരുപക്ഷേ, ഞങ്ങളാരും കഠിനഹൃദയരല്ലെന്നു വേണം പറയാൻ. മറ്റുള്ളവരെ സഹായിക്കാൻ ഞങ്ങൾക്ക് സന്തോഷമാണ്. പക്ഷേ കോടതിയിലെ ഉദ്യോഗസ്ഥർ എന്ന നിലയ്ക്ക് ഞങ്ങൾക്ക് പെട്ടെന്ന് പ്രത്യക്ഷേ ഒരു കഠിനഹൃദയരെന്ന പേരു വന്നിരിക്കുകയാണ്. അതെനിക്കു പ്രയാസമുണ്ടാക്കുന്ന ഒരു കാര്യമാണ്."

"കുറച്ചുനേരത്തേക്ക് ഇവിടെയൊന്ന് ഇരിക്കണോ?" വിവരോപദേഷ്ട ഉദ്യോഗസ്ഥൻ ചോദിച്ചു.

പക്ഷേ, അപ്പോഴേക്കും അവർ ഇടനാഴിയിൽ എത്തിക്കഴിഞ്ഞിരുന്നു. താൻ ആദ്യം കണ്ടു സംസാരിച്ച കക്ഷിയുടെ മുന്നിലെത്തിയിരിക്കുന്ന തായി കെ മനസ്സിലാക്കി. അയാളുടെ സാന്നിദ്ധ്യം കെ യ്ക്ക് വല്ലാത്ത നാണക്കേടുണ്ടാക്കി. നേരത്തെ അയാളുടെ മുന്നിൽ നിവർന്നു തെളിഞ്ഞു നിന്നിരുന്ന ആൾ ഇപ്പോഴാകട്ടെ നേരെ നില്ക്കാനായിട്ട് രണ്ടുപേരുടെ സഹായം തേടുന്നു.

വിവരോപദേഷ്ട ഉദ്യോഗസ്ഥൻ തന്റെ വിരൽത്തുമ്പിൽ അയാളുടെ തൊപ്പി ബാലൻസുചെയ്തു നിർത്തിയിരുന്നു.

കെ യുടെ മുടി വിയർപ്പു നിറഞ്ഞ നെറ്റിയിൽ ചിതറിക്കിടന്നു. പക്ഷേ ആ കക്ഷി ഇതൊന്നും ശ്രദ്ധിച്ചില്ലെന്നു തോന്നുന്നു. തന്റെ തലയ്ക്കു മേലെ കൂടെ നോക്കുന്ന വിവരോപദേഷ്ട ഉദ്യോഗസ്ഥന്റെ മുന്നിൽ തന്റെ സാന്നിദ്ധ്യം പൊറുക്കണമേയെന്ന് അപേക്ഷിച്ചു നില്ക്കുകയായിരുന്നു അയാൾ.

"എന്റെ കേസിൻമേലുള്ള വിധി ഇന്നുണ്ടാവില്ലെന്ന് എനിക്കറിയാ മായിരുന്നു." അയാൾ പറഞ്ഞു. "എങ്കിലും ഇവിടെ കാത്തുനില്ക്കാമെന്നു കരുതി വന്നതാണ്. ഇന്ന് ഞായറാഴ്ചയാണല്ലോ. സമയമുണ്ട്. ആർക്കും ശല്യവുമാകുന്നില്ല."

"നിങ്ങളിങ്ങനെ മാപ്പിരക്കേണ്ടതില്ല." വിവരോപദേഷ്ട ഉദ്യോഗസ്ഥൻ പറഞ്ഞു. നിങ്ങളുടെ കഷ്ടപ്പാടുകൾ സഹിക്കുന്നതിന്റെ പേരിൽ നിങ്ങളെ അഭിനന്ദിക്കുകയാണ് വേണ്ടത്. നിങ്ങൾ അല്പം ഇടം നഷ്ടപ്പെടുത്തു ന്നുയെന്നത് ശരി തന്നെയാണ്. പക്ഷേ നിങ്ങൾ ആർക്കും ശല്യമാകു ന്നില്ല. അതിനാൽ നിങ്ങൾ നിങ്ങളുടെ കേസിന്റെ വിധിയറിയാൻ വരുന്ന തിൽനിന്ന് ഞങ്ങൾക്ക് നിങ്ങളെ തടയേണ്ടി വരുന്നില്ല. യാതൊരു ലജ്ജ യുമില്ലാതെ സ്വന്തം കടമകളെ മറക്കുന്നവരെ കണ്ടിട്ടുള്ള ഞാൻ നിങ്ങ

ളെപ്പോലെയുള്ള ഒരാളിനോട് കരുണയോടുവേണം പെരുമാറേണ്ടതും. നിങ്ങൾ ഇരുന്നാലും."

"കക്ഷികളോടു എങ്ങനെ സംസാരിക്കണമെന്ന് ഇദ്ദേഹത്തിന് എന്തുമാത്രം നന്നായിട്ടറിയാമെന്നോ." അവൾ കെ യുടെ ചെവിയിൽ മന്ത്രിച്ചു.

കെ തലയാട്ടി. പക്ഷേ വിവരോപദേഷ്ട ഉദ്യോഗസ്ഥന്റെ തുടർന്ന് ആവർത്തിച്ച ചോദ്യം കേട്ടപ്പോൾ കെ ഞെട്ടിപ്പോയി.

"നിങ്ങൾ ഇവിടെ ഇരിക്കുന്നില്ലേ?"

"ഇല്ല." കെ പറഞ്ഞു. "എനിക്ക് വിശ്രമിക്കേണ്ട."

ഉറച്ച ഒരു തീരുമാനത്തോടുകൂടിയ ഒരു മറുപടിയായിരുന്നു അത്. എന്നാൽ യഥാർത്ഥത്തിൽ എവിടെയെങ്കിലും ഒന്നിരുന്നാൽകൊള്ളാമായിരുന്നു കെ യ്ക്ക്. തനിക്ക് കടൽപ്പനി ബാധിച്ചപോലെയായിരുന്നു അയാൾക്ക്. പ്രക്ഷുബ്ദ്ധമായ കടലിൽ ഇളകിയാടി നീങ്ങുന്ന കപ്പലിലാണ് താനെന്ന് കെ യ്ക്ക് തോന്നി. തിരമാലകൾ തടിച്ചുവരുകളിൽ ആഞ്ഞടിക്കുന്നതുപോലെ. ഇടനാഴിയുടെ അറ്റത്തുനിന്നും വരുന്ന ജലം വീശിയടിക്കുന്നതുപോലെ. പ്രഹരമേറ്റ് ഇടനാഴിയും അതിന്റെ ഇരുവശങ്ങളിലായി നില്ക്കുന്ന ആളുകളും ഉയരുകയും താഴുകയും അവസാനം നിലംപൊത്തുകയും ചെയ്യുന്നതുപോലെ.

പക്ഷേ, തന്റെ കൂടെ സഹായിയായി വരുന്ന ആ മനുഷ്യന്റെയും സ്ത്രീയുടെയും പെരുമാറ്റമാണ് കെ യ്ക്ക് മനസ്സിലാക്കാൻ പറ്റാതെ പോയത്. അവരുടെ സഹായഹസ്തങ്ങളിൽ അയാൾ അകപ്പെട്ടിരിക്കുകയാണ്. അവർ പിടിവിട്ടാൽ ഒരു മരക്കഷണം പോലെ കെ താഴെ വീഴും.

അവർ തീക്ഷ്ണമായി ചുറ്റും വീക്ഷിച്ചുകൊണ്ടിരുന്നു. കൃത്യമായ ചുവടുകൾ വച്ച് അവർ മുന്നോട്ടു വന്നു. ആ ചുവടുകൾക്കൊപ്പം നീങ്ങാൻ കെ യ്ക്കായില്ല. കാരണം അയാളുടെ ഓരോ ചുവടും അവർ ചുമക്കുകയായിരുന്നു.

തന്നോടവർ എന്തോ സംസാരിക്കുന്നതായി കെ യ്ക്കു പെട്ടെന്നു തോന്നി. പക്ഷേ എന്താണെന്ന് കെ യ്ക്കു മനസ്സിലായില്ല. അവിടമാകെ നിറഞ്ഞുനിന്നിരുന്ന ഒരു ബഹളംമാത്രമേ അയാൾ കേട്ടുള്ളൂ. അതിനിടയിലൂടെ നിലയ്ക്കാത്ത സൈറൺ പോലുള്ള കൂർത്ത ശബ്ദവും കേൾക്കാമായി.

"ഉറക്കെപ്പറയൂ." അയാൾ കുമ്പിട്ട ശിരസ്സോടെ മന്ത്രിച്ചു. പക്ഷേ അവർ ആവശ്യത്തിന് ഉച്ചത്തിൽ പറയുന്നതായിരുന്നൂയെന്നറിഞ്ഞപ്പോൾ അയാൾക്കു ലജ്ജ തോന്നുകയാണുണ്ടായത്.

പക്ഷേ അവർ പറയുന്നതൊന്നും കെ യ്ക്ക് മനസ്സിലായില്ല. പെട്ടെന്ന് തന്റെ മുന്നിലെ ചുവർ രണ്ടായി കീറിപ്പോകുന്നതായി അയാൾക്കു തോന്നി. തണുത്ത ശുദ്ധവായു അയാളുടെ മുഖത്തേയ്ക്ക് അരിച്ചുകയറി. സമീപത്തുനിന്നും ആരോ ഇപ്രകാരം പറയുന്നതും അയാൾ കേട്ടു.

"ആദ്യമേ അയാൾ പോകണമെന്നു പറഞ്ഞു. നിങ്ങൾ അപ്പോൾ

അയാളോടു പോലും പലവട്ടം പറഞ്ഞതാണ് അയാളുടെ മുന്നിലാണ് വാതിലെന്ന്. പക്ഷേ അപ്പോഴെക്കെ അയാൾ അനങ്ങാതെ നില്ക്കുകയായിരുന്നു."

പുറത്തേക്കിറങ്ങേണ്ട വാതിലിനുമുന്നിൽ താൻ എത്തിയിരിക്കുന്നതായി കെ അപ്പോൾ കണ്ടു. ആ വാതിൽ ആ സ്ത്രീ പതിയെ തുറക്കുകയും ചെയ്തു.

തന്റെ എല്ലാ ഊർജ്ജവും തിരിച്ചുകിട്ടിയതുപോലെ കെ യ്ക്കു തോന്നി. ഗോവണിയുടെ ആദ്യപടിയിൽ കാലിറക്കിവച്ചുകൊണ്ട് താനനുഭവിക്കാൻ പോകുന്ന സ്വാതന്ത്ര്യത്തിന്റെ സ്വാദ് ഒന്ന് ആസ്വദിച്ചറിയാൻ അയാൾ നോക്കി. ഒപ്പം അയാൾ തന്നെ അവിടം വരെ കൊണ്ടെത്തിച്ചവർക്ക് നന്ദിയും പറഞ്ഞു.

"വളരെ നന്ദിയുണ്ട്." അയാൾ ആവർത്തിച്ചാവർത്തിച്ച് അവരോടു പറഞ്ഞു. ഒപ്പം കൈയമർത്തിപ്പിടിച്ച് പലവട്ടം കുലുക്കുകയും ചെയ്തു. താരതമ്യേന ശുദ്ധവായു ശ്വസിച്ചപ്പോൾ അവർക്ക് അസ്വസ്ഥതയുണ്ടാകുന്നതായി തിരിച്ചറിഞ്ഞപ്പോഴാണ് കെ അവരുടെ കൈകളുടെ പിടിവിട്ടത്.

അവർക്കിപ്പോൾ കെ യോടെന്തെങ്കിലും പറയാൻ പറ്റിയില്ല. കെ വേഗത്തിൽ ആ വാതിൽ അടച്ചില്ലായിരുന്നെങ്കിൽ ആ സ്ത്രീ അപ്പോൾ തളർന്നുവീണേനെ.

കെ ഒരു നിമിഷം ആ ഗോവണിയിൽത്തന്നെ നിന്നു. തന്റെ കൈവശമിരുന്ന ഒരു പോക്കറ്റ് കണ്ണാടിയെടുത്ത് അയാൾ മുഖം നോക്കിയശേഷം തലമുടി കോതിയൊതുക്കി. മുമ്പിലായി പടിയിൽ കിടന്നിരുന്ന തൊപ്പിയെടുത്ത് തലയിലും വച്ചു. വിവരോപദേഷ്ട ഉദ്യോഗസ്ഥൻ അങ്ങോട്ട് വലിച്ചെറിഞ്ഞിട്ടുകൊടുത്തതായിരിക്കണം. തുടർന്ന് അയാൾ നീണ്ട ചുവടുകളോടെ ഉത്സാഹത്തോടെ പടികളിറങ്ങി. തന്റെ പെട്ടെന്നുണ്ടായ മാറ്റം അയാൾക്കുതന്നെ ഭയപ്പാടുണ്ടാക്കിയെന്നുവേണം പറയേണ്ടത്.

താരതമ്യേന ബലവത്തായ അയാളുടെ ശരീരം അത്തരം സാഹസികതകൾക്ക് അത്ഭുതം സൃഷ്ടിച്ചിരുന്നില്ല. തന്റെ ശരീരം ഒരു വിപ്ലവത്തിനായി തയ്യാറെടുക്കുകയാണോ? വലിയ പ്രയത്നമൊന്നുമില്ലാതെ താൻ നേടിയെടുത്ത പഴയ ഒരു സ്വരൂപം ഇപ്പോൾ പുതിയതായ ഒന്നിനുവേണ്ടി തയ്യാറെടുക്കുകയാണോ? ആദ്യം തന്നെ ഒരു ഡോക്ടറെ ചെന്നു കാണണമെന്ന ചിന്ത അയാൾ പൂർണ്ണമായും തള്ളിക്കളഞ്ഞില്ല. എങ്കിലും അയാൾ സ്വയം ഒരു തീരുമാനമെടുത്തു. ഇനിയുള്ള ഞായറാഴ്ചകളിലെ എല്ലാ പ്രഭാതവും കൂടുതൽ ഉപയോഗപ്രദമാക്കണമെന്ന്.

ഫ്രൗളിൻ ബ്രൂസ്റ്റനറിന്റെ ചങ്ങാതി

പിന്നീടുള്ള കുറച്ചു ദിനങ്ങളിൽ ഫ്രൗളിൻ ബ്രൂസ്റ്റനറുമായി ഒരു വാക്കുപോലും സംസാരിക്കാനുള്ള സാഹചര്യം കെ യ്ക്കു കിട്ടിയില്ല. അവളെ ഒന്നു സംസാരിക്കാൻ കിട്ടാനുള്ള സകലശ്രമങ്ങൾ നടത്തിയിട്ടും, അവൾ അയാളിൽനിന്നും എപ്പോഴും ഒഴിഞ്ഞുമാറിക്കൊണ്ടിരുന്നു.

ഓഫീസിൽ നിന്നും വീട്ടിലെത്തിയാൽ അയാൾ തന്റെ മുറിയിലെ സോഫയിൽ ചെന്നിരിക്കും, ലൈറ്റണച്ച് വാതിലും തുറന്ന് വാതില്ക്കൽ ത്തന്നെ നോക്കിയാണിരുപ്പ്. വേലക്കാരിയെങ്ങാൻ അതുവഴി പോയാൽ അതിനുള്ളിൽ ആളില്ലെന്നു കരുതി വാതിൽ ചാരിയിട്ടുപോകും. പക്ഷേ, അല്പം കഴിയുമ്പോൾ അയാൾ എഴുന്നേറ്റ് ചെന്ന് വീണ്ടും ആ വാതിൽ മലർക്കെ തുറന്നിടും. പുലർച്ചകളിൽ പതിവിനുവിരുദ്ധമായി ഒരുമണിക്കൂർ നേരത്തെതന്നെ അയാൾ ഉണരുമായിരുന്നു; ഫ്രൗളിൻ ബ്രൂസ്റ്റനർ ജോലിക്കു പോകുന്നതിനുമുമ്പ് അവളെ കാണാമെന്നുള്ള പ്രതീക്ഷയിലാണയാൾ അങ്ങനെ ചെയ്തത്.

കെ യുടെ ഒരു ശ്രമവും വിജയിച്ചില്ല.

തുടർന്ന് അയാൾ അവൾക്ക് ഒരു കത്തെഴുതി. വീട്ടിലെയും ഓഫീസിലെയും മേൽവിലാസങ്ങളിൽ അയച്ചുകൊടുക്കുകയും ചെയ്തു. തന്റെ പെരുമാറ്റത്തെ ഒരിക്കൽക്കൂടി ന്യായീകരിക്കാനുള്ള അയാളുടെ ശ്രമമായിരുന്നു അത്. ആവശ്യപ്പെടുന്ന ഏതു പ്രായശ്ചിത്തം ചെയ്യാനും തയ്യാറാണെന്നും, അവൾ നിശ്ചയിക്കുന്ന അതിർവരമ്പുകൾ ഭേദിക്കുകയില്ലെന്നും അയാൾ ആ കത്തിൽ പറഞ്ഞിരുന്നു. അവളുമായി വെറുതേ സംസാരിച്ചിരിക്കാൻ ഒരവസരം കൂടി നല്കണമെന്ന് അവൻ അവളോടു യാചിച്ചിരുന്നു അതിൽ. അവളോടു കൂടിയാലോചിക്കാതെ ഫ്രൗ ഗ്രുബാഹുമായി ഒരു തീരുമാനത്തിൽ എത്താൻ കഴിയില്ലെന്നും വരുന്ന ഞായറാഴ്ച പകൽമുഴുവൻ തന്റെ മുറിയിൽ കാത്തിരിക്കുമെന്ന് ഉപസംഹാര

മായും കത്തിൽ എഴുതിയിരുന്നു. കാത്തിരിക്കുമ്പോൾ തന്റെ അപേക്ഷ സ്വീകരിച്ചതായുള്ള അടയാളം നല്കണമെന്നും അതല്ലെങ്കിൽ അപേക്ഷ നിരാകരിക്കുകയാണെങ്കിൽ, അവളുടെ ഏത് ആഗ്രഹത്തിനും വഴങ്ങിക്കൊടുക്കാൻ തയ്യാറായിരിക്കുമ്പോൾ അങ്ങനെ തോന്നുന്നതിന്റെ കാരണം കൂടി വിശദീകരിക്കണമെന്നും അയാൾ കത്തിൽ പറഞ്ഞിരുന്നു.

അയാളുടെ കത്തുകൾ മടങ്ങിയൊന്നും വന്നില്ല. അതേസമയം അവയ്ക്ക് മറുപടിയും കിട്ടിയില്ല.

എന്തായാലും ഞായറാഴ്ചയായപ്പോൾ വളരെ സ്പഷ്ടമായ ഒരടയാളം കിട്ടി.

അതിരാവിലെ വാതിലിന്റെ താക്കോൽദ്വാരം വഴി പ്രവേശനഹാളിലേക്കു നോക്കിയപ്പോൾ അവിടെ ഒരു ബഹളം നടക്കുന്നത് കെ കണ്ടു. പക്ഷേ അതിന്റെ കാരണമറിയാൻ താമസമുണ്ടായില്ല.

ഒരു ഫ്രഞ്ച് അദ്ധ്യാപിക ഒറ്റയ്ക്കുള്ള താമസം മതിയാക്കിയശേഷം ഫ്രൗളിൻ ബ്രൂസ്റ്റനറുടെ മുറിയിലേക്കു മാറുകയാണ്. മൊണ്ടാഗ് എന്നു പേരുള്ള ഒരു ജർമ്മൻകാരിയായിരുന്നു അവർ. ചെറിയമുടന്തുള്ള ഒരു അനാരോഗ്യവതി. കുറേ മണിക്കൂറായിട്ട് കാലുരച്ചുരച്ച് അവർ പ്രവേശനഹാളിൽ നടക്കുകയാണ്. ഓരോതവണ ഹാളിൽ കയറുമ്പോഴും അവർ ഓരോ കാര്യം മറക്കുന്നു. ചിലപ്പോൾ ഒരടിവസ്ത്രം, ചിലപ്പോൾ ഒരു വിരിപ്പ്, ചിലപ്പോൾ ഒരു പുസ്തകം ഒക്കെ. ഓരോ സാധനവും എടുത്ത് പുതിയ മുറിയിലേക്കു പോകാനുള്ള നടപ്പായിരുന്നു അവരുടേത്; കാലുരച്ചുള്ള ഒരു നടപ്പ്.

കെ തന്റെ വേലക്കാരിയോടു കയർത്ത ദിവസം മുതൽ അന്നുവരെ ഒരു നിസ്സാരജോലി പോലും ചെയ്യാൻ അവളോടു ആവശ്യപ്പെട്ടിരുന്നില്ല. പക്ഷേ അവരിപ്പോൾ പ്രഭാതഭക്ഷണവുമായി വന്നപ്പോൾ അവരോടു സംസാരിക്കാതിരിക്കാൻ കെ യ്ക്കു കഴിഞ്ഞില്ല. അവരോടു മിണ്ടാട്ടമില്ലാതിരുന്നിട്ട് അഞ്ചുദിവസമായിരുന്നു.

“ഇന്നെന്താ ആ പ്രവേശനഹാളിൽ ഇത്ര ബഹളം”? ചായ പകർന്നുകൊണ്ട് കെ ചോദിച്ചു. “അത് ഇന്നൊന്ന് നിർത്തിക്കൂടേ. ഞായറാഴ്ച തന്നെവേണോ ഈ അടിച്ചുവാരൽ?”

യഥാർത്ഥത്തിൽ കെ അപ്പോൾ ഫ്രൗ ഗ്രുബാഹിന്റെ നേർക്ക് നോക്കിയില്ലെങ്കിലും, അവർ ആശ്വാസത്തിനായി പുറപ്പെടുവിച്ച നെടുവീർപ്പ് അയാൾ ശ്രദ്ധിച്ചു. കെ യുടെ ആ ചോദ്യങ്ങൾ പരുഷമെങ്കിലും അയാൾ തന്നോടു പൊറുത്തതിന്റേയും അതല്ലെങ്കിൽ പൊറുക്കാൻ തയ്യാറായതിന്റെ സൂചനയായിട്ടാണ് അവർ കരുതിയത്.

“ഈ സ്ഥലം അടിച്ചു വൃത്തിയാക്കുകയൊന്നുമല്ല, ഹെർ കെ.” അവർ പറഞ്ഞു. “ഫ്രൗളിൻ മൊണ്ടാഗ് തന്റെ താമസ് ഫ്രൗളിൻ ബ്രൂസ്റ്റനറുടെ മുറിയിലേക്കു മാറുന്നൂയെന്നേയുള്ളൂ. അവൾ സാധനങ്ങൾ അങ്ങോട്ടു മാറ്റുകയാണ്.”

പിന്നീട് അവരൊന്നും പറഞ്ഞില്ല. താൻ പറഞ്ഞതിനെ കെ. ഏതു

വിധത്തിലാണ് മനസ്സിലാക്കിയതെന്നും, തുടർന്നുള്ള തന്റെ സംസാരത്തിനുള്ള അനുവാദം അയാൾ തരുമോ എന്നറിയാനുമായി അവർ കാത്തു നില്ക്കുകയായിരുന്നു.

പക്ഷേ, കെ അവരെ വിടാനൊന്നും ഉദ്ദേശിച്ചില്ല. ചിന്താമഗ്നനായിരിക്കുന്നമട്ടിൽ സ്പൂൺകൊണ്ട് കാപ്പിയുമിളക്കി അയാൾ മൗനിയായിരുന്നു. തുടർന്ന് അയാൾ അവരെ നോക്കിപ്പറഞ്ഞു: "ഫ്രൗളിൻ ബ്രൂസ്റ്റനെക്കുറിച്ച് നിങ്ങൾക്ക് മുമ്പുണ്ടായിരുന്ന സംശയങ്ങളൊക്കെ ഇപ്പോൾ നിങ്ങൾ ഉപേക്ഷിച്ചിരിക്കുകയാണോ?"

"ഹെർ കെ." ഈയൊരു ചോദ്യത്തിനുവേണ്ടി ഇതുവരെ കാത്തിരുന്ന ഫ്രൗ ഗ്രൂബാഹ് അറിയാതെ വിളിച്ചുപോയി. ഒപ്പം തൊഴുകൈകളോടെ കെ യുടെ നേർക്കു നോക്കി. "ഞാൻ വെറുതെ പറഞ്ഞ ഒരു കാര്യത്തെ നിങ്ങൾ ഇത്ര ഗൗരവമായെടുത്തോ? നിങ്ങളെയോ മറ്റാരെയെങ്കിലോ പ്രയാസപ്പെടുത്തുകയെന്നത് ഞാൻ മനസ്സിൽപ്പോലും കരുതിയിട്ടില്ല. നിങ്ങൾക്ക് എന്നെ കുറേക്കാലമായി അറിയാവുന്നതല്ലേ? അതിൽ നിങ്ങൾ ഉറച്ചു നില്ക്കണം. കഴിഞ്ഞ കുറേ ദിവസങ്ങളായിട്ട് ഞാൻ എന്തുമാത്രം സഹിക്കുന്നൂയെന്ന് നിങ്ങൾക്കറിയില്ലല്ലോ. എന്റെ വീട്ടിൽ വാടകയ്ക്കു താമസിക്കുന്നവരെക്കുറിച്ച് ഞാൻ മോശമായിപ്പറഞ്ഞൂയെന്നോ! എന്നിട്ട് ഹെർ. കെ താങ്കൾ അതു വിശ്വസിക്കുന്നു. മാത്രമല്ല ഞാൻ നിങ്ങൾക്ക് മുറിയൊഴിയാൻ നോട്ടീസ് തരണമെന്നും! നിങ്ങൾക്ക് നോട്ടീസ് തരണമെന്നോ! അവരുടെ അവസാനത്തെ വികാരപ്രകടനം അവരുടെ കണ്ണീരിൽത്തന്നെ ആണ്ടുപോയി. മേൽവസ്ത്രത്തിന്റെ തുമ്പുയർത്തി മുഖം പൊത്തിക്കൊണ്ട് അവർ ഉച്ചത്തിൽ കരഞ്ഞു.

"ദയവായി കരയാതെ, ഫ്രൗ ഗ്രുബാഹ്" ജനാലയിലൂടെ പുറത്തേക്കു നോക്കിക്കൊണ്ട് കെ പറഞ്ഞു.

അയാളുടെ ചിന്ത ഫ്രൗളിൻ ബ്രൂസ്റ്റനറെക്കുറിച്ചായിരുന്നു. പരിചയക്കുറവുള്ള ഒരു സ്ത്രീയെ അവൾ തന്റെ മുറിയിൽ താമസിപ്പിക്കാൻ പോകുകയാണ്.

വീണ്ടും മുറിയിലേക്കു നോക്കിയപ്പോൾ അവർ അപ്പോഴും തന്റെ കരച്ചിൽ നിർത്തിയിട്ടില്ലെന്നു കണ്ട കെ പറഞ്ഞു. "ദയവായി കരയാതിരിക്കൂ. "ഞാൻ മറ്റൊന്നും ഉദ്ദേശിച്ചല്ല അപ്പോൾ അങ്ങനെ പറഞ്ഞത്. ഞങ്ങൾ തമ്മിൽ പരസ്പരം തെറ്റിദ്ധാരണയുണ്ടായി. പൂർവ്വ സുഹൃത്തുക്കൾ തമ്മിലും മിക്കപ്പോഴും അത്തരം തെറ്റിദ്ധാരണകൾ ഉണ്ടാകാറുണ്ടല്ലോ."

മുഖം മറച്ചുകൊണ്ടിരുന്ന മേൽവസ്ത്രത്തുമ്പ് അവർ അവിടെനിന്നും മാറ്റി. തുടർന്ന് കെ തികച്ചും സംപ്രീതനാണോ എന്നറിയാനായി അവർ നോക്കി.

"വരൂ. അത്രയേ സംഭവിച്ചുള്ളൂ." കെ പറഞ്ഞു.

ഫ്രൗ ഗ്രുബാഹിന്റെ പെരുമാറ്റത്തിൽ നിന്നും ക്യാപ്റ്റൻ ഒന്നും പാട്ടാ

ക്കിയിട്ടില്ലെന്ന് മനസ്സിലാക്കിയ കെ ഇങ്ങനെയൊന്ന് ചോദിക്കാൻ വേണ്ടി തുനിഞ്ഞു: "ഏതോ ഒരു അപരിചിതയായ പെണ്ണിന്റെ പേരിൽ ഞാൻ നിങ്ങൾക്കെതിരാകുമെന്ന് നിങ്ങൾ യഥാർത്ഥത്തിൽ കരുതുന്നുണ്ടോ?"

"ഹെർ. കെ അതുതന്നെയാണ് പറയുന്നത്." ഫ്രൗ ഗ്രുബാഹ് പറഞ്ഞു. "മനസ്സിൽ അല്പം ആശ്വാസം വന്നപ്പോൾ പെട്ടെന്ന് ഒന്നു പറഞ്ഞുപോയതാണ് പറ്റിയ പിഴവ്."

"ഞാൻ സ്വയം ഒന്നുചിന്തിച്ചുപോയതാണ്. ഫ്രൗളിൻ ബ്രൂസ്റ്റനറിനുവേണ്ടി ഹെർ കെ ഇത്രയധികം താല്പര്യമെടുക്കുന്നതെന്തിനാണ്? അവളുടെ പേരിൽ അയാളെന്തിന് എന്നോടു പിണങ്ങണം? അയാളിൽ നിന്ന് വരുന്ന ഒരു എതിർവാക്ക് മതി എന്റെ ഉറക്കം കെടുത്താനെന്ന് അയാൾക്ക് തന്നെ അറിയാമല്ലോ. മാത്രമല്ല ഞാനെന്റെ കണ്ണുകൾകൊണ്ട് കാണാത്തതൊന്നും അവളെക്കുറിച്ച് പറഞ്ഞിട്ടുമില്ല." അവർ പറഞ്ഞു.

കെ ഇതിനൊന്നും മറുപടി പറഞ്ഞില്ല. സംസാരിച്ചു തുടങ്ങിയപ്പോൾത്തന്നെ അവരെ ആ മുറിയിൽനിന്നും അടിച്ചിറക്കേണ്ടതായിരുന്നു. പക്ഷേ അയാളത് വേണ്ടെന്നു വച്ചതാണ്. അവരുടെ സാന്നിദ്ധ്യം തന്നെ തനിക്ക് അധികപ്പറ്റാണെന്ന് വരുത്തിത്തീർക്കാൻ അയാൾ ചായ കുടിയിൽ മുഴുകി.

വെളിയിൽ ഹാളിന്റെ ഒരറ്റത്തുനിന്നും മറ്റേയറ്റത്തേക്ക് കാലും വലിച്ചു നിരക്കി നീങ്ങുന്ന ഫ്രൗളിൻ മൊണ്ടാഗിന്റെ ശബ്ദം കെ വീണ്ടും അപ്പോൾ കേട്ടു.

"നിങ്ങൾ അതു കേൾക്കുന്നില്ലേ?" വാതിലിലേക്കു നോക്കിക്കൊണ്ട് കെ ചോദിച്ചു.

"അതെ. കേൾക്കുന്നു." ഫ്രൗ ഗ്രുബാഹ് നെടുവീർപ്പോടെ പറഞ്ഞു. "ഞാൻ അവളെ സഹായിക്കാമെന്ന് പറഞ്ഞതാണ്. വേലക്കാരിയെ അയയ്ക്കാമെന്നും പറഞ്ഞു. പക്ഷേ, അവൾ തന്നിഷ്ടക്കാരിയാണ്. അവൾ തനിയെ എല്ലാം മാറ്റിക്കോളാമെന്നാണ് വാശിപിടിച്ചത്. ഫ്രൗളിൻ ബ്രൂസ്റ്റനറുടെ കാര്യം ചിന്തിക്കുമ്പോഴാണ് വിചിത്രതയറിയുന്നത്, എനിക്കൊരു തലവേദനയായിരുന്നു ഈ ഫ്രൗളിൻ മൊണ്ടാഗ്. എന്നിട്ടിപ്പോൾ അവളെത്തന്നെയാണ് ഫ്രൗളിൻ ബ്രൂസ്റ്റനർ സ്വന്തം മുറിയിൽ കൂടെത്താമസിപ്പിക്കാൻ പോകുന്നത്."

"അതിൽ നിങ്ങൾ വിഷമിക്കേണ്ടതില്ല." കെ പറഞ്ഞു. കപ്പിൽ മിച്ചമുണ്ടായിരുന്ന കാപ്പിയിൽ പഞ്ചസാരയിട്ട് സ്പൂൺകൊണ്ട് അയാൾ ഇളക്കിക്കൊണ്ടിരുന്നു.

"അതുകൊണ്ട് നിങ്ങൾക്കെന്തെങ്കിലും പ്രയാസമുണ്ടോ?" കെ തുടർന്നു ചോദിച്ചു.

"ഇല്ലേയില്ല." ഫ്രൗഗ്രുബാഹ് പറഞ്ഞു. "സത്യം പറഞ്ഞാൽ എനിക്കത് തികച്ചും ഗുണപരമായി. എനിക്ക് ഇതുവഴി ഒരു മുറി ഒഴിഞ്ഞുകിട്ടുകയാണല്ലോ. അതിൽ എന്റെ അനന്തരവൻ ക്യാപ്റ്റനെ താമസിപ്പിക്കാനും പറ്റും. അവൻ കുറച്ചുനാളുകളായി നിങ്ങൾക്കൊരു ശല്യമായി

ക്കൊണ്ടിരുന്നോയെന്നായിരുന്നു എന്റെ ഭയം. കാരണം തൊട്ടടുത്ത മുറിയിലായിരുന്നല്ലോ അവന്റെ താമസം. അവനാണെങ്കിൽ യാതൊരുവിധ ശ്രദ്ധയുമില്ലാത്തവനാണ്."

"എത്ര നല്ല ആശയം!" കെ പറഞ്ഞു. ഒപ്പം അയാൾ ഇരുന്നിടത്തു നിന്നും എഴുന്നേല്ക്കുകയും ചെയ്തു. "സംശയിക്കാനേയില്ല. ഫ്രൗളിൻ മൊണ്ടാഗിന്റെ ഈ അങ്ങോട്ടുമിങ്ങോട്ടുമുള്ള ഈ നിരങ്ങിയുള്ള നടത്തം എനിക്ക് ദുസ്സഹമായിത്തോന്നിയതുകൊണ്ട് ഞാനൊരു ചൂടൻ ആളാണെന്നാണ് നിങ്ങൾ കരുതിയിരിക്കുന്നതെന്ന് ഉറപ്പാണ്."

അപ്പോഴും പുറത്ത് ആ ശബ്ദം കേൾക്കാമായിരുന്നു.

ഫ്രൗ ഗ്രുബാഹ് നിസ്സഹായിയായി നിന്നു.

"ഹെർ കെ., ഇനിയെല്ലാം പിന്നീടാകാമെന്ന് ഞാൻ ചെന്നു പറയട്ടെ. വേണമെങ്കിൽ ഇപ്പോത്തന്നെ ഞാൻ ചെന്നു പറയാം." അവർ പറഞ്ഞു.

"പക്ഷേ, അവൾക്ക് ഫ്രൗളിൻ ബ്രൂസ്റ്റനറുടെ മുറിയിലേക്കു മാറേണ്ടതുണ്ടല്ലോ." കെ പറഞ്ഞു.

"ഉണ്ട്." കെ യുടെ മറുപടിയുടെ അർത്ഥം മനസ്സിലാക്കാതെയാണ് അവർ ആ മറുപടി പറഞ്ഞത്.

"എങ്കിൽ അങ്ങനെയാകട്ടെ." കെ പറഞ്ഞു. "അവൾക്ക് സാധനങ്ങൾ മാറ്റുന്നതിന് അനുവാദം നല്കുകയും വേണം."

ഫ്രൗ ഗ്രുബാഹ് തലയാട്ടുകമാത്രം ചെയ്തു. അവരുടെ മൗനം നിറഞ്ഞ നിസ്സഹായതയ്ക്ക് ഒരു ധിക്കാരത്തിന്റെ ലക്ഷണമുണ്ടായിരുന്നു. അത് അയാളെ കൂടുതൽ ശുണ്ഠി പിടിപ്പിക്കുകയാണ് ഉണ്ടായത്. അയാൾ മുറിക്കുള്ളിൽ വാതിലിനും ജനാലയ്ക്കുമിടയിലുള്ള ഭാഗത്തുകൂടി ഉലാത്താൻ തുടങ്ങി. അവിടെനിന്നും എങ്ങനെയെങ്കിലും വഴുതിമാറാൻ നോക്കിയ ഫ്രൗഗ്രുബാഹിന് അത് ഒരു തടസ്സമാകുകയും ചെയ്തു.

തന്റെ ഉലാത്തലിനിടയിൽ വാതിലിനരികിലെത്തിയപ്പോൾ അതിൽ ആരോ മുട്ടുന്നത് കെ കേട്ടു. അത് വേലക്കാരിയായിരുന്നു. കെ യോട് തനിക്കൊന്ന് സംസാരിച്ചാൽ കൊള്ളാമെന്നും അതിനായി താൻ അത്താഴമുറിയിൽ കാത്തിരിക്കുകയാണെന്ന് അറിയിക്കാനുമാണ് ഫ്രൗളിൻ മൊണ്ടാഗ് അപ്പോൾ വേലക്കാരിയെ അങ്ങോട്ട് പറഞ്ഞയച്ചത്. അക്കാര്യം അവൾ കെ യെ അറിയിച്ചു.

അവൾ പറഞ്ഞത് കേട്ടശേഷം കെ തിരിഞ്ഞുനോക്കി. ചൂളിപ്പോയതുപോലെ നില്ക്കുന്ന ഫ്രൗഗ്രുബാഹ്. അയാൾ അവരെ പരിഹാസത്തോടുകൂടി നോക്കി. ഫ്രൗളിൻ മൊണ്ടാഗിന്റെ ആ ക്ഷണം താൻ കുറേക്കാലമായി കാത്തുകൊണ്ടിരുന്ന ഒന്നാണെന്നും, മാത്രമല്ല അങ്ങനെയൊരു ഞായറാഴ്ചതന്നെ തനിക്ക് ഫ്രൗ ഗ്രുബാഹിന്റെ വാടകക്കാരിൽനിന്നും സഹിക്കേണ്ടിവരുന്നതെന്നുമുള്ള അർത്ഥത്തിലായിരുന്നു അയാൾ നോക്കിയത്.

താൻ ഉടനേതന്നെ എത്താമെന്ന് പറഞ്ഞുകൊണ്ട് അയാളപ്പോൾ

വേലക്കാരിയെ പറഞ്ഞുവിട്ടു. തുടർന്നയാൾ തന്റെ വസ്ത്രം മാറ്റിയുടുക്കാനായി പോയി. ഫ്രൗളിൻ മൊണ്ടാഗ് വരുത്തിവയ്ക്കുന്ന കുഴപ്പങ്ങളെക്കുറിച്ച് ഫ്രൗഗ്രുബാഗ് എന്തൊക്കെയോ പിറുപിറുത്തുപ്പോൾ അയാൾ മറുപടിയൊന്നും പറഞ്ഞില്ല; പ്രഭാതഭക്ഷണം കഴിച്ച പാത്രം എടുത്തുകൊണ്ടുപോകാൻ മാത്രം അപേക്ഷിച്ചു.

"എടുത്തുകൊണ്ടുപോകാനോ? എല്ലാം അതേപടി പാത്രത്തിലിരിക്കുന്നു." അവർ പറഞ്ഞു.

"എടുത്തുകൊണ്ടു പോകാനല്ലേ പറഞ്ഞത്." കെ ഉറക്കെപ്പറഞ്ഞു. തിന്നാൻ അറയ്ക്കുന്ന രീതിയിൽ ഫ്രൗളിൻ മൊണ്ടാഗുതന്നെ ഭക്ഷണത്തിൽ കലർന്നിട്ടുണ്ടെന്ന് അയാൾക്കു തോന്നിയിരുന്നു.

ഹാളിലൂടെ നടന്നുപോകുമ്പോൾ ഫ്രൗളിൻ ബ്രൂസ്റ്റനറുടെ അടച്ചിട്ടിരിക്കുന്ന മുറിയിലേക്കു അയാൾ ഒന്നു നോക്കി. പക്ഷേ അയാളെ ക്ഷണിച്ചിരിക്കുന്നത് അവിടേക്കല്ലല്ലോ; അത്താഴമുറിയിലേക്കാണല്ലോ. ഭക്ഷണമുറിയിലേക്ക് ചെന്നപാടെ മുട്ടിവിളിക്കാനൊന്നും നോക്കാതെ അയാൾ വാതിൽ വലിച്ചുതുറന്നു.

ഒരു വലിയ ജനാലമാത്രമുള്ള ഒരു നീണ്ട മുറിയായിരുന്നു അത്. വാതിലിന് ഇരുവശത്തും രണ്ട് അലമാരകൾ വയ്ക്കാനുള്ള ഇടമേ അവിടെ ഉണ്ടായിരുന്നുള്ളൂ. ബാക്കിയുള്ള ഭാഗം മുഴുവനും നീണ്ട ഒരു തീൻമേശകൊണ്ട് നിറഞ്ഞിരിക്കുന്നു. അത് ഏതാണ്ട് വാതിൽ മുതൽ ജനൽവരെ എത്തിയിരുന്നു. മേശപ്പുറം ഏതാണ്ട് സാധനങ്ങൾ കൊണ്ട് നിറഞ്ഞിരുന്നു. അന്ന് ഞായറാഴ്ചയായിരുന്നതിനാൽ വാടകക്കാരിൽ അധികപേരും ഭക്ഷണം കഴിച്ചത് അവിടെയിരുന്നായിരുന്നു.

കെ അകത്തേക്കു കയറി.

ഫ്രൗളിൻ മൗണ്ടാഗ് ജനാലയ്ക്കരികിൽ നിന്നും മേശയുടെ അരികുപറ്റി അയാളുടെ നേരെ ചെന്നു. നിശ്ശബ്ദമായി അവർ പരസ്പരം അഭിവാദനങ്ങൾ പറഞ്ഞു.

തുടർന്ന് പതിവുപടിതന്നെ തലയുയർത്തിപ്പിടിച്ചുകൊണ്ട് ഫ്രൗളിൻ മൊണ്ടാഗ് പറഞ്ഞു: "ഞാൻ ആരാണെന്ന് നിങ്ങൾക്ക് അറിയാമോയെന്ന് എനിക്കറിയില്ല."

അവളെ മുഖം ചുളുക്കിക്കൊണ്ട് കെ തുറിച്ചു നോക്കി. "തീർച്ചയായും നിങ്ങളെയെനിക്കറിയാം." അയാൾ തുടർന്നു പറഞ്ഞു. "നിങ്ങൾ കുറേക്കാലമായി ഫ്രൗഗ്രുബാഹിന്റെ വീട്ടിൽ വാടകയ്ക്കു താമസിക്കുന്നു, അല്ലേ?"

"പക്ഷേ, നിങ്ങൾ ഇവിടെ സംഭവിക്കുന്നതൊന്നും അറിയാറില്ലെന്നു തോന്നുന്നു." ഫ്രൗളിൻ മൊണ്ടാഗ് പറഞ്ഞു.

"ഇല്ല". കെ പറഞ്ഞു.

"ഇരിക്കുന്നില്ലേ?" ഫ്രൗളിൻ മൊണ്ടാഗ് ചോദിച്ചു.

പിന്നൊന്നും പറയാതെ അവർ രണ്ടു കസേരകൾ വലിച്ചുകൊണ്ടുവന്ന് മേശയ്ക്കരികിൽ ഇട്ടു; ഇരുപുറവുമായി അവർ ഇരിക്കുകയും ചെയ്തു.

പക്ഷേ, ജനാലപ്പടിയിൽ വച്ചു മറന്നുപോയ തന്റെ ചെറിയ ബാഗ് എടുക്കാനായി ഫ്രൗളിൻ മൊണ്ടാഗ് വേഗത്തിൽ എഴുന്നേറ്റ് അങ്ങോട്ടു പോയി. അതെടുത്തശേഷം അവൾ തിരിച്ചുവന്ന് കസേരയിലിരുന്നു. മുറിയിലുടനീളം അവൾ കാലും നിരക്കിയാണ് നടന്നത്.

ബാഗും ആട്ടിക്കൊണ്ട് വന്നിരുന്ന ഉടനെ അവൾ പറഞ്ഞു: "നിങ്ങളോട് ചില കാര്യങ്ങൾ പറയാൻ എന്റെ സുഹൃത്ത് എന്നോടു പറഞ്ഞിരിക്കുകയാണ്. അത്രയേയുള്ളൂ. അവൾ വന്നുപറയാൻ ആഗ്രഹിച്ചതായിരുന്നു. പക്ഷേ അവൾക്കത്ര സുഖമില്ല. വരാത്തതിൽ ക്ഷമിക്കണമെന്നും പകരം ഞാൻ പറയുന്നത് കേൾക്കണമെന്നും പറഞ്ഞയച്ചിരിക്കുകയാണ്. ഞാൻ ഇപ്പോൾ പറയാൻ പോകുന്നതിനപ്പുറം അവൾക്കൊന്നും പറയാനുണ്ടാകുകയില്ല. മറ്റൊരുവിധത്തിൽപ്പറഞ്ഞാൽ ഞാൻ ഇക്കാര്യത്തിൽ പക്ഷപാതം കാണിക്കാത്തതിനാൽ എനിക്കാവും കൂടുതൽ പറയാനുണ്ടാകുന്നതെന്നും തോന്നുന്നു. നിങ്ങൾക്കും അങ്ങനെ തോന്നുന്നുണ്ടാകുന്നില്ലേ?"

"ശരി. എന്നാലെന്താണ് പറയാനുള്ളത്?" കെ ചോദിച്ചു.

തന്റെ ചുണ്ടുകളിലേക്ക് ഇമയിളക്കാതെ നോക്കിനില്ക്കുന്ന ഫ്രൗളിൻ മൊണ്ടാഗിനെക്കണ്ടപ്പോൾ അസ്വസ്ഥതയാണ് അയാൾക്ക് തോന്നിയത്. താൻ പറയാൻ പോകുന്നതിനുമേൽ മേല്ക്കോയ്മ സ്ഥാപിക്കാനുള്ള അവളുടെ പുറപ്പാടിന്റെ ലക്ഷണമായിട്ടാണ് അയാൾക്കതുകണ്ടപ്പോൾ തോന്നിയത്.

"ഫ്രൗളിൻ ബ്രൂസ്റ്റനറോട് നേരിട്ട് അഭിമുഖം നടത്തണമെന്ന് ഞാൻ ആവശ്യപ്പെട്ടിരുന്നത് നിരാകരിക്കപ്പെട്ടിരിക്കുന്നൂയെന്നത് വ്യക്തമായിരിക്കുന്നു." കെ പറഞ്ഞു.

"അതുതന്നെ." ഫ്രൗളിൻ മൊണ്ടാഗ് പറഞ്ഞു. "പിന്നെ അങ്ങനെ തന്നെയാവണമെന്നുമില്ല. നിങ്ങളങ്ങനെയാക്കുന്നതാണ്. സാധാരണയായി അഭിമുഖങ്ങളൊന്നും മനഃപൂർവ്വം സ്വീകരിക്കപ്പെടുകയോ നിരാകരിക്കപ്പെടുകയോ ചെയ്യാറില്ല. അഭിമുഖത്തിന്റെ ഒരാവശ്യവുമില്ലെന്ന് ഒരാൾക്ക് തോന്നിയെന്നും വരാം. അതാണിവിടെ സംഭവിച്ചത്. പിന്നെ നിങ്ങൾ അവസാനം അങ്ങനെ പറഞ്ഞ സ്ഥിതിക്ക് എനിക്ക് തുറന്നു പറയേണ്ടിയിരിക്കുന്നു.

ഒരു കത്തുമുഖേനയോ അഥവാ നേരിട്ടോ നിങ്ങളോടൊന്ന് സംസാരിക്കാൻ നിങ്ങൾ എന്റെ കൂട്ടുകാരിയോട് ആവശ്യപ്പെട്ടിരുന്നു. എനിക്കു തോന്നുന്നത് നിങ്ങൾ എന്താണ് അവളോട് സംസാരിക്കാൻ ഉദ്ദേശിച്ചിരുന്നതെന്ന് അവൾക്ക് അറിയാമായിരുന്നെന്നാണ്. അങ്ങനെയൊരു സംസാരംകൊണ്ട് ആർക്കും യാതൊരു ഉപയോഗമുണ്ടാകില്ലെന്നും അവൾക്കറിയാമായിരുന്നൂയെന്ന് തോന്നുന്നു. അതെന്തുകൊണ്ടാണെന്നൊന്നും എനിക്കറിയില്ല. ഇക്കാര്യങ്ങൾ അവൾ ഇന്നലെ എന്നോടു പറഞ്ഞിരുന്നു. മറ്റു ചിലകാര്യങ്ങൾ സംസാരിച്ചിരുന്നപ്പോഴാണ് അവൾ ഇക്കാര്യങ്ങൾ പറഞ്ഞത്. ഇങ്ങനെയൊരു അഭിമുഖത്തിന് നിങ്ങളും വളരെയധികം

പ്രാധാന്യം കല്പിക്കുന്നില്ലെന്നും, അപ്രതീക്ഷിതമായി നിങ്ങൾക്ക് അങ്ങനെയൊരു ആഗ്രഹമുണ്ടായതാണെന്നും അവൾ എന്നോടു പറഞ്ഞു. കാര്യങ്ങളുടെ അപ്രാധാന്യം താമസംവിനാ മറ്റൊരു വിശദീകരണവുമില്ലാതെ തന്നെ ബോദ്ധ്യമാകുന്നതാണെന്നും അവൾ എന്നോടു പറഞ്ഞിരുന്നു. അങ്ങനെയെങ്കിൽ അങ്ങനെയാകട്ടെയെന്ന് ഞാനും സമ്മതിച്ചു. പക്ഷേ എന്റെ ചിന്ത ഈ വിധമാണ്; ഈ വിഷയത്തിൽ എന്തെങ്കിലും ഒരു അവ്യക്തത വന്നുപെട്ടിട്ടുണ്ടെങ്കിൽ അത് ദൂരീകരിക്കാൻ പറ്റിയ ഒരു മറുപടി നല്കുന്നതല്ലേ നല്ലതെന്നാണ് ഞാൻ കരുതുന്നത്. എന്റെ അഭിപ്രായം സ്വയമേറ്റെടുത്തപ്പോൾ ആദ്യം അവൾ വിസമ്മതിച്ചെങ്കിലും പിന്നീട് സമ്മതിക്കുകയാണുണ്ടായത്. ഞാൻ ചെയ്യുന്നത് നിങ്ങൾക്കുകൂടി ഗുണപ്രദമാകുമെന്ന് ഞാൻ കരുതുന്നു. ഏറ്റവും അപ്രധാനമായ വിഷയത്തിൻമേലുള്ള ഏറ്റവും നിസ്സാരമായ അവ്യക്തതപോലും മനഃപ്രയാസത്തിനിടയാക്കുന്നതാണ് കാരണം. ആ അവ്യക്തത, ഇക്കാര്യത്തിലെന്നപോലെ, എളുപ്പത്തിൽ നീക്കാവുന്നതാണെങ്കിൽ അത്രയും വേഗത്തിൽ ചെയ്യുന്നതാണ് നല്ലത്."

"നന്ദിയുണ്ട്.... വളരെ നന്ദിയുണ്ട്." കെ പറഞ്ഞു. തുടർന്ന് അയാൾ സാവകാശം എഴുന്നേറ്റു നിന്നുകൊണ്ട് ഫ്രൗളിൻ മൊണ്ടാഗിനെ നോക്കി; തുടർന്ന് മേശയിലും, പിന്നെ ജനാലയിലൂടെ പുറത്തേക്കും അയാൾ നോക്കി നിന്നു. എതിർഭാഗത്തുള്ള വീട് വെയിലിൽ തിളങ്ങുന്നത് കാണാം. അയാൾ വാതിലിനരികിലേക്കു നീങ്ങി. അയാളിൽ യാതൊരു വിശ്വാസവും തനിക്കില്ലെന്ന മട്ടിൽ അവൾ അയാളുടെ പിന്നാലെ കുറച്ചു ദൂരം നടന്നു.

വാതിലിനരികിലെത്തിയതേയുള്ളൂ അപ്പോഴേക്കും ക്യാപ്റ്റൻ ലെൻസ് വാതിൽ തുറന്ന് കയറി വന്നതിനാൽ അവർക്ക് പിന്നിലേക്കു മാറേണ്ടിവന്നു.

കെ ആദ്യമായാണ് അയാളെ ഇത്ര അടുത്തു കാണുന്നത്. ഏകദേശം നാല്പതിനടുത്ത പ്രായം വരും. കരുവാളിച്ച മാംസളമായ മുഖം. നല്ല ഉയരം. കെ യെ കണ്ടിട്ടാണെന്നു തോന്നുന്നു, അയാൾ ചെറുതായൊന്ന് തലകുമ്പിട്ടു. തുടർന്ന് ഫ്രൗളിൻ മൊണ്ടാഗിന്റെയരികിലേക്കു ചെന്നശേഷം അവളുടെ കരം പിടിച്ച് ബഹുമാനത്തോടെ അതു ചുംബിച്ചു.

അയാളുടെ ചലനങ്ങൾ സാവകാശമുള്ളതായിരുന്നു. അവൾക്കു കെയിൽ നിന്നും കിട്ടിയ പെരുമാറ്റത്തിന് നേരെ വിപരീതമായിരുന്നു ക്യാപ്റ്റൻ അവളോടു കാണിച്ചത്. എങ്കിലും അവൾക്ക് കെ യോട് യാതൊരു പരിഭവവും തോന്നിയില്ല. അതിനു തെളിവുമുണ്ട്. അയാളെ ക്യാപ്റ്റൻ പരിചയപ്പെടുത്താനുള്ള മനോഭാവം അവളിലുണ്ടായിരുന്നു.

പക്ഷേ തന്നെ പരിചയപ്പെടുത്തിക്കൊടുക്കുന്നതിന് കെ യ്ക്ക് ആഗ്രഹമുണ്ടായിരുന്നില്ല. അയാളെ സംബന്ധിച്ച് ക്യാപ്റ്റനുമായോ ഫ്രൗളിൻ മൊണ്ടാഗുമായോ ഒരു അടുപ്പം സ്ഥാപിക്കാനുള്ള മനസ്സുണ്ടായിരുന്നില്ല.

അവളുടെ ആ കരം പിടിച്ചുള്ള അയാളുടെ ചുംബനം തന്നെ ഫ്രൗളിൻ ബ്രൂസ്റ്റനറിൽനിന്നും തന്റെ സാമീപ്യം തടയിടാനുള്ള ഒരു ശ്രമമായിട്ടാണ് കെ യ്ക്കു തോന്നിയത്. പക്ഷേ ഇതിനേക്കാൾ അധിക കാര്യം തനിക്കു മനസ്സിലാക്കാനായിട്ടുണ്ടെന്നും അയാൾക്കു തോന്നി. ഫ്രൗളിൻ മൊണ്ടാഗ് നല്ല ഒന്നാന്തരം ഇരുതലവാളാണ് എടുത്തിരിക്കുന്നതെന്ന് അയാൾക്കു തോന്നി. ഫ്രൗളിൻ ബ്രൂസ്റ്റനറും കെ യുമായുള്ള ബന്ധത്തിന്റെ പ്രാധാന്യത്തെ അവൾ പെരുപ്പിച്ചു കാണിക്കുകയാണ്. അതിലുപരി അയാൾ ആവശ്യപ്പെട്ടിരിക്കുന്ന അഭിമുഖത്തിന്റെ പ്രാധാന്യമാണ് അവൾ പെരുപ്പിച്ചു കാണിക്കുന്നത്. അതേസമയം കാര്യങ്ങളൊക്കെ പെരുപ്പിച്ചു കാണിക്കുന്നത് കെ യാണെന്ന് വരുത്തിത്തീർക്കാനും അവൾ ശ്രമിച്ചിരുന്നു.

കെ യ്ക്ക് ഒന്നും പെരുപ്പിച്ചു കാണിക്കാൻ ആഗ്രഹമുണ്ടായിരുന്നില്ല. ഫ്രൗളിൻ ബ്രൂസ്റ്റനറാകട്ടെ വെറുമൊരു സാധാരണ ടൈപ്പിസ്റ്റ് മാത്രമാണ്; അയാളെ വളരെനാളൊന്നും ചെറുത്തുനില്ക്കാൻ അവൾക്ക് ഒരിക്കലും കഴിയുകയില്ല. അവരെക്കുറിച്ച് ഫ്രൗളിൻ ഗ്രുബാഹ് പറഞ്ഞിട്ടുള്ള കാര്യങ്ങളെല്ലാം അയാൾ മനഃപൂർവ്വം മറന്നു കളഞ്ഞിരിക്കുകയാണ്.

മുറിയിൽ നിന്നും പോകുമ്പോൾ അയാൾ ചിന്തിച്ചത് ഇവയൊക്കെയായിരുന്നു. അയാൾ നേരെ സ്വന്തം മുറിയിലേക്ക് തന്നെ പോകാൻ തീരുമാനിച്ചു.

അയാൾ അങ്ങോട്ടു നടക്കുമ്പോൾ ഭക്ഷണമുറിയിൽ ഫ്രൗളിൻ മൊണ്ടാഗിന്റെ അടക്കിപ്പിടിച്ചുള്ള ഒരിനം ചിരി കേൾക്കാമായിരുന്നു. ക്യാപ്റ്റനെയും അവളെയും ഒന്ന് അത്ഭുതപ്പെടുത്തിയാലോയെന്ന് അയാൾ അപ്പോൾ ഒരുനിമിഷം ആലോചിച്ചതാണ്.

അയാൾ ചുറ്റുംനോക്കി. സമീപത്തുള്ള മുറികളിൽ നിന്നും എന്തെങ്കിലും തടസ്സങ്ങൾ വരുന്നുണ്ടോയെന്നറിയാനായി അയാൾ വീണ്ടും ചെവിയും കണ്ണും കൂർപ്പിച്ചു. ഭക്ഷണമുറിയിലെ ഫ്രൗളിൻ മൊണ്ടാഗിന്റെ സംസാരവും അടുക്കളയിൽ ഫ്രൗഗ്രുബാഹിന്റെ ശബ്ദവും മാത്രമേ അപ്പോൾ അയാൾ കേട്ടുള്ളൂ.

ഇതാണ് പറ്റിയ അവസരം; കെ യ്ക്കു തോന്നി. അയാൾ നേരെ ഫ്രൗളിൻ ബ്രൂസ്റ്റനറിന്റെ മുറിയിലെ വാതിലിൽമുട്ടി; പതിയെ. ഒരു പ്രതികരണവും കിട്ടാതെ വന്നപ്പോൾ അയാൾ വീണ്ടും മുട്ടി. പക്ഷേ വീണ്ടും മറുപടിയൊന്നും വന്നില്ല.

അവൾ ഉറങ്ങുകയാണോ? അഥവാ അവൾക്കു സുഖമില്ലേ? അഥവാ താനവിടെയില്ലെന്ന് അവൾ അഭിനയിക്കുകയാണോ? ഇമ്മാതിരി പതിയെ വാതിലിൽ മുട്ടുന്നത് കെ മാത്രമായിരിക്കുമെന്ന് അവൾ കരുതുന്നുണ്ടാകാം.

അവൾ അഭിനയിക്കുന്നതാണെന്ന് കരുതിയ അയാൾ വാതിലിൽ കുറച്ചുകൂടി ഉച്ചത്തിൽ മുട്ടിനോക്കി. അതിനും മറുപടിയൊന്നും കിട്ടാതെ വന്നപ്പോൾ അയാൾ ശ്രദ്ധാപൂർവ്വം വാതിൽ തുറന്നു. തന്റെ പ്രവൃത്തി തെറ്റാണെന്ന് അയാൾക്ക് തോന്നിയതേയില്ല; തന്റെ പ്രവൃത്തി നിഷ്ഫ

ലമാകുമെന്നും അയാൾ കരുതിയില്ല.

മുറിയിൽ ആരെയും കെ കണ്ടില്ല. മാത്രമല്ല നേരത്തെ അയാൾ കണ്ട രീതിയിലായിരുന്നില്ല ആ മുറി അപ്പോൾ. ചുവരിനോട് ചേർന്ന് രണ്ടുകട്ടിലുകൾ അടുത്തടുത്തു കിടക്കുന്നു. തുണികളും അടിവസ്ത്ര ങ്ങളും കൂമ്പാരമാക്കിയിട്ടിരിക്കുന്ന മൂന്നു കസേരകൾ വാതിലിനരികിൽ കിടക്കുന്നു. ഒരു ചുവരലമാല തുറന്നിട്ടിരിക്കുന്നു.

ഫ്രൗളിൻ മൊണ്ടാഗ് ഭക്ഷണമുറിയിലിരുന്ന് കെ യോടു പ്രസംഗി ക്കുന്ന നേരത്ത് ഫ്രൗളിൻ ബ്രൂസ്റ്റനർ പുറത്തേക്ക് പോയതാകാം. അതിൽ കെ യ്ക്ക് പ്രയാസമൊന്നും തോന്നിയില്ല. വളരെ എളുപ്പത്തിൽ തന്നെ ഫ്രൗളിൻ ബ്രൂസ്റ്റനറെ വശത്താക്കാമെന്ന പ്രതീക്ഷയും അയാൾക്ക് ഉണ്ടാ യിരുന്നില്ല. അയാൾ ഈയൊരു ശ്രമം നടത്തിയതുതന്നെ ഫ്രൗളിൻ മൊണ്ടാഗുവിനോടു ഉപദ്രവമുണ്ടാക്കാൻ വേണ്ടിത്തന്നെയാണ്.

പക്ഷേ വാതിലടച്ച് പുറത്തുവന്നപ്പോൾ വാതിൽക്കൽ ക്യാപ്റ്റനും ഫ്രൗളിൻ മൊണ്ടാഗുവും സംസാരിച്ചുനില്ക്കുന്നു. അതു കണ്ടപ്പോൾ അയാൾ തികച്ചും ഞെട്ടി. കെ വാതിൽ തുറന്ന് ഉള്ളിൽക്കയറിയ നേരം മുതൽ അവർ അവിടെ നിന്നിട്ടുണ്ടാകണം. കെ യെ ശ്രദ്ധിക്കുന്നതായുള്ള ഒരു ലക്ഷണവും അവർ കാണിച്ചില്ല. അവർ സംസാരത്തിൽത്തന്നെ മുഴുകി നിന്നു. തുടർന്ന് അവർ സംസാരിക്കുമ്പോൾ കെ യുടെ ചലന ങ്ങളെ കണ്ണുകൾ കൊണ്ട് പിന്തുടരുകയും സ്വരം താഴ്ത്തി സംസാരി ക്കുകയും ചെയ്തു.

പക്ഷേ, അവരുടെ നോട്ടം കെ യുടെ മനസ്സിൽ ഒരു വലിയ ഭാരം പോലെ തളച്ചിടപ്പെട്ടു. തുടർന്ന് ചുവരിന്റെ അരികുചേർന്ന് അയാൾ ധൃതി യിൽ അവിടെ നിന്നും സ്വന്തം മുറിയിലേക്കു പോയി.

ചാട്ടയടിക്കാരൻ

കുറച്ചുദിവസങ്ങളിലെ സായാഹ്നങ്ങൾക്കു ശേഷം ഒരു ദിവസം കെ തന്റെ ഓഫീസിൽ നിന്നുമിറങ്ങി. പ്രധാന കോണിപ്പടിയിലേക്കുള്ള ഇടനാഴിയിലൂടെ നടന്നു വരികയായിരുന്നു. ഓഫീസിൽ നിന്നും ഏറെക്കുറെ അവസാനം ഇറങ്ങിവന്ന ആളായിരുന്നു അയാൾ. ബൾബിന്റെ മഞ്ഞവെളിച്ചത്തിലിരുന്ന് പണിയെടുക്കുന്ന തപാൽവിഭാഗത്തിലെ രണ്ടു ക്ലാർക്കുമാർ മാത്രമേ അവിടെയപ്പോൾ ഓഫീസിലുണ്ടായിരുന്നുള്ളൂ. ഉപയോഗം കഴിഞ്ഞ സാധനങ്ങൾ കൊണ്ടിടുന്ന – തുറന്നു കയറി ഒരിക്കലും കെ അതു കണ്ടിരുന്നില്ല– അടഞ്ഞുകിടന്നിരുന്ന മുറിയുടെ വാതിലിന്റെ പിന്നിൽ നിന്നും ഒരു രോദനം കെ അപ്പോൾ കേട്ടു.

കെ അത്ഭുതത്തോടെ നിന്നുപോയി. തനിക്കു തെറ്റുപറ്റിയിട്ടില്ലായെന്ന് ഉറപ്പുവരുത്താനായി അയാൾ ഒന്നുകൂടി ചെവി കൂർപ്പിച്ചു. അല്പം കഴിഞ്ഞപ്പോൾ ആ നെടുവീർപ്പ് വീണ്ടും അയാൾ കേട്ടു.

തപാൽ വിഭാഗത്തിലെ ക്ലാർക്കുമാരിൽ ഒരാളിനെ കൂട്ടിക്കൊണ്ടുവന്നാലോയെന്ന് കെ ഒരു നിമിഷം ആലോചിച്ചു; സാക്ഷികളുടെ ആവശ്യം വേണ്ടിവരുന്നെങ്കിലോ. പക്ഷേ അയാൾക്ക് തന്റെ ആകാംക്ഷയെ തടയിടാനായില്ല; അയാൾ ആ വാതിൽ പിടിച്ചുവലിച്ചു തുറന്നു.

അയാളുടെ പഴയ നിഗമനം ശരിതന്നെയായിരുന്നു; ഉപയോഗം കഴിഞ്ഞ സാധനങ്ങൾ കൊണ്ടിടുന്ന ഇടം തന്നെയായിരുന്നു ആ മുറി. പാഴ് കടലാസുകളുടെ കെട്ടുകളും, ഒഴിഞ്ഞ മഷിക്കുപ്പികളുമൊക്കെ അവിടെ ചിതറിക്കിടക്കുന്നു.

പക്ഷേ, ആ മുറിയിൽത്തന്നെ മൂന്നുപേർ നില്ക്കുന്നു. മച്ചിന് ഉയരം കുറവായിരുന്നതിനാൽ അവർ കൂനിക്കൂടി നില്ക്കുകയാണ്. ഒരു

ബുക്ക്കെയ്സിൽ നാട്ടി നിർത്തിയിരിക്കുന്ന മെഴുകുതിരിയിൽ നിന്നുള്ള ചെറിയ വെട്ടത്തിലാണ് കെ അവരെക്കണ്ടത്.

"നിങ്ങളൊക്കെ ഇവിടെ എന്തുചെയ്യുന്നു?" കെ ചോദിച്ചു. ഉച്ചത്തിലല്ലെങ്കിലും പരിഭ്രമംകൊണ്ട് അയാളുടെ ശബ്ദം ഇടറിയിരുന്നു.

മറ്റുള്ളവരുടെ മേൽ അധികാരമുണ്ടെന്നു തോന്നിക്കുന്ന, തന്റെ ശ്രദ്ധയിൽ ആദ്യമേതന്നെ വന്നുപെട്ട ഒരാളെ കെ നോക്കി. കൈകളിലും കഴുത്തിൽ നിന്നും താഴേക്കു നെഞ്ചുമുഴുവനായും അയാൾ ഏതോ ഒരിനം കറുത്ത തുകൽവസ്ത്രം ധരിച്ചിരുന്നു. അയാൾ മറുപടിയൊന്നും പറഞ്ഞില്ല.

അപ്പോഴേക്കും മറ്റു രണ്ടുപേരും ഉറക്കെക്കരഞ്ഞുപറഞ്ഞു: "സാർ അന്വേഷണ മജിസ്ട്രേറ്റിനോട് നിങ്ങൾ പരാതി പറഞ്ഞതുകൊണ്ടാണ് ഞങ്ങളെ ചാട്ടക്കൊണ്ടടിക്കാൻ പോകുന്നത്."

പെട്ടെന്നാണ് കെ യ്ക്ക് ഒക്കെ തിരിച്ചറിയാൻ കഴിഞ്ഞത്; അവർ ഇരുവരും യഥാർത്ഥത്തിൽ വാർഡർമാരായ ഫ്രാൻസും, വില്ലെമുമാണെന്ന്. അവരെ തല്ലാനായി മൂന്നാമന്റെ കൈയിൽ ഒരു വടിയുമിരിക്കുന്നു.

"എന്തിന് ഞാൻ പരാതി കൊടുക്കണം" അവരെ തുറിച്ചുനോക്കിക്കൊണ്ട് കെ പറഞ്ഞു: "ഞാൻ പരാതി കൊടുത്തിട്ടേയില്ല. എന്റെ മുറിയിൽ സംഭവിച്ചതെന്താണെന്നു മാത്രമേ പറഞ്ഞിട്ടുള്ളൂ. എന്തൊക്കെയായാലും നിങ്ങളുടെ അപ്പോഴത്തെ പെരുമാറ്റവും അത്ര നല്ലതൊന്നും ആയിരുന്നില്ല."

"സർ" വില്ലെം പറഞ്ഞു. "ഞങ്ങൾക്കു കിട്ടുന്ന ശമ്പളം എത്ര തുച്ഛമായതാണെന്ന് അറിഞ്ഞിരുന്നെങ്കിൽ സാർ ഞങ്ങളെ ഈ വിധത്തിൽ കുറ്റപ്പെടുത്തുമായിരുന്നില്ല."

ഈ നേരം മൂന്നാമന്റെ കണ്ണിൽപ്പെടാതെ വില്ലെമിന്റെ പിന്നിലൊളിക്കാൻ ഫ്രാൻസ് ശ്രമിക്കുകയായിരുന്നു.

വില്ലെം തുടർന്നു: "എനിക്ക് ഒരു കുടുംബം നോക്കണം. ഫ്രാൻസിനാണെങ്കിൽ ഒരു വിവാഹം കഴിക്കേണ്ടതുണ്ട്. എങ്ങനെയെങ്കിലും പണമുണ്ടാക്കാനാണ് ഞങ്ങൾ നോക്കുന്നത്. പക്ഷേ, രാപ്പകൽ പണിചെയ്തതുകൊണ്ടുമാത്രം അതു കിട്ടുമെന്നു തോന്നുന്നില്ല. നിങ്ങളുടെ മനോഹരമായ വസ്ത്രങ്ങൾ ഞങ്ങളെ പ്രലോഭിപ്പിക്കുകയായിരുന്നു. പക്ഷേ, വാർഡർമാർക്ക് അത്തരം വസ്ത്രങ്ങൾ ധരിക്കുന്നതിനുള്ള വിലക്കുണ്ട്; അതു തെറ്റാണെന്ന്. പക്ഷേ, ശരീരത്തിൽ ചേർന്നുകിടക്കുന്ന ഈ ലിനൻ ഉടുപ്പുകൾ അത് പരമ്പരാഗതമായി വാർഡർമാർ ധരിക്കണമെന്നാണുപോലും; അതു തെറ്റല്ലേ? എന്നെ വിശ്വസിക്കൂ. ഞാൻ പറയുന്നത് ശരിയല്ലേ. ഇത്തരം വസ്തുക്കൾക്കൊണ്ട് ബന്ധനസ്ഥനായ ഒരു ഭാഗ്യദോഷിക്ക് എന്താണുപയോഗം? എങ്കിലും അയാൾ അത് വെളിവാക്കിയാൽ ശിക്ഷ പിന്നാലെ വരുന്നു."

“എനിക്ക് ആ വിധത്തിലുള്ള ഒരു ചിന്തവന്നതേയില്ല. നിങ്ങൾക്ക് ശിക്ഷ കിട്ടണമെന്നും ഞാൻ ആഗ്രഹിച്ചിരുന്നില്ല. നിങ്ങളുടെ പ്രവർത്തിയിലെ ശരിതെറ്റുകളെക്കുറിച്ച് ഒന്നാലോചിച്ചതു മാത്രമാണ്.”

മറ്റേ വാർഡറെ തിരിഞ്ഞുനോക്കിക്കൊണ്ട് വില്ലെം പറഞ്ഞു. “ഫ്രാൻസ്, ഞാൻ നേരത്തേതന്നെ പറഞ്ഞതല്ലേ ഇയാൾ നമുക്കെതിരേ പരാതി നല്കിയിട്ടുണ്ടാകില്ലെന്ന്. നമുക്ക് ശിക്ഷ കിട്ടാൻ പോകുന്ന കാര്യം കൂടി ഇയാൾക്ക് അറിയില്ലായിരുന്നു.”

“അവർ പറയുന്നത് അപ്പാടെ വിശ്വസിക്കരുതേ”. മൂന്നാമൻ കെയെ ഓർമ്മപ്പെടുത്തി. “കിട്ടാൻ പോകുന്ന ശിക്ഷ ന്യായവും ഒഴിവാക്കാൻ പറ്റാത്തതുമാണ്.”

“അയാൾ പറയുന്നതൊന്നും കേൾക്കേണ്ട.” വില്ലെം പറഞ്ഞു. വടികൊണ്ട് ഒരടി അപ്പോഴേക്കും കിട്ടിയതിനാൽ പെട്ടെന്നയാൾ കൈകൾകൊണ്ട് മുഖംപൊത്തി. “നിങ്ങൾ ഞങ്ങൾക്കെതിരെ പരാതി കൊടുത്തതിനാലാണ് ഞങ്ങളെ ശിക്ഷിക്കാൻ പോകുന്നത്. അല്ലെങ്കിൽ ഇങ്ങനെയൊന്നും സംഭവിക്കുകയില്ലായിരുന്നു.... ഇതിനെ നിങ്ങൾക്കു നീതിയെന്നു വിളിക്കാനാകുമോ? ഞങ്ങൾ ഇരുവരും, പ്രത്യേകിച്ച് ഈ ഞാൻ, വാർഡർ എന്ന നിലയിൽ വിശ്വസ്തമായി ജോലിചെയ്യുന്നു. ഔദ്യോഗികമായി പറയുകയാണെങ്കിൽ ഞങ്ങൾ നിങ്ങൾക്ക് കാര്യപ്രാപ്തിയോടെ കാവൽ നിന്നൂയെന്ന കാര്യം നിങ്ങളും സമ്മതിച്ചേ മതിയാകൂ. ജോലിയിൽ അഭിവൃദ്ധി നേടേണ്ടതായിരുന്നു; ഒരു സ്ഥാനക്കയറ്റം. ഈ ആളിനെപ്പോലെ ഞങ്ങളും ചാട്ടയടിക്കുന്നവരാകേണ്ടതായിരുന്നു. ഇതുവരെയും ഒന്നിനേക്കുറിച്ചും പരാതിപ്പെട്ടിട്ടില്ല എന്ന ഭാഗ്യമേ അയാൾക്ക് ആകെ ഉണ്ടായിട്ടുള്ളൂ. അല്ലെങ്കിൽ തന്നെ ഇത്തരം കാര്യങ്ങൾക്കുമേൽ ആരും പരാതികൊടുക്കാറുമില്ല... പിന്നെ ഇപ്പോൾ എല്ലാം പോയി സർ. ഞങ്ങളുടെ ജോലിയുടെ കാര്യവും മോശമായി. വാർഡർമാർക്കുള്ള കാവല്പണിയേക്കാൾ മോശമായ പണിയാണ് ഞങ്ങൾക്ക് ചെയ്യേണ്ടി വരുന്നത്. കൂടാതെ ചാട്ടയടികൊള്ളുകയും വേണം... എന്തൊരു വേദനയാണെന്നോ?”

“ചാട്ടകൊണ്ടുള്ള അടിക്ക് അത്ര വേദനയോ?” കെ ചോദിച്ചു. മുന്നിലൂടെ അയാൾ ആട്ടിക്കൊണ്ടിരുന്ന ചാട്ടയെ കെ ഒന്നു തൊട്ടു നോക്കുകയും ചെയ്തു.

“ആദ്യമേ ഞങ്ങൾ വസ്ത്രമൂരിക്കളയണം.” വില്ലെം പറഞ്ഞു.

“അതുശരി.” ചാട്ടയടിക്കാരനെ സൂക്ഷിച്ചുനോക്കിക്കൊണ്ട് കെ പറഞ്ഞു. നാവികരുടേതുപോലെ അയാളുടെ മുഖം വെയിലുകൊണ്ട് പൊളിഞ്ഞിരുന്നു; കനത്തതും മൃഗീയവുമായിത്തോന്നി ആ മുഖം. ഈ രണ്ടുപേരെയും ചാട്ടയടിയിൽ നിന്നും ഒഴിവാക്കാനുള്ള മാർഗ്ഗമൊന്നുമില്ലേ?” കെ തുടർന്ന് ചോദിച്ചു.

“ഇല്ലില്ല”. തലകുലുക്കിക്കൊണ്ട് പുഞ്ചിരിയോടെ ചാട്ടയടിക്കാരൻ പറഞ്ഞു. “വസ്ത്രമൂരിക്കളയൂ..” അയാൾ വാർഡർമാരോടായി തുടർന്നു പറഞ്ഞു.

തുടർന്ന് കെ യോടു പറഞ്ഞു. “ഇവർ പറയുന്നതൊന്നും അപ്പാടെ വിശ്വസിക്കരുത്. തല്ലിനെക്കുറിച്ചുള്ള ഭയംമൂലം ഇവരുടെ മനോനില തെറ്റിയിട്ടുണ്ട്. നോക്കൂ ഈ വില്ലെമിനെ. സ്ഥാനക്കയറ്റം കിട്ടേണ്ടിയിരുന്നുയെന്ന് ഇവൻ പറഞ്ഞതൊക്കെ വെറും വിഡ്ഢിത്തമായിരുന്നു. ആദ്യം കിട്ടുന്ന അടിയൊക്കെ ഈ പൊണ്ണത്തടിയന്റെ കൊഴുപ്പിൽ അലിഞ്ഞു പോകും. ഇവൻ ഇങ്ങനെ തടിച്ചുകൊഴുത്തതെങ്ങനെയെന്ന് അറിയാമോ? ബന്ധിക്കാൻ പോകുന്നവരുടെ ഭക്ഷണം തിന്നു തീർക്കുകയാണ് ഇവന്റെ പണി. നിങ്ങൾക്കുള്ള ഭക്ഷണം പോലും ഇവൻ തിന്നുതീർത്തു. അല്ലെങ്കിൽത്തന്നെ ഇങ്ങനെ കുടവയറും കൊണ്ടുനടക്കുന്ന ഒരുത്തൻ എന്തെങ്കിലും ഒരു ചാട്ടയടിക്കാരൻ ആകുമോ? ഒരിക്കലുമില്ല.”

പാന്റ്സിന്റെ ബെൽറ്റ് ഊരിക്കൊണ്ട് വില്ലെം പറഞ്ഞു. “എന്നെപ്പോലത്തെ ചാട്ടയടിക്കാരുമുണ്ട്.”

“വേണ്ട... നീ ഒന്നും ഇനിപ്പറയണ്ട” വില്ലെമിന്റെ പിടലിയിൽ ചൂരലുകൊണ്ട് ഒന്നു കൊടുത്തിട്ടുണ്ട് ചാട്ടയടിക്കാരൻ പറഞ്ഞു. വില്ലെം വേദനകൊണ്ടു പുളഞ്ഞു.

“നീ ഞങ്ങളുടെ സംസാരമാണല്ലോ ശ്രദ്ധിക്കുന്നത്. അതുവേണ്ട. നീ നിന്റെ വസ്ത്രമൂരിയാൽ മതി.”

“അവരെ പോകാനനുവദിച്ചാൽ ഞാൻ നിങ്ങൾക്കെന്തെങ്കിലും പ്രതിഫലം തരാം.” കെ പറഞ്ഞു.

തുടർന്ന് കെ തന്റെ പണസഞ്ചിയെടുത്തു– അപ്പോൾ അയാൾ ആ ചാട്ടയടിക്കാരനെ നോക്കിയതേയില്ല. അല്ലെങ്കിൽത്തന്നെ അത്തരം കാര്യങ്ങളിൽ പരസ്പരം നോക്കേണ്ടതില്ലല്ലോ!

“അതുശരി. എന്നെയും കുറ്റവാളിയാക്കാനാണല്ലേ നിങ്ങളുടെ ശ്രമം.” ചാട്ടയടിക്കാരൻ പറഞ്ഞു.“എന്നിട്ടുവേണം എനിക്കും ചാട്ടയടി കിട്ടാൻ. അതുവേണ്ട.”

“ഞാൻ പറയുന്നതൊന്നു മനസ്സിലാക്കൂ.” കെ പറഞ്ഞു. “ഇവരെ ശിക്ഷിക്കണമെന്ന ആഗ്രഹം എനിക്കുണ്ടായിരുന്നെങ്കിൽ ഞാൻ ഇവരെ ഇപ്പോൾ രക്ഷിക്കാൻ നോക്കുമോ? വാതിലും പൂട്ടി ഒന്നും കാണാനും കേൾക്കാനും നില്ക്കാതെ എനിക്കു പോകാമായിരുന്നില്ലേ. പക്ഷേ, ഞാൻ അതല്ല ചെയ്യുന്നത്. എന്റെ ആത്മാർത്ഥമായ ആഗ്രഹം ഇവരെ രക്ഷപ്പെടുത്തണമെന്നതാണ്. ഇവരെ ശിക്ഷിക്കുമെന്ന സാദ്ധ്യതയെങ്ങാനും ഞാൻ നേരത്തെ അറിഞ്ഞിരുന്നെങ്കിൽ ഇവരുടെ പേരുപോലും ഞാൻ പറയുകയില്ലായിരുന്നു. സത്യത്തിൽ ഇവരെ ഞാൻ കുറ്റം പറയുകയേ ഇല്ല. ഇവിടത്തെ വ്യവസ്ഥിതിയെ വേണം കുറ്റം പറയേണ്ടത്. മേലുദ്യോ

ഗസ്ഥരാണ് കാരണക്കാർ.”

“അതെ. അതാണ് ശരി”. വാർഡർമാർ വിളിച്ചു കൂവി. അതിനു പകരമായി അവരുടെ നഗ്നമായ മുതുകിൽ അവർക്ക് ശക്തമായ അടികിട്ടുകയും ചെയ്തു.

വീണ്ടും അവനെ അടിക്കാനായി ചൂരൽ ഉയർത്തിയപ്പോൾ അതിനെ തള്ളിമാറ്റിക്കൊണ്ട് കെ പറഞ്ഞു. “കോടതിയിലെ ഒരു ഉന്നതോദ്യോഗസ്ഥനെയാണ് നിങ്ങൾ തല്ലിയിരുന്നതെങ്കിൽ ഞാനിങ്ങനെ തടയുമായിരുന്നില്ല. മറിച്ച് ആ നല്ലകാര്യം ചെയ്യാനുള്ള പ്രോത്സാഹനമായി ഞാൻ നിങ്ങൾക്ക് പണം തരുമായിരുന്നു.”

“നിങ്ങൾ പറഞ്ഞതൊക്കെ ന്യായം തന്നെന്നു തോന്നാം.” അയാൾ പറഞ്ഞു. “പക്ഷേ ഞാൻ കൈക്കൂലിയൊന്നും വാങ്ങാറില്ല. ഞാൻ ഇവിടെ വരുന്നത് ആളുകളെ തല്ലാൻ വേണ്ടിയാണ്. ഞാൻ അവരെ തല്ലുകതന്നെ ചെയ്യും.”

കെ യുടെ ഇടപെടൽ ഗുണം ചെയ്യുമെന്നു തന്നെ വാർഡൻ ഫ്രാൻസിനു തോന്നി. വളരെ പുറകിൽ മാറിനിന്നിരുന്ന അയാൾ പാന്റ്സ് മാത്രം ഇട്ടുകൊണ്ട് വാതില്ക്കലേക്ക് മുന്നോട്ടു വന്നു കെ യുടെ കരം പിടിച്ചു കൊണ്ടു മുട്ടിന്മേൽ നിന്നുകൊണ്ട് അവൻ തുടർന്ന് പതുക്കെപ്പറഞ്ഞു.

“ഞങ്ങളെ രണ്ടുപേരെയും വിട്ടയയ്ക്കാൻ പറ്റുന്നില്ലെങ്കിൽ എന്നെയെങ്കിലും വിട്ടയച്ചുകൂടെ. വില്ലെമിനാകട്ടെ എന്നേക്കാൾ അധികം പ്രായമുണ്ട്. അയാൾക്ക് ഇതൊക്കെ സഹിക്കാൻ പറ്റും. കാരണം വളരെക്കാലം മുമ്പുതന്നെ ഈ വിധത്തിൽ അയാൾക്കു തല്ലുകിട്ടിത്തുടങ്ങിയതുമാണ്. എന്നാൽ എനിക്ക് അപമാനം ആദ്യമായിട്ടാണ്. വില്ലെമാണ് എല്ലാത്തിനും കാരണക്കാരൻ. അയാൾ പറയുന്നതെല്ലാം കേട്ടുകൊണ്ട് ജീവിച്ചതായിരുന്നു ഞാൻ ചെയ്ത തെറ്റ്. എന്റെ ഗുരുവായിരുന്നു അയാൾ. എന്റെ പാവം സ്നേഹഭാജി ഇപ്പോൾ എന്നെയും പ്രതീക്ഷിച്ച് ബാങ്കിന്റെ വെളിയിൽ നില്ക്കുകയാണ്. ഓ! ഈ നാണക്കേട് എനിക്ക് എത്രമാത്രം അസഹനീയമാണെന്നോ.”

കണ്ണീർ കൊണ്ടു കുതിർന്ന മുഖത്തെ അയാൾ കെ യുടെ കോട്ടുകൊണ്ടു തുടച്ചു.

“എനിക്കിനി ഒട്ടും കാത്തുനിൽക്കാൻ വയ്യ” ചാട്ടക്കാരൻ പറഞ്ഞു. തുടർന്ന് ഇരുകൈകളും കൊണ്ടു ചാട്ടയെടുത്ത് ഫ്രാൻസിന്റെ ചുമലിൽ ആഞ്ഞടിച്ചു. അയാൾ ഒരു മൂലയ്ക്ക് ചെന്ന് ചടഞ്ഞിരുന്നു. തലയുയർത്താനുള്ള ധൈര്യമില്ലാതെ അയാൾ ഒളികണ്ണിട്ടു നോക്കിയിരുന്നു.

അല്പം കഴിഞ്ഞപ്പോഴാണ് ഫ്രാൻസിന്റെ നിലവിളി ഉയർന്നു വന്നത്. നിറുത്തില്ലാതെയും സ്വരമാറ്റവുമില്ലാതെ അയാൾ നിലവിളിച്ചു. ഒരു മനുഷ്യജീവിയുടെ കണ്ഠത്തിൽ നിന്നും ഉയർന്നുവരുന്ന രീതിയി

ലുള്ളതല്ല, കേടായ ഒരു യന്ത്രോപകരണം നിർത്താതെ ശബ്ദിക്കുന്നതുപോലെ. ആ നിലവിളി ഇടനാഴികളിൽ മുഴങ്ങി. കെട്ടിടം മുഴുവൻ അത് കേട്ടുകാണണം.

“മതിയാക്ക്, നിന്റെ നിലവിളി”. അരികിൽ നിന്നിരുന്ന കെ അയാളോടു പറഞ്ഞു.

ക്ലാർക്കുമാർ സഹായിക്കാനായി ഓടിവരുമെന്ന് പ്രതീക്ഷിച്ച ദിശയിലേക്ക് നോക്കിക്കൊണ്ട് അയാൾ നിന്നു. പക്ഷേ, കെ അയാൾക്ക് ഒരു ഉന്ത് വച്ചുകൊടുത്തു. അബോധാവസ്ഥയിലിരുന്നതിനാൽ ഊക്കില്ലാത്ത ഉന്തായിരുന്നെങ്കിലും അയാൾ മറിഞ്ഞു വീണുപോയി. ബീഭത്സമായി അയാൾ തന്റെ നഖങ്ങൾ കൊണ്ട് തറ മാന്തിപ്പൊളിക്കാൻ തുടങ്ങി.

എങ്കിലും അയാൾക്ക് വീണ്ടും അടി കിട്ടിത്തുടങ്ങി. തറയിലേക്കും അയാളെ ചൂരൽ പിന്തുടരുന്നു. അയാൾ തറയിൽക്കിടന്ന് വേദനയോടു പുളയുന്ന താളത്തിനൊപ്പം ചൂരൽത്തുമ്പ് വീണ്ടും ഉയരുകയും താഴുകയും ചെയ്തു.

അപ്പോഴേക്കും അകലെ നിന്നും ഇടനാഴിയിലൂടെ വരുകയായിരുന്ന ഒരു ഗുമസ്തനെ കാണാറായി. അയാൾക്കു കുറച്ചു പിന്നിലായി മറ്റൊരാളും വരുന്നു.

കെ വേഗത്തിൽ വാതിൽ കൊട്ടിയടച്ചശേഷം, മുറ്റത്തേക്കു തുറക്കുന്ന ജനാലക്കരികിലേക്കോടിച്ചെന്ന് തുറന്നിട്ടു.

ഫ്രാൻസിന്റെ നിലവിളി അപ്പേഴേക്കും നിലച്ചിരിക്കുന്നു. ക്ലാർക്കുമാരുടെ വരവ് ഒന്നൊഴിവാക്കാനായി കെ ഉറക്കെവിളിച്ചു പറഞ്ഞു: “ഇതു ഞാനാണ്.”

“നമസ്കാരം സർ.” അവർ പറഞ്ഞു. “എന്തുപറ്റി?”

“ഒന്നും പറ്റിയില്ല.” കെ പറഞ്ഞു. “അത് മുറ്റത്തുകിടന്ന ഒരു പട്ടി മോങ്ങിയതാണ്.”

പക്ഷേ, ക്ലാർക്കുമാർ അവിടെ നിന്നും പോകാൻ കൂട്ടാക്കാതെ നില്ക്കുന്നതു കണ്ടപ്പോൾ കെ പറഞ്ഞു. “നിങ്ങൾ നിങ്ങളുടെ പണി നോക്കിപ്പോകൂ.”

അവരുമായി ഒരു സംസാരത്തിനുള്ള ഇടവരാതിരിക്കാൻ വേണ്ടി കെ ജനാലയിലൂടെ മുറ്റത്തേക്കു നോക്കി നിന്നു. കുറച്ചു കഴിഞ്ഞപ്പോൾ അയാൾ ഇടനാഴിയിലേക്കു ഒന്നു ഒളികണ്ണിട്ടു നോക്കി. അവർ അപ്പോഴേക്കും അവിടെനിന്നും സ്ഥലം കാലിയാക്കിയിരുന്നു. പക്ഷേ, കെ അവിടെത്തന്നെ നിന്നതേയുള്ളൂ. അയാൾക്കു ആ മുറിയിലേക്ക് ചെല്ലാനുള്ള ധൈര്യം ഉണ്ടായിരുന്നില്ലായെന്നു തന്നെ പറയാം. ഒപ്പം വീട്ടിലേക്കു പോകാനും അയാൾക്കു തോന്നിയതേയില്ല.

അയാൾ താഴേക്കു നോക്കിക്കൊണ്ടു നിന്ന ആ മുറ്റം ഒരു ചതുരാകൃതിയിലുള്ളതായിരുന്നു. ചുറ്റും ഓഫീസു മുറികളായിരുന്നു. ഒരു മുറി

യിലും വെളിച്ചം ഉണ്ടായിരുന്നില്ല. ഉയരത്തിലുള്ള ചില്ലുപാളികൾ ചന്ദ്രികയുടെ വെട്ടം മങ്ങിയ തോതിൽ പ്രതിഫലിച്ചു.

കുറേ റിക്ഷാവണ്ടികൾ കൂട്ടിയിട്ടിരുന്ന ഒരു ഇരുണ്ട മൂലയിലേക്ക് കെ തുറിച്ചുനോക്കിനിന്നു. ഫ്രാൻസിനെ ഇടതടവില്ലാതെ ആഞ്ഞടിച്ച് തനിക്ക് തടയാനാകാതെ പോയതിൽ കെ യ്ക്ക് വേദന തോന്നി.

പക്ഷേ, ആ പരാജയത്തിന് ഫ്രാൻസിനെ കുറ്റപ്പെടുത്താനാവില്ല. അയാൾ അങ്ങനെ നിലവിളിക്കരുതായിരുന്നു. ഒരുപക്ഷേ, അയാൾക്കു കഠിനമായി വേദനിച്ചിരിക്കണം. പക്ഷേ, ജീവിതത്തിലെ നിർണ്ണായക ഘട്ടങ്ങളിൽ ഒരുവൻ സ്വയം നിയന്ത്രിക്കേണ്ടതല്ലേ– പക്ഷേ അയാൾ നിലവിളിക്കാതിരുന്നെങ്കിൽ കെ ഏതെങ്കിലും ഒരു മാർഗ്ഗത്തിലൂടെ ചാട്ടക്കാരനെ വശത്താക്കുമായിരുന്നു; അല്ലെങ്കിൽ അതിനുള്ള സാദ്ധ്യതയെങ്കിലും കണ്ടെത്തുമായിരുന്നു.

സംഘടനയിലെ താഴ്ന്ന ജീവനക്കാർ മുഴുവൻ തെമ്മാടികളെങ്കിൽ ഈ ചാട്ടക്കാരൻ ഒരാൾ മാത്രം അതല്ലാതാകുന്നതെങ്ങനെ? ഏറ്റവും മനുഷ്യത്വരഹിതമായ പ്രവൃത്തിയാണല്ലോ അയാൾ ഈ ചെയ്യുന്നത്. മാത്രമല്ല, ബാങ്കുനോട്ടുകൾ കണ്ടപ്പോൾ അയാളുടെ മുഖം തിളങ്ങുന്നത് കെ ശ്രദ്ധിച്ചിരുന്നു. ആ കൈക്കൂലിപ്പണം കുറച്ചുകൂടി കൂടുതൽ കിട്ടാൻ വേണ്ടിയാണ് അയാൾ ഗൗരവമായിത്തന്നെ ആ ചാട്ടയടി തുടർന്നതും. അക്കാര്യത്തിൽ യാതൊരുവിധ പിശുക്കും കെ കാണിക്കുമായിരുന്നില്ല. കാരണം ആ വാർഡർമാരെ രക്ഷിക്കുകയെന്നത് അയാളുടെ ആവശ്യങ്ങളിൽ ഒന്നുതന്നെയായിരുന്നു.

കോടതിയുടെ അഴിമതി നിറഞ്ഞ മുഴുവൻ പ്രവർത്തനങ്ങൾക്കും എതിരായി പ്രതികരിച്ചുതുടങ്ങിയ സ്ഥിതിക്ക് ഇക്കാര്യത്തിലും കെ യ്ക്ക് ഇടപെടേണ്ടത് ഒരു കടമമായിരുന്നു. പക്ഷേ, ഫ്രാൻസ് നിലവിളിച്ചു തുടങ്ങിയപ്പോൾ മുതൽ അയാളുടെ എല്ലാ ഇടപെടലുകളും അസാദ്ധ്യമായി ത്തീരുകയാണുണ്ടായത്.

സാധനങ്ങൾ വാരിവലിച്ചുകൂട്ടിയിരിക്കുന്ന ആ മുറിയിൽ ഇത്തരത്തിൽ ഈ ജീവികളുമായി ഒച്ചവയ്ക്കുന്നത് ആ ക്ലാർക്കുമാരോ മറ്റുള്ളവരോ വന്നു കാണുന്നതും അത്ഭുതപ്പെടുന്നതും കെ അനുവദിക്കാൻ ഇഷ്ടപ്പെട്ടിരുന്നില്ല. അങ്ങനെയൊരു ത്യാഗം കെ യുടെ ഭാഗത്തുനിന്നും ആരും പ്രതീക്ഷിക്കുകയും വേണ്ട. അങ്ങനെയൊരു ചിന്തയുമുണ്ടായിരുന്നെങ്കിൽ സ്വയം വസ്ത്രമൂരിക്കൊണ്ട് ആ വാർഡർമാർക്കുപകരം സ്വന്തം ശരീരം അയാൾ കാണിച്ചുകൊടുക്കുമായിരുന്നു. അതല്ലേ അയാൾക്ക് എളുപ്പവും.

പക്ഷേ, ചാട്ടക്കാരൻ ആ വാർഡർമാർക്കു പകരമായി കെ യെ എടുക്കുമായിരുന്നില്ലെന്നതും അറിയണം. കാരണം ഉപയോഗമില്ലാത്ത കാര്യങ്ങൾ അയാൾ എന്തിനു ചെയ്യണം. ഗുരുതരമായ കൃത്യവിലോപം നട

ത്തിയെന്ന അപഖ്യാതിയുണ്ടായെന്നും വരാം. കേസ് തുടരുന്നിടത്തോളം കാലം അയാൾക്ക് കോടതി ജീവനക്കാരിൽ നിന്നും എല്ലാ വിധ പ്രതി രോധവും ലഭിച്ചിട്ടുള്ളതാണല്ലോ. അതിനാൽ പ്രത്യേകമായ മാനദണ്ഡ ങ്ങൾ വേണം ഇവിടെ പ്രാബല്യത്തിൽ വരുന്നത്.

കാര്യങ്ങൾ എന്തുതന്നെയായാലും, വാതിൽ വലിച്ചടയ്ക്കാതെ മറ്റൊന്നും ചെയ്യാൻ കെ യ്ക്കു കഴിയുമായിരുന്നില്ല. എന്നു കരുതി എല്ലാ വിധ അപകടങ്ങളും അതുവഴി അടയ്ക്കപ്പെട്ടു എന്നുപറയാനും പറ്റുന്ന തല്ല. അവസാന നിമിഷത്തിൽ ഫ്രാൻസിനെ ഉന്തിയിട്ടത് കഷ്ടമായി പ്പോയെന്ന് അയാൾക്കു തോന്നി. അപ്പോഴത്തെ മാനസികാവസ്ഥയാണ് തന്നെക്കൊണ്ടതു ചെയ്യിപ്പിച്ചതെന്ന കാരണം മാത്രമേ അയാൾക്കുള്ളൂ.

അകലെ നിന്നും ക്ലാർക്കുമാർ വരുന്ന ശബ്ദം അയാൾ അപ്പോഴും കേട്ടു. അവർ ഒന്നും ശ്രദ്ധിക്കാതിരിക്കാൻ വേണ്ടി കെ ജനാലയടച്ചശേഷം മുഖ്യകോണിപ്പടിക്കു ലക്ഷ്യമായി നടന്നു. ചപ്പുചവറുകൾ വലിച്ചു വാരി ക്കൂട്ടിയിരുന്ന മുറിക്കരികിലെത്തിയപ്പോൾ അയാൾ ഒരു നിമിഷം നിന്നു കൊണ്ടു. കാതോർത്തു. ഒരനക്കവും അയാൾ കേട്ടില്ല.

അവരെ ആ പ്രേതത്തിന്റെ കൈയിലേക്കിട്ടു പോന്നതല്ലേ. അവരെ അയാൾ തല്ലിക്കൊന്നുകാണും.

വാതിൽ തുറക്കാനായി അതിന്റെ പിടിയിലേക്കു കെ യുടെ കൈകൾ നീണ്ടതാണ്. പക്ഷേ അയാൾ പെട്ടെന്ന് കൈ പിൻവലിച്ചു. ക്ലാർക്കുമാർ പെട്ടെന്നു വന്നുചേർന്നാലോ.

കെ. അപ്പോഴേക്കും ഒന്നു തീരുമാനിച്ചു കഴിഞ്ഞിരുന്നു. താൻ ഇക്കാ ര്യങ്ങൾ ചർച്ചയ്ക്കായി വിടുമെന്നും ഇതുവരെയും തല പുറത്തു കാണി ക്കാതെയിരിക്കുന്ന യഥാർത്ഥ ഉത്തരവാദികളായ മുതിർന്ന ഉദ്യോഗസ്ഥർക്ക് ശിക്ഷ ലഭിക്കാൻ പറ്റുന്ന രീതിയിൽ ശ്രമിക്കുമെന്നുമുള്ള ഉറച്ച ഒരു തീരുമാനം!

ബാങ്കിനു വെളിയിലൂടെ കോണിപ്പടികൾ ഇറങ്ങുമ്പോൾ കെ അതു വഴി പോയ എല്ലാവരേയും നിരീക്ഷിച്ചു. പക്ഷേ ആരെയെങ്കിലും കാത്തു നില്ക്കുന്ന ഒരു സ്ത്രീയെയും അയാൾ കണ്ടില്ല. തന്നെ കാത്തുകൊണ്ടു സ്നേഹഭാജ്യമായ ഒരു കുട്ടി പുറത്തുനില്ക്കുന്നുയെന്ന ഫ്രാൻസിന്റെ കഥ ഒരു പൊളിയായിരുന്നെന്ന് കെ യ്ക്കു മനസ്സിലായി. കൂടുതൽ അനു കമ്പ ലഭിക്കാൻ വേണ്ടിയാണ് അയാൾ അതു പറഞ്ഞതെങ്കിൽ, അതു പൊറുക്കാവുന്നതേയുള്ളൂവെന്ന് കെ യ്ക്കു തോന്നി.

അടുത്തദിവസം മുഴുവനും വാർഡർമാരെക്കുറിച്ചുള്ള ചിത്രം കെ യുടെ മനസ്സിൽ തങ്ങി നിന്നു. ജോലിയിൽ ഏകാഗ്രത പുലർത്താൻ പറ്റാ തിരുന്നതിനാൽ, പതിവിലുമധികം നേരം അയാൾക്ക് ഓഫീസിൽ നില്ക്കേണ്ടതായും വന്നു. പുറത്തേക്കു പോകുന്ന വഴിയിൽ ആ ചപ്പുച വറുകൾ നിറഞ്ഞ ആ മുറിക്കു സമീപമെത്തുമ്പോൾ, ആ വാതിലൊന്നു

തുറന്നുനോക്കാതിരിക്കാൻ അയാൾക്കു കഴിഞ്ഞിരുന്നില്ല.

പക്ഷേ, വാതിൽ തുറന്നപ്പോൾ അയാളുടെ മാനസികാവസ്ഥ മുഴുവൻ തകർന്നു. പ്രതീക്ഷിച്ച അന്ധകാരത്തിനുപകരം കാര്യങ്ങളൊക്കെ അന്നത്തേതുപോലെ തന്നെ. വാതിൽക്കൽ പഴയമാതിരി തന്നെ ഫയലുകളും മഷിക്കുപ്പികളും വാരിക്കൂട്ടിയിരിക്കുന്നു. ചാട്ടയുമായി ആ ചാട്ടക്കാരൻ നില്ക്കുന്നു. വസ്ത്രമൂരിപ്പിച്ചു നില്ക്കുന്ന വാർഡർമാർ അയാളുടെ മുന്നിലുണ്ട്. അലമാരിയുടെ മുകളിൽ കത്തിച്ചു നാട്ടിയിരുന്ന മെഴുകുതിരി വെട്ടത്തിൽ കെ ഒക്കെക്കണ്ടു.

കെ യെ കണ്ടമാത്രയിൽ വാർഡർമാർ ഉച്ചത്തിൽ വിളിച്ചു കരഞ്ഞു: “സർ!”

കെ വാതിൽ പെട്ടെന്നു വലിച്ചടച്ചു. അതു മുറുകെ അടയാനായിട്ടെന്നവണ്ണം അയാൾ മുഷ്ടിചുരുട്ടി അതിൽ ശക്തിയായിട്ടിടിക്കാനും തുടങ്ങി.

ഓഫീസിൽ ജോലിചെയ്തുകൊണ്ടിരുന്ന ക്ലാർക്കുമാരുടെ അരികിലേക്ക് കെ തുടർന്ന് വിതുമ്പിയ കണ്ണീരുമായി ഓടിച്ചെന്നു. പണിനിർത്തി അവർ അത്ഭുതത്തോടെ നോക്കി.

“ചപ്പുചവറുകൾ നിറഞ്ഞു കിടക്കുന്ന ആ മുറി വൃത്തിയാക്കൂ– അതു ചെയ്തേ പറ്റൂ.” കെ അലറി. “പൊടിയിൽ നാം കഷ്ടപ്പെടുകയല്ലേ!”

പിറ്റേദിവസം തന്നെ അതൊക്കെ ചെയ്യാമെന്ന് അവർ പറഞ്ഞു. കെ തലകുലുക്കി. അല്ലെങ്കിൽത്തന്നെ രാത്രിയിൽ ഈ വൈകിയ നേരത്ത്, അതു ചെയ്യിക്കുന്നതൊന്നും ശരിയല്ലല്ലോ.. അതുതന്നെയാണ് അയാൾ യഥാർത്ഥത്തിൽ ചിന്തിച്ചിരുന്നതും.

കുറച്ചുനേരത്തേക്ക് അവരോടൊപ്പമാകാൻ വേണ്ടി കെ അവിടെയിരുന്നു പരിശോധിക്കുന്ന മട്ടിൽ ചില കടലാസുകൾ എടുത്തു മറിച്ചുനോക്കി. താൻ അവിടെയിരിക്കുമ്പോൾ അവരാരും അവിടെനിന്നും പോകാൻ ധൈര്യം കാണിക്കില്ലെന്ന് കെ യ്ക്ക് ബോദ്ധ്യമായി.

കെ ക്ഷീണിതനായി വീട്ടിലേക്കു മടങ്ങി. അയാളുടെ മനസ്സ് അപ്പോൾ ശൂന്യമായിരുന്നു.

കെ യുടെ അമ്മാവൻ - ലേനി

ഒരു ദിവസം ഉച്ചകഴിഞ്ഞപ്പോൾ ഒപ്പിടാനുള്ള കുറച്ചു കടലാസുകളുമായി രണ്ടു ക്ലാർക്കുമാർ കെ യുടെ മുറിയിലേക്കു വന്നു. അന്ന് അയക്കേണ്ടിയിരുന്ന കത്തുകളൊക്കെ അപ്പോഴേയ്ക്കും അയച്ചു കഴിഞ്ഞെങ്കിലും അല്പം തിരക്കോടെയിരിക്കുകയായിരുന്നു അയാൾ. ആ ക്ലാർക്കുമാരെ വകഞ്ഞുമാറ്റിക്കൊണ്ട് ഗ്രാമത്തിലെ ഒരു കൊച്ചു ജന്മിയായിരുന്ന അമ്മാവൻ കാൾ വേഗം കെ യുടെ അടുത്തേക്കു ചെന്നു. അമ്മാവൻ വരുമെന്ന ചിന്ത അയാളെ കുറേക്കാലമായി ഭയപ്പാടുണ്ടാക്കിക്കൊണ്ടിരുന്നെങ്കിലും, അദ്ദേഹം വന്നു കയറിയപ്പോൾ കെ യ്ക്ക് ഒന്നും തോന്നിയില്ല. അമ്മാവൻ വരേണ്ടത് ആവശ്യമായിരുന്നു. ഏകദേശം ഒരുമാസമായി കെ അദ്ദേഹത്തെ പ്രതീക്ഷിക്കുകയായിരുന്നു. മനസ്സിൽ കെ കണ്ടിരുന്ന അതേ രൂപം തന്നെയായിരുന്നു അമ്മാവൻ നേരിട്ടുവന്നപ്പോൾ കണ്ടതും. അല്പം കൂനുള്ള ശരീരം; പനാമാത്തൊപ്പി ഇടതുകൈയിൽ ഞെക്കിപ്പിടിച്ചിരിക്കുന്നു. വാതില്ക്കൽവച്ചു തന്നെ വലതു കൈ മുന്നോട്ട് നീട്ടിപ്പിടിച്ചിരുന്നു. മുന്നോട്ടു വരുമ്പോൾ കണ്ണിൽപ്പെട്ടതെല്ലാം തള്ളിമാറ്റിക്കൊണ്ട് മേശയുടെ മുകളിലൂടെ അദ്ദേഹം കെ യുടെ നേരെ കൈ നീട്ടി.

അമ്മാവൻ എന്നും ധൃതിയിലായിരുന്നു. താൻ നഗരത്തിൽ ഉണ്ടാകുന്ന ദിവസം, തീരുമാനിച്ചു വന്നിരിക്കുന്ന എല്ലാം ചെയ്തുതീർക്കുകയും ഒപ്പം അതിനിടയിൽ വീണുകിട്ടുന്ന എന്തെങ്കിലും വ്യാപാര ഇടപാടുകളോ സംഭാഷണങ്ങളോ വിനോദങ്ങളോ ഒന്നും ഒരുവിധത്തിലും കളയാതെ സൂക്ഷിക്കുകയും ചെയ്യുക എന്ന അപകടകരമായ ചിന്തയായിരുന്നു ആ ധൃതിക്കു കാരണം. ഇക്കാര്യത്തിനെല്ലാം തന്റെ മുൻരക്ഷകർത്താവെന്ന നിലയിൽ കെ വളരെയധികം സഹായങ്ങൾ ചെയ്യാൻ കടപ്പെട്ടയാളായി

രുന്നു. രാത്രിയിൽ താമസിക്കാൻ ഒരിടം കൊടുക്കേണ്ട ചുമതലയും അയാൾക്കായിരുന്നു. കുടുംബത്തിലെ ഒരു പ്രേതമായിട്ടാണ് അദ്ദേഹത്തെ കെ സാധാരണയായി കരുതിയിരുന്നതും.

ആദ്യത്തെ അഭിവാദ്യത്തിനുശേഷം തനിക്കു തികച്ചും സ്വകാര്യമായി ചിലതു പറയാനുണ്ടെന്ന് അദ്ദേഹം കെ യോടു പറഞ്ഞു. കെ നീക്കിയിട്ടുകൊടുത്ത കസേരയിൽ ഇരിക്കാനുള്ള സാവകാശം പോലും അദ്ദേഹത്തിനുണ്ടായിരുന്നില്ല.

"ഇത് അത്യാവശ്യമാണ്," അമ്മാവൻ പറഞ്ഞു. "എന്റെ മനസമാധാനത്തിന് ഇത് കൂടിയേ തീരൂ". അദ്ദേഹം പ്രയാസപ്പെട്ടു കൊണ്ട് ഉമിനീരിറക്കി.

അവിടെയുണ്ടായിരുന്ന രണ്ടു ക്ലാർക്കുമാരോടും പുറത്തേക്കു പോകാൻ കെ പറഞ്ഞു. ആരേയും അകത്തുകയറ്റി വിടരുതെന്ന നിർദ്ദേശവും അവർക്കു നല്കി.

മുറിയിൽനിന്നും എല്ലാപേരും പോയിക്കഴിഞ്ഞപ്പോൾ അമ്മാവൻ കോപത്തോടെ ചോദിച്ചു. "ഞാൻ ഈ കേൾക്കുന്നത് എന്തൊക്കെയാണ് ജോസഫ്?"

തുടർന്ന് അവിടെയിരുന്ന കുറെ കടലാസുകൾ അവയെന്തൊക്കെയാണെന്ന് പരിശോധിക്കാൻ പോലും കൂട്ടാക്കാതെ വാരി മേശപ്പുറത്തിട്ട ശേഷം അതിനുള്ളിൽ സ്വാസ്ഥ്യമായി അദ്ദേഹം ഇരുന്നു.

കെ. മറുപടിയൊന്നും പറഞ്ഞില്ല. വരാൻ പോകുന്നതെന്താണെന്ന് അയാൾക്ക് അറിയാമായിരുന്നു. പക്ഷേ, അസുഖകരവും കഠിനവുമായ ജോലിയിൽ നിന്നും അല്പനേരത്തേക്ക് ഒരു ആശ്വാസം കിട്ടിയ സന്തോഷത്തിൽ അയാൾ ജനാലയിലൂടെ പുറത്തേക്കു നോക്കി. തെരുവിന് വിപരീതമായിട്ടായിരുന്നു അയാളുടെ മുറിയിലെ ആ ജനാല. അവിടെയിരുന്നപ്പോൾ രണ്ടു കടമുറിജനാലകളുടെയിടയിൽ ശൂന്യമായി ഒരു വീട്ടുമതിലിന്റെ ഒരു ഭാഗം ത്രികോണരൂപത്തിൽ അയാൾക്കു കാണാമായിരുന്നു.

"ഇങ്ങനെ കസേരയിലിരുന്ന് ജനാലവഴി നോക്കിയിരുന്നാൽ മതിയോ." അമ്മാവനു കോപമാണ് വന്നത്. ഇതുപറയുമ്പോൾ അദ്ദേഹത്തിന്റെ കൈകൾ ഉയർന്നിരിക്കുന്നു.

"ജോസഫേ, ദൈവത്തെയോർത്ത് മറുപടി പറ."– അമ്മാവൻ വീണ്ടും പറഞ്ഞു. "ഇതു നേരാണോ? അതു നേരാകുമോ?"

"എന്റെ പ്രിയപ്പെട്ട അമ്മാവാ, എന്തുദ്ദേശിച്ചാണ് നിങ്ങൾ ഈ സംസാരിച്ചതെന്ന് എനിക്കു മനസ്സിലായതേയില്ല." ദിവാസ്വപ്നത്തിൽ നിന്നും ഭേദിച്ചിറങ്ങിക്കൊണ്ട് അയാൾ പറഞ്ഞു.

"ജോസഫേ" അല്പം താക്കീതു നല്കുന്ന സ്വരം ആ വിളിയിൽ ഉണ്ടായിരുന്നു. "നീ എന്നോടെന്നും സത്യമാണ് പറഞ്ഞിരിക്കുന്നത്. അങ്ങനെയാണ് എനിക്കറിയാവുന്നത്. നിന്റെ ഈ വാക്കുകൾ ഒരു ദുശ്ശകുനമായി ഞാൻ കരുതണമോ?"

"എന്തുദ്ദേശിച്ചാണ് അമ്മാവൻ ഇങ്ങനെ പറയുന്നതെന്ന് എനിക്കെ

ന്തായാലും ഊഹിക്കാനാകുന്നു! കെ പറഞ്ഞു. "എന്റെ വിചാരണയെക്കുറിച്ചെന്തോ നിങ്ങൾ കേട്ടെന്നു തോന്നുന്നു."

"അങ്ങനെതന്നെ". വിഷാദത്തിൽ തലകുലുക്കിക്കൊണ്ട് അദ്ദേഹം പറഞ്ഞു. "നിന്റെ വിചാരണയെക്കുറിച്ചു ഞാൻ കേട്ടു."

"പക്ഷേ ആരിൽ നിന്നും?" കെ ചോദിച്ചു.

"എർന അതിനെക്കുറിച്ച് എനിക്ക് എഴുതിയിരുന്നു." അമ്മാവൻ പറഞ്ഞു. അദ്ദേഹം തുടർന്നു പറഞ്ഞു. "നീ അവളെ അങ്ങനെയൊന്നും കാണാറില്ലല്ലോ. നീ അവളെ ശ്രദ്ധിക്കാറില്ലെന്നുള്ളതാണ് എനിക്കറിയാവുന്നത്. അതിലെനിക്കു ഖേദമുണ്ട്. എന്നിട്ടും അവളിതറിഞ്ഞിരിക്കുന്നു. എനിക്ക് ഇന്ന് രാവിലെയാണ് അവളുടെ കത്തു കിട്ടിയത്. അതോടെ ഞാൻ ആദ്യത്തെ ട്രെയിനിൽത്തന്നെ ഇങ്ങോട്ടു പോന്നു. ഇവിടെ വരുന്നതിൽ എനിക്കു വേറെ കാര്യങ്ങൾ ഒന്നും തന്നെയില്ല. അല്ലെങ്കിൽത്തന്നെ ഈ കാര്യം തന്നെ ധാരാളം. നിന്നെക്കുറിച്ച് അവൾ പറഞ്ഞിരുന്ന കത്തിന്റെ ഭാഗം വേണമെങ്കിൽ ഞാനിപ്പോൾ വായിക്കാം.

അദ്ദേഹം പോക്കറ്റിൽ നിന്നും ആ കത്തെടുത്തു. "ഇതാണ് ആ കത്ത്. അവൾ എഴുതിയിരിക്കുന്നത് നീ തന്നെ കേൾക്കൂ."

"....... കുറേക്കാലമായിട്ട് ഞാൻ ജോസഫിനെ കാണാറേയില്ല. കഴിഞ്ഞയാഴ്ച ഞാൻ ബാങ്കിൽ പോയതായിരുന്നു. പക്ഷേ ജോസഫ് വളരെയധികം തിരക്കിലായിരുന്നതിനാൽ എനിക്കു കാണാൻ പറ്റിയില്ല. ഒരു മണിക്കൂറോളം ഞാൻ കാത്തു നിന്നതിനുശേഷമാണ് അവിടം വിട്ടത്. എനിക്ക് അന്നേരം പിയാനോ ക്ലാസ് ഉണ്ടായിരുന്നതാണ് കാരണം. എനിക്ക് ജോസഫിനോട് സംസാരിക്കണമെന്ന് വളരെയധികം ആഗ്രഹമുണ്ടായിരുന്നു. വളരെ താമസിയാതെ അതിനാവുമെന്നാണ് ഞാൻ കരുതുന്നത്. എന്റെ പിറന്നാളിന് വലിയൊരു പെട്ടി ചോക്കലേറ്റാണ് അയാൾ തന്നത്. അക്കാര്യമൊക്കെ അയാൾ ഓർത്തിരുന്നു. ചെയ്തതിൽ ഞാൻ നന്ദികാണുന്നു. അന്നേരം ഇതൊക്കെ അച്ഛനോടു പറയണമെന്നാഗ്രഹിച്ചതാണെങ്കിലും ഞാൻ വിട്ടുപോയി. പക്ഷേ അയാളെക്കുറിച്ച് അച്ഛൻ ചോദിച്ചപ്പോഴാണ് ഞാൻ ഇതൊക്കെ ഓർത്തത്. ഹോസ്റ്റലിൽ ചോക്കലേറ്റ് വന്നാൽ അപ്രത്യക്ഷമാകാനാണോ താമസം; നിങ്ങൾക്കൊരു ചോക്കലേറ്റ് പെട്ടി വന്നിട്ടുണ്ട് എന്ന് കേൾക്കേണ്ട താമസം അത് അപ്രത്യക്ഷമായിരിക്കും..... പിന്നെ ജോസഫിനെക്കുറിച്ച് എനിക്ക് അച്ഛനോടു ഒരുകാര്യം പറയണമെന്നുണ്ട്. ഞാൻ അന്ന് ബാങ്കിൽ ചെന്നപ്പോൾ എനിക്ക് അയാളോട് സംസാരിക്കാൻ പറ്റിയില്ലെന്നു പറഞ്ഞില്ലേ. അയാൾ അപ്പോൾ ഒരു മാന്യനുമായി സംസാരിച്ചിരിക്കുകയായിരുന്നു. കുറേനേരം ഞാൻ കാത്തിരുന്നു. സംസാരംതീർന്നില്ല. അവരുടെ സംസാരം ഇനിയും നീണ്ടുപോകുമോയെന്ന് അറിയാൻ ഒരു ശിപായിയോട് ഞാൻ അതു ചോദിച്ചു. കോടതിയിൽ എത്തിയ ഒരു കേസിന്റെ ചർച്ചയായതിനാൽ ഇനിയും സമയമെടുക്കുമെന്നാണ് ശിപായി പറഞ്ഞത്. ആ കേസെന്താ

ണെന്നും, ഒരു നിരപരാധിയെ പിടിക്കപ്പെട്ടതാണോയെന്നും ഞാൻ അന്വേഷിച്ചപ്പോൾ, കോടതിക്കു തെറ്റുപറ്റിയിട്ടില്ലെന്നും, അതല്പം ഗൗരവമായ ഒന്നാണെന്നും ശിപായി പറഞ്ഞു. പക്ഷേ കേസെന്താണെന്ന് അയാൾക്ക് അറിയില്ലായിരുന്നു. ഹെർ, കെ നല്ലവനും നീതിയുള്ളവനുമായതിനാൽ അയാൾക്ക് സഹായിക്കാൻ ആഗ്രഹമുണ്ടായിരുന്നെന്നും, പക്ഷേ അത് ഏതുരീതിയിലാവണമെന്ന് അറിയാൻ വയ്യാതിരുന്നു എന്നും അയാൾ പറഞ്ഞു. പിടിപാടുള്ള ആരെങ്കിലും കെ യെ സഹായിക്കാൻ വന്നേക്കുമെന്ന് താൻ കരുതുന്നെന്നും അയാൾ പറഞ്ഞു. അപ്രകാരമേ സംഭവിക്കുകയുള്ളൂവെന്നും അവസാനം ശുഭസമാപ്തിയായിരിക്കുമെന്നും അയാൾ വിശ്വസിക്കുന്നു.... പക്ഷേ, അയാൾ പറഞ്ഞതൊന്നും ഞാൻ അത്രയ്ക്കു കാര്യമായിട്ടെടുത്തില്ല. എങ്കിലും സമാധാനിക്കാൻ ഞാൻ അയാളോടു പറഞ്ഞു. അതേസമയം ഈ കാര്യങ്ങളൊന്നും മറ്റാരോടും പറയരുതെന്നും ഞാൻ അയാളോടു നിർദ്ദേശിച്ചു. എനിക്കറിയാം ഇതൊക്കെ വെറും കിംവദന്തിയാണെന്ന്. എന്തായാലും എന്റെ പ്രിയപ്പെട്ട അച്ഛാ, അടുത്ത പ്രാവശ്യം പട്ടണത്തിൽ പോകുമ്പോൾ സാധിക്കുമെങ്കിൽ ഇതൊക്കെ അന്വേഷിച്ചറിയണേ ..വസ്തുതകളുടെ യാഥാർത്ഥ്യം കണ്ടെത്താൻ അച്ഛനാകുമ്പോൾ സാധിക്കും. വേണ്ടി വരികയാണെങ്കിൽ പരിചയക്കാരുടെ സ്വാധീനം ഉപയോഗിക്കാനും അച്ഛൻ മറക്കരുതേ. അതൊന്നും വേണ്ടിവരില്ലെന്ന് എനിക്കറിയാം. അല്ലെങ്കിൽ തന്നെ അച്ഛനെ ഈ മകൾക്ക് ഒരു മുത്തം നല്കി സ്വീകരിക്കാനുള്ള ഒരവസരം ആകുമല്ലോ. അതാലോചിക്കുമ്പോൾ എനിക്ക് ഇപ്പോൾത്തന്നെ സന്തോഷം വരുന്നു."

കത്തുവായിച്ചശേഷം കെ യുടെ അമ്മാവൻ പറഞ്ഞു: "നല്ല കുട്ടി"– കണ്ണുകളിൽ നിറഞ്ഞു തുളുമ്പിയ കണ്ണുനീർ അദ്ദേഹം സ്വയമൊപ്പി.

കെ തലകുലുക്കി. ഈയിടയായി തനിക്കു നേരിടേണ്ടി വന്ന അനവധി കുഴപ്പങ്ങൾ കാരണം എർനയെ അയാൾ പൂർണ്ണമായി മറന്നിരുന്നു. തന്റെ അമ്മാവന്റെയും അമ്മാവിയുടെയും മുന്നിൽ നിന്നും തന്റെ മുഖം രക്ഷിക്കാനായിട്ടാണ് അവൾ ആ ചോക്കലേറ്റിന്റെ കഥ മനഃപൂർവ്വം ഉണ്ടാക്കിയെടുത്തത്.

എന്തായാലും അത് അയാൾക്ക് ഹൃദയസ്പർശിയായിത്തോന്നി. അവൾക്കു സ്ഥിരമായി അയച്ചുകൊടുക്കാൻ വേണ്ടി അയാൾ തീരുമാനിച്ചിരുന്ന നാടക ടിക്കറ്റുകൾ ഒരിക്കലും അതിനു മതിയായ പ്രതിഫലമാകുകയില്ല. എങ്കിലും ഒരു ബോർഡിങ് സ്കൂളിൽ ചെന്നുകയറി ഒരു പതിനെട്ടുകാരിപ്പെണ്ണിനോടു കുശലം പറയാനുള്ള മാനസികാവസ്ഥ കെയ്ക്ക് അപ്പോൾ ഉണ്ടായതേയില്ല.

"ഇപ്പോൾ ഇനി നിനക്കെന്താണ് പറയണമെന്നുള്ളത്?" അമ്മാവൻ ചോദിച്ചു. തന്റെ ധൃതിയും ആവേശവും താല്ക്കാലികമായി അദ്ദേഹം മറന്നിട്ടുണ്ടെന്നു തോന്നുന്നു. ആ കത്ത് അദ്ദേഹം വീണ്ടും ഒരുവട്ടം

വായിക്കുന്നതുപോലെ കെ യ്ക്കു തോന്നി.

"അതെ അമ്മാവാ." കെ പറഞ്ഞു. "അതു തികച്ചും ശരിയാണ്."

"ശരിയാണെന്നോ?" അമ്മാവൻ കയർത്തു ചോദിച്ചു. "എന്തു ശരി? അതെങ്ങനെ ശരിയാകും? എന്താണ് ആ കേസ്? ഉറപ്പായും ക്രിമിനൽ കേസൊന്നുമല്ലല്ലോ?"

"ക്രിമിനൽ കേസ് തന്നെയാണ്" കെ പറഞ്ഞു.

"കഴുത്തിലൊരു ക്രിമിനൽക്കേസും ചുറ്റിയിട്ട് നീയങ്ങനെ നിസ്സാരമായിട്ടാണ് നടക്കുന്നത്, അല്ലേ?" അമ്മാവൻ ഉച്ചത്തിൽ ചോദിച്ചു. അമ്മാവൻ സംസാരിക്കുമ്പോൾ ശബ്ദം ഉയർന്നുയർന്നു വന്നിരുന്നു.

"ഞാൻ നിസ്സാരമായി അതു കരുതുന്നതനുസരിച്ച് കാര്യങ്ങൾ നന്നായി അവസാനിച്ചുകൊണ്ടിരിക്കും." കെ മുഷിപ്പോടെ പറഞ്ഞു. "പേടിക്കേണ്ട."

"പേടിക്കേണ്ടായെന്ന് എന്നോടു പറയാൻ കൊള്ളാം." അമ്മാവൻ വീണ്ടും ഒച്ചവച്ചു. "ജോസഫേ, എന്റെ പ്രിയപ്പെട്ട ജോസഫേ, നീ നിന്നെക്കുറിച്ച് ഒന്നാലോചിച്ചു നോക്കൂ. നിന്റെ ബന്ധുക്കളെക്കുറിച്ചൊന്ന് ആലോചിച്ചുനോക്കൂ. നീ നിന്റെ സല്പേര് ഒന്നാലോചിച്ചുനോക്കൂ. ഇതുവരെ നീ ഞങ്ങൾക്ക് ഒരു ആത്മാഭിമാനമായിരുന്നു. നീയിനി കുടുംബത്തിനൊരു അപവാദമാകരുത്."

തലചെരിച്ചു പിടിച്ചുകൊണ്ട് കെ യെ നോക്കിക്കൊണ്ട് അദ്ദേഹം വീണ്ടും പറഞ്ഞു, "നിന്റെ ഈ മനോഭാവം എനിക്ക് സഹിക്കാൻ പറ്റുന്നതേയില്ല. ബോധമുള്ള ഒരു നിരപരാധിയാണെങ്കിൽ ഈ വിധമല്ലാ ഇരിക്കേണ്ടത്. സംഗതികളെന്തൊക്കെയാണെന്ന് വേഗം പറയൂ. എനിക്ക് സഹായിക്കാൻ പറ്റിയാലോ. എന്തായാലും ബാങ്കുമായി ബന്ധപ്പെട്ട എന്തെങ്കിലും കാര്യമായിരിക്കുമെന്ന് എനിക്ക് ഉറപ്പുണ്ട്."

"ഇല്ലില്ല....." എഴുന്നേറ്റുകൊണ്ട് കെ പറഞ്ഞു. "അങ്കിൾ അങ്ങ് ഉച്ചത്തിലാണിപ്പോൾ സംസാരിക്കുന്നത്. ഒക്കെക്കേട്ടുകൊണ്ട് ആ ശിപായി വാതിലിനു പുറകിലുണ്ടാകും. എനിക്ക് അതത്ര ഇഷ്ടമുള്ള ഏർപ്പാടല്ല. നമുക്ക് പുറത്തോട്ട് എങ്ങോട്ടെങ്കിലും പോകുന്നതാണ് നല്ലത്. അപ്പോൾ അങ്ങ് ചോദിക്കുന്ന ഏതു ചോദ്യത്തിനും ഞാൻ പറ്റുന്ന വിധത്തിൽ ഉത്തരം തരാം. കുടുംബക്കാരോട് കാര്യങ്ങളെല്ലാം പറയേണ്ട കടമയുണ്ടെന്ന് എനിക്ക് നന്നായിട്ടറിയാവുന്നതാണ്."

"ശരിയാണ്." അമ്മാവൻ ഉറക്കെപ്പറഞ്ഞു. "നീ പറഞ്ഞത് വളരെ ശരിയാണ്. എന്നാൽ ജോസഫേ വേഗമാകട്ടെ... വേഗമാകട്ടെ.."

"എനിക്ക് അമ്മാവന് ചില കാര്യങ്ങൾ തന്നുവിടാനുണ്ട്." കെ പറഞ്ഞു.

തുടർന്ന് അയാൾ ഫോൺ വിളിച്ച് തന്റെ മുഖ്യ അസിസ്റ്റന്റിനോടു വരാൻ പറഞ്ഞു. നിമിഷങ്ങൾക്കകം അയാൾ കെയ്ക്കരികിൽ എത്തിച്ചേരുകയും ചെയ്തു.

അസിസ്റ്റന്റിനെ കെ വിളിച്ചുവരുത്തിയതാണല്ലേയെന്ന് കെ യുടെ അമ്മാവൻ മനഃക്ഷോഭത്തിനിടയിൽ ആംഗ്യത്തിലൂടെ അയാളോടു സൂചിപ്പിച്ചു. യഥാർത്ഥത്തിൽ കാര്യമത് സ്പഷ്ടമായിരുന്നതിനാൽ അങ്ങനെയൊരു ആംഗ്യത്തിന് യാതൊരു പ്രസക്തിയും ഉണ്ടായിരുന്നില്ല.

മേശയ്ക്കരികിൽ നിന്നുകൊണ്ട് കെ കുറെ കടലാസുകൾ ചൂണ്ടിക്കാണിച്ചുകൊണ്ട് ശാന്തമായ സ്വരത്തിൽ ആ ചെറുപ്പക്കാരനോട് തന്റെ അഭാവത്തിൽ ചെയ്യേണ്ടതെല്ലാം വിശദീകരിച്ചുകൊടുത്തു. അയാൾ ഒക്കെ നിസ്സാരമെന്നോണവും എന്നാൽ സശ്രദ്ധവും കേട്ടുനിന്നു.

എന്നാൽ തന്റെ അമ്മാവൻ കണ്ണുരുട്ടിയും ചുണ്ടുകടിച്ചും വികാരക്ഷോഭ്യനായി തന്റെ അരികിൽ നില്ക്കുന്നത് അയാൾക്ക് അത്രയ്ക്ക് ഇഷ്ടപ്പെട്ടില്ല. യഥാർത്ഥത്തിൽ അദ്ദേഹം ഒന്നും ശ്രദ്ധിക്കുന്നുണ്ടായിരുന്നില്ല. പക്ഷേ, അദ്ദേഹത്തിന്റെ ആ മനോഭാവം തന്നെ വളരെ ശല്യം ഉണ്ടാക്കുന്നതായിരുന്നു. തുടർന്ന് അദ്ദേഹം മുറിക്കകത്ത് അങ്ങോട്ടുമിങ്ങോട്ടും നടക്കാൻ തുടങ്ങി. നടത്തത്തിനിടയിൽ ജനാലയ്ക്കരികിലോ ഏതെങ്കിലും ചിത്രത്തിനരികിലോ എത്തുമ്പോൾ അദ്ദേഹം അല്പം നിന്നിരുന്നു. ഒപ്പം പെട്ടെന്നുള്ള എന്തോ ആത്മഗതവും. "എനിക്കൊന്നും മനസ്സിലാകുന്നില്ല" എന്നോ "എന്തോ സംഭവിക്കുന്നതെന്ന് ദൈവത്തിനറിയാം." എന്നോ ആയിരിക്കാം ആ ആത്മഗതമെന്നു തോന്നുന്നു.

താനൊന്നും കണ്ടില്ലെന്ന മട്ടിൽ ആ ചെറുപ്പക്കാരൻ നിന്നു. ഒപ്പം കെ പറഞ്ഞത് ആദ്യാവസാനം വരെ കേൾക്കുകയും ചില കാര്യങ്ങൾ കുറിച്ചെടുക്കുകയും ചെയ്തു. തുടർന്ന് ഇരുവരുടെയും മുന്നിൽച്ചെന്ന് ബഹുമാനപൂർവ്വം വണങ്ങിയ ശേഷം അവിടെ നിന്നും പോയി. പക്ഷേ, അമ്മാവനാകട്ടെ അപ്പോഴേക്കും മുഖം തിരിച്ചു കൊണ്ട് ജനാലയ്ക്ക് പുറത്തേക്കു നോക്കി നിന്നു. ഒപ്പം കൈവീശിയെറിഞ്ഞ് കർട്ടനെടുത്ത് ചുരുട്ടിക്കൂട്ടുകയും ചെയ്തു.

ആ അസിസ്റ്റന്റ് പുറത്തേക്കിറങ്ങി വാതിൽ ചാരേണ്ട താമസം കെയുടെ അമ്മാവൻ വിളിച്ചുകൂവി. "അങ്ങനെ ആ ജന്തുപോയി. ഇനി നമുക്കും പോകാം."

പക്ഷേ, നിർഭാഗ്യമെന്നു തന്നെ പറയാം, ആ ഹാളിൽവച്ചു തന്നെ കേസിന്റെ വിവരങ്ങൾ അന്വേഷിക്കുന്നതിൽ നിന്നും അമ്മാവനെ ചെറുക്കാൻ കെ യ്ക്കായില്ല. ധാരാളം ക്ലാർക്കുമാരും മറ്റു സഹായി ഉദ്യോഗസ്ഥരും, ഇടയ്ക്കിടെ അവിടെയുണ്ടായിരുന്നു. ഡെപ്യൂട്ടി മാനേജർവരെ ഒരുതവണ അതുവഴി പോയതായിരുന്നു.

"ജോസഫ് ഇനി പറയൂ." അയാളുടെ അമ്മാവൻ തുടർന്നു. ചുറ്റും കാത്തു നില്ക്കുന്ന ആളുകളുടെ ബഹുമാനപൂർവ്വമായ വണങ്ങലിനെ ചെറുതായി തലകുലുക്കി സ്വീകരിച്ചുകൊണ്ട് കെ യുടെ അമ്മാവൻ വീണ്ടും പറഞ്ഞു. "ഇനിയെല്ലാം തുറന്നു പറയൂ എന്താണീ കാര്യങ്ങളൊക്കെയെന്ന്."

കെ താല്പര്യമില്ലാതെ എന്തൊക്കെയോ പറഞ്ഞു. പിന്നെ ഒന്നു ചിരിച്ചു. ആ ശിപായിമാരുടെ മുന്നിൽവച്ച് എല്ലാം തുറന്നു സംസാരിക്കാൻ എനിക്കു താല്പര്യമില്ലാതിരുന്നൂയെന്ന് കോണിപ്പടിയിലെത്തിയപ്പോഴാണ് കെ തന്റെ അമ്മാവനോടു പറഞ്ഞത്.

"ശരി" അമ്മാവൻ പറഞ്ഞു. "എന്നാൽ ഇനി നീ നിന്റെ മനസ്സ് തുറന്നോളൂ."

ധൃതിയിൽ സിഗരറ്റും പുകച്ചുകൊണ്ട് തലയല്പം ചായ്ച്ച് അമ്മാവൻ എല്ലാം ശ്രദ്ധിച്ചു.

"ആദ്യം അമ്മാവൻ അറിയേണ്ടത്" കെ പറഞ്ഞു "ഇത് ഒരു സാധാരണ കോടതിയിലെ പരാതിയല്ല."

"അതു പ്രശ്നമാണല്ലോ." അമ്മാവൻ പറഞ്ഞു.

"അതെങ്ങനെയാണ് പ്രശ്നമാകുന്നത്? "കെ ചോദിച്ചു. ഒപ്പം അമ്മാവനെ നോക്കുകയും ചെയ്തു.

"ഞാൻ ഉദ്ദേശിച്ചത് പ്രശ്നമാണെന്നു തന്നെ". അമ്മാവൻ വീണ്ടും പറഞ്ഞു.

അവരപ്പോൾ ബാങ്കിന്റെ വെളിയിലെ പടിയിൽ നില്ക്കുകയായിരുന്നു. ബാങ്ക് കാവൽക്കാരൻ തങ്ങളെ ശ്രദ്ധിക്കുന്നുയെന്നു തോന്നിയപ്പോൾ, കെ തന്റെ അമ്മാവനെ പിടിച്ചു വലിച്ചോണ്ടു അവിടെനിന്നും മാറി. അവർ തുടർന്ന് റോഡിലെ തിരക്കിനുള്ളിൽ ആണ്ടു.

കെ യുടെ കൈയും പിടിച്ചുകൊണ്ട് നടന്ന അമ്മാവൻ പിന്നീട് ആ കേസിനെക്കുറിച്ച് വെപ്രാളപ്പെട്ട് മറ്റൊന്നും ചോദിച്ചതേയില്ല. കുറച്ചുനേരത്തേക്ക് അവർ നിശ്ശബ്ദരായിട്ടാണ് നടന്നത്.

"പക്ഷേ, ഇതെങ്ങനെയാണ് സംഭവിച്ചത്?" അവസാനം അമ്മാവൻ കെ യോടു ചോദിച്ചു. ഈ ചോദ്യം ചോദിച്ചപ്പോൾ അമ്മാവൻ പെട്ടെന്നു നിന്നതുകൊണ്ട് പിന്നാലെ വന്നവർക്കു ഞെട്ടിമാറേണ്ടിയും വന്നു.

"ഇത്രയും വേഗത്തിൽ ഇത്തരം കാര്യങ്ങൾ സംഭവിക്കാറില്ലല്ലോ. സമയമെടുത്താണ് ഈ രൂപത്തിലാകുന്നത്. നീ എനിക്ക് ഒരു കത്തെങ്കിലും അയയ്ക്കാത്തതെന്താ? നിനക്ക് ഞാൻ എന്തു സഹായവും ചെയ്യുമെന്ന് നിനക്ക് അറിയാമായിരുന്നല്ലോ. ഒരു തരത്തിൽ ഞാനിപ്പോഴും നിന്റെ ഒരു രക്ഷകർത്താവല്ലേ. എനിക്കതിൽ ഇപ്പോഴും അഭിമാനമാണുള്ളത്. എനിക്കു സാധിക്കുന്നതെല്ലാം ഞാൻ തീർച്ചയായും നിനക്കു ചെയ്തുതരും. പക്ഷേ, കേസ് അതിന്റെ പൂർണ്ണരൂപത്തിൽ ആയിക്കഴിഞ്ഞാൽ പിന്നെ സഹായിക്കാൻ പ്രയാസമായിരിക്കും. കാര്യങ്ങൾ എന്തു തന്നെയായാലും കുറച്ചുദിവസത്തേക്ക് അവധിയെടുത്ത് നമ്മോടൊപ്പം നാട്ടിൽ വന്നു നില്ക്കുന്നതാണ് നിനക്ക് നല്ലത്. നീ അല്പമൊന്ന് മെലിഞ്ഞിട്ടുണ്ട്. ഞാൻ അതിപ്പോഴാണ് ശ്രദ്ധിച്ചത്. നാട്ടിലാകുമ്പോൾ നിന്റെ ആരോഗ്യം നിനക്ക് തിരിച്ചുകിട്ടും. നിനക്ക് അതാണ് നല്ലത്; കാരണം ഈ കേസ് നിന്നെ വല്ലാണ്ട് ഭാരപ്പെടുത്തുമെന്നതിൽ സംശയമില്ല. അതു

കൂടാതെയൊന്നുണ്ട്; കോടതിയുടെ പിടിയിൽ നിന്നും നിനക്ക് കുറെയൊക്കെ മാറിനില്ക്കാനാകും. ഇവിടെ അവർക്ക് എല്ലാവിധ സംവിധാനങ്ങളും ഉണ്ട്; അവർക്ക് വേണ്ടതുപോലെ നിന്റെ നീക്കങ്ങൾക്കനുസരിച്ച് നിനക്കെതിരായി ഉപയോഗിച്ചാൽ മതിയാകും. എന്നാൽ നീ നാട്ടിലായിരുന്നാൽ അവർക്ക് ചില ഏജന്റുമാരെ വയ്ക്കേണ്ടിവന്നേക്കും. അല്ലെങ്കിൽ നിന്നെക്കിട്ടാൻ കത്തോ ടെലിഗ്രാമോ ടെലിഫോണോ ഒക്കെ അവർക്കു വേണ്ടിവന്നേക്കും. അത് ഈ കേസിന്റെ ഗൗരവത്തെ കുറയ്ക്കും. നീ രക്ഷപ്പെടുമെന്നല്ല ഞാനുദ്ദേശിച്ചത്; നിനക്ക് നാട്ടിലാകുമ്പോൾ ഒന്നു ശ്വാസം വിടാനുള്ള നേരമെങ്കിലും കിട്ടും."

"ഇവിടെ വിട്ടുപോകുന്നതിന് എന്നെത്തടയാൻ അവർക്കു ഇനിയുമാകുമല്ലോ". കെ പറഞ്ഞു. അമ്മാവന്റെ ചിന്താഗതിയുടെ ചുവടുപിടിച്ചാണ് കെ ഇതു പറഞ്ഞത്.

"അവർ അങ്ങനെ ചെയ്യുമെന്ന് എനിക്കു തോന്നുന്നില്ല." കെ യുടെ അമ്മാവൻ പറഞ്ഞു "മാത്രമല്ല, നീ ദൂരെ പോകുന്നതുകൊണ്ട് നിന്റെ മേലുള്ള ഉത്തരവാദിത്വത്തിൽ അവർക്ക് കുറവൊന്നും സംഭവിക്കാൻ പോകുന്നുമില്ല."

അമ്മാവന്റെ നടത്തം നിർത്താനായി കൈയിൽ പിടിച്ചു കൊണ്ട് കെ പറഞ്ഞു. "ഇക്കാര്യത്തിൽ ഞാൻ കൊടുക്കുന്ന അത്രയും ഗൗരവം അങ്ങു കൊടുക്കില്ലെന്നാണ് ഞാൻ കരുതിയത്. ഇപ്പോഴിതാ അങ്ങ് കൂടുതൽ ഗൗരവം കൊടുത്തിരിക്കുന്നു".

"ജോസഫേ" അമ്മാവൻ ആക്രോശിച്ചു. തിരക്കിൽ വീഴാതെ നില്ക്കാനായി കെ യിൽ നിന്നും കൈ സ്വതന്ത്രമാക്കിക്കൊണ്ടാണ് അദ്ദേഹം ആക്രോശിച്ചത്. പക്ഷേ കെ പിടിവിടാൻ കൂട്ടാക്കിയില്ല.

"നീയാകെ മാറിപ്പോയിരിക്കുന്നു." അദ്ദേഹം തുടർന്നു പറഞ്ഞു. "നിനക്കപ്പൊഴും വ്യക്തമായ ബോദ്ധ്യം എല്ലാറ്റിനും ഉണ്ടായിരുന്നതായിരുന്നു. പക്ഷേ അതൊക്കെ കൊണ്ടിട്ടുടയ്ക്കുകയാണോ ഇപ്പോൾ? ഈ കേസിൽ പരാജയപ്പെടണമെന്നാണോ നീയാഗ്രഹിക്കുന്നത്? അങ്ങനെയെങ്കിൽ എന്താണ് സംഭവിക്കുന്നതെന്നറിയാമോ? നിന്റെ നാശം തന്നെ; പിന്നെയെന്താണ്; നിന്റെ ബന്ധുക്കളുടെയും നാശം. കുറഞ്ഞ പക്ഷം ഇത് അവരുടെ മാനത്തെ ചേറാക്കും. അതുകൊണ്ട് ജോസഫേ, നീ നിന്നെത്തന്നെ ഒന്നു ഉഷാറാക്കുക. നിന്റെ നിസ്സംഗത എന്നെ വട്ടുപിടിപ്പിക്കുകയാണ്. നിന്നെക്കണ്ടാൽ പഴമക്കാർ പറയുന്ന ഒരു പഴമൊഴി ശരിയാണെന്നു തോന്നും. "കോടതി കയറിയവൻ നശിച്ചേ പോകൂ".

"എന്റെ പ്രിയപ്പെട്ട അമ്മാവാ", കെ പറഞ്ഞു തുടങ്ങി. "ഇങ്ങനെ ആവേശം കൊണ്ടിട്ടു കാര്യമില്ല. ഇതുകൊണ്ട് നമുക്ക് ഇരുവർക്കും ഒരു പ്രയോജനവുമില്ല. ആവേശം കൊണ്ടതിന്റെ പേരിൽ ഒരു കേസും ഇതുവരെ ജയം കണ്ടിട്ടുമില്ല. എന്റെ ലോകപരിചയം അമ്മാവനൊന്നു ചിന്തിച്ചേ. അങ്ങയുടെ ലോകപരിചയം ഞാൻ തഴഞ്ഞിട്ടില്ലല്ലോ. പലരും

എനിക്ക് അത്ഭുതം കൊള്ളിച്ചതാണെങ്കിലും ഞാനവ ബഹുമാനിച്ചിട്ടുണ്ട്. ഈ കേസിൽ എന്റെ ബന്ധുകൾ പോലും ചെളിതേയ്ക്കപ്പെടും എന്ന് അമ്മാവൻ പറഞ്ഞല്ലോ, അതെനിക്കു മനസ്സിലാകുന്നില്ല. പക്ഷേ അത് യഥാർത്ഥത്തിൽ ഞാനിവിടെ കാര്യമാക്കുന്നില്ല. അങ്ങ് പറയുന്ന ഏതു ന്യായവിധിയും ഞാൻ ചെയ്യും. പക്ഷേ, നാട്ടിപ്പോയിത്താമസിക്കണമെന്നു പറയുന്നതുമാത്രം അങ്ങയുടെ വശത്തുനിന്നാലോചിച്ചാൽ പോലും എനിക്കു അംഗീകരിക്കാൻ പറ്റുന്നില്ല. കാരണം അത് ഒരു ഒളിച്ചോട്ടമാണ്.അതുകൊണ്ട് അതൊരു കുറ്റമാണ്. മാത്രമല്ല, എന്നെ എത്രമാത്രം കൂടുതൽ കേസിന്റെ പേരിൽ ഇവിടെവച്ച് പീഡിപ്പിച്ചാലും ഞാനത് സ്വന്തം ആർജ്ജവത്തോടെ തടഞ്ഞല്ലേ പറ്റൂ".

"തികച്ചും ശരിയാണ്." തങ്ങളുടെ ചിന്താഗതികൾ ഒരുതരത്തിലായിരിക്കുന്നുയെന്നമട്ടിൽ, അല്പം ആശ്വാസത്തിന്റെ സ്വരത്തിലാണ് കെയുടെ അമ്മാവൻ ഇതു പറഞ്ഞത് . "നീയിവിടെ നിന്നാൽ നിന്റെ നിസ്സംഗത ഈ കേസിനെ എന്തുമാത്രം അപകടത്തിലാക്കുമെന്ന് ഞാനൊന്നു ചിന്തിച്ചതിനാൽ നല്കിയൊരു നിർദ്ദേശമെന്നേയുള്ളൂ. പിന്നെ ഞാൻ ഈ കേസ് ഏറ്റെടുക്കുന്നതും നല്ലതാണെന്ന് എനിക്കു തോന്നുന്നു. എന്നാൽ നീ തന്നെ ആർജ്ജവത്തോടെ നേരിടാൻ ഉദ്ദേശിച്ചിട്ടുണ്ടെങ്കിൽ അതുതന്നെയാണ് ഏറ്റവും കൂടുതൽ നല്ലത്".

"അങ്ങനെ അക്കാര്യത്തിൽ നാം സമവായത്തിലെത്തി". കെ പറഞ്ഞു. "....പിന്നെ, ഇനി ഞാൻ ആദ്യം എന്താണ് ചെയ്യേണ്ടതെന്ന് പറയാമോ?"

"സ്വഭാവികമായും എനിക്ക് അതിനെക്കുറിച്ച് അല്പമൊന്ന് ആലോചിക്കേണ്ടതായുണ്ട്". അമ്മാവൻ പറഞ്ഞു "ഞാൻ തുടർച്ചയായി ഏതാണ്ട് ഇരുപതുകൊല്ലക്കാലമാണ് നാട്ടിൽ താമസിച്ചതെന്ന് നിനക്കറിയാമല്ലോ. അതിനാൽ ഇത്തരം കാര്യങ്ങളിൻമേൽ എനിക്കുള്ള കഴിവ് പഴയമാതിരി ഉണ്ടാകുകയില്ലെന്ന് നീയറിയണം. ഈ പ്രശ്നം എങ്ങനെ കൈകാര്യം ചെയ്യണമെന്ന് അറിയാവുന്ന സ്വാധീനമുള്ള ആളുകളുമായിട്ടുള്ള എന്റെ ബന്ധവും കുറഞ്ഞിരിക്കുകയാണ്...... ഞാൻ നാട്ടിൽ ഏറെക്കുറെ ഒറ്റപ്പെട്ടാണ് കഴിയുന്നതെന്നും ഞാൻ പറയാതെ തന്നെ നിനക്ക് അറിയാവുന്നതാണല്ലോ. ഇത്തരം ഒരത്യാവശ്യം വരുമ്പോഴായിരിക്കും എല്ലാവർക്കും ബോധമുണ്ടാകുന്നത്. മാത്രമല്ല ഏറെക്കുറെ അപ്രതീക്ഷിതമായിട്ടാണ് നിന്റെ ഈ പ്രശ്നം ഞാൻ അറിഞ്ഞതുതന്നെ, വിചിത്രമെന്നുതന്നെപറയാം എർനയുടെ കത്തിൽ നിന്നും . ഇന്നു കണ്ടപ്പോൾ എല്ലാം ബോദ്ധ്യമായി. പിന്നെ കാര്യമെന്തൊക്കെയായാലും ശരിതന്നെ നീ ഇനി സമയം പാഴാക്കരുത്".

ഇതൊക്കെ പറഞ്ഞുതീരേണ്ട താമസം, ഒരു ടാക്സിക്കു വേണ്ടി കാത്തുനിന്ന അമ്മാവൻ, പോകേണ്ടിടം ഡ്രൈവറോടു വിളിച്ചു പറഞ്ഞുകൊണ്ട് നിർത്തിച്ചു. ഉള്ളിലേക്കു കയറിയ അദ്ദേഹം കെ യേയും അതി

നുള്ളിലേക്കു വലിച്ചു കയറ്റി.

"നമ്മൾ നേരെ ഹുൾഡ് എന്ന വക്കീലിനരികിലേക്കാണ്." അദ്ദേഹം പറഞ്ഞു. "എന്നോടൊപ്പം സ്കൂളിൽ പഠിച്ചയാളാണ് അയാൾ. അയാളുടെ പേര് നിനക്കറിയാമെന്നു തോന്നുന്നു, ഇല്ലേ? .... അതു തികച്ചും അതിശയമായിരിക്കുന്നു. എതിർ വക്കീലായി പേരെടുത്തയാളല്ലേ അയാൾ. പാവങ്ങളുടെ വക്കീലെന്നാണ് അറിയപ്പെടുന്നത്. അയാൾ ഒരു മനുഷ്യജീവിയെന്ന നിലയിലാണ് അയാളിൽ ഞാൻ വിശ്വാസം അർപ്പിച്ചിരിക്കുന്നത്."

"അമ്മാവൻ നിർദ്ദേശിക്കുന്നതെന്തും ചെയ്യാൻ ഞാൻ സന്നദ്ധനാണ്." കെ പറഞ്ഞു.

പക്ഷേ ധൃതിപിടിച്ചുള്ള അദ്ദേഹത്തിന്റെ പെരുമാറ്റം കെ യെ ആശങ്കയിലാക്കിയെന്നു പറയാം. ആ പാവങ്ങളുടെ വക്കീലിന് തന്റെ കേസ് ഏല്പിക്കുന്നതിൽ അയാൾക്ക് അത്ര താല്പര്യം ഒന്നും ഉണ്ടായിരുന്നില്ല.

"ഇത്തരം ഒരു കേസിന് ഒരു വക്കീലിനെ വയ്ക്കണമെന്ന കാര്യം എനിക്ക് യഥാർത്ഥത്തിൽ അറിയാമായിരുന്നില്ല." കെ പറഞ്ഞു.

"തീർച്ചയായും വേണം!!" അമ്മാവൻ പറഞ്ഞു. "വക്കീലിനെ വെക്കണം. എന്തുകൊണ്ടാണ് നിനക്ക് വേണ്ടായെന്നു തോന്നിയത്? അതൊക്കെപ്പോട്ടെ, ഇതുവരെ സംഭവിച്ചതെന്താണെന്നു ഇനി പറയൂ. കേസിനെക്കുറിച്ച് എനിക്കു ചെറിയൊരു അറിവുവേണ്ടേ."

കെ ഉടൻ തന്റെ കഥ പറയാൻ തുടങ്ങി. ഒരു വിവരവും അയാൾ ഒഴിവാക്കിയില്ല. ഈ കേസ് വല്ലാത്തൊരു അപമാനമാണെന്ന അമ്മാവന്റെ ചിന്തയെ ചെറുക്കാൻ ഇതേ മാർഗ്ഗമുണ്ടായിരുന്നുള്ളൂ.

ഫ്രൗളിൻ ബ്രൂസ്റ്റനറുടെ പേര് ഒരു തവണ മാത്രമേ കെ പറഞ്ഞുള്ളൂ. അതും മറ്റെന്തോ പറഞ്ഞ കൂട്ടത്തിലും. അതൊന്നും അയാൾ എന്തൊക്കെയോ മറച്ച് വച്ചെന്ന് കാണിക്കുന്നതായിരുന്നില്ല. കാരണം ഈ കേസുമായി അവൾക്ക് യാതൊരു ബന്ധവും ഇല്ലല്ലോ.

കഥ പറയുമ്പോൾ വാതിലിലൂടെ അയാൾ പുറത്തേക്കു നോക്കുന്നുണ്ടായിരുന്നു. കോടതിയുടെ കെട്ടിടങ്ങൾ നില്ക്കുന്ന അതേ നഗരപ്രാന്തത്തിലേക്കാണ് തങ്ങൾ സമീപിച്ചുകൊണ്ടിരിക്കുന്നതെന്ന് കെ യ്ക്കു മനസ്സിലായി. അക്കാര്യം അയാൾ അമ്മാവന്റെ ശ്രദ്ധയിൽപ്പെടുത്തിയിട്ടും അദ്ദേഹത്തിന് യാതൊരു ആകസ്മികതയും തോന്നിയില്ല.

ഒരു ഇരുട്ടു നിറഞ്ഞ വീട്ടിനരികിൽ ടാക്സി നിന്നു. ചുവട്ടിലെ നിലയുടെ ആദ്യവാതിൽക്കൽച്ചെന്ന് അദ്ദേഹം ബെല്ലിൽ വിരലമർത്തി. വാതിൽ തുറക്കാൻ കാത്തുനിന്നപ്പോൾ പല്ലിളിച്ചുകൊണ്ട് അമ്മാവൻ പതിയെ പറഞ്ഞു: "എട്ടുമണി. കക്ഷികൾ സാധാരണ വരാത്ത നേരം. പക്ഷേ, ഹുൾഡിന് അതിന് എന്നോട് വിരോധമൊന്നും തോന്നുകയില്ല."

വാതിലിലെ ചെറിയൊരു ദ്വാരത്തിൽ രണ്ടു ഇരുണ്ട കണ്ണുകൾ അപ്പോഴേക്കും പ്രത്യക്ഷപ്പെട്ടു. ഒരു നിമിഷത്തേക്ക് അവ ആഗതരെ തുറി

ച്ചുനോക്കിയശേഷം അപ്രത്യക്ഷമായി; പക്ഷേ, വാതിൽ തുറക്കപ്പെട്ടില്ല. എന്തായാലും രണ്ടുകണ്ണുകൾ പ്രത്യക്ഷപ്പെട്ടകാര്യം ഇരുവരും പരസ്പരം സ്ഥിരീകരിച്ചു.

"അപരിചിതരെ ഭയക്കുന്ന ഏതോ പുതിയ വേലക്കാരിയായിരിക്കും." കെ യുടെ അമ്മാവൻ പറഞ്ഞു. തുടർന്ന് അദ്ദേഹം വാതിലിൽ മുട്ടി നോക്കി.

വീണ്ടും ആ കണ്ണുകൾ അവിടെ പ്രത്യക്ഷപ്പെട്ടു. ഇപ്പോൾ ആ കണ്ണുകളിൽ അല്പം വിഷാദം നിറഞ്ഞിരുന്നതുപോലെ. ഒരുപക്ഷേ അവരുടെ തലയ്ക്കുമുകളിൽ തൂങ്ങിയ ഗ്യാസ്ജെറ്റിന്റെ മങ്ങിയ വെളിച്ചം സൃഷ്ടിച്ച തോന്നലാകാനും ഇടയുണ്ട്. ആ വിളക്ക് ഒരിനം സീൽക്കാരശബ്ദവും പുറപ്പെടുവിച്ചിരുന്നു.

"വാതിൽ തുറക്കൂ"! കെ യുടെ അമ്മാവൻ അലറി. ഒപ്പം വാതിലിൽ ആഞ്ഞിടിക്കുകയും ചെയ്തു. "ഞങ്ങൾ വക്കീലിന്റെ സുഹൃത്തുക്കളാണ്."

"വക്കീൽ സാർ സുഖമില്ലാതെ കിടക്കുകയാണ്." അവരുടെ പിന്നിൽ നിന്നാണ് ഈ ചെറുസ്വരം കേട്ടത്.

ആ ചെറിയ ഇടനാഴിയുടെ മറ്റേ അറ്റത്തെ വാതിൽ തുറന്നിറങ്ങിയ ഒരാളാണ് ഈ വിവരം പതിഞ്ഞസ്വരത്തിൽ പറഞ്ഞത്. അയാൾ ഒരു നിശാവസ്ത്രമാണ് ധരിച്ചിരിക്കുന്നത്.

അത്രയും നേരം കാത്തുനിന്ന് അതിനകം ദേഷ്യം പൂണ്ടിരുന്ന അമ്മാവൻ വെട്ടിത്തിരിഞ്ഞുകൊണ്ട് ആക്രോശിക്കാൻ തുടങ്ങി, "സുഖമില്ലെന്നോ? നിങ്ങൾ പറഞ്ഞതെന്താ അദ്ദേഹത്തിന് സുഖമില്ലെന്നോ?" അസുഖം തന്നെയാണ് ആ മനുഷ്യനെന്ന് കരുതിക്കൊണ്ട് അമ്മാവൻ തുടങ്ങി.

"ആ വാതിൽ തുറന്നു കിടക്കുകയാണ്"– എന്നു പറഞ്ഞുകൊണ്ട് അയാൾ വക്കീലിന്റെ മുറിക്കുനേരെ വിരലുകൾ നീട്ടി. തുടർന്ന് അയാൾ തന്റെ നിശാവസ്ത്രവും വാരിപ്പിടിച്ചുകൊണ്ട് അപ്രത്യക്ഷനായി.

യഥാർത്ഥത്തിൽ വാതിൽ തുറന്നു കിടക്കുകയായിരുന്നു. ഒരു പെൺകുട്ടി!– കറുത്ത അല്പമുന്തിയ ആ കണ്ണുകളെ കെ തിരിച്ചറിഞ്ഞു – അവർ നീണ്ട വെളുത്ത അടുക്കള മേൽവസ്ത്രവും ധരിച്ച് കൈയിൽ ഒരു മെഴുകുതിരിയുമായി പ്രവേശനഹാളിൽ നില്ക്കുന്നു.

"അടുത്ത തവണ കുറച്ചുകൂടി വേഗത്തിൽ വാതിൽ തുറക്കണം." കെ യുടെ അമ്മാവൻ അഭിവാദ്യം പറയുന്നതിനുപകരം അപ്രകാരം പറഞ്ഞു; അവൾ അല്പം ഉപചാരം കാണിച്ചതായിരുന്നു.

"വരൂ ജോസഫേ". അദ്ദേഹം കെ യോടു പറഞ്ഞു. കെ ആ പെൺകുട്ടിയുടെ അരികിലൂടെ മുന്നോട്ടു നടന്നു.

കെ യുടെ അമ്മാവൻ യാതൊരു വിമുഖതയുമില്ലാതെ ഉള്ളിലെ ഒരു മുറിയിലേക്കു നടന്നു പോയപ്പോൾ അവൾ പറഞ്ഞു. "വക്കീൽ സാറിനു

സുഖമില്ല."

വീടിന്റെ വാതിൽ കുറ്റിയിട്ടു പൂട്ടാനായിത്തിരിഞ്ഞ അവളെത്തന്നെ കെ നോക്കി നിന്നു. ഒരു പാവയെപ്പോലത്തെ ഉരുണ്ടമുഖമായിരുന്നു അവളുടേത്. അവളുടെ വിളറിയ കവിളും താടിയും മാത്രമല്ല ആ നെറ്റിയും മൂർദ്ധാവും ഉരുണ്ടതായിരുന്നു.

"ജോസഫേ". കെ യെ അമ്മാവൻ വീണ്ടും വിളിച്ചു. തുടർന്ന് അവളോടു ചോദിച്ചു. അത് ഹൃദയത്തിലാണോ?"

"ആണെന്നു തോന്നുന്നു," പെൺകുട്ടി പറഞ്ഞു. ഇതിനിടയിൽ മെഴുകുതിരിയുമായി മുന്നിലേക്കു പോയി മുറിയുടെ വാതിൽ അവൾ തുറന്നിരുന്നു.

മെഴുകുതിരിയുടെ വെട്ടം ചെന്നെത്താത്ത ഒരു മൂലയ്ക്കു കിടന്ന കട്ടിലിൽ നിന്നും ഒരു താടി നീട്ടി വളർത്തിയ മുഖം ഉയർന്നു വന്നു.

"ലേനീ ആരാണിത്?" മെഴുകുതിരി വെട്ടത്തിൽ കണ്ണുമഞ്ചിപ്പോയ വക്കീലിന് സന്ദർശകരെ തിരിച്ചറിയാനായില്ല.

"നിങ്ങളുടെ പഴയ ചങ്ങാതിയാണ്. ആൽബെർട്ട്." കെ യുടെ അമ്മാവൻ പറഞ്ഞു.

"ഓ! ആൽബർട്ടോ?" സന്ദർശകരുടെ മുന്നിൽ മുഖം കൊടുക്കേണ്ട മട്ടിൽ അദ്ദേഹം തലയണയിലേയ്ക്കു വീണ്ടും ചാഞ്ഞു.

"ഒട്ടും സുഖമില്ലേ?" കെ.യുടെ അമ്മാവൻ ചോദിച്ചു. ഒപ്പം കട്ടിലിന്റെ അറ്റത്ത് ഇരിക്കുകയും ചെയ്തു. തുടർന്ന് അമ്മാവൻ പറഞ്ഞു, "എനിക്കു വിശ്വാസം വരുന്നില്ല. ഇത് നെഞ്ചുവേദനയിലൊന്നാണ്. മുമ്പു വന്നിട്ടു മാറിയതുപോലെ ഇതും അങ്ങു മാറിയേക്കും."

"അതാവാം" ക്ഷീണിച്ച സ്വരത്തിൽ വക്കീൽ പറഞ്ഞു "പക്ഷേ, മുമ്പുണ്ടായവയേക്കാൾ കൂടിയ ഒന്നാണെന്നു തോന്നുന്നു. ശ്വാസം മുട്ടുന്നു; ഉറങ്ങാനേ പറ്റുന്നില്ല. ദിവസം കഴിയുന്തോറും ക്ഷീണിച്ചു ക്ഷീണിച്ചു വരികയാണ്."

"അതുശരി." തന്റെ പരുക്കൻ കൈകൊണ്ട് പനാമത്തൊപ്പി മുട്ടിലമർത്തിവച്ചുകൊണ്ട് കെ.യുടെ അമ്മാവൻ പറഞ്ഞു. "എന്തായാലും കഷ്ടമായിപ്പോയി. എന്നാൽ താങ്കളെ നേരാംവണ്ണം ശുശ്രൂഷിക്കുന്നുണ്ടോ? ഇവിടെ ആകപ്പാടെ ഒരിനം മുഷിപ്പ് തളംകെട്ടി നില്ക്കുകയാണല്ലോ; അത്രയ്ക്ക് ഇരുട്ടുണ്ട്. ഞാനിവിടെ അവസാനം വന്നിട്ട് കാലവും കുറേയായി. അന്ന് ഇവിടം കുറെക്കൂടി രസാവഹമായിരുന്നു. പിന്നെ താങ്കളുടെ വേലക്കാരിപ്പെണ്ണിനും അത്ര തെളിച്ചമൊന്നും കാണുന്നില്ല. അതോ അവൾ എന്തെങ്കിലും കാര്യങ്ങൾ ഒളിക്കുകയാണോ?"

അവൾ അപ്പോഴും ആ മെഴുകുതിരിയുമായി വാതില്ക്കൽത്തന്നെ നില്ക്കുന്നുണ്ടായിരുന്നു. അവളുടെ പരിഭ്രമം പൂണ്ട കണ്ണടകൾ കണ്ടാൽ, അവളെക്കുറിച്ചു സംസാരിക്കുന്ന കെ യുടെ അമ്മാവനെയല്ല, മറിച്ച് കെ യെ തന്നെയാണ് അവൾ നോക്കുന്നതെന്നു മനസ്സിലാകും.

പെൺകുട്ടിയുടെ അരികിലേക്ക് ഒരു കസേര നീക്കിയിട്ടശേഷം അതിൽ ചാരി നില്ക്കുകയായിരുന്നു കെ.

"ഒരാൾ എന്നെപ്പോലെ സുഖമില്ലാതാകുമ്പോൾ അയാൾക്ക് സ്വാസ്ഥ്യമാണ് വേണ്ടത്." അഡ്വക്കേറ്റ് പറഞ്ഞു. "എനിക്ക് ഇവിടെ സന്തോഷത്തിന് കുറവൊന്നുമില്ല." അല്പം നിശ്ശബ്ദതയ്ക്കുശേഷം അദ്ദേഹം വീണ്ടും പറഞ്ഞു: "പിന്നെ ലേനി എന്നെ നന്നായി ശുശ്രൂഷിക്കുന്നുണ്ട്. അവൾ നല്ല കുട്ടിയാണ്."

പക്ഷേ കെ യുടെ അമ്മാവന് അതു വിശ്വാസം വന്നിരുന്നില്ല. പൊതുവേ നഴ്സുമാരെ ഒരു മുൻവിധിയോടെയാണ് അദ്ദേഹം കണ്ടിരുന്നത്. എങ്കിലും അസുഖക്കാരന്റെ മറുപടിക്കായ ഒരു അഭിപ്രായവും അദ്ദേഹം നല്കിയില്ല.

ആ സമയത്ത് അവൾ മെഴുകുതിരിയുമായി കട്ടിലിനരികിൽ ചെന്ന് അതവിടെ ഉറപ്പിച്ച ശേഷം തലയണകൾ വക്കീലിന് ഒതുക്കിവച്ചപ്പോൾ എന്തോ രഹസ്യമായി അദ്ദേഹത്തോടു പിറുപിറുക്കുന്നത് കെ യുടെ അമ്മാവൻ ശ്രദ്ധിച്ചു. താൻ ഒരു രോഗിയുടെ മുറിയിലാണു നില്ക്കുന്നതെന്നകാര്യം പോലും മറന്നുകൊണ്ട്, ചാടിയെഴുന്നേറ്റുകൊണ്ട് അദ്ദേഹം ആ പെൺകുട്ടിയുടെ പിന്നിലൂടെ അങ്ങോട്ടുമിങ്ങോട്ടും നടന്നു. അവളുടെ പാവാടയിൽ പിടിച്ച് കട്ടിലിനരികിൽ നിന്നും പിന്നോട്ട് അദ്ദേഹം അവളെ വലിച്ചിഴച്ചിരുന്നെങ്കിലും അത്ഭുതപ്പെടാനില്ലായിരുന്നു.

വക്കീൽ സുഖമില്ലാതെ കിടക്കുന്നത് ഒരു തരത്തിൽ നല്ലതായിട്ടാണ് കെ യ്ക്ക് തോന്നിയത്. തന്റെ കേസിന്റെ കാര്യത്തിൽ അമ്മാവൻ കാണിക്കുന്ന അമിതമായ ഇടപെടലിനെ തടയാൻ അയാൾക്കു കഴിഞ്ഞിരുന്നില്ലല്ലോ. ഇപ്പോഴിതാ ആ ഉത്സാഹം തന്റെ യാതൊരുവിധ ഇടപെടലുകളൊന്നുമില്ലാതെ തന്നെ മാറ്റിവിടാൻ കഴിഞ്ഞിരിക്കുന്നത് അയാൾക്ക് വലിയ ആകർഷകമായിത്തന്നെ തോന്നി.

അപ്പോഴേക്കും കെ യുടെ അമ്മാവൻ ആ വേലക്കാരിയെ ഒന്നു ശല്യപ്പെടുത്തണമെന്ന തീരുമാനത്തോടുകൂടിത്തന്നെ ആക്രോശിച്ചു: "എനിക്ക് എന്റെ സുഹൃത്തിനോടു ചില വ്യക്തിപരമായ കാര്യങ്ങൾ സംസാരിക്കാനുണ്ട്. അതുകൊണ്ട് ഇവിടെനിന്നും ഒന്നു മാറിപ്പോകണം."

അപ്പോഴും രോഗിക്കു മുകളിലൂടെ കുനിഞ്ഞുനിന്നുകൊണ്ട് കിടക്കവിരി ചുവരിനോടു ചേർത്തു നിവർത്തിയിടുകയായിരുന്ന അവൾ തല മാത്രം തിരിച്ചുകൊണ്ട് ആക്രോശത്തോടെ പറഞ്ഞു: "എന്റെ യജമാനന് സുഖമില്ലെന്ന് കണ്ടില്ലേ. ഒരു കാര്യവും സംസാരിക്കാൻ പറ്റത്തില്ല."

ഒരുപക്ഷേ സദ്ദുദ്ദേശ്യത്തോടെ കൂടിയാകാം അവൾ അങ്ങനെ പറഞ്ഞത്. അതേ സമയം, അതൊരു ധിക്കാരപരമായ മറുപടിയായിരുന്നെന്ന് നിക്ഷ്പക്ഷമായി ചിന്തിക്കുന്ന ആരും പറഞ്ഞേക്കാവുന്നതുമാണ്. തേളുകുത്തേറ്റവൻ സ്വാഭാവികമായും ചാടിയെഴുന്നേറ്റുപോകുന്നതുപോലെ, കെ യുടെ അമ്മാവനും ചാടിപ്പോയി.

"നാശം......" കെ യുടെ അമ്മാവൻ ആക്രോശിച്ചു. അദ്ദേഹം വളരെ കോപത്തിൽ അലറിയതിനാൽ ഉപയോഗിച്ച ഭാഷ എന്തായിരുന്നെന്ന് വ്യക്തമല്ലായിരുന്നു.

ഈ വിധത്തിൽ അദ്ദേഹം പ്രതികരിക്കുമെന്ന് കെ യ്ക്ക് അറിയാമായിരുന്നു. എങ്കിലും അയാൾ ആകെ പരിഭ്രമിച്ചുപോയി. അമ്മാവന്റെ വായ പൊത്തിപ്പിടിക്കാൻ ഉദ്ദേശിച്ചുകൊണ്ട് അയാൾ അങ്ങോട്ട് ഓടിച്ചെന്നതാണ്. പക്ഷേ അപ്പോഴേക്കും ഭാഗ്യവശാൽ രോഗിയാകട്ടെ കട്ടിലിൽ വേലക്കാരിക്കു പുറകിലായി എഴുന്നേറ്റിരിപ്പായി.

ഏതോ കയ്പിച്ച സാധനം വിഴുങ്ങിയ മാതിരി മുഖം ചുളുക്കിയ അമ്മാവൻ തുടർന്ന് സമാധാനസ്വരത്തിൽ പറഞ്ഞു:

"ഞങ്ങൾക്ക് ബോധമില്ലായെന്നു മാത്രം നിങ്ങൾ കരുതരുത്. നടക്കാത്ത കാര്യങ്ങൾ ചോദിക്കാൻ ഞാൻ വരാറില്ലെന്നറിയണം. ദയവായി ഇപ്പോൾ ഇവിടെ നിന്നും പോകണം."

കട്ടിലിനരികിൽ കെ യുടെ അമ്മാവനഭിമുഖമായി നില്ക്കുകയായിരുന്ന വേലക്കാരി ഒരു കൈകൊണ്ട് വക്കീലിനെ തടവുകയായിരുന്നു. അതോ കെ യ്ക്ക് ആവിധത്തിൽ തോന്നിയതോ!

"ലേനിയുടെ മുന്നിൽവച്ച് നിങ്ങൾക്ക് എന്തും ചർച്ചചെയ്യാം." തികച്ചും ഒരു അപേക്ഷയുടെ സ്വരം വക്കീലിനുണ്ടായിരുന്നു.

"ഇത് എന്റെ കാര്യമൊന്നുമല്ല." കെ യുടെ അമ്മാവൻ പറഞ്ഞു: "എന്റെ സ്വകാര്യ കാര്യവുമല്ല." ഇതു പറഞ്ഞശേഷം തനിക്കിനി കൂടുതൽ പറയാനായി മറ്റൊന്നുമില്ലെന്ന രീതിയിൽ അമ്മാവൻ മുഖംവെട്ടിച്ചു നിന്നു. അവരിനി പുനരാലോചിക്കാൻ അല്പനേരം എടുത്തോട്ടെയെന്ന് അദ്ദേഹം കരുതി.

"പിന്നെ ആരുടെ കാര്യമാണിത്?" കട്ടിലിലേക്കു ചാഞ്ഞുകൊണ്ട് ക്ഷീണിച്ചസ്വരത്തിൽ വക്കീൽ ചോദിച്ചു.

"എന്റെ അനന്തരവന്റെ കാര്യമാണ്." കെ യുടെ അമ്മാവൻ പറഞ്ഞു. "ഞാൻ അവനെ എന്നോടൊപ്പം കൊണ്ടുവന്നിട്ടുണ്ട്. തുടർന്ന് അദ്ദേഹം അയാളെ ബാങ്കുദ്യോഗസ്ഥനായ ജോസഫ് കെ യെന്നു പരിചയപ്പെടുത്തിക്കൊടുത്തു.

"ഓ!" രോഗി ഒന്നു ജീവൻവച്ചപോലെ കൈ കെ യുടെ നേരെ നീട്ടി. "ക്ഷമിക്കണം. ഞാനത് ശ്രദ്ധിച്ചിരുന്നില്ല.... ലേനി ഇനി പൊയ്ക്കോളൂ." ലേനി മറുത്തൊന്നും പറഞ്ഞില്ല. കുറേ നേരത്തേക്ക് അവളോട് യാത്ര പറയുന്നൂയെന്നമട്ടിൽ വക്കീൽ അവളുടെ കൈ പിടിച്ചു മുറുക്കുകയും ചെയ്തു.

"അപ്പോൾ നിങ്ങൾ വന്നത് എന്റെ രോഗമന്വേഷണത്തിനല്ല" – കെ യുടെ അമ്മാവനോട് വക്കീൽ പറഞ്ഞു. അപ്പോഴേക്കും അമ്മാവൻ കോപമടക്കി കട്ടിലിനോടു ചേർന്നു നിന്നിരുന്നു. "നിങ്ങളുടെ ആവശ്യത്തിനായിരുന്നൂയല്ലേ."

രോഗാന്വേഷണമാണെന്നു കരുതിയതാണ് ഇതുവരെ അദ്ദേഹത്തെ തളർത്തിയിരുന്നുതെന്നു തോന്നിക്കുമാറ്, തുടർന്ന് നഷ്ടപ്പെട്ട ഓജസ്സെല്ലാം വീണ്ടെടുത്തുകൊണ്ട് രോഗിയെഴുന്നേറ്റ് പാടുപെട്ട് കൈ താങ്ങിയിരുന്നു. തുടർന്ന് മറ്റേ കൈകൊണ്ട് താടിരോമം കോതിയൊതുക്കിക്കൊണ്ടിരുന്നു.

“ആ ദുർമന്ത്രവാദിനി പോയതിൽപ്പിന്നെ നിങ്ങളുടെ അസുഖമങ്ങ് മാറി.” കെ യുടെ അമ്മാവൻ പറഞ്ഞു. തുടർന്ന് അദ്ദേഹം മന്ത്രിച്ചു. “അവൾ മാറി നിന്നു ശ്രദ്ധിക്കുന്നുണ്ടാകും.” തുടർന്ന് അദ്ദേഹം വാതില്ക്കലേക്കു പാഞ്ഞു. പക്ഷേ വാതിലിനു പിന്നിൽ ആരുമുണ്ടായിരുന്നില്ല; അവളവിടെ നില്ക്കാതിരുന്നത് തികച്ചും അവളുടെ ദുർബുദ്ധിയായിക്കരുതിക്കൊണ്ട് വെറുപ്പോടെ അമ്മാവൻ മടങ്ങി വന്നു.

“നിങ്ങൾ അവളെ അന്യായമായിക്കാണുന്നു.” തന്റെ വേലക്കാരിയെ പിന്താങ്ങിക്കൊണ്ട് മറ്റൊന്നും വക്കീൽ പറഞ്ഞില്ല; അങ്ങനെയൊരു പിന്താങ്ങലിന്റെ ആവശ്യമുണ്ടെന്ന് അദ്ദേഹത്തിന് തോന്നിയിരുന്നില്ല. തുടർന്ന് അല്പം സൗഹൃദഭാവത്തിൽ അദ്ദേഹം പറഞ്ഞു: “നിങ്ങളുടെ അനന്തരവന്റെ കാര്യം അല്ലേ; ഇത്തരം ദുർഗ്രഹമായ കേസ് ഏറ്റെടുക്കാൻ എനിക്കാരോഗ്യമുണ്ടായിരുന്നെങ്കിൽ ഭാഗ്യമായിരുന്നു. അതേ എനിക്കു പറയാൻ പറ്റൂ. എനിക്കതിനുള്ള ആരോഗ്യം കുറവാണെന്നറിയാമെങ്കിലും ഞാൻ എന്നെക്കൊണ്ടാവുന്നതെല്ലാം ചെയ്യാം; എനിക്കതിനു കഴിഞ്ഞില്ലെങ്കിൽ മറ്റൊരാളിനെ വിളിക്കാവുന്നതുമാണല്ലോ. ഞാൻ സത്യസന്ധമായി ഒന്നു പറഞ്ഞോട്ടെ; ഈ കേസ് നടത്താനുള്ള എന്റെ അതിയായ താല്പര്യം കൊണ്ട് ഈ അവസരത്തെ പാഴാക്കാൻ എനിക്കു തോന്നുന്നതേയില്ല. എന്റെ ഹൃദയത്തിന് പിടിച്ചുനിൽക്കാനായില്ലെങ്കിൽ, പരാജയപ്പെടാൻ ഇടയാക്കുന്ന മറ്റെന്തെങ്കിലും തടസ്സമായിരിക്കും ഉണ്ടാകുക.”

ഇപ്പറഞ്ഞവയിൽ ഒരു വാക്കുപോലും കെ യ്ക്കു മനസ്സിലായില്ല. എന്തെങ്കിലും വിശദീകരണം കിട്ടുമെന്ന പ്രതീക്ഷയിൽ അയാൾ തന്റെ അമ്മാവനെ ഒന്നു നോക്കി. പക്ഷേ അപ്പോഴേയ്ക്കും ഒരു മെഴുകുതിരിയും കൈയിൽപ്പിടിച്ചുകൊണ്ട് അമ്മാവൻ കിടക്കയ്ക്കരികിലെ മേശപ്പുറത്ത് ഇരുന്നു കഴിഞ്ഞിരുന്നു. അപ്പോഴേക്കും മേശപ്പുറത്തിരുന്ന മരുന്നുകുപ്പി താഴേക്ക് ഉരുണ്ടുവീണ് തറയിലെ പരവതാനിയിൽ പടർന്നത് അദ്ദേഹം അറിഞ്ഞിരുന്നില്ല. വക്കീൽ പറയുന്നതിനൊക്കെ തലകുലുക്കി സമ്മതിച്ചുകൊണ്ടും, അതേതരം സമ്മതം കെ യിൽ നിന്നും കിട്ടുമെന്ന് കാണിക്കുന്ന രീതിയിൽ ഇടയ്ക്കിടെ കെ യെ നോക്കിക്കൊണ്ടുമാണ് അയാളുടെ അമ്മാവൻ ഇരുന്നത്.

അപ്പോഴേക്കും കെ യ്ക്ക് സംശയമായി; തന്റെ കേസിനെക്കുറിച്ച് അമ്മാവൻ ഇതിനകം വക്കീലിനോടു പറഞ്ഞിരുന്നോ ആവോ? .... പക്ഷേ അതിനുള്ള സാദ്ധ്യത കെ കണ്ടില്ല. അങ്ങനെ സംഭവിച്ചിട്ടുണ്ടാകില്ലെന്ന്

കെ കരുതി.

"എനിക്കൊന്നും മനസ്സിലാകുന്നില്ല." കെ പറഞ്ഞു.

"ഓ, ഞാൻ നിങ്ങളെ തെറ്റിദ്ധരിച്ചോ?" കെ കാണിച്ച അതേ അമ്പരപ്പിലും സംശയത്തിലും തന്നെ വക്കീലും ചോദിച്ചു. "ഞാൻ ഒരുപക്ഷേ ആലോചിക്കാതെ വല്ലതും പറഞ്ഞുകാണും. പിന്നെ നിങ്ങൾ എന്തിനെക്കുറിച്ചാണ് ഇവിടെ സംസാരിക്കാൻ വന്നത്. നിങ്ങളുടെ കേസുമായി ബന്ധപ്പെട്ട കാര്യമാണെന്നാണ് ഞാൻ കരുതിപ്പോയത്."

"അതെ. അതുതന്നെയാണ്."എന്നുപറഞ്ഞുകൊണ്ട് കെ യുടെ അമ്മാവൻ കെ യുടെ നേരെ ചോദ്യവുമായി തിരിഞ്ഞു. "നിനക്കെന്താണ് പറ്റിയത്?"

"കൊള്ളാം.... എന്റെ കേസിനെക്കുറിച്ച് നിങ്ങൾ എങ്ങനെ അറിഞ്ഞു?" കെ ചോദിച്ചു.

"അതോ.. അത്രയേയുള്ളോ കാര്യം?" ചിരിച്ചുകൊണ്ട് വക്കീൽ ചോദിച്ചു. "ഞാനൊരു വക്കീലാണെന്നറിയാമല്ലോ. ഞങ്ങൾ വക്കീലൻമാർ പലതരം കേസുകളെക്കുറിച്ചും സംസാരിക്കാറുണ്ട്. വ്യത്യസ്തത തോന്നുന്ന കേസുകൾ മനസ്സിൽ തങ്ങിനില്ക്കും. പിന്നെ എന്റെ ഒരു പഴയ സുഹൃത്തിന്റെ അനന്തരവന്റെ കേസായപ്പോൾ കൂടുതൽ മനസ്സിൽ തങ്ങി നിന്നു. ഇതിൽ യാതൊരു അസാധാരണത്വവും നിലവിലില്ല."

"നിനക്കെന്താണു പറ്റിയത്?" കെ യുടെ അമ്മാവൻ അയാളോടു വീണ്ടും ചോദിച്ചു. "തലയ്ക്കു പിടിച്ചതുപോലുണ്ടല്ലോ."

"നിങ്ങൾ വക്കീലന്മാരുടെ ഇടയിൽ പോകാറുണ്ടെന്നാണോ?" കെ ചോദിച്ചു.

"അതെ." വക്കീൽ പറഞ്ഞു.

"നീയൊരു കുട്ടിയെപ്പോലെയാണല്ലോ ചോദ്യങ്ങൾ ചോദിക്കുന്നത്." കെ യുടെ അമ്മാവൻ പറഞ്ഞു.

"എന്റെ തൊഴിലുമായി ബന്ധമുള്ളവരോടല്ലെങ്കിൽ ഞാൻ പിന്നെ ആരുമായിട്ടാണ് ഇടപഴകേണ്ടത്?" വക്കീൽ ചോദിച്ചു.

ഉത്തരമില്ലാത്ത ചോദ്യമായി കെ യ്ക്കു തോന്നി. കെ മൗനം പാലിച്ചു. നിങ്ങൾ ജോലിക്കു പോകുന്നത് ആ ആകാശവെട്ടമുള്ള തട്ടിൻപുറത്തല്ലല്ലോ; കോടതി മന്ദിരത്തിൽത്തന്നെയാണല്ലോ എന്ന് കെ യ്ക്ക് ചോദിക്കണമെന്നുണ്ടായിരുന്നു. പക്ഷേ, അങ്ങനെ ചോദിക്കാനുള്ള മനസ്സ് അയാൾക്കു വന്നതേയില്ല.

സ്വയം വ്യക്തമായ ഒരു വസ്തുത തന്നെക്കൊണ്ട് മന:പൂർവ്വം വിശദീകരിപ്പിക്കുകയാണെന്ന് തോന്നിപ്പിക്കുന്ന രീതിയിൽ വക്കീൽ പറഞ്ഞു: "നിങ്ങൾ മനസ്സിലാക്കണം, ഞങ്ങൾ വക്കീലന്മാർ തമ്മിലുള്ള കൂടിക്കാഴ്ചകൾ പലവിധത്തിലും എന്റെ കക്ഷിക്ക് ഗുണമാവുന്നുണ്ട്. അവയിൽ ചിലത് പുറത്തുപറയാൻ പോലും പറ്റാത്തതാണ്. അതു നിങ്ങൾ മന

സ്സിലാക്കണം. എന്റെ അസുഖം കാരണം തീർച്ചയായും ഞാനിപ്പോൾ ബലഹീനനാണെന്നത് സത്യമാണ്. എന്നാൽ കോടതിയിലെ എന്റെ വക്കീൽ സുഹൃത്തുക്കൾ ഇടയ്ക്കിടെ എന്നെക്കാണാൻ വരുന്നുണ്ട്. അവരിൽ നിന്നും ധാരാളം കാര്യങ്ങൾ ഞാൻ മനസ്സിലാക്കുന്നു. പൂർണ്ണാരോഗ്യവാന്മാരായി കോടതിയിൽ ജോലിക്കു പോകുന്ന വക്കീലന്മാർ പലരും അറിയാത്ത ധാരാളം കാര്യങ്ങൾ ഞാനറിയുന്നുണ്ട്. ഉദാഹരണമായി, ഇപ്പോൾ എന്റെ ഒരു ആത്മാർത്ഥസുഹൃത്ത് എന്നെക്കാണാൻ വരുന്നുണ്ട്.” ഇതുപറഞ്ഞശേഷം അദ്ദേഹം മുറിയുടെ ഒരു ഇരുണ്ട മൂലയിലേക്കു വിരൽ ചൂണ്ടി.

“എവിടെ?” ഏറെക്കുറെ പരുഷമായിട്ടും എന്നാൽ അത്ഭുതത്തോടും കെ ചോദിച്ചു.

ഒരു നിശ്ചയവുമില്ലാതെ അയാൾ ചുറ്റുംനോക്കി. ചെറിയ മെഴുകുതിരിയുടെ വെട്ടം എതിർഭാഗത്തുള്ള മതിലിനരികെപോലും എത്തിയിരുന്നില്ല. പക്ഷേ ആ ഇരുട്ടുനിറഞ്ഞ മൂലയിൽ എന്തോ അനക്കം തുടങ്ങിക്കഴിഞ്ഞിരുന്നു. ആ സമയത്ത് അമ്മാവൻ ആ മെഴുകുതിരി ഉയർത്തിപ്പിടിച്ചു. അതിന്റെ വെട്ടത്തിൽ അവിടെയുള്ള ചെറിയൊരു മേശയ്ക്കരിൽ ഇരിക്കുന്ന പ്രായമേറിയ ഒരു മാന്യനെ കെ കണ്ടു. അത്രയും നേരം ആരുടെയും ശ്രദ്ധയിൽപ്പെടാതിരിക്കണമെങ്കിൽ അയാൾ ശ്വാസം പോലും വിട്ടിട്ടുണ്ടാകുകയില്ല.

അയാൾ ഉപചാരത്തോടുകൂടിത്തന്നെ എഴുന്നേറ്റു നിന്നു. അതേസമയം തന്റെ സാന്നിദ്ധ്യം കണ്ടെത്തിയതിലുള്ള അസന്തുഷ്ടി മുഖത്തുണ്ടായിരുന്നു. എല്ലാവിധ ആമുഖങ്ങളെയും പരിചയപ്പെടുത്തലുകളെയും കുഞ്ഞിച്ചിറകുകൾ മാതിരി വിറയ്ക്കുന്ന കൈകൾകൊണ്ട് അയാൾ വിലക്കുന്നതുപോലെ തോന്നി. തന്റെ സാന്നിദ്ധ്യം ആർക്കും ഒരുവിധത്തിലും ബുദ്ധിമുട്ടാകാൻ അയാൾ ആഗ്രഹിച്ചില്ല. വീണ്ടും ഇരുട്ടിലേക്കു തള്ളപ്പെട്ട തന്റെ സാന്നിദ്ധ്യത്തെ മറവിയിൽപ്പെടുത്താൻ അയാൾ ആഗ്രഹിച്ചു. പക്ഷേ ഇനി ആ ആനുകൂല്യം അയാൾക്കുള്ളതല്ലല്ലോ.

‘‘എന്തായാലും നിങ്ങൾ ഞങ്ങളെ അതിശയിപ്പിച്ചുകളഞ്ഞു.’’ വക്കീൽ വിശദീകരണമെന്നോണം പറഞ്ഞു ഒപ്പം ആ മാന്യനെ അടുത്തുവരാനായി മാടിവിളിച്ചു. അയാൾ സാവകാശവും വിമുഖതയോടും ചുറ്റും കണ്ണോടിച്ചുകൊണ്ട് മുന്നോട്ടു നടന്നു. പക്ഷേ, അയാൾ അന്തസ്സ് നിലനിർത്തിയിരുന്നു.

“ഓ... ക്ഷമിക്കണം. നിങ്ങളെ പരിചയപ്പെടുത്താൻ ഞാൻ മറന്നു. ഇദ്ദേഹം കോടതിയിലെ മുഖ്യക്ലാർക്കാണ്; ഇത് എന്റെ സ്നേഹിതൻ ആൽബർട്ട് കെ ഇദ്ദേഹം അയാളുടെ അനന്തിരവനായ ജോസഫ്. കെ. പിന്നെ ഞാൻ പറഞ്ഞുവന്നത്. ഈ മുഖ്യക്ലാർക്ക് എന്നെക്കാണാൻ വന്നിരുന്നു. പ്രധാനപ്പെട്ട ഒരു ക്ലാർക്ക് എന്ന നിലയിൽ ചെയ്യാനുള്ള ഭാരിച്ച കടമകളെക്കുറിച്ച് നന്നായി അറിയാവുന്ന ഒരാളിനുമാത്രം ഈ വരവിന്റെ

പ്രാധാന്യമറിയൂ. എന്റെ ആരോഗ്യം അനുവദിക്കുന്നതുവരെ ഞങ്ങൾ സമാധാനപൂർവ്വം സംസാരിച്ചിരിക്കും. ആരേയും കടത്തിവിടരുതെന്ന് ലേനിയോടു പറഞ്ഞിരുന്നില്ല. കാരണം അങ്ങനെയൊരാളും വരികയില്ലെന്ന് ഞങ്ങൾ കരുതിയിരുന്നു. അങ്ങനെ കരുതി സമാധാനത്തോടെ ഇരിക്കുമ്പോഴാണ് നിങ്ങൾ വാതിൽക്കൽ വന്ന് തട്ടോടുതട്ടൽ നടത്തിയത്. ശബ്ദം കേട്ടപാടെ പ്രധാനക്ലാർക്ക് മേശയും കസേരയും എടുത്തുകൊണ്ട് ഒരു മൂലയ്ക്കു മാറിയിരുന്നു. പക്ഷേ എനിക്കു തോന്നുന്നത് നമുക്ക് ഇപ്പോൾ ഒരു ചർച്ച നടത്താനുള്ള അവസരം കിട്ടിയിരിക്കുന്നു. വരണം സർ!" വിനയാന്വിതനായി തലകുമ്പിട്ടുകൊണ്ടും ചെറുചിരിയോടും വക്കീൽ കട്ടിലിനരികിൽക്കിടന്ന ചാരുകസേര ചൂണ്ടിക്കാണിച്ചു കൊടുത്തു.

"അയ്യോ അധികനേരമിരിക്കാൻ എനിക്കാവില്ല!" കസേരയിൽ ഇരുന്നശേഷം വാച്ചുനോക്കിക്കൊണ്ട് കോടതിയിലെ മുഖ്യക്ലാർക്ക് പറഞ്ഞു. "എന്റെ കടമകൾ എന്നെ മാടിവിളിക്കുകയാണ്. പക്ഷേ എന്റെ ഒരു സ്നേഹിതന്റെ സ്നേഹിതനെ പരിചയപ്പെടാനുള്ള ഈ അവസരം ഞാൻ പാഴാക്കുന്നില്ല."

അയാൾ അല്പമൊന്നു കെ യുടെ അമ്മാവന്റെ മുന്നിൽ കുനിഞ്ഞു. പുതിയൊരു ചങ്ങാത്തം ലഭിച്ചതിലുള്ള അഭിമാനത്തോടെ അമ്മാവൻ നിന്നു. ഉപചാരം കാട്ടുന്ന സ്വഭാവം ഇല്ലാതിരുന്നതിനാൽ അയാൾ പൊടുന്നനെയുള്ള അന്ധാളിച്ചുള്ള ഒരു പൊട്ടിച്ചിരിയോടെയാണ് നിന്നത്.

അറപ്പുള്ള കാഴ്ച! കെ എല്ലാം ശാന്തനായി കണ്ടു നിന്നു. മറ്റാരും അയാളെ ശ്രദ്ധിച്ചതേയില്ല.

കോടതിയിലെ മുഖ്യക്ലാർക്കെന്ന പദവിയുള്ളയാൾ, തനിക്ക് അവിടെ മുഖ്യസ്ഥാനം കിട്ടിയെന്നറിഞ്ഞപ്പോൾ സംസാരത്തിന്റെ ഗതി നിയന്ത്രണം ഏറ്റെടുത്തു. അത് അയാളുടെ പ്രകൃതമായിരുന്നു.

സന്ദർശകരെ മടക്കിയയ്ക്കാൻ വേണ്ടി മാത്രമായിരുന്നു വക്കീൽ ആദ്യ നാട്യങ്ങളൊക്ക നടത്തിയത്. അയാൾ ചെവി കൂർപ്പിച്ചുകൊണ്ട് എല്ലാം കേൾക്കാൻ ശ്രമിച്ചുകൊണ്ടിരുന്നു. അതിനായി ചെവിക്കു പിന്നിൽ അയാൾ കൈചേർത്തുവച്ചിരുന്നു.

കെ യുടെ അമ്മാവൻ മെഴുകുതിരി പിടിക്കുന്ന ജോലി ഏറ്റെടുത്തിരുന്നല്ലോ. അദ്ദേഹം അത് തുടമേൽ മറിയാതെ നേരെ നിർത്തിയിരുന്നു. വക്കീൽ ഇടയ്ക്കിടയ്ക്ക് അതിനെ ഉൽക്കണ്ഠയോടെ നോക്കിക്കൊണ്ടിരുന്നു.

ആരംഭത്തിലുണ്ടായിരുന്ന അമ്പരപ്പൊക്കെ മാറ്റിക്കൊണ്ട് മുഖ്യക്ലാർക്ക് തന്റെ അംഗചലനങ്ങളോടെ വാഗ്ധോരണി തുടങ്ങി. കട്ടിൽക്കാൽ ചാരിനില്ക്കുന്ന കെ യെ കണ്ടതായ ഭാവം അയാൾ മനഃപ്പൂർവ്വം കാണിച്ചില്ല. ആ മുതിർന്നവർക്കു മാത്രമുള്ള ഒരു ശ്രോതാവുമാത്രമായിരുന്നില്ല അയാൾ. മാത്രമല്ല, അവർ എന്തിനെക്കുറിച്ചാണ് സംസാരിക്കു

ന്നതെന്നും അയാൾക്കു മനസ്സിലായില്ല. തന്റെ മനസ്സ് ആ വേലക്കാരി യെക്കുറിച്ചുള്ള ചിന്തകളിലേക്കു തെന്നിവീഴുന്നതായും ഒരു നിമിഷം അയാൾ അറിഞ്ഞു.

അമ്മാവൻ അവളോടു പെരുമാറിയ രീതി അത്രപോരാഞ്ഞതായി രുന്നുവെന്ന് അയാൾക്കു തോന്നി. ആ മുഖ്യക്ലാർക്കിനെ താൻ മുമ്പ് എപ്പോഴോ കണ്ടിട്ടുണ്ടായിരുന്നെന്നും അയാൾക്കു തോന്നി. താൻ ആദ്യ വിചാരണയ്ക്കു പോയപ്പോൾ അയാൾ അവിടത്തെ ഒരു കേൾവിക്കാര നായിരുന്നെന്നു കെ യ്ക്കു തോന്നി. ഒരു പക്ഷേ ഒക്കെ തോന്നുന്നതാകാം. എങ്കിലും മുൻനിരയിൽ ഇരിക്കുകയായിരുന്ന കുറ്റിത്താടിയുള്ള വയ സ്സൻമാരിൽ ഒരാളോടൊപ്പമിരിക്കാൻ ഏറ്റവും യോഗ്യൻ കോടതിയിലെ ഈ മുതിർന്ന ക്ലാർക്കാണെന്നു പറയേണ്ടിവരും.

അപ്പോഴേക്കും പ്രവേശന ഹാളിലെവിടെയോ കളിമൺപാത്രങ്ങൾ വീണുടയുന്ന ശബ്ദം കേട്ടു. എല്ലാവരുടേയും ശ്രദ്ധ അങ്ങോട്ടായി.

"എന്താണ് സംഭവിച്ചതെന്ന് ഞാൻ ചെന്നു നോക്കിയിട്ടു വരാം." കെ പറഞ്ഞു.

കെ പുറത്തേക്കിറങ്ങി. തന്നെ ആരെങ്കിലും പിന്നിൽനിന്നും വിളിച്ച് പിന്തിരിപ്പിക്കുമോയെന്നറിയാൻ വേണ്ടി വളരെ സാവകാശത്തിലാണ് കെ പുറത്തേക്കു നടന്നത്.

അയാൾ ഇരുട്ടിൽ തപ്പിത്തടഞ്ഞ് പ്രവേശനഹാളിൽ എത്തേണ്ട താമസം, ഏതോ ഒരു കരം തന്റെ കരങ്ങളിൽ പിടിക്കുന്നതായി അറി ഞ്ഞു. അയാൾ വാതിലിൽ പിടിച്ചുനില്ക്കുകയായിരുന്നു അപ്പോൾ. ആ കരം വാതിൽ പതിയെ ചാരുകയും ചെയ്തു.

അത് ആ വേലക്കാരിപ്പെണ്ണായിരുന്നു. അവൾ അവിടെ കാത്തു നില്ക്കുകയായിരുന്നു.

"ഇവിടെ ഒന്നും പറ്റിയില്ല." അവൾ മന്ത്രിച്ചു "നിങ്ങളെ പുറത്തിറ ക്കാൻ ഞാൻ ഒരു പാത്രമെടുത്ത് വെറുതെ ചുവരിലേക്കെറിഞ്ഞതാണ്."

അല്പം അന്ധാളിപ്പോടെ കെ പറഞ്ഞു. "ഞാനും നിന്നെ ആലോ ചിച്ചു നില്ക്കുകയായിരുന്നു."

"അതു നന്നായി." അവൾ പറഞ്ഞു. "ഇതു വഴി വരൂ." ഒന്നോ രണ്ടോ അടി നടന്നതേയുള്ളൂ. കനത്ത ചില്ല് പതിപ്പിച്ച ഒരു വാതിലിനരി കിൽ അവരെത്തി.

"അകത്തു കയറൂ." അവൾ പറഞ്ഞു.

നിശ്ചയമായും വക്കീലിന്റെ ഓഫീസുമുറിയാണതെന്ന് അയാൾക്കു മനസ്സിലായി. വലിയ മൂന്നു ജനാലകളിലൂടെ അകത്തുവീണ നിലാവെട്ട ത്തിൽ നന്നായി സജ്ജീകരിക്കപ്പെട്ടിരുന്ന മുറി അയാൾ കണ്ടു. ഈടുറ്റ പഴയകാലത്തെ തടിയുപകരണങ്ങളാണ് അതിനുള്ളിൽ ഉണ്ടായിരുന്നത്.

"ഇതാ ഇവിടെ വരൂ." നന്നായി കടഞ്ഞെടുത്ത ഒരു ചാരുകസേര ചൂണ്ടിക്കാണിച്ചുകൊണ്ട് അവൾ പറഞ്ഞു.

കസേരയിൽ ഇരുന്നു കഴിഞ്ഞിട്ടും അയാൾ മുറിക്കകം മുഴുവൻ നോക്കി പരിശോധിക്കുകയായിരുന്നു. ആഡംബരവും വിശാലവുമായ മുറി. ആ വക്കീലിന്റെ പാവങ്ങളായ കക്ഷികൾ തങ്ങളുടെ സാധുത്വത്തിന്റെ തീവ്രത ഇതിനകത്തിരുന്ന് അറിഞ്ഞിട്ടുണ്ടാവണം. ആ മുറിക്കകത്തു കിടന്നിരുന്ന കൂറ്റൻ മേശയ്ക്കരികിലേക്കു ആ പാവം കക്ഷികൾ ഭയന്നും അറച്ചും സമീപിക്കുന്നത് അയാൾ ഒരു നിമിഷം ഭാവന ചെയ്തു.

പെട്ടെന്ന് അയാൾ അത്തരം ചിന്തകളിൽ നിന്നും പുറത്തു വന്നു. പിന്നെ അയാൾ ആ വേലക്കാരിയെ മാത്രമേ കണ്ണുകളിൽ കണ്ടുള്ളൂ. സമീപത്തു കിടന്നിരുന്ന സോഫയുടെ കൈയോടു ചേർത്തമർത്തുന്ന രീതിയിൽ അയാളുടെ അരികിൽ അവൾ ഇരിക്കുകയായിരുന്നു.

"ഞാൻ കരുതി" അവൾ പറഞ്ഞു: "ഞാൻ വിളിക്കാതെ തന്നെ നിങ്ങൾ പുറത്തേക്കു വരുമെന്ന്. വളരെ വിചിത്രമായിരിക്കുന്നല്ലോ. ഉള്ളിൽ കയറിവന്ന നിമിഷം മുതൽ നിങ്ങളുടെ കണ്ണുകൾ എന്റെമേലായിരുന്നു. എന്നിട്ടിപ്പോൾ ഇത്രയും നേരം എന്നെയിവിടെ കാത്തുനിർത്തിയിരുന്നു.... അതൊക്കെപ്പോകട്ടെ, എന്നെ ലേനി എന്നു വിളിച്ചാൽ മതി." ഒരു നിമിഷംപോലും ഇനി സമയം പാഴാക്കാനില്ലെന്ന വണ്ണം അവൾ പെട്ടെന്നു തന്റെ സംഭാഷണം അവസാനിപ്പിക്കുകയും ചെയ്തു.

"അതിനെനിക്കു കുഴപ്പമൊന്നും ഇല്ല. പിന്നെ പ്രകൃതം വളരെ വിചിത്രമായിത്തോന്നിയെങ്കിൽ ഞാൻ അത് നിസ്സാരമായിവിവരിക്കാം. ആദ്യമായത്, എനിക്ക് ആ കിഴവന്മാരുടെ സംസാരങ്ങൾ കേട്ടിരിക്കാൻ വയ്യാതിരുന്നു. എന്തെങ്കിലും കാരണം പറഞ്ഞ് പുറത്തുപോരാനും പറ്റില്ല. രണ്ടാമത്, ഞാനൊരു ധീരനൊന്നുമല്ല. പേടിത്തൊണ്ടനാണെന്നു കരുതുന്നതിൽ കുഴപ്പമൊന്നുമില്ല... പിന്നെ ലേനീ, നീ ഇങ്ങനെ ഇത്രയും വേഗം എന്റെ കൈകളിലേക്ക് ഓടിവരുമെന്ന് നിന്നെക്കണ്ടപ്പോൾ എനിക്കു തോന്നിയിരുന്നില്ല."

"അതൊന്നുമല്ല." ലേനിപറഞ്ഞു. "നിങ്ങൾക്ക് എന്നെ ഇഷ്ടമായില്ലെന്നതല്ലേ ശരി?" സോഫയുടെ കൈയിൽ പിടിച്ചുകൊണ്ട് കെ യെ നോക്കിക്കൊണ്ട് അവൾ പറഞ്ഞു. "ഇപ്പോഴും നിങ്ങൾ എന്നെ ഇഷ്ടപ്പെടുന്നില്ല."

"ഇഷ്ടമാകുക എന്നത് ഒരു വെറും വാക്കല്ലേ." കെ ഒഴിഞ്ഞു മാറുന്നതുപോലെ പറഞ്ഞു.

"അതുശരി." പുഞ്ചിരിയോടെ അവൾ പറഞ്ഞു.

കെ യുടെ അഭിപ്രായവും അവളുടെ ആശ്ചര്യപ്രകടനവും ചേർന്നപ്പോൾ അവൾക്കു ഒരു ആധിപത്യം കിട്ടിയതുപോലെ. അതിനാൽ കെ കുറച്ചുനേരം ഒന്നും പറഞ്ഞില്ല. ഇരുട്ടത്തു കണ്ണുകൾ പരതി നടന്നപ്പോൾ മുറിയിലെ സാധനങ്ങളിൽ പലതും അവ്യക്തമായിരിക്കുന്നതായി അയാൾ കണ്ടു.

വാതിലിന്റെ വലതുഭാഗത്തു തൂങ്ങുന്ന വലിയൊരു ചിത്രം കെ യുടെ

ശ്രദ്ധയിൽ പെട്ടെന്നു പെട്ടു. ആ ചിത്രം വ്യക്തമായിക്കാണാൻ അയാൾ തന്റെ ശരീരത്തെ മുന്നോട്ടു ചായ്ച്ചു. ജഡ്ജി വേഷത്തിലുള്ള ഒരാളുടെ ചിത്രം. സിംഹാസനം പോലുള്ള ഒരു പീഠത്തിലാണയാൾ ഇരിക്കുന്നത്. സിംഹാസനത്തിന്റെ തിളക്കമുള്ള ഭാഗങ്ങൾ കുറെ വ്യക്തമായിക്കാണാമായിരുന്നു.

ആ ജഡ്ജിയുടെ ഇരുപ്പിൽ യാതൊരുവിധ ഗൗരവവും ഉണ്ടായിരുന്നില്ലെന്നുള്ളതായിരുന്നു ചിത്രത്തിൽ കെ കണ്ട കൗതുകപരമായ കാര്യം. കാരണം ഇടതുകൈകൊണ്ട് സിംഹാസനത്തിന്റെ പിന്നിലും അതിന്റെ ഇടതുകൈയിലുമായി ചുറ്റിപ്പിടിച്ചിരിക്കുന്നു. ഏതോ നിർണ്ണായകമായ പ്രസ്താവന നടത്താനോ അഥവാ വിധിവായിക്കാനോ വൻരോഷത്തോടെ ചാടിയെഴുന്നേല്ക്കാൻ പോകുന്ന ഒരു മട്ടാണ് അയാൾക്കുണ്ടായിരുന്നത്.

മുന്നിലായി ചുവട്ടിലെ പടിയിൽ പ്രതികൾ നിന്നിരുന്നു. മഞ്ഞപ്പരവതാനി വിരിച്ചവയായി ആ പടികൾ.

"ഇദ്ദേഹമായിരിക്കും എന്റെ ജഡ്ജി." ചിത്രത്തിലേക്കു ചൂണ്ടിക്കൊണ്ട് കെ ചോദിച്ചു.

"എനിക്ക് അറിയാം ഇദ്ദേഹത്തെ" ലേനി പറഞ്ഞു.

ലേനിയും ചിത്രത്തിലേക്കു തന്നെ തുടർന്നു നോക്കി.

"ഇടയ്ക്കിടെ ഇവിടെ വരാറുണ്ട്. വളരെ ചെറുപ്പമായിരുന്നപ്പോൾ ഉള്ള ചിത്രമാണിത്. നേരിൽക്കാണുമ്പോൾ ഇങ്ങനെയൊന്നും ആയിരിക്കില്ല. തീരെ പൊക്കം കുറഞ്ഞ ഒരു കുള്ളനാണിയാൾ. ഇതിൽ പൊക്കം കൂട്ടി വരച്ചിരിക്കുന്നുവെന്നേയുള്ളൂ. ഇവിടെയുള്ള എല്ലാവരേയും പോലെ വലിയ പൊങ്ങച്ചക്കാരനാണ്. ഒരുപക്ഷേ എനിക്കും അതേ സ്വഭാവം തന്നെയാണ്.... നിങ്ങൾക്ക് എന്നെ തികച്ചും ഇഷ്ടമായില്ലല്ലോ?"

അവളുടെ അവസാനത്തെ ചോദ്യം കേട്ടപാടെ മറുപടിയായി കെ അവളെ ചുറ്റിപ്പിടിച്ച് തന്നിലേക്കു ചേർത്തു. അവൾ എതിരൊന്നും പറഞ്ഞില്ല. അയാളുടെ തോളിൽ തലചായ്ച്ചു നിന്നു.

"എന്താണ് ഇദ്ദേഹത്തിന്റെ റാങ്ക്? "കെ ചോദിച്ചു.

"മജിസ്ട്രേറ്റ്" കെ യുടെ വിരലുകളിൽ താളംപിടിച്ചുകൊണ്ട് അവൾ പറഞ്ഞു. അയാൾ എപ്പോഴും അവളെ ചുറ്റിപ്പിടിച്ചിരിക്കുകയായിരുന്നു.

"വീണ്ടുമൊരു മജിസ്ട്രേറ്റ്." നിരാശയിലെന്നപോലെ കെ പറഞ്ഞു. "ഉയർന്ന ഉദ്യോഗസ്ഥരൊക്കെ ഒളിച്ചിരിക്കുകയാണെന്നു തോന്നുന്നു. പക്ഷേ ഇദ്ദേഹം ഒരു സിംഹാസനത്തിലാണല്ലോ ഇരിക്കുന്നത്."

"ഉണ്ടാക്കിപ്പറയുന്നതല്ലേ ഇതൊക്കെ." അയാളുടെ കൈകളിൽ മുഖം ചേർത്തുകൊണ്ട് ലേനി പറഞ്ഞു. "യഥാർത്ഥത്തിൽ അദ്ദേഹം ഒരു അടുക്കളക്കസേരയിലാണിരിക്കുന്നത്. ഇരിക്കാൻ മടക്കിയിട്ടിരിക്കുന്ന ആ തുണി വലിയതൊന്നുമല്ല. നിങ്ങൾ എപ്പോഴും നിങ്ങളുടെ കേസിനെക്കുറിച്ച് ആലോചിക്കുന്നതുപോലാകണോ?"

"ഏയ്, ഒരിക്കലും അല്ലേയല്ല." ഞാനെപ്പോഴും എന്റെ കേസിനെ

ക്കുറിച്ച് വളരെ കുറച്ചു മാത്രമേ ആലോചിക്കുന്നുള്ളൂ." കെ പറഞ്ഞു.

"പക്ഷേ നിങ്ങൾക്കു പറ്റിയ കുഴപ്പം അതല്ല" ലേനി പറഞ്ഞു. "നിങ്ങൾ വല്ലാത്ത നിർബ്ബന്ധബുദ്ധിക്കാരനാണെന്നാണ് ഞാനറിഞ്ഞത്."

"അങ്ങനെയാരു പറഞ്ഞു?"കെ ചോദിച്ചു.

അവളുടെ ശരീരം തന്റെ നെഞ്ചോടു ചേരുന്നത് അയാളറിഞ്ഞു അവളുടെ പിന്നിയിട്ട തഴച്ചു വളർന്നിറങ്ങിയ കറുത്ത തലമുടിയെ അയാൾ നോക്കിയിരുന്നു.

"അക്കാര്യം പറഞ്ഞാൽ വലിയൊരു രഹസ്യം ഞാൻ വെളിവാക്കുന്നതുപോലെയാകും." ലേനി പറഞ്ഞു. "എന്നോടു പേരുകളൊന്നും ചോദിക്കരുത്. ഞാൻ പറയുന്നത് ഹൃദയം കൊണ്ടു കേൾക്കണം. ഭാവിയിലെങ്കിലും ഇത്രയും നിർബ്ബന്ധബുദ്ധി കാണിക്കരുത്. കോടതിക്കു മുന്നിൽ ഒരുവിധത്തിലും വാദിച്ചുനില്ക്കാൻ നിങ്ങൾക്കാവില്ല. കുറ്റം സമ്മതിക്കാതെ രക്ഷയില്ല. അവരിൽ നിന്നും നിങ്ങൾക്കു രക്ഷപ്പെടണമെങ്കിൽ സാധിക്കുന്നത്ര എളുപ്പത്തിൽ കുറ്റം ഏറ്റുപറയുക. നിങ്ങൾക്ക് അപ്പോഴൊക്കെ പരസഹായം വേണ്ടി വരുന്നുണ്ടാകും. അതിനെക്കുറിച്ച് ആലോചിച്ച് നിങ്ങൾ തലപുണ്ണാക്കേണ്ട. ഞാൻ തന്നെ നിങ്ങളെ സഹായിക്കാം."

"ഈ കോടതിയെക്കുറിച്ചും അതിനുള്ളിൽ നടക്കുന്ന സങ്കീർണ്ണതകളെക്കുറിച്ചും നിനക്ക് അറിയാമല്ലോ!! അവൾ അയാളെ വല്ലാതെ അമർത്തിച്ചാരിത്തുടങ്ങിയപ്പോൾ, അയാൾ അവളെ പൊക്കിയെടുത്ത് മടിയിൽ കയറ്റിയിരുത്തി.

"ഇതാണ് നല്ലത്" എന്നു പറഞ്ഞുകണ്ട് അവൾ കാലുകളൊതുക്കി പാവാട ക്രമത്തിനു വച്ചു. ബ്ലൗസ് ശരിക്കു പിടിച്ചു വലിച്ചിട്ടു. തുടർന്ന് അയാളുടെ കഴുത്തിൽ കൈചുറ്റിപ്പിടിച്ച്, തല പിന്നിലേക്കു മലർത്തി ഇമവെട്ടാതെ അയാളെത്തന്നെ നോക്കിയിരുന്നു; വളരെ നേരം!

"ഞാൻ കുറ്റം സമ്മതിച്ചില്ലെങ്കിൽ നിനക്കെന്നെ സഹായിക്കാൻ പറ്റില്ലേ?" അവളെ ഒന്നുപരീക്ഷിക്കാനെന്നോണം അയാൾ ചോദിച്ചു.

താൻ എപ്പോഴും സഹായികളെ ഒപ്പിക്കുന്നത് സ്ത്രീകളിൽ നിന്നാണെന്ന വസ്തുത അയാൾ അതിശയത്തോടെ ചിന്തിച്ചുപോയി. ആദ്യം ഫ്രൗളിൻ ബ്രൂസ്റ്റനർ. പിന്നെ കോടതി ശിപായിയുടെ ഭാര്യ. ഇപ്പോഴിതാ ഈ വേലക്കാരി പെണ്ണും. ഈ സുന്ദരിക്കോതയ്ക്ക് തന്നോട് എന്തോ ഒരുതരം വിവരിക്കാനാവാത്ത ഒരാകർഷണം ഉണ്ടെന്നും തോന്നുന്നു. അവൾ തന്റെ മടിയിലാണല്ലോ ഇരിക്കുന്നത്; അവൾക്ക് ഇരിക്കേണ്ട ഇടം അതുതന്നെയാണെന്നാണ് അവളുടെ വിചാരം.

സാവകാശം തലയാട്ടിക്കൊണ്ട് ലേനി പറഞ്ഞു, "ഇല്ല.... അങ്ങനെ ചെയ്തില്ലെങ്കിൽ നിങ്ങളെ എനിക്കു സഹായിക്കാനും പറ്റില്ല. പക്ഷേ എന്റെ സഹായം നിങ്ങൾക്കു വേണമെന്നും തോന്നുന്നില്ല. അത് നിങ്ങൾക്കൊരു വിഷയമേ അല്ല. നിങ്ങൾ വളരെയധികം കടുംപിടിത്തക്കാരനാണ്. നിങ്ങളോടു ഒന്നും പറഞ്ഞിട്ടുകാര്യമില്ല; നിങ്ങൾ വിശ്വസി

ക്കില്ല."

അല്പം നിശ്ശബ്ദതയ്ക്കുശേഷം അവൾ ചോദിച്ചു. "നിങ്ങൾക്ക് ഏതെങ്കിലും പ്രേമഭാജനം ഉണ്ടോ?"

"ഇല്ല." കെ പറഞ്ഞു.

"ഉണ്ട്. നിങ്ങൾക്കുണ്ട്." അവൾ പറഞ്ഞു.

"ശരി, എന്നാൽ ഉണ്ട്." കെ പറഞ്ഞു. "അവളുടെ ഫോട്ടോയും പോക്കറ്റിൽ ഒളിപ്പിച്ചുകൊണ്ട് അങ്ങനെ ഒരുവളില്ലെന്ന് ഞാൻ കള്ളം പറഞ്ഞൂയെന്നു കരുതിക്കോളൂ."

ആ ഫോട്ടോയൊന്നു കാണാൻ വേണ്ടി അവൾ ആഗ്രഹം പ്രകടിപ്പിച്ചപ്പോൾ അയാൾ എൽസയുടെ ഫോട്ടോ കാണിച്ചുകൊടുത്തു.

അയാളുടെ മടിയിൽത്തന്നെ ഇരുന്നുകൊണ്ട് അവൾ ആ ഫോട്ടോയെ സസൂക്ഷ്മം നോക്കി. മദ്യഷോപ്പിൽ അവൾ സാധാരണ ആടാറുള്ള പാവാടയിട്ടുകൊണ്ടുള്ള ഒരു നൃത്തത്തിന്റെ അവസാനഭാഗത്തുവച്ചെടുത്ത ഒരു ഫോട്ടോയായിരുന്നു അത്. ഒരു ഫാൻ കറങ്ങുന്നതുപോലെ ആ പാവാട ഇപ്പോഴും അവൾക്കു ചുറ്റും കറങ്ങുന്നതുപോലെ അയാൾക്കു തോന്നി. ഉറച്ച അരക്കെട്ടിൽ കൈയും കുത്തി, തലചരിച്ച് തോളിനുമുകളിലൂടെ ആരെയോ അവൾ നോക്കുന്ന ചിത്രമായിരുന്നു അത്. ആരെയാണെന്ന് അറിയാൻ അയാളുടെ ചിത്രം ഫോട്ടോയിൽ ഉണ്ടായിരുന്നില്ല.

"ഇവൾ വളരെ മുറുക്കിയാണല്ലോ പാവാട കെട്ടിയിരിക്കുന്നത്." ലേനി പറഞ്ഞു. എവിടെയാണ് മുറുകിയിരിക്കുന്നതെന്ന് അവൾ തൊട്ടു കാണിക്കുകയും ചെയ്തു.

"എനിക്കിവളെ അത്രയ്ക്കു പിടിച്ചില്ല. ഇവൾ പരുക്കൻ സ്വഭാവക്കാരിയും പ്രാകൃതയുമാണ്. ഒരു പക്ഷേ നിങ്ങളോട് സൗമ്യയും കാരുണ്യമുള്ളവളും ആയേക്കാം. ഫോട്ടോഗ്രാഫ് കണ്ടാൽ ആരും അങ്ങനെ തന്നെ പറയും. ഇതുപോലുള്ള വണ്ണമുള്ള ശക്തരായ ഇത്തരം സ്ത്രീകൾക്ക് പലപ്പോഴും സൗമ്യമാകാൻ പറ്റത്തില്ല. പക്ഷേ നിങ്ങൾക്കുവേണ്ടി എന്തു ത്യാഗവും ചെയ്യാൻ അവൾ തയ്യാറാകുമോ?" ലേനി ചോദിച്ചു.

"ഇല്ല". കെ പറഞ്ഞു. "അവൾ സൗമ്യതയുള്ളവളോ കാരുണ്യമുള്ളവളോ അല്ല. എനിക്കുവേണ്ടി ത്യാഗം ചെയ്യാൻ അവൾ തയ്യാറാവുകയും ഇല്ല. ഇതുവരെ ഞാനവളോടു അക്കാര്യങ്ങൾ ഒന്നും ആവശ്യപ്പെട്ടിട്ടുമില്ല. സത്യംപറഞ്ഞാൽ നീ ചെയ്തതുപോലെ ഞാൻ ഈ ഫോട്ടോയെ അത്രമാത്രം പഠിച്ചതുമില്ല."

"അതായത് അവൾ നിങ്ങൾക്ക് അത്രയ്ക്കൊന്നുമല്ലെന്നാണോ?" ലേനി ചോദിച്ചു. "അവൾ നിങ്ങളുടെ പ്രേമഭാജനവുമല്ല?"

"ഓ അതെ....പിന്നെ ഞാൻ പറഞ്ഞതൊന്നും തിരിച്ചെടുക്കാൻ പോകുന്നില്ല" കെ പറഞ്ഞു.

"അപ്പോൾ അവൾ നിങ്ങളുടെ പ്രേമഭാജനമാണെന്നു സമ്മതിച്ചു."

ലേനി പറഞ്ഞു. "അവൾ എപ്പോഴും നിങ്ങളുടേതായിരിക്കും. അതേസമയം അവൾ നിങ്ങളെ വിട്ടാലോ അഥവാ അവളെ മറ്റൊരാളുമായി പകരം വച്ചാലോ – ഉദാഹരണമായി ഞാനുമായി; അതുകൊണ്ട് വലിയ കുഴപ്പമൊന്നും ഉണ്ടാകില്ലല്ലോ."

"അതില്ല." ചിരിച്ചുകൊണ്ട് അയാൾ പറഞ്ഞു. "അങ്ങനെ സംഭവിക്കാവുന്നതല്ലേയുള്ളൂ. പക്ഷേ നിന്നെ അപേക്ഷിച്ച് അവൾക്കുള്ള വലിയൊരു ഗുണമെന്നത്, ഈ കേസിനെക്കുറിച്ച് അവൾക്ക് യാതൊന്നും അറിയില്ലായെന്നതിലാണ്. ഇനി ഒരുപക്ഷേ അറിഞ്ഞാൽത്തന്നെ കാര്യമായിട്ടൊന്നും അവളതിനെക്കാണില്ല. എന്റെമേൽ അനാവശ്യമായി കയറുകയുമില്ല."

"അതൊരു വലിയ ഗുണമൊന്നുമല്ല." ലേനി പറഞ്ഞു. "ആ ഒരു ഗുണമേ ആകപ്പാടെ അവൾക്കുള്ളൂവെങ്കിൽ എനിക്ക് ഭയപ്പെടേണ്ടതില്ല. അവൾക്ക് എന്തെങ്കിലും ശാരീരികവൈകല്യമുണ്ടോ?"

"ശാരീരികവൈകല്യമോ?" കെ ചോദിച്ചു.

"അതെ." ലേനി പറഞ്ഞു. "നോക്കൂ ചെറുതായി എനിക്കുള്ള മാതിരി."

അവൾ തന്റെ വലതുകൈ നീട്ടിക്കാണിച്ചുകൊടുത്തു. മദ്ധ്യത്തെ രണ്ടുവിരലുകളിലെ ചർമ്മം മുകളിലെ ജോയിന്റുവരെ എത്തിയിരുന്നു. വിരലുകൾ ചെറുതുമായിരുന്നു.

അവൾ കാണിച്ചുകൊടുത്തത് ഈ ഇരുട്ടിൽ അയാൾക്കൊന്നും മനസ്സിലായില്ല. അതിനാൽ അവൾ അയാളുടെ കൈപിടിച്ച് തന്റെ കൈയിലെ വൈകല്യം തൊട്ടുകാണിച്ചു.

"പ്രകൃതിയുടെ ഓരോ വികൃതി!" കെ പറഞ്ഞു. അവളുടെ കൈ മുഴുവൻ പരതിയശേഷം അയാൾ തുടർന്നു പറഞ്ഞു. "എത്ര മനോഹരമായിരിക്കുന്നു; കുഞ്ഞു നഖങ്ങൾ!"

"ഓ!" അവൾ അപ്പോൾ ഉറക്കെപ്പറഞ്ഞു. "നിങ്ങളെന്നെ ചുംബിച്ചു."

അവൾ വാരിപ്പിടിച്ചെഴുന്നേറ്റ് അയാളുടെ മടിയിൽ മുട്ടുകുത്തി നിന്നു. തുറന്നു വച്ച അവളുടെ വായിൽ നിന്നും, കുരുമുളകിന്റേതുപോലുള്ള എന്തായൊരു രൂക്ഷഗന്ധം അയാളറിഞ്ഞു. അയാൾ അവളെ എന്തുചെയ്യണമെന്നറിയാതെ മിഴിച്ചിരുന്നു.

അവൾ അയാളുടെ തലയിൽ പിടിച്ചു വലിച്ചുകൊണ്ട് തന്നിലേക്കടുപ്പിച്ചു. അയാളുടെ കഴുത്തിൽ ചുംബിക്കുകയും കടിക്കുകയും ചെയ്തു അവൾ; അയാളുടെ തലമുടി അവൾ പല്ലുകൾ കൊണ്ടുരച്ചു.

"അവളെ മാറ്റിയശേഷം നിങ്ങൾ എന്നെയെടുത്തു". അവൾ ഇടയ്ക്കിടെ ഉറക്കെ പറഞ്ഞുകൊണ്ടിരുന്നു."അവസാനം അവളെ മാറ്റിയശേഷം നിങ്ങൾ എന്നെയെടുത്തല്ലോ".

തുടർന്ന് അവളുടെ മുട്ടുകൾ വഴുതി. ഇടറിയ ഒച്ചയോടെ അവൾ പരവതാനിയിലേക്കു വീണു. അവളെ ഉയർത്തിയെടുക്കാനായി അയാൾ

കൈകൾകൊണ്ട് അവളെ ചുറ്റിപ്പിടിച്ചു. പക്ഷേ രണ്ടുപേരും കൂടി താഴെ വീണു. "നിങ്ങളിപ്പോൾ എന്റേതാണ്." അവൾ പറഞ്ഞു.

"ഇതാ വാതിലിന്റെ താക്കോൽ. എപ്പോൾ വേണമെങ്കിലും വരാം." അവസാനം അവൾ പറഞ്ഞു. അവളെ വിട്ടുപോരുമ്പോൾ അയാൾ നല്കിയ ചുംബനം സ്ഥാനം മാറി അവളുടെ തോളിലായിപ്പോയി.

പുറത്ത് നടപ്പാതയിലേക്കിറങ്ങുമ്പോൾ ചാറ്റമഴയുണ്ടായിരുന്നു. തെരുവിന്റെ നടുവിൽ ചെന്നശേഷം അവളെ അവസാനമായി ഒന്നുകൂടി നോക്കാം എന്നുകരുതി അയാൾ വന്നു. ജനാലയ്ക്കു പിന്നിൽ അവളുണ്ടാകുമെന്ന് അയാൾ ചിന്തിച്ചു. ചിന്തയിൽ മുഴുകി നടന്നതിനാൽ വീടിന്റെ മുന്നിൽ നിർത്തിയിട്ടിരുന്ന കാർ അയാൾ ശ്രദ്ധിച്ചതേയില്ല.

കാറിൽ നിന്നും അയാളുടെ അമ്മാവൻ ചാടിയിറങ്ങി. കെ യുടെ കൈകൾ കൂട്ടിപ്പിടിച്ചു വലിച്ചുകൊണ്ട് ആണിയടിച്ചു നിർത്താനെന്നതു പോലെ വീടിന്റെ വാതിലിന്റെ മുന്നിൽ കൊണ്ടു നിർത്തി.

"പയ്യൻ!" അമ്മാവൻ അലറി. "നിനക്കതെങ്ങനെ ചെയ്യാൻ കഴിഞ്ഞു? നീ എന്റെ കേസിനെ കൊണ്ടുപോയി നശിപ്പിച്ചു. ആ കേസ് ഒന്നു ഒത്തു വന്നതായിരുന്നു. നീ ആ തേവിടിശ്ശിയുമായി രഹസ്യമായി ഒളിച്ചു പോയിരിക്കുന്നു. അവളെ ആ വക്കീൽ ഉറപ്പായും കൊണ്ടു നടക്കുന്നതാവണം. നീ മണിക്കൂറുകളോളം അവളോടൊപ്പം ആയിരുന്നു. നിനക്ക് ഒരു സ്വബോധവുമില്ലല്ലോ. ഒന്നും ഒളിപ്പിക്കാതെ തികച്ചും പരസ്യമായിത്തന്നെ ഇവിടെ നിന്നും പോയി അവളോടൊപ്പം ഇരുന്നു. അന്നേരം മുഴുവൻ ഞങ്ങൾ മൂന്നുപേർ ഇവിടെയിരിക്കുകയായിരുന്നില്ലേ. നിനക്കു വേണ്ടി പരമാവധി എന്തും ചെയ്യാൻ തയ്യാറായി വന്ന നിന്റെ ഈ അമ്മാവൻ, നിന്റെ വശത്തേക്ക് ഒപ്പിച്ചെടുക്കേണ്ട ആ വക്കീൽ, പിന്നെ ഇപ്പോഴത്തെ പരിസ്ഥിതിയിൽ എല്ലാംകൊണ്ടും നിന്റെ കേസിന്റെ മേൽ പൂർണ്ണ നിയന്ത്രണമുള്ള നല്ലവനായ ആ മുതിർന്ന ക്ലാർക്ക്. നിന്നെ രക്ഷിക്കാനുള്ള മാർഗ്ഗങ്ങളെക്കുറിച്ച് ചർച്ച ചെയ്തിരിക്കുകയായിരുന്നു ഞങ്ങൾ. ആ വക്കീലിനെ എനിക്കു ബുദ്ധിപൂർവ്വം വശത്താക്കണമായിരുന്നു. അതുപോലെ തന്നെ ആ മുഖ്യക്ലാർക്കിനേയും. എല്ലാംകൊണ്ടും എനിക്ക് സഹായിയായിരിക്കേണ്ടത് നീയാണെന്ന് ആർക്കാണറിഞ്ഞുകൂടാത്തത്. പകരം നീ ഇവിടെനിന്നും ഇറങ്ങിപ്പോയി. നീ എത്ര നേരമാണ് അവിടെ ചെന്നിരുന്നതെന്ന് എല്ലാവർക്കും അറിയാം. കൂടെയുണ്ടായിരുന്ന ആ രണ്ടുപേരും മാന്യന്മാരായിരുന്നതുകൊണ്ട് കൊള്ളാം; അവർ മിണ്ടാതിരുന്നു. ഒന്നും സംസാരിക്കാതെയും നീ മടങ്ങിവരുന്നത് ശ്രദ്ധിച്ചും ഞങ്ങളിരുന്നു. എല്ലാം വെറുതെയായി. അവസാനം ഉദ്ദേശിച്ചിരുന്നതിനേക്കാൾ കൂടുതൽ നേരം അവിടെയിരുന്നതിനാൽ മുഖ്യക്ലാർക്ക് എഴുന്നേറ്റ് യാത്ര പറഞ്ഞുപോയി. സഹായിക്കാൻ പറ്റാത്തതിനാൽ അയാൾക്ക് യഥാർത്ഥത്തിൽ എന്നോടു ഖേദം തോന്നിയിരുന്നു.

അയാളുടെ കാരുണ്യം അസാധാരണമായിരുന്നു. അയാൾ അവിടെനിന്നും പോകുന്നതിനുമുമ്പ് വീണ്ടും കുറേനേരം വാതിൽക്കൽത്തന്നെ

നിന്നെ കാത്തുനിന്നു. അയാൾ പോയശേഷമാണ് എനിക്ക് അല്പം സന്തോഷമുണ്ടായത്. അതുവരെ എനിക്ക് നേരെചൊവ്വേ ശ്വാസംവിടാൻ പോലും പറ്റിയിരുന്നില്ലെന്ന് നിനക്ക് അറിയാമോ. പാവം ആ വക്കീലിന്റെ കാര്യം; അതാണ് കൂടുതൽ കഷ്ടമായത്. ഞാൻ അവിടെനിന്നും ഇറങ്ങിയപ്പോൾ ഒന്നുമിണ്ടാൻ പോലും അയാൾക്കായില്ല. അയാളെ ഒന്നുകൂടി തകർക്കാൻ നീ പറ്റുന്നതൊക്കെ ചെയ്തിട്ടാണല്ലോ പോന്നത്; നിനക്ക് ആകപ്പാടെ ആശ്രയമായിരുന്ന അയാളുടെ മരണത്തിലേക്ക് നീ എത്ര പെട്ടെന്നാണ് അയാളെ കൊണ്ടെത്തിച്ചത്. പിന്നെ നിന്റെ അമ്മാവനായ എന്നെ എത്രനേരമാണ് ഈ മഴയത്ത് നീ കാത്തുനിർത്തിച്ചത്. ഞാൻ ദേഹമാസകലം നനഞ്ഞിരിക്കുന്നത് കണ്ടില്ലേ; ഒന്നു തൊട്ടുനോക്കൂ."

വക്കീൽ - വ്യവസായി-
ചിത്രകാരൻ

മഞ്ഞുകാലത്തെ ഒരു പ്രഭാതം.

ജനാലയ്ക്കു വെളിയിൽ മഞ്ഞുവീണ് മൂടിക്കെട്ടിക്കിടന്നിരുന്നു.

കെ ഓഫീസിൽ ഇരിക്കുകയായിരുന്നു. വളറെ നേരത്തേയായിരുന്നിട്ടും അയാൾ ആകെ തളർന്നവനായിരുന്നു. തന്റെ കീഴ്ജീവനക്കാരിൽ നിന്നെങ്കിലും മോചനം കിട്ടാനായി, ആരെയും അകത്തുകടത്തിവിടരുതെന്ന് അയാൾ ക്ലാർക്കിനോടു പ്രത്യേകിച്ചു പറഞ്ഞിരുന്നു; തനിക്കു പ്രധാനപ്പെട്ട ചില ജോലികൾ ചെയ്യാനുണ്ടായിരുന്നു. അയാളുടെ ക്ഷമാപണം.

പക്ഷേ, ജോലി ചെയ്യുന്നതിനു പകരം അയാൾ കസേരയിൽ ചെന്നിരുന്ന് തിരിയുകയും ചരിയുകയും ചെയ്തുകൊണ്ടിരുന്നു. മേശപ്പുറത്തു കിടന്ന വസ്തുക്കളെ അലസമായി പുനഃക്രമീകരിച്ചും, പിന്നെ താനെന്താണ് ചെയ്യുന്നതെന്നതിനെക്കുറിച്ച് യാതൊരു ബോധവുമില്ലാതെ കൈകൾ നീട്ടിയും നിവർത്തിയും ഇരുന്ന അയാൾ അവസാനം മേശപ്പുറത്ത് തല കുനിച്ചുവച്ച് നിശ്ചലനായി ഇരുന്നു.

തന്റെ ന്യായവിചാരണയെക്കുറിച്ചുള്ള ചിന്ത അപ്പോഴും അയാളെ വിട്ടുമാറാതിരുന്നു. തന്റെ ഭാഗത്തെ ന്യായം വിവരിച്ചതുകൊണ്ട് ഒരു ഹർജി തയ്യാറാക്കി കോടതിയിൽ സമർപ്പിക്കുന്നത് നന്നായിരിക്കില്ലേയെന്ന് അയാൾ ആലോചിക്കാതിരുന്നില്ല. തന്റെ ന്യായ ഹർജിയിൽ തന്റെ ജീവിതത്തെക്കുറിച്ചൊരു വിവരണം നല്കണമായിരുന്നു. പ്രാധാന്യമുള്ള ഏതെങ്കിലും ഒരു കാര്യത്തെപ്പറ്റി വിവരിക്കേണ്ടിവരുമ്പോൾ എന്തുകൊണ്ടാണ് താനൊരിക്കൽ അങ്ങനെ പ്രവർത്തിച്ചതെന്നും, പിന്നീട് അതിനെ അംഗീകരിക്കുകയാണോ നിരാകരിക്കുകയാണോ ചെയ്തതെന്നും അതി

നുള്ള കാരണവും താൻ അതിൽ പറയണം. വിദഗ്ദ്ധനായ ഒരു വക്കീലിനെക്കൊണ്ട് വാദിപ്പിക്കുന്നതിനേക്കാൾ കൂടുതൽ മേന്മ എന്തുകൊണ്ടും എഴുതിത്തയ്യാറാക്കുന്ന ഹർജിയിൽ ഉണ്ടാകുമെന്ന് അയാൾ വിശ്വസിച്ചു.

തന്റെ കേസിന്റെ കാര്യത്തിൽ വക്കീൽ എന്താണു ചെയ്യുന്നതെന്നതിനെപ്പറ്റി കെ യ്ക്കു യാതൊരു നിശ്ചയവും ഇല്ലായിരുന്നു. ഇതുവരെയും കാര്യമായിട്ട് ഒന്നും അയാൾ ചെയ്തിട്ടുണ്ടാവില്ലെന്നത് തികച്ചും ഉറപ്പാണ്. കാരണം ഹുൾഡ് അയാളെ കാണണമെന്നു പറഞ്ഞിട്ടുതന്നെ മാസം ഒന്നായി. ആദ്യകാലങ്ങളിൽ നടത്തിയ കൂടിക്കാഴ്ചകളിൽ നിന്നും തനിക്കു വലിയ മെച്ചമൊന്നും ഉണ്ടാകാൻ പോകുന്നില്ലെന്ന വിചാരമാണ് അയാൾക്ക് ഉണ്ടായിരുന്നത്. കൃത്യമായിപ്പറഞ്ഞാൽ വക്കീൽ അയാളെ വിശദമായി ചോദ്യം ചെയ്തതുപോലുമില്ല. യഥാർത്ഥത്തിൽ എത്രയോ ചോദ്യങ്ങളുണ്ടായിരുന്നു. മുഖ്യം ചോദിക്കേണ്ട ചോദ്യങ്ങൾ ഏതൊക്കെയാണെന്ന് കണ്ടെത്തിപ്പറയാൻ തനിക്കുതന്നെ സാധിക്കുമെന്ന് കെ യ്ക്കറിയാം. ഈ വക്കീലാകട്ടെ ചോദ്യങ്ങൾ ചോദിക്കുന്നതിനു പകരം ഒന്നുകിൽ എല്ലാ സംസാരവും നടത്തുന്നു; അല്ലെങ്കിൽ ഒന്നും മിണ്ടാതെ തന്റെ മുന്നിലിരിക്കും; മേശയിലേക്കു അല്പം ചാഞ്ഞായിരിക്കും ഇരുപ്പ്. ഒരു പക്ഷേ, കേൾവിക്കുറവായതുകൊണ്ടാവും. താടിയിലെ ഒരു രോമം എപ്പോഴും വലിച്ചു പിടിക്കുന്നുണ്ടാകും. താൻ ലേനിയുമായിട്ട് കിടന്ന തറയിലെ അതേ പരവതാനിയിലേക്കായിരിക്കും അപ്പോൾ അയാളുടെ കണ്ണുകൾ എത്തുന്നത്. ഇടയ്ക്കിടയ്ക്ക് കുട്ടികൾക്കു നല്കുന്നമാതിരിയുള്ള ശൂന്യമായ ചില്ലറ ഉപദേശങ്ങൾ അയാൾ കെ യ്ക്കു നല്കുമായിരുന്നു; എല്ലാം മുഷിപ്പൻ കാര്യങ്ങൾ. അവസാനം കണക്കുതീർക്കുമ്പോൾ ഒരു നയാപൈസ കൊടുക്കാൻ പോലും കെ ആഗ്രഹിച്ചിരുന്നില്ല.

കെ യെ പരമാവധി തരം താഴ്ത്തിയെന്നു തോന്നിക്കഴിഞ്ഞാൽ പിന്നെ വക്കീൽ സാധാരണയായി ഒന്നു ഉൾപ്രേരിതനാകുന്നു. ഇമ്മാതിരിയുള്ള ഒട്ടേറെ കേസുകളിൽ താൻ പൂർണ്ണമായോ ഭാഗികമായോ വിജയിച്ചിട്ടുണ്ടെന്നും പറയും. ഈ കേസുമാതിരി അത്ര ദുഷ്കരമായിരുന്നില്ലെങ്കിൽക്കൂടി കേൾക്കുമ്പോൾ അവയ്ക്ക് ഒട്ടും പ്രതീക്ഷനല്കാനാവുമായിരുന്നില്ല. തന്റെ മേശവലിപ്പിനുള്ളിൽ അത്തരം കേസുകളുടെ ഒരു പട്ടിക തന്നെയുണ്ടെന്നു പറഞ്ഞുകൊണ്ട്, ഒരു മേശവലിപ്പിൽ അയാൾ തട്ടിക്കാണിക്കുകയും ചെയ്തു. പക്ഷേ, അതൊക്കെ ഓഫീസ് രഹസ്യമായതിനാൽ തല്ക്കാലം അതൊന്നും പുറത്തുകാണിക്കാനാവില്ലെന്നും അയാൾ പറഞ്ഞു.

ഇത്തരം കേസുകളിലൂടെ താൻ ആർജ്ജിച്ച ബൃഹത്തായ പരിജ്ഞാനം ഇപ്പോൾ കെ യ്ക്കു ഉപയോഗപ്പെടാൻ പോകുന്നെന്നും അയാൾ പറഞ്ഞു. താൻ കെ യുടെ കേസ് ഇതിനകം ആരംഭിച്ചുകഴിഞ്ഞെന്നും ഏറെക്കുറെ ആദ്യത്തെ ഹർജികൊടുക്കാൻ പാകത്തിനായിട്ടുണ്ടെന്നും

അയാൾ പറഞ്ഞു. ആ ഹർജിയാണ് പ്രധാനം. കാരണം പ്രതിഭാഗം സൃഷ്ടിക്കുന്ന ആദ്യമികവാണ് പിന്നീട് കേസിന്റെ എല്ലാവിധ ഗതിയും നിർണ്ണയിക്കുന്നത്.

നിർഭാഗ്യമെന്നു പറയട്ടെ ഒരുകാര്യം തനിയ്ക്ക് കെ യോടു പറയേണ്ട കടമയായിട്ടുണ്ടെന്ന് വക്കീൽ തുടർന്നു പറഞ്ഞു. ആദ്യഹർജി കോടതി വായിക്കാനെടുത്തില്ലെന്നുവരും. മറ്റു കടലാസുകളോടൊപ്പം അതിനെ കെട്ടിവയ്ക്കും. കുറ്റവാളിയെ നിരീക്ഷിക്കുന്നതും ചോദ്യം ചെയ്യുന്നതുമാണ് ആദ്യമേ വേണ്ടതെന്ന് കോടതി ഒപ്പം പറഞ്ഞു. ഇനി ഒരു പക്ഷേ പരാതിക്കാരൻ നിർബ്ബന്ധിച്ചാൽത്തന്നെ, അവസാന തീരുമാനമെടുക്കുന്നതിനുമുമ്പ് കേസുമായി ബന്ധമുള്ള സർവ്വരേഖകളും സൂക്ഷ്മമായി പരിശോധിക്കുന്നതായിരിക്കുമെന്ന് കോടതി പ്രസ്താവിക്കും. പ്രാഥമികഹർജിയും ഒപ്പം പരിശോധിക്കുന്നതായിരിക്കും. പക്ഷേ നിർഭാഗ്യമെന്നു പറയട്ടെ പല കേസുകളിലും അതു നേരാവണമെന്നില്ല. പ്രാഥമികഹർജി മാറ്റിവെയ്ക്കപ്പെടുകയോ അതിനകം നഷ്ടപ്പെട്ടുപോകുകയോ ചെയ്തെന്നു വരാം. അഥവാ സൂക്ഷിച്ചുവച്ചാൽത്തന്നെ ആരും വായിക്കാൻ പോലും പോകുന്നില്ല. കേൾക്കുന്നതൊക്കെ കെട്ടുകഥകളാണ്.... എല്ലാം വളരെ ഖേദകരമാണ്. പക്ഷേ, എല്ലാത്തിനും ന്യായീകരണമില്ലാതില്ല.

കോടതി നടപടികൾ പരസ്യമല്ലായെന്ന് കെ ഓർക്കേണ്ടതുണ്ട്. എന്നാൽ അതൊരു ആവശ്യമാണെന്ന് കോടതിക്ക് ബോദ്ധ്യപ്പെട്ടാൽ അതൊക്കെ പരസ്യമാക്കുന്നതാണ്. എന്നാൽ അങ്ങനെ പരസ്യമാക്കണമെന്ന് നിയമം അനുശാസിക്കുന്നതേയില്ല. ഇക്കാരണത്താൽ എന്തുകുറ്റമാണ് പ്രതിക്കുമേൽ ചുമത്തിയതെന്ന് പ്രതിക്കോ അയാളുടെ വക്കീലിനോ തന്നെ സാധാരണയായി അറിയാനാവുന്നതല്ല. സംഗതികൾ ഈ വിധത്തിലായതിനാൽ ആദ്യത്തെ ഹർജിയിൽ എന്തൊക്കെയാണ് പറയേണ്ടതെന്നതിനെക്കുറിച്ച് ഒരു വ്യക്തതയും ഉണ്ടാവുകയില്ല. ഒരുപക്ഷേ എന്തെങ്കിലും അറിഞ്ഞാൽ തന്നെ അതെത്രമാത്രം സൂക്ഷ്മമാവണമെന്നുമില്ല. അതിനാൽ നിങ്ങളുടെ പ്രഥമഹർജിയിൽ കേസിലുള്ള എന്തെങ്കിലും പ്രസക്തമായ കാര്യവും വന്നുപെട്ടാൽ, യാദൃച്ഛികമായി അങ്ങനെ സംഭവിച്ചുവെന്ന് കരുതാനേയുള്ളൂ. ചുമത്തപ്പെട്ട കുറ്റവും അതിനാധാരമായ തെളിവുകളും ഏതൊക്കെയാണെന്ന് കുറെക്കൂടി വ്യക്തമായി വന്നാലേ അല്ലെങ്കിൽ വിസ്താരവേളയിൽ തെളിഞ്ഞുവരുന്ന സാഹചര്യത്തിൽ മാത്രമേ തികച്ചും വ്യക്തവും കാര്യകാരണസഹിതം വിവരിക്കുന്നതുമായ ഒരു എതിർവാദം തയ്യാറാക്കാൻ കഴിയുന്നത്.

വളരെ പ്രതികൂലവും ദുഷ്കരവുമായ അവസ്ഥയിലേക്ക് സാഹചര്യങ്ങൾ സ്വാഭാവികമായും വന്നുപെടുകയാണ്. ഇതു മനഃപൂർവ്വമാണ്. നിയമപരമായി പ്രതിഭാഗം എന്നൊരുകാര്യം നിലവിലില്ല. പിന്നങ്ങനെ

ഒന്നു സമ്മതിക്കുന്നുവെന്നേയുള്ളൂ. അങ്ങനെ ഒരു പ്രതിഭാഗത്തെ അനുവദിക്കാമോ എന്നതിനെക്കുറിച്ചും വ്യത്യസ്തമായ അഭിപ്രായം നിലവിലുണ്ട്. വളരെ കൃത്യമായി പറയുകയാണെങ്കിൽ ഒരു വക്കീലിനേയും കോടതി അംഗീകരിച്ചിട്ടില്ല. പക്ഷേ, ഇന്ന് കോടതിയിൽ വരുന്നവരെല്ലാം തഞ്ചത്തിലും നയത്തിലും വരുന്നവരാണ്. അത് സ്വാഭാവികമായും ആ തൊഴിലിന്റെ അന്തസ്സിനെ തകർക്കുന്നുണ്ട്.

അടുത്തതവണ കോടതിയിൽ പോകുമ്പോൾ വക്കീലന്മാരുടെ മുറി ഒന്നു കയറിക്കാണണം. ജീവിതത്തിൽ ഒരിക്കലെങ്കിലും അവിടം കണ്ടിട്ടുണ്ടെന്നു പറയാമല്ലോ. അവിടെ കൂടിയിരിക്കുന്നവർ ഏതു തരക്കാരാണെന്നറിയുമ്പോൾ കൈ യ്ക്കു ഞെട്ടലുണ്ടായെന്നും വരാം. ചെറുതും ഉയരം കുറഞ്ഞതുമായ ആ മുറി കാണുമ്പോൾത്തന്നെ അവരോടു കോടതിക്കുള്ള അവജ്ഞ മനസ്സിലാകും. മുറിയിലാകട്ടെ ആകാശവെട്ടം മാത്രം കിട്ടും. അതിനായി വളരെ ഉയരത്തിൽ ഒരു കിളിവാതിലാണുള്ളത്. അതുവഴി പുറത്തേക്കു ഒന്നു നോക്കണമെങ്കിൽ ഏതെങ്കിലും ഒരു സഹപ്രവർത്തകന്റെ ചുമലിൽ കയറേണ്ടിവരും. അപ്പോൾത്തന്നെ തൊട്ടടുത്തുള്ള ചിമ്മിനിയിൽ നിന്നുള്ള പുക നിങ്ങളുടെ മൂക്കിൽകയറുകയും നിങ്ങളുടെ മുഖം കരികൊണ്ടു നിറയുകയും ചെയ്യും. അകത്തെ സ്ഥലത്തെക്കുറിച്ചു ഒരുദാഹരണം മാത്രം പറയുകയാണ്. ഒരുവർഷം മുമ്പുണ്ടായ ഒരു കുഴിയുണ്ട് തറയിൽ. അതിലൂടെ മനുഷ്യരാരും വീഴുകയില്ല. പക്ഷേ ഒരുവന്റെ കാല് പൂർണ്ണമായും നേരെ കടത്താവുന്നത്ര വലിപ്പമുണ്ടതിന്.

മുകളിലത്തെ തട്ടിൻപുറത്താണ് വക്കീലൻമാരുടെ മുറി. നിങ്ങൾ കാൽതട്ടിയെങ്ങാൻ ആ കുഴിയിലേക്കു വീണാൽ, നിങ്ങളുടെ കാൽ താഴത്തെ തട്ടിൻപുറത്തു കാണാൻ പറ്റുന്ന രീതിയിൽ തൂങ്ങിക്കിടക്കുന്നുണ്ടാവാം. അതായത് കക്ഷികൾ വന്നു കാത്തിരിക്കുന്ന ഇടനാഴിക്കു നേരെ മുകളിലായിട്ട്. വളരെ അപമാനകരമാണെന്ന് വക്കീലന്മാർ ഇതു കാണുമ്പോൾ പറയാറുണ്ട്; അവരുടെ അഭിപ്രായം കൂടിപ്പോയിട്ടില്ലതന്നെ. അധികാരികൾക്കു പല പരാതികൾ നല്കിയിട്ടും ഒരു ഉപയോഗവും ഉണ്ടായിട്ടില്ല. എന്നാൽ സ്വന്തം ചെലവിൽ എന്തെങ്കിലും അറ്റകുറ്റപ്പണികളോ പുതുക്കിപ്പണിയലോ നടത്തണമെന്നുവച്ചാൽ അതിനും വക്കീലന്മാരുടെ വിലക്കുണ്ട്.

ഇത്തരം പെരുമാറ്റത്തിനുള്ള ന്യായീകരണങ്ങൾ അധികാരികളുടെ ഭാഗത്തുണ്ട്. പ്രതിഭാഗം വക്കീലന്മാരെ പരമാവധി ഒഴിവാക്കാനും സ്വന്തം നിലയിൽ തന്റെ ഭാഗം തെളിയിക്കുന്നതിനുള്ള ഉത്തരവാദിത്വം പ്രതിയിൽത്തന്നെ ചുമത്തുകയാണ് അവർ ഇതുവഴി ചെയ്യുന്നത്. അത് തെറ്റാണെന്നുമാത്രം പറയാനാകില്ല; ന്യായം തന്നെ. പക്ഷേ, ആ സമയത്ത് പ്രതിക്ക് വക്കീലിന്റെ ആവശ്യമില്ലായെന്നു പറയുന്നിടത്താണ് സംഗതികളുടെ കുഴപ്പം. മറിച്ചൊരു കാര്യം കൂടിയുണ്ട്; നിയമസഹായത്തിനുള്ള

വക്കീലന്മാർ ഈ കോടതിയിൽ മാത്രമേ ലഭിക്കുകയുള്ളൂ.

കോടതി നടപടികൾ പൊതുജനങ്ങൾ അറിയാതെ രഹസ്യ മായിട്ടാണ് നടത്തിയിരുന്നത്. പ്രതിപോലും അറിയുമായിരുന്നില്ല. പക്ഷേ ആ രഹസ്യസ്വഭാവം ഒരു പരിധിവരെ മാത്രം ആയിരുന്നു; എന്നാൽ ആ പരിധിയുടെ വ്യാപ്തി വിശാലമായിരുന്നു. കോടതി രേഖകൾ പരിശോ ധിക്കുന്നതിനുള്ള അവകാശം പ്രതിക്കുപോലും ലഭിച്ചിരുന്നില്ല. എന്നാൽ കോടതിവിസ്താരം നടക്കുമ്പോൾ ചോദിക്കുന്ന ചോദ്യത്തിനനുസരിച്ച് അക്കാര്യം ഊഹിച്ചെടുക്കാമെന്നു കരുതിയാലും അത് പ്രതിയെ സംബ ന്ധിച്ച് പ്രയാസമായിരിക്കും. കാരണം എല്ലാവിധ ഉൽക്കണ്ഠകളാലും മനഃസാന്നിദ്ധ്യം നഷ്ടപ്പെട്ട് ഇരിക്കുകയായിരിക്കും പ്രതി. യഥാർത്ഥ ത്തിൽ ഈ സമയത്താണ് അയാൾക്ക് ഒരു വക്കീലിനെ വേണ്ടിവരുന്നതും.

സാധാരണയായി വിസ്താരസമയത്ത് പ്രതിഭാഗം വക്കീലന്മാർക്ക് കോടതിയിൽ കയറിവരാൻ അനുവാദമില്ല. അതിനാൽ വിസ്താരം കഴി ഞ്ഞയുടനെ പ്രതിയെ അയാൾ വിസ്തരിക്കേണ്ടിവരും; പറ്റുമെങ്കിൽ ന്യായവിചാരമുറിയുടെ വാതില്ക്കൽവച്ചുതന്നെ വേണ്ടിവരും. എങ്കിലേ അതുവരെ സംഭവിച്ച വിസ്താരത്തെക്കുറിച്ച് പ്രതിഭാഗം വക്കീലിന് അറി യാനാകൂ. അപ്രകാരം സാധാരണ ലഭിക്കുന്ന അവ്യക്തവും അപൂർണ്ണ വുമായ വിവരങ്ങളിൽ നിന്നാണ് തന്റെ ഭാഗം അയാൾ സംസാരിക്കു ന്നതും.

പക്ഷേ, അതായിരുന്നില്ല പ്രധാന കാര്യം; കാരണം ആ വിധത്തിൽ ഒരാൾക്ക് അധികമൊന്നും മനസ്സിലാക്കാൻ പറ്റില്ലല്ലോ. പക്ഷെ എല്ലായി ടത്തെന്നതുപോലെ, കഴിവുള്ള ഒരാളിന് പരമാവധി വിവരം കിട്ടുമെന്നു ള്ളതാണ്. ഇവയേക്കാൾ ഏറ്റവും പ്രധാനപ്പെട്ട ഒന്നുണ്ട്. കോടതിയിലെ മറ്റു വക്കീലന്മാരുമായുള്ള വ്യക്തിബന്ധം കൂടുതൽ വിവരങ്ങൾ അറി യാൻ സഹായകമാകുന്നു. പ്രതിഭാഗം വക്കീലിന്റെ വില അവിടെയാണ് കാണുന്നത്.

ഇപ്പോൾ അനുഭവം കൊണ്ട് കെ ചില കാര്യങ്ങൾ മനസ്സിലാക്കിയി ട്ടുണ്ട്. കോടതി വ്യവസ്ഥിതിയുടെ താഴത്തെ നിര ഒരുതരത്തിലും പരി പൂർണ്ണമല്ലെന്നും, പണം കൊടുത്താൽ പുറകേവരുന്ന അഴിമതിക്കാരായ അനേകം ഉദ്യോഗസ്ഥരുണ്ടെന്നും അയാൾക്കറിയാം. അക്കാരണത്താൽ നിയമവ്യവസ്ഥയിൽ ചില വിള്ളലുകൾ വീണിട്ടുണ്ട്. മിക്ക കുട്ടിവക്കീല ന്മാരും നുഴഞ്ഞുകയറുന്നതും കൈക്കൂലി വാങ്ങുന്നതും അപവാദങ്ങൾ കേൾക്കുന്നതും ഇതുവഴിയാണ്. കോടതിയിലെ രേഖകൾപോലും കട ത്തിക്കൊണ്ടുപോയ സംഭവങ്ങൾ മുൻകാലത്തുണ്ടായിട്ടുണ്ട്. തദ്വാരാ, ആശ്ചര്യപ്രദമാം വിധം അനുകൂലവിധികൾ നേടി പല പ്രതികൾക്കും താല്കാലികമായിട്ടെങ്കിലും രക്ഷപ്പെടാമെന്നായിരിക്കുകയാണ്. ഇളം വക്കീലന്മാർക്ക് പറഞ്ഞുനടക്കാനും പുതിയ ഇരകളെ ഒപ്പിക്കാനും ഇതി

ലൂടെ സാധിക്കുകയും ചെയ്യുന്നു.

പക്ഷേ, കേസിന്റെ തുടർഗതിയെ നിയന്ത്രിക്കാൻ ഈ വക്കീലന്മാർക്കാകുന്നില്ല. അതിനുകഴിഞ്ഞാൽത്തന്നെ അതു പ്രതികൂലമായിപ്പോവുകയും ചെയ്യും. താഴേത്തട്ടിലെ മേലുദ്യോഗസ്ഥന്മാരുമായി മാന്യമായി വ്യക്തിബന്ധങ്ങളുണ്ടായാലേ പ്രയോജനമുള്ളൂ. കേസിന്റെ ഗതിയെ സ്വാധീനിക്കാൻ ഈ ഒരൊറ്റ വഴിയേയുള്ളൂ. ആരംഭത്തിൽ അതുപ്രകടമായില്ലെങ്കിലും, കാലം കഴിയുന്തോറും അതിന്റെ ഗുണം പ്രകടമായിക്കൊണ്ടേയിരിക്കും.

അത്തരം ബന്ധങ്ങൾ വളരെ കുറച്ചുമാത്രം വക്കീലന്മാർക്കു മാത്രമേ ഉണ്ടായിരുന്നുള്ളൂ. കെ യെ സംബന്ധിച്ച് കിട്ടിയ വക്കീൽ ഒരു ഭാഗ്യം തന്നെയായിരുന്നു. ഡോക്ടർ ഹുൾഡിനുള്ള മാതിരി ബന്ധമുണ്ടെന്ന് അഭിമാനിച്ചുപറയാൻ പറ്റുന്ന ഒന്നോ രണ്ടോ വക്കീലന്മാരോ ഉണ്ടാകുകയുള്ളൂ. വക്കീലന്മാരുടെ മുറിയിൽ ചെല്ലുന്ന ജനക്കൂട്ടത്തെക്കുറിച്ചാലോചിച്ച് ഇത്തരം വക്കീലന്മാർ തലപുണ്ണാക്കാറില്ല; അവരുമായി ഇവർക്കു യാതൊരു ബന്ധവും ഉണ്ടായിരുന്നില്ലതാനും. എന്നാൽ ഇവർക്ക് കോടതിയുദ്യോഗസ്ഥന്മാരുമായി ഉണ്ടായിരുന്ന ബന്ധം വളരെ ചങ്ങാത്തപരമായിരുന്നു.

ഡോക്ടർ ഹുൾഡിന് കോടതിയിൽ ഹാജരാകേണ്ട ആവശ്യം പോലും ഇല്ലാതിരുന്നു. മജിസ്ട്രേറ്റുമാർ വരുന്നതുവരെ അടുത്തമുറിയിൽ കാത്തിരിക്കേണ്ടതുമില്ലായിരുന്നു. അവരുടെ അപ്പോഴത്തെ മാനസികാവസ്ഥയനുസരിച്ച് ഒരു വിജയം അഥവാ ഒരു പരാജയം നേടിയെടുക്കുകയോ വേണ്ട. ഉയർന്ന പദവിയിലുള്ള ഉദ്യോഗസ്ഥർ വരെ പരപ്രേരണയില്ലാതെ ഡോ.ഹുൾഡിനെ സന്ദർശിക്കാൻ വരുന്നതും, യാതൊരുവിധ സംശയത്തിനും ഇടനല്കാത്തതും അഥവാ അങ്ങനെ വ്യാഖ്യാനിക്കാനിടയുള്ളതുമായ വിവരങ്ങൾ നല്കാൻ തയ്യാറാകുന്നതും, കേസിന്റെ തുടർഘട്ടങ്ങളെക്കുറിച്ചൊക്കെ ചർച്ച ചെയ്യുന്നതുമൊക്കെ കെ നേരിട്ടു തന്നെ കണ്ടിട്ടുള്ളതാണ്.

ചില കേസുകളുടെ കാര്യത്തിൽ അവർ മറ്റുള്ളവരുടെ അഭിപ്രായത്തിനു വഴങ്ങിക്കൊടുക്കുകയും ചെയ്യാറുണ്ട്. അത്തരം സാഹചര്യങ്ങളിൽ അവരെ അന്ധമായി വിശ്വസിക്കാനും പറ്റില്ല. പ്രതിഭാഗത്തിനനുകൂലമായ ഒരഭിപ്രായം അവ്യക്തമായി പ്രകടിപ്പിച്ചശേഷം അവർ തങ്ങളുടെ ഓഫീസിൽ ചെല്ലുകയും പിറ്റേദിവസം നേരത്തെ പറഞ്ഞതിനു നേരെവിപരീതമായുള്ള പ്രസ്താവന പുറപ്പെടുവിക്കുകയും ചെയ്യും. തങ്ങളുടെ ആദ്യത്തെ സമീപനത്തോടെ ശക്തമായ രീതിയിൽ അതു പ്രതീക്ഷയ്ക്ക് ഹാനികരമാകുകയും ചെയ്യും; തങ്ങളുടെ പഴയ നിലപാട് ഉപേക്ഷിച്ചെന്നാവും അവരപ്പോൾ പറയുന്നത്. അതിന് പരിഹാരം അന്വേഷിച്ചുപോയിട്ട് കാര്യമില്ല. അവർ സ്വകാര്യത്തിൽ പറഞ്ഞത്

സ്വകാര്യത്തിൽ പറഞ്ഞതുതന്നെയായിരിക്കും. അത് പൊതുജനത്തിനിടയിൽ കൊണ്ടുവരേണ്ടതില്ല; പ്രതിഭാഗത്തിന് ആ മാന്യന്മാരുടെ പ്രീതി സമ്പാദിക്കേണ്ട കാര്യമൊന്നുമില്ല; ഒരു കാര്യം കൂടി അറിയേണ്ടതുണ്ട്; ഈ മാന്യന്മാർ മനുഷ്യത്വം കൊണ്ടോ സൗഹൃദം കൊണ്ടോ അല്ല പ്രതിഭാഗം വക്കീലുമായി- അതും അനുഭവസമ്പത്തുള്ള ആളുകളുമായി- ബന്ധം സ്ഥാപിക്കുന്നത്. ഒരുതരത്തിൽ നോക്കിയാൽ അവർക്ക് പ്രതിഭാഗത്തെ ആശ്രയിച്ചേ മതിയാകൂ. തുടക്കം മുതൽ രഹസ്യപ്രകൃതം സ്ഥാപിക്കുന്ന ഒരു നീതിന്യായ വ്യവസ്ഥിതിയുടെ മേന്മക്കുറവ് ഇവിടെ അവർക്ക് അംഗീകരിക്കാനേ പറ്റുകയില്ല.

മാറിനിന്നുള്ള പ്രവർത്തനങ്ങൾ ഉദ്യോഗസ്ഥന്മാരെ സമകാലിക ജീവിതത്തിൽനിന്നും അകറ്റുന്നു. തുടങ്ങിവച്ചാൽ ഏറെക്കുറെ യാന്ത്രികമായി തീർന്നു കൊള്ളുമെന്നതിനാൽ ഒരു ശരാശരി കേസ് നടത്താൻ അവർക്ക് പ്രയാസമില്ല; ഇടയ്ക്കിടെ ഓരോ തള്ളുകൊടുത്താൽ മാത്രം മതിയാകും. എന്നാൽ നിസ്സാര ചില കേസുകളോ ഏറ്റവും പ്രയാസമേറിയ കേസുകളോ വന്നുകഴിയുമ്പോൾ എന്തുചെയ്യണമെന്നറിയാതെ അവർ കുഴങ്ങുന്നു. നിയമവ്യവസ്ഥയുടെ പ്രവർത്തനങ്ങൾ രാപകലെന്നില്ലാതെ ചേർന്നിരിക്കുന്നതിനാൽ, മനുഷ്യബന്ധങ്ങളെക്കുറിച്ചുള്ള ശരിയായ ധാരണയുമില്ല; യഥാർത്ഥത്തിൽ ഇത്തരം കേസുകളിൽ മനുഷ്യബന്ധങ്ങളെക്കുറിച്ചുള്ള അറിവ് വക്കീലന്മാർക്ക് ഉണ്ടാകേണ്ടതുണ്ട്.

അപ്പോഴാണ് രഹസ്യമായ രേഖകളും എടുത്തുകൊണ്ട് ഒരു വേലക്കാരെനെയും പിന്നാലെ കൂട്ടി അവർ വക്കീലന്മാരെ കാണാൻ ഇറങ്ങുന്നത്; ഉപദേശം തേടാൻ. നേരിൽ കാണാൻ പറ്റുമെന്ന് നിങ്ങൾ ഒരിക്കലും പ്രതീക്ഷിക്കാത്ത എത്രയോ മാന്യദേഹങ്ങളാണ് പ്രതീക്ഷയറ്റ് അതാ ആ കാണുന്ന ജനാലയിലൂടെ തെരുവിലേക്ക് നോക്കി ഇരുന്നിട്ടുള്ളത്. ഈ നേരം വക്കീൽ തന്റെ മേശയ്ക്കരികിലിരുന്ന് തന്റെ രേഖകൾ സശ്രദ്ധം പരിശോധിക്കുകയാകും; എന്നാലേ വന്നവർക്ക് വേണ്ടത്ര ഉപദേശം നല്കാനാകൂ. ഈ മാന്യവ്യക്തികൾ തങ്ങളുടെ തൊഴിലിനെ എത്ര ഗൗരവത്തോടെയാണ് കണ്ടിരുന്നതെന്ന് ഇതിൽനിന്നും മനസ്സിലാക്കാവുന്നതാണ്. സ്വന്തം കഴിവിൽനിന്നുകൊണ്ട് പരിഹരിക്കാനാവാത്ത തടസ്സങ്ങൾ മുന്നിൽവന്നു വീഴുമ്പോൾ, അവർ നിരാശയിലേക്ക് എടുത്തെറിയപ്പെടുന്നു.

അവരുടെ സ്ഥാനം അത്ര മോശമല്ല. നിസ്സാരമായിക്കരുതിക്കൊണ്ട് ഒരാളിനും അനീതി പ്രവർത്തിക്കാനാവില്ല. ഈ നീതിന്യായവ്യവസ്ഥയിലെ ഉദ്യോഗസ്ഥരുടെ റാങ്ക് അനന്തമായി ഉയർന്നുകൊണ്ടിരുന്നു. ഔദ്യോഗിക വൃന്ദത്തിന്റെ ഘടന അറിവുള്ളവർക്കുപോലും മനസ്സിലാക്കാൻ പറ്റാത്തരീതിയിലുള്ളതാണ്. കോടതി നടപടികൾ സാധാരണയായി കീഴ് ഉദ്യോഗസ്ഥരിൽ നിന്നും രഹസ്യമാക്കി വച്ചിരിക്കും. അക്കാ

രണത്താൽ ഉയർന്ന ഉദ്യോഗസ്ഥർ ചെയ്ത കേസിന്റെ ബാക്കി പൂർത്തിയാക്കാൻ കീഴ് ഉദ്യോഗസ്ഥർക്കു കഴിയുന്നില്ല. അതായത് ഏതു പ്രത്യേകകേസും അവരുടെ അധികാരപരിധിയിൽ കടന്നുവരുമ്പോൾ അതെവിടെ എങ്ങനെ ഉണ്ടായിയെന്ന് അവർക്ക് അറിയില്ലാതിരിക്കും. കേസ് അവരിൽനിന്നും പോകുമ്പോഴും അതെങ്ങനെയെന്ന് അപ്പോഴും അവ്യക്തമായിരിക്കും. അക്കാരണത്താൽ കേസിനാസ്പദമായ ന്യായങ്ങളെക്കുറിച്ചോ അതിന്റെ വിവിധ ഘട്ടങ്ങളെക്കുറിച്ചോ മനസ്സിലാക്കുന്നതിനുള്ള അവസരം ഈ ഉദ്യോഗസ്ഥന്മാർക്കു കിട്ടുന്നില്ല. അവർ ഇടപെടുന്നത് കോടതി ആവശ്യപ്പെടുന്ന കേസിന്റെ ഭാഗം മാത്രമാണ്; അതിനുള്ള അധികാരം മാത്രമേ അവർക്കുള്ളൂ. അതിനപ്പുറമുള്ള കാര്യത്തെക്കുറിച്ച് അഥവാ തങ്ങളുടെ പ്രവൃത്തിയുടെ ഫലത്തെക്കുറിച്ച് പ്രതിഭാഗം വക്കീലിനുണ്ടാകുന്ന അറിവുപോലും അവർക്കുണ്ടാകുകയില്ല. കേസ് തീരുന്നതുവരെ നിരന്തര സമ്പർക്കം വക്കീലിന് പ്രതിയുമായിട്ടുണ്ടാകണമെന്നാണ് നിയമം. അങ്ങനെ നോക്കുമ്പോൾ ഉദ്യോഗസ്ഥന്മാർക്ക് പ്രതിഭാഗം വക്കീലന്മാരിൽ നിന്നും ധാരാളം കാര്യങ്ങൾ പഠിക്കാനുണ്ടെന്നു മനസ്സിലാകും.

ശുണ്ഠിയുണ്ടാകുന്ന സാഹചര്യത്തിൽ ജീവിക്കുന്ന ഈ വക്കീലന്മാർ വെറിപിടിച്ച് കക്ഷികളോടിടപെടുന്ന അനുഭവമുണ്ടാകുകയാണെങ്കിൽ, ഇപ്പറഞ്ഞ വസ്തുതകൾ മനസ്സിലുള്ള കെ യ്ക്ക് അത്ഭുതമാകുമോ, ആവോ? ഇത് പൊതുവേയുള്ള അനുഭവമാണ്. പുറമേ ശാന്തരാണെന്നു തോന്നിയാലും അവർ പെട്ടെന്ന് ശുണ്ഠിയുണ്ടാക്കുന്നവരാണ് ഈ ഉദ്യോഗസ്ഥന്മാർ. അതു പലപ്പോഴും അനുഭവിക്കേണ്ടിവരുന്നത് കൊച്ചുകൊച്ചു കേസുകളുമായി നടക്കുന്ന ചെറുവക്കീലന്മാരാണ്.

ഉദാഹരണമായി ഒരു കഥ ഇന്ന് പാട്ടാണ്. അതിന് സത്യത്തിന്റെ എല്ലാ ലക്ഷണവും ഉണ്ട്. ഒരു പ്രായം ചെന്ന ഉദ്യോഗസ്ഥൻ, മര്യാദക്കാരനും ശാന്തശീലനുമായിരുന്നു അയാൾ. വക്കീലന്മാരുടെ ഹർജികൾകൊണ്ട് കുഴഞ്ഞുമറിഞ്ഞ ഒരു കേസ് അയാൾക്കു കൈകാര്യം ചെയ്യേണ്ടി വന്നു. ഒരു രാത്രിയും പകലും മുഴുവനുമിരുന്ന് അയാളതു പഠിച്ചു. ഈ ഉദ്യോഗസ്ഥർ കഠിനാദ്ധ്വാനികളാണെന്നു പറഞ്ഞാൽ നമുക്ക് ഒരുപക്ഷേ, വിശ്വാസം വരില്ല. ഞാൻ പറഞ്ഞുവരുന്നതിതാണ്; ഇരുപത്തിനാലുമണിക്കൂർ കഠിനാദ്ധ്വാനം കഴിഞ്ഞ് പുലർച്ചയായപ്പോഴും ഫലമൊന്നും അയാൾ കണ്ടില്ല. അയാൾ കോടതിയുടെ വാതിലിനു പിന്നിൽ ഒളിഞ്ഞുനിന്നുകൊണ്ട് അകത്തുപ്രവേശിക്കാൻ വരുന്ന വക്കീലന്മാരെ കോണിപ്പടിയിൽവച്ചുതന്നെ തട്ടിത്തള്ളിയിടാൻ തുടങ്ങി. വക്കീലന്മാർ, കോണിപ്പടിയുടെ ചുവട്ടിൽ ഒരുമിച്ചുകൂടി കാര്യങ്ങൾ എന്തുചെയ്യണമെന്ന് ചർച്ച ചെയ്തു തുടങ്ങി. ഒന്നാമതായി അവർക്ക് കോടതിക്കുള്ളിൽ കടക്കാൻ അവകാശമൊന്നുമില്ല. അക്കാരണത്താൽ ആ ഉദ്യോഗസ്ഥനെതിരെ

നിയമപരമായി നീങ്ങാൻ അവർക്കായില്ല. മാത്രവുമല്ല, ഉദ്യോഗസ്ഥവൃന്ദം അവർക്കെതിരെ തിരിയാതിരിക്കാൻ അവർ നോക്കുകയും വേണം. മാത്രമല്ല ഒരുദിവസം കോടതിയിൽ കയറാതിരുന്നാൽ ആ ദിവസം പാഴായതുതന്നെ. അതിനാൽ ഏതുവിധേനയും അകത്തുകടക്കേണ്ടത് അവർക്ക് അത്യാവശ്യമായിരുന്നു. അവസാനം എല്ലാവക്കീലന്മാരും കൂടി ഒരു ഉത്തമ തീരുമാനമെടുത്തു. ആ വൃദ്ധനെ ക്ഷീണിപ്പിക്കുക. വക്കീലന്മാർ ഓരോരുത്തരായി കോണിപ്പടിയിലേക്കു ഓടിക്കയറി. സഹനത്തിന്റെ പ്രദർശനം കാട്ടിക്കൊണ്ട് അയാൾ തന്നെ തള്ളിയിടാൻ പാകത്തിന് നിന്നുകൊടുത്തു. അയാൾ തട്ടിയിടുമ്പോൾ ചുവട്ടിൽ കാത്തുനില്ക്കുന്ന സഹപ്രവർത്തകരുടെ കൈകളിലേക്കു ചെന്നു വീഴുന്നു. ഇത് ഒരു മണിക്കൂർ തുടർന്നു. ഒടുവിൽ രാത്രിമുഴുവൻ തുടർന്നുകൊണ്ടിരുന്ന ജോലികാരണം ക്ഷീണിതനായ ആ കിഴവൻവക്കീൽ ആകപ്പാടെ തളർന്നവശനായി ഓഫീസിലേക്കു മടങ്ങി.

ചുവട്ടിൽ നിന്ന വക്കീലന്മാർക്ക് ആദ്യം അത്ര വിശ്വാസമായില്ല. അയാൾ ഉറപ്പായും പോയെന്ന് ഉറപ്പാക്കാൻ അവർ വാതിലിനു പിന്നിൽ ചെന്നു നോക്കാൻ ഒരാളിനെ ഏല്പിച്ചു. തുടർന്നു മാത്രമാണ് അവർ അകത്തേക്കു പ്രവേശിച്ചത്. അവർക്ക് പിന്നീട് ഒരു പരാതിയും ഉണ്ടായിരുന്നില്ലെന്നു വേണം പറയാൻ. കാരണം, കോടതിയുടെ അവസ്ഥയെക്കുറിച്ച് വിശകലനം ചെയ്യാൻ അവരിൽ ഏറ്റവും സാധാരണക്കാരനുപോലും ഒരു പരിധിവരെ കഴിയുന്ന സാഹചര്യത്തിലും കോടതിനടപടികൾ മെച്ചപ്പെടുത്താനുതകുന്ന എന്തെങ്കിലുമൊരു നിർദ്ദേശം മുന്നോട്ടുവയ്ക്കാനോ അതു നടപ്പിൽ വരുത്താനോ വക്കീലന്മാരിൽ ഒരാൾപോലും ധൈര്യം കാണിച്ചില്ല. അതേസമയം മറ്റൊരു സവിശേഷതകൂടിയുണ്ടായിരുന്നു. മിക്കവാറും എല്ലാ കുറ്റവാളികളും, സാധാരണക്കാർ ഉൾപ്പെടെയുള്ളവർ, കേസിൽ ഇടപെടേണ്ടിവന്നാലുടനെ തന്നെ കോടതിയെ പരിഷ്കരിക്കാനുള്ള ആലോചനകൾ തുടങ്ങുന്നു. മറ്റെന്തെങ്കിലും നല്ല കാര്യങ്ങൾക്ക് ഉപയോഗപ്പെടുത്താവുന്ന സമയവും ഊർജ്ജവും അതിനുവേണ്ടി ചെലവിടുന്നു. നിലവിലിരിക്കുന്ന സാഹചര്യവുമായി ഒത്തുപോകുന്നതാണ് ഉത്തമം. ഇനിയൊരു ചെറിയമാറ്റം ഉണ്ടാക്കാൻ പറ്റിയാൽ തന്നെ. അതുകൊണ്ട് ഇനിയുള്ളവർക്കു ചെറിയ ഉപയോഗമുണ്ടാകുമെന്നേയുള്ളൂ; അല്ലെങ്കിൽത്തന്നെ അങ്ങനെയാലോചിക്കുന്നത് വെറും വിഡ്ഢിത്തം തന്നെയാണ്. പിന്നെ സംഭവിക്കുന്നതിതാണ്. എപ്പോഴും പ്രതികാരം ചെയ്യാൻവേണ്ടി നില്ക്കുന്ന ഉദ്യോഗസ്ഥന്മാരുടെ ലക്ഷ്യം നിങ്ങളുടെ മേലാവുകയും, തീർത്താൽ തീരാത്ത കുഴപ്പങ്ങൾ നിങ്ങളുടെ കേസിൽ ഉണ്ടാക്കിവയ്ക്കുകയും ചെയ്യും.

അതിനാൽ അവരിൽ ശ്രദ്ധയുയർത്തരുത്. തറപറ്റികിടക്കുക. അതെത്ര മോശമായാലും ശരി! ഈ വലിയ സംവിധാനം സൂക്ഷ്മമായ

ഒരു സന്തുലനം സൂക്ഷിച്ചു നില്ക്കുകയാണെന്ന് മനസ്സിലാക്കണം. അതിൽ ഏതെങ്കിലും മാറ്റമുണ്ടാക്കാനുള്ള കർമ്മം ഏറ്റെടുക്കാൻ തുനിഞ്ഞാൽ, നിങ്ങൾ നില്ക്കുന്നയിടം തകർന്ന് നിങ്ങൾക്ക് നിലയില്ലാതാകും. അതായത്, പഴയതിനേക്കാൾ കൂടുതൽ അയവില്ലാത്തതും, ജാഗ്രതയുള്ളതും കഠിനവുമായില്ലെങ്കിൽ ആ സംവിധാനം വേറൊരിടത്തു സ്വയം മാറ്റംവരുത്തി പൂർവ്വസ്ഥിതി കാത്തുസൂക്ഷിക്കുകയാണുണ്ടാകുന്നത്.

വക്കീലന്മാരെ അവരുടെ പണിക്കുതന്നെ വിടണം; ശല്യപ്പെടുത്തരുത്. അതിന്റെ കാരണമെന്തെന്നു വ്യക്തമായിട്ടറിയാൻ പറ്റാതിരിക്കുമ്പോൾ അവരെ കുറ്റപ്പെടുത്തിയിട്ട് ഒരു വിശേഷവും ഇല്ല. അതുപോലെ കോടതിയിലെ മുഖ്യക്ലാർക്കിനോട് കാണിച്ച അപമര്യാദനിറഞ്ഞ പെരുമാറ്റംകൊണ്ട് കെ തന്റെ കേസിനെ വലുതായി നശിപ്പിച്ചിരിക്കുകയാണ്. കെ യെ സഹായിക്കാൻ പറ്റുന്ന ആളുകളുടെ പട്ടികയിൽ നിന്നും ആ സ്വാധീനമുള്ള ആളിനെ ഒഴിവാക്കാം. കേസിനെക്കുറിച്ചുള്ള ഏറ്റവും നിസ്സാരമായ പരാമർശം പോലും അദ്ദേഹം കേട്ടില്ലായെന്നു നടിക്കുകയാണ്.

പലരീതിയിൽ നോക്കുമ്പോൾ ഉദ്യോഗസ്ഥർ കുഞ്ഞുങ്ങളെപ്പോലെയാണ്. പിണങ്ങാൻ അവർക്കു നിസ്സാരമായ എന്തെങ്കിലും മതിയാകും. നിർഭാഗ്യം എന്നു തന്നെപ്പറയാം കെ യുടെ പെരുമാറ്റം തീരെ നിസ്സാരമായിരുന്നില്ല. പിണങ്ങിയാൽപ്പിന്നെ അവർ മിണ്ടുകയേയില്ല. പഴയ സുഹൃത്തുക്കളായാൽ പോലും. കണ്ടാൽ കാണാതെ പോകും. പരമാവധി ദ്രോഹിക്കാനുള്ള വഴികൾ നോക്കും. അപ്പോഴായിരിക്കും വളരെപ്പെട്ടെന്ന് ഒരു അത്ഭുതംപോലെ പ്രത്യേകിച്ച് ഒരു കാരണവും ഇല്ലാതെ, നിങ്ങൾ പറയുന്ന ഒരു തമാശകേട്ട് അവർ ചിരിച്ചു മണ്ണുകപ്പുന്നത്. ഇനിയൊന്നും നഷ്ടപ്പെടാനില്ലായെന്ന നിരാശയിൽ ഉടലെടുത്ത ധൈര്യമായിരിക്കും നിങ്ങൾക്കങ്ങനെ തമാശപറയാൻ ഇടവന്നത്. വീണ്ടും നിങ്ങളോടു അവർ സൗഹൃദവും തേടുന്നു.

അവരെ കൈകാര്യം ചെയ്യുന്നത് ഒരേസമയം എളുപ്പവും പ്രയാസവുമാണ്. അവരെ കൈകാര്യം ചെയ്യുന്നതു സംബന്ധിച്ച കൃത്യമായ നിയമം വയ്ക്കാനും നിങ്ങൾക്കു കഴിയില്ല. ഈ തൊഴിലിൽ ഒന്നു വിജയിച്ചുപോകാനുള്ള എല്ലാവിധ അറിവുകളും നേടാൻ ഒരു വെറും ഒരു സാധാരണ മനുഷ്യായുസ്സ് മതിയാകുമോ എന്ന് നിങ്ങൾ ഒരുപക്ഷേ ആശ്ചര്യപ്പെട്ടെങ്കിലായി. ചില നേരങ്ങൾ ജീവിതത്തിൽ ഇരുട്ടുപരന്നതുപോലുള്ളതാവും. ഒന്നും നേടിയില്ലായെന്നു തോന്നുന്ന നേരങ്ങൾ. വിജയിക്കുമെന്ന് മുൻകൂർ തോന്നിത്തുടങ്ങിവയ്ക്കു മാത്രം നല്ലൊരവസാനം കാണുന്ന നേരങ്ങൾ. ഒരു വക്കീലിന്റെ സഹായം അതിനു വേണ്ടായിരുന്നു. എല്ലാവിധ അലച്ചിലുകളും വളരെയധികം സന്തോഷം തന്ന ചെറിയചെറിയ വിജയങ്ങൾ ഉണ്ടായിരിക്കെത്തന്നെ, മറ്റുകേസുകളെല്ലാം പരാ

ജയപ്പെടുമെന്ന് തോന്നിപ്പോകുന്ന നിമിഷങ്ങൾ. എല്ലാത്തിനും അനിശ്ചിതത്വം തോന്നുന്ന നിമിഷങ്ങൾ നിറഞ്ഞ മാനസികാവസ്ഥ. യാതൊരു ഇടപെടലും നടത്താതിരുന്നാൽ ശരിയായ ദിശയിലൂടെ നീങ്ങുമായിരുന്ന ചില കേസുകൾ നിങ്ങളുടെ ഇടപെടൽകൊണ്ട് വ്യതിചലിച്ചു പോകുകയായിരുന്നൂയെന്നൊരഭിപ്രായം വന്നാൽ നിങ്ങൾക്ക് നിരാകരിക്കാനാവില്ല. അത്തരം അവസരങ്ങൾ നിരാശാഭരിതമായ ആത്മവിശ്വാസം മാത്രമേ നിങ്ങൾക്കു ലഭിക്കുകയുള്ളൂ.

തങ്ങൾ വളരെ തൃപ്തികരമായി നടത്തിക്കൊണ്ടുപോകുകയായിരുന്ന ഒരു കേസ് പെട്ടെന്ന് തങ്ങളിൽനിന്നും എടുത്തുമാറ്റിയതായി കാണുമ്പോഴാണ് വക്കീലന്മാർ ഈ വിധം വെറും മനോഭാവത്തിന് അടിപ്പെട്ടുപോകുന്നത്. ഒരുവക്കീലിനെ സംബന്ധിച്ച ഏറ്റവും മോശമായ ഒന്നാണ് ഇതെന്നതിൽ യാതൊരു സംശയവും ഇല്ല. വക്കീലിന്റെ കൈയിൽനിന്നും പ്രതി കേസെടുത്തുമാറ്റുകയില്ല; അങ്ങനെയൊന്നു സംഭവിക്കുകയില്ല. ഒരിക്കൽ ഒരു പ്രതി വക്കാലത്ത് വക്കീലിനെ ഏല്പിച്ചു കഴിഞ്ഞാൽ, എന്തുതന്നെ സംഭവിച്ചാലും അയാളെ വിട്ടുപോകാൻ പാടില്ല. അല്ലെങ്കിൽത്തന്നെ ഒരിക്കൽ ഒരാളുടെ സഹായം തേടിക്കഴിഞ്ഞാൽ അയാളെ എങ്ങനെ വിട്ടുപോകാനാകും? അപ്പോൾ അങ്ങനെയൊന്നു സംഭവിക്കുന്നില്ല. എന്നാൽ ചിലപ്പോൾ വക്കീലിനു വാദിക്കാൻ പറ്റാത്ത രീതിയിൽ കേസ് മാറിയെന്നുവരാം. അത്തരം സാഹചര്യത്തിൽ കേസും പ്രതിയും എല്ലാം വക്കീലിൽനിന്നും പിൻവലിക്കപ്പെടുന്നു. ഉദ്യോഗസ്ഥരുമായി ഉറ്റ ബന്ധം ഉണ്ടായിട്ടൊന്നും അപ്പോൾ കാര്യമില്ല. കാരണം അവർക്കുപോലും ഒന്നും അറിയില്ലായിരിക്കും.

ഇനിയൊരു സഹായവും കൊടുക്കാൻ പറ്റാത്ത തലത്തിലേക്കു കേസ് എത്തിയിരുന്നു. കോടതിക്ക് ചെന്നെത്താൻ പറ്റാത്തതും, വക്കീലന്മാർക്കു കടന്നുചെല്ലാൻ കഴിയാത്തതും തന്റെ കക്ഷിയെ കാണാൻപോലും അവകാശമില്ലാത്തതുമായ കോടതിയിലാണ് കേസിപ്പോൾ നടക്കുന്നത്. ഒരിക്കൽ നിങ്ങൾ വീട്ടിലെത്തുമ്പോൾ കേസുമായി ബന്ധപ്പെട്ട എണ്ണമറ്റ നിവേദനങ്ങൾ മേശപ്പുറത്തുകാണും. നിങ്ങൾ വളരെയധികം പ്രയാസപ്പെട്ടും അതേസമയം പ്രതീക്ഷയർപ്പിച്ചും എഴുതിയ നിവേദനങ്ങൾ. കേസിന്റെ പുതിയ ഘട്ടത്തിൽ അവയൊക്കെ അപ്രസക്തമെന്നു പറഞ്ഞുകൊണ്ട് അവയൊക്കെ തിരിച്ചുവിട്ടിരിക്കുകയാണ്. അവയിപ്പോൾ വെറും ചപ്പുകടലാസായിരിക്കുന്നു എന്നുകരുതി നിങ്ങൾ കേസിൽ തോറ്റുപോയി എന്നല്ല. അങ്ങനെയൊരു നിഗമനത്തിലേക്കെത്തിക്കുന്ന തെളിവുകളൊന്നുമല്ല. കേസിനെക്കുറിച്ച് നിങ്ങൾ കൂടുതലൊന്നും പിന്നീടറിയുന്നതേയില്ല; കേൾക്കുന്നുപോലുമില്ല.

വളരെ ഭാഗ്യമെന്നേ പറയാനാകൂ, അത്തരം സംഭവങ്ങൾ അത്യപൂർവ്വമാണ്. കെ യുടെ കേസ് ആ പ്രകൃതത്തിലുള്ള ഒന്നായാൽത്തന്നെ

അങ്ങനെ സംഭവിക്കാൻ ഇനിയും എത്രയോ കാലമെടുക്കും. താമസംവിനാ അയാളുടെ കാര്യത്തിന് ഒരു വക്കീലിന്റെ അദ്ധ്വാനത്തിന് ധാരാളമായ അവസരമാണുള്ളത്. അവ പരമാവധി ഉപയോഗപ്പെടുത്തുമെന്ന കാര്യത്തിൽ യാതൊരു സംശയവും കെ യ്ക്കു വേണ്ടതില്ല.

നേരത്തെ പറഞ്ഞതുമാതിരി, ആദ്യത്തെ നിവേദനം ഇനിയും സമർപ്പിച്ചിട്ടില്ല. അതിനു ധൃതിപിടിച്ചിട്ടും വിശേഷമില്ല. ബന്ധമുള്ള വക്കീലന്മാരുമായി പ്രാഥമികചർച്ചകൾ നടത്തേണ്ടതാണ് ഏറെ അത്യാവശ്യം. അതുനടന്നുകഴിഞ്ഞിരിക്കുന്നു. ഭാഗികമായ വിജയമേ ഉണ്ടായിട്ടുള്ളൂയെന്ന് സമ്മതിക്കണമല്ലോ. കെ യ്ക്ക് അത് അമിത പ്രതീക്ഷയോ, അല്ലെങ്കിൽ അയാളിലത് ഉൽക്കണ്ഠയോ ഉണ്ടാക്കുമെന്നതിനാൽ അതിന്റെ വിശദാംശങ്ങൾ വെളിവാക്കാതിരിക്കുന്നതിലാണ് ഔചിത്യം. പക്ഷേ ഒരു കാര്യംപറയാം. ചില ഉദ്യോഗസ്ഥന്മാർ വളരെ അനുഭാവപൂർവ്വം പ്രതികരിച്ചിരിക്കുകയാണ്. എന്തുസഹായവും ചെയ്തുതരാമെന്ന തയ്യാറെടുപ്പും അവർ വെളിപ്പെടുത്തിയിട്ടുണ്ട്. മറ്റുചിലർ, അനുഭാവപൂർവ്വം പ്രതികരിച്ചില്ലെങ്കിലും, സഹകരണം നിഷേധിച്ചതേയില്ല. അങ്ങനെ നോക്കുമ്പോൾ ആത്യന്തികമായി അനുഭാവപൂർണ്ണമായ ഫലമാണ് വന്നിരിക്കുന്നത്. എന്നുകരുതി തീർച്ചയായ ഒരു നിഗമനത്തിലെത്താനും പറ്റുകയില്ല; എല്ലാ ആരംഭവ്യവസ്ഥകളും ഈ വിധത്തിൽ തുടങ്ങുന്നതാണെങ്കിലും, കാര്യങ്ങൾ പിന്നീട് ഏതുവഴി നീങ്ങുന്നുവെന്നു കണ്ടാലേ അവയൊക്കെ എന്തുമാത്രം യഥാർത്ഥ ഗുണം അഥവാ ദോഷം തന്നൂയെന്ന് അറിയാനാകൂ. എന്തൊക്കെയായാലും ഇതുവരെ ഒന്നും നഷ്ടമായില്ല. കോടതിയിലെ മുഖ്യക്ലാർക്കിനെ വിജയിക്കാൻ കഴിഞ്ഞാൽ നാം ജയിച്ചതുപോലെ തന്നെയാണ്. അതിലേക്കായി പലതരത്തിലുള്ള നീക്കങ്ങൾ തുടങ്ങിക്കഴിയുകയും ചെയ്തു. ഒരു ഡോക്ടറുടെ ഭാഷയിൽ പറഞ്ഞാൽ ഒരു കുഴപ്പവും ഉണ്ടാക്കാത്ത ഒരു മുറിവുതന്നെയാണിത്. തികഞ്ഞ മനസ്സോടെ ഒക്കെ കാത്തിരുന്നു കാണാൻ ഇരിക്കണമെന്നേയുള്ളൂ.

ഇത്തരം വാചാലതയിലൊന്നും വക്കീൽ ക്ഷീണിതനാകുന്നില്ല. ഓരോ തവണ കെ അയാളെ സന്ദർശിക്കുമ്പോഴും, അയാൾ ഈ പ്രസംഗമെടുത്ത് ഉപയോഗിക്കുമായിരുന്നു. കേസിന് പുരോഗതിയുണ്ടെങ്കിലും, അതെത്രമാത്രമെന്ന് പറയാൻ പറ്റുകയില്ല. വക്കീൽ ഇതുവരെയും പ്രഥമനിവേദനം തയ്യാറാക്കിയിട്ടില്ല. അതു പൂർത്തിയാക്കാത്തതുതന്നെ നന്നായിപ്പോയെന്ന് അടുത്ത തവണ ചെല്ലുമ്പോൾ അയാൾ പറയും. മുൻകൂട്ടിക്കാണാൻ പറ്റാത്ത ചില കാരണങ്ങൾ മൂലം കഴിഞ്ഞ ദിവസങ്ങളിൽ ഹർജി സമർപ്പിക്കാൻ പറ്റാതെപോയെന്നായിരിക്കും അതിനുള്ള കാരണവും.

ചിലപ്പോൾ ഈ പ്രസംഗങ്ങളൊക്കെകേട്ട് മടുക്കുമ്പോൾ, എന്തൊക്കെ ബുദ്ധിമുട്ടുണ്ടായാലും കേസിന് എന്തെങ്കിലുമൊരു പുരോ

ഗതി കാണേണ്ടതല്ലേയെന്ന് കെ ചോദിച്ചാൽ ഉടനെതന്നെ ഉരുളയ്ക്കുപ്പേരി പോലത്തെ മറുപടി അയാൾക്കു കിട്ടും. കേസങ്ങനെ സാവധാനത്തിലല്ലാ നീങ്ങുന്നതെന്നും, കാണേണ്ട സമയത്തൊക്കെ കെ വന്നു തന്നെക്കണ്ടിരുന്നെങ്കിൽ കാര്യങ്ങൾ വളരെ നന്നായി നടന്നേനെയെന്നുമായിരിക്കും അയാളുടെ മറുപടി. നിർഭാഗ്യവശാൽ അയാൾ അതു ചെയ്തില്ല. അതുചെയ്യാതിരുന്നത് അയാൾക്ക് ദോഷമേ ഉണ്ടാക്കുന്നുള്ളൂ വെറും താല്ക്കാലിക നഷ്ടമല്ലെന്നറിയണം.

ഈ സന്ദർശനങ്ങൾക്കിടയിലുള്ള കെ യ്ക്ക് സ്വാഗതാർഹമായ ഒരു തടസ്സം ലേനിയായിരുന്നു. കെ യുടെ സാന്നിദ്ധ്യത്തിൽ വക്കീലിനു ചായ കൊടുക്കാനുള്ള ക്രമീകരണങ്ങളാണ് അവൾ എപ്പോഴും നടത്തുന്നത്. തുടർന്നവൾ കെ യുടെ കസേരയ്ക്കു പിന്നിൽ ചെന്നു നില്ക്കും. ആർത്തിയോടെ ചായക്കപ്പിലേക്കു കുനിഞ്ഞ് വക്കീൽ ചായ ഒഴിച്ചു കുടിക്കുന്നത് നോക്കിനില്ക്കുകയാണവളെന്ന് ആർക്കും തോന്നും. പക്ഷേ അന്നേരമത്രയും അവളുടെ കൈകൾ പിടിച്ചിരിക്കാൻ അവൾ അയാളെ അനുവദിക്കുന്നതായിരിക്കും. തികഞ്ഞ നിശ്ശബ്ദതയായിരിക്കും അപ്പോൾ.

വക്കീൽ ചായ കുടിക്കുന്നു; കെ യാകട്ടെ ലേനിയുടെ കൈകൾ പിടിച്ച് അമർത്തുന്നു. ചിലപ്പോൾ അവൾ കെ യുടെ തലമുടി തലോടാനുള്ള ശ്രമത്തിലുമായിരിക്കും.

ചായ കുടിച്ചു തീരുമ്പോൾ വക്കീൽ ചോദിക്കും:"നീയിനിയും നില്ക്കുകയാണോ ഇവിടെ?"

"കപ്പെടുത്തോണ്ടു പോകണമായിരുന്നു." അവൾ പറഞ്ഞു.

കൈപിടിച്ചമർത്തൽ അവിടെ ഒരു തവണകൂടി നടക്കും; അവസാനത്തേത്. വക്കീലാകട്ടെ തന്റെ ചുണ്ടുതുടച്ചുകൊണ്ട്, കൂടുതൽ ഊർജ്ജം സമാഹരിച്ചുകൊണ്ട് തന്റെ പ്രസംഗം വീണ്ടും തുടരുന്നു.

വക്കീൽ അയാളെ ആശ്വസിപ്പിക്കാനാണോ അഥവാ നിരാശനാക്കാനാണോ ശ്രമിച്ചുകൊണ്ടിരുന്നത്? കെ യ്ക്ക് അതിനുത്തരം കണ്ടെത്താനായില്ല. പക്ഷേ താമസിയാതെ കെ ഒരു കാര്യം മനസ്സിലാക്കി; തന്റെ കേസ്‌വാദം അത്ര നല്ലരീതിയിലല്ലാ നടക്കുന്നതെന്ന്.

അയാൾ പറയുന്നതൊക്കെ ശരിയായിരുന്നിരിക്കാം. പക്ഷേ സ്വന്തം പ്രാധാന്യം കൊട്ടിഘോഷിക്കാനുള്ള അയാളുടെ ശ്രമങ്ങളാണ് അവിടെ വ്യക്തമായിക്കൊണ്ടിരുന്നത്. കെ യുടേതുപോലെ അത്ര പ്രാധാന്യമുണ്ടെന്നു താൻ കരുതിയ ഒരു കേസ് ഇതുവരെ നടത്തിയിട്ടില്ലെന്നും സ്വാഭാവികമായി ചിന്തിച്ചുപോകുന്നു. ഉദ്യോഗസ്ഥന്മാരുമായി തനിക്കു നല്ല വ്യക്തിബന്ധമുണ്ടെന്ന് അയാൾ ഇടതടവില്ലാതെ പറയുന്നതിലും എന്തോ സംശയമുണ്ട്. കെ യുടെ പ്രയോജനത്തിനുവേണ്ടി ആ ബന്ധങ്ങളെ അയാൾ ഉപയോഗപ്പെടുത്തുകയാണോ എന്നതിന് ഉറപ്പുവല്ലതുമുണ്ടോ? ഈ ഉദ്യോഗസ്ഥന്മാരെല്ലാം കീഴുദ്യോഗസ്ഥന്മാരാണെന്ന് പറ

യാൻ വക്കീൽ മറന്നിട്ടേയില്ല. അതായത് തങ്ങൾ നടത്തുന്ന കേസിന്റെ നല്ല ഗതിക്കനുസരിച്ച് വല്ല മേന്മയും ലഭിക്കുന്ന ആശ്രിതരായ കീഴുദ്യോഗസ്ഥന്മാർ. ആ വിധം നല്ല ഗതി കേസിനുണ്ടാകാൻ പറ്റുന്ന വിധത്തിൽ അവർ വക്കീലന്മാരെ നിയമിക്കാറുണ്ടോ? അതൊരുപക്ഷേ പ്രതിക്ക് ദോഷമുണ്ടാക്കുമോ? ഒരുപക്ഷേ അവർ എപ്പോഴും അങ്ങനെതന്നെ ചെയ്യാറുണ്ടാകില്ല; അതു സ്വാഭാവികമല്ലല്ലോ. അയാൾ ചെയ്തുതരുന്ന സേവനങ്ങൾക്കു പ്രത്യുപകാരം എന്ന നിലയ്ക്ക് ഒന്നോ രണ്ടോ കേസെങ്കിലും വിജയിക്കത്തക്കവിധത്തിൽ കാര്യങ്ങൾ ക്രമീകരിക്കുന്ന അവസരങ്ങൾ ഉണ്ടാകും. വക്കീലിന്റെ തൊഴിലിന്റെ പെരുമ കാത്തുസൂക്ഷിക്കേണ്ടത് അവരുടെ ആവശ്യം കൂടിയാണല്ലോ. കാര്യങ്ങളെല്ലാം ഈ വിധത്തിലെങ്കിൽ അവർ കെ യുടെ കേസ് ഏതുവിഭാഗത്തിലായിരിക്കും അവർ ഇട്ടിരിക്കുന്നത്. വക്കീൽ സൂചിപ്പിച്ചമാതിരി വളരെ സങ്കീർണ്ണവും, അതുകൊണ്ടുതന്നെ കോടതിയിടങ്ങളിൽ ആരംഭംമുതലേ കൂടുതൽ ശ്രദ്ധ ലഭിച്ചതുമായ ഒരു പ്രധാന കേസായിരുന്നല്ലോ കെ യുടേത്? അവർ എന്താണ് ചെയ്യാൻ പോകുന്നതെന്നതിനെപ്പറ്റി അത്രയ്ക്ക് സംശയവുമില്ല.

പ്രഥമഹർജി ഇതുവരെ കൈമാറിയിട്ടില്ലെന്ന സൂചന ഇതിനകം കിട്ടിക്കഴിഞ്ഞു. പക്ഷേ കേസ് ആരംഭിച്ചുകഴിഞ്ഞിട്ട് മാസങ്ങളുമായി. എല്ലാ തയ്യാറെടുപ്പുകളും ഇനിയും അതിന്റെ പ്രാരംഭദശയിലാണെന്നാണ് വക്കീലിന്റെ അഭിപ്രായം. പ്രതിയെ താരാട്ടുപാടിയിരുത്താനും നിസ്സഹായാവസ്ഥയിൽ എത്തിക്കാനും പോന്ന കണക്കുകൂട്ടിയുള്ള പ്രവർത്തനങ്ങൾ. അതുവഴി പൊടുന്നനെ പ്രതിയെ വിധി പ്രഖ്യാപിച്ചു കീഴ്പെടുത്താനാകും. കുറഞ്ഞപക്ഷം പ്രഥമവിധി പ്രതിക്ക് പ്രതികൂലമാണെന്നെങ്കിലും പറയാം; കേസ് ഉയർന്ന ഉദ്യോഗസ്ഥന്മാരെ ഏല്പിച്ചെന്നും.

കെ യ്ക്ക് വ്യക്തിപരമായി ഇടപെടേണ്ടതുണ്ടായിരുന്നു. മഞ്ഞുകാലത്തെ ഈ പ്രഭാതത്തിലെന്നപോലെ ക്ഷീണം അതിന്റെ ഉന്നതിയിൽ എത്തിനില്ക്കുന്ന ഒരു നേരത്ത്, ചിന്തകൾ തലച്ചോറിലൂടെ ക്രമമില്ലാതെ അലക്ഷ്യമായി ഓടിനടക്കുമ്പോൾ, പ്രത്യേകിച്ചും ഈയൊരു അവസ്ഥയെ തടയാൻ കഴിയാതെയായി. കേസിനെ സംബന്ധിച്ച് ഒരിക്കൽ അയാൾക്കുണ്ടായിരുന്ന അജ്ഞത ഇതുവരെയും തെളിയിക്കപ്പെട്ടിട്ടില്ല. ഈ ഭൂമുഖത്ത് അയാൾ ഒറ്റയ്ക്കായിരുന്നെങ്കിൽ, എല്ലാ കാര്യത്തേയും പരിഹസിച്ചു കളയാവുന്നതായിരുന്നു. ആ അവസ്ഥയിൽ ഇങ്ങനെയൊരു കേസ് ഉണ്ടാവുകയില്ലെന്നതുതന്നെ ഉറപ്പായിരുന്നു.

ഇപ്പോഴാകട്ടെ അയാളുടെ അമ്മാവനാണ് കെ യെ വക്കീലിന്റെ അരികിലേക്കു വലിച്ചിഴച്ചുകൊണ്ടുവന്നിരിക്കുന്നത്. കുടുംബത്തിൽ നിന്നുള്ള പരിഗണനയും കിട്ടിക്കഴിഞ്ഞു. കേസിന്റെ ഗതിയനുസരിച്ചായിരിക്കും ഇനി അയാളുടെ അവസ്ഥ. പരിചിതരോടു സംസാരിക്കുമ്പോൾ അനിർവ്വച

നീയമായ ഒരു സംതൃപ്തിയോടെ അയാൾ തന്നെ തന്റെ കേസിനെപ്പറ്റി അശ്രദ്ധമായി അവരോടു പറയുന്നു. മറ്റുള്ളവരാകട്ടെ അയാൾക്കറിയാൻ വയ്യാത്ത മറ്റേതോ മാർഗ്ഗം വഴി അക്കാര്യം അറിഞ്ഞു കഴിഞ്ഞു. ഫ്രൗളിൻ ബ്രൂസ്റ്റ്നറുമായുള്ള അയാളുടെ ബന്ധം കേസിന്റെ ദിശയ്ക്കൊപ്പം മാറി മറിയുന്നതായും തോന്നി. ചുരുക്കത്തിൽ, അയാൾക്കിനി കേസ് ഏറ്റെടുക്കണമോ തള്ളിക്കളയണമോ എന്നൊരു തെരഞ്ഞെടുപ്പു പറ്റില്ലതന്നെ, അയാളിപ്പോൾ അതിന്റെ നടുവിലാണ്. അയാൾതന്നെ സ്വന്തം കാര്യം നോക്കണം. ഈ വിധം ക്ഷീണിതനാകുന്നത് അയാളെ സംബന്ധിച്ച് ഒരു ശകുനപ്പിഴയായിരുന്നു.

എങ്കിലും അനാവശ്യമായ ഒരു ഉൽക്കണ്ഠയ്ക്കുള്ള ആവശ്യമൊന്നും ഉണ്ടായിരുന്നില്ല. താരതമ്യേന വളരെ ചെറിയ ഒരു കാലയളവുകൊണ്ട് സ്വപ്രയ്തനം കൊണ്ടാണ് അയാൾ ബാങ്കിലെ ഇന്നത്തെ ഉയർന്ന നിലയിൽ എത്തിയിരിക്കുന്നത്. ആ സ്ഥാനം അയാൾ നിലനിർത്തുകയും ചെയ്യുന്നു. എല്ലാവരിൽ നിന്നും സല്പേരും അതിൻപ്രകാരം ലഭിച്ചിട്ടുണ്ട്. ഇതൊക്കെ സാദ്ധ്യമാക്കിയ അയാളുടെ കഴിവുകൾ ഈ കേസിന്റെ കാര്യത്തിൽ ഉപയോഗിക്കുകയാണെങ്കിൽ നിശ്ചയമായും അതു അനുകൂലമായി വരും. എല്ലാറ്റിലും ഉപരി, താൻ കുറ്റക്കാരനാണെന്ന ചിന്ത മനസ്സിൽ നിന്നും അത്യാവശ്യമായും ഒഴിവാക്കിയാലേ അയാൾക്ക് എന്തെങ്കിലും വിജയം നേടാനാവുകയുള്ളൂ. അങ്ങനെയൊരു കേസേയില്ല; വ്യാപാരസംബന്ധമായ ഒരു ഇടപാടുമാത്രമായി ഈ കോടതി പ്രവർത്തനത്തെ കാണണം; ബാങ്കിന്റെ നേട്ടത്തിനായി ഇടയ്ക്കിടെ താൻ നടത്തുന്ന മാതിരിയുള്ള ഒരു വ്യാപാര ഇടപാട്. വിവിധ അപകടങ്ങൾ വരുത്തിവയ്ക്കുന്ന പ്രലോഭനങ്ങൾക്കു തടയിടണം. സ്വന്തം ചിന്തയിലെ കുറവുകൾ ഒഴിവാക്കാൻ അനുവദിക്കുകയാണ് അതിനുവേണ്ടത്. പ്രയോജനം കിട്ടുമെന്ന ചിന്തയിൽ അവയിൽ അള്ളിപ്പിടിക്കുകയാണ് വേണ്ടത്. അങ്ങനെയൊരു നിലപാടിൽനിന്നുകൊണ്ട് പിന്നെ തീർച്ചയായും ചെയ്യേണ്ടത് എത്രയും വേഗം വക്കീലിൽനിന്നും തന്റെ കേസ് പിൻവലിക്കുകയാണ്; കഴിയുമെങ്കിൽ അന്നു സായാഹ്നത്തിൽത്തന്നെ അതു ചെയ്യുകയും വേണം.

കേട്ടിട്ടില്ലാത്ത എന്തെങ്കിലുമായിരിക്കുമെന്നാണ് വക്കീൽ അഭിപ്രായപ്പെടുന്നത്. ഒരുപക്ഷേ അത് ശരിയായിരിക്കാം. തീർച്ചയായും അതൊരു അപമാനപ്പെടുത്തലാണ്. പക്ഷേ കേസിന്റെ കാര്യത്തിൽ താൻ നടത്തുന്ന പ്രയത്നങ്ങൾ സ്വന്തം വക്കീലിന്റെ ഓഫീസിൽ നിന്നും വരുന്ന പ്രവർത്തനങ്ങളാൽ തടസ്സപ്പെടാതെ പോകുന്നതാണ് അയാൾക്ക് സഹിക്കാൻ പറ്റാത്തത്. ഒരു തവണ വക്കീലിനെ മാറ്റിക്കഴിഞ്ഞാൽ, താമസിക്കാതെ തന്നെ ഹർജി ബോധിപ്പിക്കണം. ഉദ്യോഗസ്ഥർ അതു ശ്രദ്ധിക്കുന്നുവെന്ന് ഉറപ്പുവരുത്താനായി, ദിവസവും പോയി ധൃതിവയ്പിക്കണം; അങ്ങനെയെ

ങ്കിൽ മറ്റുള്ളവരെപ്പോലെ ബെഞ്ചിനടിയിൽ തൊപ്പിയും വച്ച് ഇടനാഴിയിൽ ചെന്നിരുന്നാൽ അത് നേടിയെടുക്കാൻ പറ്റില്ല. നേരിട്ടോ അഥവാ സ്ത്രീകളിൽ ഒരാളെ വിട്ടോ അല്ലെങ്കിൽ മറ്റേതെങ്കിലും ആളിനെ വിട്ടോ വക്കീലന്മാരെ നിർബ്ബന്ധം ചെലുത്തി ഓഫീസിലിരുത്തി കെ യുടെ വിവരങ്ങൾ വായിപ്പിക്കണം. അല്ലെങ്കിൽ ഉദ്യോഗസ്ഥന്മാർ മരയഴികളിലൂടെ ഇടനാഴിയിലേക്കു നോക്കിയിരുന്നേക്കും. ഈ തന്ത്രം ഒരു തടസ്സവും ഇല്ലാതെ നടത്തിക്കൊണ്ടിരിക്കണം. എല്ലാം സംഘടിപ്പിക്കുകയും മേൽനോട്ടം വഹിക്കുകയും വേണം. സ്വന്തം അവകാശങ്ങളെ മുറുകെപ്പിടിക്കുന്ന ഒരു പ്രതിയുണ്ടെന്ന് ഒരു തവണയെങ്കിലും കോടതി കാണട്ടെ.

ഇതൊക്കെ തനിക്കു ചെയ്യാനാകുമെന്ന് കെ യ്ക്ക് അറിയാമായിരുന്നു. പക്ഷേ ഹർജി എഴുതിത്തയ്യാറാക്കാനുള്ള പ്രയാസം അയാൾക്ക് അസഹനീയമായിരുന്നു. ഒരാഴ്ചമുമ്പാണെന്നു തോന്നുന്നു, ഒരു തവണ, സ്വന്തം ഹർജി എഴുതേണ്ടിവരുന്നതിലുള്ള നാണക്കേട് അയാൾക്ക് ചെറുതായെങ്കിലും തോന്നിയിരുന്നു; ആ വിധം പ്രയാസങ്ങൾ വരുമെന്ന് അയാൾ ഒരിക്കലും കരുതിയിരുന്നതേയല്ല.

ഒരു ദിവസം രാവിലെ സംഭവിച്ച കാര്യം അയാൾ ഓർത്തുപോയി. അന്നത്തെ ജോലികളെല്ലാം മാറ്റിവച്ചശേഷം വക്കീലിനു നല്കാനുള്ള ഹർജി തയ്യാറാക്കാനുള്ള ചിന്തയോടെ കടലാസെടുത്തു. അപ്പോഴാണ് മാനേജരുടെ മുറിയും തുറന്നുകൊണ്ട്, ഡെപ്യൂട്ടി മാനേജർ അലർച്ചയുള്ള ഒരു ചിരിയുമായി അങ്ങോട്ടുവന്നത്. കെ യെ വളരെയധികം വിഷമിപ്പിച്ച ഒരു നിമിഷമായിരുന്നു അത്. യഥാർത്ഥത്തിൽ കെ യുടെ ഹർജി വിവരമറിഞ്ഞുകൊണ്ടായിരുന്നില്ല അയാൾ ചിരിച്ചത്. അയാൾ അല്പംമുമ്പ് സ്റ്റോക്ക് എക്സ്ചേഞ്ചിൽ നിന്നും കേട്ട ഒരു ഫലിതകഥയായിരുന്നു ചിരിക്കുള്ള യഥാർത്ഥ കാരണം. കഥയുടെ രസം ശരിക്കുമറിയുന്നതിന് അതു വരച്ചു തന്നെ കാണിക്കണമെന്നാഗ്രഹിച്ച ഡെപ്യൂട്ടി മാനേജർ മേശയിലേക്കു കുനിഞ്ഞ് കെ യുടെ കൈയിൽ നിന്നും പേന വാങ്ങി. കെ ഹർജി എഴുതാൻ വച്ചിരുന്ന കടലാസിലേക്ക് ആ ചിത്രം അയാൾ വരയ്ക്കുകയും ചെയ്തു.

എന്നാൽ ഇന്ന് കെ യ്ക്ക് നാണക്കേടു തോന്നുന്നതേയില്ല. ഹർജി തയ്യാറാക്കിയല്ലേ പറ്റൂ. ഓഫീസിൽ സമയം കിട്ടാത്തതിനാൽ അവിടെ വച്ചു ചെയ്യാനാവില്ല. രാത്രിയിൽ താമസസ്ഥലത്തുവെച്ചാകാം. രാത്രികളിൽ അതിനുസാധിച്ചില്ലെങ്കിൽ ഒരു അവധി തേടേണ്ടിവരും. ഏതു കാര്യത്തിനും പാതിവഴിയിൽകൊണ്ടിടുകയെന്നത് മനുഷ്യന്റെ വിഡ്ഢിത്ത സ്വഭാവമാണ്. ബിസിനസ്സുകാര്യങ്ങളിലെന്നല്ലേ എല്ലാകാര്യത്തിലും അന്തമില്ലാത്ത അദ്ധ്വാനമുണ്ടെങ്കിലേ ഹർജി എഴുതിത്തീർക്കാനാവൂയെന്നതിൽ സംശയമേയില്ല. അധൈര്യവും ആശങ്കയും ഉണ്ടാകാതിരുന്നാൽ മാത്രം മതി. അങ്ങനെ വല്ലതുമുണ്ടായാൽ ഹർജി എഴുതിത്തീർക്കാനേ പറ്റുക

യില്ല. സ്വന്തം അലസതകൊണ്ടോ അല്ലെങ്കിൽ മറ്റെന്തെങ്കിലും തടസ്സങ്ങൾകൊണ്ടോയല്ല. ഇതു രണ്ടും വക്കീലിനെയാണല്ലോ ബാധിക്കുന്നത്. മറിച്ച് കുറ്റമെന്താണെന്നറിയാതെ അതിനെ നേരിടുകയെന്നതിനാൽ, അതിനെത്തുടർന്ന് ഉണ്ടാകുന്ന മറ്റു ആരോപണങ്ങളെക്കുറിച്ചും ഒരു പിടിയും കെ യ്ക്കു കിട്ടിയില്ല. അതിനാൽ, ഏറ്റവും നിസ്സാരം എന്നു തോന്നുന്ന പ്രവർത്തനങ്ങളേയും സംഭവങ്ങളേയും പോലും പരിഗണിച്ചുകൊണ്ട് ജീവിതത്തെ മുഴുവനായി എല്ലാ വീക്ഷണകോണിലും ഒന്നു കാണേണ്ടതുണ്ട്. അങ്ങനെ പരിശോധിക്കുന്നത് എത്ര രസകരമായിരിക്കുമെന്നോ! വിരമനാനന്തര ജീവിതസമയത്തെ രണ്ടാം ബാല്യത്തിൽ നന്നായി ചെയ്യാൻ പറ്റുന്ന ഒരു പ്രവർത്തിയായിരിക്കും ഒരുപക്ഷേ ഇത്. കാരണം അതു പൂർത്തിയാക്കാൻ ദീർഘമായ പകലുകൾ വേണ്ടതുണ്ട്.

തന്റെ മനസ്സ് പൂർണ്ണമായും ജോലിയിൽ സമർപ്പിക്കേണ്ട കാലമായിരുന്നു കെ യ്ക്ക്. ഓരോ നിമിഷവും ധൃതിയിലും തിരക്കുപിടിച്ചുമെത്തുന്നു. ഡെപ്യൂട്ടി മാനേജർക്കുപോലും അസൂയതോന്നിക്കുന്ന രീതിയിലാണ് അയാൾ തന്റെ തൊഴിലിൽ പൂർണ്ണവളർച്ച നേടിയിരിക്കുന്നത്. അവിവാഹിതജീവിതത്തിന്റെ അടിപൊളി പ്രവർത്തനത്തിനുപോലും സായാഹ്നങ്ങളും രാത്രികളും തികയാതിരിക്കുന്ന അവസ്ഥയിലാണ് ഹർജിയെഴുതാനായി മേശയ്ക്കരികിൽ ഇരിക്കേണ്ടിവന്നിരിക്കുന്നത്.

ചിന്തകളുടെ നിര അയാളെ ഒരിക്കൽക്കൂടി ആത്മനിന്ദയിലേക്കു വലിച്ചിഴച്ചുകൊണ്ടു പോകുമായിരുന്നു. അതിനൊരു പര്യവസാനമെന്നോണം അയാൾ അറിയാതെ തന്റെ കൈവിരലുകൾ വെയിറ്റിംഗ്റൂമിലേയ്ക്കുള്ള ബട്ടണിലേക്കമർത്തി. ഒപ്പം അയാൾ ക്ലോക്കിലൊന്നു നോക്കുകയും ചെയ്തു. പതിനൊന്നു മണിയായിരിക്കുന്നു. സ്വപ്നം കണ്ടുകൊണ്ട് പാഴാക്കിയിരിക്കുന്നത് വിലയേറിയ രണ്ടു മണിക്കൂറാണ്. എന്നാൽ നേരത്തേക്കാളും കൂടുതൽ കെ അപ്പോൾ ക്ഷീണിതനായിരുന്നു. ഉപയോഗമുണ്ടാക്കുന്ന ചില തീരുമാനങ്ങൾ എടുത്ത സ്ഥിതിക്ക് തനിക്ക് സമയനഷ്ടം അധികമുണ്ടായെന്നു കെ യ്ക്കു തോന്നിയില്ല.

ശിപായിമാർ ഏതാനും കത്തുകളും, വളരെനേരമായി അവിടെ കാത്തുനില്ക്കുകയായിരുന്ന മാന്യന്മാരുടെ രണ്ടു കാർഡുകളും കൊണ്ടുവച്ചു. ബാങ്കിനെ സംബന്ധിച്ച് ഏറ്റവും വേണ്ടപ്പെട്ട ഇടപാടുകാരായിരുന്നു അവർ. യഥാർത്ഥത്തിൽ അത്രയും നേരം അവരെ അങ്ങനെ കാത്തു നിർത്തരുതായിരുന്നു. അവരെന്തിനാണ് അനുചിതമായ ആ നേരത്തു തന്നെ കയറി വന്നത്, തങ്ങളുടെ ആവശ്യത്തിനുള്ള ഈ സമയത്തെ സ്വകാര്യകാര്യങ്ങൾ ചിന്തിച്ചിരിക്കാൻ കെ എന്തിനു ഉപയോഗിച്ചുയെന്ന് അവരും വാതിലിനുമുമ്പിൽ നിന്നും ചിന്തിച്ചുകാണില്ലേ? സംഭവിച്ചുകഴിഞ്ഞ മടുപ്പും ഇനി വരാനിരിക്കുന്ന മടുപ്പും ഒരേസമയം സൂക്ഷിച്ചുകൊണ്ട് ആ മാന്യന്മാരെ സ്വീകരിക്കാനായി കെ എഴുന്നേറ്റു.

ഉയരം കുറഞ്ഞതും സുമുഖനുമായ ഒരാളായിരുന്നു അത്. കെ യ്ക്കു നന്നായിട്ടറിയാമായിരുന്ന ഒരു വ്യവസായി. പ്രധാനപ്പെട്ട ജോലികൾ ചെയ്യുന്നതിനിടയിൽ കെ യെ ബുദ്ധിമുട്ടിച്ചതിൽ അയാൾ ഖേദം പ്രകടിപ്പിച്ചു. വളരെയധികം നേരം ആ വ്യവസായിക്ക് പുറത്തു കാത്തുനില്ക്കേണ്ടി വന്നതിലുള്ള ഖേദം കെ യും പ്രകടിപ്പിച്ചു. പക്ഷേ, അയാളുടെ ഖേദപ്രകടനത്തിന് യാതൊരു ആത്മാർത്ഥതയും ഉണ്ടായിരുന്നില്ല. വെറും യാന്ത്രികത നിറഞ്ഞ രീതിയിൽ. ഒരുപക്ഷേ വ്യവസായി തന്റെ മനസ്സിൽ തിരുകിക്കൂട്ടിയിരുന്ന വ്യാപാരസംബന്ധമായ കാര്യങ്ങൾ കൊണ്ടാവാം അങ്ങനെ സംഭവിച്ചത്.

ഓരോ പോക്കറ്റിൽ നിന്നും കണക്കുകളെഴുതിയ കടലാസുകൾ വലിച്ചെടുത്ത് അയാൾ കെ.യുടെ മുന്നിൽ നിരത്തി. കടലാസിലെ വിവരങ്ങൾ അയാൾ കെ യ്ക്കു വിശദീകരിച്ചു നല്കി; ഓടിച്ചുനോക്കിയപ്പോൾ കണ്ട ഒരു ചെറിയ തെറ്റ് കെ ശരിയാക്കിക്കൊടുത്തു. ഒരു വർഷംമുമ്പ് ഇത്തരത്തിലുള്ള ഒരു ഇടപാട് കെ യുമായി അയാൾ നടത്തിയിരുന്നുയെന്ന് പറയുകയും ചെയ്തു. ഈ ഇടപാട് കിട്ടാൻ ഇപ്പോൾ മറ്റൊരു ബാങ്ക് മെച്ചപ്പെട്ട വ്യവസ്ഥയുമായി വന്നിരിക്കുകയാണെന്നു കൂടി പറഞ്ഞശേഷം അയാൾ കെ യുടെ മറുപടി കേൾക്കാനായി ബദ്ധശ്രദ്ധനായി അവസാനം അവിടെയിരുന്നു.

വ്യവസായി സംസാരിച്ചു തുടങ്ങിയ സമയത്ത് അയാൾ പറഞ്ഞതൊക്കെ കെ വ്യക്തമായി കേട്ടു മനസ്സിലാക്കിയതായിരുന്നു. പുതിയൊരു ഇടപാടെന്നു കേട്ടപ്പോൾ അയാൾക്ക് സന്തോഷം തോന്നിയതുമായിരുന്നു. പക്ഷേ നിർഭാഗ്യവശാൽ ആ സന്തോഷം അധികനേരം നീണ്ടുനിന്നില്ല. കെ യ്ക്ക് അയാൾ പറയുന്നതൊന്നും പിന്നീട് ശ്രദ്ധിക്കാൻ പറ്റാതായി. ഉത്സാഹഭരിതനായി അയാൾ പറയുന്ന കാര്യങ്ങൾക്കൊക്കെ ഇടയ്ക്കിടെ കെ വെറുതേ തലകുലുക്കിക്കൊടുക്കുക മാത്രം ചെയ്തു. പിന്നെ ശ്രദ്ധിക്കുന്നതിലുള്ള താല്പര്യവും നിർത്തി. തുടർന്ന് കടലാസുകൾക്കു മേൽ കുനിഞ്ഞു നോക്കിക്കൊണ്ടിരിക്കുന്ന ആ വ്യവസായിയുടെ കഷണ്ടിത്തലയിലായി നോട്ടം. തന്റെ പ്രസംഗത്തിന് ഫലമില്ലാതായിപ്പോകുകയാണെന്ന വസ്തുത എപ്പോഴാണ് അയാൾക്ക് മനസ്സിലാകാൻ പോകുന്നതെന്ന് അയാൾ ആലോചിക്കുകയായിരുന്നു.

വ്യവസായി തന്റെ സംസാരം നിർത്തി. ആ നിശ്ശബ്ദത സൂചിപ്പിക്കുന്നത് ഒന്നും ശ്രദ്ധിക്കാൻ പറ്റിയ മാനസികാവസ്ഥയല്ലല്ലോ തനിക്കുള്ളതെന്ന് സ്വയം മനസ്സിലാക്കാനുള്ള അവസരം നല്കലായിരുന്നെന്ന് കെ യ്ക്കു തോന്നി. പക്ഷേ വ്യവസായിയുടെ മുഖത്തു സ്ഫുരിച്ചിരുന്ന പ്രതീക്ഷ കണ്ടപ്പോൾ, ഏതു തടസ്സവാദങ്ങളെയും നേരിടാൻ അയാൾ തയ്യാറെടുത്തിരിക്കുകയാണെന്ന് കെ യ്ക്കു തോന്നി. അതു സൂചിപ്പിക്കുന്നത് ചർച്ച തുടർന്നേ മതിയാകൂയെന്നാണ്. അങ്ങനെ ഒരു കല്പ

നയ്ക്കു കീഴ്‌വഴങ്ങുന്നതുപോലെ തലകുനിച്ചുകൊണ്ട് അയാൾ കടലാസിനുമുകളിലൂടെ സാവകാശം പേനയോടിക്കാൻ തുടങ്ങി. ഇടയ്ക്കിടയ്ക്ക് പേന നിർത്തി ചില സംശയങ്ങൾ സൂക്ഷിച്ചുനോക്കുകയും ചെയ്തു.

തന്റെ പദ്ധതിയിലെ പിഴവുകൾ കണ്ടുപിടിക്കുകയാണോ കെ യെന്ന് അയാൾക്ക് സംശയം തോന്നി. ഒരുപക്ഷേ കണക്കുകളിൽ പിഴവുണ്ടായിരിക്കുമോ? അല്ലെങ്കിൽ അതൊന്നുമല്ല ഇടപാടിൽ പരാമർശിക്കേണ്ടിയിരുന്നത് എന്നാകുമോ? എന്തായാലും കടലാസുകളിൽ കൈകൾ വച്ചുകൊണ്ട് കെ യുടെ അരികിലേക്കു ഒന്നുകൂടി ചേർന്നിരുന്നുകൊണ്ട് തന്റെ ഇടപാടിന്റെ പിന്നിലെ പൊതുനയത്തെപ്പറ്റി വിവരിക്കാൻ തുടങ്ങി.

"ഇതു വളരെ പ്രയാസമാണ്" കെ പറഞ്ഞു. തുടർന്ന് ക്ഷീണിതനെപ്പോലെ കസേരയിലേക്കു ചാഞ്ഞിരിക്കുകയും ചെയ്തു.

ഡെപ്യൂട്ടി മാനേജർ ഓഫീസ് വാതിൽ തുറന്ന്, അവ്യക്തമായ രൂപത്തിലെന്നപോലെ, പ്രത്യക്ഷപ്പെട്ടപ്പോൾ അയാൾ കണ്ണുകൾ പാതി തുറന്ന് നോക്കിയെന്നേയുള്ളൂ പക്ഷേ, ഡെപ്യൂട്ടി മാനേജരെക്കുറിച്ചുള്ള ചിന്തയും പെട്ടെന്ന് അയാളിൽ നിന്നും മാഞ്ഞു. വന്നപാടെ ഒന്നു നോക്കിയെന്നേയുള്ളൂ. അതുകൊണ്ട് ഡെപ്യൂട്ടി മാനേജർക്ക് ഖേദമൊന്നും ഉണ്ടായിരുന്നില്ല.

വ്യവസായി പെട്ടെന്ന് ചാടിയെഴുന്നേറ്റ് ഡെപ്യൂട്ടിമാനേജരുടെ അടുത്തേക്കു ഓടുന്നത് പെട്ടെന്ന് കെ കണ്ടു. അതിലും പത്തിരട്ടി വേഗത്തിൽ ഓടിയിരുന്നെങ്കിൽ എന്നാണ് കെ ആഗ്രഹിച്ചത്. ഡെപ്യൂട്ടി മാനേജർ വീണ്ടും അപ്രത്യക്ഷമാകുമെന്നാണ് അയാളുടെ സംശയം. യഥാർത്ഥത്തിൽ അത്തരമൊരു സംശയത്തിനു അടിസ്ഥാനമില്ലായിരുന്നു. പരസ്പരം കാണുകയും കൈകൊടുത്തശേഷം ഇരുവരും ഒരുമിച്ച് കെ യുടെ മേശയ്ക്കടുത്തേക്കു വന്നു. മുതിർന്ന ക്ലാർക്കിന് ഈ ഇടപാടിൽ ഒട്ടും താല്പര്യമില്ലെന്ന് തനിക്കു തോന്നിയതായും വ്യവസായി പരാതിയായിപ്പറഞ്ഞു. ഡെപ്യൂട്ടി മാനേജർ എത്തിയിട്ടും കടലാസിനുമുകളിലേക്കു കുനിഞ്ഞു അവ പരിശോധിക്കുകയായിരുന്ന കെ യെ അയാൾ ചൂണ്ടിക്കാണിച്ചു. തുടർന്ന് ഇരുവരും മേശയ്ക്കു മുകളിലൂടെ കുനിഞ്ഞു നിന്നു.

വ്യവസായി തന്റെ പദ്ധതിക്ക് ഡെപ്യൂട്ടി മാനേജരിൽ നിന്നും അംഗീകാരം കിട്ടാൻ വേണ്ടി വാദങ്ങൾ മുന്നോട്ടുവച്ചുകൊണ്ട് മേശയിലേക്കു കുനിഞ്ഞുനിന്നപ്പോൾ, രാക്ഷസരൂപരായ രണ്ടുപേർ തന്റെ തലയ്ക്കു മേൽ ഉയർന്നുനിന്ന് തനിക്കുവേണ്ടി വില പേശുകയാണെന്ന് കെ യ്ക്ക് തോന്നി. അയാൾ തലയുയർത്തി. തനിക്കു മുകളിൽ എന്താണു സംഭവിക്കുന്നതെന്നറിയാൻ കണ്ണുകളുയർത്തി സസൂക്ഷ്മം വീക്ഷിച്ചു. തുടർന്ന് മേശപ്പുറത്തു കിടന്നിരുന്ന ഒരു കടലാസുമെടുത്തു കൈ ഉയർത്തിക്കൊണ്ട് സാവധാനം എഴുന്നേറ്റു നിന്നു. മുൻധാരണയൊന്നും

കൂടാതെയാണ് അയാൾ അപ്രകാരം എഴുന്നേറ്റത്. എങ്കിലും എക്കാല ത്തേക്കുമായി കുറ്റവിമുക്തി ലഭിക്കാൻ സഹായിക്കുന്ന ആ വലിയ ഹർജി പൂർത്തിയാക്കിക്കഴിഞ്ഞാൽ ഈ രീതിയിലായിരിക്കും താനത് സമർപ്പി ക്കുവാൻ പോകുന്നതെന്ന വ്യക്തമായ ധാരണ അയാളുടെ ആ പ്രവൃത്തി യിൽ ഉണ്ടായിരുന്നു.

സംഭാഷണത്തിൽ മുഴുകിയിരുന്ന ഡെപ്യൂട്ടി മാനേജർ ആ കടലാസിൽ എഴുതിയിരുന്നതൊന്നും വായിച്ചുനോക്കാൻ മിനക്കെടാതെ, അവയിൽ ഒന്നു നോക്കുക മാത്രമേ ചെയ്തുള്ളൂ. കാരണം മുതിർന്ന ക്ലാർക്കിന് പ്രാധാന്യം എന്നു തോന്നുന്നത് ഡെപ്യൂട്ടി മാനേജർക്ക് പ്രാധാ ന്യമായിത്തോന്നണമെന്നില്ലല്ലോ! അയാൾ അതു കെ യുടെ കൈയിൽ നിന്നും വാങ്ങി.

“നന്ദിയുണ്ട്. എനിക്കിതു നേരത്തെ തന്നെ അറിയാവുന്നതായി രുന്നു.” ഡെപ്യൂട്ടി മാനേജർ ഇതുപറഞ്ഞശേഷം മേശപ്പുറത്തേക്ക് അതു പതുക്കെ വച്ചു.

കെ അയാളെ അമർഷത്തോടു നോക്കി. പക്ഷേ ഡെപ്യൂട്ടി മാനേ ജർ അക്കാര്യം ശ്രദ്ധിച്ചതേയില്ല. ഇനി ഒരുപക്ഷേ ശ്രദ്ധിച്ചിരുന്നെങ്കിൽത്ത ന്നെ, അയാളുടെ ഇടയ്ക്കുള്ള പൊട്ടിച്ചിരിയിൽ നിന്നും, അതയാൾക്കു സന്തോഷം പകരുന്നതായിട്ടാണ് തോന്നിയത്. ഒരു തവണ അയാൾ പറഞ്ഞ മറുപടി കേട്ട് വ്യവസായി അത്ഭുതപ്പെടുകപോലും ചെയ്തു. പക്ഷേ പെട്ടെന്ന് കെ. തന്നെ അതിന് എതിരായ ഒരഭിപ്രായം പറഞ്ഞു കൊണ്ട് വ്യവസായിയെ കൂടുതൽ അത്ഭുതപ്പെടുത്തുന്നതിൽ നിന്നും രക്ഷിക്കുകയാണ് ചെയ്തത്. അവസാനം കാര്യങ്ങളൊക്കെ അവിടെയി രുന്നു ശരിയാക്കാമെന്നു പറഞ്ഞുകൊണ്ട് അയാൾ വ്യവസായിയെ അയാ ളുടെ ഓഫീസിലേക്കു ക്ഷണിക്കുകയും ചെയ്തു.

“ഇതൊരു പ്രധാനപ്പെട്ട വിഷയമാണല്ലോ” ഡെപ്യൂട്ടി മാനേജർ തുടർന്ന് വ്യവസായിയോട് പറഞ്ഞു: “ഞാൻ പൂർണ്ണമായും സമ്മതി ക്കുന്നു.....പിന്നെ..” ഇതു പറയുമ്പോൾ അയാൾ കെ യെ നോക്കുന്നു ണ്ടായിരുന്നില്ല. “ഇത് തോളിൽ നിന്നും ഒഴിവാക്കിക്കൊടുത്താൽ മുഖ്യ ക്ലാർക്കിന് വലിയ ആശ്വാസം കിട്ടും. ഒക്കെ സാവകാശം ചെയ്യേണ്ട കാര്യ മാണ്. ഇന്നദ്ദേഹത്തിന് തിരക്കിട്ട ജോലിയായിരുന്നു. മാത്രവുമല്ല, ചിലർ അദ്ദേഹത്തെ കാണാനായി മണിക്കൂറുകളായി അടുത്തമുറിയിൽ കാത്തി രിക്കുകയാണ്....”

ഡെപ്യൂട്ടി മാനേജരെ നോക്കുന്നത് അവസാനിപ്പിച്ചശേഷം, സൗഹൃദം കാണിക്കുന്നതും ഒപ്പം അചഞ്ചലവുമായ തന്റെ പുഞ്ചിരി വ്യവ സായിയുടെ നേർക്കുനൽകാനുള്ള ആത്മസംയമനം കെ യ്ക്ക് അവശേ ഷിച്ചിരുന്നു. ഇതല്ലാതെ കെ. മറ്റൊന്നും ചെയ്യാൻ തുനിഞ്ഞില്ല. കൈകൾ മേശയിലൂന്നിക്കൊണ്ട്, ശരീരം അല്പം മുന്നോട്ട് കുനിച്ച് ഏതോ ഒരു

താഴ്ന്ന നിലയിലെ ഉദ്യോഗസ്ഥനെപ്പോലെ അയാൾ നോക്കി നില്ക്കുകയായിരുന്നു. അവർ സംസാരം തുടരുമ്പോൾത്തന്നെ ആ രണ്ടുപേരും മേശപ്പുറത്തുകിടന്നിരുന്ന കടലാസുകൾ വാരിയെടുത്തുകൊണ്ട് ഡെപ്യൂട്ടി മാനേജരുടെ മുറിയിലേക്ക് പോയി മറഞ്ഞു. കൃത്യം വാതില്ക്കൽ വച്ചുതന്നെ വ്യവസായി തിരിഞ്ഞുനിന്നു. താൻ ചർച്ചയുടെ തീരുമാനം മുതിർന്ന ക്ലാർക്കിനെ അറിയിക്കാമെന്നും, മറ്റൊരു ചെറിയ കാര്യം കൂടി തനിക്കു പറയാനുണ്ടെന്നും അതിനുശേഷമേ യാത്ര പറയുകയുള്ളൂയെന്നും അയാൾ പറഞ്ഞു.

ഒടുവിൽ കെ ഒറ്റയ്ക്കായി. ഇനിയൊരു കക്ഷിയോടും ചർച്ച ചെയ്യാനുള്ള ആഗ്രഹം അല്പംപോലും അയാൾക്കുണ്ടായിരുന്നില്ല. പുറത്തിരിക്കുന്ന ആളുകൾ താനിപ്പോഴും ആ വ്യവസായിയുമായി ചർച്ചയിലായിരിക്കുമെന്ന് കരുതുന്നുണ്ടാകും. അതിനാൽ ഇനി ഒരാളുപോലും, തന്റെ ശിപായിപോലും, കയറിവന്ന് തന്നെ ശല്യപ്പെടുത്തുകയില്ലല്ലോയെന്ന് വെറുതെ ചിന്തിച്ചുകൊണ്ട് സന്തോഷത്തോടെ അയാളിരുന്നു. അയാൾ തുടർന്ന് ജനാലയ്ക്കടുത്തേക്കു നടന്നു. ഒരു കൈകൊണ്ട് ജനാലയുടെ സാക്ഷയിൽ പിടിച്ചുകൊണ്ടും പടിയിലിരുന്നുകൊണ്ടും കമ്പികൾക്കിടയിലൂടെ അയാൾ പുറത്തെ കവലയിലേക്കു നോക്കി. മഞ്ഞ് അപ്പോഴും പൊഴിഞ്ഞുകൊണ്ടിരുന്നു; ആകാശത്തിന് തെളിച്ചവും വീണിട്ടില്ല.

വളരെനേരം അയാൾ അവിടെത്തന്നെയായിരുന്നു. തന്റെ മനസ്സിനെ മഥിക്കുന്നതെന്താണെന്ന് അയാൾക്കു മനസ്സിലായില്ല. ഇടയ്ക്കിടയ്ക്ക് എന്തോ ശബ്ദം കേട്ട് തിരിയുന്നമാതിരി അയാൾ സമീപത്തെ മുറിയിലേക്കു നോക്കി. അതയാളുടെ തോന്നലായിരുന്നു. ആരും വരുന്നില്ലെന്നറിഞ്ഞപ്പോൾ അയാൾക്കു കൂടുതൽ സമാധാനമായി. വാഷ്ബേസിനരികിലേക്കുചെന്ന് തണുത്ത വെള്ളം കൊണ്ട് മുഖം കഴുകിയശേഷം അയാൾ കസേരയിൽ ചെന്നിരുന്നു.

സ്വന്തം കേസ് സ്വയം തന്നെ വാദിക്കാൻ താൻ എടുത്ത തീരുമാനം താൻ ഉദ്ദേശിച്ചതിനേക്കാൾ ഗൗരവമായ ഒരു സംഗതിയായിട്ടാണ് അയാൾക്കു അപ്പോൾ തോന്നിയത്. കേസിന്റെ ചുമതല വക്കീലിന്റെ കൈയിലായിരുന്നിടത്തോളം കാലം അത്ര അയാളെ ബാധിച്ചിരുന്നില്ല. അതിനെ ദൂരെ നിന്നും നോക്കിക്കണ്ടിരുന്ന അയാൾക്ക് അപ്പോൾ അതുമായി ഒരു ബന്ധവും ഉണ്ടായിരുന്നില്ല. തനിക്കു ഇഷ്ടമുള്ളപ്പോൾ ചെന്ന് ഇടപെടാനും, ഇഷ്ടമുള്ളപ്പോൾ പിൻവലിയാനും ഒക്കെ സാധിച്ചിരുന്നു. ഇപ്പോഴാകട്ടെ സ്വന്തം കേസ് സ്വയം തന്നെ വാദിക്കാൻ പോകുമ്പോൾ, തല്ക്കാലത്തേക്കെങ്കിലും തന്നെത്തന്നെ അയാൾ പൂർണ്ണമായും കോടതിക്കു വിട്ടുകൊടുക്കുകയാണ് ചെയ്തത്. ഈ രീതി ആത്യന്തികമായി തന്റെ പൂർണ്ണവും നിശ്ചയവുമായ കുറ്റവിമുക്തിയിലേക്കാണ് കാരണമാക്കുന്നതെങ്കിലും, അതു നേടിയെടുക്കാൻ കൂടുതൽ കാലം

വേണ്ടി വരുന്നു മാത്രവുമല്ല പഴയതിനേക്കാൾ കൂടുതൽ അപകടങ്ങളെ അഭിമുഖീകരിക്കേണ്ടതായും വരുന്നു. അതിനെക്കുറിച്ചെന്തെങ്കിലും സംശയം ഉണ്ടായിരുന്നെങ്കിൽ അതൊക്കെ ഇല്ലാതാകാൻ ഡെപ്യൂട്ടി മാനേജരും വ്യവസായിയും തമ്മിലുള്ള ഇന്നത്തെ ചർച്ച മതിയാകും.

സ്വന്തംകേസ് സ്വയം വാദിക്കാൻ എടുത്ത തീരുമാനം കെ യെ എന്തു ജാള്യതയിലേക്കാണ് എത്തിച്ചത്! ഇനിയെന്തൊക്കെയാണ് സംഭവിക്കാൻ പോകുന്നത്? എത്രകാലം അതിനുവേണ്ടി കാത്തിരിക്കണം? ഈ പ്രയാസങ്ങൾക്കിടയിൽ ശരിയായ വഴി തനിക്കു കണ്ടെത്താൻ കഴിയുമോ? വളരെ ശരിയായി കേസു വാദിക്കണമെന്നുണ്ടെങ്കിൽ അതിനു വിരുദ്ധമായ ചിന്തകൾ പാടില്ലല്ലോ. മറ്റുള്ള എല്ലാ പ്രവർത്തനങ്ങളിൽ നിന്നും താൻ അതിനാൽ മാറി നില്ക്കേണ്ടതല്ലേ? അതിനെ അതിജീവിക്കാൻ തനിക്കു കഴിയുമോ? ഒരു ബാങ്ക് ഓഫീസിൽ നിന്നുകൊണ്ട് ഇതൊക്കെ എങ്ങനെ ചെയ്യാൻ പറ്റും? ഒരു ഹർജി തയ്യാറാക്കുന്നതല്ലേ ഇവിടത്തെ പ്രശ്നം. അതിന് കുറച്ചു ആഴ്ചത്തെ അവധിയെടുത്താൽ മതിയാകുമല്ലോ. പക്ഷേ അത്തരം അവധി ഇപ്പോൾത്തന്നെ എടുക്കുന്നത് അപകടം ഉണ്ടാക്കുന്നതല്ലേ? ഇനി വിചാരണ എത്രനാൾ നീണ്ടുനില്ക്കും എന്നതാണ് അടുത്ത പ്രശ്നം. കെ യുടെ ഔദ്യോഗിക പ്രവൃത്തിക്കു ഭീഷണിയായി എന്തു തടസ്സമാണ് പെട്ടെന്നു ഉയർന്നു വന്നിരിക്കുന്നത്!

താൻ ബാങ്കുജോലികൾ ചെയ്തുകൊണ്ടിരിക്കേണ്ട നിമിഷമാണോ ഇപ്പോൾ. അയാൾ തന്റെ മേശപ്പുറത്തേക്കു നോക്കി. കക്ഷികളെ വിളിച്ചുവരുത്തി ചർച്ച ചെയ്യണമോ? വിലപേശൽ നടത്തണമോ? തന്റെ കേസിന്റെ ചുരുളഴിയുന്ന നേരത്ത്, തട്ടിൻപുറത്തെ കോടതിയുദ്യോഗസ്ഥർ തന്റെ കുറ്റാരോപണ രേഖകൾ സശ്രദ്ധം വായിച്ചു പഠിക്കുന്ന നേരത്ത് ബാങ്കിന്റെ കാര്യങ്ങളിൽ ഇത്രയ്ക്ക് അർപ്പണമനോഭാവം താൻ കാണിക്കണോ? കേസുമായി വരുന്നതും അതിൽ ഒഴിവാക്കാൻ പറ്റാത്തതും കോടതിയുടെ സമ്മതത്തോടുകൂടിയതുമായ ഒരു പീഡനമായി അതു കാണപ്പെട്ടു. ബാങ്കിലെ തന്റെ ജോലിയെ വിലയിരുത്തുമ്പോൾ ഇക്കാര്യങ്ങളും അവർ കാര്യമാക്കുമോ? ഒരിക്കലുമില്ല; അങ്ങനെ ഒരാളും ആ വിധം ചെയ്തിട്ടില്ല. ബാങ്കിലെ ചിലർക്ക് ഇങ്ങനെയൊരു കേസിനെക്കുറിച്ച് അറിയാമെന്നത് നേരാണ്. പക്ഷെ, ആർക്കൊക്കെ അത് എന്തുമാത്രം എന്നൊന്നും വ്യക്തമല്ല. ഡെപ്യൂട്ടി മാനേജരുടെ ചെവിയിൽ ഒന്നും എത്തിയിട്ടില്ലന്ന് കരുതേണ്ടിയിരിക്കുന്നു. എത്തിയിരുന്നെങ്കിൽ സഹപ്രവർത്തകനെന്നോ മനുഷ്യജീവിയെന്നോയുള്ള യാതൊരു പരിഗണനയും കൂടാതെ അതിനെ കെ യ്ക്കെതിരെ പ്രയോഗിക്കുമായിരുന്നു. മാനേജരുടെ കാര്യമോ? അയാൾക്ക് ഉറപ്പായും കെ യെ വളരെ ഇഷ്ടമായിരുന്നു. കേസിനെക്കുറിച്ചറിഞ്ഞാൽ അപ്പോൾത്തതന്നെ തന്റെ അധികാരത്തിന്റെ പരിധിക്കുള്ളിൽ നിന്നുകൊണ്ട് സന്തോഷത്തോടെ കെ യുടെ ജോലി

ഭാരം ഒന്നുകുറച്ചുകൊടുക്കുമായിരുന്നു. അയാൾക്ക് അതിനു കഴിഞ്ഞി ല്ലെന്നു വരാം. കാരണം ഡെപ്യൂട്ടി മാനേജരെ സ്വാധീനിക്കാനുള്ള കഴിവ് കെ യ്ക്കു കുറഞ്ഞുവരുന്നതിനനുസരിച്ച്, ഡെപ്യൂട്ടി മാനേജരുടെ സ്വാധീ നത്തിൻകീഴിൽ മാനേജർ വന്നുവീഴുമല്ലോ. മാത്രവുമല്ല മാനേജരുടെ അനാരോഗ്യം മുതലാക്കിക്കൊണ്ട് അയാൾ സ്വയം കരുത്താർജ്ജിച്ചു വരികയുമാണ്. ഇനി കെ യ്ക്ക് എന്താണ് പ്രതീക്ഷിക്കാനുള്ളത്? ഈ വിധം ചിന്തകൾ നങ്കൂരമിട്ടിരിക്കുമ്പോൾ എതിരിടാനുള്ള ശക്തി അയാൾക്കു കുറയുകയാണ്. ഒക്കെപ്പോട്ടെ, മിഥ്യാചിന്തകൾ ഒഴിവാക്കേ ണ്ടത് അത്യാവശ്യമാണ്. സാഹചര്യം അനുസരിച്ചുള്ള സ്വന്തം അവസ്ഥ യെക്കുറിച്ച് നല്ലൊരു വീക്ഷണവും ഉണ്ടാകണം.

പ്രത്യേകിച്ച് ഒരു ലക്ഷ്യവുമില്ലാതെ, മേശയ്ക്കരികിലിരിക്കുന്നത് ഒഴി വാക്കാനായി, അയാൾ ജനാല തുറന്നിട്ടു. തുറക്കാൻ പ്രയാസമായിരു ന്നതിനാൽ അയാൾക്ക് രണ്ടു കൈകളും ഉപയോഗിക്കേണ്ടി വന്നിരുന്നു. ആ വലിയ ജനാലയിലൂടെ പുകയും മഞ്ഞും കൂടിക്കലർന്ന് മുറിക്കക ത്തേക്കു കയറി. എന്തോ കത്തിയ മണം മുറി

ക്കുള്ളിൽ നിറഞ്ഞു. കുറേ മഞ്ഞുതരികളും അകത്തേക്കടിച്ചു കയ റി.

"ഭയങ്കര ശൈത്യം തന്നെ". പിന്നിൽ നിന്നും വ്യവസായി പറയു ന്നത് കെ കേട്ടു.

ഡെപ്യൂട്ടി മാനേജരുടെ മുറിയിൽ നിന്നും കെ യുടെ മുറിയിലേക്കു അയാളുടെ ശ്രദ്ധയിൽപ്പെടാതെ കയറിവന്നതാണ് അയാൾ. കെ തല യാട്ടി. ഒപ്പം വ്യവസായിയുടെ കൈയിലിരിക്കുന്ന ഫയൽപ്പെട്ടിയിലേക്കും നോക്കി. അതിൽ നിന്നും ചർച്ചയുടെ തീരുമാനങ്ങൾ അറിയിക്കാനായി അയാൾ കടലാസുകൾ വലിച്ചെടുക്കുമെന്ന് കെ യ്ക്കു തോന്നി.

കെ യുടെ നോട്ടം കണ്ടപ്പോൾ, ഫയൽപ്പെട്ടിയിൽ തട്ടിക്കൊണ്ട് വ്യവ സായിപറഞ്ഞു. "ചർച്ചയുടെ തീരുമാനമറിയാൻ താങ്കൾക്കാഗ്രഹമു ണ്ടാകും." അയാൾ ഫയൽപ്പെട്ടി തുറന്നതേയില്ല. "എല്ലാം ശരിയാക്കിയ അന്തിമതീരുമാനം എന്റെ കൈയിലുണ്ട് പിന്നെ ആ ഡെപ്യൂട്ടി മാനേജ രുണ്ടല്ലോ മിടുക്കനാണ്. പക്ഷേ, ഇടപെടുമ്പോൾ സൂക്ഷിച്ചില്ലെങ്കിൽ അപ കടമാണ്."

അയാൾ തുടർന്നു ചിരിച്ചു. കെ യെക്കൂടി ചിരിപ്പിക്കാനായി അയാ ളുടെ കൈ പിടിച്ചു കുലുക്കി. പക്ഷേ, വ്യവസായി ഫയൽപ്പെട്ടി തുറന്ന് കടലാസുകൾ കാണിക്കാത്തതിനാൽ കെ കൂടുതൽ സംശയത്തിലേക്കു വീഴുകയാണ് ചെയ്തത്. മാത്രമല്ല, അയാൾ പറഞ്ഞതിൽ ചിരിക്കാനുള്ള യാതൊന്നും കെ കണ്ടതുമില്ല.

"എന്താ സാറേ"? വ്യവസായി തുടർന്നു. "എന്താ തണുപ്പു പിടി ക്കുന്നില്ലേ? ആകപ്പാടെ ഒരുന്മേഷവുമില്ലാതെ?"

"അതെ അതെ" കെ പറഞ്ഞു. നെറ്റിയിൽ കൈവച്ചുകൊണ്ട് തുടർന്നു പറഞ്ഞു: "വല്ലാത്ത ഒരു തലവേദന ...... പിന്നെ കുടുംബപ്രശ്നങ്ങൾ."

"ഓ. അതുശരി" തിരക്കുകാരണം ആരെന്തുപറഞ്ഞാലും ശ്രദ്ധകൊടുക്കാത്ത വ്യവസായി പറഞ്ഞു: "എല്ലാവർക്കും പ്രശ്നങ്ങളുണ്ടല്ലോ."

വ്യവസായിയെ പുറത്തേക്കിറക്കാനായി കെ അറിയാതെ വാതിലിനടുത്തേക്കു നടന്നു.

അപ്പോഴേക്കും വ്യവസായി പറഞ്ഞു: "സാറേ, എനിക്കു ചെറിയൊരു കാര്യംകൂടി പറയാനുണ്ടായിരുന്നു. അയ്യോ അതിന്നു തന്നെ പറയാമോയെന്ന് എനിക്കറിയില്ല. പക്ഷേ മുമ്പു രണ്ടുപ്രാവശ്യം വന്നപ്പോഴും അക്കാര്യം ഞാൻ പറയാൻ വിട്ടുപോയിരുന്നു. ഇനിയും പറയാതിരുന്നാലോ, അതിന്റെ ഗൗരവം ഇല്ലാതായിപ്പോകും. താങ്കൾക്ക് ഉപയോഗമുള്ള കാര്യമായതിനാൽ പറയാതിരുന്നാൽ കഷ്ടമായിപ്പോകും."

കെ മറുപടി പറയാനാഞ്ഞു. പക്ഷേ, അതിനു മുമ്പുതന്നെ വ്യവസായി അയാളുടെ അരികിലേക്കു ചെന്നു. ഒരു വിരലുകൊണ്ട് അയാളുടെ നെഞ്ചിൽ തട്ടിക്കൊണ്ടു പറഞ്ഞു. "താങ്കൾ ഒരു കേസിൽപ്പെട്ടു, അല്ലേ?"

കെ ഞെട്ടി ഒന്നു പിന്നോട്ടു മാറി, "ഡെപ്യൂട്ടി മാനേജർ നിങ്ങളോടു അതുപറഞ്ഞോ?" കെ ഉറക്കെച്ചോദിച്ചു.

"ഇല്ലേയില്ല." വ്യവസായി പറഞ്ഞു. "ഡെപ്യൂട്ടി മാനേജർ അതെങ്ങനെ അറിയും?"

"പിന്നെ നിങ്ങൾ എങ്ങനെയാണിതറിഞ്ഞത്?" മുന്നോട്ടു വന്നുകൊണ്ട് കെ ചോദിച്ചു.

"ഇടയ്ക്കിടെ കോടതിയെക്കുറിച്ചുള്ള തുണ്ടുതുണ്ടുവിവരങ്ങൾ കേൾക്കാറുണ്ട്." വ്യവസായി പറഞ്ഞു. "അക്കാര്യമാണ് എനിക്ക് താങ്കളോടു പറയാനുള്ളതും."

"കോടതിയുമായിട്ട് അത്രയധികം പേർക്കും ബന്ധമുണ്ടെന്നോ!" തല കുനിച്ചുകൊണ്ട് കെ പറഞ്ഞു.

വ്യവസായിയെ കെ തന്റെ മേശയ്ക്കരികിലേക്കു കൂട്ടിക്കൊണ്ടുപോയി. പഴയതുപോലെ അവർ മേശയ്ക്കിരുപുറമായി ഇരുന്നു.

"നിർഭാഗ്യവശാൽ എനിക്കു അധികമൊന്നും വിവരങ്ങൾ താങ്കളോടു പറയാനില്ല." വ്യവസായി പറഞ്ഞു. "പക്ഷേ, ഇങ്ങനെയൊരവസ്ഥയിൽ ഒന്നും നിസ്സാരമായി തള്ളിക്കളയാൻ പറ്റില്ല. മാത്രമല്ല, എത്ര നിസ്സാരമായാലും താങ്കളെ സഹായിക്കണമെന്ന ആഗ്രഹം എനിക്കുണ്ട്. നമ്മൾ ഇത്രയും കാലം വിവിധ ഇടപാടുകളിൽ നല്ല സുഹൃത്തുക്കൾ ആയിരുന്നില്ലേ. പിന്നെ....."

അന്നു രാവിലെ തന്നെ കാണാൻ വന്നപ്പോൾ തന്റെ ഭാഗത്തുനിന്നും

ഉണ്ടായപെരുമാറ്റത്തിന് ക്ഷമ ചോദിക്കണമെന്ന് കെ യ്ക്കുണ്ടായിരുന്നു. പക്ഷേ, വ്യവസായി അതിനൊരു അവസരം കൊടുത്തില്ല. തനിക്കു പോകാൻ ധൃതിയുണ്ടെന്നു കാണിക്കാൻ വേണ്ടി ഫയൽപ്പെട്ടി കക്ഷത്ത് ഒതുക്കിപ്പിടിച്ചുകൊണ്ടു പറഞ്ഞു: “ടിട്ടോറെല്ലി എന്നൊരാളിൽ നിന്നാണ് നിങ്ങളുടെ കേസിനെക്കുറിച്ചുള്ള കാര്യം ഞാൻ അറിഞ്ഞത്. അയാൾ ഒരു പെയിന്ററാണ്. ടിട്ടോറെല്ലി എന്നത് അയാളുടെ കള്ളപ്പേരാണ്. പക്ഷേ അയാളുടെ യഥാർത്ഥ പേര് എനിക്കറിയില്ല. കുറേ കാലങ്ങളായി ഇട യ്ക്കിടെ അയാൾ എന്നെ ഒഫീസിൽ വന്നു കാണാറുണ്ട്. വരുമ്പോൾ ചില പെയിന്റിങ്ങുകൾ കൊണ്ടും വരും. ഞാൻ അവയ്ക്ക് തുച്ഛമായ വല്ലതും ഭിക്ഷപോലെ കൊടുക്കുമായിരുന്നു; അതെ, അയാൾ ഏറെ ക്കുറെ ഭിക്ഷക്കാരൻ തന്നെയായിരുന്നു. പക്ഷേ ചിത്രങ്ങളൊന്നും മോശ മായതായിരുന്നില്ല. പ്രകൃതിരമണീയമായ കാഴ്ചകളാണ് ചിത്രങ്ങളിൽ. ഞങ്ങളുടെ ഇടപാടുകൾ വളരെ നന്നായിട്ട് നീങ്ങിക്കൊണ്ടിരുന്നു. അങ്ങ നെയിരിക്കെ അയാൾ കൂടുതൽ ദിവസങ്ങളിൽ വരാൻ തുടങ്ങി. എനിക്ക് അത്ര രസിച്ചില്ല. അതിനെക്കുറിച്ചു ഞാൻ പറഞ്ഞത് ഒരു സംസാര ത്തിനിടയാക്കി. പെയിന്റിങ് മാത്രം ചെയ്ത് എങ്ങനെയാണ് അയാൾ ജീവിക്കുന്നതെന്നറിയാൻ ഞാൻ താല്പര്യം കാണിച്ചു. അപ്പോഴാണ് ഞാൻ ആശ്ചര്യത്തോടറിഞ്ഞത്, അയാൾ ജീവിച്ചുപോകുന്നത് അയാ ളുടെ ഛായാചിത്രരചനകൾ വഴിയാണെന്ന്. കോടതിയിലും പണികിട്ടാ റുണ്ടെന്ന് അയാൾ ഇടയ്ക്കു പറഞ്ഞു. ‘ഏതു കോടതി’യെന്ന് ഞാൻ ചോദിച്ചു. അപ്പോഴാണ് അയാൾ ഈ കോടതിയെന്നുള്ള വിവരം പറയു ന്നത്. താങ്കളുടെ അനുഭവം വച്ചുനോക്കുമ്പോൾ അയാൾ പറഞ്ഞ കഥ കൾ കേട്ട് ഞാൻ എത്രമാത്രം അതിശയിച്ചുയെന്ന് താങ്കൾക്കു മനസ്സി ലാകും. അതിനു ശേഷം അയാൾ വരുമ്പോഴൊക്കെ ഓരോ പുതിയ കഥ കൾ പറയാനുണ്ടാകും. അങ്ങനെ ക്രമേണ കാര്യങ്ങളുടെ കിടപ്പുവശം എനിക്കും മനസ്സിലാക്കാൻ കഴിഞ്ഞു. യഥാർത്ഥത്തിൽ ഒരു വായാടിയാ യിരുന്നു അയാൾ. ചിലപ്പോഴൊക്കെ വളരെ നിർബ്ബന്ധിച്ചാണ് ഞാൻ ഓഫീസിൽ നിന്നും പറഞ്ഞയച്ചിരുന്നത്. കാരണം, അയാൾ പറയുന്ന തൊക്കെ നുണയാണ്. മാത്രമല്ല, സ്വന്തം ദുഃഖങ്ങൾതന്നെ ധാരാളമുള്ള എന്നെപ്പോലെയുള്ള ഒരു വ്യവസായിക്ക് എന്തിന് അന്യന്റെ ദുഃഖങ്ങൾ കേൾക്കണം! ഓർമ്മവന്നപ്പോൾ ഇക്കാര്യം പറഞ്ഞെന്നേയുള്ളൂ. ഈ ടിട്ടോറെല്ലി താങ്കൾക്ക് ഒരു ഉപകാരിയാവില്ലേ? വെറുതെ ഒന്നു സ്വയം തോന്നിയതാണ്. അയാൾക്കാണെങ്കിൽ കുറേ വക്കീലന്മാരെ അറിയാ വുന്നതാണ്. അല്ലെങ്കിൽത്തന്നെ അയാൾക്ക് അത്രകണ്ട് സ്വാധീനം ഇല്ലെന്നു വന്നാലും സ്വാധീനമുള്ളവരെ ബന്ധപ്പെടാനുള്ള ഉപദേശം തരാ നെങ്കിലും പറ്റുമല്ലോ? ഇനി ആ ഉപദേശം തന്നെ നിർണ്ണായകം തന്നെന്നു വന്നില്ലെങ്കിൽ, അതുവേണ്ടവിധം ഉപയോഗിക്കാൻ താങ്കൾക്കു കഴിയു

മല്ലോ? ഇത്തരം കാര്യങ്ങളിലൊക്കെ താങ്കൾ ഒരു വക്കീലുമാതിരി തന്നെയാണ്. ഞാൻ എപ്പോഴും പറയാറുണ്ട്, 'നമ്മുടെ കെ സാർ ഏതാണ്ട് ഒരു വക്കീൽ തന്നെയാണ്. പിന്നെ എനിക്കു താങ്കളുടെ കേസിന്റെ കാര്യത്തിൽ യാതൊരുവിധ ഉൽക്കണ്ഠയും ഇല്ല... പിന്നെ ആ ടിട്ടോറെല്ലിയെ ഒന്നു പോയി കാണുമോ? എന്റെ നിർദ്ദേശപ്രകാരമാണ് കാണാൻ വന്നെതെന്നു പറഞ്ഞാൽ അയാൾ ഏതു സഹായവും ചെയ്തു തരും. തീർച്ചയായും താങ്കൾ അയാളെച്ചെന്നു കണ്ടേ പറ്റൂ. ഇന്നു വേണമെന്നില്ല. സൗകര്യാർത്ഥമുള്ള മറ്റൊരു ദിവസം മതി. ഞാനൊന്നു കൂടി പറഞ്ഞോട്ടെ; ഞാൻ പറഞ്ഞതുകൊണ്ട് ഒരു ബാദ്ധ്യതയായിട്ടൊന്നും താങ്കൾ കരുതരുത്. ടിട്ടോറെല്ലിയുടെ ആവശ്യം ഇല്ലാതെതന്നെ ഒക്കെ ശരിയാക്കാമെന്നുണ്ടെങ്കിൽപ്പിന്നെ അയാളെ പൂർണ്ണമായും ഒഴിവാക്കുന്നതാണ് നല്ലത്. താങ്കൾക്ക് ഇതിനകം ഒരു തീരുമാനം ഉണ്ടാകുമല്ലോ. ചിലപ്പോൾ ടിട്ടോറെല്ലി വന്ന് അതുകൂടി നശിപ്പിച്ചാലോ. അങ്ങനെയെങ്കിൽ അയാളെ ചെന്നു കാണാതിരിക്കുന്നതാണ് നല്ലത്. പിന്നെ, ഇങ്ങനെ ഒരു ആളിന്റെ ഉപദേശം തേടാൻ പോകുമ്പോൾ ഉള്ള അഭിമാനമൊക്കെ മടക്കിവച്ചേ പറ്റൂ. അതൊക്കെ എന്തോ ആയിക്കോട്ടെ. താങ്കളുടെ ഇഷ്ടംപോലെ ചെയ്താൽ മതി. എന്റെ ശുപാർശക്കത്ത് ഇതാ വാങ്ങിക്കോളൂ. ഇതാ അയാളുടെ മേൽവിലാസവും."

വളരെ നിരാശയോടെയാണ് അയാൾ കത്തുവാങ്ങി പോക്കറ്റിലേക്ക് തിരുകിയത്. ഏത് അനുകൂല സാഹചര്യത്തിലും ഈ ശുപാർശക്കത്തുകൊണ്ട് കിട്ടാൻ പോകുന്ന പ്രയോജനത്തേക്കാൾ കനത്തതായിരിക്കും തന്റെ കേസിനെക്കുറിച്ച് വ്യവസായിക്ക് അറിയാമെന്നുള്ളതും പെയിന്റർ കേസുവിവരങ്ങൾ പറഞ്ഞുനടക്കുകയാണെന്നുള്ളതുമായ വസ്തുതകൾ കൊണ്ടുവരുന്ന ദ്രോഹം.

വാതിലിനരികിലേക്കു നടന്നു തുടങ്ങിക്കഴിഞ്ഞ വ്യവസായിയോടു നന്ദിസൂചകമായി ഒരു വാക്കുപോലും പറയാൻ കെ യ്ക്കായില്ല.

"ഞാൻ അയാളെ പോയിക്കാണാം." വാതില്ക്കൽ വച്ച് അയാൾക്കു കൈ കൊടുത്തുകൊണ്ട് കെ പറഞ്ഞു. "അല്ലെങ്കിൽ ഇവിടെ തിരക്കല്ലേ... ഒരു കത്തയച്ച് അയാളെ ഓഫീസിലേക്കു വിളിപ്പിക്കാം."

"എനിക്കറിയാം; താങ്കൾ ശരിയായ കാര്യമേ തീരുമാനിക്കുകയുള്ളൂയെന്ന്." വ്യവസായി പറഞ്ഞു. "താങ്കൾ ടിട്ടോറെല്ലിയോട് ചർച്ച ചെയ്യാൻ ഉദ്ദേശിക്കുമ്പോൾ അത്തരമൊരാളെ ബാങ്കിലേക്കു വിളിക്കുന്നത് ഒഴിവാക്കുമെന്നാണ് ഞാൻ കരുതിയിരുന്നത്. മാത്രമല്ല, താങ്കളെപ്പോലെയുള്ള ഒരാളിന്റെ കത്ത് ഇത്തരമുള്ള ഒരാളിന്റെ കൈകളിലെത്തുന്നത് നല്ലതാണെന്നും എനിക്കു വിശ്വാസമില്ല. എന്തായാലും താങ്കൾ എല്ലാം മനസ്സിലാക്കിക്കഴിഞ്ഞെന്നും എന്താണ് ചെയ്യേണ്ടതെന്ന് തീരുമാനിച്ചിട്ടുണ്ടെന്നും കരുതുന്നു."

കെ തലകുലുക്കി. തുടർന്ന് വെയിറ്റിംങ് റൂംവഴി വ്യവസായിയോടൊപ്പം കുറേക്കൂടി ദൂരം നടന്നു.

വ്യവസായിയുടെ ശുപാർശക്കത്തിനെ താൻ അഭിനന്ദിക്കുന്നു എന്നു കാണിക്കാൻ വേണ്ടി മാത്രമാണ് ടിട്ടോറെല്ലിക്ക് താനൊരു കത്തെഴുതുന്നുണ്ടെന്ന നിർദ്ദേശം കെ മുന്നോട്ടു വച്ചത്; ആ പെയിന്ററെ കാണുന്നതിൽ കാലതാമസമെടുക്കില്ലെന്ന സൂചനയും അതിലുണ്ടായിരുന്നു. പക്ഷേ, അയാളെക്കൊണ്ട് പ്രധാനപ്പെട്ട സഹായം ലഭിക്കുമെന്നുണ്ടെങ്കിൽ അയാൾക്ക് കത്തെഴുതാൻ കെ യ്ക്ക് യാതൊരു മടിയുമില്ലതന്നെ. പക്ഷേ, മോഹവലയത്തിനു പിന്നാലെ പോകുന്നതിന്റെ അപകടം വ്യവസായിയാണ് തനിക്കു ചൂണ്ടിക്കാണിച്ചുതന്നത്. അത്രയ്ക്ക് കെ യുടെ ചിന്താശേഷി നശിച്ചുപോയോ? പരിചയമില്ലാത്തതും അത്രയ്ക്കു വിശ്വാസമില്ലാത്തതുമായ ഒരാളിനെ ബാങ്കിലേക്കു വിളിച്ചുവരുത്തുക, തനിക്കും ഡെപ്യൂട്ടി മാനേജർക്കുമിടയിൽ ഒരു വാതിലിന്റെ വ്യത്യാസം മാത്രമുള്ളിടത്തിരുന്ന് തന്റെ കേസിനെക്കുറിച്ച് ചർച്ചചെയ്യുക ഒക്കെ ചെയ്യുമ്പോൾ താൻ മറ്റു അപകടങ്ങളെ കാണാതെ പോകുകയാണോയെന്നും കെ യ്ക്കു തോന്നി. അഥവാ അന്ധമായി അത്തരം അപകടങ്ങളിൽ ചെന്നു ചാടുകയാണോ?

എപ്പോഴും താക്കീതു തരാനായി ഒരാൾ തന്റെ അരികിലുണ്ടാകണമെന്നില്ല. സർവ്വശക്തിയും ഉപയോഗിച്ച് കേസിന്മേൽ ശ്രദ്ധ കേന്ദ്രീകരിക്കാൻ തീരുമാനിച്ച ഈ സമയത്തുതന്നെ വേണോ സ്വന്തം കഴിവിന്റെ സശ്രദ്ധയിൽ സംശയം നിഴലിക്കാൻ! ബാങ്കിൽ തനിക്കു നേരിടേണ്ടിവരുന്ന ബുദ്ധിമുട്ടുകൾ തന്റെ കേസിനേയും ബാധിക്കുവാൻ തുടങ്ങിയിരിക്കുകയാണോ? ടിട്ടോറെല്ലിക്ക് കത്തെഴുതണമെന്നും അയാളെ തന്റെ ഓഫീസിലേക്കു ക്ഷണിക്കണമെന്നുമൊക്കെ തോന്നിച്ചതിന്റെ കാരണം ഒരുവിധത്തിലും കെ യ്ക്കു മനസ്സിലായില്ല.

മൂന്നു മാന്യമാർ വെയിറ്റിംങ് റൂമിലെ ബഞ്ചിൽ കാത്തിരിക്കുകയാണെന്ന് ശിപായി വന്നു പറഞ്ഞപ്പോഴും കെ ഇത്തരം കാര്യങ്ങൾ ആലോചിച്ച് തലയാട്ടുകയായിരുന്നു. കെ യെ കാണാനായി അവർ വന്നിട്ട് സമയം അധികനേരമായിരുന്നു.

ശിപായി കെ യോടു സംസാരിച്ചു നില്ക്കുമ്പോൾത്തന്നെ, അവർ മൂവരും ചാടിയെഴുന്നേറ്റ് ഞാൻ മുമ്പേ എന്ന മട്ടിൽ കെ യുടെ ശ്രദ്ധ കിട്ടാൻ ഓടിവന്നു. ബാങ്ക് ഉദ്യോഗസ്ഥർ ദാക്ഷിണ്യമില്ലാതെ തങ്ങളെ ഇപ്രകാരം കാത്തിരുത്തി തങ്ങളുടെ സമയം നഷ്ടപ്പെടുത്തുമെങ്കിൽ, തങ്ങൾക്കും യാതൊരു ദാക്ഷണ്യവുമില്ലാതെ പെരുമാറേണ്ടി വരുമെന്ന് അവരും തീരുമാനിച്ചുകാണും.

"സർ..." ഒരാൾ തുടങ്ങി.

കെ അപ്പോഴേക്കും തന്റെ ഓവർക്കോട്ടെടുപ്പിച്ചു. അതു ധരിച്ചു

കൊണ്ട് അയാൾ പറഞ്ഞു: "മാന്യരേ, ക്ഷമിക്കണം..... നിങ്ങളെ ഈ നേരത്ത് കാണാനുള്ള സമയക്കുറവ് ഉള്ളതിൽ ഞാൻ ഖേദിക്കുന്നു. വളരെ പ്രധാനപ്പെട്ട ഒരു കാര്യം ചെയ്യാനായി എനിക്കു പോകേണ്ടതുണ്ട്. മറ്റേയാൾ മുഖേന എന്റെ നേരം എത്രമാത്രം നഷ്ടപ്പെട്ടുയെന്നത് നിങ്ങൾക്ക് കാണാൻ പറ്റിയല്ലോ...... നാളെയോ അല്ലെങ്കിൽ നിങ്ങൾക്കു സൗകര്യമുള്ള മറ്റൊരു ദിവസമോ വന്നോളൂ. വേണമെങ്കിൽ ഫോണിൽ സംസാരിച്ചോളൂ. അല്ലെങ്കിൽ കാര്യമെന്താണെന്ന് ചുരുക്കിപ്പറഞ്ഞാൽ വിശദമായ ഒരു മറുപടി എഴുതിയയച്ചു തരാം. എങ്കിലും മറ്റൊരുദിവസം വരാൻ പറ്റിയാൽ അതാണ് നിങ്ങൾക്ക് നല്ലതെന്നു തോന്നുന്നു...."

കെ യുടെ മറുപടികേട്ട് അവർ മൂവരും അന്ധാളിച്ചു പരസ്പരം നോക്കി. തങ്ങൾ അത്രയുംവേഗം കാത്തിരുന്നത് പാഴായിപ്പോയെന്ന് അവർക്കപ്പോൾ തോന്നി.

"അപ്പോൾ അക്കാര്യം അങ്ങനെ തീരുമാനിച്ചല്ലോ?" തൊപ്പിയും എടുത്തുകൊണ്ട് കെ അയാളോടു ചോദിച്ചു. പുറത്തുകനത്ത മഞ്ഞുവീഴ്ച നടക്കുന്നത് വാതിലിലൂടെ കെ കണ്ടു. അയാൾ കോട്ട് ഉയർത്തിക്കയറ്റി കഴുത്തിന്റെ ഭാഗത്തുവച്ച് ബട്ടണിടുകയും ചെയ്തു.

ഈ സമയത്ത് ഡെപ്യൂട്ടി മാനേജർ അടുത്തമുറിയിൽ നിന്നും ഇറങ്ങി വന്നു. ഓവർക്കോട്ടും ധരിച്ചുകൊണ്ട് മൂന്നുപേരോടായി സംസാരിച്ചുനില്ക്കുന്ന കെ യെ നോക്കി അയാൾ പുഞ്ചിരിച്ചു.

"അല്ലാ പുറത്തുപോകുകയാണോ സാറേ?" ഡെപ്യൂട്ടി മാനേജർ കെ.യോടു ചോദിച്ചു.

"അതെ." നിവർന്നുനിന്നുകൊണ്ട് കെ മറുപടി പറഞ്ഞു: "കുറച്ചു കാര്യങ്ങളുണ്ട്."

അപ്പോഴേക്കും ഡെപ്യൂട്ടി മാനേജർ മറ്റു മൂവരുടെയും നേരെ തിരിഞ്ഞു.

"അപ്പോൾ ഈ മാന്യന്മാരുടെ കാര്യമോ?" അയാൾ ചോദിച്ചു: "ഇവർ ഇവിടെ കാത്തിരിക്കാൻ തുടങ്ങിയിട്ട് ഒത്തിരി നേരമായല്ലോ?"

പക്ഷേ അവരെ തടുക്കാൻ പറ്റിയില്ല. അവർ കെ യുടെ ചുറ്റുമായി കൂടി നിന്നു. തങ്ങളുടെ കാര്യം വളരെ പ്രധാനപ്പെട്ടതാണെന്നും, അതിനാലാണ് ഇത്രയും നേരം അവിടെ കാത്തുനിന്നതെന്നും അവൾ പറഞ്ഞു. ഒറ്റയ്ക്കിരുന്ന് അപ്പോൾതന്നെ അതിനെക്കുറിച്ച് സംസാരിക്കണമെന്ന് അവർ ധൃതികൂട്ടി.

ഡെപ്യൂട്ടി മാനേജർ അതൊക്കെ കുറച്ചുനേരം നിന്നു കേട്ടു. തുടർന്ന് അയാൾ കെ യെ നോക്കി. കെ അപ്പോൾ തന്റെ കൈയിലിരുന്ന തൊപ്പിയുടെ പൊടി തട്ടുകയായിരുന്നു.

അപ്പോൾ ഡെപ്യൂട്ടി മാനേജർ പറഞ്ഞു: "സുഹൃത്തുക്കളേ, ഒരു എളുപ്പമാർഗ്ഗമുണ്ട്. നിങ്ങൾക്ക് താല്പര്യമെങ്കിൽ നിങ്ങളോടൊപ്പം കാര്യ

ങ്ങൾ സംസാരിക്കുന്നതിൽ ഞാൻ തന്നെ ഒരുക്കമാണ്. നിങ്ങളുടെ കാര്യങ്ങൾ പെട്ടെന്നു തീരുമല്ലോ അങ്ങനെ. നിങ്ങളെപ്പോലെയുള്ള ബിസിനസുകാർ തന്നെയാണ് ഞങ്ങളും. ബിസിനസുകാരുടെ സമയത്തിന്റെ വില ഞങ്ങൾക്ക് നന്നായിട്ടറിയാവുന്നതുമാണ്. നിങ്ങൾ ദയവായി എന്നോടൊപ്പം വരുമോ?" ഇതു പറഞ്ഞുകൊണ്ട് അയാൾ തന്റെ ഓഫീസിനടത്തുള്ള വെയിറ്റിംങ് റൂമിലേക്കു കയറാനുള്ള വാതിൽ തുറക്കുകയും ചെയ്തു.

കെ യ്ക്കു ഉപേക്ഷിക്കാൻ നിർബ്ബന്ധിതമായതൊക്കെ എന്തുമാത്രം ബുദ്ധിപരമായിട്ടാണ് ഡെപ്യൂട്ടി മാനേജർ ഇപ്പോൾ തട്ടിയെടുക്കുന്നത്. യഥാർത്ഥത്തിൽ കെ യ്ക്ക് അതൊക്കെ ഉപേക്ഷിക്കേണ്ടതായിരുന്നില്ലല്ലോ. പക്ഷേ അങ്ങനെ അയാൾക്കു ചെയ്യേണ്ടി വന്നു. അവ്യക്തവും നിസ്സാരവുമായ പ്രതീക്ഷയോടെ, അറിയാൻ പാടില്ലാത്ത ഒരു പെയിന്ററെ കാണാൻ ധൃതിവയ്ക്കുമ്പോൾ, ബാങ്കിലെ അയാളുടെ പേരിനും പെരുമയ്ക്കും തീരാത്ത നാശമാണുണ്ടാകുന്നത്. ഡെപ്യൂട്ടിമാനേജരെയും കാത്ത് രണ്ടുപേർ അവിടെ അപ്പോൾ നില്ക്കുന്നുണ്ടായിരുന്നു. ഓവർക്കോട്ട് ഊരിവച്ച് വാതില്ക്കൽ നില്ക്കുന്ന ആ രണ്ടുപേരെയും വശത്താക്കുന്നതായിരിക്കും നല്ലതെന്ന് കെ യ്ക്കു തോന്നി. തന്റെ മുറിയിൽ നില്ക്കുന്ന ഡെപ്യൂട്ടി മാനേജരെ താൻ കണ്ടില്ലായിരുന്നെങ്കിൽ കെ അങ്ങനെ ചെയ്യാൻ ശ്രമിക്കുമായിരുന്നു. സ്വന്തം ഫയലുകളെന്നവണ്ണം കെ യുടെ കടലാസുകൾ എടുത്തു എന്തൊക്കെയോ പരിശോധിക്കുകയായിരുന്നു അയാൾ.

ക്ഷോഭമാണ് കെ യ്ക്കുണ്ടായത്. അയാൾ മുറിയുടെ വാതില്ക്കലേക്കു ചെന്നു. അപ്പോൾ ഡെപ്യൂട്ടി മാനേജർ ആശ്ചര്യത്തോടെ പറഞ്ഞു: "ഓ. താങ്കൾ ഇനിയും പോയില്ല അല്ലേ?"

അയാൾ കെ യുടെ മുഖത്തേക്കു നോക്കി. ആ മുഖത്ത് ആഴത്തിൽ വലിഞ്ഞു മുറുകിയ വരകൾ പ്രായത്തേക്കാൾ അധികം കരുത്തിനെക്കാണിക്കുന്നതായി അയാൾക്കു തോന്നി. പെട്ടെന്നു തന്നെ അയാൾ വീണ്ടും കടലാസിൽ പരതാൻ തുടങ്ങി.

"ഒരു കരാറിന്റെ കോപ്പി ഞാൻ നോക്കുകയാണ്." അയാൾ പറഞ്ഞു: "നിങ്ങളുടെ ഫയലിൽ ഉണ്ടാകുമെന്നാണ് കമ്പനിയുടെ ആളുകൾ കരുതുന്നത്. നോക്കിക്കണ്ടുപിടിച്ചുതരാമോ?"

കെ ഒരടി മുന്നോട്ടു വന്നു. അപ്പോഴേക്കു ഡെപ്യൂട്ടി മാനേജർ പറഞ്ഞു: "എനിക്കിപ്പോൾ കിട്ടിക്കഴിഞ്ഞു..... നന്ദി."

ഒരു വലിയൊരു കൂന കടലാസുകൾ അയാൾ കൈയിലെടുത്തു അതിൽ കരാറിന്റെ കോപ്പി മാത്രമല്ല, തീർച്ചയായും മറ്റനേകം കാര്യങ്ങളും ഉണ്ടാകും. അവയുമായി അയാൾ സ്വന്തം ഓഫീസു മുറിയിലേക്കു കയറി.

"എനിക്കിപ്പോൾ അയാളുമായി മത്സരിക്കാൻ തരം പോരാ." കെ അത് മന്ത്രണം നടത്തി. 'പക്ഷേ ഒരിക്കൽ എന്റെ പ്രശ്നങ്ങളൊക്കെ തീരും. അയാളായിരിക്കും അന്ന് അക്കാര്യം ആദ്യം അറിയുന്നത്. അന്നു ഞാൻ അയാളെ ഒരു പാഠം പഠിപ്പിക്കും.

വിവിധതരം ചിന്തകളിൽ മനസ്സിനെ ആശ്വസിപ്പിച്ച ശേഷം കെ ശിപായിയോടു പറഞ്ഞു: "മാനേജർ എപ്പോഴെങ്കിലും വരുമ്പോൾ ഞാൻ ചില ബിസിനസ് കാര്യങ്ങൾക്കു പോയിരിക്കുകയാണെന്ന് പറയണം." ഇടനാഴിയിലെ വാതിലും തുറന്നുപിടിച്ചുകൊണ്ട് വളരെനേരമായി ശിപായി അവിടെ നില്ക്കുകയായിരുന്നു. തുടർന്ന് കുറച്ചു നേരത്തെക്കെങ്കിലും സ്വന്തം കാര്യങ്ങളിൽ മുഴുകാമെന്ന സന്തോഷത്തോടുകൂടി കെ ബാങ്കിൽ നിന്നും പുറത്തുകടന്നു.

അയാൾ പെയിന്ററുടെ മേൽവിലാസം നോക്കി അയാളുടെ വീടു ലാക്കാക്കി നീങ്ങി. കോടതി യോഗങ്ങൾ കൂടുന്ന പട്ടണത്തിനു നേരെ എതിർവശത്തുള്ള പ്രാന്തപ്രദേശത്തിലാണ് അയാൾ താമസിച്ചിരുന്നത്. കൂടുതൽ ദരിദ്രമായ ഒരു സമീപപ്രദേശം. കരിപിടിച്ച വീടുകൾ. ഉരുകിയ മഞ്ഞിൻമേൽ മാലിന്യം നിറഞ്ഞൊഴുകുന്ന തെരുവുകൾ.

പെയിന്റർ താമസിക്കുന്ന കെട്ടിടത്തിന്റെ രണ്ടുപാളി വലിയ വാതിലുകളിൽ ഒന്നു മാത്രമാണ് തുറുന്നു കിടന്നിരുന്നത്. മറ്റേപ്പാളിയുടെ ചുവട്ടിലെ തറഭാഗത്തുള്ള ഒരു സുഷിരത്തിലൂടെ അറപ്പുളവാക്കുന്ന എന്തോ ഒരു മഞ്ഞദ്രാവകം ഒഴുകിവരുന്നത് അങ്ങോട്ടു ചെന്നപ്പോൾത്തന്നെ കെ. കണ്ടു. അതിൽ നിന്നും ആവിയും ഉയരുന്നുണ്ടായിരുന്നു. അതിനകത്തു നിന്നും ഓടിപ്പുറത്തേക്കു വന്ന ഒരെലി സമീപത്തെ തോട്ടിലേക്കു നീങ്ങി.

കോണിപ്പടിയുടെ ചുവട്ടിൽ നിലത്ത് ഒരു കുട്ടി കമിഴ്ന്നു കിടന്നുകൊണ്ട് കരയുന്നു. പക്ഷേ, വാതിലിനു നേരെ എതിരെയുള്ള ഒരു ലോഹനിർമ്മാണക്കടയിൽ നിന്നും വരുന്ന കാതടപ്പിക്കുന്ന ശബ്ദം കാരണം ആ കുഞ്ഞിന്റെ ശബ്ദം വ്യക്തമായിരുന്നില്ല. ലോഹനിർമ്മാണക്കടയുടെ വാതിൽ തുറന്നുകിടക്കുകയായിരുന്നു. മൂന്നു പണിക്കാർ അർദ്ധവൃത്തത്തിൽ നിന്നുകൊണ്ട് ഏതോ ഒരു സാധനത്തിൻമേൽ കൂടംകൊണ്ട് ആഞ്ഞടിക്കുന്നു. ചുവരിൽ തൂക്കിയിട്ടിരുന്ന വലിയൊരു ലോഹത്തകിടിൽ പ്രതിഫലിക്കുന്ന കണ്ണുചിമ്മിക്കുന്ന വെട്ടം ആ പണിക്കാരിൽ രണ്ടു പേർക്കിടയിലൂടെ കടന്ന് അവരുടെ മുഖവും മേൽവസ്ത്രവും പ്രകാശമാനമാക്കി. കെ അതൊക്കെ ഒറ്റനോട്ടത്തിൽ ഒന്നു കണ്ടു; എത്രയും വേഗം അവിടെനിന്നും രക്ഷപ്പെടണമെന്നതായിരുന്നു അയാളുടെ ചിന്ത. പെയിന്റർ ഏതു തരക്കാരനാണെന്നറിയുന്നതിനുവേണ്ടി ഒന്നു രണ്ടുചോദ്യങ്ങൾ ചോദിക്കുക, അതുകഴിഞ്ഞാലുടനെ ബാങ്കിലേക്കു മടങ്ങുക; ഇത്രയും മാത്രമേ കെ തീരുമാനിച്ചിരുന്നുള്ളൂ.

ഈ വരവുകൊണ്ട് എന്തെങ്കിലും പ്രയോജനമുണ്ടായാൽ ബാങ്കിലെ

അയാളുടെ അന്നത്തെ ജോലിയിലും അതു പ്രതിഫലിക്കും. മൂന്നാമത്തെ നിലയിൽ നടന്നെത്തിയപ്പോൾ അയാൾ തന്റെ വേഗത ഒന്നു കുറച്ചു അയാൾ ശ്വാസം മുട്ടി കിതയ്ക്കാൻ തുടങ്ങി. കോണിപ്പടികളും കെട്ടിടത്തിന്റെ ഉയരവും വളരെ വലുതായിരുന്നു. പെയിന്റർ ഏറ്റവും മുകളിലത്തെ തട്ടിൻപുറത്തായിരുന്നു താമസം. കോണിപ്പടിയുടെ ഇരുവശവും ചുവരുകൾകൊണ്ട് അടച്ചുകെട്ടിയിരുന്നതിനാൽ അതിനുള്ളിൽ വായു കെട്ടിക്കിടന്നിരുന്നു. അതിലുണ്ടായിരുന്ന ചെറിയ ചെറിയ ജനാലകളാകട്ടെ വലിയ ഉയരത്തിലുമായിരുന്നു.

ഒന്നു ശ്വാസം വിടാനായി കെ നിന്നു.

ഒരു മുറിയിൽ നിന്നും കുറച്ചുപെൺകുട്ടികൾ ആർത്തു ബഹളം വച്ചുകൊണ്ട് പുറത്തേക്കിറങ്ങിയശേഷം കോണിപ്പടികൾ കയറി മുകളിലേക്കു പോകുന്നത് കെ കണ്ടു. കെ സാവധാനം അവരുടെ പിന്നാലെ കൂടി.

ഓടിക്കയറിയപ്പോൾ കാൽതട്ടിവീഴാനൊരുങ്ങിയ ഒരു പെൺകുട്ടി പിന്നിലായപ്പോൾ കെ. അവൾക്കൊപ്പമായി. അവൾക്കൊപ്പം പടികൾ കയറുമ്പോൾ കെ ചോദിച്ചു: "ടിട്ടോറെല്ലി എന്ന പേരുള്ള ഒരു പെയിന്റർ ഇവിടെ താമസിക്കുന്നുണ്ടോ?"

അതിനു മറുപടിയായി അവൾ കെ യെ നോക്കി കണ്ണിറുക്കിയശേഷം കൈമുട്ടുകൊണ്ട് അയാളെ ഒന്നു തട്ടി. ഒരു പതിമൂന്നു വയസ്സുമാത്രം പ്രായമേ ആ പെൺകുട്ടിക്കുണ്ടാകുകയുള്ളൂ. മുതുകിലൊരു കൊച്ചു കൂനുമുണ്ട്. അവൾ ഒന്നു ചിരിക്കുപോലും ചെയ്തില്ല. പക്ഷേ, കോപത്തോടെ ഇമയനക്കാതെ അവൾ കെ യെ നോക്കി. അവളുടെ പെരുമാറ്റം താൻ കണ്ടില്ലെന്ന മട്ടിൽ കെ തുടർന്നു ചോദിച്ചു: "നിനക്ക് പെയിന്റർ ടിട്ടോറെല്ലിയെ അറിയാമോ?"

അവൾ തലകുലുക്കിക്കൊണ്ട് തിരിച്ചു ചോദിച്ചു: "അയാളെ എന്തിനാണ് അന്വേഷിക്കുന്നത്?"

ടിട്ടോറെല്ലിയെക്കുറിച്ച് കൂടുതൽ വിവരം അറിഞ്ഞാൽ കൊള്ളാമെന്ന ചിന്തയോടെ കെ പറഞ്ഞു: "അയാളെക്കൊണ്ട് എന്റെ ഛായചിത്രമൊന്ന് വരപ്പിക്കണം."

"നിങ്ങളുടെ ഛായാചിത്രം വരപ്പിക്കാനോ?" വാ പൊളിച്ചുകൊണ്ട് അവൾ തിരിച്ചു ചോദിച്ചു. തുടർന്ന് ആരും പറയാത്ത ഒരു മണ്ടത്തരമോ മറ്റോ അയാൾ വരുത്തിയെന്ന് തോന്നിക്കുമാറ് അവൾ അയാളുടെ മേലിൽ വീണ്ടും ഒരു ചെറിയ തട്ടുകൊടുത്തശേഷം, ഇരുകൈകളും കൊണ്ട് ഇറക്കം കുറഞ്ഞ ചുരുക്കുള്ള പാവാടയെ പിടിച്ച് ഉയർത്തിക്കൊണ്ട്, അകലെ നേർത്തില്ലാകുന്ന കൂട്ടുകാരികളുടെ ശബ്ദം കേട്ടഭാഗത്തേക്ക് വളരെവേഗം ഓടിപ്പോയി.

പക്ഷേ കോണിപ്പടിയുടെ അടുത്ത തിരിവിൽവച്ച് കെ ആ പെൺകു

ട്ടികളെ വീണ്ടും കണ്ടു. ആ കൂനുള്ള പെൺകുട്ടി കൂട്ടുകാരോട് ഉറപ്പായും എല്ലാം പറഞ്ഞിട്ടുണ്ടാകുമെന്നും അതുകൊണ്ടവർ അവിടെ കാത്തുനിന്നതാണെന്നും കെ യ്ക്ക് തോന്നി. കോണിപ്പടിയുടെ ഇരുവശങ്ങളിലെ ചുവരിലേക്ക് വരിയായി ചേർന്നമർന്നു നിന്നുകൊണ്ട് കെ യ്ക്ക് കയറിപ്പോകാൻ അവർ വഴികൊടുത്തു. കൈകൊണ്ട് പാവാടയെ അവർ തടവിയൊതുക്കിയും കൊടുത്തു. അവരുടെ മുഖവും നിരന്നു പിടിച്ചുള്ള നില്പും കെ യ്ക്കു കുട്ടിത്തവും ദുഷിപ്പും ചേർന്ന ഒരനുഭവമാണ് ഉണ്ടാക്കിയത്.

കെ അവർക്കിടയിലൂടെ മുന്നോട്ടു നടന്നു. അപ്പോഴേക്കും ചിരിച്ചുകൊണ്ട് പിന്നാലെ കൂടിയ പെൺകുട്ടികളുടെ നേതൃത്വസ്ഥാനം ആ കൂനുള്ള പെൺകുട്ടിക്കായിരുന്നു. കെ യ്ക്കു വഴികാണിച്ചുകൊടുക്കാനുള്ള ഉത്തരവാദിത്വം ആ നന്ദിയുള്ള പെൺകുട്ടിക്കുണ്ടായി. കോണിപ്പടിവഴി നേരെ കയറിപ്പോകാനൊരുങ്ങിയ കെ യ്ക്ക് അവൾ ടിട്ടോറെല്ലി താമസിക്കുന്ന ഒരു വശത്തേക്കുള്ള വഴി കാണിച്ചുകൊടുത്തു.

തീരെ ഇടുങ്ങിയ വഴിയായിരുന്നു അത്. വളവുകളൊന്നുമില്ലാതെ അത് നീണ്ടു കിടന്നിരുന്നു. ടിട്ടോറെല്ലിയുടെ വാതിൽച്ചെന്നാണ് പെട്ടെന്നതു തീരുന്നതും. കോണിപ്പടിയിലെ മറ്റിടങ്ങളിൽ നിന്നും വ്യത്യസ്തമായി ഇവിടെ വാതിലിൽ താരതമ്യേന നല്ല വെളിച്ചം ഉണ്ടായിരുന്നു. പെയിന്റ് ചെയ്തിട്ടില്ലാത്ത തടിക്കഷണങ്ങൾ വച്ചിടിച്ച് നിർമ്മിച്ചിരുന്ന വാതിലിൽ ചുവന്ന നിറത്തിൽ ബ്രഷുകൊണ്ട് ടിട്ടോറെല്ലി എന്നെഴുതിയിരുന്നു.

യഥാർത്ഥത്തിൽ കെ യും കൂട്ടുപോകുന്നവരും കോണിപ്പടിപാതി കയറിയില്ല. അപ്പോഴേക്ക് വളരെയധികം കാലൊച്ച കേട്ടതിൽ ശല്യം തോന്നിയ ഒരാൾ മുകളിൽ നിന്നും വാതിൽ അല്പം തുറന്ന് അതിന്റെ വിടവിലൂടെ നോക്കി. രാത്രി ധരിക്കുന്ന ഒരിനം ഉടുപ്പാണ് അയാൾ ധരിച്ചിരുന്നതെന്നു തോന്നുന്നു. കയറിവരുന്ന ജനത്തെക്കണ്ടപ്പോൾ 'ഓ!' എന്നു പറഞ്ഞുകൊണ്ട് അയാൾ അകത്തേക്കു മറഞ്ഞു. കൂനുള്ള പെണ്ണ് സന്തോഷത്താൽ കൈയടിച്ചു. മറ്റുള്ള പെൺകുട്ടികൾ കെ യെ വേഗത്തിൽ നടക്കാനായി തിരക്കു കൂട്ടിക്കൊണ്ടിരുന്നു.

അവർ നടന്നു മുകളിലെത്തുന്നതിനുമുമ്പു തന്നെ വാതിൽ തുറന്നുകൊണ്ട് പെയിന്റർ പുറത്തേക്കിറങ്ങുകയും തലകുമ്പിട്ടുകൊണ്ട് കെ യെ അകത്തേക്കു ക്ഷണിക്കുകയും ചെയ്തു. പക്ഷേ, പെൺകുട്ടികളെ അയാൾ തള്ളിയകറ്റി. കുട്ടികൾ പരമാവധി കേണപേക്ഷിച്ചിട്ടും തള്ളിക്കയറാൻ നോക്കിയിട്ടും പെയിന്റർ അതിനനുവദിച്ചില്ല. പക്ഷേ അയാളുടെ നീട്ടിപ്പിടിച്ച കൈകൾക്കടിയിലൂടെ കൂനുള്ള പെൺകുട്ടിമാത്രം അകത്തു കയറുന്നതിൽ വിജയിച്ചു. പക്ഷേ അയാളാകട്ടെ അവളുടെ പിന്നാലെ പാഞ്ഞുചെന്ന് അവളെ പിടിച്ചു. പിടികിട്ടിയത് പാവാടയിലാ

യിരുന്നു. വലിച്ചൊന്ന് കറക്കിയെടുത്തശേഷം അവളെ അകത്തു കയറാൻ ധൈര്യമില്ലാതെ പുറത്തുനില്ക്കുന്ന പെൺകുട്ടികൾക്കൊപ്പം അയാൾ എത്തിച്ചു.

കെ യ്ക്കും ഒന്നിന്റെയും അർത്ഥം പിടികിട്ടിയതേയില്ല. കാഴ്ചയിൽ എല്ലാവരും വലിയ സുഹൃത്തുക്കളെപ്പോലെയാണ് കാണപ്പെട്ടത്.

പെൺകുട്ടികൾ പുറത്തുനിന്നുകൊണ്ട് അകത്തേക്കൊളിഞ്ഞു പെയിന്ററെ നോക്കിക്കൊണ്ട് എന്തൊക്കെയോ തമാശകൾ പറഞ്ഞു. കെ യ്ക്ക് അവയൊന്നും മനസ്സിലായില്ല. പെയിന്ററാകട്ടെ ആ കൂനുള്ള പെൺകുട്ടിയെ ഏറെക്കുറെ വായുവിൽ കറക്കിയെറിഞ്ഞ് പുറത്താക്കിയതിലുള്ള സന്തോഷത്തിലായിരുന്നു.

തുടർന്നയാൾ വാതിൽ കൊട്ടിയടച്ചു. കെ യെ നോക്കിക്കൊണ്ട് ഒരു തവണ കൂടി അയാൾ തല കുമ്പിട്ടു. തുടർന്ന് കൈപിടിച്ചുകൊണ്ട് സ്വയം പരിചയപ്പെടുത്തൽ നടത്തി: "ഞാൻ പെയിന്റർ ടിട്ടോറെല്ലിയാണ്."

വാതിലിനു പിന്നിൽ നിന്നുകൊണ്ട് ആ പെൺകുട്ടികൾ എന്തൊക്കെയോ പിറുപിറുക്കുന്നുണ്ടായിരുന്നു. കെ ആ വാതിലേക്കു ചൂണ്ടിക്കൊണ്ടു പറഞ്ഞു: "നിങ്ങൾക്ക് ഇവിടെ അവരിൽ നിന്നും നല്ല സ്ഥാനമാണ് കിട്ടിയിരിക്കുന്നതെന്നു തോന്നുന്നു."

"ഓ! ഓ ആ പെമ്പിള്ളേരോ!" താൻ രാത്രിയിടാറുള്ള വേഷത്തിന്റെ കഴുത്തിലെ ബട്ടണിടാൻ ശ്രമിച്ചുകൊണ്ട് അയാൾ പറഞ്ഞു:, പക്ഷേ ആ ബട്ടൺ ശരിക്കിടാനും അയാൾക്കു കഴിഞ്ഞില്ല.

അയാളുടെ കാലിൽ ചെരുപ്പുണ്ടായിരുന്നില്ല. ആ രാത്രി ധരിക്കുന്ന മേൽവസ്ത്രത്തിനു പുറമേ, മഞ്ഞ ലിനൻ തുണിയിൽ തയ്ച്ചെടുത്ത ഒരു പക്കാ ട്രൗസറും. അതിന്റെ എളിയിൽക്കെട്ടുന്ന വള്ളിയാകട്ടെ തറയിക്കിടന്നിഴയുകയുമാണ്.

"ഈ പെമ്പിള്ളേർ തികച്ചും ശല്യമാണെനിക്ക്". അയാൾ തുടർന്നു പറഞ്ഞു. കഴുത്തിലെ ബട്ടൺ ഇളകിപ്പോയതിനാൽ അയാൾ അവിടെ നിന്നും കൈമാറ്റി. തുടർന്ന് ഒരു കസേര അവിടെ കൊണ്ടുവന്നിട്ടശേഷം, കെ യോട് അതിലിരിക്കാൻ ധൃതി കൂട്ടി.

"അതിൽ ഒരുവളുടെ പടം ഒരു ദിവസം ഞാൻ കൊടുത്തതാണ്; നിങ്ങൾ കണ്ട പെണ്ണുങ്ങളോടൊപ്പം അവൾ ഉണ്ടാകുകയില്ല. അതിനു ശേഷമാണ് എല്ലാപേരും കൂടി എന്റെ പിന്നാലെ കൂടിയത്. ഞാനിവിടെ ഉണ്ടെങ്കിൽ എന്റെ അനുവാദമില്ലാതെ ആരും അകത്തുകയറുകയില്ല. ഞാനിവിടെയില്ലെങ്കിൽ അതിലൊരാളെങ്കിലും ഇതിനകത്തുണ്ടാകും. എന്റെ കതകിനുള്ള ഒരു താക്കോൽ അവർ പരസ്പരം കൈമാറുകയാണ്. അവരെക്കൊണ്ടു എന്തു ശല്യമാണുണ്ടാകുന്നതെന്ന് നിങ്ങൾക്ക്

ഊഹിച്ചാൽ പോലും മനസ്സിലാകുകയില്ല. അതിനൊരുദാഹരണം പറയാം. പടം വരയ്ക്കാനുള്ള ഒരു സ്ത്രീയെ ഞാനിവിടെ കൊണ്ടു വന്നെന്നിരിക്കട്ടെ. എന്റെ കൈവശമുള്ള താക്കോലുപയോഗിച്ച് ഞാൻ വാതിൽ തുറന്നു കയറുമ്പോഴായിരിക്കും ആ കൂനുള്ള പെൺകുട്ടി അതാ ആ മേശയ്ക്കരികിലിരുന്നുകൊണ്ട് എന്റെ പെയിന്റും ബ്രഷുംകൊണ്ട് ചുണ്ടുകൾ ചുവപ്പിക്കുന്നത്. അതേ സമയം അവളുടെ കുഞ്ഞനുജത്തിമാരാകട്ടെ ആ മുറിമുഴുവനും ഓടി നടന്ന അവിടെ മുഴുവനും നശിപ്പിച്ചിരിക്കും. അവളെ നോക്കാൻ ഏല്പിച്ചിരിക്കുന്നവരാണവർ. അല്ലെങ്കിൽ ഇന്നലെ രാത്രിയിൽ സംഭവിച്ചതു പറയാം. ഞാൻ വൈകിയാണ് രാത്രി വീട്ടിലെത്തിയത് – ഞാനിപ്പോൾ ആകപ്പാടെ ക്ഷീണിച്ചിരിക്കുന്നതും ഈ മുറി ആകപ്പാടെ അലങ്കോലപ്പെട്ടു കിടക്കുന്നതും അതുകൊണ്ടാണ് – വന്നപാടെ ഞാൻ ഉറങ്ങാൻ കട്ടിലിലേക്കു കയറി. ഞാൻ കട്ടിലിനടിയിലേക്ക് ഒന്നു നോക്കി. ഈ കീടം പെണ്ണുങ്ങളിൽ ഒരുത്തിയെ ഞാൻ കൈയോടെ പിടിച്ചു. എന്തിനാണിവറ്റകൾ എന്നെയിങ്ങനെ ശല്യപ്പെടുത്തുന്നതെന്ന് എനിക്കറിയില്ല. ഇവറ്റകളെ ഒന്നിനും ഞാൻ പ്രോത്സാഹനം നല്കുന്നില്ലെന്ന കാര്യം നിങ്ങൾ നേരിട്ടുകണ്ടതാണല്ലോ. ഇവയെല്ലാം എന്റെ ജോലിയെ എന്തുമാത്രം തടസ്സപ്പെടുത്തുന്നെന്നോ. ഇതൊരു കാശു കൊടുക്കണ്ടാത്ത സ്റ്റുഡിയോ അല്ലാതിരുന്നെങ്കിൽ ഞാൻ എന്നേ ഒഴിഞ്ഞേനെ."

അപ്പോഴേക്കും മുറിക്കു വെളിയിൽ ഭയത്തോടെയുള്ള ഒരു ചെറിയ സ്വരം കേട്ടു; "ടിട്ടോറെല്ലീ, ഞങ്ങളിനി അകത്തു വന്നോട്ടെ?"

"വേണ്ട." പെയിന്റർ പറഞ്ഞു.

"ഞാൻ മാത്രം?" ആ സ്വരം വീണ്ടും കേട്ടു.

"നീയും വരണ്ട." പെയിന്റർ പറഞ്ഞു. ഒപ്പം അയാൾ വാതില്ക്കൽ ചെന്നശേഷം അതു പൂട്ടി.

ആ സമയത്ത് കെ തന്റെ മുറിക്കുള്ളിൽ ഒന്നു ചുറ്റി നോക്കി. ആ ദാരിദ്ര്യം പിടിച്ചു നശിച്ച അറയെ ആരും ഒരു സ്റ്റുഡിയോയെന്നു വിളിക്കുകയേയില്ലെന്ന് അയാൾക്കു തോന്നി. ഏതു ദിശയിലേക്കായാലും രണ്ടടി കാൽനീട്ടി വച്ചു നടക്കാനുള്ള ഇടമില്ല. തറയും, ചുവരും, മച്ചും ആ മുറി മുഴുവനും പലകയിലാണ് ചെയ്തിരിക്കുന്നത്. പലകകൾക്കിടയിൽ വിള്ളലുകൾ വീണിരിക്കുന്നു. കെ യ്ക്കെതിരെ ചുമരിനോടു ചേർത്ത് അലങ്കാരപ്പണിയുള്ള ഒരു കട്ടിലിട്ടിരിക്കുന്നു. മുറിയുടെ നടുക്ക് ഒരു സ്റ്റാന്റിൽ കാൻവാസിൽ ചിത്രം കാണാം. അതു മറയ്ക്കാനായിട്ടിരിക്കുന്ന ഉടുപ്പിന്റെ കൈകൾ തറയിൽ വന്നു തട്ടിയാടുന്നു. കെ യുടെ പിന്നിൽ ജനാലയാണ്. മൂടൽമഞ്ഞ് കനത്തുകിടക്കുന്നതിനാൽ സമീപത്തെ കെട്ടിടത്തിന്റെ മഞ്ഞുമൂടിയ മേല്ക്കൂര മാത്രമേ കാണാനാകു. അതിനപ്പുറമൊന്നും കാണാനാകുമായിരുന്നില്ല.

വാതിലിൽ താക്കോൽ തിരിയുന്ന ശബ്ദം കെ യെ ഒരു കാര്യം ഓർമ്മപ്പെടുത്തി; താൻ ഇനി അധികനേരം അവിടെ തങ്ങാൻ പാടില്ല. അതിനാൽ അയാൾ പോക്കറ്റിൽ നിന്നും കത്തെടുത്ത് പെയിന്ററെ ഏല്പിച്ചുകൊണ്ടു പറഞ്ഞു: "നിങ്ങളുടെ സ്നേഹിതനായ ഈ മാന്യൻ വഴിയാണ് ഞാൻ താങ്കളെക്കുറിച്ചറിഞ്ഞത്. അയാളുടെ നിർദ്ദേശമനുസരിച്ചാണ് ഞാൻ ഇവിടെ വന്നതും...."

പെയിന്റർ ആ കത്ത് ഒന്നോടിച്ചു വായിച്ചശേഷം, ചുരുട്ടി കട്ടിലിലേക്കെറിഞ്ഞു.

ടിട്ടോറെല്ലി തന്റെ പരിചയക്കാരനാണെന്നും, തന്റെ കാരുണ്യത്തിൽ ജീവിക്കുന്ന ഒരു പാവമാണെന്ന് വ്യവസായി ആ കത്തിൽ ശക്തമായി പറഞ്ഞിരുന്നു. അങ്ങനെ പറഞ്ഞില്ലായിരുന്നെങ്കിൽ ടിട്ടോറെല്ലിക്ക് അയാളെ അറിയില്ലെന്നോ, അഥവാ അപ്പോൾ ഓർമ്മയില്ലെന്നോ തോന്നിപ്പോകുമായിരുന്നു.

തുടർന്ന് പെയിന്റർ ചോദിച്ചു: "ചിത്രങ്ങൾ വാങ്ങാൻ വന്നതാണോ അതോ നിങ്ങളുടെ ചിത്രം വരപ്പിക്കാൻ വന്നതോ?"

കെ ആശ്ചര്യത്തോടെ അയാളെ നോക്കി. കത്തിലിതാണോ പറഞ്ഞിരുന്നത്? കേസിനെക്കുറിച്ചല്ലാതെ മറ്റൊന്നിനുമല്ലാ താൻ വരുന്നതെന്ന് വ്യവസായി ആ കത്തിൽ എഴുതിയിരുന്നില്ലേ. എന്തായാലും ഇങ്ങോട്ടു പോരാൻ താനല്പം ധൃതി കാണിച്ചു. ഒരു വീണ്ടുവിചാരം വേണമായിരുന്നു.

എന്തായാലും ഉചിതമായ മറുപടി പെയിന്റർക്കു നല്കണമല്ലോ. അതിനാൽ കാൻവാസിലേക്കു ഒന്നു നോക്കിക്കൊണ്ട് കെ പറഞ്ഞു. "നിങ്ങൾ ഇപ്പോൾ എന്തോ വരയ്ക്കുകയായിരുന്നു അല്ലേ?"

"അതെ." പെയിന്റർ പറഞ്ഞു.

ഒപ്പം സ്റ്റാന്റിൽ നിന്നും ഉടുപ്പ് ഉയർത്തിയെടുത്തു കൊണ്ട് കട്ടിലിൽക്കിടക്കുന്ന കത്തിന്റെ മുകളിലേക്കെറിഞ്ഞു.

"ഇതൊരു ഛായാചിത്രമാണ്. നല്ലൊരു പണിയായിരുന്നു. പക്ഷേ പൂർത്തിയാക്കാൻ കഴിഞ്ഞിട്ടില്ല." പെയിന്റർ തുടർന്നു പറഞ്ഞു.

കെ യ്ക്ക് ഭാഗ്യമുണ്ടായതുപോലെ തോന്നി. കോടതിയെക്കുറിച്ച് പറയാനുള്ള ഒരവസരം വന്നുപെട്ടതുപോലെ അയാൾക്കു തോന്നി. കാരണം ആ ഛായാചിത്രം ഒരു ജഡ്ജിയുടേതായിരുന്നു. മാത്രമല്ല വക്കീലിന്റെ ഓഫീസ്മുറിയിൽ കണ്ട ഛായാചിത്രത്തോടു നല്ല സാമ്യവും അതിനുണ്ടായിരുന്നു.

പക്ഷേ ഈ ഛായാചിത്രത്തിലെ ജഡ്ജി മറ്റേയാളിൽ നിന്നും തികച്ചും വ്യത്യസ്തനായിരുന്നു. ഒരു തടിച്ചുകൊഴുത്ത ആൾ. കവിളുമുഴുവൻ കറുത്ത കുറ്റിത്താടി വളർന്നിരിക്കുന്നു. മാത്രമല്ല ഓഫീസിലുണ്ടായിരുന്നത് എണ്ണച്ഛായത്തിൽ വരച്ചതായിരുന്നു. ഇതാകട്ടെ പോസ്റ്റ

ലിൽ മങ്ങിയ രീതിയിൽ വരച്ചതാണ്. പക്ഷേ, ബാക്കിയുള്ളതൊക്കെ മാറ്റ മില്ലാത്തതാണ്. ഇരിപ്പിടത്തിന്റെ കൈകളിൽ അമർത്തിപ്പിടിച്ചുകൊണ്ട് ഭീഷണിപ്പെടുത്തുന്ന രീതിയിൽ ചാടിയെഴുന്നേല്ക്കാൻ പാകത്തിൽ നില്ക്കുന്ന ചിത്രം.

"ഇതൊരു ജഡ്ജിയാണല്ലോ" കെ ഇങ്ങനെ പറയാൻ ഒരുങ്ങുക യായിരുന്നു. പക്ഷേ ഒക്കെ സ്വയം നിയന്ത്രിച്ചുകൊണ്ട് ചിത്രത്തെ അടുത്തു കാണാനെന്നമട്ടിൽ നിരീക്ഷിക്കാനായി അരികിലേക്കു നീങ്ങി. ചിത്രത്തിന്റെ നടുക്കുള്ള ഇരിപ്പിടത്തിനു പിന്നിലായി അയാൾക്കു മന സ്സിലാക്കാൻ പറ്റാത്ത എന്തോ ഉയർന്ന രൂപം അയാൾ ശ്രദ്ധിച്ചു. അയാൾ അതേക്കുറിച്ചു പെയിന്ററിനോടു തന്നെ ചോദിക്കാമെന്നു കരുതി. അതെ ന്താണെന്നു ചോദിച്ചപ്പോൾ അതിലിനിയും മിനുക്കുപണികളുണ്ടെന്നു പറഞ്ഞുകൊണ്ട് പെയിന്റർ മേശപ്പുറത്തുനിന്നും ക്രയോണെടുത്തുകൊ ണ്ടുവന്നു. ചിത്രത്തിന്റെ പുറത്തുകൂടി അയാൾ നിറമടിച്ചു. എന്നിട്ടും ആ ചിത്രമെന്താണെന്ന് വ്യക്തമായില്ലെന്നതാണ് സത്യം.

"ഇത് നീതി." അവസാനം പെയിന്റർ പറഞ്ഞു.

"ഇപ്പോൾ എനിക്കിത് മനസ്സിലാക്കാൻ കഴിയുന്നു." കെ പറഞ്ഞു. "അതു കണ്ണുകളുടെ മേലിലുള്ള കെട്ട്. അത് ത്രാസ്. പിന്നെന്താണ്... ആ ചിത്രത്തിന്റെ കാലുകളിലെ ചിറകുകളാണോ.... അതു പറക്കുക യാണോ?"

"അതെ." പെയിന്റർ പറഞ്ഞു. "അങ്ങനെ ചിത്രം വരയ്ക്കാനാണ് എന്നോട് ആവശ്യപ്പെട്ടിരിക്കുന്നത്. യഥാർത്ഥത്തിൽ നീതിയുടെയും വിജ യത്തിന്റെയും ദേവതയും ഒന്നിച്ചുള്ള ചിത്രമാണിത്."

"എന്തായാലും നല്ല ചേർച്ചയൊന്നുമില്ല." കെ ചിരിച്ചുകൊണ്ടു പറ ഞ്ഞു. "നീതി ചലിക്കാതെ നില്ക്കണം. അല്ലെങ്കിൽ ത്രാസിനു ചാഞ്ചാട്ട മുണ്ടാകും. ന്യായമായ വിധി അപ്പോൾ അസാദ്ധ്യമാകും."

"എന്നോടു ആവശ്യപ്പെടുന്നതനുസരിച്ചല്ലേ എനിക്കു ചെയ്യാനാകൂ." പെയിന്റർ പറഞ്ഞു.

"തീർച്ചയായും അങ്ങനെതന്നെ വേണം." കെ പറഞ്ഞു. തന്റെ അഭി പ്രായ പ്രകടനത്തിലൂടെ അയാളെ ഒരുതരത്തിലും വിഷമിപ്പിക്കാൻ കെ ആഗ്രഹിച്ചിരുന്നില്ല. "സിംഹാസനത്തിൽ ഇരിക്കുന്ന മട്ടിൽത്തന്നെയാണ് നിങ്ങൾ വരച്ചിരിക്കുന്നത്."

"അല്ല" പെയിന്റർ പറഞ്ഞു. ഞാൻ ആ രൂപത്തെയും കണ്ടിട്ടില്ല ആ സിംഹാസനത്തെയും കണ്ടിട്ടില്ല. ഒക്കെ ഭാവനയാണ്; കണ്ടെത്തൽ എന്തു വരയ്ക്കണമെന്ന് എന്നോടു പറഞ്ഞിരുന്നു. ഞാനതു വരയ്ക്കുന്നു അത്രമാത്രം."

"എന്നുവച്ചാൽ?" തനിക്കൊന്നും മനസ്സിലായില്ലെന്ന വിധത്തിൽ കെ മനഃപൂർവ്വം അഭിനയിച്ചുതുടങ്ങി."എന്തായാലും നീതിപീഠത്തിൽ ഇരി

ക്കുന്ന ഒരു ന്യായാധിപൻ തന്നെയാണല്ലോ ഇദ്ദേഹം."

"അതെ." പെയിന്റർ പറഞ്ഞു. "പക്ഷേ, അത്ര ഉയർന്ന ജഡ്ജിയൊന്നുമല്ല. മാത്രമല്ല ജീവിതത്തിൽ അങ്ങനെയൊരു സിംഹാസനത്തിൽ അയാൾ ഇരുന്നിട്ടുണ്ടാവുകയും ഇല്ല."

"എന്നിട്ടാണോ ഇത്രയും ഗംഭീരമായി അയാളെത്തന്നെ വരച്ചിരിക്കുന്നത്? കണ്ടാൽ യഥാർത്ഥ കോടതി ന്യായാധിപനെന്നേ തോന്നൂ. എന്തിനാണങ്ങനെ?" കെ ചോദിച്ചു.

"അതെ. ഈ മാന്യന്മാരെല്ലാം പൊങ്ങച്ചക്കാരാണ്." പെയിന്റർ പറഞ്ഞു. "പക്ഷേ ഈ വിധത്തിൽ ചിത്രം വരച്ചെടുത്തോളാൻ അവർക്ക് അവരുടെ ഉയർന്ന ഉദ്യോഗസ്ഥർ അനുവാദം നല്കിയിട്ടുണ്ട്. തന്റെ ചിത്രം എപ്രകാരം വരയ്ക്കണമെന്നതിനേപ്പറ്റി ഓരോരുത്തർക്കും വളരെ വ്യക്തമായ നിർദ്ദേശം നല്കിയിട്ടുണ്ട്. ഈ ചിത്രത്തിൽ നിന്നും വേഷത്തിന്റെയും സിംഹാസനത്തിന്റെയും പ്രത്യേകതകൾ നിങ്ങൾക്കു വ്യക്തമായി അറിയാൻ പറ്റും. പക്ഷേ നിർഭാഗ്യവശാൽ പേസ്റ്റൽ ഉപയോഗിച്ചു വരയ്ക്കുന്നത് ഇത്തരം ചിത്രങ്ങൾക്ക് അത്രയ്ക്ക് യോജിച്ചതല്ല."

"അതെ അതെ." കെ പറഞ്ഞു. "നിങ്ങൾ പേസ്റ്റൽ ഉപയോഗിച്ചതിൽ എനിക്കു ആകാംക്ഷ തോന്നുന്നു."

"പക്ഷേ ചിത്രം വരയ്ക്കാൻ എന്നോടു പറഞ്ഞയാൾ ഇതാണ് വേണ്ടതെന്നു പറഞ്ഞിരുന്നു." പെയിന്റർ പറഞ്ഞു. "ഒരു സ്ത്രീക്കു കൊടുക്കാനാണ് അയാൾ തീരുമാനിച്ചിരിക്കുന്നത്."

ചിത്രം കണ്ടപ്പോൾ അയാൾക്ക് തന്റെ ത്വര ഉയർന്നു. അയാൾ ഉടുപ്പിന്റെ കൈകൾ മടക്കിക്കയറ്റിവച്ചു. കുറേ ക്രയോണുകളും കൈയിലെടുത്തു. ജഡ്ജിയുടെ തലയ്ക്കു ചുറ്റും ക്രയോൺകൊണ്ട് ചുവന്ന നിറം നേർപ്പിച്ച് അയാൾ നല്കുന്നത് കെ നോക്കി നിന്നു. ആ നിറം ചിത്രത്തിന്റെ അരികുകളിലേക്ക് നീണ്ട രശ്മിയായി നേർത്തു നീങ്ങി. ആ നേർത്തനിറം ക്രമേണ അയാളുടെ തലയ്ക്കു ചുറ്റും ഒരു പ്രഭയായി മാറി; അഥവാ എടുത്തു പറയത്തക്ക ഒരു അടയാളമായി മാറിയെന്നു പറയാം. എന്നാൽ നീതിയുടെ ചിത്രം നല്ല തിളക്കമായി കണ്ടു. പക്ഷേ, അത് നീതിയുടെയോ വിജയത്തിന്റേയോ ദേവതകളെയല്ല ഓർമ്മപ്പെടുത്തിയത്. മറിച്ച് വേട്ടയുടെ ദേവതയുടെ യഥാർത്ഥ രൂപമായിരുന്നു. തന്റെ ആഗ്രഹത്തിനു വിരുദ്ധമായി പെയിന്ററുടെ ജോലിയെ കെ നിരീക്ഷിക്കുകയായിരുന്നു. അവസാനം സ്വന്തം കാര്യത്തിനായി യാതൊന്നും തുടങ്ങാതെ അത്രയും നേരം അവിടെനിന്നതിന് അയാൾ സ്വയം കുറ്റപ്പെടുത്തി.

"ഈ ജഡ്ജിയുടെ പേരെന്താണ്?" പെട്ടെന്ന് അയാൾ ചോദിച്ചു.

"എനിക്കതു പറഞ്ഞുകൂടാ." ചിത്രത്തിനു മുകളിലൂടെ കുനിഞ്ഞു നിന്നിരുന്ന പെയിന്റർ പറഞ്ഞു.

ആദ്യം കണ്ടപ്പോൾ വളരെ പരിഗണനയോടു സ്വീകരിച്ചിരുന്ന അതേ അതിഥിയെ അയാൾ ഇപ്പോൾ തഴയുന്നതായി വ്യക്തമായിരുന്നു. ഇതു വെറും ഒരു നിമിഷത്തെ മാനസികാവസ്ഥയാണെന്ന് അയാൾക്കു തോന്നി. എങ്കിലും തന്റെ സമയം അനാവശ്യമായി പാഴാകുകയാണെന്ന ചിന്ത കെ യെ നീരസപ്പെടുത്തി.

"കോടതിക്കു വിശ്വാസമാണെന്നു ഞാൻ കരുതുന്നു." അയാൾ പറഞ്ഞു.

പെയിന്റർ അപ്പോൾത്തന്നെ ക്രയോൺ താഴെ വച്ചു. നിവർന്നുനിന്നുകൊണ്ട് കൈകൾ കൂട്ടിത്തിരുമ്മി. തുടർന്ന് ചെറുചിരിയോടെ കെ യെ നോക്കി.

"അപ്പോൾ സത്യം അവസാനമെത്തുന്നു." അയാൾ പറഞ്ഞു. "നിങ്ങൾക്ക് കോടതിയെപ്പറ്റി എന്താണറിയേണ്ടത്? ആ ശുപാർശക്കത്തും അതു തന്നെയാണ് എഴുതിയിരുന്നത്. പക്ഷെ എന്നെ വശീകരിക്കാൻ വേണ്ടി എന്റെ പെയിന്റിങ്ങുകളെക്കുറിച്ചു നിങ്ങൾ സംസാരിച്ചു തുടങ്ങി. എനിക്ക് അതിൽ പ്രയാസമൊന്നുമില്ല. പിന്നെ എന്നെ വശത്താക്കാനുള്ള വഴി അതൊന്നുമല്ലെന്ന് നിങ്ങൾക്കെങ്ങനെയറിയാൻ പറ്റും? പിന്നെ ക്ഷമയൊന്നും ചോദിക്കാൻ പോരണ്ട?" ക്ഷമാപണം നടത്താനായി കെ മുന്നോട്ടാഞ്ഞപ്പോൾ അതു തടഞ്ഞുകൊണ്ട് അയാൾ അതു പറഞ്ഞത്.

പെയിന്റർ തുടർന്നു പറഞ്ഞു: "കോടതിക്ക് എന്നെ വിശ്വാസമാണെന്നതു പൂർണ്ണമായും ശരിതന്നെയാണ്." താൻ പറഞ്ഞത് ഉൾക്കൊള്ളാൻ കെ യ്ക്കു സമയം കൊടുക്കാനെന്നതുപോലെ അയാൾ ഒന്നു നിർത്തി. അന്നേരം വാതിലിനു പിന്നിൽ ആ പെൺകുട്ടികളുടെ ശബ്ദം കേട്ടുതുടങ്ങി. അവർ താക്കോൽപ്പഴുതിനു ചുറ്റുമായി കൂടി നില്ക്കുന്നുണ്ടാവും. മരപ്പലകകളുടെ വിടവുകളിലൂടെ മുറിക്കകം അവർക്കു കാണാൻ പറ്റുന്നുണ്ടാകണം.

ക്ഷമ ചോദിക്കണമെന്നുള്ള തന്റെ എല്ലാ ആഗ്രഹങ്ങളും കെ ഉപേക്ഷിച്ചു. കാരണം, സംഭാഷണത്തിന്റെ ദിശമാറ്റാൻ അയാൾക്ക് ആഗ്രഹമുണ്ടായിരുന്നതേയില്ല. അതേസമയം പെയിന്റർ തന്റെ ആവശ്യം ഉയർത്തിപ്പിടിക്കുന്നത് അയാൾക്ക് ഒഴിവാക്കേണ്ടതും ആയിരുന്നു. അങ്ങനെ അയാൾ ചോദിച്ചു. "നിങ്ങളുടെ ജോലി ഔദ്യോഗികമായ വല്ലതുമാണോ?"

"അല്ല." തന്നോടുള്ള ഉത്തരം മുട്ടിപ്പിക്കുന്ന ചോദ്യത്തിന് അയാൾ ഒറ്റവാക്കിൽ ഉത്തരം പറഞ്ഞു.

"കൊള്ളാം. പലപ്പോഴും അംഗീകാരമില്ലാത്ത ഇത്തരം സ്ഥാനമാനങ്ങളിൽ ഇരിക്കുന്നവർക്കായിരിക്കും ഔദ്യോഗികസ്ഥാനങ്ങളിൽ ഇരിക്കുന്നവരേക്കാൾ കൂടുതൽ സ്വാധീനം." കെ പറഞ്ഞു.

"എന്റെ കാര്യമാണ് ഞാൻ പറഞ്ഞത്." തലയാട്ടിക്കൊണ്ട് അയാൾ

പറഞ്ഞു. അയാൾ പുരികം ചുളിച്ചിരുന്നു. "ഇന്നലെ ആ വ്യവസായിയുമായി നിങ്ങളുടെ കേസിനെക്കുറിച്ച് ഞാൻ സംസാരിച്ചിരുന്നു. നിങ്ങളെയൊന്നു സഹായിച്ചുകൂടേയെന്ന് അയാൾ ചോദിച്ചപ്പോൾ 'അയാൾ എന്നെ എപ്പോഴെങ്കിലും വന്നു കാണട്ടെ'യെന്നു ഞാൻ പറഞ്ഞിരുന്നു. എന്തായാലും നിങ്ങൾ വേഗം വന്നതു നന്നായി. ആ കേസ് നിങ്ങളുടെ ഹൃദയത്തിൽ വേദനയുണ്ടാക്കുന്നെന്നു തോന്നുന്നു. എനിക്കതിൽ അതിശയം ഒട്ടും ഉണ്ടാക്കുന്നില്ല. "പിന്നെ കുറച്ചുനേരത്തേക്ക് ആ കോട്ടെന്ന് ഊരി വച്ചോളൂ."

വളരെ കുറച്ചുനേരം മാത്രം അവിടെ നില്ക്കാനേ കെ ആഗ്രഹിച്ചിരുന്നുള്ളൂ. എങ്കിലും ആ നിർദേശം അയാൾക്കു സ്വാഗതാർഹമായിരുന്നു. മുറിക്കുള്ളിലെ കനത്ത വായു അയാളെ അസ്വസ്ഥനാക്കിയിരുന്നു. മുറി ചൂടാക്കാൻ മൂലയ്ക്കു ഒരു ചെറിയ ഇരുമ്പുസ്റ്റൗവ് വച്ചിരുന്നു. പല തവണ അതിലേക്ക് അയാൾ ആശ്ചര്യത്തോടെ നോക്കിയതായിരുന്നു; അതു കത്തുന്നുണ്ടായിരുന്നില്ല. മുറിക്കുള്ളിൽ ഇത്രയും അസ്വസ്ഥതയ്ക്കുള്ള കാരണം അയാൾക്കു മനസ്സിലായില്ല.

അയാൾ തന്റെ കോട്ടൊന്നു ഊരിയെടുത്തു. ജാക്കറ്റിന്റെ ബട്ടണുകൾ ഊരിയിട്ടു. അപ്പോൾ പെയിന്റർ ക്ഷമാപണത്തോടെ പറഞ്ഞു: "എനിക്കു മുറി ചൂടായിട്ടിരിക്കണം. ഇതിനകത്തു നല്ല സുഖമാണ്, അല്ലേ? അക്കാര്യത്തിൽ ഞാൻ സന്തുഷ്ടവാനാണ്."

കെ അതിനുത്തരമൊന്നും പറഞ്ഞില്ല. കാരണം മുറിക്കുള്ളിലെ ചൂടല്ല അയാളെ അസ്വസ്ഥനാക്കിയത്. മറിച്ച് മുറിയിൽ കനത്തു നിന്ന വായുവിനെ ശ്വസിക്കാൻ പറ്റാത്തതായിരുന്നു. അതിനുള്ളിൽ വായു പ്രവേശിച്ചിട്ട് കാലമേറെയായിരുന്നിരിക്കണം. അയാൾക്ക് അസ്വസ്ഥതയുണ്ടാക്കിയ മറ്റൊരു കാരണം കൂടിയുണ്ട്; പെയിന്റർ അയാളോട് കട്ടിലിൽ ഇരിക്കാൻ പറഞ്ഞതായിരുന്നു അത്. തുടർന്ന് കാൻവാസിനു മുന്നിലുണ്ടായിരുന്ന കസേരയിൽ അയാൾ ചെന്നിരിക്കുകയും ചെയ്തു. യഥാർത്ഥത്തിൽ ആ മുറിയിൽ ആ ഒരൊറ്റ കസേര മാത്രമേ ഉണ്ടായിരുന്നുള്ളൂ.

കട്ടിലിന്റെ അരികിലാണ് കെ ഇരുന്നത്. അയാൾ അങ്ങനെയിരിക്കുന്നതിന്റെ കാരണം ടിട്ടോറെല്ലിക്ക് മനസ്സിലായിരുന്നില്ല. ശരിക്ക് അകത്തേക്ക് കയറി സുഖമായിട്ടിരിക്കാൻ അയാൾ കെ യോടു നിർദ്ദേശിച്ചു. കെ വീണ്ടും പഴയതുപോലെ തന്നെയാണിരുന്നത്. അപ്പോൾ അയാൾ കെ യെ പിടിച്ച് വിരിപ്പുകളുടെയും തലയണകളുടെയും മറ്റു തുണികളുടെയും നടുവിലായി ഇരുത്തി. തുടർന്ന് അയാൾ തന്റെ കസേരയിൽ വീണ്ടും ചെന്നിരുന്നു. അവസാനം അയാൾ തന്റെ ആദ്യത്തെ പ്രസക്തമായ ചോദ്യം ചോദിച്ചു. ചോദ്യം കേട്ടപ്പാടെ കെ യുടെ തലയിലുണ്ടായിരുന്ന മറ്റെല്ലാ ചിന്തകളും പമ്പകടന്നു.

"നിങ്ങൾ പൂർണ്ണമായും നിരപരാധിയാണോ?" ടിട്ടോറെല്ലി ചോദിച്ചു.

"അതെ." കെ പറഞ്ഞു.

ആ ചോദ്യത്തിനുത്തരം നല്കുമ്പോൾ അയാൾക്ക് യഥാർത്ഥ സന്തോഷം ലഭിക്കുകയായിരുന്നു; ഒന്നാമത് ഒരു സ്വകാര്യ വ്യക്തിയോടാണല്ലോ താൻ സംസാരിക്കുന്നത്. അതിനാൽ പരിണിതഫലങ്ങളെക്കുറിച്ച് വ്യാകുലപ്പെടേണ്ടതില്ല. മറ്റൊന്ന് ഇതുവരെ ഒരാളുപോലും ഈ വിധം തുറന്ന ഒരു ചോദ്യം അയാളോടു ചോദിച്ചിരുന്നില്ല. തന്റെ സന്തോഷത്തിന്റെ സുഖം പൂർണ്ണമായും ആസ്വദിക്കാനായി അയാൾ ഇങ്ങനെ കൂടി കൂട്ടിച്ചേർത്തു. "ഞാൻ തികച്ചും നിരപരാധിയാണ്."

"അതു ശരി". ടിട്ടോറെല്ലി പറഞ്ഞു. തുടർന്നയാൾ തലതാഴ്ത്തി എന്തോ ചിന്തയിൽ മുഴുകി. പെട്ടെന്ന് തലയുയർത്തിക്കൊണ്ട് അയാൾ പറഞ്ഞു. "നിങ്ങൾ നിരപരാധിയെങ്കിൽ കാര്യം എളുപ്പമായി."

കെ യുടെ മുഖം ഇരുണ്ടു. കോടതിയുടെ രഹസ്യം സൂക്ഷിക്കുന്നയാളാണെന്നു പറയുന്ന ഇയാൾ അറിവില്ലാത്ത ഒരു കുഞ്ഞിനെപ്പോലെയാണല്ലോ സംസാരിക്കുന്നത്.

"എന്റെ നിരപരാധിത്വം കാര്യങ്ങളെ എളുപ്പമാക്കാനൊന്നും പോകുന്നില്ല." ഇതുപറയുമ്പോൾ അയാൾക്ക് ചിരിക്കാതിരിക്കാൻ കഴിഞ്ഞില്ല. തുടർന്ന് സാവധാനം അയാൾ തലകുലുക്കുകയും ചെയ്തു.

"കോടതി പറയുന്ന നിരവധി ന്യായവാദങ്ങളെ എനിക്കു എതിർക്കേണ്ടിവരും. എന്നാൽ ഒടുവിൽ ശൂന്യതയിൽ നിന്നും ഒരു കൂട്ടം കുറ്റങ്ങൾ ഉയർന്നു വരികയും ചെയ്യും." കെ പറഞ്ഞു.

"അതെയതെ. തീർച്ചയായും." അനാവശ്യമായി കെ ചിന്തിക്കുകയാണെന്ന അർത്ഥത്തിൽ പെയിന്റർ പറഞ്ഞു. "പക്ഷേ എല്ലാം കൊണ്ടും നിങ്ങൾ നിരപരാധിയാണല്ലോ?"

"എന്തിനാ വീണ്ടും ചോദിക്കുന്നത്? അതെ." കെ പറഞ്ഞു.

"അതാണ് പ്രധാനം" പെയിന്റർ പറഞ്ഞു. വാദങ്ങളൊന്നും അവിടെ വിലപ്പോയില്ല. പക്ഷേ അയാളുടെ ഉറച്ച മറുപടി കണ്ടിട്ട് അതിനു പിന്നിൽ ഉത്തമബോദ്ധ്യമാണോ നിസ്സംഗതയാണോയെന്ന് പെയിന്റർക്ക് ബോദ്ധ്യമായില്ല.

അതൊക്കെ ഒന്നു ഉറപ്പിക്കാനായി കെ പറഞ്ഞു: "കോടതിയെപ്പറ്റി എനിക്ക് അറിയാവുന്നതിലും അധികമായി നിങ്ങൾക്കറിയാമെന്ന് എനിക്കു തീർച്ചയാണ്. ആളുകൾ പറഞ്ഞുനടക്കുന്ന കാര്യങ്ങളെ എനിക്കറിയൂ. പക്ഷേ എല്ലാവരും പറയുന്ന ഒരു കാര്യമുണ്ട്; കഴമ്പില്ലാതെ കുറ്റങ്ങൾ ചുമത്താറില്ലെന്നത്. കോടതി ഒരിക്കൽ ഒരു കുറ്റം ചുമത്തിയാൽ അതിനർത്ഥം പ്രതി കുറ്റം ചെയ്തു എന്നു തന്നെയാണ്; അതാണ് കോടതി കരുതുന്നത്. പിന്നെ കോടതിയുടെ തീരുമാനത്തിൽ നിന്നും ഇളകാൻ വളരെ പ്രയാസമായിരിക്കും."

"വളരെ പ്രയാസമായിരിക്കുമെന്നോ?" അന്തരീക്ഷത്തിലേക്കു കൈവീശിക്കൊണ്ട് പെയിന്റർ ചോദിച്ചു. "ഒരു കാരണവശാലും കോടതി തീരുമാനം മാറ്റാൻ പറ്റില്ല. ഞാൻ ഒരു കാൻവാസിൽ കോടതിയിലെ എല്ലാ ജഡ്ജിമാരും നിരന്നിരിക്കുന്നത് വരച്ചു പെയിന്റു ചെയ്തു തരാം. ആ ചിത്രത്തിന്റെ മുന്നിൽപ്പോയി അപേക്ഷിക്കുന്നതാണ് കോടതിയിൽപ്പോയി കാണുന്നതിനേക്കാൾ നിങ്ങൾക്കു നല്ലത്; അതാണ് നിങ്ങൾക്കു കൂടുതൽ പ്രതീക്ഷ നല്കുന്നത്."

"അതു ശരി." കെ സ്വയം പറഞ്ഞു. പെയിന്ററെ ഒന്നു പരിശോധിക്കാമെന്നേ താൻ കരുതിയിരുന്നുള്ളൂവെന്ന വസ്തുത ഒരു നിമിഷം അയാൾ മറന്നിരുന്നു.

വാതിലിനു പിന്നിൽ നിന്നും ഒരു പെൺകുട്ടി ചോദിക്കുന്നതു കേൾക്കാൻ തുടങ്ങി: "ടിട്ടോറെല്ലീ, ഇയാൾ ഇപ്പോഴൊന്നും പോകില്ലേ?"

"ഒച്ചവയ്ക്കാതെ അവിടെ നിന്ന്" പെയിന്റർ വാതിൽക്കലേക്കു നോക്കിപ്പറഞ്ഞു. "ഞാൻ ഇദ്ദേഹവുമായി സംസാരിക്കുന്നത് നിങ്ങൾക്കു കാണാൻ പറ്റുന്നില്ലേ?"

പക്ഷേ ആ പെൺകുട്ടി പിന്നോക്കം പോയില്ല. അവൾ വീണ്ടും ചോദിച്ചു: 'നിങ്ങൾ അയാളുടെ ചിത്രം വരയ്ക്കാൻ പോകുകയാണോ?"

പെയിന്റർ മറുപടിയൊന്നും പറഞ്ഞില്ല.

അപ്പോൾ അവൾ തുടർന്നു പറഞ്ഞു: "ദയവായി അയാളെ വരയ്ക്കരുതേ. അത്രയ്ക്ക് വിരൂപനാണയാൾ.

മറ്റു പെൺകുട്ടികളും ഒരുമിച്ചെന്തൊക്കെയൊ ഒച്ച വച്ച് അവരുടെ എതിർപ്പറിയിക്കുകയായിരുന്നു. പെയിന്റർ വാതിൽക്കലേക്കു കുതിച്ചു ചെന്നു. വാതിൽ അല്പമൊന്ന് തുറന്നിട്ടു ആ വിടവിലൂടെ പെൺകുട്ടികൾ കൈകകൾ കൂപ്പി നില്ക്കുന്നത് പെയിന്റർക്ക് കാണാമായിരുന്നു.

അയാൾ പറഞ്ഞു. "ഇനി ഒച്ചനിർത്തിയില്ലെങ്കിൽ എല്ലാത്തിനെയും തൂക്കിയെടുത്തു. ഞാൻ താഴെയെറിയും."

അവരാരും അയാളെ അനുസരിച്ച ലക്ഷണമില്ല; കാരണം അയാൾ തുടർന്നും അലറുന്നത് കേൾക്കാമായിരുന്നു.

"ഇറങ്ങി പടിയിലെങ്ങാനും പോയിരിക്കാൻ". അയാൾ അലറി. പിന്നീട് അവിടെ ശബ്ദമൊന്നും കേട്ടിരുന്നില്ല.

"ഒന്നു ക്ഷമിക്കണേ...." കെ യുടെ അരികിലേക്കു ചെന്നുകൊണ്ട് ടിട്ടോറെല്ലി പറഞ്ഞു.

കെ വാതിലിനുനേരെ നോക്കിയതേയില്ല. തന്റെ രക്ഷയും, അത് ഏതുവിധത്തിലാവണം എന്നൊക്കെ തീരുമാനിക്കാൻ അയാൾ പൂർണ്ണമായും പെയിന്റർക്കു വിട്ടിരിക്കുകയായിരുന്നു. പുറത്തുനിന്ന പെൺകുട്ടികൾ കേൾക്കാതിരിക്കാൻ വേണ്ടി പെയിന്റർ അയാളുടെ അടുത്തുചെന്ന് തലതാഴ്ത്തിക്കൊണ്ട് ചെവിയിൽ മന്ത്രിച്ചു: "ആ പെൺകുട്ടികൾ കോട

തിയിലേതാണ്."

കെ അനങ്ങിയില്ല.

"എന്താണ് പറഞ്ഞത്?" പെട്ടെന്ന് തല പെയിന്ററുടെ വശത്തേക്കു തിരിച്ചുകൊണ്ട് കെ ചോദിച്ചു.

കസേരയിൽ പെയിന്റർ വീണ്ടും ചെന്നിരുന്നു. തുടർന്ന് പകുതി തമാശയിലും പകുതി വിശദീകരണവുമെന്നോണം പറഞ്ഞു. "സകലതും കോടതിക്കുള്ളതാണ്. നിങ്ങൾക്കറിയില്ലേയത്?"

"അക്കാര്യം എനിക്കറിയില്ലായിരുന്നു." കെ പറഞ്ഞു.

പെയിന്ററുടെ ആ പൊതുവായ പ്രസ്താവനയുടെ ഫലം, അയാൾക്ക് ആ പെൺകുട്ടികളെക്കുറിച്ച് നേരത്തെയുണ്ടായിരുന്ന അസ്വാസ്ഥ്യമുണ്ടാക്കുന്ന ചിന്തകളെ നശിപ്പിക്കുന്ന ഒന്നായിരുന്നു. എങ്കിലും അല്പനേരം കൂടി കെ വാതിൽക്കലേക്കു നോക്കിയിരുന്നു. അതിനു പിന്നിൽ പെൺകുട്ടികൾ ശാന്തരായി പടികളിലിരിക്കുകയായിരുന്നു. പക്ഷേ ഒരു പെൺകുട്ടി മാത്രം പലകകൾക്കിടയിലെ വിള്ളലിനിടയിലൂടെ ഒരു തുരുമ്പുകടത്തി അതു സാവകാശം മുകളിലേക്കും താഴേക്കും ചലിപ്പിക്കുകയായിരുന്നു.

"ഇനിയെങ്കിലും കോടതിയെപ്പറ്റി നിങ്ങൾക്ക് ഒരു സാമാന്യജ്ഞാനം ഉണ്ടായിട്ടില്ലെന്നു തോന്നുന്നു." കാലുകൾ മുന്നോട്ട് നീട്ടി നടന്നും പെരുവിരൽക്കൊണ്ട് തറയിൽ തട്ടിക്കൊണ്ടും പെയിന്റർ പറഞ്ഞു. "പക്ഷേ, നിങ്ങൾ കുറ്റക്കാരൻ അല്ലാത്ത സ്ഥിതിക്ക് അതിന്റെയാവശ്യം ഉണ്ടെന്നു തോന്നുന്നില്ല. നിങ്ങളെ എനിക്കു രക്ഷിക്കാനാകും."

"അതെങ്ങനെയാണ് നിങ്ങൾ ചെയ്യാൻ പോകുന്നത്?" കെ ചോദിച്ചു. "നിങ്ങളാണല്ലോ കുറച്ചുനേരം മുമ്പു പറഞ്ഞത് കോടതി തെളിവുകളോടു പ്രതികരണം നടത്താറില്ലെന്ന്."

"എന്നു പറഞ്ഞാൽ ഒരാൾ കോടതിയിൽ കൊണ്ടുവരുന്ന തെളിവുകളെ ശ്രദ്ധിക്കില്ലെന്നേ ഉദ്ദേശിച്ചുള്ളൂ." അയാൾ പറഞ്ഞു.

ഇവിടെ വ്യക്തമായ ഒരു വ്യത്യാസമുള്ളത് കെ മനസ്സിലാക്കിയിരുന്നില്ലായെന്ന് സൂചിപ്പിക്കുന്ന വിധത്തിൽ അയാൾ ചൂണ്ടുവിരൽ ഉയർത്തിക്കൊണ്ടു പറഞ്ഞു: "അതേസമയം ഇതു സംബന്ധിച്ച് ഒരുവൻ നടത്തുന്ന പിന്നാമ്പുറപ്രവർത്തനങ്ങളുടെ കാര്യത്തിൽ അക്കാര്യം ശരിയായിരുന്നില്ല. എന്നുപറഞ്ഞാൽ, ഓഫീസുമുറികളിലും ഇടനാഴികളിലും അതുമല്ലെങ്കിൽ സ്റ്റുഡിയോയിലും ഒക്കെ വച്ചു നടക്കുന്ന പ്രവർത്തനങ്ങൾ.

പെയിന്റർ അവസാനം പറഞ്ഞത് കെ യ്ക്ക് ഒരു വിധത്തിലും അവിശ്വസനീയമായിത്തോന്നിയില്ല. മറ്റുള്ള ആളുകളിൽ നിന്നും അയാൾ കേട്ടതൊക്കെ അയാൾക്ക് സമ്മതിക്കാവുന്നതായിരുന്നു. മാത്രമല്ല, ഉയർന്ന അളവിൽ അവ പ്രതീക്ഷയ്ക്കു വക നല്കുന്നതും ആയിരുന്നു. വക്കീൽ അഭിപ്രായപ്പെട്ടതുപോലെ വ്യക്തിബന്ധങ്ങൾക്കൊണ്ട് എളുപ്പത്തിൽ വശ

ത്താക്കാവുന്നതാണ് ജഡ്ജിമാർ. അങ്ങനെയെങ്കിൽ ഈ പെയിന്റർക്ക് പൊങ്ങച്ചക്കാരനായ ആ ജഡ്ജിമാരുമായി ഉണ്ടായേക്കാവുന്ന അടുപ്പത്തിന് പ്രത്യേകിച്ച് പ്രാധാന്യം ലഭിക്കുകയാണ്; ഒരു കാരണവശാലും അതിനു വിലകുറച്ചു കാണാൻ പാടില്ല. അങ്ങനെയെങ്കിൽ കെ തനിക്കു ചുറ്റുമായി സാവധാനം ഒപ്പിച്ചുകൊണ്ടുവരുന്ന സഹായികളുടെ കൂട്ടത്തിലേക്കു ചേർക്കാൻ പറ്റിയ ഒരാൾതന്നെയാണ് ഈ പെയിന്ററും. സംഘടനാപാടവത്തിന്റെ പേരിൽ ഒരു കാലത്ത് നല്ല പേര് അയാൾക്കുണ്ടായിരുന്നു. സ്വന്തം കാര്യം താൻതന്നെ നോക്കണമെന്ന രീതിയാണ് അയാൾക്ക് ഇപ്പോൾ വന്നിരിക്കുന്നത്. ആ കഴിവ് എത്രത്തോളമുണ്ടെന്ന് പരീക്ഷിച്ചു നോക്കാനുള്ള ഒരവസരം കൂടിയാണ് തനിക്കിപ്പോൾ ലഭിച്ചിരിക്കുന്നതെന്നും കെ യ്ക്കു തോന്നി.

തന്റെ മറുപടി കെ യിൽ എന്തുമാത്രം പ്രതികരണമാണ് ഉണ്ടാക്കിയതെന്ന് അറിയാനായി ടിട്ടോറെല്ലി അപ്പോൾ കെ യെ നോക്കിയിരുന്നു. തുടർന്ന് അല്പം ജിജ്ഞാസയോടു പറഞ്ഞു: "ഒരു പക്ഷേ ഒരു വക്കീൽ സംസാരിക്കുന്നതുപോലെയാണ് ഞാൻ സംസാരിക്കുന്നതെന്ന് നിങ്ങൾക്ക് തോന്നിയിട്ടുണ്ടാകണം. എല്ലായ്പ്പോഴും കോടതിയിലെ ആളുകളുമായി ഇടപഴകുന്നതുകൊണ്ടാണ് എന്റെ പ്രകൃതം അങ്ങനെയായിപ്പോകുന്നത്. അതുകൊണ്ട് എനിക്ക് ധാരാളം ഗുണം ലഭിക്കുന്നുയെന്നതാണ് സത്യം. അതേസമയം, എന്റെ 'കലാവാസന' അവിടെ നശിക്കുകയാണ്."

"നിങ്ങൾ ജഡ്ജിമാരുമായി ആദ്യം ബന്ധം തുടങ്ങുന്നത് എങ്ങനെയാണ്?" കെ ചോദിച്ചു. പെയിന്ററെ തന്റെ സേവനത്തിൽ ഉപയോഗിക്കുന്നതിനുമുമ്പ് അയാളുടെ വിശ്വാസം നേടാനായിരുന്നു കെ ഈ ചോദ്യം ചോദിച്ചത്.

"അതു വളരെ ലളിതമാണ്" കെ പറഞ്ഞു. "പാരമ്പര്യമായിട്ടു തന്നെ എനിക്ക് ആ ബന്ധങ്ങൾ ഉണ്ട്. അച്ഛനുള്ളപ്പോൾ അദ്ദേഹം കോടതിയുടെ പെയിന്റർ ആയിരുന്നു. പാരമ്പര്യമായി കൈമാറിവന്ന ഒരു തസ്തികയാണിത്. അതിൽ വെറെയാരെയും നിയമിക്കാനാവില്ല. വിവിധ പദവികളിലിരിക്കുന്ന സങ്കീർണ്ണവും, അതിനപ്പുറം ഗൂഢവുമായ ചില നിയമങ്ങൾക്കു വിധേയമായി മാത്രമേ അതാകാവൂയെന്ന വ്യവസ്ഥ നിലവിലുണ്ട്. അക്കാരണങ്ങൾ ചില കുടുംബങ്ങൾക്കു മാത്രമേ ആ വിവരങ്ങൾ നൽകിയിട്ടുള്ളൂ. ആ മേശവലിപ്പു നോക്കൂ. എന്റെയച്ഛൻ വരച്ച ചിത്രങ്ങൾ അതിനകത്തുണ്ട്. പക്ഷേ ഞാൻ അതൊന്നും ആർക്കും കാണിച്ചുകൊടുക്കാറില്ല. ആ ചിത്രങ്ങൾ നോക്കിപ്പഠിച്ച ഒരാളിനുമാത്രമേ ജഡ്ജിമാരുടെ ചിത്രങ്ങൾ വരയ്ക്കാൻ യോഗ്യനാകൂ. ഇനി അതൊക്കെ നഷ്ടപ്പെട്ടുപോയി എന്നിരിക്കട്ടെ. ആ സാഹചര്യത്തിൽ പുതിയൊരാൾ ഈ ജോലിക്ക് അവകാശമുന്നയിച്ചു വന്നാൽ അതു തടയാൻ വേണ്ടി നിയമ

പരമായ ബുദ്ധികൾ എന്റെ തലയിൽ ഇരുപ്പുണ്ട്. എല്ലാ ജഡ്ജിമാർക്കും തങ്ങളെ പണ്ടുകാലത്തെ ന്യായാധിപ പ്രമാണികളെപ്പോലെ വരച്ചുകണ്ടാലേ തൃപ്തി ലഭിക്കൂ. എനിക്കല്ലാതെ മറ്റാർക്കും അങ്ങനെ വരച്ചുകൊടുക്കാനും ആകില്ല."

"എന്തായാലും അസൂയാവഹമായ ഒരു തൊഴിലാണ് നിങ്ങൾക്കുള്ളത്." തന്റെ ബാങ്കിലെ തന്റെ തൊഴിൽ ഓർത്തുകൊണ്ട് കെ പറഞ്ഞു." നിങ്ങളുടെ സ്ഥാനത്തിന് ഇളക്കമുണ്ടാകില്ലല്ലോ."

"അതെ, ഇളക്കമുണ്ടാകില്ല." തലയുയർത്തി നെഞ്ചുവിരിച്ചുകൊണ്ട് പെയിന്റർ പറഞ്ഞു. "അതുകൊണ്ടാണ് ഇടയ്ക്കിടയ്ക്ക് ഇത്തരം കേസുകളിൽപ്പെട്ട പാവപ്പെട്ട ആളുകളെ സഹായിക്കാൻ എനിക്കാവുന്നത്."

"അതെങ്ങനെയാണ് നിങ്ങൾക്കു സാധിക്കാനാകുന്നത്?" പാവപ്പെട്ട മനുഷ്യർ എന്നുവിശേഷിപ്പിച്ചത് തന്നെയല്ലായെന്ന മട്ടിൽ പെയിന്റർ ചോദിച്ചു.

പക്ഷേ, അങ്ങനെ പെയിന്ററുടെ ശ്രദ്ധ മാറ്റാൻ ആർക്കും സാധിക്കുന്നതായിരുന്നില്ല. അയാൾ പറഞ്ഞു. "നിങ്ങൾ തികച്ചും ഒരു നിരപരാധിയാണെന്ന് എനിക്കു തോന്നിയ സ്ഥിതിക്ക് നിങ്ങൾക്കു വേണ്ടി ചെയ്യാൻ ഞാൻ ഉദ്ദേശിക്കുന്നതിതാണ്."

തന്റെ നിരപരാധിത്വത്തെക്കുറിച്ചുള്ള അയാളുടെ ആവർത്തിച്ചുള്ള പരാമർശം യഥാർത്ഥത്തിൽ കെ യെ നിരാശപ്പെടുത്തിയിരുന്നു. തന്റെ കേസ് ജയിക്കുമെന്നുറപ്പുള്ളതിന്റെ പേരിലാണ് അയാൾ തന്നെ സഹായിക്കാൻ മനസ്സുവച്ചതെങ്കിൽക്കൂടി, അയാളുടെ സഹായം വളരെ പ്രധാനപ്പെട്ടതാണെന്ന് വരുത്തിത്തീർക്കാൻ ചില പരാമർശങ്ങൾ അയാൾ നടത്തുകയാണെന്ന് കെ യ്ക്ക് ഇടയ്ക്കിടെ സംശയം തോന്നിയിരുന്നു. ഈ സംശയങ്ങൾ നിലനില്ക്കുമ്പോഴും അയാൾ അവയൊക്കെ സ്വയം നിയന്ത്രിക്കാൻ ശ്രമിച്ചു. അയാൾ ഇടയ്ക്കുകയറിയൊന്നും പറഞ്ഞില്ല. പെയിന്ററുടെ സഹായം വേണ്ടെന്നു വയ്ക്കാൻ അയാൾക്കു തോന്നിയുമില്ല; അക്കാര്യത്തിൽ അയാൾ ഒരു തീരുമാനം എടുത്തു കഴിഞ്ഞിരുന്നു. മാത്രമല്ല ആ സഹായം ഒരു വക്കീലിന്റെ സഹായത്താൽ ഭേദമാണെന്നും അയാൾക്കു തോന്നി. കാരണം അതിനേക്കാൾ ആർജ്ജവവും തുറന്ന മനഃസ്ഥിതിയും ഈ പെയിന്ററിൽ ഉണ്ടായിരുന്നു.

ടിട്ടോറെല്ലി കട്ടിലിനരികിലേക്കു കസേരവലിച്ചു. തുടർന്നു സ്വരം താഴ്ത്തി പറഞ്ഞു തുടങ്ങി: "ഏതുതരം മോചനമാണ് യഥാർത്ഥത്തിൽ നിങ്ങൾക്കു വേണ്ടതെന്ന് ചോദിക്കാൻ ഞാൻ മറന്നു പോയി. മൂന്നുതരം സാദ്ധ്യതകളാണുള്ളത്. ഒന്ന്, യഥാർത്ഥ മോചനം. രണ്ട്, പ്രത്യക്ഷ മോചനം. മൂന്ന്, അനിശ്ചിതമായി കേസ് മാറ്റിവയ്ക്കൽ. യഥാർത്ഥ മോചനമാണ് ഏറ്റവും നല്ലതെന്നു പറയേണ്ടതില്ലല്ലോ. പക്ഷേ അങ്ങനെയൊരു വിധി നിർണ്ണയത്തിൽ എനിക്കു യാതൊരു സ്വാധീനവും ചെലുത്താൻ

പറ്റുകയില്ലെന്ന് പറയുകയാണ്. അത്തരം ഒരു വിധി നല്കുന്ന രീതിയിൽ സ്വാധീനം ചെലുത്താൻ കഴിവുള്ള ഒരാളും ഇല്ലെന്നതാണ് വാസ്തവം. അവിടെ നിർണ്ണായകമായ സ്ഥാനം നേടുന്നത് പ്രതിയുടെ നിരപരാധിത്വം മാത്രമാണ്. നിങ്ങൾ നിരപരാധിയായ സ്ഥിതിക്ക് നിങ്ങൾക്ക് അതിനെ മാത്രമേ ആശ്രയിക്കേണ്ടതുള്ളൂ. അപ്പോൾ, അങ്ങനെയൊരവസ്ഥയിൽ നിങ്ങൾക്ക് ആരുടെയും സഹായവും വേണ്ടതില്ല."

വ്യക്തമായ ഈ വിശദീകരണം കേട്ട കെ ആദ്യമൊന്നു പകച്ചുപോയി. എങ്കിലും, ആ പെയിന്ററിനെപ്പോലെ തന്നെ സ്വരം താഴ്ത്തി ഇങ്ങനെ പറഞ്ഞു. "നിങ്ങൾ സ്വയം വൈരുദ്ധ്യം പറയുകയാണെന്നു തോന്നുന്നു."

"എങ്ങനെ?" ഒരു പുഞ്ചിരിയോടെ പിന്നിലേക്കു ചാഞ്ഞിരുന്നുകൊണ്ട് നീരസമൊന്നും കാണിക്കാതെ പെയിന്റർ ചോദിച്ചു.

ആ പുഞ്ചിരിയിൽ പെയിന്റർ പറഞ്ഞതിന്റെ വൈരുദ്ധ്യങ്ങൾ ഉണ്ടായിരുന്നില്ല. മറിച്ച്, കോടതി നടപടിയിലുള്ള വൈരുദ്ധ്യങ്ങളാണെന്ന് തെളിയിച്ചു പറയാൻ പോകുന്നതാണെന്ന് കെ യ്ക്കു തോന്നി.

കെ പിന്മാറിയില്ല. അയാൾ പറഞ്ഞു. "ആദ്യം നിങ്ങൾ പറഞ്ഞത് കോടതി തെളിവുകളെ ആശ്രയിക്കുന്നില്ലായെന്നാണ്. കോടതിയുടെ പരസ്യവിചാരണകൾക്ക് തെളിവുകൾ വേണമെന്നു പറഞ്ഞുകൊണ്ട് നിങ്ങൾ പിന്നീടതിനെ തിരുത്തുകയുണ്ടായി. ഇപ്പോഴിതാ ഇങ്ങനെയും പറയുന്നു. ഒരു നിരപരാധിക്ക് കോടതിയിൽ ആരുടെയും സഹായമേ ആവശ്യമില്ലായെന്ന്. അതുതന്നെയാണ് ആദ്യത്തെ വൈരുദ്ധ്യം. മാത്രമല്ല, ആദ്യം നിങ്ങൾ പറഞ്ഞത് ജഡ്ജിമാർ വ്യക്തിപരമായ സ്വാധീനത്തിന് വഴങ്ങിപ്പോരുന്നവർ എന്നാണ്. പക്ഷേ നിങ്ങളിപ്പോൾ അതും തിരുത്തുകയാണ്. നിങ്ങൾ പറയുന്ന യഥാർത്ഥ മോചനം ഒരിക്കലും വ്യക്തിപരമായ സ്വാധീനംകൊണ്ട് നേടിയെടുക്കാൻ പറ്റുകയില്ലെന്ന്. ഇതിലാണ് രണ്ടാമത്തെ വൈരുദ്ധ്യം കാണുന്നത്."

"ഈ വൈരുദ്ധ്യങ്ങളെയൊക്കെ വളരെ നിഷ്പ്രയാസം വിശദീകരിക്കാവുന്നതേയുള്ളൂ." പെയിന്റർ പറഞ്ഞു. "ഇവിടെ നമ്മൾ രണ്ടുകാര്യങ്ങളെ വിവേചിച്ചറിയണം. ഒന്ന് നിയമം അനുശാസിക്കുന്നത്. രണ്ട്. ഞാൻ എന്റെ സ്വന്തം അനുഭവത്തിൽ നിന്നും കണ്ടെത്തിയത്. രണ്ടും തമ്മിൽ കൂട്ടിക്കുഴയ്ക്കരുത്. ഞാൻ നിയമം വായിച്ചിട്ടില്ലെന്ന് സമ്മതിക്കുന്നു. പക്ഷേ നിരപരാധികളെ വിട്ടയയ്ക്കണമെന്ന് നിയമം അനുശാസിക്കുന്നുവെന്നറിയാം. അതേ സമയം ജഡ്ജിമാരുടെ സ്വാധീനത്തിനു വഴങ്ങുന്നവരെയാണെന്ന് അത് പ്രസ്താവിക്കുന്നില്ല. പക്ഷേ, അതിലാണ് എന്റെ ജീവിതാനുഭവങ്ങളിൽ ഉണ്ടായ വൈരുദ്ധ്യം. യഥാർത്ഥ മോചനം വിധിച്ച കേസുപോലും എന്റെ അറിവിലില്ല. അതേസമയം, സ്വാധീനം ഉപയോഗിച്ച് രക്ഷപ്പെട്ട അനേകംപേരെ എനിക്ക് നേരിട്ടറിയാം. ഞാൻ പരിചയ

പ്പെട്ട കേസുകളിൽ ഒന്നിലും പ്രതി നിരപരാധിയായിരുന്നില്ലായെന്നു വേണം പറയാൻ. പക്ഷേ, അങ്ങനെയാവാൻ സാദ്ധ്യതയുണ്ടോ? ഇത്രയധികം കേസുകളിൽ ഒരാൾപോലും നിരപരാധിയല്ലെന്നോ? എന്റെ കുട്ടിക്കാലത്ത് അച്ഛൻ വീട്ടിൽവന്ന് കേസുകളെക്കുറിച്ചു പറയുമ്പോൾ ഞാൻ ശ്രദ്ധിച്ചുകേൾക്കുമായിരുന്നു. അച്ഛന്റെ സ്റ്റുഡിയോയിൽ വരുന്ന ജഡ്ജിമാർ പോലും കോടതിയിലെ വിശേഷങ്ങൾ അച്ഛനോടു പറയുമായിരുന്നു. കാരണം, തങ്ങളുടെ കൂട്ടത്തിൽപ്പെട്ട ഒരാൾക്ക് മറ്റൊരു വിഷയം സംസാരിക്കുന്നുണ്ടാവില്ലല്ലോ. കോടതിയിൽ പോകാനുള്ള അവസരം എനിക്കു ലഭിച്ചുതുടങ്ങിയപ്പോൾ ഞാൻ അതിനെ പരമാവധി ഉപയോഗപ്പെടുത്തി. അങ്ങനെ നിരവധി കേസുകളുടെ നിർണ്ണായകമായ അവസരങ്ങളിൽ സംബന്ധിക്കാൻ എനിക്കും കഴിഞ്ഞു. അവരുടെ കേസിന്റെ ഗതിയും ഞാൻ പരമാവധി പിന്തുടർന്നിട്ടുണ്ട്. ഒന്നിൽപ്പോലും യഥാർത്ഥമോചനം നല്കി പ്രതിയെ വിടുവിക്കുന്നത് ഞാൻ കണ്ടിട്ടില്ല. സത്യമാണ് ഞാൻ പറയുന്നത്."

"യഥാർത്ഥ മോചനം നല്കിയ ഒരു കേസുപോലുമില്ലെന്നോ?" സ്വയമെന്നോണം കെ ചോദിച്ചു. തന്റെ സ്വന്തം പ്രതീക്ഷയോടാണ് അയാളിതുചോദിച്ചത്. "കോടതിയെക്കുറിച്ച് ഞാൻ മുമ്പു അറിഞ്ഞിട്ടുള്ള കാര്യങ്ങളെ ശരിവയ്ക്കുകയാണിത്. അപ്പോൾ എങ്ങനെ പരിശോധിച്ചാലും തികച്ചും നിരർത്ഥകമായ ഒരു സ്ഥാപനമാണിത്; ഒക്കെ ഒരു ആരാച്ചാർക്കു ചെയ്യാവുന്നതേയുള്ളൂ."

"നിങ്ങൾ ഇങ്ങനെ വെറുതേ പൊതുവായിപ്പറയരുത്." പെയിന്റർ അസന്തുഷ്ടിയോടു പറഞ്ഞു. "ഞാനെന്റെ സ്വന്തം അഭിപ്രായം പറഞ്ഞെന്നേയുള്ളൂ."

"അതു മതിയല്ലോ ധാരാളമായിട്ട്." കെ പറഞ്ഞു. "അല്ലെങ്കിൽത്തന്നെ മുമ്പെങ്ങാനും ഏതെങ്കിലും ഒരു പ്രതിക്ക് കുറ്റമോചനം കിട്ടിയിട്ടുള്ളതായി നിങ്ങൾ കേട്ടിട്ടുണ്ടോ?"

"അത്തരം കുറ്റമോചനങ്ങൾ..." പെയിന്റർ മറുപടി പറഞ്ഞു." ".....നടത്തിയിട്ടുണ്ടാകം. അതൊക്കെ തെളിയിച്ചു പറയാൻ പ്രയാസമാണെന്നേയുള്ളൂ. കോടതിയുടെ അന്തിമവിധി ഒരിക്കലും രേഖപ്പെടുത്തിവയ്ക്കാറേയില്ല. ജഡ്ജിമാർക്കു പോലും അതൊന്നും കിട്ടാറില്ല. അതിനാൽ മുൻകാലങ്ങളിൽ നടന്ന കേസുകളെക്കുറിച്ചുള്ള കെട്ടുകഥകളെ ഇന്നു ലഭ്യമുള്ളൂ. അത്തരം കെട്ടുകഥകൾ തീർച്ചയായും ചില കുറ്റമോചനങ്ങളെക്കുറിച്ചു പറയുന്നുണ്ട്. യഥാർത്ഥത്തിൽ അത്തരം കഥകളിൽ ഭൂരിഭാഗവും ആ വിധത്തിലുള്ളവതന്നെയാണ്. അതൊക്കെ വിശ്വസിക്കാവുന്നവയാണ്. പക്ഷേ അവ തെളിയിക്കാൻ പറ്റില്ലെന്നേയുള്ളൂ. അതേസമയം അവരെ പൂർണ്ണമായും തള്ളിക്കളയാനാവില്ല. അവയിൽ യാഥാർത്ഥ്യത്തിന്റെ അംശമുണ്ടാകും. മാത്രമല്ല അതൊക്കെ രസാവഹ

വുമാണ്. അത്തരെ കെട്ടുകഥകളെ അടിസ്ഥാനമാക്കി ഞാൻ ധാരാളം ചിത്രങ്ങൾ തന്നെ വരച്ചിട്ടുണ്ട്."

"വെറും കെട്ടുകഥകൾക്ക് എന്റെ അഭിപ്രായങ്ങൾ മാറ്റുകയില്ല. "കെ പറഞ്ഞു. "മാത്രമല്ല, കോടതിയിൽ അത്തരം കഥകൾ വാദിക്കാൻ ഒരാളിനു പറ്റുമെന്നത് എനിക്കു സങ്കല്പിക്കാൻ പോലും പറ്റുകയില്ല."

പെയിന്റർ ചിരിച്ചുപോയി. "ഇല്ല. അതാർക്കും പറ്റില്ല." അയാൾ പറഞ്ഞു.

"അങ്ങനെയെങ്കിൽ അതിനെക്കുറിച്ചു സംസാരിക്കുന്നതിൽ ഉപയോഗമില്ലല്ലോ. "കെ പറഞ്ഞു. അതുവരെ അയാൾ കേട്ടവിവരങ്ങളൊക്കെ അസാദ്ധ്യവും വൈരുദ്ധ്യവുമായിരുന്നിട്ടുകൂടി പെയിന്ററുടെ അഭിപ്രായത്തിനു വഴങ്ങിക്കൊടുക്കാൻ തല്ക്കാലത്തേക്കു അയാൾ തയ്യാറായിരുന്നു.

പെയിന്റർ പറഞ്ഞതൊക്കെ സത്യമായിരുന്നോയെന്ന് പരിശോധിക്കാനുള്ള നേരം കെ യ്ക്കുണ്ടായിരുന്നില്ല. തർക്കിക്കാനാണെങ്കിൽ ഒട്ടു നേരവും ഉണ്ടായിരുന്നില്ല. ഏതെങ്കിലും രീതിയിൽ തന്നെ സഹായിക്കാൻ അയാളെ പ്രേരിപ്പിക്കുക എന്നതുമാത്രമാണ് ഇനി അയാൾക്ക് പരമാവധി ചെയ്യാനുള്ളത്. അതേസമയം ആ സഹായം അത്ര നിർണ്ണായകമല്ലെന്നും അയാൾക്കറിയാമായിരുന്നു.

അതനുസരിച്ച് കെ പറഞ്ഞു. "അപ്പോൾ യഥാർത്ഥ മോചനത്തിന്റെ കാര്യം നമുക്കിനി ഉപേക്ഷിക്കാം. മറ്റു രണ്ടു സാദ്ധ്യതകളെക്കുറിച്ച് നിങ്ങൾ പറഞ്ഞിരുന്നല്ലോ."

"അതെ. പ്രത്യക്ഷമോചനവും, കേസ് അനിശ്ചിതമായി നീട്ടിവയ്ക്കലും. ഇവ രണ്ടുമാണ് ഇനി ആകപ്പാടെയുള്ളത്." പെയിന്റർ പറഞ്ഞു. അവയെക്കുറിച്ച് സംസാരിക്കാം. അതിനുമുമ്പ് ആ ജാക്കറ്റ് ഊരിവയ്ക്കൂ. താങ്കൾ ഉഷ്ണിക്കുന്നല്ലോ."

"അതെ." കെ പറഞ്ഞു.

പെയിന്ററുടെ വിശദീകരണങ്ങളായിരുന്നു അയാൾ ശ്രദ്ധിച്ചുകൊണ്ടിരുന്നത്. അയാൾ ഉഷ്ണത്തെക്കുറിച്ചു പറഞ്ഞപ്പോഴാണ് അയാളുടെ നെറ്റി വിയർപ്പിൽ കുളിച്ചത്.

"അസഹനീയമായ ചൂടുതന്നെ." കെ പറഞ്ഞു.

കെ യുടെ അസ്വസ്ഥം തനിക്കു മനസ്സിലാകുന്നുണ്ടെന്നു കാണിക്കാൻ അയാൾ തലകുലുക്കി.

"നമുക്ക് ജനാല തുറന്നിട്ടാലോ?" കെ ചോദിച്ചു.

"വേണ്ട." പെയിന്റർ പറഞ്ഞു. "കൂരയിലേക്ക് കടത്തിവച്ച ഒരു ഗ്ലാസാണത്. അതു തുറക്കാൻ പറ്റുകയില്ല."

താനോ അല്ലെങ്കിൽ ആ പെയിന്ററോ ഓടിച്ചെന്ന് ആ ജാനല തള്ളിത്തുറന്നിടുമെന്നാണ് കെ അതുവരെ പ്രതീക്ഷിച്ചിരുന്നത്. കാറ്റുകിട്ടുമെങ്കിൽ അതിലെ മഞ്ഞുപോലും വിഴുങ്ങാൻ കെ തയ്യാറായിരുന്നു. ശുദ്ധ

വായുവിൽ നിന്നും അകറ്റപ്പെട്ടുള്ള ആ ഇരുപ്പ് അയാളുടെ തലചുറ്റിച്ചു.

സമീപത്തുണ്ടായിരുന്ന മൃദുലമെത്തയിൽ കൈപ്പത്തിയൂന്നിക്കൊണ്ട് ക്ഷീണിച്ച സ്വരത്തിൽ കെ പറഞ്ഞു. "ഇത് അസ്വസ്ഥവും അനാരോഗ്യവും ഉണ്ടാക്കുന്നതാണ്."

"ഓ. അങ്ങനെയല്ല." തന്റെ ജനാലയ്ക്ക് ഒരു പ്രതിരോധം തീർത്തുകൊണ്ടു പറഞ്ഞു. "ഇതു വെറും ഗ്ലാസ് ചില്ലാണ്. കൂരയോടു ചേർത്ത് ഉറപ്പിച്ചിരിക്കുന്നതിനാൽ, രണ്ടുപാളി ജനലിനേക്കാൾ കുറവ് ചൂട് ഇത് നിലനിർത്തും. യഥാർത്ഥത്തിൽ എനിക്കിവിടെ കാറ്റിന്റെ ആവശ്യമില്ല. അഥവാ വേണമെങ്കിൽത്തന്നെ, ആ കാണുന്ന വിടവുകളിലൂടെ കാറ്റുവരുന്നുണ്ടല്ലോ. അതും പോരെങ്കിൽ എനിക്ക് വാതിലുകളിലൊന്ന് തുറന്നിടാം; അല്ലെങ്കിൽ രണ്ടും."

ഈ വിശദീകരണം തുടർന്നുറപ്പാക്കിയ മാനസികാവസ്ഥയിൽ, ആ രണ്ടാമത്തെ വാതിൽ എവിടെയാണെന്നറിയാനായി ചുറ്റും കെ നോക്കി.

അതുകണ്ടപ്പോൾ പെയിന്റർ പറഞ്ഞു. "നിങ്ങളുടെ പിന്നിലാണത്. അതിന്റെ മുന്നിൽ കട്ടിലിട്ട് എനിക്കതിനെ മറയ്ക്കേണ്ടിവന്നു."

ചുവരിലെ ആ ചെറിയ വാതിൽ അപ്പോഴാണ് കെ കണ്ടത്.

"ഒരു സ്റ്റുഡിയോയ്ക്കു മതിയാകുന്ന വലിപ്പം ഈ മുറിക്കില്ല." കെ.യിൽ നിന്നും വന്നേക്കാവുന്ന വിമർശനത്തെ മുൻകൂർ തടഞ്ഞുകൊണ്ടാണ് പെയിന്റർ ഇങ്ങനെപറഞ്ഞത്. "എനിക്കു പറ്റുന്ന രീതിയിൽ ലളിതമായി എല്ലാം ഇവിടെ തട്ടിക്കൂട്ടി. വാതിലിനു മുന്നിൽ കട്ടിലിടുന്നത് ഉചിതമല്ലായെന്നത് തികച്ചും ശരിയാണ്. ഒരു കാര്യം പറയാം; ഞാൻ ഇപ്പോൾ വരച്ചുകൊണ്ടിരിക്കുന്ന ആ ജഡ്ജി എപ്പോഴും ഈ വാതിൽ വഴിയാണ് വരുന്നത്. ഞാൻ പുറത്തുപോകുമ്പോൾ വരികയാണെങ്കിൽ സ്റ്റുഡിയോയ്ക്കകത്തു കാത്തിരിക്കാനായി ഒരു താക്കോൽ ഞാൻ ആ ജഡ്ജിക്കു നല്കിയിട്ടുണ്ട്. സാധാരണയായി അദ്ദേഹം അതിരാവിലെയാണ് വരുന്നത്. അപ്പോഴും ഞാൻ നല്ല ഉറക്കത്തിലായിരിക്കും. പക്ഷേ കട്ടിലിനരികിലെ ഈ വാതിൽ പെട്ടെന്ന് തുറക്കുമ്പോൾ ഞാൻ എത്ര ഉറക്കത്തിലായിരുന്നാലും അപ്പോൾ ഉണർന്നോളും. അതിരാവിലെ വന്ന് എന്റെ കിടക്കയ്ക്കു മുകളിലൂടെ അകത്തുകടക്കുന്ന ആ ജഡ്ജിയെ നോക്കി ഞാൻ പറയാറുള്ള മോശമായ വാക്കുകൾ നിങ്ങൾ കേൾക്കാനിടയായാൽ, നിങ്ങൾക്ക് ജഡ്ജിമാരോടുള്ള ബഹുമാനം അതോടെ നശിച്ചേക്കും. എനിക്ക് അദ്ദേഹത്തിൽ നിന്നും ആ താക്കോൽ വീണ്ടും തിരിച്ചു വാങ്ങാവുന്നതേയുള്ളൂ. പക്ഷേ, അത് കാര്യങ്ങളൊക്കെ കൂടുതൽ വഷളാക്കുകയേയുള്ളൂ. ഇവിടെയുള്ള ഏതൊരു കതകും ഒറ്റത്തള്ളലിനു തുറക്കാവുന്നതേയുള്ളൂ."

പെയിന്ററുമായി ഈ വിധം സംസാരിച്ചിരിക്കുമ്പോൾ കെ തന്റെ ജാക്കറ്റ് ഊരണോ വേണ്ടയോയെന്ന് ആലോചിച്ചുകൊണ്ടിരിക്കുകയായി

രുന്നു. പക്ഷേ ഇനിയും താനത് ഊരിമാറ്റിയില്ലെങ്കിൽ തനിയ്ക്കവിടെ മുറിയിലിരിക്കാൻ കഴിയുകയില്ലെന്ന് അയാൾക്കു മനസ്സിലായി. അയാൾ വേഗത്തിൽ അതൂരിയെടുത്തങ്കിലും, മുട്ടിൻമേൽത്തന്നെ അതിനെ വച്ചു. സംസാരിച്ചുകഴിയുമ്പോൾ പെട്ടെന്ന് അതെടുത്ത് അണിയാൻ എളുപ്പ മാണല്ലോ.

അയാൾ ജാക്കറ്റ് ഊരേണ്ടതാമസം പെൺകുട്ടികളിലൊരാൾ ഉറക്കെ വിളിച്ചു പറഞ്ഞു: "അയാളിപ്പോൾ ജാക്കറ്റൂരി." വിടവിലൂടെ മുറിയ്ക്കക ത്തേക്കു അതുനോക്കാനായി മറ്റു പെൺകുട്ടികൾ ഓടിക്കൂടുന്നതായും കെ യ്ക്കു മനസ്സിലായി.

"ഞാൻ നിങ്ങളുടെ ഛായാചിത്രം വരയ്ക്കാൻ പോകുകയാണെ ന്നാണ് ആ പെൺകുട്ടികൾ ചിന്തിക്കുന്നത്." പെയിന്റർ പറഞ്ഞു. "അതി നാണ് നിങ്ങൾ ജാക്കറ്റ് ഊരിയതെന്ന് അവർ കരുതുന്നു."

"അതു ശരി." കെ പറഞ്ഞു. ജാക്കറ്റൂരിയ ശേഷം അരക്കൈയൻ ഉടുപ്പിലിരുന്നിട്ടും നേരത്തത്തേക്കാൾ സുഖമൊന്നും അയാൾക്കു തോന്നിയില്ല. ഏറെക്കുറെ അസ്വസ്ഥനായിക്കഴിഞ്ഞ അയാൾ തുടർന്നു ചോദിച്ചു: "ആ മറ്റു രണ്ടു സാദ്ധ്യതകളെക്കുറിച്ച് നിങ്ങൾ പറഞ്ഞതെ ന്തൊക്കെയാണ്?" അവയുടെ പേരുകൾ യഥാർത്ഥത്തിൽ കെ മറന്നു പോയിരുന്നു.

"പ്രത്യക്ഷ മോചനവും കേസ് അനിശ്ചിതമായി നീട്ടിവയ്ക്കലും" പെയിന്റർ പറഞ്ഞു. "അതിലേതാണ് തെരഞ്ഞെടുക്കേണ്ടതെന്നത് നിങ്ങൾക്കുള്ള കാര്യമാണ്. രണ്ടിലേതായും, എനിക്കു നിങ്ങളെ സഹാ യിക്കാനാവും; കുറച്ചു പ്രയാസമുണ്ടാകുമെന്നേയുള്ളൂ. ഉണ്ടാകുന്ന പ്രയാ സങ്ങളിൽ അവ തമ്മിൽ ഒരു വ്യത്യാസമുള്ളതിതാണ്. പ്രത്യക്ഷ മോച നത്തിന് ദീർഘമായ ഇടവേളകളോടുകൂടിയ തീവ്രമായ ശ്രമം വേണ്ടിവ രുന്നു. എന്നാൽ കേസ് അനിശ്ചിതമായി നീട്ടിവെക്കുന്നതിന്റെ കാര്യത്തിൽ അത്രയും തീവ്രശ്രമമൊന്നും വേണ്ട; പക്ഷേ ദീർഘകാലം വേണ്ടിവരും. നമുക്കാദ്യം പ്രത്യക്ഷമോചനത്തിന്റെ കാര്യമെടുക്കാം. നിങ്ങൾ അതാണ് തീരുമാനിക്കുന്നതെങ്കിൽ, നിങ്ങളുടെ നിഷ്കളങ്കത വിവരിക്കുന്ന ഒരു സത്യവാങ്മൂലം ഒരു കടലാസിൽ ഞാൻ എഴുതിത്തരാം. സത്യവാ ങ്മൂലം എഴുതുന്നരീതി എനിക്ക് എന്റെ അച്ഛനിൽ നിന്നും മനസ്സിലാ ക്കാൻ പറ്റിയിട്ടുണ്ട്. അതിലിനി മാറ്റമൊന്നും വരുത്തേണ്ടതില്ല. ആ സത്യ വാങ്മൂലവുമായി എനിക്കറിയാവുന്ന ജഡ്ജിമാരെ ഞാൻ പോയി കാണാം. ആദ്യമായി, ഞാനിപ്പോൾ ചിത്രം വരയ്ക്കുന്ന ജഡ്ജിയെ ക്കാണാം. അദ്ദേഹം ഇന്നു രാത്രിയിൽ വരയ്ക്കാനായി എത്തുന്നുണ്ട്. ഈ സത്യവാങ്മൂലം ഞാൻ അദ്ദേഹത്തിന്റെ മുന്നിൽ വയ്ക്കുകയും, നിങ്ങൾ കുറ്റക്കാരനല്ലെന്ന് പറയുകയും ചെയ്യും. നിങ്ങളുടെ നിഷ്കളങ്ക തയ്ക്ക് ഞാൻ തന്നെ ജാമ്യക്കാരനാകും. അതു വെറും ജാമ്യമല്ല;

യഥാർത്ഥവും നിയമപരവുമായ ജാമ്യങ്ങളിലൊന്ന്."

ഇങ്ങനെയൊരു ഉത്തരവാദിത്വത്തിന്റെ ഭാരം തന്റെ മേൽ കൊണ്ടു വച്ചത് ശരിയായില്ലായെന്നൊരു ഭാവം പെയിന്ററുടെ മുഖത്ത് നിഴലിച്ചി രുന്നു.

"വളരെ നന്ദിയുണ്ട്." കെ പറഞ്ഞു. "ജഡ്ജി നിങ്ങൾ പറയുന്നത് വിശ്വസിക്കുന്നു. എന്നിട്ടും എനിക്ക് യഥാർത്ഥ മോചനം നല്കാത്തതെ ന്താണ്?"

"ഞാൻ ഇതിനകം പറഞ്ഞല്ലോ" പെയിന്റർ പറഞ്ഞു. "എല്ലാ ജഡ്ജിമാരും എന്നെ വിശ്വസിക്കണമെന്ന് ഉറപ്പില്ല. ചില ജഡ്ജിമാർ നിങ്ങൾ നേരിൽക്കാണണമെന്ന് പറയും. അപ്പോൾ എനിക്ക് നിങ്ങളെയും കൂട്ടി അവരെ സന്ദർശിക്കാൻ പോകേണ്ടതുണ്ടാകും. അങ്ങനെ സംഭവി ച്ചാൽ കാര്യങ്ങളുടെ പകുതി വിജയിച്ചു. ഓരോ ജഡ്ജിമാരോടും ഏതു രീതിയിൽ ഇടപെടണമെന്ന് എനിക്ക് നിങ്ങളോടു പറഞ്ഞുതരാനാകും. തുടക്കത്തിൽത്തന്നെ നിങ്ങളെ ഒഴിവാക്കുന്ന ജഡ്ജിമാരുണ്ടെങ്കിൽ അവി ടെയാണ് യഥാർത്ഥപ്രശ്നം; അതും ഉറപ്പായി സംഭവിക്കാം. പക്ഷേ അവരെ ഞാൻ നിരന്തരമായി സ്വാധീനിക്കാൻ ശ്രമിച്ചുകൊണ്ടിരിക്കുമെ ങ്കിലും നമുക്കവരെ ഒഴിവാക്കി മുന്നോട്ടു നീങ്ങേണ്ടിവരും. ഒരു ജഡ്ജി യുടെ എതിരഭിപ്രായം വിധിയെ ഒരിക്കലും സ്വാധീനിക്കാറില്ല. നിങ്ങളുടെ സത്യവാങ്മൂലത്തിൽ ആവശ്യത്തിനു എണ്ണം ജഡ്ജിമാർ ഒപ്പുവച്ചുകഴി ഞ്ഞാൽ, തുടർന്ന് ഇപ്പോൾ നിങ്ങളുടെ കേസ് കൈകാര്യം ചെയ്യുന്ന വക്കീലിനെ ഏല്പിക്കണം. അദ്ദേഹവും നേരത്തെ അതിൽ ഒപ്പിട്ടിട്ടുണ്ടെ ങ്കിൽ കാര്യങ്ങൾ കുറേക്കൂടി എളുപ്പമായി; സാധാരണയെടുക്കുന്ന സമ യത്തേക്കാൾ കുറച്ചു സമയം മതിയാകും. പൊതുവായി പറയുകയാ ണെങ്കിൽ, തുടർന്ന് എടുത്തുപറയത്തക്ക ബുദ്ധിമുട്ടുകളൊന്നും ഉണ്ടാ കില്ല. പ്രതിക്ക് ഈ ഘട്ടത്തിൽ നല്ല ആത്മവിശ്വാസം കിട്ടുന്നു. അതു വിശേഷകാര്യമൊന്നുമല്ല; സത്യമാണ്. മോചനം നേടുന്ന സമയത്തേ ക്കാൾ കൂടുതൽ ആത്മവിശ്വാസം ആ ഘട്ടത്തിലാണുണ്ടാകുന്നത്. കാര്യ മുണ്ട്; അതിനുശേഷം നിങ്ങൾക്ക് കാര്യമായി ഒന്നും ചെയ്യാനില്ല. സത്യ വാങ്മൂലം ഒപ്പുവച്ചുകൊണ്ട് മറ്റുവക്കീലന്മാർ ജാമ്യം നല്കുന്നതിനാൽ നിങ്ങളുടെ വക്കീലിന് മറ്റൊന്നും ആലോചിക്കേണ്ടതില്ല; എളുപ്പത്തിൽ നിങ്ങൾക്ക് മോചനം തരാൻ കഴിയും. ചില നടപടിക്രമങ്ങൾ പൂർത്തി യാക്കേണ്ടതുണ്ടെന്നേയുള്ളൂ. എനിക്കും അയാളുടെ സുഹൃത്തുകൾക്കും സന്തോഷം നല്കുന്ന രീതിയിൽ അയാൾ കുറ്റമോചനം നല്കും. നിങ്ങൾക്കതോടെ സ്വതന്ത്രനായി കോടതിയിൽ നിന്നും പുറത്തേക്കു പോരാം."

"അപ്പോൾ അങ്ങനെ ഞാൻ സ്വതന്ത്രനാണ്" സംശയ ത്തോടെയാണ് കെ പറഞ്ഞത്.

"അതെ" പെയിന്റർ പറഞ്ഞു. "പക്ഷേ പ്രത്യക്ഷത്തിൽ സ്വതന്ത്ര നെന്നേയുള്ളൂ. കൂടുതൽ കൃത്യമായിപ്പറഞ്ഞാൽ, തല്ക്കാലത്തേയ്ക്കുള്ള സ്വാതന്ത്ര്യം. കാരണം, എന്റെ പരിചയക്കാരായ വക്കീലന്മാർ താഴ്ന്ന പദവിയുള്ളവരാണെന്നറിയാമല്ലോ. അവർക്ക് അന്തിമവിധി നല്കാൻ പറ്റി ല്ലെന്നറിയണം. ഉയർന്ന പദവിയുള്ളവർക്കാണ് അതിനുള്ള അധികാരം കൊടുത്തിരിക്കുന്നത്. അത് നിങ്ങൾക്ക് തികച്ചും അപ്രാപ്യമാണ്; പിന്നെ ഞങ്ങൾക്കും. പിന്നെ കാര്യങ്ങളൊക്കെ എങ്ങനെ നീങ്ങുമെന്ന തിനെകുറിച്ച് ഞങ്ങൾക്ക് നിശ്ചയമില്ല. കുറ്റവാളിക്കു കുറ്റവിമോചനം നല്കാനുള്ള വിശേഷാധികാരം നമ്മുടെ വക്കീലന്മാർക്കില്ല. പക്ഷേ, അവ രുടെ ചുമലിൽ നിന്നും കുറ്റഭാരം എടുത്തുകളയാനുള്ള അവകാശം അവർക്കുണ്ട്. ഞാൻ പറഞ്ഞുവരുന്നത്, നിങ്ങളെ ഈ രീതിയിലാണ് വിട്ടയയ്ക്കുന്നതെങ്കിൽ, തല്ക്കാലത്തേക്ക് നിങ്ങളിൽ നിന്നും കുറ്റാരോ പണം എടുത്തുമാറ്റുന്നതേയുള്ളൂ. പക്ഷേ ആ കുറ്റാരോപണം നിങ്ങളുടെ തലയ്ക്കുള്ളിൽ തുടർന്നും തൂങ്ങിക്കിടക്കും. പക്ഷേ മുകളിൽ നിന്നും തീരുമാനം വന്നാൽ ഉടനെ ഒക്കെ തീർച്ചയാകും. എനിക്കു കോടതിയു മായിട്ടുള്ള ബന്ധം വളരെ അടുത്തതായ സ്ഥിതിക്ക്, പ്രത്യക്ഷമോചനവും, കേസ് അനിശ്ചിതമായി നീട്ടിവയ്ക്കലും കോടതി സാധാരണ എങ്ങനെ യാണ് വ്യത്യാസപ്പെടുത്തിയിരിക്കുന്നതെന്ന് ഞാൻ പറഞ്ഞുതരാം. യഥാർത്ഥമോചനമെങ്കിൽ കേസുമായി ബന്ധപ്പെട്ട എല്ലാ രേഖകളും പൂർണ്ണമായും മാറ്റും. അവ കൺമുമ്പിൽ നിന്നും അപ്രത്യക്ഷമാകും. കുറ്റാരോപണം മാത്രമല്ല, അവയെ സംബന്ധിച്ച എല്ലാ രേഖകളും അപ്ര ത്യക്ഷമാവും; എല്ലാം നശിച്ചുതീരുമെന്നുവേണം പറയാൻ. എന്നാൽ പ്രത്യക്ഷമോചനത്തിൽ ഇതല്ല സംഭവിക്കുന്നത്. എല്ലാ രേഖകളും അവി ടെത്തന്നെയുണ്ടാകും; അവയോടൊപ്പം ചേർത്തുവയ്ക്കുന്ന സത്യവാ ങ്മൂലം മാത്രമുണ്ടാകില്ല. കുറ്റമോചനം നല്കുന്ന രേഖകൾ ഉണ്ടാകില്ല; എന്തടിസ്ഥാനത്തിലാണ് അതു നല്കിയത് എന്നതിനുള്ള രേഖകളും പിന്നെ കാണുകയില്ല. കേസുമായി ബന്ധപ്പെട്ട മറ്റുകാര്യങ്ങൾ മുഴുവനും, ഒരു സാധാരണ ഓഫീസിലേതെന്നപോലെ, ചുറ്റിക്കറങ്ങിക്കൊണ്ടിരിക്കും. ഉന്നത പദവിയിലുള്ള വക്കീലന്മാരുടെ അടുത്തു പിന്നീട് ചെല്ലുന്നു; തുടർന്ന് താണ പദവിയിലുള്ള വക്കീലന്മാരുടെ അടുത്തേക്കു ചെല്ലുന്നു. വീണ്ടും അത് മുകളിലേക്ക് നീങ്ങുന്നു; പിന്നെ കീഴോട്ട്. ചിലപ്പോൾ ദീർഘകാലമെടുക്കുന്നു അല്ലെങ്കിൽ കുറച്ചുകാലം കൊണ്ടാകും ഇത്തരം ആന്തോളനപ്രക്രിയകൾ നടക്കുന്നത്. അതൊന്നും നമുക്ക് മുൻകൂട്ടി കണ ക്കാക്കാനോ കാണാനോ പറ്റുകയില്ല. ഇത്തരം കാര്യങ്ങളുമായി ബന്ധ മില്ലാത്ത ഒരുവൻ കരുതുന്നത് കേസുമുഴുവൻ മറന്നുപോയിട്ടുണ്ടാകു മെന്നാണ്; രേഖകളൊക്കെ നശിച്ചുവെന്നും, കേസുപൂർണ്ണമായും തീർന്നു യെന്നും അയാൾ കരുതുന്നു. എന്നാൽ കോടതിയുമായി ചേർന്നു നില്ക്കു

ന്നവർക്ക് അപ്രകാരം ചിന്തിക്കാനാവില്ല. ഒരു രേഖകളും ഒരിക്കലും നശിക്കുകയില്ല; കോടതി ഒരു കാര്യവും ഒരിക്കലും മറക്കുകയും ഇല്ല. ഒരു നാൾ, തികച്ചും അപ്രതീക്ഷിതമായി. ഏതെങ്കിലും വക്കീൽ ആ രേഖകളും കണ്ടെടുത്തുകൊണ്ടു വരും; അതിനെ ശ്രദ്ധാപൂർവ്വം തുടർന്ന് പരിശോധിക്കും. കുറ്റം അപ്പോഴും നിലനില്ക്കുന്നുയെന്ന് അയാൾ തിരിച്ചറിയും. എത്രയും പെട്ടെന്ന് കുറ്റവാളിയെ ബന്ധിക്കണമെന്ന് അയാൾ കല്പനയിടുകയും ചെയ്യും. ഞാൻ പറഞ്ഞുവരുന്നത്, ഈ താല്ക്കാലിക മോചനം കഴിഞ്ഞാൽ തുടർന്നുള്ള പുതിയ ബന്ധം ചെയ്യലിന് വളരെ കാലമെടുക്കുമെന്നാണ്. അതിനുള്ള സാദ്ധ്യതയേയുള്ളൂ. കാരണം അത്തരം കേസുകളെക്കുറിച്ച് എനിക്കറിയാവുന്നതാണ്. അതുപോലെ കോടതി കുറ്റമോചനം നല്കി വിട്ടയച്ച ഒരുവൻ വീട്ടിലെത്തേണ്ട താമസം വീണ്ടും അയാളെ ബന്ധനസ്ഥനാക്കാൻ, അതേ കോടതിയിലെ ഉദ്യോഗസ്ഥർ അവിടെ കാത്തുനില്ക്കുന്നത് കണ്ടെന്നും വരാം. അങ്ങനെ സംഭവിക്കുന്നതോടെ അയാളുടെ സ്വാതന്ത്ര്യം അവിടെ തീരുകയാണ്."

"അപ്പോൾ കേസ് വിചാരണ മുഴുവൻ തുടങ്ങുമോ?" അവിശ്വസനീയമാംവിധം കെ ചോദിച്ചു.

"തീർച്ചയായും തുടങ്ങും", പെയിന്റർ പറഞ്ഞു. "വിചാരണ വീണ്ടും അപ്രകാരം തുടങ്ങിക്കഴിഞ്ഞാൽ പഴയപടി പ്രത്യക്ഷമോചനം തുടർന്നു കിട്ടാൻ എളുപ്പമാണ്. അപ്പോഴും അയാൾ തന്റെ ആരോഗ്യവും സമയവും മുഴുവനും അതിനുവേണ്ടി ഉപയോഗിക്കണം. അടിയറവുപറയാൻ പാടില്ലെന്നേയുള്ളൂ." കെ യ്ക്കു ഒരു തളർച്ചപോലെ കണ്ടതുകൊണ്ടാണ് പെയിന്റർ അവസാനത്തെ വരി ആ വിധത്തിൽ പറഞ്ഞത്.

"പക്ഷേ" പെയിന്റർ ഇനിയും പുതിയ വെളിപ്പെടുത്തലുകൾ നടത്തുമെന്ന് കരുതിക്കൊണ്ട് കെ ചോദിച്ചു: "ആദ്യത്ത മോചനത്തെക്കാൾ പ്രയാസമായിരിക്കില്ലേ രണ്ടാമത്തേത്?"

"അക്കാര്യത്തിൽ", പെയിന്റർ പറഞ്ഞു, "ആർക്കും ഒരു തീർച്ചയും പറയാൻ പറ്റുകയില്ല. എനിക്കു തോന്നുന്നത് രണ്ടാമതും ബന്ധനസ്ഥനാക്കുമ്പോൾ വക്കീലന്മാർ അയാളുടെ സത്യവാങ്മൂലത്തിൽ ഒപ്പിടാൻ മടികാണിക്കുമെന്ന് നിങ്ങൾ കരുതുന്നൂയെന്നാണ്. അങ്ങനെ സംഭവിക്കാറില്ല; കാരണം ആദ്യത്തെ കുറ്റമോചനം നല്കുമ്പോൾത്തന്നെ അവർ രണ്ടാമതൊരു ബന്ധനം മുൻകൂട്ടിക്കാണുന്നുണ്ടായിരിക്കും. അതുകൊണ്ട് അത്തരം ചിന്തയ്ക്ക് ഇവിടെ സ്ഥാനമില്ല. പക്ഷേ, വ്യത്യസ്തമായ മറ്റു കാരണങ്ങൾകൊണ്ട് വക്കീലന്മാരുടെ മാനസികാവസ്ഥയും, കേസിനോട് അവർക്കുള്ള നിയമപരമായ കാഴ്ചപ്പാടും ഒക്കെ മാറിപ്പോയിട്ടുണ്ടാകാം. അതിനാൽ മാറിയ സാഹചര്യങ്ങൾ കണക്കിലെടുത്തുവേണം രണ്ടാമത്തെ മോചനം നേടാനുള്ള ശ്രമങ്ങൾ നടത്തേണ്ടത്. ചുരുക്കത്തിൽ പറഞ്ഞാൽ, ആദ്യത്തേതിനോടു കാണിച്ച അതേ ഊർജ്ജസ്വലത രണ്ടാ

മത്തേതിനും കാണിക്കണം."

"പക്ഷേ ഈ രണ്ടാമത്തെ മോചനവും അന്തിമമല്ലല്ലോ." വൈമനസ്യത്തോടെ തലവെട്ടിച്ചുകൊണ്ട് കെ പറഞ്ഞു.

"തീർച്ചയായും അല്ല." പെയിന്റർ പറഞ്ഞു. "രണ്ടാമതു വിട്ടയച്ചാൽ തുടർന്ന് മൂന്നാമത് ബന്ധനം ഉണ്ടാകും, മൂന്നാമത് വിട്ടയച്ചാൽ നാലാമതും ബന്ധനസ്ഥനാകും. അങ്ങനെ തുടരും. അതാണ് പ്രത്യക്ഷമോചനത്തിന്റെ പ്രകൃതം."

കെ ഒന്നും പറയാതിരുന്നു.

"പ്രത്യക്ഷ മോചനം താങ്കൾക്ക് ഇഷ്ടപ്പെട്ടില്ലെന്ന് തോന്നുന്നല്ലോ?" പെയിന്റർ പറഞ്ഞു. "കേസ് അനിശ്ചിതമായി നീട്ടി വയ്ക്കുന്നതാണ് നിങ്ങൾക്ക് ചേരുന്നതെന്നു തോന്നുന്നു. അതെങ്ങനെയാണെന്ന് പറയണോ?"

കെ തലകുലുക്കി. പെയിന്റർ കസേരയിൽ മുതുകുചേർത്ത് ചാരിയിരുന്നു. ധരിച്ചിരുന്ന തുറന്നിട്ടിരുന്ന ഉടുപ്പിന്റെ ഇടയിലൂടെ ഒരു കൈ കടത്തി അയാൾ നെഞ്ചു തടവി.

"കേസ് അനിശ്ചിതമായി നീട്ടിവയ്ക്കൽ..." എങ്ങനെ അത് വിശ്വസനീയമാംവിധം വിവരിക്കണമെന്ന് കണ്ടുപിടിക്കാനെന്നപോലെ അയാൾ അകലേക്കു നോക്കിയിരുന്നു. "നീട്ടിവയ്ക്കൽ എന്നതുകൊണ്ടുദ്ദേശിക്കുന്നത് വിചാരണ അതിന്റെ തുടക്കം വിട്ടു മുന്നോട്ടുപോകാതെ തടയുകയെന്നതാണ്. ഇതു നേടിയെടുക്കണമെങ്കിൽ പ്രതിയും, പ്രത്യേകിച്ച് അയാളുടെ ഏജന്റ് കോടതിയുമായി വ്യക്തിപരമായി നിരന്തരം ബന്ധപ്പെട്ടുകൊണ്ടിരിക്കണം ഞാൻ ഒരു കാര്യം പറഞ്ഞോട്ടെ; പ്രത്യക്ഷമോചനത്തിനുവേണ്ട പ്രയത്നം ഇക്കാര്യത്തിനു വേണ്ടതില്ല. പക്ഷേ, അതിനേക്കാൾ കൂടുതൽ ജാഗ്രത പുലർത്തേണ്ടതുണ്ടായിരിക്കും. ഒരിക്കലും നിങ്ങളുടെ കൺമുന്നിൽ നിന്നും ആ കേസ് മാറാൻ അപ്പോൾ പാടില്ല. കൃത്യമായ ഇടവേളകളിൽ നിങ്ങളുടെ വക്കീലിനെ നിങ്ങൾ കണ്ടുകൊണ്ടിരിക്കണം; അത്യാവശ്യഘട്ടങ്ങൾ വരുമ്പോൾ അപ്പോഴും. അദ്ദേഹം നിങ്ങളോടൊപ്പം ആയിരിക്കാൻ വേണ്ടതൊക്കെ ചെയ്തുകൊണ്ടിരിക്കണം. നിങ്ങൾക്ക് വ്യക്തിപരമായി വക്കീലിനെ അറിയില്ലെങ്കിൽ, പരിചയമുള്ള വക്കീലന്മാർ വഴി അദ്ദേഹത്തെ സ്വാധീനിക്കാൻ ശ്രമിക്കണം. അദ്ദേഹത്തെ നേരിൽ കാണേണ്ടായെന്നല്ല ഇതുകൊണ്ടുദ്ദേശിച്ചത്. ഇക്കാര്യങ്ങളിലൊന്നിലും നിങ്ങൾ ഉപേക്ഷ കാണിക്കുന്നില്ലെങ്കിൽ വിചാരണ അതിന്റെ തുടക്കം വിട്ടുമുന്നോട്ടുപോകാതെ നിങ്ങൾക്കു ഏറെക്കുറെ തടയാവുന്നതാണ്; അപ്പോൾ ശിക്ഷയിൽ

നിന്നും ഏതാണ്ട് ഒഴിവായി സ്വതന്ത്രനായി നടക്കാൻ പ്രതിക്കു കഴിയുകയും ചെയ്യും. പ്രത്യക്ഷ മോചനത്തേക്കാൾ കേസ് അനിശ്ചിതമായി

നീട്ടിവയ്ക്കുന്നതിനുള്ള മെച്ചം എന്താണെന്നു പറഞ്ഞാൽ, പ്രതിയുടെ ഭാവി അത്രയും അനിശ്ചിതമല്ലായെന്നതാണ്. പെട്ടെന്ന് ഉണ്ടാകുന്ന ബന്ധനങ്ങളെക്കുറിച്ച് അയാൾ ഭയപ്പെടേണ്ടതില്ല. അതുപോലെ പ്രത്യക്ഷമോചനത്തിനു വേണ്ടിവരുന്ന കഷ്ടപ്പാടുകളും മാനസികാവ്യഥകളും ഉണ്ടാകുകയില്ല; അപ്പോഴാണെങ്കിൽ വളരെ അസൗകര്യമായ നിമിഷങ്ങളായിരിക്കും നിങ്ങൾക്ക്. എന്നാൽ കേസ് അനിശ്ചിതമായി നീട്ടിവയ്ക്കലിനും അതിന്റേതായ ദോഷങ്ങൾ ഉണ്ട്. അവയും നാം ഗൗരവമായിത്തന്നെയെടുക്കേണ്ടതുണ്ട്. അതായത്, പ്രതി ഒരിക്കലും മോചിതനാകുന്നില്ലായെന്ന് ഞാൻ കരുതുകയാണെന്ന് നിങ്ങൾ ചിന്തിക്കരുത്. കാരണം, പ്രത്യക്ഷമോചനത്തിലും യഥാർത്ഥത്തിൽ പ്രതി സ്വതന്ത്രനല്ലല്ലോ. ഞാൻ മറ്റൊരു ദോഷമാണിവിടെ പറയുന്നത്. മതിയായ ഒരു കാരണത്തിലല്ലാതെ കേസ് അനിശ്ചിതമായി കിടക്കരുത്. എന്തെങ്കിലുമൊക്കെ പ്രവർത്തനങ്ങൾ ഇടയ്ക്കിടയ്ക്ക് നടക്കുന്നുയെന്നു വരുത്തണം. പലവിധ നിയമങ്ങൾ പുറപ്പെടുവിക്കണം. പ്രതിയെ ചോദ്യം ചെയ്യണം. തെളിവുകൾ ശേഖരിക്കണം; അങ്ങനെ പലതും. കൃത്രിമമായി സൃഷ്ടിച്ച ഒരു വൃത്തത്തിനുള്ളിൽ കേസ് അങ്ങനെ ചുറ്റിക്കൊണ്ടിരിക്കണം. ഇത് സ്വാഭാവികമായും പ്രതിക്ക് അസന്തുഷ്ടിയുണ്ടാക്കും; പക്ഷേ അങ്ങനെ അതിനെ കാണാതിരിക്കണം. ഒക്കെ വെറും ചടങ്ങുകളായി കരുതണം. കേസു വിസ്താരത്തിന്റെ കാര്യമെങ്കിൽ വളരെ ലളിതമാണ്; കുറച്ചുനേരത്തേക്കേയുള്ളൂ. ആ ദിവസം ഹാജരാകാൻ നിങ്ങൾക്ക് സമയക്കുറവോ, അതിനുള്ള മാനസികാവസ്ഥ ഇല്ലാതിരിക്കുകയോ ചെയ്താൽ, നിങ്ങൾക്ക് ഒഴിവു ലഭിക്കും. ചില വക്കീലന്മാരുടെ കാര്യത്തിൽ നിങ്ങൾക്കു മുൻകൂട്ടി ഒരുക്കങ്ങൾ നടത്താം. വക്കീലിന്റെ മുന്നിൽ കൃത്യമായി ഹാജരായി താൻ കേസിന്റെ പ്രതിയാണ് എന്ന് ഇടയ്ക്കിടയ്ക്ക് സമ്മതിച്ചുകൊടുക്കുകയാണ് പ്രധാനം."

ഇങ്ങനെ അയാൾ പറഞ്ഞു നിർത്തുന്നതിനു മുമ്പുതന്നെ കെ തന്റെ ഒരു കൈ ആ ജാക്കറ്റിനകത്തേക്കു കയറ്റിക്കൊണ്ട് എഴുന്നേറ്റു നിന്നു.

"അതാ, അയാൾ ഇപ്പോൾ എഴുന്നേല്ക്കുന്നു." വാതിലിന്റെ പിന്നിൽ നിന്നും ഒരൊച്ച കേട്ടു.

"ഇപ്പോൾത്തന്നെ പോകുന്നോ?" ഒപ്പം എഴുന്നേറ്റ പെയിന്റർ ചോദിച്ചു. "ഇവിടത്തെ ഈ വായുവായിരിക്കും നിങ്ങളെ പോകാൻ പ്രേരിപ്പിക്കുന്നതെന്ന് എനിക്കുറപ്പുണ്ട്. എനിക്കതിൽ ഖേദമുണ്ട്. നിങ്ങളോടു പറയാൻ ഇനിയും ഒട്ടേറെ കാര്യങ്ങൾ ഉണ്ട്. ഇപ്പോൾ പറഞ്ഞതുതന്നെ ഒക്കെ ചുരുക്കിയതാണ്. എന്റെ വിശദീകരണങ്ങൾ ഒക്കെ നിങ്ങൾക്കു മനസ്സിലാക്കാൻ പറ്റുന്നവയായിരുന്നുവെന്ന് ഞാൻ കരുതുന്നു."

"ഓ. അതെ." കെ പറഞ്ഞു. ഒക്കെ ശ്രദ്ധിച്ചു കേൾക്കാൻ ശ്രമിച്ചിരുന്നതിനാൽ ഉണ്ടായ തലപ്പെരുപ്പമായി അയാൾ നിന്നു.

ഒക്കെ മനസ്സിലായെന്ന ഉറപ്പുനല്കിയിട്ടും, എല്ലാം ഒരിക്കൽക്കൂടി സംഗ്രഹിക്കാൻ പെയിന്റർ തുടർന്നു. ഒരു സാന്ത്വനത്തിന്റെ വാക്ക് കെ യ്ക്കു നല്കണമല്ലോ.

"രണ്ടു രീതികൾക്കും പൊതുവായുള്ള കാര്യമിതാണ്. ശിക്ഷാവിധിയിൽ നിന്നും കുറ്റവാളിക്ക് രക്ഷകിട്ടുന്നു."

"പക്ഷേ, അതു യഥാർത്ഥ മോചനത്തിനാണല്ലോ തടസ്സമാകുന്നത്." ശബ്ദം താഴ്ത്തി കെ പറഞ്ഞു.

"നിങ്ങളെന്തായാലും കാര്യത്തിന്റെ കിടപ്പുവശം തന്നെ കണ്ടുപിടിച്ചു." പെയിന്റർ വേഗത്തിൽ പറഞ്ഞു.

ഓവർക്കോട്ടിൽ കൈവച്ചെങ്കിലും അതിടുന്ന കാര്യത്തിൽ ഒരു തീരുമാനമെടുക്കാൻ കെ യ്ക്കായില്ല. ഒക്കെ ചുരുട്ടിയെടുത്തുകൊണ്ട് പുറത്തെ ശുദ്ധവായുവിലേക്കു ഇറങ്ങിയോടാനായിരുന്നു അയാൾ ആഗ്രഹിച്ചിരുന്നത്. കുറച്ചു പെൺകുട്ടികൾ പുറത്തു നില്ക്കുന്നുയെന്ന ചിന്തപോലും ആ വസ്ത്രമെടുത്തു ധരിക്കാൻ അയാളെ പ്രേരിപ്പിച്ചില്ല. പക്ഷേ, അയാളതാ വസ്ത്രം ധരിക്കുന്നൂയെന്ന് മുൻകൂറായി വിളിച്ചുപറയാൻ അപ്പോൾത്തന്നെ പെൺകുട്ടികൾ തുടങ്ങിക്കഴിഞ്ഞിരുന്നു.

കെ യുടെ തീരുമാനം അറിയാനുള്ള ആകാംക്ഷയിൽ പെയിന്റർ പറഞ്ഞു: "എന്റെ നിർദ്ദേശങ്ങളിൽമേൽ നിങ്ങൾ ഇതുവരെ എന്തെങ്കിലും തീരുമാനം എടുത്തിട്ടുണ്ടെന്നു ഞാൻ കരുതുന്നില്ല. ധൃതിയിൽ നിങ്ങളൊരു തീരുമാനത്തിൽ എത്താത്തത് നല്ലതാണെന്നേ ഞാൻ കരുതുന്നുള്ളൂ. നോട്ടവും കോട്ടവും തമ്മിൽ തലനാരിഴയുടെ വ്യത്യാസമേയുള്ളൂ. ഒക്കെ അളന്നുതൂക്കിയെടുത്തുവേണം ഒരു കൃത്യമായ തീരുമാനമെടുക്കാൻ. എന്നു കരുതി ഒത്തിരി സമയം പാഴാക്കുകയും അരുത്."

"ഞാൻ ഉടനേ മടങ്ങിവരാം." എന്തോ തീരുമാനിച്ചുറച്ച പോലെ ജാക്കറ്റ് എടുത്തിട്ടശേഷം, ഓവർക്കോട്ട് തോളിലേക്കുമെറിഞ്ഞ് കെ വാതില്ക്കലേക്കു വേഗത്തിൽ നടന്നു. പുറത്ത് അപ്പോഴും പെൺകുട്ടികളുടെ ബഹളം കേട്ടുകൊണ്ടേയിരുന്നു. വാതിലിലൂടെ തനിക്ക് അവരെ കാണാമെന്ന് കെ യ്ക്കു തോന്നി.

"പറഞ്ഞവാക്ക് പാലിക്കണം." പിന്നാലെ പോകാതെ തന്നെ പെയിന്റർ പറഞ്ഞു. "അല്ലെങ്കിൽ ഞാൻ തന്നെ ബാങ്കിൽ വന്ന് നിങ്ങളെ അന്വേഷിക്കും."

"ഈ വാതിലൊന്ന് തുറന്നു തരൂ." വാതില്പ്പിടിയിൽ പിടിച്ചുകൊണ്ട് കെ പെയിന്ററോടു പറഞ്ഞു. പെൺകുട്ടികൾ വെളിയിൽ നിന്നുകൊണ്ട് പിടി അമർത്തിപ്പിടിച്ചിരിക്കുകയായിരിക്കും; അതുകൊണ്ടാണ് പിടി അനങ്ങാതിരിക്കുന്നതെന്ന് കെ യ്ക്കു മനസ്സിലായി.

"ഈ പെണ്ണുങ്ങളുടെ കാര്യം നിങ്ങൾക്ക് അറിയേണ്ട ആവശ്യമില്ലല്ലോ?" പെയിന്റർ ചോദിച്ചു. "എങ്കിൽ ഇതാ ഇതുവഴി പോകുന്നതാണ്

നല്ലത്." കട്ടിലിന്റെ പിന്നിൽകാണുന്ന വാതിൽ അയാൾ ചൂണ്ടിക്കാണിച്ചു. കെ യ്ക്ക് അതിനു സമ്മതമായിരുന്നു. അയാൾ അങ്ങോട്ടു നടന്നു.

പക്ഷേ പെയിന്റർ കട്ടിലിനരികിലെ കതകു തുറന്നു കൊടുക്കുന്നതിനുപകരം, അയാൾ കട്ടിലിനടിയിലേക്ക് ഇഴഞ്ഞു കയറി അവിടെയിരുന്നുകൊണ്ടു പറഞ്ഞു: "ഒരു നിമിഷം നില്ക്കൂ ഞാൻ ഒന്നോ രണ്ടോ ചിത്രങ്ങൾ കാണിച്ചുതരാം; നിങ്ങൾക്കു വാങ്ങണമെന്നു തോന്നിയാലോ?"

കെ യ്ക്ക് മര്യാദകേട് കാണിക്കാൻ തോന്നിയില്ല. തന്റെ കാര്യത്തിൽ അയാൾ കുറച്ചു താല്പര്യമെടുത്തിരിക്കുന്നതായി കെ യ്ക്കു തോന്നി. ഇനിയും സഹായിക്കാമെന്ന വാക്കും തന്നിരിക്കുകയാണ്. പക്ഷേ എന്തു പ്രതിഫലമാണ് താൻ അയാളുടെ സേവനത്തിനു നല്കേണ്ടതെന്ന കാര്യം മാത്രം സംസാരിക്കാൻ പറ്റിയില്ല; അതു ചോദിക്കാൻ പറ്റാത്തതിനു കാരണം മറവിയായിരുന്നു. ഇക്കാരണങ്ങളാൽ ഒന്നും മറുത്തു പറയാൻ കെ യ്ക്കായില്ല. സ്റ്റുഡിയോയിൽ നിന്നും ഒന്നു രക്ഷപ്പെടാൻ ധൃതിപ്പെട്ടു വിറയ്ക്കുകയായിരുന്നെങ്കിലും, പെയിന്റിങ് നോക്കാമെന്ന് കെ സമ്മതിച്ചു.

കട്ടിലിനടിയിൽ നിന്നും പൊടിപിടിച്ച ഒരു കെട്ടു കാൻവാസു ചിത്രങ്ങൾ പെയിന്റർ വലിച്ചെടുത്തു. മുകളിലിരുന്ന പെയിന്റിങ്ങിൽ അയാളൊന്നു ഊതി. അപ്പോളുയർന്ന പൊടിപടലത്തിൽ കെ യ്ക്കു ഏറെക്കുറെ കണ്ണുകാണാനോ ശ്വാസം നേരെവിടാനോ ആയില്ല.

"ഇതൊരു ഊഷരഭൂവ്." പെയിന്റർ പറഞ്ഞു. ആ ചിത്രം കെ യുടെ കൈയിൽ അയാൾ കൊടുക്കുകയും ചെയ്തു. ഇരുണ്ട പുൽമേടിൽ അകലത്തിലായി നില്ക്കുന്ന വളർച്ച മുരടിച്ച രണ്ടു മരങ്ങളുടെ ചിത്രമായിരുന്നു അത്. പലനിറങ്ങളിൽ ചാലിച്ച അസ്തമയസൂര്യനായിരുന്നു ചിത്രത്തിന്റെ പശ്ചാത്തലത്തിൽ.

"നന്നായിട്ടുണ്ട്." കെ പറഞ്ഞു. "ഞാനിത് വാങ്ങിച്ചോളാം. ആഗ്രഹം കൊണ്ടൊന്നുമല്ല അയാൾ പറഞ്ഞത്. അതിൽ പരിഭവമൊന്നും കാണിക്കാതെ മറ്റൊരു ഛായാചിത്രം അയാൾ തറയിൽ നിന്നുമെടുത്തു.

"ഇതാ. അതിനൊടൊപ്പമുള്ള ചിത്രം." പെയിന്റർ പറഞ്ഞു.

അതിനോടൊപ്പം വയ്ക്കാൻ വരച്ച ചിത്രമായിരിക്കാമത്. കെ കരുതി. പക്ഷേ, അവകൾ തമ്മിൽ നേരിയ വ്യത്യാസം പോലും കാണാൻ കെ യ്ക്ക് കഴിഞ്ഞില്ല. ആദ്യത്തേതിൽ ഉള്ളതുപോലെ തന്നെ രണ്ടു മരങ്ങൾ, അതേ പുൽമേട്. പിന്നെ, അതേ സൂര്യാസ്തമയവും.

പക്ഷേ കെ അതൊന്നും കാര്യമായെടുത്തില്ല. കെ പറഞ്ഞു. "ഈ ചിത്രങ്ങൾ നന്നായിട്ടുണ്ട്. ഞാൻ ഇവ രണ്ടും വാങ്ങിച്ചോളാം. എന്നിട്ട് എന്റെ ഓഫീസിൽ കൊണ്ടുചെന്ന് തൂക്കിയിട്ടോളാം."

"നിങ്ങൾക്ക് ഈ വിഷയം ഇഷ്ടപ്പെട്ടതായി തോന്നുന്നല്ലോ." പെയിന്റർ പറഞ്ഞു. മൂന്നാമതൊരു ചിത്രം കൂടി അയാൾ പുറത്തെടുത്തു. "ഭാഗ്യ

ത്തിന് ഇതേ വിഷയത്തിലുള്ള മറ്റൊരു ചിത്രം കൂടിയുണ്ടായിരുന്നു." അയാൾ തുടർന്നു പറഞ്ഞു.

യഥാർത്ഥത്തിൽ അതുപോലെയുള്ള ഒരു വെറും വിഷയമായിരുന്നില്ല ആ ചിത്രത്തിന് ഉണ്ടായിരുന്നത്. അതേ ഊഷരഭൂവ് തന്നെയായിരുന്നു അത്. തന്റെ പഴയ ചിത്രങ്ങൾ വിറ്റഴിക്കുന്നതായി അയാൾ പരമാവധി ശ്രമിക്കുകയായിരുന്നു.

"അതുകൂടി ഞാൻ വാങ്ങിച്ചോളാം." കെ പറഞ്ഞു. "മൂന്നിനും കൂടി എത്രയായി?"

"നമുക്ക് അക്കാര്യം അടുത്ത തവണ കാണുമ്പോൾ സംസാരിക്കാം." പെയിന്റർ പറഞ്ഞു. "ഇന്നു നിങ്ങൾ തിരക്കിലാണല്ലോ. എന്തായാലും നമുക്കിനിയും പരസ്പരം ബന്ധപ്പെട്ടുപോകേണ്ടി വരും. എന്റെ ചിത്രങ്ങൾ ഇഷ്ടപ്പെട്ടതിൽ സന്തോഷമുണ്ട്. കട്ടിലിനടിയിൽ കിടക്കുന്ന ചിത്രങ്ങളെല്ലാം ഞാൻ പുറത്തെടുത്തിടാം. ഒക്കെ ഊഷരഭൂവുകൾ തന്നെയാണ്. ഡസൺ കണക്കിന് ഞാൻ വരച്ചിട്ടുണ്ട്. മുഷിപ്പനെന്നു പറഞ്ഞ് പലരും ഇതു നോക്കാറില്ല. പക്ഷേ നിങ്ങളെപ്പോലെയുള്ളവർ ഈ മുഷിപ്പൻ ചിത്രങ്ങളെ ഇഷ്ടപ്പെടുന്നുണ്ടെന്ന് എനിക്കു മനസ്സിലായി."

പക്ഷേ ആ വൃത്തികെട്ട ചിത്രകാരന്റെ തൊഴിൽ അനുഭവങ്ങൾ കേട്ടുനില്ക്കാൻ കെ യ്ക്ക് അപ്പോൾ ഒട്ടും നേരമില്ലായിരുന്നു.

"എല്ലാം പൊതിഞ്ഞു വയ്ക്കൂ." ഇടയ്ക്കുകയറി കെ ഉറക്കെപ്പറഞ്ഞു. "എന്റെ ശിപായി നാളെ എടുത്തുകൊണ്ടു വന്നോളും."

"അതിന്റെ ആവശ്യമില്ല." പെയിന്റർ പറഞ്ഞു. "ഇപ്പോൾത്തന്നെ ഞാനൊരു കൂലിക്കാരനെ വിളിക്കാനുള്ള ഏർപ്പാടു ചെയ്യാം. അയാൾ നിങ്ങളോടൊപ്പം സാധനവുമായി എത്തിക്കോളും."

തുടർന്ന് അയാൾ കട്ടിലിനുമുകളിലൂടെ എത്തി നീങ്ങി വാതിൽ തുറന്നു.

"കട്ടിലിന്റെ മുകളിൽ കയറുന്നതിനു കുഴപ്പമൊന്നുമില്ല." പെയിന്റർ പറഞ്ഞു. "ഇവിടെ വരുന്നവരൊക്കെ ഇതിന്റെ മുകളിൽ കയറിയാണ് വരുന്നത്."

പെയിന്ററുടെ ആ ക്ഷണമൊന്നും ഇല്ലാതെതന്നെ അതുചെയ്യാൻ കെ തയ്യാറായിരുന്നു. അയാൾ യഥാർത്ഥത്തിൽ ഒരു കാലുയർത്തി ആ പഞ്ഞിമെത്തയുടെ നടുക്ക് ചവിട്ടുക കൂടി ചെയ്തിരുന്നു.

പക്ഷേ തുറന്ന വാതിലിലൂടെ പുറത്തേക്കു നോക്കിയപ്പോൾത്തന്നെ അയാൾ പെട്ടെന്ന് കാൽ വലിച്ചു കളഞ്ഞു.

"ഇതെന്താണ്?" കെ പെയിന്ററോടു ചോദിച്ചു.

"അതിശയിച്ചു പോകാൻ എന്തുണ്ടായി?" കെ മടങ്ങി വരുന്നതു കണ്ട പെയിന്റർ അത്ഭുതത്തോടെ തിരിച്ചു ചോദിച്ചു. "ഇതൊക്കെ കോടതി ഓഫീസുകളാണ്. ഇവിടെ നിയമക്കോടതികളുണ്ടെന്ന കാര്യം

നിങ്ങൾക്കറിയില്ലേ? മിക്കവാറും എല്ലാ തട്ടിൻ പുറങ്ങളിലും നിയമക്കോടതിയുടെ ഓഫീസുകളുണ്ട്. പിന്നെന്തുകൊണ്ട് അവ ഇവിടെയും ആയിക്കൂടാ. എന്റെ ഈ സ്റ്റുഡിയോ പോലും കോടതിക്കുള്ളതാണ്. കോടതി എന്റെയിഷ്ടത്തിനു നടത്താനായി എന്നെ ഏല്പിച്ചിരിക്കുന്നുയെന്നേയുള്ളൂ."

ഇവിടെയും കോടതിയുണ്ടെന്ന കാര്യമല്ല കെ യെ കൂടുതൽ അത്ഭുതപ്പെടുത്തിയത്. മറിച്ച് കോടതിക്കാര്യങ്ങളിൽ താൻ പൂർണ്ണമായും അജ്ഞനാണെന്ന കാര്യത്തിലായിരുന്നു. ഒരു കുറ്റവാളി എന്തും നേരിടാൻ തയ്യാറായിരിക്കണമെന്നത് ഒരു അടിസ്ഥാന തത്ത്വമാണ്. അനിശ്ചിതത്വത്തിന്റെ പിടിയിൽപ്പെടാൻ അനുവദിക്കരുത്. തന്റെ ഇടതുവശത്ത് ഒരു വക്കീൽ ചേർന്നു നില്ക്കുമ്പോൾ വീണ്ടുവിചാരമില്ലാതെ വലതുഭാഗത്തേക്ക് കണ്ണുപായിക്കരുത്. എന്നിട്ടും അതേ തത്ത്വത്തെയാണ് താൻ നിരന്തരമായി തെറ്റിക്കുന്നത്.

അയാൾക്കു മുന്നിൽ നീണ്ട ഇടനാഴിയുണ്ടായിരുന്നു. അതിലൂടെ കാറ്റുവീശി. സ്റ്റുഡിയോയ്ക്കകത്ത് ഉണ്ടായിരുന്നതിനേക്കാൾ നല്ല കാറ്റ്.

കെ യുടെ കേസു നടക്കുന്നിടത്തെ ഇടനാഴിക്കിരുപുറത്തും ഉള്ളതുപോലെ ഇവിടെയും ബഞ്ചുകൾ പിടിപ്പിച്ചിട്ടുണ്ട്. ഈ ഓഫീസുകളുടെ ഉൾഭാഗം എങ്ങനെ ക്രമീകരിക്കണം എന്നതിനെക്കുറിച്ചുള്ള കൃത്യമായ വ്യവസ്ഥകൾ ഉണ്ടാകണം. ആ സമയത്ത് വരുകയും പോകുകയും ചെയ്യുന്ന അധികം കക്ഷികളെ കണ്ടിരുന്നില്ല. ഒരു മനുഷ്യൻ പാതി ഇരുന്നും പാതി ബഞ്ചിൽ ചരിഞ്ഞും ഉള്ള നിലയിൽ കെ അപ്പോൾ കണ്ടു. കൈകൾ കൊണ്ട് അയാൾ മുഖം പൊത്തിയിരുന്നു. അയാൾ ഉറങ്ങുകയാണോയെന്ന് കെ യ്ക്കു തോന്നി. അതുപോലെ ഇടനാഴി തീരുന്ന ഇരുട്ടുഭാഗത്തും ഒരാൾ നില്ക്കുന്നതു കെ കണ്ടു.

കെ കട്ടിലിലേക്കു ചവുട്ടിക്കയറി. പിന്നാലെ ചിത്രങ്ങളുമായി പെയിന്ററും. കുറച്ചുനടന്നപ്പോൾത്തന്നെ അവർക്കെതിരെ ഒരു കോടതി ശിപായി വരുന്നുണ്ടായിരുന്നു. സാധാരണ വേഷത്തിന്റെ കൂടെ ഒരു സ്വർണ്ണതിളക്കമുള്ള ബട്ടൺകൂടി പിടിപ്പിച്ചിരിക്കുന്നതു കണ്ടാൽ അത് കോടതി ശിപായിയാണെന്ന് മനസ്സിലാക്കാൻ കെ യ്ക്ക് ആകുമായിരുന്നു.

ആ ചിത്രങ്ങളുമായി കെ യോടൊപ്പം പോകാനായി പെയിന്റർ ആ ശിപായിയോടു പറഞ്ഞു. കെ നടക്കുകയായിരുന്നെന്നു പറയാനാവില്ലായിരുന്നു. അയാൾ വേച്ചുവേച്ചു നീങ്ങുകയായിരുന്നു. അയാൾ ഒരു തൂവാലകൊണ്ട് വായടച്ചു പിടിച്ചിരുന്നു.

അവർ പുറത്തേക്കുള്ള വാതില്ക്കലെത്താറായപ്പോഴേക്കും ആ പെൺകുട്ടികൾ ഓടി വന്നു. ആ പെൺകുട്ടികളിൽ നിന്നുപോലും കെ യ്ക്കു മോചനം കിട്ടിയില്ലെന്നുവേണം പറയാൻ. സ്റ്റുഡിയോയുടെ രണ്ടാം വാതിൽ തുറക്കുന്നതു കണ്ടിട്ടാവാം ഈ പെൺകുട്ടികൾ മറ്റൊരു കോണി

പ്പടി വഴിയിലൂടെ ഓടിക്കിതച്ച് ഇങ്ങെത്തിയത്.

"ഇനിയെനിക്കു കൂടെ വരാൻ പറ്റില്ല." ആ പെൺകുട്ടികൾ ചുറ്റും കൂടിയപ്പോൾ ഉറക്കെച്ചിരിച്ചുകൊണ്ട് കെ യോടു പെയിന്റർ പറഞ്ഞു. "പിന്നെക്കാണാം. ചിന്തിച്ച് സമയം പാഴാക്കരുത്."

കെ തിരിഞ്ഞു നോക്കിയതേയില്ല.

തെരുവിലെത്തിയപ്പോൾ അതുവഴി വന്ന കാറിനെ അയാൾ കൈകാണിച്ചു നിർത്തി. അയാൾക്ക് ആ കോടതി ശിപായിയെ തികച്ചും ഒഴിവാക്കണമായിരുന്നു. അയാളുടെ ബട്ടണുകളുടെ സ്വർണ്ണത്തിളക്കം കെ യുടെ കണ്ണുകളെ അലോസരപ്പെടുത്തിക്കൊണ്ടിരുന്നു. പക്ഷേ അത് മറ്റാരുടെയും ശ്രദ്ധയിൽപ്പെട്ടിരുന്നില്ല.

കോടതി ശിപായി ഉത്സാഹത്തോടുകൂടി ഡ്രൈവർക്കരികിലെ സീറ്റിൽ ചാടിക്കയറിയിരുന്നു. പക്ഷേ കെ അയാളെ അവിടെനിന്നും താഴെയിറക്കി.

ബാങ്കിന്റെ മുന്നിൽ അയാളെത്തിയപ്പോൾ ഉച്ചകഴിഞ്ഞിട്ട് അധികം നേരമായിരുന്നു. ആ ചിത്രങ്ങളെ ആ വണ്ടിയിൽത്തന്നെ കളഞ്ഞിട്ടുപോകാനാണ് അയാൾക്ക് ആദ്യം തോന്നിയത്. പക്ഷേ, പിന്നീട് എന്നെങ്കിലും തന്നെ പരിചയപ്പെടുത്തിക്കൊടുക്കേണ്ടി വരുമ്പോൾ അവ വേണ്ടിവന്നാലോയെന്ന് അയാൾക്കു തോന്നി.

അയാൾ ആ ചിത്രങ്ങളെ ചുമന്ന് ഓഫീസിലെത്തി. അയാളുടെ മേശയുടെ ഏറ്റവും അടിയിലെ അറയിൽ അതിനെ പൂട്ടിവയ്ക്കുകയും ചെയ്തു. ഡപ്യൂട്ടി മാനേജരുടെ കണ്ണിൽപ്പെടാതെ കുറച്ചുനാളത്തേക്കെങ്കിലും അതവിടെ സുരക്ഷിതമായിരിക്കുമല്ലോയെന്ന് കെ കരുതി.

ഒരു വ്യാപാരി സഞ്ചാരി – വക്കീലിനെ ഒഴിവാക്കൽ

ദീർഘമായ ആലോചനയ്ക്കുശേഷം തന്റെ കേസ് വക്കീലിന്റെ കൈയിൽ നിന്നും മാറ്റാൻ കെ തീരുമാനിച്ചു. തന്റെ ഈ നടപടിക്കു പിന്നിലെ വിവേകത്തിലുള്ള സംശയങ്ങൾ പൂർണ്ണമായും ദൂരീകരിക്കാനും അയാൾക്ക് കഴിഞ്ഞിരുന്നില്ല. എങ്കിലും അങ്ങനെ ചെയ്യേണ്ടതുതന്നെ യായിരുന്നു ആവശ്യമെന്ന ബോധം അയാളിൽ തങ്ങിനിന്നു.

ഇങ്ങനെയൊരു തീരുമാനമെടുക്കാൻ അയാൾ ഒത്തിരി ഊർജ്ജം ചെലവഴിക്കേണ്ടി വന്നിരുന്നു. വക്കീലിനെ കാണാൻ പോകേണ്ടിയിരുന്ന ആ ദിവസം അയാളുടെ ജോലി വളരെ ഇഴഞ്ഞാണ് നീങ്ങിയത്. ഓഫീസിൽ വളരെ വൈകുവോളം അയാൾക്ക് ഇരിക്കുകയും ചെയ്യേണ്ടിവന്നു. അവസാനം വക്കീലിന്റെ വീടിനു മുന്നിലെത്തിയപ്പോൾ സമയം പത്തുമണിയും കഴിഞ്ഞിരുന്നു.

വീടിന്റെ ബല്ലടിക്കുന്നതിനുമുമ്പ് അയാൾ ഒരിക്കൽക്കൂടി ആലോചിച്ചു. വക്കീലിന്റെ ആവശ്യം അവസാനിപ്പിക്കുന്നത് ഒരു ടെലിഫോൺ വഴിയോ കത്തുമുഖേനയോ ആകുന്നതല്ലേ നല്ലത്? വ്യക്തിപരമായ ഒരു കൂടിക്കാഴ്ച ഉറപ്പായും പ്രയാസമുണ്ടാക്കുമെന്ന് അയാൾക്കു തോന്നി. എങ്കിലും അത് തരുന്ന ഗുണങ്ങൾ നഷ്ടപ്പെടുത്താൻ അയാൾ ആഗ്രഹിച്ചില്ല. മറ്റേതെങ്കിലും രീതിയിലാണ് ഇക്കാര്യം ചെയ്യുന്നതെങ്കിൽ നിശ്ശബ്ദമായിട്ടോ, ഒന്നോ രണ്ടോ വാക്കുകളുടെ മറുപടിയിലോ അതു സ്വീകരിക്കപ്പെടുമായിരുന്നു. മാത്രമല്ല, ലേനിയിൽ നിന്നും എന്തെങ്കിലും വിവരങ്ങൾ കിട്ടിയാലേ ആ ഒഴിവാക്കപ്പെടലിനോട് വക്കീലിന്റെ പ്രതികരണവും അത് തന്റെ കേസിനെ എങ്ങനെയാണ് പിന്നീട് ബാധിക്കുന്നതെന്നും അറിയാൻ സാധിക്കുകയുള്ളു. മാത്രമല്ല, വക്കീലിന്റെ മുന്നിൽ

മുഖാമുഖമാകുമ്പോൾ ഒരു അത്ഭുതമെന്നോണം ആ ഒഴിവാക്കൽ അയാളുടെ മുഖത്തുണ്ടാക്കുന്ന ഭാവമാറ്റവും മറ്റും നോക്കി തനിക്കറിയേണ്ടതെല്ലാം ഊഹിച്ചെടുക്കാനും പറ്റും. അയാളതൊക്കെ മറച്ചുപിടിക്കാൻ ശ്രമിച്ചാൽ കൂടി അയാൾക്ക് അതു സാധിക്കുകയില്ല. ഒരു പക്ഷേ, അഭിമുഖമെല്ലാം കഴിയുമ്പോൾ, കേസ് വക്കീലിനെത്തന്നെ ഏല്പിക്കുന്നതാണ് ബുദ്ധിയെന്ന് തീരുമാനം താൻ വീണ്ടും എടുത്തെന്നും വരാം.

വക്കീലിന്റെ വാതിലിൽ ആദ്യബെല്ലടിച്ചപ്പോൾ, പതിവുപോലെ തന്നെ യാതൊരു മറുപടിയും ഉണ്ടായില്ല.

'ലേനിക്കാണെങ്കിൽ കൂടുതൽ വേഗത്തിൽ വരാം.' കെ ചിന്തിച്ചു. സാധാരണ സംഭവിക്കുന്ന മാതിരി മൂന്നാമതൊരാൾ വന്ന് ഇടയ്ക്കുകയറാതിരുന്നാൽ മതിയായിരുന്നു. ഉദാഹരണമായി രാത്രിയണിയുന്ന മേൽവസ്ത്രവുമിട്ടുവരുന്ന ആ മനുഷ്യനോ അല്ലെങ്കിൽ ശല്യം വരുത്തുന്ന മറ്റേതെങ്കിലും ഒരുവനോ.

രണ്ടാമത്തെ തവണ ബെല്ലമർത്തുമ്പോൾ കെ അകലെയുള്ള വാതിലിലേക്ക് ഒന്നുനോക്കി. പക്ഷെ രണ്ടുവാതിലുകളും ചേർത്തടച്ചിട്ടിരിക്കുകയായിരുന്നു. അവസാനം വക്കീലന്റെ വാതിലിന്റെ ഗ്രില്ലിൽ രണ്ടു കണ്ണുകൾ പ്രത്യക്ഷപ്പെട്ടു. പക്ഷേ അതു ലേനിയുടെതായിരുന്നില്ല.

ആരോ വാതിലിന്റെ സാക്ഷയിളക്കി. എന്നിട്ടും വാതിൽ തുറക്കാതെ ആരോ അകത്തേക്കു വിളിച്ചു പറയുന്നതുകേട്ടു. "ഇതയാളാണ്." എന്നിട്ട് വാതിൽ തുറക്കപ്പെട്ടു.

കെ വാതിലിൽ ഉന്തിക്കൊണ്ട് നില്ക്കുകയായിരുന്നു. പിന്നിൽ അയൽപക്കത്തെ വീടിന്റെ പൂട്ട് തിരിയുന്ന ശബ്ദം അപ്പോഴേക്കും അയാൾ കേട്ടിരുന്നു. അതിനാൽ വാതിൽ പെട്ടെന്നു തുറന്നപ്പോൾ അയാൾ നേരെ ഹാളിലേക്കു തലയിടിച്ചുവീഴേണ്ടതായിരുന്നു. ലേനിയാകട്ടെ, രാത്രിയിൽ ധരിക്കുന്ന വസ്ത്രവും ധരിച്ച് അകത്തെ ഇടനാഴിയിലൂടെ ഓടി മറയുന്നതും കെ കണ്ടു. ഒരു പക്ഷേ, വാതിൽ തുറന്നയാൾ നല്കിയ സൂചനയനുസരിച്ചായിരിക്കും അത്.

കെ ഒരു നിമിഷം അവൾ ഓടിമറഞ്ഞ വഴിയേ നോക്കി. തുടർന്ന് വാതിൽ ആരാണ് തുറന്നതെന്നറിയാനായി ചുറ്റും ഒന്നു വീക്ഷിച്ചു. മെഴുകുതിരിയും പിടിച്ചുകൊണ്ട് ഒരു മെലിഞ്ഞ താടിക്കാരൻ അവിടെ നില്ക്കുന്നതാണ് കെ കണ്ടത്.

"നിങ്ങൾ ഇവിടത്തെ ജോലിക്കാരനാണോ?" കെ അയാളോടു ചോദിച്ചു.

"അല്ല," അയാൾ പറഞ്ഞു. "ഞാൻ താമസിക്കുന്നത് ഇവിടെയല്ല. ഒരു കേസിന്റെ കാര്യം സംസാരിക്കാൻ വക്കീലിനെ കാണാൻ വന്ന കക്ഷിയാണ് ഞാൻ."

"ഈ മുറിക്കൈ ഷർട്ടുമിട്ടുകൊണ്ടോ?" കെ ചോദിച്ചു. ഏകദേശം

ഊരിയ മാതിരിയുള്ള ഉടുപ്പ്. അയാൾ ഒപ്പം ഉടുപ്പിൽ ചൂണ്ടുകയും ചെയ്തു.

"ക്ഷമിക്കണേ." തന്റെ വേഷത്തിന്റെ അവസ്ഥ അപ്പോഴാണ് താൻ മനസ്സിലാക്കിയതെന്നയർത്ഥത്തിൽ, മെഴുകുതിരി ശരീരത്തിനുനേരെ അടുപ്പിച്ചുകൊണ്ടാണ് അയാൾ അതു പറഞ്ഞത്.

"ലേനി നിങ്ങളുടെ വെപ്പാട്ടിയാണോ?" കെ മുരണ്ടുകൊണ്ടു ചോദിച്ചു.

പിന്നിൽ കൈകൾ കോർത്തുപിടിച്ചുകൊണ്ട് അതിൽ തൊപ്പിയും തിരുകി നില്ക്കുകയായിരുന്നു അയാൾ. ഒരു വണ്ണിച്ച ഓവർകോട്ട് കൈയിൽവച്ചുകൊണ്ട് ആ കൊച്ചുമനുഷ്യനേക്കൾ വളരെ ഉയർന്നവനാണ് താനെന്ന ഭാവം കെ യ്ക്ക് ഉണ്ടായി.

"എന്റെ ദൈവമേ, അങ്ങനെയൊന്നുമല്ല" അയാൾ വാപൊത്തി. ആ ആക്ഷേപം യഥാർത്ഥത്തിൽ അയാളെ വല്ലാതെ ഭയപ്പെടുത്തിയിരുന്നു. "ഇല്ലില്ല. നിങ്ങളെന്താണീ ഉദ്ദേശിച്ചത്?" അയാൾ തുടർന്നുചോദിച്ചു.

"ശരി, നിങ്ങളെ കണ്ടാൽ സത്യസന്ധനാണെന്നു തോന്നുന്നു" ഒരു ചെറുചിരിയോടെ കെ പറഞ്ഞു. "പിന്നെ.. നിങ്ങൾ എന്നോടൊപ്പം വരൂ." മുന്നിലൂടെ വേഗത്തിൽ നടക്കാൻ അയാൾ തൊപ്പി വീശി മുന്നോട്ടുകാണിച്ചു.

"നിങ്ങളുടെ പേരെന്താണ്?" അയാൾ തുടർന്നുചോദിച്ചു. അവർ നടന്നുകൊണ്ടിരുന്നു.

"ഞാൻ ബ്ലോക്കാണ്. ഒരു വ്യാപാരി സഞ്ചാരിയാണ്. " സ്വയം പരിചയപ്പെടുത്തിക്കൊണ്ട് അയാൾ ഒന്നു തിരിഞ്ഞു.

പക്ഷേ, കെ അയാളെ നില്ക്കാൻ അനുവദിച്ചില്ല.

"ഇതു നിങ്ങളുടെ യഥാർത്ഥ പേരാണോ?" കെ തുടർന്നു ചോദിച്ചു.

"അതെ, തീർച്ചയായും" ഉത്തരം തുടർന്നു വന്നു. "നിങ്ങൾക്ക് അതിലെന്താണ് ഇത്ര സംശയം?" തുടർന്ന് ചോദ്യവും വന്നു.

"എനിക്കു തോന്നി എന്തെങ്കിലും കാരണം കൊണ്ട് നിങ്ങൾ നിങ്ങളുടെ യഥാർത്ഥ പേര് ഒളിച്ചുവയ്ക്കുമെന്നു കരുതി" കെ പറഞ്ഞു.

കെ യ്ക്ക് അപ്പോൾ ഒക്കെ നിസ്സാരമായിത്തോന്നി. ഒരു പരിചയമില്ലാതെ ഇടത്തുചെന്ന് തന്റെ കീഴേയുള്ളവരോടു സംസാരിക്കുമ്പോൾ, തന്റെ സ്വന്തം കാര്യങ്ങൾ വെളിവാക്കാതെ, മറ്റുള്ളവരുടെ കാര്യങ്ങളും താല്പര്യങ്ങളും മാത്രം സംസാരിക്കുമ്പോൾ, അത് തനിക്കു പ്രയോജനം ലഭിക്കുന്ന തരത്തിൽ അതിന്റെ പ്രാധാന്യം പെരുപ്പിച്ചുകാണിക്കാനും, വേണമെങ്കിൽ അതിനെ നിസ്സാരമായി തള്ളിക്കളയാനും കഴിയുകയും ചെയ്യും. കെ യ്ക്ക് അപ്പോൾ തോന്നിയതായിരുന്നു ഈ ചിന്ത.

വക്കീലിന്റെ ഓഫീസ് മുറിയുടെ മുന്നിൽ അവരെത്തി. അതു തുറ

ന്നശേഷം അനുസരണയോടെ മുന്നോട്ടുനീങ്ങുന്ന ബ്ലോക്കിനെ നോക്കി കെ പറഞ്ഞു. "അങ്ങനെ ധൃതിവയ്ക്കാതെ, വെളിച്ചം എനിക്കു കൂടി കാണിച്ചുതാ."

ലേനി അതിനുള്ളിൽ ഒളിച്ചിരിക്കുകയാമെന്ന് കെ കരുതി. അതി നാൽ അയാളെക്കൊണ്ട് മുറിയുടെ എല്ലാ മൂലയിലും മെഴുകുതിരി കൊണ്ടുപോകാൻ പ്രേരിപ്പിച്ചു. പക്ഷെ, ആ മുറിയിൽ ആരും ഉണ്ടായി രുന്നില്ല,

ജഡ്ജിയുടെ ചിത്രത്തിനു മുന്നിലെത്തിയപ്പോൾ കെ പെട്ടെന്ന് ബ്ലോക്കിനെ തോളിൽ പിടിച്ചു അതിന്റെ മുന്നിൽ തന്നെ നിർത്തി.

''ആരാണിതെന്ന് നിങ്ങൾക്കറിയാമോ?" കെ ചോദിച്ചു. മുകളിലേക്കു ഒപ്പം കൈ ചൂണ്ടുകയും ചെയ്തു.

ബ്ലോക്ക് മെഴുകുതിരി മുകളിലേക്കുയർത്തിപ്പിടിച്ചു നോക്കി. ചിത്ര ത്തിലേക്കു നോക്കി കണ്ണുചിമ്മിക്കൊണ്ട് അയാൾ പറഞ്ഞു. "ഇത് ജഡ്ജി യാണ്."

"ഉയർന്ന പദവിയിലെ ജഡ്ജിയാണോ?" കെ ചോദിച്ചു.

തുടർന്ന് ആ ചിത്രം എന്തു പ്രതികരണമാണ് അയാളിൽ ഉണ്ടാക്കി യതെന്നറിയാനായി ഒരുവശത്തേക്കുമാറി നിന്നശേഷം കെ അയാളെ ത്തന്നെ നിരീക്ഷിച്ചു. ബ്ലോക്ക് ബഹുമാനത്തോടെ ചിത്രം നോക്കിനിന്നു.

"ഇദ്ദേഹം ഉയർന്ന ഒരു ജഡ്ജിയാണ്" അയാൾ പറഞ്ഞു.

"നിങ്ങൾക്ക് വലിയ പരിജ്ഞാനമൊന്നുമില്ലല്ലോ." കെ പറഞ്ഞു. "താണ ജഡ്ജിമാർക്കിടയിലെ ഏറ്റവും താണ ജഡ്ജിയാണിയാൾ."

"അതെ, എനിക്കിപ്പോഴാണ് അതോർക്കാൻ പറ്റിയത്" ബ്ലോക്കു പറ ഞ്ഞു. അയാൾ മെഴുകുതിരി ഒപ്പംതാഴ്ത്തിപ്പിടിക്കുകയും ചെയ്തു. "എന്നോട് ആരോ അക്കാര്യംപറഞ്ഞിരുന്നു."

"തീർച്ചയായും നിങ്ങൾ അതു കേട്ടിട്ടുണ്ടാകും." കെ പറഞ്ഞു. പക്ഷേ "എനിക്കതെങ്ങനെ മറക്കാനാകും. തീർച്ചയായും നിങ്ങളിത് നേരത്തെ കേട്ടിട്ടുണ്ടാവും."

"എന്തിനാണ് എന്തിനാണ് ഞാനത് അറിയുന്നത്?" അയാൾ കെ യോടു ചോദിച്ചു.

കെ അയാളെ അപ്പോഴും മുന്നോട്ടു നടക്കാൻ തള്ളിക്കൊണ്ടിരുന്നു. അവർ വേഗം തന്നെ ഇടനാഴിയിലെത്തി.

"ലേനി എവിടെയാണ് ഒളിച്ചിരിക്കുന്നതെന്ന് നിങ്ങൾക്കറിയാമെന്ന് എനിക്കറിയാം. എവിടെയാണ്?" കെ ചോദിച്ചു.

"ഒളിച്ചിരിക്കുന്നതെന്നോ?" അയാൾ ചോദിച്ചു. "ഇല്ല വക്കീലിന് സൂപ്പ് തയ്യാറാക്കിക്കൊണ്ട് അടുക്കളയിൽ നില്ക്കുന്നുണ്ടാവും."

"നിങ്ങൾ ആദ്യമേ അക്കാര്യം പറയാതിരുന്നതെന്തിനാണ്?" കെ ചോദിച്ചു.

"ഞാൻ നിങ്ങളെ ആദ്യമേ അങ്ങോട്ടു കൊണ്ടുപോകാൻ തുടങ്ങിയതായിരുന്നു. പക്ഷേ അപ്പോഴേക്കും നിങ്ങൾ എന്നെ തിരിച്ചുവിളിച്ചിരുന്നു. വൈരുദ്ധ്യം നിറഞ്ഞ കെ യുടെ പെരുമാറ്റം തന്നെ വല്ലാതെ ആശയക്കുഴപ്പത്തിലേക്ക് എത്തിച്ചിരിക്കുന്നുയെന്ന മട്ടിൽ ബ്ലോക്ക് പറഞ്ഞു.

"ഞങ്ങൾ വലിയ ബുദ്ധിമുട്ടിലാണെന്നല്ലേ നിങ്ങൾ കരുതുന്നത്?" കെ പറഞ്ഞു. – "എങ്കിൽ നമുക്ക് അടുക്കളയിലേക്ക് പോകാം."

കെ അടുക്കളയിൽ ഒരിക്കലും പോയിട്ടുണ്ടായിരുന്നില്ല. വളരെ വലിയ മുറിയായിരുന്നു അത്. എല്ലാം നന്നായി അടുക്കി ഒതുക്കി വച്ചിരുന്നു അവിടെ. ഒരു സാധാരണ സ്റ്റൗവിന്റെ മൂന്നിരട്ടിയെങ്കിലും ഉണ്ടായിരുന്നു അവിടത്തെ ഒരു പാചകസ്റ്റൗവിന്. വാതിലിനരികിൽ തൂങ്ങുന്ന ഒരുകൊച്ചുവിളക്കിൽ നിന്നും ലഭിക്കുന്ന വെളിച്ചം മാത്രമേ അവിടെയുണ്ടായിരുന്നുള്ളു. അതിനാൽ അടുക്കളയുടെ മറ്റുകാര്യങ്ങളുടെ വ്യക്തമായ ചിത്രം കെ യ്ക്ക് മനസ്സിലാക്കാൻ കഴിഞ്ഞില്ല.

ഒരു വെള്ള അടുക്കള മേൽവസ്ത്രം ധരിച്ചുകൊണ്ട് ലേനി പതിവുപോലെ പാചകസ്റ്റൗവിന്റെ അരികിൽ നില്ക്കുന്നത് കെ കണ്ടു. ലേനി അടുപ്പിലിരിക്കുന്ന പാത്രത്തിൽ മുട്ട പൊട്ടിച്ചൊഴിക്കുകയായിരുന്നു.

"നമസ്കാരം ജോസഫ്" അയാളെ തിരിഞ്ഞുനോക്കിക്കൊണ്ട് അവൾ പറഞ്ഞു.

"നമസ്കാരം" കെ യും തിരിച്ച് അഭിവാദനം ചെയ്തു. തുടർന്ന് കുറച്ച് അകലെയായി കിടന്നിരുന്ന ഒരുകസേരയിൽ ഇരിക്കാനായി ആംഗ്യം കൊണ്ട് ബ്ലോക്കിനോടു പറഞ്ഞു. അയാൾ ആ കസേരയിൽ ഇരുന്നു.

തുടർന്ന് കെ ലേനിയുടെ പിന്നിലായി അരികിലേക്കു പോയി നിന്നു. അവളുടെ ചുമലിലേക്കു ചാഞ്ഞുനിന്നുകൊണ്ട് ചോദിച്ചു. "ഇയാൾ ആരാണ്?"

ലേനി ഒരു കൈ കൊണ്ട് സൂപ്പ് ഇളക്കിക്കൊണ്ടിരിക്കുകയും ഒഴിഞ്ഞ മറ്റേക്കൈകൊണ്ട് കെ യെ ചുറ്റിപ്പിടിച്ച് മുന്നോട്ടു വലിച്ചടുപ്പിക്കുകയും ചെയ്തു

"അയ്യോ ഇതൊരു ഹതഭാഗ്യനാണ്" അവൾ പറഞ്ഞു. "ഒരു പാവം വ്യാപാരിസഞ്ചാരി. ബ്ലോക്കെന്നാണ് പേര്. അയാളെ ഒന്നു നോക്കൂ."

അവർ രണ്ടുപേരും അയാളെ നോക്കി. കെ കാണിച്ചു കൊടുത്ത കസേരയിൽ അയാൾ ഇരിക്കുകയാണ്. മെഴുകുതിരി ആവശ്യമില്ലാത്തതിനാൽ അതിനെ ഊതി കെടുത്തിയശേഷം, കൈവിരലുകൾ കൊണ്ട് അതിന്റെ തിരി തിരുമ്മുകയായിരുന്നു അയാൾ.

"നീ നിന്റെ നിശാവസ്ത്രമാണല്ലോ നേരത്തെ ധരിച്ചിരിക്കുന്നത്?" അവളുടെ മുഖം പിടിച്ച് ബലത്തോടെ സ്റ്റൗവിനു നേരെ തിരിച്ചുകൊണ്ട് കെ ചോദിച്ചു.

അവൾ മറുപടിയൊന്നും പറഞ്ഞില്ല.

"അയാൾ നിന്റെ കാമുകനാണോ?" കെ ചോദിച്ചു.

അവൾ സൂപ്പ് ഒഴിച്ചെടുക്കാനുള്ള ഒരു പാത്രത്തിനായി കൈകൾ നീട്ടിയപ്പോൾ കെ അവളുടെ ഇരു കൈകളും പിടിച്ചുകെട്ടിക്കൊണ്ടു ചോദിച്ചു. "എനിക്ക് ഉത്തരം താ."

"ആ ഓഫീസ് മുറിയിലേക്കു വാ. എല്ലാം പറഞ്ഞുതരാം" അവൾ പറഞ്ഞു.

"ഇല്ല," കെ പറഞ്ഞു. "ഇപ്പോൾ ഇവിടെ വച്ച് നീയെല്ലാമെന്നോടു പറയണം."

അവൾ വഴുതി മാറിക്കൊണ്ട് അയാളെ പിടിച്ച് ഒരുമുത്തം നല്കാനൊരുങ്ങി. പക്ഷെ കെ അവളെ തടഞ്ഞുകൊണ്ടു പറഞ്ഞു. "നീ ഇപ്പോൾ എനിക്ക് മുത്തമൊന്നും തരണ്ട."

"ജോസഫ്," ഒരു അപേക്ഷാസ്വരത്തിൽ അവൾ കെ യെ തുറിച്ചു നോക്കി. ഒപ്പം തുറന്ന മനസ്സോടെയും. "ഉറപ്പായും നിങ്ങൾക്ക് ഹെർ ബ്ലോക്കിനോടു അസൂയയൊന്നുമില്ലല്ലോ."

തുടർന്ന് അവൾ ബ്ലോക്കിനെ നോക്കിപ്പറഞ്ഞു. "റൂഡീ, എനിക്ക ഭയം തരണം. ഞാനിപ്പോൾ സംശയത്തിന്റെ പിടിയിലാണെന്ന് നീ കാണുന്നുണ്ടല്ലോ. ആ മെഴുകുതിരി അവിടെവെക്ക്."

അയാൾ ഒന്നും മനസ്സിലാക്കിയില്ലെന്നാവും കാണുന്നവർ വിചാരിക്കുക. പക്ഷേ അവൾ ഉദ്ദേശിച്ചതെന്താണെന്ന് അപ്പോൾ തന്നെ അയാൾക്കു പിടികിട്ടിയിരുന്നു.

"എന്നോടെന്തിനാണ് അസൂയ തോന്നേണ്ടത്? അക്കാര്യം എനിക്കു മനസ്സിലാകുന്നില്ല" അയാൾ പറഞ്ഞു.

"എനിക്കും അതാണ് മനസ്സിലാകാത്തത്" ഒരുചിരിയോടുകൂടി പറഞ്ഞു.

ലേനി പൊട്ടിച്ചിരിച്ചുപോയി.

കെ യുടെ ഒരുനിമിഷത്തെ അശ്രദ്ധ മുതലാക്കിക്കൊണ്ട് അവൾ അയാളുടെ കൈകളിലേക്ക് നീങ്ങിക്കൊണ്ട് മന്ത്രിച്ചു. "അയാളെ ഒന്നു വെറുതെ വിടൂ. അയാൾ ഏതു തരക്കാരനാണെന്ന് കണ്ടാലറിയാമല്ലോ. അയാൾ വക്കീലിന്റെ ഒരു നല്ല കക്ഷിയായതിനാൽ ഞാൻ അല്പം ശ്രദ്ധിച്ചുവെന്നേയുള്ളു. അതുമാത്രമേ കാരണമായിട്ടുള്ളു. നിങ്ങളുടെ വിശേഷമെന്താണ്? ഇന്നു രാത്രി തന്നെ വക്കീലിനെ നിങ്ങൾക്ക് കാണണോ. ഇന്ന് അദ്ദേഹത്തിന് തീരെ സുഖമില്ല. പിന്നെ, നിങ്ങൾക്ക് ആഗ്രഹമെങ്കിൽ നിങ്ങൾ വന്നിട്ടുള്ള കാര്യം ഇപ്പോൾത്തന്നെ പോയിപ്പറയാം. പക്ഷേ. ഉറപ്പായും ഇന്നു രാത്രി നിങ്ങൾ എന്നോടൊപ്പമാണ് ചെലവഴിക്കുന്നത്. നിങ്ങളിവിടെ അവസാനമായിട്ട് വന്നിട്ട് കുറേക്കാലം ആയല്ലോ. നിങ്ങൾ പോയതിനുശേഷം വക്കീൽ തന്നെ നിങ്ങളെ അന്വേഷിക്കുന്നുണ്ടായി

രുന്നു. നിങ്ങളുടെ കേസ് മറന്നിട്ടില്ല. പിന്നെ നിങ്ങളോടു പറയേണ്ട ചില കാര്യങ്ങൾ എനിക്കുണ്ട്. ഞാൻ കണ്ടതാണ്. ആദ്യം നിങ്ങൾ ആ കോട്ടൊന്നഴിക്കൂ."

അയാളെ കോട്ടൂരാൻ അവൾ സഹായിച്ചു. അയാളുടെ തൊപ്പിയും അവൾ ഊരിക്കൊടുത്തു. അവ തൂക്കിയിടാനായി അവൾ ഹാളിലേക്കു ഓടിപ്പോവുകയും ചെയ്തു. സൂപ്പ് പരിശോധിക്കാനായി അതേ വേഗതയിൽ അവൾ മടങ്ങിവരികയും ചെയ്തു.

"ആദ്യം നിങ്ങൾ വന്നകാര്യം ഞാൻ പറയണമോ, അതോ ആദ്യം ഈ സൂപ്പ് ഞാൻ കൊണ്ടുപോയി കൊടുക്കണമോ?" അവൾ ചോദിച്ചു

"ഞാൻ വന്ന കാര്യം ആദ്യം പറഞ്ഞേരേ" കെ പറഞ്ഞു.

കെ യ്ക്ക് തികച്ചും അസഹ്യത തോന്നി. കാരണം കേസിന്റെ എല്ലാ കാര്യങ്ങളും ലേനിയുമായി ചർച്ച ചെയ്യാൻ പോന്നതായിരുന്നു അയാൾ; പ്രത്യേകിച്ച് ആ വക്കീലിനെ ഒഴിവാക്കുന്ന കാര്യം. ഇപ്പോഴതാ ആ വ്യാപാരിസഞ്ചാരി വന്ന് കാര്യങ്ങളെയൊക്കെ നശിപ്പിച്ചിരിക്കുന്നു.

പെട്ടെന്ന് അയാളിൽ മറ്റൊരു ചിന്ത വന്നു. ഒരു നിസ്സാര വ്യാപാരി സഞ്ചാരി വഴി അലോസരപ്പെടുത്തേണ്ട ഒന്നല്ല തന്റെ കേസ്. അത് വളരെ പ്രധാനപ്പെട്ടതാണ്. അതിനാൽ അപ്പോഴേക്കും ഇടനാഴിയിൽ എത്തിക്കഴിഞ്ഞ ലേനിയെ അയാൾ തിരികെ വിളിച്ചു.

"പോകേണ്ട.. ആദ്യം അദ്ദേഹത്തിനു സൂപ്പുകൊണ്ടു കൊടുക്കൂ." കെ പറഞ്ഞു. "എന്നോടൊപ്പം ഒരു അഭിമുഖത്തിനിരിക്കാനുള്ള കരുത്ത് അത് അദ്ദേഹത്തിനു നല്കും. അല്ലെങ്കിലും, അദ്ദേഹത്തിനതാവശ്യമാണ്."

"അപ്പോൾ നിങ്ങളും ഇവിടത്തെ വക്കീലിന്റെ ഒരു കക്ഷിയാണല്ലേ." എന്നു പതുക്കെ പറഞ്ഞുകൊണ്ട് ആ മൂലയ്ക്കിരിക്കുകയായിരുന്ന വ്യാപാരിസഞ്ചാരി ഒരു സ്ഥിരീകരണം നടത്തി.

പക്ഷേ വ്യാപാരിസഞ്ചാരിയുടെ അഭിപ്രായത്തെ അവിടെയുള്ള ആർക്കും ഇഷ്ടമായില്ല.

"അതിനു തനിക്കെന്തുവേണം?" കെ ചോദിച്ചു

"നിങ്ങൾ ശാന്തനാകൂ" ലേനിയും ഇടപെട്ടു. "ഞാനദ്ദേഹത്തിന് ആദ്യം സൂപ്പ് കൊണ്ടു പോയി കൊടുത്തിട്ട് വരട്ടേ" അവൾ പാത്രത്തിലേക്ക് സൂപ്പ് പകർന്നു.

"അദ്ദേഹം ഉറങ്ങിപ്പോയോയെന്നാണ് എന്റെ സംശയം. ഭക്ഷണം കഴിഞ്ഞാൽ പിന്നെ അദ്ദേഹം ഉണർന്നിരിക്കാറില്ല" ലേനി വീണ്ടും പറഞ്ഞു.

"എനിക്കു പറയാനുള്ളതെല്ലാം കേൾക്കുമ്പോൾ അദ്ദേഹം ഉണർന്നിരിക്കും." താൻ വക്കീലുമായി നടത്താൻപോകുന്ന അഭിമുഖം അത്രയ്ക്ക് പ്രധാനപ്പെട്ടതാണെന്ന് എല്ലാവർക്കും തോന്നലുണ്ടാക്കാൻ കെ യുടെ

ഈ മറുപടി ഇടയാക്കി. എന്താണ് കാര്യമെന്ന് ലേനി തുടർന്ന് ചോദിക്കുമ്പോൾ, അവളോടു തനിക്ക് ഉപദേശം തേടാനാകുമെന്ന് കെ കരുതി.

പക്ഷേ ലേനിയാകട്ടെ ഒന്നും ചോദിച്ചില്ല. കെ ആവശ്യപ്പെട്ടതു പോലെ സൂക്ഷ്മമായി വക്കീലിന്റെ അരികിലേക്കു നടന്നു പോകുമ്പോൾ മനപ്പൂർവ്വം കെ യുടെ ശരീരത്തിൽ ഉരസിയിരുന്നു. ഒപ്പം ഇപ്രകാരം മന്ത്രിക്കുകയും ചെയ്തു. “അദ്ദേഹം സൂപ്പ് കുടിച്ചാലുടനെ നിങ്ങൾ വന്നകാര്യം ഞാൻ പറയും. അപ്പോൾ എത്രയും വേഗം എനിക്കു നിങ്ങളെ കിട്ടുകയും ചെയ്യുമല്ലോ.”

“മുമ്പോട്ടു പോകൂ, പോ. അദ്ദേഹത്തിന്റെ അടുത്തേക്ക്.” കെ പറഞ്ഞു.

“കോപിക്കാതെ,” സൂപ്പുമായി വാതിൽക്കലെത്തി വലത്തേക്കു തിരിഞ്ഞ ലേനി അയാളെ നോക്കിക്കൊണ്ടു പറഞ്ഞു.

കെ അവൾ പോകുന്നതു നോക്കി നിന്നു. വക്കീലിനെ ഒഴിവാക്കുക എന്ന തീരുമാനത്തിൽ അയാൾ ഉറച്ചു നിന്നു. അതിനെക്കുറിച്ച് ലേനിയോടു സംസാരിക്കാൻ പറ്റാതിരുന്നതും നന്നായിയെന്ന് കെ യ്ക്കു അപ്പോൾ തോന്നി. കാരണം ഇക്കാര്യങ്ങൾ അവൾക്കു സാധിക്കുന്നതാവണമന്നില്ല. അവൾ ഉറപ്പായും തന്നെ പിന്തിരിപ്പിക്കാൻ നോക്കുക തന്നെ ചെയ്യും. അങ്ങനെവല്ലതും സംഭവിച്ചാൽ തനിക്ക് തന്റെ തീരുമാനം നടപ്പിൽ വരുത്താൻ പറ്റാതെ വരികയും ചെയ്യും. തുടർന്ന് വിവിധതരം സംശയങ്ങൾക്കും ഭയത്തിനും ഇരയായി അവസാനം കുറേക്കാലം കഴിയുമ്പോൾ അത് താൻ നടപ്പിലാക്കുകയും ചെയ്യുമായിരുന്നു ; കാരണം,അത് നിഷേധിച്ചുകളയേണ്ട ഒന്നല്ലല്ലോ. പക്ഷേ എത്ര വേഗത്തിൽ നടപ്പാക്കുന്നുവോ അത്രയും കഷ്ടപ്പാട് അതിനു കുറഞ്ഞുകിട്ടുമെന്നും കെയ്ക്ക് അറിയാമായിരുന്നു. പക്ഷേ. എല്ലാത്തിനും ഉപരി ഈ വ്യാപാരിസഞ്ചാരിക്ക് ഈ വിഷയത്തിൽ ഏതെങ്കിലും വിധത്തിൽ പ്രകാശം തരാൻ കഴിഞ്ഞെന്ന് വന്നേക്കാമെന്നും കെ കരുതി.

കെ ആ വ്യാപാരിയുടെ നേരെ തിരിഞ്ഞു. പെട്ടെന്ന് അയാൾ ധൃതിയിൽ എഴുന്നേല്ക്കാൻ തുടങ്ങുന്നതായി ഭാവിച്ചു.

“നിങ്ങൾ ഇരുന്നോളൂ” കെ പറഞ്ഞു. ഒപ്പം ഒരുകസേര വലിച്ചിഴച്ച് അയാളുടെ അരികിലിട്ടു.

“നിങ്ങൾ അപ്പോൾ ഈ വക്കീലിന്റെ പഴയൊരു കക്ഷിയാണല്ലേ.” കെ ചോദിച്ചു.

“അതെ” വ്യാപാരിസഞ്ചാരി പറഞ്ഞു. “വളരെപ്പഴയ ഒരു കക്ഷി.”

“നിങ്ങളുടെ കാര്യങ്ങളിൽ ഇദ്ദേഹം ഇടപെടാൻ തുടങ്ങിയിട്ട് ഇപ്പോൾ എത്രകാലമായിക്കാണും?” കെ ചോദിച്ചു

“നിങ്ങൾ പറയുന്നതിന്റെയർത്ഥം എനിക്കു മനസ്സിലായില്ല.” കച്ചവടക്കാരൻ പറഞ്ഞു. “ഞാൻ ഒരു ധാന്യകച്ചവടക്കാരനാണ്.”ഞാൻ എന്റെ

വ്യാപാരം തുടങ്ങിയതിനുശേഷം കൃത്യമായി പറഞ്ഞാൽ ഒരു ഇരുപതുവർഷമായി ഈ വക്കീലാണ് ആവശ്യമായ നിർദ്ദേശങ്ങൾ നല്കി എന്നെ സഹായിക്കുന്നത്. എന്നാൽ എനിക്ക് വ്യക്തിപരമായ ഒരുകേസുണ്ട്. നിങ്ങളുടെ മനസ്സിലുള്ളതും അത്തരം ഒന്നായിരിക്കുമെന്ന് ഞാൻ കരുതുന്നു. അത് അദ്ദേഹം തുടക്കം മുതലേ ഏകദേശം ഒരഞ്ചുകൊല്ലമായി വാദിക്കുന്നു."

പഴയൊരു പോക്കറ്റ് ഡയറി അയാൾ തുടർന്ന് വലിച്ചെടുത്തുകൊണ്ട് വർഷത്തെ സംബന്ധിച്ച സംശയം തീർക്കാൻ തുടങ്ങി.

"ഞാൻ എല്ലാക്കാര്യവും ഇതിൽ കുറിച്ചുവച്ചിട്ടുണ്ട്. കൃത്യമായ തീയതികൾ പോലും നിങ്ങൾക്കാവശ്യമെങ്കിൽ ഞാൻ പറഞ്ഞുതരാം. എല്ലാം തലയിൽ സൂക്ഷിക്കാൻ ഒരാളിനു പ്രയാസമായിരിക്കും. ഒരുപക്ഷേ ഞാൻ പറഞ്ഞതിനേക്കാളും നേരത്തെയാണ് എന്റെ കേസ് തുടങ്ങിയത്. എന്റെ ഭാര്യ മരിച്ചതിനെത്തുടർന്നാണത്. അപ്പോൾ ഉറപ്പായും അഞ്ചരക്കൊല്ലമായിട്ടുണ്ട്.

കെ കസേര കുറച്ചുകൂടി അയാളുടെ. അടുക്കലേക്കു വലിച്ചിട്ടു. "അതുശരി, വക്കീൽ സാധാരണ കേസുകളും നടത്തുന്നു അല്ലേ.?" കെ ചോദിച്ചു.

"തീർച്ചയായും." ബ്ലോക്ക് പറഞ്ഞു. തുടർന്ന് അയാൾ സ്വരം താഴ്ത്തിപ്പറഞ്ഞു. മറ്റു കേസുകളേക്കാൾ ഈതരം സാധാരണ കേസുകളിലാണ് ഇദ്ദേഹം അധികം വിജയിക്കുന്നത്, ആളുകൾ പറയുന്നതാണിങ്ങനെ.

പക്ഷേ, അങ്ങനെ പറഞ്ഞതിൽ ഖേദമുണ്ടെന്ന അർത്ഥത്തിൽ കെയുടെ ചുമലിൽ പെട്ടെന്ന് തന്റെ കൈ വച്ചുകൊണ്ട് അയാൾ വീണ്ടും പറഞ്ഞു. "എന്നെ തെറ്റിദ്ധരിക്കരുതേ. അങ്ങനെ പറഞ്ഞതിൽ എന്നോടു പൊറുക്കണം."

കെ അയാളുടെ കാൽമുട്ടുകളിൽ സ്പർശിച്ചുകൊണ്ടു പറഞ്ഞു. "സാരമില്ല, ഞാനിക്കാര്യം മറ്റാരോടും പറയുകയില്ല."

"നിങ്ങൾക്കറിയാമോ ഇദ്ദേഹം പകയുള്ളയാളാണ്." ബ്ലോക്ക് പറഞ്ഞു.

"പക്ഷേ, നിങ്ങളെപ്പോലെ വിശ്വസ്തനായ ഒരാളിനെ അദ്ദേഹത്തിന് പറ്റിക്കാനാകുമോ" കെ ചോദിച്ചു.

"ഓ, തീർച്ചയായും, അയാൾ അതൊക്കെ ചെയ്യും" വ്യാപാരിസഞ്ചാരി പറഞ്ഞു. "പകതോന്നിയാൽപ്പിന്നെ അദ്ദേഹത്തിനു തിരിച്ചറിവില്ല. മാത്രമല്ല നിങ്ങൾ പറഞ്ഞതുപോലെ ഞാൻ അയാൾ യഥാർത്ഥത്തിൽ വിശ്വസ്തനും അല്ല.

"എങ്ങനെ?" കെ ചോദിച്ചു

"ഞാൻ അത പറയണമോ?" ബ്ലോക്ക് സംശയത്തോടെ ചോദിച്ചു.

"നിങ്ങൾക്ക് ധൈര്യപൂർവ്വം പറയാം." കെ പറഞ്ഞു.

"ശരിയെന്നോ?" വ്യാപാരിസഞ്ചാരി പറഞ്ഞു. "ഞാൻ കുറച്ചുകാര്യം പറയാം പക്ഷേ നിങ്ങളുടെ അവസരംവരുമ്പോൾ നിങ്ങളും ഒരു രഹസ്യം എനിക്കു പറഞ്ഞു തരണം. അങ്ങനെ ഈ വക്കീലിന്റെ കാര്യത്തിൽ പരസ്പരം നമുക്ക് കൈകോർത്തു നില്ക്കാമല്ലോ?"

"നിങ്ങൾ വളരെ കാര്യമായി പ്രവർത്തിക്കുന്നല്ലോ." കെ പറഞ്ഞു. "നിങ്ങളുടെ സംശയങ്ങൾക്കൊക്കെ പരിഹാരമായുള്ള ഒരു രഹസ്യം ഞാൻ നിങ്ങൾക്കു പറഞ്ഞുതരുന്നുണ്ട്. അതിരിക്കട്ടെ, പിന്നെ നിങ്ങളെ ങ്ങനെയാണ് വക്കീലിനോട് അവിശ്വസ്തത കാണിച്ചത്."

"അത് ... അത്...." എന്തോ അപമാനകരമായതാണ് താൻ പ്രവർത്തിച്ചതെന്ന മട്ടിൽ, ക്ഷമാപണം പ്രകടിപ്പിക്കുന്നതുപോലെ അറച്ചറച്ചു കൊണ്ട് പറഞ്ഞു. "ഞാൻ വേറെയും വക്കീലന്മാരെ വച്ചിട്ടുണ്ട്."

"അതു കാര്യമാക്കേണ്ട" അല്പം ജാള്യതയോടെ കെ പറഞ്ഞു.

"അതല്ല..." തെറ്റ് ഏറ്റുപറഞ്ഞതിനുശേഷം അയാൾക്ക് കെ യുടെ അഭിപ്രായം കേട്ടപ്പോൾ കുറച്ചു ധൈര്യം കിട്ടിയെന്നുവേണം പറയാൻ.

"അതുശരിയല്ല, ഔദ്യോഗികമായി ഒരു വക്കീലിനെ വച്ചിരിക്കുമ്പോൾ, രഹസ്യമായി മറ്റൊരു വക്കീലിനെ വയ്ക്കുന്നത് തികച്ചും ശരിയല്ല. ഞാൻ ചെയ്തത് യഥാർത്ഥത്തിൽ അതാണ്. എനിക്ക് രഹസ്യമായി അഞ്ചു വക്കീലന്മാർ വേറെയുണ്ട്" അയാൾ തുടർന്നുപറഞ്ഞു.

"അഞ്ചെണ്ണമോ?" ആ എണ്ണം കേട്ട കെ അറിയാതെ ആശ്ചര്യപ്പെട്ടു വിളിച്ചുപോയി. "ഇദ്ദേഹത്തെക്കൂടാതെ അഞ്ചുവക്കീലന്മാർ വേറെയും ഉണ്ടെന്നോ?"

അതെയെന്ന് പറയുന്ന രീതിയിൽ അയാൾ തലയാട്ടി. "അതെ, ഇപ്പോൾ ആറാമത്തെയാളുമായിട്ട് സംസാരിച്ചുകൊണ്ടിരിക്കുകയാണ്..."

"പക്ഷേ, എന്തിനാണ് നിങ്ങൾക്ക് ഇത്രയും എണ്ണം വക്കീലന്മാർ?" കെ ചോദിച്ചു.

"എല്ലാവരെയും എനിക്കു വേണ്ടിവരും?" വ്യാപാരി സഞ്ചാരി പറഞ്ഞു. എന്തിനാണെന്ന് ഒന്നു പറഞ്ഞുകൂടെ" കെ ചോദിച്ചു.

"പറയാമല്ലോ?" വ്യാപാരിസഞ്ചാരി പറഞ്ഞു. "എന്റെ കേസ് ഒരു കാരണവശാലും പരാജയപ്പെടരുതല്ലോ. അതുതന്നെയാണ് ആദ്യത്തെ കാര്യം. അതു നിങ്ങൾക്കുമറിയാവുന്നതല്ലേ. അതിനാൽ ഗുണകരമാകുന്ന ഒന്നിനെയും എനിക്കു നിഷേധിച്ചുകളയാനാവില്ല. എന്നെങ്കിലും ഗുണകരമാകുമെന്ന് കുറഞ്ഞപക്ഷമെങ്കലും എനിക്കു പ്രതീക്ഷ തരുന്ന ഒരു വക്കീലിനെയും ഞാൻ ഒഴിവാക്കാൻ പാടില്ല. അങ്ങനെയാണ് കൈയിലുള്ള നയാപ്പൈസപോലും ഞാൻ ഈ കേസിനുവേണ്ടി ചെലവഴിച്ചത്. ഉദാഹരണമായി, വ്യാപാരത്തിനിറക്കിയ മുതലൊക്കെ ഞാൻ പിൻവലിച്ചു. ഒരു കാലത്ത് ഒരു കെട്ടിടത്തിന്റെ ഒരുനില മുഴുവനും എന്റെ ഓഫീ

സുകൾ ആയിരുന്നു. ഇന്നാകട്ടെ ഒരു മുറിയും അതു പ്രവർത്തിപ്പിക്കാൻ ഒരു ക്ലാർക്കും മതിയാകും. ഇങ്ങനെ തകർന്നതിനു കാരണം പണമിറക്കാത്തതാണ്. ഇക്കാര്യം മാത്രമല്ലയുള്ളത്. ഇറങ്ങി പ്രവർത്തിക്കാത്തതാണ് പ്രധാന കാരണം. സ്വന്തം കേസിന്റെ കാര്യത്തിൽ എന്തെങ്കിലും ചെയ്യണമെന്നു നിങ്ങൾക്കു തോന്നിയാൽപ്പിന്നെ മറ്റൊന്നിനും നിങ്ങൾക്കു കഴിയില്ല."

"അപ്പോൾ നിങ്ങൾ കോടതിയിലും നേരിട്ടുപോയി പല ശ്രമങ്ങളും നടത്തിയിരുന്നുവല്ലേ." കെ ഇടയ്ക്കു ചോദിച്ചു. "അതിനെക്കുറിച്ചാണ് എനിക്ക് നിങ്ങളോട് ശരിക്കും ചോദിക്കാനുള്ളത്."

"അക്കാര്യത്തിൽ എനിക്ക് അധികമൊന്നും പറയാനില്ല" വ്യാപാരി സഞ്ചാരി പറഞ്ഞു. "ഞാൻ ഒരു ശ്രമം തുടക്കത്തിൽ നടത്തിയതല്ലേ. പക്ഷേ പിന്നീട് ഞാനത് ഉപേക്ഷിച്ചു. നമ്മൾ ആകപ്പാടെ ക്ഷീണിച്ചു പോകും. അതിന്റെ പ്രയോജനവുമില്ല. കേസ് എങ്ങനെ നടക്കുന്നുവെന്നറിയാൻ കോടതിയിൽ ചെല്ലുന്നതുപോലും പറ്റാത്തതായിത്തീർന്നു എനിക്ക് നിങ്ങളുടെ അവസരത്തിനുവേണ്ടി കാത്തുകാത്തിരുന്നാലും, അവസാനം നിങ്ങൾ തന്നെ വാടിക്കുഴഞ്ഞുപോകും. നിങ്ങൾക്കു തന്നെ സ്വയമറിയാമല്ലോ കോടതിയിലെ വായു ഏതു വിധത്തിലേതെന്ന്.

"ഞാൻ അവിടെ ചെന്നിട്ടുണ്ടെന്ന് നിങ്ങളോടാരു പറഞ്ഞു?" കെ ചോദിച്ചു.

"നിങ്ങൾ അതിലെ നടന്നുപോയപ്പോൾ ഞാൻ അവിടെ ഇടനാഴിയിൽ ഇരിക്കുന്നുണ്ടായിരുന്നു." വ്യാപാരിസഞ്ചാരി പറഞ്ഞു.

"എന്തൊരു യാദൃച്ഛികത" കെ അതിശയത്തോടെ സ്വയം പറഞ്ഞു. അവിടെ വച്ചുകണ്ട സമയത്ത് എത്ര ദയനീയമായതും പരിഹാസ്യവുമായ ഒരു രൂപമാണ് അയാൾ തന്റെ മനസ്സിൽ സൃഷ്ടിച്ചതെന്നും അയാൾ മറന്നു. "അപ്പോൾ നിങ്ങൾ എന്നെ കണ്ടു അല്ലേ? "ഞാൻ അതുവഴി പോയപ്പോൾ നിങ്ങൾ ഇടനാഴിയിൽ ഇരുപ്പുണ്ടായിരുന്നുയല്ലേ. "അതെ ഒരിക്കൽ ഞാൻ ആ ഇടനാഴി വഴി കടന്നുപോയിരുന്നു."

"അതിൽ അത്രയ്ക്ക് യാദൃച്ഛികതയൊന്നുമില്ല" വ്യാപാരിസഞ്ചാരി പറഞ്ഞു. "ഏറെക്കുറെ എല്ലാദിവസവും ഞാനിവിടെ വരാറുണ്ട്."

"ഞാനും ഇനി ഉറപ്പായും ഇടയ്ക്കിടയ്ക്ക് അവിടെ പോകേണ്ടിവരുമെന്നാണ് തോന്നുന്നത്." കെ പറഞ്ഞു. അന്ന് ആ അവസരത്തിൽ കിട്ടിയ ബഹുമാനം ഇനി ഞാൻ പ്രതീക്ഷിക്കുന്നില്ല. അന്നവർ എഴുന്നേറ്റു നിന്നു. എന്നെയവർ ഒരു വക്കീലായി കരുതിയെന്നാണ് ഞാൻ കരുതുന്നത്."

"അതില്ല" വ്യാപാരിസഞ്ചാരിപറഞ്ഞു. "അവിടെ വന്ന ശിപായിയെ കണ്ടിട്ടാണ് ഞങ്ങൾ എഴുന്നേറ്റുനിന്നത്. നിങ്ങൾ ഒരു കുറ്റവാളിയാണെന്ന് ഞങ്ങൾക്ക് അറിയാമായിരുന്നു. അത്തരം വാർത്തകൾ വളരെ വേഗത്തിൽ

പാട്ടാകുമല്ലോ."

"അപ്പോൾ നിങ്ങൾ നേരത്തെയതറിഞ്ഞു." കെ പറഞ്ഞു. "നിങ്ങളപ്പോൾ എന്നെ ഒരുതരം കടുത്ത തന്റേടിയായി ചിന്തിച്ചിട്ടുണ്ടാകും. അങ്ങനെയാരും പറഞ്ഞില്ലല്ലോ.?"

"അതില്ല" വ്യാപാരിസഞ്ചാരി പറഞ്ഞു. "പക്ഷെ, അവർക്ക് മറ്റൊരു ചിത്രമാണ് തോന്നിയത്." പക്ഷേ അതൊക്കെ അവരുടെ ഭ്രമിതമായ അറിവുകേടായിരുന്നു.

"എന്ത്? അധികമായ അറിവുകേടെന്നോ?" കെ ചോദിച്ചു.

"നിങ്ങൾ അതൊക്കെയെന്തിനാണ് എന്നോടു ചോദിക്കുന്നത്." വ്യാപാരി സഞ്ചാരി ദേഷ്യത്തോടെ ചോദിച്ചു. "പ്രത്യക്ഷത്തിൽ അവിടെയുള്ള ആളുകളെക്കുറിച്ച് നിങ്ങൾക്കൊന്നും അറിയില്ല. നിങ്ങൾ അവരെ തെറ്റിദ്ധരിച്ചിരിക്കുന്നു. ഈ കോടതികളിൽ കാര്യങ്ങളൊക്കെ ഇടയ്ക്കിടെ ചർച്ചയ്ക്കെത്തുമെന്ന കാര്യം നിങ്ങൾ ഓർക്കണം. അതിനു മതിയായ കാരണം വേണമെന്നില്ല. അങ്ങനെ ആളുകൾ ഒന്നു ചിന്തിക്കാൻ പോലും പറ്റാത്ത വിധത്തിൽ ക്ഷീണിതരും അശ്രദ്ധരും ആയിത്തീരുന്നു. അവസാനം അവർക്ക് അന്ധവിശ്വാസങ്ങളിൽ അഭയം തേടേണ്ടിവരുന്നു. എല്ലാവരേയും പോലെ തന്നെ ഞാനും അത്തരത്തിൽ മോശമായിരിക്കുകയാണ്. ഒരാളിന്റെ മുഖം നോക്കി അഥവാ അയാളുടെ ചുണ്ടിന്റെ ചുളിവുകൾ നോക്കി കേസിന്റെ ഗതിയെന്താണെന്ന് പറയാൻ നിങ്ങൾക്കു സാധിക്കുമെന്നത് അത്തരം അന്ധവിശ്വാസങ്ങളിൽ ഒന്നാണ്. നിങ്ങളുടെ ചുണ്ടിന്റെ ഭാവം കണ്ടപ്പോൾ നിങ്ങൾ കുറ്റക്കാരനായി വിധിക്കപ്പെടുമെന്നും അതിന് അധികകാലം വേണ്ടെന്നും ആളുകൾ വിളിച്ചുപറഞ്ഞിട്ടുണ്ട്. ഇത് വളരെ മോശമായ ഒരു അന്ധവിശ്വാസമാണെന്നാണ് എനിക്ക് പറയാനുള്ളത്. പക്ഷേ പലപ്പോഴും സംഭവിക്കുന്നത് അങ്ങനെയാവണമെന്നില്ല പക്ഷേ അവരുടെ ഇടയിൽ നില്ക്കേണ്ടിവരുമ്പോൾ ഇത്തരം അഭിപ്രായങ്ങളിൽ നിന്നും രക്ഷപ്പെടാൻ പ്രയാസമാണ്. ഇത്തരം അന്ധവിശ്വാസങ്ങൾക്ക് എത്ര ശക്തമായ ഫലമാണുള്ളതെന്ന് നിങ്ങൾക്ക് സങ്കല്പിക്കാൻപോലും കഴിഞ്ഞെന്നുവരില്ല. നിങ്ങൾ അവിടെ വച്ച് ഒരാളുമായി സംസാരിച്ചു; അല്ലേ; പക്ഷേ അയാൾക്ക് മറുപടിയായി ഒരുവാക്കുപോലും ഉരുവിടാൻ പറ്റിയില്ലല്ലോ. അയാൾ അവിടെ പരിഭ്രമിച്ചുപോയതിന് കാരണങ്ങൾ പലതാണ്. നിങ്ങളുടെ ചുണ്ടുകളിൽ നോക്കിയപ്പോൾ ഉണ്ടായ പരിഭ്രമമാണ് അയാൾക്ക് മറുപടിയൊന്നും പറയാൻ പറ്റാതെ പോയതിനുള്ള ഒരുകാരണം. അയാളും അയാളുടെ ശിക്ഷാവിധിയുടെ അടയാളം നിങ്ങളുടെ ചുണ്ടുകളിൽ ദർശിച്ചുയെന്നതാണ് പിന്നീടയാൾ പറഞ്ഞത്."

"എന്റെ ചുണ്ടുകളിൽ കണ്ടെന്നോ?" കെ ചോദിച്ചു. പോക്കറ്റിൽ നിന്നും ഒരു കണ്ണാടിയെടുത്ത് അയാൾ ചുണ്ടുകൾ നോക്കി. "എന്റെ

ചുണ്ടുകളിൽ എനിക്ക് പ്രത്യേകിച്ചൊന്നും കാണാൻ പറ്റുന്നില്ലല്ലോ. നിങ്ങൾ എന്തു പറയുന്നു."

"ഞാനും ഒന്നും കാണുന്നില്ല" വ്യാപാരി സഞ്ചാരി പറഞ്ഞു. "ലേശം പോലുമില്ല പ്രത്യേകിച്ചായിട്ട്."

"ഈ ആളുകളെല്ലാവരും അത്രയ്ക്കു അന്ധവിശ്വാസികളോ?" കെ ഉച്ചത്തിൽ പറഞ്ഞുപോയി.

"അങ്ങനെയാണെന്നു ഞാൻ പറഞ്ഞതല്ലേ?" വ്യാപാരിസഞ്ചാരി ചോദിച്ചു.

"അപ്പോൾ അവർ ഇടയ്ക്കിടെ ഒത്തുകൂടി ഇത്തരം കാര്യങ്ങൾ സംസാരിക്കാറുണ്ട്. അല്ലേ?" കെ ചോദിച്ചു. "ഞാനിതേവരെ അവരോടൊപ്പം പോയിട്ടേയില്ല."

"സാധാരണയായി അവർ അധികം കാണാറില്ല" വ്യാപാരിസഞ്ചാരി പറഞ്ഞു. "അങ്ങനെ നടക്കുകയും ഇല്ല. കാരണം, ഒത്തിരിയധികം ആളുകളാണല്ലോ ഉള്ളത്. മാത്രമല്ല എല്ലാവർക്കും ഒരുപോലെ താല്പര്യമുള്ളത് ഒന്നും ഉണ്ടാവുകയും ഇല്ല. ചിലപ്പോൾ ചില കൂട്ടർക്കു തോന്നും അവർക്ക് പൊതുതാല്പര്യമുള്ള എന്തോ ഉണ്ടെന്ന്. പിന്നീട് അത് തെറ്റായി തോന്നിയതാണെന്ന് അവർക്കു മനസ്സിലാകും. കൂടാതെ, കോടതിക്കു എതിരായി കൂട്ടായി ഒന്നും നടത്താൻ സാദ്ധ്യവുമല്ല. ഓരോ കേസും പ്രത്യേകം പ്രത്യേകമാണ് കോടതിയിൽ കാണുന്നത്. അക്കാര്യത്തിൽ കോടതി വളരെശ്രദ്ധ ചെലുത്തുന്നുണ്ട്. അതിനാൽ കൂട്ടായ നീക്കം കൊണ്ട് ഒരു ഉപയോഗവുമില്ല. ഒരാളിന് ഒരു പക്ഷേ രഹസ്യമായിട്ട് എന്തെങ്കിലും ഉപയോഗപ്പെടുത്താമെന്നേയുള്ളു. പിന്നീടായിരിക്കും ആളുകൾ അതറിയുന്നത്. പക്ഷെ അയാൾ അതെങ്ങനെ ഒപ്പിച്ചെടുത്തുയെന്ന് ആർക്കും അറിയാൻ പറ്റിയെന്നും വരില്ല. അതിനാൽ യഥാർത്ഥ ഒരു കൂട്ടായ്മയുടെ ആവശ്യമൊന്നും ഇല്ല. ഇടനാഴികളിൽ വച്ച് ഇടയ്ക്കൊക്കെ ആളുകൾക്ക് തമ്മിൽക്കാണാമെന്നത് ശരിയാണ്. പക്ഷേ കാര്യമായ ചർച്ചകളൊന്നും നടക്കാറില്ല. അന്ധവിശ്വാസങ്ങൾക്ക് പണ്ടേയുള്ള പാരമ്പര്യം തന്നെയാണ്. അവ തനിയേ തന്നെ പരിപോഷിച്ചോളും."

"ഞാൻ എല്ലാ ആളുകളെയും ഇടനാഴിയിൽ വച്ചു കണ്ടിരുന്നു" കെ അഭിപ്രായപ്പെട്ടു. "അങ്ങനെ കാത്തിരിക്കുന്നതിൽ യാതൊരു അർത്ഥവുമില്ലെന്ന് എനിക്ക് തോന്നിയിട്ടുണ്ട്."

"അർത്ഥശൂന്യമൊന്നുമല്ല." വ്യാപാരി സഞ്ചാരി പറഞ്ഞു. "ഒറ്റയ്ക്കു കാര്യങ്ങൾനടത്താൻ ശ്രമിച്ചാൽവേണം അതിനെ അർത്ഥശൂന്യമെന്നു പറയേണ്ടത്. എനിക്കാണെങ്കിൽ ഇദ്ദേഹത്തെക്കൂടാതെ അഞ്ചുവക്കീലന്മാർ വേറെയുണ്ടെന്ന് ഞാൻ പറഞ്ഞതല്ലേ. ഞാൻ ഒരിക്കൽ കരുതിയമാതിരി ഇനി ഒന്നും ചെയ്യാതെ കൈ കഴുകിയിരുന്നാൽ മതിയെന്ന്

നിങ്ങളിപ്പോൾ കരുതുന്നുണ്ടാകം. എന്നാൽ നിങ്ങൾക്കതു തെറ്റി. എനിക്ക് ഒരു വക്കീൽ മാത്രമുണ്ടായിരുന്ന സമയത്തേക്കാൾ കൂടുതൽ ശ്രദ്ധ ഞാനിനി കൊടുക്കേണ്ടതുണ്ട്. ഞാൻ പറഞ്ഞതിനർത്ഥം നിങ്ങൾക്കു മനസ്സിലായിക്കാണില്ലെന്ന് എനിക്കു തോന്നുന്നു."

"ഇല്ല" കെ പറഞ്ഞു. സംസാരത്തിന്റെ വേഗത ഒന്നു കുറയ്ക്കണെമെന്ന് അപേക്ഷിക്കുന്ന മട്ടിൽ വ്യാപാരിസഞ്ചാരിയുടെ കൈയിൽ കൈവച്ചുകൊണ്ട് തുടർന്നു കെ പറഞ്ഞു. "കുറച്ചു കൂടി സാവകാശത്തിൽ പറയണമെന്ന് ഞാനപേക്ഷിക്കന്നു. ഈ കാര്യങ്ങൾ മുഴുവനും എന്നെ സംബന്ധിച്ച് പ്രധാനപ്പെട്ടതാണ്. പക്ഷേ പെട്ടെന്ന് ഒന്നും മനസ്സിലാക്കാൻ പറ്റുന്നില്ല."

"എന്നെ ഇക്കാര്യം ഓർമ്മപ്പെടുത്തിയതിൽ സന്തോഷമുണ്ട്" വ്യാപാരിസഞ്ചാരി പറഞ്ഞു. "തീർച്ചയായും നിങ്ങൾ പുതിയൊരാളാണ്. ഇക്കാര്യത്തിൽ നിങ്ങൾ വെറും ശിശുവാണ്. നിങ്ങളുടെ കേസ് തുടങ്ങിയിട്ട് ആറു മാസമേ ആയിട്ടുള്ളു."

"അയ്യോ, അങ്ങനെയാണ് ഞാൻ കേട്ടത്. കേസിന്റെ ഒരു ബാല്യകാലം. ഞാൻ ഇതിനെക്കുറിച്ചൊക്കെ എത്രയോ തവണ ചിന്തിച്ചതാണെന്നോ. ഇപ്പോൾ അതൊക്കെ എന്റെ ഒരു രണ്ടാം സ്വഭാവമായി മാറിയെന്നു തോന്നുന്നു."

"കേസ് ഇത്രയും ദൂരം പിന്നിട്ടതിൽ സന്തോഷം തോന്നുന്നുണ്ടാകും അല്ലേ." കെ ചോദിച്ചു. വ്യാപാരിസഞ്ചാരിയുടെ കേസ് ഇപ്പോൾ ഏതു ഘട്ടത്തിലെത്തിയിരിക്കുന്നുയെന്ന് നേരിട്ടു ചോദിക്കാൻ അയാൾക്കൊരു മടിയുണ്ടായിരുന്നു.

പക്ഷേ, അയാൾക്ക് നേരിട്ടുള്ള ഒരു മറുപടി കിട്ടിയുമില്ല.

"അതെ, എന്റെ ഈ ഭാരം നീണ്ട അഞ്ചുവർഷമായി ഞാൻ ചുമക്കുന്നു" തലകുമ്പിട്ടുകൊണ്ട് വ്യാപാരിസഞ്ചാരി പറഞ്ഞു. "അതത്ര ചെറിയ കാര്യമൊന്നുമല്ല." തുടർന്നയാൾ കുറച്ചുനേരം നിശ്ശബ്ദനായി.

ലേനി മടങ്ങിവരുന്നുണ്ടോയെന്നറിയാനായി കെ കാതോർത്തു. എന്നാൽ അവൾ അപ്പോൾ വരണമെന്നതിന് അയാൾക്ക് അത്ര ആഗ്രഹമൊന്നും ഉണ്ടായിരുന്നില്ല. കാരണം ഇനിയും ഒട്ടേറെ ചോദ്യങ്ങൾ അയാൾക്ക് വ്യാപാരിസഞ്ചാരിയോട് ചോദിക്കാനുണ്ടായിരുന്നു. മാത്രമല്ല, താനിവിടെ വ്യാപാരിസഞ്ചാരിയുമായി ഗാഢമായ സൗഹൃദസംഭാഷണത്തിൽ ഇരിക്കുന്നത് അവൾ കാണാനും പാടില്ല. മാത്രമല്ല, താനിവിടെ ഉണ്ടായിരുന്നിട്ടും വക്കീലിന്റെ അരികിൽ പോയിരുന്ന് അധികസമയം അവൾ ചെലവഴിക്കുന്നതിൽ അയാൾക്കു നീരസവും തോന്നി. ഒരു കപ്പ് സൂപ്പ് കൊടുത്തു മടങ്ങി വരാനുള്ള സമയം കഴിഞ്ഞിട്ട് വളരെ നേരമായിരിക്കുകയാണ്.

"എനിക്കിപ്പോഴും വ്യക്തമായി ഓർക്കാൻ പറ്റുന്നു." വ്യാപാരിസ

ഞ്ചാരി തുടർന്നു പറഞ്ഞു. കെ പെട്ടെന്ന് സശ്രദ്ധനായി. "എന്റെ കേസ് നിങ്ങളുടെ കേസിന്റെ ഈ ഘട്ടത്തിൽ എത്തിയതുപോലുള്ള ഒരു അവസരം. അന്നെനിക്ക് ഈ വക്കീലുമാത്രമായിരുന്നു. എനിക്കയാളിൽ പ്രത്യേകിച്ച് തൃപ്തിയൊന്നും ഉണ്ടായിരുന്നില്ല.

"ഞാനിപ്പോൾ എല്ലാം അറിയാൻ പോകുന്നു" കെ ചിന്തിച്ചു. അയാൾ ആകാംക്ഷയോടെ തലയാട്ടി. എല്ലാ വിവരങ്ങളും ആ വ്യാപാരിസഞ്ചാരി വെളിവാക്കാൻ പ്രേരണയാകുമെന്ന് അർത്ഥത്തിലാണ് അയാൾ തലയാട്ടിയത്.

"എന്റെ കേസ്." അയാൾ പറഞ്ഞു. "ഒരിടത്തും എത്തിയില്ലായിരുന്നു. പലതവണ ചോദ്യം ചെയ്യൽ ഉണ്ടായിരുന്നു. എല്ലാത്തിലും ഞാൻ പങ്കെടുത്തു. കേസിനാവശ്യം വേണ്ട തെളിവുകളും ഞാൻ സംഭരിച്ചു. ഞാൻ എന്റെ കണക്കുകൾ മുഴുവനും കോടതിയിൽ ഹാജരാക്കി. അതിന്റെയൊന്നും ആവശ്യം ഉണ്ടായിരുന്നില്ലെന്ന് ഇപ്പോഴാണ് മനസ്സിലായത്. ഞാൻ വക്കീലിനെ കാണാൻ ഓടിക്കൊണ്ടിരുന്നു. അയാൾ പലതരം പരാതികൾ എടുത്തിടും."

"പലതരം പരാതികൾ?" കെ ചോദിച്ചു

"അതെ." വ്യാപാരിസഞ്ചാരി പറഞ്ഞു.

"അതൊരു പ്രധാന കാര്യമാണല്ലോ." കെ പറഞ്ഞു. "എന്റെ കേസിന്റെ കാര്യത്തിൽ അദ്ദേഹം ഇതേവരെ ഒന്നും ചെയ്തിട്ടില്ല. ആദ്യ ഹർജി തന്നെ വലിച്ചിഴയ്ക്കുകയാണ്. എന്നെ അപമാനിക്കാൻ വേണ്ടി അദ്ദേഹം മനഃപൂർവ്വം ഒഴിവാക്കുകയാണെന്ന് ഇപ്പോഴാണ് എനിക്കു ബോദ്ധ്യമായത്.

"അദ്ദേഹം ഹർജി വലിച്ചിഴയ്ക്കുന്നതിന് ശരിയായ കാരണങ്ങൾ പലതും കാണുമായിരിക്കും." വ്യാപാരിസഞ്ചാരി പറഞ്ഞു. "പക്ഷേ, അക്കാര്യം എന്തുമാകട്ടെ, എനിക്കുവേണ്ടി അദ്ദേഹംഎഴുതി തയ്യാറാക്കിയ ഹർജികൾ ഒന്നും എനിക്കുപകാരപ്പെട്ടില്ലായെന്ന് പറയാനാണ് ഞാനുദ്ദേശിച്ചത്. ഒരു കോടതിയുദ്യോഗസ്ഥൻ സഹായിച്ചതിനാൽ അതിലൊരു ഹർജ്ജി എനിക്കു വായിക്കാൻ പറ്റി. വലിയ പാണ്ഡിത്യം അതിലുണ്ടായിരുന്നൂയെന്ന് പറയാതിരിക്കാൻ വയ്യ. പക്ഷേ അതിൽ സത്തയൊന്നും ഉണ്ടായിരുന്നില്ല. ആദ്യം അതിലെഴുതിയിരുന്ന കുറേ ലാറ്റിൻ ഭാഷ; എനിക്കതിലൊന്നും മനസ്സിലായില്ല. പിന്നെ കോടതിയോട് ചോദിക്കുന്ന സാധാരണ ചില അപേക്ഷകൾ. തുടർന്ന് പേരെടുത്ത് പറയാതെ ചില ഉദ്യോഗസ്ഥന്മാർക്കുള്ള കുറച്ചു മുഖസ്തുതികൾ. കോടതിവിശേഷങ്ങൾ അറിയാവുന്ന ഏതൊരാളിനും വളരെയെളുപ്പത്തിൽ തിരിച്ചറിയാവുന്ന ഉദ്യോഗസ്ഥന്മാർക്കായിരുന്നു അത്. പിന്നെ വക്കീലന്മാരുടെ ആത്മപ്രശംസയായിരുന്നു അതിൽ. അവസാനം, മുൻകാലങ്ങളിലെ ചില കേസുകൾ വിശകലനം ചെയ്യുകയും അത് തന്റെ കേസുമായി സാദൃശ്യമുള്ളതാ

ണെന്നു പറയുകയും ചെയ്തിരിക്കുന്നു. ഈ വിശകലനം വളരെ ശ്രദ്ധാപൂർവ്വം തയ്യാറാക്കിയിരുന്ന ഒന്നാണെന്ന് എനിക്കു പറഞ്ഞേ മതിയാവൂ. ഒരു വക്കീലിന്റെ പ്രവർത്തിയെ ഞാനിവിടെ ന്യായവിധിക്കു വിടുകയാണ് ഇതു പറയുമ്പോൾ ചെയ്യുന്നതെന്നുമാത്രംനിങ്ങൾ കരുതരുത്. ഈ ഹർജി ധാരാളം എണ്ണമുള്ളതിൽ ഒന്നു മാത്രമാണെന്ന് ഓർക്കണം. എന്തായാലും ശരി, എന്റെ കേസ് വല്ല പുരോഗതിയിലും എത്തീയെന്നതിന് എനിക്കൊരു വിശ്വാസവുമില്ല."

"ഏതുതരം പുരോഗതി നിങ്ങളുടെ കേസിനുണ്ടായിക്കാണാനാണ് നിങ്ങൾ ആഗ്രഹിക്കുന്നത്?" കെ അയാളോടു ചോദിച്ചു.

"അത്യുഗ്രൻ ചോദ്യം" വ്യാപാരി സഞ്ചാരി പറഞ്ഞു. അയാൾ അപ്പോൾ ചിരിക്കുന്നുണ്ടായിരുന്നു. "ഇത്തരം കേസുകളിൽ പുരോഗതി കിട്ടുകയേ ഇല്ല. പക്ഷേ ഇക്കാര്യം അന്നെനിക്കറിയില്ലായിരുന്നു. പിന്നെ ഞാൻ വെറുമൊരു വ്യാപാരിയുമല്ലേ. എനിക്ക് എളുപ്പത്തിൽ പ്രത്യക്ഷത്തിലുള്ള ഫലം വേണമായിരുന്നു. കാര്യങ്ങളുടെ പോക്ക് മുന്നോട്ടുപോയാലും പിന്നോട്ടുപോയാലും ഒന്നു തീർന്നുകിട്ടണമെന്നതായിരുന്നു എന്റെ ചിന്ത. പക്ഷേ അതിനു പകരം സംഭവിച്ചതെന്താണെന്നോ? ഒന്നിനുപുറകെ ഒന്നായി ആഘോഷപൂർണ്ണമായ അഭിമുഖങ്ങൾ; മിക്കവാറും ഒരു കാര്യം തന്നെ. പ്രാർത്ഥനാസ്തുതി ഉരുവിടുന്ന മാതിരി ഞാൻ ഉത്തരം പറഞ്ഞുകൊണ്ടിരിക്കണം. ഞാൻ വ്യാപാരം നടത്തുന്നിടത്തോ, എന്റെ വീട്ടിലോ അല്ലെങ്കിൽ ഞാനെവിടെയാണോ ഉണ്ടാകുന്നത്, അവിടേക്ക് ഉദ്യോഗസ്ഥന്മാർ ആഴ്ചയിൽ പലപ്രാവശ്യം വരുമായിരുന്നു. തികച്ചും അത് എനിക്ക് ഒരു ശല്യമായിട്ടാണ് തോന്നിയിരുന്നത്. – ഇന്ന് അക്കാര്യത്തിന് കുറച്ചു ഭേദമുണ്ട്; ടെലിഫോൺ വിളി മുഖാന്തിരമായതിനാൽ അതത്ര ശല്യമുണ്ടാക്കുന്നില്ല എന്നാൽ ഈ പറഞ്ഞ എല്ലാത്തിനും പുറമേ, എന്റെ വ്യാപാരിസുഹൃത്തുക്കൾക്കിടയിലും, പ്രത്യേകിച്ച് എന്റെ ബന്ധുമിത്രാദികൾക്കിടയിലും എന്റെ കേസിനെക്കുറിച്ചുള്ള കിംവദന്തികൾ പ്രചരിക്കാൻതുടങ്ങി. അതോടെ ഈ അടുത്ത കാലത്തൊന്നും കോടതിവിധി വരികയില്ലെന്ന ചിന്ത ബലപ്പെടുകയും അതെന്നെ എല്ലാവിധത്തിലും പീഡിപ്പിക്കാൻ തുടങ്ങുകയും ചെയ്തു. അങ്ങനെ ഞാൻ എന്റെ വക്കീലിനെ ചെന്നുകണ്ടശേഷം എന്റെ പരാതിയറിയിച്ചു. പക്ഷേ ഞാൻ പറഞ്ഞ കാര്യത്തിന്റെ ഗൗരവം കണക്കിലെടുത്ത് നടപടിയെടുക്കുന്നതിനുപകരം അദ്ദേഹം ദീർഘമായ ഒരു പ്രസംഗം മാത്രമേ എനിക്കു തന്നുള്ളു. ഒരുകേസു കേൾക്കുന്നതിനുള്ള ദിവസം നിശ്ചയിക്കാൻ ആർക്കും കോടതിയെ സ്വാധീനിക്കാൻ പറ്റില്ലെന്നും അതിനാൽ ഞാൻ ധൃതിവയ്ക്കുന്ന മാതിരി ഒരു ഹർജി നല്കുന്നത് കേട്ടുകേൾവിയില്ലാത്ത കാര്യമാണെന്നും വക്കീൽ എന്നോടു പറഞ്ഞു. അങ്ങനെ ചെയ്താൽ അത് എനിക്കും വക്കീലിനും കുഴപ്പമേ ഉണ്ടാക്കു

കയുള്ളുയെന്നും അദ്ദേഹം പറഞ്ഞു. ഈ വക്കീൽ ചെയ്യാത്തതും അദ്ദേഹത്തിനു ചെയ്യാൻ പറ്റാത്തതും മറ്റൊരാൾക്കു കഴിയുമെന്ന് ഞാൻ ചിന്തിച്ചു. അങ്ങനെ മറ്റുവക്കീലന്മാരെ കിട്ടാനുള്ള ശ്രമം ഞാൻ തുടങ്ങി. എനിക്കിപ്പോൾ നിങ്ങളോടു തുറന്നുപറയാമല്ലോ. അവരിൽ ഒരു വക്കീൽപോലും എന്റെ കേസ് പൂർത്തിയാക്കുന്നതിനുള്ള ഒരു ദിവസം നിശ്ചയിക്കാൻ കോടതിയോട് അപേക്ഷിച്ചിട്ടില്ല. അങ്ങനെയൊരു തീരുമാനം തീരുമാനിപ്പിച്ചെടുക്കാനും ഒരാളിനും കഴിഞ്ഞിട്ടില്ല. യഥാർത്ഥത്തിൽ ഇത് നടക്കാത്ത കാര്യമാണ്. പക്ഷേ ഗുണമുള്ള ഒരുകാര്യമുണ്ട്. ഞാൻ അക്കാര്യം പിന്നീടൊരിക്കൽ പറയാം. ആദ്യവക്കീൽ എന്നെ കുഴപ്പിച്ചെന്നോ പിന്നീട് മറ്റുവക്കീലന്മാരെ കൊണ്ടുവന്നതിൽ പ്രയാസമോ എനിക്ക് തോന്നിയിരുന്നില്ല. ഡോ. ഹൾഡ് ഇതിനകം നിങ്ങളോട് കള്ള വക്കീലന്മാരേക്കുറിച്ച് ധാരാളം പറഞ്ഞിട്ടുണ്ടാകുമല്ലോ. അവർ വൃത്തികെട്ട മൃഗങ്ങളെന്നായിരിക്കും അദ്ദേഹം പറഞ്ഞിട്ടുണ്ടാവുക. യഥാർത്ഥത്തിൽ ഒരുതരത്തിൽ അവർ അത്തരക്കാർ തന്നെയാണ്. എന്നാലുമവരെക്കുറിച്ച് പറയുമ്പോഴും, തന്നെയും തന്റെ സഹപ്രവർത്തകരെയും പോലെയല്ലാ അവരെന്നു പറയുമ്പോഴും അദ്ദേഹം ഒരു ചെറിയ പിശകുവരുത്തുമായിരുന്നു. അത് ഇക്കൂട്ടത്തിൽ ഞാൻ പറയാം. തന്റെ കൂട്ടത്തിലുള്ളവരെ, മറ്റുള്ളവരെക്കാൾ വ്യത്യസ്തരാണെന്നു കാണിക്കാൻ വേണ്ടി അദ്ദേഹം 'വലിയവക്കീലൻമാർ' എന്നാണ് പറഞ്ഞിരുന്നത്. അതിപ്പോൾ വൈരുദ്ധ്യമെന്നു പറയട്ടേ, തെറ്റാണ്. ഏതൊരാളിനും അയാളുടെ ഇഷ്ടപ്രകാരം സ്വയം 'വലിയവൻ' എന്നു പറയാവുന്നതേയുള്ളു. എന്നാൽ ഇക്കാര്യത്തിൽ കോടതി പാരമ്പര്യം വേണം അക്കാര്യം നിശ്ചയിക്കാൻ. എല്ലാവിധ വക്കീലന്മാരേയും പരിഗണിച്ചുകൊണ്ട് അവർ 'ചെറിയവരോ' അഥവാ 'വലിയവരോ' എന്നു തീരുമാനിക്കുന്ന കോടതി പാരമ്പര്യമനുസരിച്ച് നമ്മുടെ വക്കീലന്മാർ മുഴുവനും, അവരുടെ സഹപ്രവർത്തകരും, ചെറിയ വക്കീലൻമാരുടെ സ്ഥാനത്തേ വരൂ. എന്നാൽ യഥാർത്ഥത്തിലെ വലിയ വക്കീലൻമാർ എന്നു പറയുന്നവരുണ്ടല്ലോ. അവരെക്കുറിച്ച് ഞാൻ കേട്ടിട്ടേയുള്ളു. കണ്ടിട്ടില്ല – അവർ കള്ളവക്കീലന്മാരേക്കാൾ എത്ര ഉയരത്തിലാണോ നിലകൊള്ളുന്നത് അതിനേക്കാൾ ഉയരത്തിലായിരിക്കും നിലകൊള്ളുന്നത്."

"എന്ത് യഥാർത്ഥത്തിലെ വലിയ വക്കീലന്മാരോ?" കെ ചോദിച്ചു. "അപ്പോൾ അവർ ആരാണ്? എങ്ങനെ ഒരാളിന് അയാളെ ലഭ്യമാക്കാം."

"അപ്പോൾ നിങ്ങൾ അവരെക്കുറിച്ച് കേട്ടിട്ടേയില്ല?" വ്യാപാരിസഞ്ചാരി ചോദിച്ചു. അവരെക്കുറിച്ച് കേട്ട കുറ്റവാളികൾ ആരും കുറച്ചുനേരമെങ്കിലും അവരെക്കുറിച്ച് സ്വപ്നം കണ്ടുകൊണ്ട് ഇരിക്കാതിരുന്നിട്ടുണ്ടാവില്ല. കേട്ടപ്പോൾ നിങ്ങൾക്കും പ്രലോഭനം ഉണ്ടാവുകയാണോ? യഥാർത്ഥത്തിൽ ഈ വലിയ വക്കീലന്മാർ ആരാണ് എന്നതിനെപ്പറ്റി എനി

ക്കൊരു പിടിയുമില്ല. അവരെ ലഭ്യമാക്കാൻ പറ്റുമെന്നും തോന്നുന്നില്ല. അത്തരം വക്കീലന്മാർ ഇടപെട്ടുയെന്നു പറയാൻ പറ്റുന്ന കേസുകൾക്ക് ഒരുദാഹരണം പറയാൻ പോലും എനിക്കില്ല. അവർ ചില കേസുകൾ വാദിക്കുന്നു. അതിന് അവർക്ക് മനസ്സുണ്ടാകണം. പക്ഷേ അവർ നടപടിയെടുക്കാറേയില്ല. കീഴ്ക്കോടതിയിൽ കേസ് പരിഹരിക്കാൻ പറ്റാതാകുന്ന അവസരത്തിലാവണം അവർ അത് ഏറ്റെടുക്കുന്നതെന്ന് ഞാൻ കരുതുന്നു. ശരിക്കു പറഞ്ഞാൽ അത്തരം വക്കീലൻമാരുടെ കാര്യങ്ങൾ മനസ്സിൽ നിന്നും പൂർണ്ണമായി കളയുന്നതാണ് നല്ലത്. അല്ലെങ്കിൽ മറ്റു വക്കീലന്മാരുമായുള്ള നമ്മുടെ ചർച്ചകളും അവരുടെ സഹായഹസ്തവും ഒക്കെ വളരെ ഹീനവും നിഷ്ഫലമാണെന്നും തോന്നും. എനിക്ക് അനുഭവം ഉള്ളതാണ്. ഒക്കെ എല്ലാം വലിച്ചെറിഞ്ഞശേഷം കട്ടിലിൽച്ചെന്ന് പുറം തിരിഞ്ഞുകിടക്കാൻ ആർക്കും തോന്നിപ്പോകും. ഒരുപക്ഷേ, അങ്ങനെ ചെയ്യുന്നതുപോലും വിഡ്ഢിത്തമായിപ്പോകും. കാരണം സ്വസ്ഥത തേടി കട്ടിലിൽ ശരണം പ്രാപിച്ചാലും അവിടെയും സ്വാസ്ഥ്യം കിട്ടില്ല."

"അപ്പോൾ നിങ്ങൾ വലിയ വക്കീലിനെ കാണണമെന്ന ആഗ്രഹം സൂക്ഷിച്ചിരുന്നില്ലേ?" കെ ചോദിച്ചു

"വളരെ നാൾ ആഗ്രഹിച്ചില്ല." പുഞ്ചിരിയോടെ വ്യാപാരിസഞ്ചാരി പറഞ്ഞു. "നിർഭാഗ്യവശാൽ ആർക്കും അവരെ മറക്കാൻ പറ്റില്ല. പ്രത്യേകിച്ച് രാത്രിയിൽ. പക്ഷേ അക്കാലത്ത് ഞാൻ ഏറ്റവും കൂടുതൽ ആഗ്രഹിച്ചത് പെട്ടെന്നുള്ള ഒരു ഫലം കിട്ടലായിരുന്നു. അക്കാരണത്താൽ കള്ള വക്കീലന്മാരുമായി എനിക്കു ബന്ധപ്പെടേണ്ടിവന്നു."

"നിങ്ങളിത്രയും തലമുട്ടുന്നമാതിരി ഇരിക്കുന്നതെങ്ങനെ?" ലേനി ഉറക്കെ ചോദിച്ചു. അവൾ സൂപ്പുപാത്രവുമായി അപ്പോൾ മടങ്ങിവന്നതായിരുന്നു. അവൾ വാതില്പ്പടിയിൽ നില്ക്കുകയായിരുന്നു.

അതു വളരെ ശരിയായിരുന്നു; അല്പമൊന്നനങ്ങിയാൽ അവരുടെ തലകൾ തമ്മിൽ കൂട്ടിമുട്ടുമെന്നത് ഉറപ്പായിരുന്നു. അത്രയ്ക്കു ചേർന്നാണ് അവർ ഇരുന്നത്. മാത്രമല്ല ആ വ്യാപാരി സഞ്ചാരി പൊക്കം കുറഞ്ഞ ഒരാളായിരുന്നല്ലോ. മുന്നോട്ട് അയാൾ കുനിഞ്ഞിരുന്നതു കൂടിയായപ്പോൾ, എന്തെങ്കിലും അയാൾ പറയുന്ന ഓരോ വാക്കും കേൾക്കണമെങ്കിൽ - അയാൾ ചെറിയ ശബ്ദത്തിലാണ് സംസാരിച്ചത് - കെയ്ക്കും തല കുനിഞ്ഞുകൊടുക്കണമായിരുന്നു.

"ഞങ്ങൾ ഒരു നിമിഷം കൂടി സംസാരിച്ചോട്ടെ" ലേനിയോട് അവിടെ നിന്നും പോകാനുള്ള ഒരു താക്കീതെന്നോണമാണ് കെ ഇതു പറഞ്ഞത്. അപ്പോഴും അയാൾ വ്യാപാരിസഞ്ചാരിയുടെ കൈ പിടിച്ചിരുന്നു. അയാൾ അക്ഷമനായതിനാൽ അയാളുടെ കൈ പിടിച്ച് അമർത്തിയിരുന്നു.

"എന്റെ കേസിനെക്കുറിച്ച് അറിയണമെന്ന് ഇയാൾ പറഞ്ഞു."

വ്യാപാരിസഞ്ചാരി ലേനിയോടു പറഞ്ഞു.

"ശരിയെന്നാ. പറഞ്ഞോളൂ. നിർത്തേണ്ട" ലേനി പറഞ്ഞു. അവളുടെ മറുപടിയിൽ കാരുണ്യവും അതേസമയം പുച്ഛവും കലർന്നിരുന്നു.

പക്ഷേ അവളുടെ മനോഭാവം കെ യെ അലോസരപ്പെടുത്തിയിരുന്നു. ആ വ്യാപാരി സഞ്ചാരിയിൽ അനുഭവങ്ങളുണ്ടാകുമെന്ന് അയാൾക്കറിയാമായിരുന്നു അതൊക്കെ പങ്കുവെക്കാൻ അയാൾക്കു കഴിയുകയും ചെയ്യും. അത്രമാത്രമേ കെ ഉദ്ദേശിച്ചിരുന്നുള്ളു. പക്ഷേ, ലേനി പ്രത്യക്ഷത്തിൽ അയാളെ തെറ്റിദ്ധരിച്ചെന്നു തോന്നുന്നു.

പക്ഷേ വീണ്ടും കെ യെ അലോസരപ്പെടുത്താനായി ലേനി വേഗത്തിൽ വ്യാപാരിസഞ്ചാരിയുടെ കൈയിലിരുന്ന മെഴുകുതിരി പിടിച്ചെടുത്തോണ്ടു പോയി. അത്രയും സമയം അയാൾ അതിനെ കൈയിൽ വെക്കുകയായിരുന്നു.

തന്റെ മേൽവസ്ത്രം കൊണ്ട് വ്യവസായി കൈകൾ തുടച്ചു. മുട്ടുകുത്തിക്കൊണ്ട്, തന്റെ പാന്റ്സിൽ ഒലിച്ചുവീണ മെഴുകുതിരി ചുരണ്ടിക്കളയാൻ തുടങ്ങുകയും ചെയ്തു.

"നിങ്ങൾ ആ കള്ളവക്കീലന്മാരെക്കുറിച്ചായിരുന്നു എന്നോടു പറഞ്ഞു കൊണ്ടിരുന്നത്." കെ പറഞ്ഞു. മറ്റഭിപ്രായമൊന്നും പറയാതെ ഒപ്പം അയാൾ ലേനിയെ ഉന്തിമാറ്റുകയും ചെയ്തു.

"നിങ്ങൾ എന്താണീ സംസാരിക്കുന്നത്?" കെ യുടെ ചുമലിൽ ഒന്നു മൃദുവായി തട്ടിക്കൊണ്ട് ലേനി ചോദിച്ചു. തുടർന്ന് അവൾ അവളുടെ ജോലിയിൽ മുഴുകുകയും ചെയ്തു.

"അതെ, കള്ളവക്കീലന്മാരെക്കുറിച്ച്" വ്യാപാരി സഞ്ചാരി പറഞ്ഞു. താൻ എന്തോ ആലോചിക്കവേയാണ് ഇതു പറഞ്ഞതെന്ന മട്ടിൽ അയാൾ കൈകൾ കൊണ്ട് പുരികം തടവി നിന്നു.

കെ അയാളെ ആലോചിച്ച് തലപുണ്ണാക്കാൻ വിടാതെ ഇങ്ങനെ പറഞ്ഞു :"നിങ്ങൾക്ക് പെട്ടെന്ന് വിധിന്യായം വേണമായിരുന്നു. അതിനാൽ നിങ്ങൾ കള്ളവക്കീലന്മാരുടെ അരികിൽ പോയിയെന്നല്ലേ പറഞ്ഞത്?"

"അതെ" വ്യാപാരി സഞ്ചാരി പറഞ്ഞു. പിന്നീടൊന്നും പറയാതെ അയാൾ നിർത്തി. ഒരു പക്ഷേ ലേനിയുടെ സാന്നിദ്ധ്യത്തിൽ പറയാനുള്ള വൈമനസ്യമാണെന്ന് കെ യ്ക്കു തോന്നി. തുടർന്നുള്ള വിശേഷങ്ങൾ കേൾക്കാനുള്ള ആകാംക്ഷയെ അയാൾ നിയന്ത്രിച്ചുനിർത്തി. തുടർന്ന് അനുഭവങ്ങൾ പറയാനൊന്നും കെ അയാളോട് ആവശ്യപ്പെട്ടില്ല.

"ഞാൻ ഇവിടെ വന്ന കാര്യം പറഞ്ഞോ?" അയാൾ തുടർന്ന് ലേനിയോടു ചോദിച്ചു.

"പറഞ്ഞല്ലോ" അവൾ പറഞ്ഞു. "പിന്നെ, അദ്ദേഹം നിങ്ങളെ നോക്കിയിരിക്കുകയാണ്. ബ്ലോക്ക് ഇവിടെയിരുന്നോളും, നിങ്ങൾക്ക്

പിന്നീട് ഇയാളോട് സംസാരിക്കാം. ഇയാൾ ഇവിടെ താമസിക്കുകയാണല്ലോ."

കെ യ്ക്ക് തുടർന്നും മനസ്സിന് ചാഞ്ചല്യമുണ്ടായി. "നിങ്ങൾ ഇവിടെ താമസിച്ചു പോരുകയാണോ?" അയാൾ വ്യാപാരിസഞ്ചാരിയോടു ചോദിച്ചു.

വ്യാപാരിസഞ്ചാരി തന്നെ തന്നോടു മറുപടിപറയണമെന്ന് കെ ആഗ്രഹിച്ചു. അയാൾ അവിടെയില്ലായെന്ന മട്ടിലായിരുന്നു. ലേനിയുടെ സംസാരം. അന്നേദിവസം ലേനിയോട് എന്തെന്നില്ലാത്ത ഒരു വിദ്വേഷമാണ് തോന്നിയത്.

വീണ്ടും ലേനിയാണ് സംസാരിച്ചുതുടങ്ങിയത്. അവൾ പറഞ്ഞു. "ഇയാൾ മിക്കപ്പോഴും ഇവിടെയാണുറങ്ങുന്നത്."

"ഇവിടെയാണോ ഉറങ്ങുന്നത്" കെ ഉറക്കെച്ചോദിച്ചുപോയി.

വക്കീലുമായുള്ള അഭിമുഖം വേഗത്തിൽ പൂർത്തിയാക്കി പുറത്തു വന്നശേഷം സ്വകാര്യമായി മറ്റെവിടെയെങ്കിലും പോയിരുന്ന് എല്ലാക്കാര്യങ്ങളും സംസാരിക്കണമെന്നതായിരുന്നു കെ യുടെ ചിന്ത.

പക്ഷേ, അപ്പോഴും ലേനി ഇടപെട്ടു.

"അതെ" അവൾ പറഞ്ഞു. "എല്ലാവരും നിങ്ങളെപ്പോലെയല്ല ജോസഫ്. നിങ്ങൾക്കാണെങ്കിൽ വരുന്ന ഏത് നേരത്തും വക്കീലുമായി കൂടിക്കാഴ്ച നടത്താം. ഇന്നീ രാത്രിയിൽ പതിനൊന്നുമണിക്കുപോലും രോഗിയായ വക്കീലദ്ദേഹം നിങ്ങളുമായി സംസാരിക്കാമെന്ന് സമ്മതിച്ചതിൽ നിങ്ങൾക്ക് യാതൊരു അത്ഭുതവും തോന്നുന്നുണ്ടെന്ന് ഞാൻ കരുതുന്നില്ല. സുഹൃത്തുക്കൾ നിങ്ങൾക്കുവേണ്ടി ചെയ്യുന്നതൊക്കെ നിങ്ങൾ വലിയ കാര്യമായി കാണാറില്ലല്ലോ. നിങ്ങളുടെ സുഹൃത്തുക്കൾക്ക് നിങ്ങളെ സഹായിക്കണമെന്നുണ്ട്. വേറാരുമില്ലെങ്കിലും ഞാനുണ്ടാകും. എനിക്ക് ആരുടേയും നന്ദിയൊന്നും വേണ്ട. എനിക്ക് വേണ്ടത് നിങ്ങൾക്ക് എന്നോടുള്ള ഇഷ്ടം മാത്രമാണ്. അത്രേ ഞാൻ ചോദിക്കുന്നുള്ളൂ."

നിന്നെ ഇഷ്ടമായിരിക്കണമെന്നോ? കെ ചിന്തിച്ചു. പെട്ടെന്നാണ് കെ യ്ക്ക് ഓർമ്മ വന്നത്. തനിക്ക് അവളെ ഇഷ്ടമാണെന്ന കാര്യം. എന്നിട്ടും അവളുടെ അഭിപ്രായങ്ങളെ തള്ളിക്കളഞ്ഞുകൊണ്ട് അയാൾ പറഞ്ഞു. "വക്കീൽ എന്നെ കാണാൻ സമ്മതിക്കുന്നെങ്കിൽ അതിനു കാരണം ഞാൻ അദ്ദേഹത്തിന്റെ കക്ഷിയായതുകൊണ്ടാണ്. എന്റെ ഈ വക്കീലിനെ ഒന്നു കാണാൻ എനിക്ക് മറ്റാരുടെയെങ്കിലും സഹായം വേണ്ടതായി വരികയാണെങ്കിൽ എപ്പോൾ വേണമെങ്കിലും അവരുടെയും കാൽപിടിക്കാൻ ഞാൻ തയ്യാറാണ്."

"ഇങ്ങേരിന്ന് വളരെ മുരടനായിരിക്കുന്നു. അല്ലേ?" ലേനി അപ്പോൾ വ്യാപാരിസഞ്ചാരിയോടു ചോദിച്ചു.

ഇനി എന്നെക്കുറിച്ചാണ് ഞാനിവിടെയില്ലായെന്ന മട്ടിൽ ഇവൾ

സംസാരിക്കാൻ പോകുന്നത്. കെ ഒന്നു ചിന്തിച്ചു.

ലേനിയുടെ വ്യാപാരിസഞ്ചാരിയോടുള്ള സംസാരം കേട്ടപ്പോൾ കെ യുടെ നീരസം കൂടി.

വ്യാപാരിസഞ്ചാരി പറഞ്ഞു. "വക്കീൽ ഇയാളെ കാണാൻ സമ്മതിക്കുന്നതിന് വേറെയും കാരണങ്ങളുണ്ട്. എന്റെ കേസിനേക്കാൾ വിചിത്രമാണ് ഇയാളുടേത്.മാത്രമല്ല ഇയാളുടെ കേസ് ആരംഭിച്ചതേയുള്ളു. പ്രതീക്ഷയ്ക്കു വകയുണ്ടെന്നു കരുതിയാണ് അദ്ദേഹം കേസ് നടത്താൻ ഇഷ്ടപ്പെടുന്നത്. പിന്നീട് സംഗതിയൊക്കെ തലകീഴാകുന്നത് നമുക്ക് കാണാനാകും.

"അതെ.. അതെ" ചിരിച്ചുകൊണ്ട് ലേനി പറഞ്ഞു. ഒപ്പം വ്യാപാരിസഞ്ചാരിയെ ഒന്നു മുഴുവനായി നോക്കുകയും ചെയ്തു.

തുടർന്ന് അവൾ കെ യുടെ നേരെതിരിഞ്ഞുകൊണ്ടു പറഞ്ഞു. "ഇയാൾ പറയുന്ന ഒരുവാക്കും വിശ്വസിക്കരുത്. ആൾ ശുദ്ധനാണ്. പക്ഷേ വളവളാന്ന് സംസാരിച്ചുകൊണ്ടിരിക്കും. അതുകൊണ്ടായിരിക്കും വക്കീലിന് ഇയാളെ ഇഷ്ടമില്ലാത്തത്. പിന്നെന്തായാലും ശരി, അദ്ദേഹത്തിനു തോന്നിയാലേ അദ്ദേഹം ഇയാളെ കാണാൻ സമ്മതിക്കാറുള്ളു. ആ പ്രകൃതം ഒന്നു മാറ്റിയെടുക്കാൻ ഞാനെന്റെ കഴിവിന്റെ പരമാവധി ശ്രമിച്ചതാണ്. പ്രയോജനമുണ്ടായില്ല. ഇക്കാര്യം ഒന്നു ചിന്തിച്ചുനോക്കൂ. ചിലപ്പോൾ ബ്ലോക്കുവന്നിട്ടുണ്ടെന്ന് ഞാൻചെന്നുപറയുമ്പോൾ മൂന്നു ദിവസം കഴിഞ്ഞുവന്നു കണ്ടാൽ മതിയെന്നായിരിക്കും അദ്ദേഹം കല്പിക്കുന്നത്. ഇനി അഥവാ ബ്ലോക്കിനു ചെല്ലാമെന്നു അദ്ദേഹം സമ്മതിക്കുമ്പോൾ ആൾ സ്ഥലത്തില്ലെങ്കിൽ അയാളുടെ അവസരം നഷ്ടമായതായിരിക്കും. പിന്നെ ഞാൻ വീണ്ടും ചെന്നു പറയണം. അതുകൊണ്ടാണ് ബ്ലോക്ക് ഇവിടക്കിടന്നോട്ടെയെന്ന് ഞാൻ സമ്മതിച്ചത്. ഒരിക്കൽ പാതിരാത്രിയിലാണ് അദ്ദേഹം ബ്ലോക്കിനെ കാണണമെന്ന് പറഞ്ഞത്. ഇപ്പോഴാണെങ്കിൽ ഏതു രാത്രിയിലും ഏതു പകലിലും അതിനു ബ്ലോക്ക് തയ്യാറാണ്. ഇങ്ങനെയും ചിലപ്പോൾ സംഭവിക്കാം. ബ്ലോക്ക് സ്ഥലത്തുണ്ടെന്ന് മനസ്സിലാക്കിയാൽ വക്കീൽ തന്റെ മനസുമാറ്റുകയും പിന്നെ വന്നാൽ മതിയെന്ന് ആജ്ഞാപിക്കുകയും ചെയ്യും."

കെ തുടർന്ന് വ്യാപാരിസഞ്ചാരിയെ ചോദ്യഭാവത്തിൽ ഒന്നുനോക്കി.

അയാൾ തലയാട്ടി. നേരത്തെയുണ്ടായിരുന്ന അതേ തുറന്ന മാനസികാവസ്ഥയോടെ അയാൾ മറുപടിപറയുകയും ചെയ്തു. "കുറച്ചുകാലംകഴിയുമ്പോൾ നമ്മളൊക്കെ നമ്മുടെ വക്കീലിന്റെ ആശ്രിതരായിപ്പോവുകയാണ്." ഇതു പറയുമ്പോൾ ഒരിനം ലജ്ജാഭാവം അയാളുടെ മനസ്സിനെ മഥിച്ചിരുന്നു.

"ഈ അഭിപ്രായം വെറും അഭിനയമാണല്ലോ." ലേനി പറഞ്ഞു. "കാരണമുണ്ട് ഇവിടെക്കിടക്കാൻ ഇഷ്ടമാണെന്ന് ഇയാൾ തന്നെ പല

പ്പോഴും എന്നോടു പറഞ്ഞിട്ടുണ്ട്."

ലേനി തുടർന്ന് ചെറിയൊരു വാതിലിനരികിൽ ചെന്നു. അതുതള്ളിത്തുറന്നുകൊണ്ട് അവൾ ചോദിച്ചു. "ഇയാളുടെ ഉറക്കറ കാണണോ.?

കെ നടന്നു ചെന്ന് മുറിയുടെ വാതില്പ്പടിയിൽചെന്ന് അകത്തേക്കു നോക്കി. പൊക്കം കുറഞ്ഞ ഒരുമുറി. ഒരു ജനാലപോലും ഇല്ല. കഷ്ടിച്ച് ഒരു കട്ടിലിടാനുള്ള ഇടമേയുള്ളു. കട്ടിലിന്റെ മുകൾഭാഗത്തുകൂടി ചവിട്ടിക്കയറിവേണം അതിൽ ചെന്നു കിടക്കാനും. അവിടെ ചുവരിലെ ഒരു പഴുതിൽ ഒരു മെഴുകുതിരിയും മഷിക്കുപ്പിയും പേനയും നന്നായി ഒതുക്കിവച്ചിരിക്കുന്നു. അടുത്തു ഒരു കടലാസുകെട്ടുമുണ്ട്. അവ കേസിനെ സംബന്ധിച്ച രേഖകളായിരിക്കാമെന്ന് കെ കരുതി.

"ഓ, അതു ശരി, നിങ്ങൾ വേലക്കാരിയുടെ മുറിയിലാണല്ലോ ഉറങ്ങുന്നത്?" കെ ചോദിച്ചു

"ലേനി അതു സമ്മതിച്ചിരുന്നു" അയാൾ പറഞ്ഞു. "ഈ മുറി കുറച്ച് സൗകര്യപ്രദവുമാണ്."

കെ അയാളെ കുറച്ചുനേരം നോക്കിനിന്നു. തനിക്ക് അയാളെക്കുറിച്ച് ആദ്യം തോന്നിയ അഭിപ്രായം തന്നെയാണല്ലോ എല്ലാം കൊണ്ടും നല്ലതെന്ന് കെ യ്ക്കു തോന്നി. വർഷങ്ങളായി കേസ് നടക്കുന്നു എന്ന കാരണത്താൽ വ്യാപാരി സഞ്ചാരിക്കുള്ള മെച്ചപ്പെട്ട അനുഭവസമ്പത്തിന് അയാൾ നല്ല വില കൊടുത്തിട്ടുണ്ടാകണം.

പെട്ടെന്ന് കെ യ്ക്ക് പരിസരബോധം ഇല്ലാതെയായി. അയാൾ ലേനിയോട് അലറി. "അയാളെ പിടിച്ച് കട്ടിലിൽ കിടത്ത്."

അയാളെന്താണ് ഉദ്ദേശിച്ചതെന്ന് ലേനിക്കറിയില്ലായിരുന്നു. കെയാകട്ടെ വക്കീലിനെച്ചെന്നുകണ്ട് കേസ് മടക്കിവാങ്ങണമായിരുന്നു; തുടർന്നു വേണം അയാൾക്ക് സ്വന്തം ജീവിതത്തെ ലേനിയിൽ നിന്നും സഞ്ചാരിയിൽ നിന്നും രക്ഷിക്കാൻ.

കെ വാതിൽക്കലേക്കു നീങ്ങി. പക്ഷെ അവിടെയെത്തുന്നതിന് മുമ്പ് വ്യാപാരിസഞ്ചാരി സ്വരംതാഴ്ത്തിപ്പറഞ്ഞു. "ഹെർ കെ."

കെ കോപത്തോടെ തിരിഞ്ഞു നിന്നു.

"നിങ്ങൾ നിങ്ങളുടെ വാക്കുപാലിക്കാൻ മറന്നു." വ്യാപാരിസഞ്ചാരി പറഞ്ഞു. ഒരു യാചനയെന്നോണം അയാൾ തുടർന്നു പറഞ്ഞു. "നിങ്ങളുടെ രഹസ്യങ്ങളിൽ ഒന്ന് എനിക്ക് പറഞ്ഞുതരാനുണ്ടല്ലോ."

"ശരിയാണ്." കെ പറഞ്ഞു. ശ്രദ്ധാപൂർവ്വം കേട്ടുകൊണ്ടു നില്ക്കുന്ന ലേനിയെ അയാൾ ഒന്നുനോക്കി. "എന്നാൽ കേട്ടോളൂ. അതിപ്പോൾ ഏറെക്കുറെ തുറന്ന രഹസ്യമാവുകയാണ്. എന്റെ കേസിൽ നിന്നും ഇപ്പോൾ ഈ വക്കീലിനെ ഞാൻ ഒഴിവാക്കാൻ പോവുകയാണ്."

"ഒഴിവാക്കാൻ പോകുന്നു!" വ്യാപാരി സഞ്ചാരി ആശ്ചര്യപ്പെട്ടു. അയാൾ കസേരയിൽ നിന്നും ചാടിയെഴുന്നേറ്റ്, കൈകൾ ഉയർത്തിപ്പിടി

ച്ചുകൊണ്ട് അടുക്കളയ്ക്കുള്ളിൽ ഓടാൻ തുടങ്ങി. "ഇയാൾ വക്കീലിനെ ഒഴിവാക്കുന്നുപോലും" എന്ന് അയാൾ ഉറക്കെ വിളിച്ചുകൂവിക്കൊണ്ടിരുന്നു.

ലേനിയാകട്ടെ കെ യെ ഒന്നു പിടിച്ചുനിർത്താൻ നോക്കി. പക്ഷേ വ്യാപാരിസഞ്ചാരി ഇടയ്ക്കു വന്നുകയറി. കോപിഷ്ഠയായ അവൾ അയാളുടെ മേലിൽ മുഷ്ടിചുരുട്ടി ഒരിടിവച്ചുകൊടുത്തു. തുടർന്നും മുഷ്ടി ചുരുട്ടിക്കൊണ്ട് അവൾ കെ യുടെ പിന്നാലെ വന്നു. പക്ഷേ അവളുടെ വളരെ മുന്നിൽ കെ എത്തിയിരുന്നു. അയാളെ പിടിക്കുന്നിനു മുമ്പുതന്നെ അയാൾ വക്കീലിന്റെ മുറിയിൽകയറിയിരുന്നു. അയാൾ വാതിലടയ്ക്കാൻ നോക്കുമ്പോഴേക്കും ലേനി അതിനിടയിലൂടെ കാലെടുത്ത് അകത്തു വച്ച ശേഷം അതിനകത്തുകയറി അയാളുടെ കൈ കടന്നുപിടിച്ചുകൊണ്ട് പിന്നോട്ടുവലിച്ചു. കെ യാകട്ടെ അവളുടെ മുഷ്ടി പിടിച്ച് വല്ലാതെ ഞെരിച്ചപ്പോൾ അവൾക്ക് അയാളുടെ പിടി വിടേണ്ടിവന്നു. അവൾക്ക് പിന്നീട് മുറിക്കുള്ളിൽ കടക്കാനുള്ള ധൈര്യമുണ്ടായില്ല. കെ അതുറപ്പാക്കാനായി താക്കോലുപയോഗിച്ച് വാതിൽ പൂട്ടുകയും ചെയ്തു.

"ഞാൻ നിങ്ങളെ വളരെനേരമായി കാത്തിരിക്കുകയായിരുന്നു." കട്ടിലിൽ കിടക്കുകയായിരുന്ന വക്കീൽ പറഞ്ഞു. മെഴുകുതിരി വെട്ടത്തിൽ അദ്ദേഹം വായിച്ചുകൊണ്ടിരുന്ന ഏതോ ഒരു പ്രമാണം, അടുത്തിട്ടിരുന്ന ഒരു കൊച്ചുമേശപ്പുറത്തേക്കിട്ടശേഷം കണ്ണടയെടുത്തണിഞ്ഞ് അദ്ദേഹം കെ യെ സസൂക്ഷ്മം ഒന്നു പരിശോധിച്ചു.

ക്ഷമാപണം പറയുന്നതിനുപകരം, കെ പറഞ്ഞു. "ഞാൻ നിങ്ങളെ അധികനേരം ബുദ്ധിമുട്ടിക്കുന്നില്ല."

അതൊരു ക്ഷമാപണമായി അദ്ദേഹത്തിനു തോന്നിയില്ല. അതിനാൽ കേൾക്കാത്ത ഭാവം അദ്ദേഹം നടിച്ചുകൊണ്ടു പറഞ്ഞു: "ഇനിയിങ്ങനെ താമസിച്ചുവന്നാൽ ഞാൻ നിങ്ങളെ കാണാൻ അനുവദിക്കില്ല."

"എനിക്കും അതു തന്നെയാണ് പറയാനുള്ളത്" കെ തിരിച്ചടിച്ചു.

വക്കീൽ അല്പം ദേഷ്യഭാവത്തിൽ നോക്കിക്കൊണ്ടു പറഞ്ഞു: "ഇരിക്കൂ."

"നിങ്ങൾ പറഞ്ഞതുകൊണ്ട്..." കട്ടിലിനരികിലേക്ക് അയാൾ ഒരു കസേര വലിച്ചിടുകയും ചെയ്തു.

"നിങ്ങൾ വാതിൽ താക്കോലിട്ടു പൂട്ടുന്നതുപോലെ ഞാൻ കേട്ടിരിക്കുന്നു" വക്കീൽ പറഞ്ഞു.

"അതെ," കെ പറഞ്ഞു. "അത് ലേനി കാരണത്താലായിരുന്നു." ആരെയും സുരക്ഷിതമാക്കണമെന്ന് യഥാർത്ഥത്തിൽ അയാൾ ഉദ്ദേശിച്ചിരുന്നില്ല,

"അവൾ വീണ്ടും നിങ്ങളെ ശല്യപ്പെടുത്തുന്നോ?" വക്കീൽ ചോദിച്ചു.

"എന്നെ ശല്യപ്പെടുത്താനോ?" കെ ചോദിച്ചു.

“അതെ,” വക്കീൽ പറഞ്ഞു. ഒപ്പം കുലുങ്ങിച്ചിരിച്ചുകൊണ്ട് അയാൾ ചുമയ്ക്കാൻ തുടങ്ങി. ചുമ നിന്നപ്പോൾ വീണ്ടും അയാൾ കുലുങ്ങിച്ചിരിക്കാൻ തുടങ്ങി.

“എനിക്കു തോന്നുന്നത് അവൾ നിങ്ങളെ ശല്യപ്പെടുത്തുന്നത് ശ്രദ്ധിച്ചിട്ടുണ്ടാവില്ലെന്നാണ്” അസ്വസ്ഥതയാൽ മേശപ്പുറത്തേക്കു നീട്ടിവച്ച കെയുടെ കൈകൾ തടവിക്കൊണ്ടാണ് അദ്ദേഹമിതു പറഞ്ഞത്.

കെ പെട്ടെന്ന് കൈ വലിച്ചെടുത്തു.

“നിങ്ങൾ അതത്ര കാര്യമാക്കിയില്ല അല്ലേ?” കെ മറുപടിയൊന്നും പറയാതെ നിന്നപ്പോൾ വക്കീൽ ചോദിച്ചു. “അതെന്തായാലും നന്നായി. അല്ലെങ്കിൽ ഞാൻ അവൾക്കുവേണ്ടി ക്ഷമ പറയേണ്ടി വന്നേനെ. അതവളുടെ ഒരു പ്രത്യേകതയാണ്. അക്കാര്യത്തിൽ പണ്ടേ ഞാനവളെ വഴക്കുപറഞ്ഞിരുന്നില്ല. ഇപ്പോൾ നിങ്ങൾ വാതിലടച്ചതുകൊണ്ടാണ് ഞാനിക്കാര്യം പറയുകകൂടി ചെയ്തത്. അവളുടെ ഈ സ്വഭാവം മറ്റാരോടും ഞാൻ പറഞ്ഞാലും നിങ്ങളോടു പറയാൻ പാടില്ല. പക്ഷേ, നിങ്ങൾ വല്ലാണ്ട് പരിഭ്രമിച്ചിരിക്കുന്നതിനാൽ ഞാൻ അക്കാര്യം തീർച്ചയായും നിങ്ങളോടു പറയണമെന്ന് എന്റെ മനസ്സ് പറയുന്നു. മിക്കവാറും എല്ലാ പ്രതികളേയും വല്ലാതെ വശീകരിച്ചെടുത്തു കളയുന്നതാണ് അവളുടെ ആ സ്വഭാവം. അവൾ മാത്രമല്ല അവരും അവളെ സ്നേഹിച്ചുതുടങ്ങും. എന്നെ രസിപ്പിക്കാനായി അവൾ ചിലപ്പോഴൊക്കെ ആ പ്രേമബന്ധങ്ങൾ എനിക്കു പറഞ്ഞുതരാറുണ്ട്. ഞാൻ ഇരുന്നുകൊടുത്താൽ മതിയാകും. നിങ്ങളെ ആശ്ചര്യപ്പെടുത്തുന്ന മട്ടിൽ ഇതൊന്നും എനിക്ക് ഒന്നും ഉണ്ടാക്കുന്നില്ല. നിങ്ങൾ ശരിയായി നോക്കിയാൽ ഒരുകാര്യം നിങ്ങൾക്ക് ബോദ്ധ്യമാകും; പ്രതികൾക്കു മിക്കവാറും ആകർഷകത്വമുള്ള കാര്യം. ഒരുപക്ഷേ എടുത്തു പറയത്തക്ക ഒരു പ്രകൃതിനിയമമായിരിക്കുമിത്. കേസു ചുമത്തപ്പെട്ടുകഴിഞ്ഞാൽ ഒരുവന് വ്യക്തവും തിരിച്ചറിയത്തക്ക വിധത്തിലുള്ള ബാഹ്യരൂപമാറ്റം ഉണ്ടാകുമെന്നല്ല ഇതുകൊണ്ടുദ്ദേശിക്കുന്നത്. ഇത്തരം കേസുകൾ സാധാരണ കേസുകൾ പോലുള്ളതല്ല. നല്ലൊരു വക്കീലിനെ അവർക്കു കിട്ടിക്കഴിഞ്ഞാൽ അവർക്ക് യാതൊരു വിധ മനഃപ്രയാസമില്ലാതെ പഴയ രീതിയിൽ തന്നെ കഴിഞ്ഞുകൂടാൻ പറ്റും. എങ്കിലും ഇക്കാര്യത്തിൽ പരിചയസമ്പന്നരായ ചിലർക്ക് വലിയ ആൾക്കൂട്ടത്തിനിടയിൽ നിന്നുപോലും ഇത്തരം കുറ്റവാളികളെ ഒന്നൊന്നായി കണ്ടുപിടിക്കാനാകും. എങ്ങനെയാണ് അതു സംഭവിക്കുന്നതെന്ന് നിങ്ങൾ ചോദിക്കുമായിരിക്കും. പക്ഷെ എന്റെ അതിനുള്ള മറുപടി തൃപ്തികരമാകില്ലായെന്നതാണ് എന്റെ ഭയം. കുറ്റവാളികൾ എപ്പോഴും നല്ല ആകർഷകത്വമുള്ളതുകൊണ്ടാണ് അവരെ തിരിച്ചറിയാൻ പറ്റുന്നത്. അവരിൽ ഉണ്ടാകുന്ന കുറ്റബോധമല്ല അവരെ ആകർഷത്വം ഉള്ളതാക്കുന്നത്. കാരണം അവർ കുറ്റം ചെയ്തിട്ടേയില്ല. ഒരു വക്കീലിന്റെ ഭാഷയിലാണ്

ഞാനിക്കാര്യം പറയുന്നത്. അവർക്കു ലഭിക്കുന്ന ന്യായവിചാരമായിരിക്കില്ല അവരെ ആകർഷണീയരാക്കുന്നത്. കാരണം എല്ലാവർക്കും ശിക്ഷ ലഭിക്കാൻ പോകുന്നില്ല. ഒരു പക്ഷേ അവർക്കെതിരായി എടുത്ത കുററത്തിന്റെ പ്രത്യേകാവസ്ഥയായിരിക്കാം അവരുടെ ആകർഷകത്വം വർദ്ധിപ്പിക്കുന്നത്. ചിലർക്ക് ലഭിക്കുന്ന ആകർഷകത്വം വളരെ വലിയ തോതിലായിരിക്കും. എല്ലാവരും ആകർഷണീയരാണ്. ആ നശിച്ച ജീവി ബ്ലോക്കുപോലും."

വക്കീൽ തന്റെ പ്രസംഗം അവസാനിപ്പിച്ചപ്പോഴേക്കും കെ തന്റെ ആത്മവിശ്വാസം പൂർണ്ണമായും വീണ്ടെടുത്തു കഴിഞ്ഞു. അയാൾ പറഞ്ഞ അവസാന വാക്കുകൾ സമ്മതിച്ചെന്ന മട്ടിൽ അയാൾ സന്തോഷത്തോടെ തല കുലുക്കുകയും ചെയ്തു. അതേസമയം അയാൾ വളരെക്കാലം കൊണ്ടുനടന്ന ചില അഭിപ്രായത്തെ സാധൂകരിക്കുകയുമായിരുന്നു. പ്രാധാന്യമില്ലാത്ത ചില വസ്തുതകൾ പറഞ്ഞ് തന്റെ ശ്രദ്ധയെ തടസ്സപ്പെടുത്തുകയും തദ്വാര കേസിന്റെ കാര്യത്തിൽ വക്കീൽ യഥാർത്ഥമായി എന്തു തീരുമാനമെടുത്തു എന്ന മുഖ്യപ്രശ്നത്തിൽ നിന്നും ഒഴിഞ്ഞുമാറാനാണ് വക്കീൽ ശ്രമിക്കുന്നത്. തീർച്ചയായും കെ പതിവിനു വിരുദ്ധമായി എതിർപ്പു പ്രകടിപ്പിക്കുമെന്നാണ് വക്കീലിനു തോന്നിയത്. കാരണം കെ യ്ക്കു പറയാനുള്ളത് ശ്രദ്ധിക്കാനായി അയാൾ അല്പനേരം നിശ്ശബ്ദത പാലിച്ചു.

കെ നിശ്ശബ്ദത പാലിച്ചതിനാൽ വക്കീൽ അപ്പോൾ ചോദിച്ചു: "എന്തെങ്കിലും പ്രത്യേക കാര്യത്തിനുവേണ്ടിയാണോ നിങ്ങൾ ഈ രാത്രിയിൽ വന്നത്?"

"അതെ" കെ പറഞ്ഞു. വക്കീലിനെ കൂടുതൽ വെട്ടത്തിൽ കാണാനായി ഒരു കൈ കൊണ്ട് കെ മെഴുകുതിരിയെ മറച്ചുപിടിച്ചു. തുടർന്ന് അയാൾ പറഞ്ഞു: "ഇന്നുമുതൽ താങ്കളുടെ സേവനം മതിയാക്കാൻ ഞാൻ തീരുമാനിച്ച കാര്യം പറയാനാണ് ഞാൻ വന്നത്."

"നിങ്ങൾ പറയുന്നത് ശരിയാംവണ്ണമാണോ ഞാൻ മനസ്സിലാക്കുന്നത്" വക്കീൽ ഒരു കൈ തലയണയിൽക്കുത്തി കട്ടിലിൽ പാതിയുയർന്നു കിടന്നുകൊണ്ട് ചോദിച്ചു:

"ഞാൻ അങ്ങനെ തന്നെ കരുതുന്നു." കെ പറഞ്ഞു. നിവർന്നിരുന്ന അയാളെകണ്ടാൽ ഒക്കെ നേരിടാൻ തീരുമാനിച്ച മട്ടുതന്നെ തോന്നും.

"കൊള്ളാം, ആ പദ്ധതി നമുക്കൊന്ന് ചർച്ചയെങ്കിലും ചെയ്യണമല്ലോ." അല്പം നിശ്ശബ്ദതയ്ക്കുശേഷം വക്കീൽ പറഞ്ഞു.

"ഇതൊരു പദ്ധതിയൊന്നുമല്ല, ഒരു വാസ്തവമാണ്." കെ പറഞ്ഞു.

"ആയിരിക്കാം." വക്കീൽ പറഞ്ഞു. "പക്ഷേ, നമ്മൾ ഈ വിധത്തിൽ ഒരു ധൃതികാണിക്കരുതല്ലോ."

കെ യെ അങ്ങനെ വിടാൻ ഉദ്ദേശ്യമില്ലാതിരുന്നതുകൊണ്ടാവണം

വക്കീൽ 'നമ്മൾ' എന്ന പദം പ്രയോഗിച്ചത്. കെ യുടെ ഒരു വക്കീലുദ്യോഗസ്ഥൻ ആയില്ലെങ്കിൽകുറഞ്ഞപക്ഷം ഒരു ഉപദേഷ്ടാവെങ്കിലും ആകാൻ വക്കീൽ ആശിച്ചിരുന്നുയെന്ന് സാരം.

"ഞാൻ നന്നായിട്ട് ആലോചിച്ചതാണ്. ഒരു പക്ഷേ, വളരെക്കാലമായിട്ട്. ഇതെന്റെ അന്തിമതീരുമാനമാണ്."

"അങ്ങനെയെങ്കിൽ ഞാൻ പറയുന്ന ചില അഭിപ്രായങ്ങൾ നിങ്ങൾ കേൾക്കണം. മേൽവസ്ത്രം ദൂരെക്കളഞ്ഞുകൊണ്ടും കട്ടിലിന്റെ അരികിലിരുന്നുകൊണ്ടും അദ്ദേഹം പറഞ്ഞു. അദ്ദേഹത്തിന്റെ നഗ്നമായ കാലുകളിൽ വെളുത്ത രോമങ്ങൾ ചിതറിയിരുന്നു. തണുപ്പുകൊണ്ട് വിറച്ചിരുന്നു.

തനിക്കൊരു പുതപ്പെടുത്തു തരാൻ അദ്ദേഹം കെ യോടു ആവശ്യപ്പെട്ടു.

കെ ഒരു പുതപ്പെടുത്തുകൊണ്ടുവന്നശേഷം പറഞ്ഞു: "സ്വയം നിങ്ങൾ തികച്ചും അനാവശ്യമായിട്ടാണ് തണുപ്പേല്ക്കുന്നത്."

"ഇങ്ങനെ തണുപ്പേല്ക്കാനേ എനിക്കു പറ്റൂ" എന്നു പറഞ്ഞുകൊണ്ട് അയാൾ പുതപ്പെടുത്ത് ശരീരം പുതച്ചു; കാൽ മുഴുവനുമായിട്ട്. "നിങ്ങളുടെ അമ്മാവൻ എന്റെ സുഹൃത്താണ്. അതിനാൽ നിങ്ങളോടും എനിക്ക് വർദ്ധിതമായ സ്നേഹമാണുള്ളതെന്ന കാര്യം ഞാൻ തുറന്നു പറയുകയാണ്. അതു പറയുന്നതിൽ എനിക്ക് നാണക്കേടൊന്നും ഇല്ല."

പക്ഷേ ആ വൃദ്ധന്റെ ലോലമായ വികാരപ്രകടനം കെയ്ക്ക് സ്വീകാര്യമായിത്തോന്നിയില്ല. കാരണം അത് കുറച്ചുകൂടി വിശദമായിട്ടുള്ള വിവരങ്ങൾ നല്കുന്നതിന് അയാളെ പ്രേരിപ്പിക്കുകയായിരുന്നു. അത് ഒഴിവാക്കാനായിരുന്നു അയാൾക്കിഷ്ടം. മാത്രമല്ല, അയാൾ സ്വയം സമ്മതിച്ചതുപോലെ അതയാളുടെ സ്വാസ്ഥ്യം കെടുത്തുകയായിരുന്നു. പക്ഷേ അതൊന്നും അയാളുടെ തീരുമാനത്തെ യാതൊരുവിധത്തിലും ബാധിക്കുന്നതായിരുന്നില്ല.

"നിങ്ങളുടെ സൗഹൃദപരമായ ഇഷ്ടത്തിന് നന്ദി" അയാൾ പറഞ്ഞു. "എന്റെ നേട്ടത്തിന് ഉതകുമെന്ന് കരുതി നിങ്ങൾ ചെയ്ത എല്ലാക്കാര്യത്തിനും ഞാൻ എന്റെ അംഗീകാരമറിയിക്കുന്നു. പക്ഷേ നിങ്ങളുടെ അത്തരം ശ്രമങ്ങൾ അത്രയും പോരായെന്ന് ഈ അടുത്ത കാലം മുതൽ എനിക്കു തോന്നിത്തുടങ്ങിയിരിക്കുകയാണ്. ഉറപ്പായും ഞാൻ എന്നേക്കാൾ പ്രായക്കൂടുതലും അനുഭവസമ്പത്തുമുള്ള ഒരാളിനുമേൽ എന്റെ അഭിപ്രായങ്ങൾ അടിച്ചേല്പിക്കുകയില്ല. അങ്ങനെ ഞാൻ അറിയാതെ ചെയ്യുകയാണെങ്കിൽ അക്കാര്യത്തിൽ എന്നോടു പൊറുക്കണം. നിങ്ങൾ പറഞ്ഞ വാക്കുകൾ പോലെ എനിക്കങ്ങനേ പറ്റൂ. ഇത്രയും കാലം എടുത്ത നടപടികളേക്കാൾ ഊർജ്ജിതമായ പ്രവർത്തനങ്ങൾ ഇനി എടുത്തേ പറ്റൂയെന്ന് എനിക്ക് തോന്നിയിരിക്കുന്നു."

“നിങ്ങൾ പറയുന്നത് എനിക്ക് മനസ്സിലാവുന്നുണ്ട്.” വക്കീൽ പറഞ്ഞു. “നിങ്ങൾ വളരെ അക്ഷമനായിരിക്കുകയാണ്.”

“ഞാൻ അക്ഷമനൊന്നുമല്ല.” കെ പറഞ്ഞു. അയാളുടെ മറുപടിയിൽ അല്പം നീരസവും കലർന്നിരുന്നു. പിന്നെ ഉപയോഗിക്കേണ്ട വാക്കുകളിൽ ശ്രദ്ധയൊന്നും കൊടുക്കാതെ പറഞ്ഞു. “ഞാൻ നിങ്ങളെ ആദ്യമായി കാണാൻ വന്ന ദിവസം നിങ്ങൾ ഓർക്കുന്നുണ്ടാവും; അന്ന് ഞാൻ എന്റെ അമ്മാവനുമൊപ്പം വന്നപ്പോൾ ഞാൻ കേസിനെ അത്രകണ്ട് ഗൗരവമായിട്ടെടുത്തിരുന്നില്ല. എന്നെ നിർബ്ബന്ധിച്ച് അതിനെപ്പറ്റി ഓർമ്മിപ്പിച്ചെങ്കിലായി അല്ലാതെ എല്ലാം മറന്നിരുന്നു. നിങ്ങളെ എന്റെ വക്കീലായി സ്വീകരിക്കാൻ എന്റെ അമ്മാവൻ നിർബ്ബന്ധിച്ചതുകൊണ്ട് മാത്രമാണ് ഞാൻ അതിന് സന്തോഷപൂർവ്വം തയ്യാറായത്. തുടർന്ന് കേസിന്റെ ഭാരം കുറയുമെന്ന് ആരും സ്വാഭാവികമായി കരുതുമല്ലോ. കാരണം അതിന്റെ കുറേഭാരം വക്കീലിന്റെ ചുമലിൽ വരുമല്ലോ. പക്ഷേ അതിനു നേരെ വിപരീതമായ കാര്യമാണ് സംഭവിച്ചത്. നിങ്ങളെ എന്റെ വക്കീലായി ഏറ്റെടുക്കുന്നതുവരെ മുൻപൊരിക്കലും ഈ കേസ് എന്നെ ആശങ്കപ്പെടുത്തിയിരുന്നില്ല. ഞാൻ ഒറ്റയ്ക്കു നിന്നപ്പോൾ ഞാൻ ഒന്നും ചെയ്തിരുന്നില്ല. മാത്രമല്ല, അതെന്നെ അസ്വസ്ഥമാക്കിയിരുന്നുമില്ല. എന്നാൽ നേരെ മറിച്ച് എനിക്ക് ഒരു വക്കീലിനെ കിട്ടിയപ്പോൾ ആ ഘട്ടത്തിൽ ചിലതൊക്കെ നേടാനാവുമെന്ന് ഞാൻ കരുതി. തളരാത്ത പ്രതീക്ഷയോടെ ഇടതടവില്ലാതെ ഞാൻ കാത്തിരുന്നു. പക്ഷേ ഒന്നും നിങ്ങൾ ചെയ്തുതന്നില്ല. പക്ഷേ ഒരുകാര്യം ഞാൻ സമ്മതിക്കുന്നു. മറ്റാരിൽ നിന്നും എനിക്കു കിട്ടാനിടയില്ലാത്ത ഒട്ടേറെ കാര്യങ്ങൾ എനിക്കു കോടതിയെപ്പറ്റി ലഭിച്ചു. തന്നെ കോടതി രഹസ്യമായി വളഞ്ഞുപിടിക്കുന്നൂയെന്നു തോന്നുന്ന ഒരാൾക്ക് ആ വിവരങ്ങൾ ലഭിച്ചതുകൊണ്ട് എന്താണ് കാര്യം?

കെ കസേര തള്ളിനീക്കിയശേഷം ജാക്കറ്റിന്റെ പോക്കറ്റുകളിൽ കൈകൾ ഇറക്കിവച്ച് നിന്നു.

“വക്കീൽ സേവനത്തിൽ ഒരു ഘട്ടം കഴിഞ്ഞാൽ” പതിഞ്ഞ സ്വരത്തിൽ ശാന്തമായി വക്കീൽ പറഞ്ഞു: “ഒന്നും പുതുതായി നടക്കാറില്ല. എന്റെ എത്രയോ കക്ഷികളാണ് കേസിന്റെ ഇതേ ഘട്ടത്തിൽ എത്തിയപ്പോൾ നിങ്ങൾ ചെയ്തതുപോലെ എന്റെ മുന്നിൽ വന്നുനിന്ന് ഇതേ കാര്യങ്ങൾ പറഞ്ഞിട്ടുള്ളത്.”

“നന്നായി.” കെ പറഞ്ഞു: “അവരുടെ സമീപനവും എന്റേതുപോലെ ശരിയായിട്ടുള്ളതായിരുന്നൂയെന്ന് ഞാൻ കാണുന്നു. അതിനാൽ എന്റെ വാദം തെറ്റാണെന്നു പറയാൻ പറ്റില്ലല്ലോ.”

“നിങ്ങളുടെ അഭിപ്രായത്തെ എതിർക്കാനൊന്നും ഞാൻ പോകുന്നില്ല.” വക്കീൽ പറഞ്ഞു. “പക്ഷേ, ഒരു കാര്യം എനിക്ക് കൂട്ടിച്ചേർക്കാനുണ്ട്. മറ്റുള്ളവരേക്കാൾ കൂടുതൽ വിശേഷണബുദ്ധി നിങ്ങൾ കാണി

ക്കുമെന്ന് ഞാൻ കരുതിയിരുന്നു. പ്രത്യേകിച്ച്, കോടതിയുടെ പ്രത്യേകതയെക്കുറിച്ചും എന്റെ പ്രവർത്തനങ്ങളെക്കുറിച്ചും മറ്റുള്ള കക്ഷികൾക്കു ഞാൻ സാധാരണ കൊടുക്കുന്നതിനേക്കാൾ കൂടുതൽ അറിവ് ഞാൻ നിങ്ങൾക്കു നല്കിയ സ്ഥിതിക്ക്. എന്നോടു നിങ്ങൾക്ക് യാതൊരു വിശ്വാസവും ഇല്ലാതിരിക്കുന്നതിൽ ഞാനിനി എന്തു ചെയ്യും. നിങ്ങൾ എന്നെ പ്രയാസപ്പെടുത്തുകയാണ്."

കെ യുടെ മുന്നിൽ വക്കീൽ എന്തുമാത്രം വിനീതനായെന്നോ! അതും സ്വന്തം തൊഴിലിന്റെ അന്തസ്സിനെക്കുറിച്ച് ചിന്തിക്കാതെ. തികച്ചും ഇത്തരം അവസരങ്ങളിലാണ് അക്കാര്യങ്ങൾ ചിന്തിക്കേണ്ടതും. എന്തിനാണ് അദ്ദേഹം ഇങ്ങനെയൊക്കെ പ്രവർത്തിക്കുന്നത്? ബാഹ്യമായി കാണുന്നതൊക്കെ നേരാണെങ്കിൽ ഇദ്ദേഹം വളരെ തിരക്കുപിടിച്ച ഒരു വക്കീലാണ്, വലിയ പണക്കാരനാണ്. കെ യുടെ കേസ് പിൻവലിച്ചതുകൊണ്ടോ അതിന്റെ ഫീസ് കിട്ടാത്തതുകൊണ്ടോ അദ്ദേഹത്തിന് ഒന്നും സംഭവിക്കാൻ പോകുന്നില്ല. കൂടാതെ ആരോഗ്യാവസ്ഥ മോശമായി വരുന്ന സാഹചര്യത്തിൽ കേസുകൾ കുറേശ്ശെ ഒഴിവാക്കുകയാണ് അദ്ദേഹത്തിന് വേണ്ടതും. എന്നിട്ടും അദ്ദേഹം കെ യെ ഒഴിവാക്കാതെ അള്ളിപ്പിടിക്കുന്നു. എന്തിനാണത്? കെ യുടെ അമ്മാവനോടുള്ള വ്യക്തിപരമായ കൂറാണോ അതിനു കാരണം. അതോ ഇത്രയും അസാധാരണമായ ഒരു കേസ് നടത്തി വിജയശ്രീലാളിതനായി വരുമ്പോൾ കെ യിൽ നിന്നും തന്റെ തന്നെ കോടതി സുഹൃത്തുക്കളിൽ നിന്നും കിട്ടുന്ന പ്രശസ്തി കണ്ടിട്ടാണോ? ഈ സാദ്ധ്യതകൾ തള്ളിക്കളയാനാവില്ലല്ലോ. കെ ഒക്കെ ചൂഴ്ന്നു പരിശോധിച്ചിട്ടും ഒന്നും കിട്ടിയില്ല. തന്റെ അഭിപ്രായം എന്തു പ്രതികരണമാണുണ്ടാക്കിയതെന്ന് അറിയാൻ നോക്കിയിരിക്കുമ്പോൾ വക്കീൽ തന്റെ മുഖഭാവം ശൂന്യമാക്കി വയ്ക്കുകയാണുണ്ടായത്.

പക്ഷേ അദ്ദേഹം തുടർന്നു പറഞ്ഞ ചില കാര്യങ്ങൾ കെ യുടെ നിശ്ശബ്ദതയെ തനിക്കുവളരെ അനുകൂലമായിട്ടാണ് അദ്ദേഹം വാദിക്കുന്നതെന്ന് വ്യക്തമായിരുന്നു.

വക്കീൽ തുടർന്നു പറഞ്ഞു. "വലിയൊരു ആഫീസാണ് എനിക്കുള്ളതെങ്കിലും ഞാൻ ഒരു ഉദ്യോഗസ്ഥനെയും നിയമിച്ചിട്ടില്ലെന്നത് നിങ്ങൾ ശ്രദ്ധിച്ചിട്ടുണ്ടാകുമല്ലോ. മുൻവർഷങ്ങളിൽ അങ്ങനെയായിരുന്നില്ല. ധാരാളം യുവാക്കളായ നിയമവിദ്യാർത്ഥികൾ എനിക്കുവേണ്ടി ജോലി ചെയ്തിരുന്ന ഒരു കാലം എനിക്കുണ്ടായിരുന്നു. പക്ഷേ ഇപ്പോഴാകട്ടെ, ഞാൻ ഒറ്റയ്ക്കാണ് ജോലി ചെയ്യുന്നത്. എന്റെ തൊഴിലിൽ വന്ന മാറ്റങ്ങളാണ് അതിനു കാരണം. ഈയിടെയായി നിങ്ങളുടേതുപോലുള്ള കൂടുതൽ കൂടുതൽ കേസുകൾ മാത്രമാണ് ഞാൻ പരിഗണിക്കാറുള്ളത്. അതിനുള്ള കാരണം അത്തരം കേസുകൾ ചെയ്യുക വഴി കക്ഷികൾക്ക്

എന്നോടു തോന്നുന്ന വിശ്വാസത്തിന്റെ വർദ്ധനവാണ്. ഇത്തരമൊരു കേസ് ഞാൻ മറ്റൊരുവക്കീലിനെ ഏല്പിക്കുന്നത് അത് എന്റെ കക്ഷിയെ ദ്രോഹിക്കുന്നതിനു തുല്യമായിരിക്കുമെന്ന് എനിക്കറിയാം. മാത്രമല്ല അതു കേസിനു തന്നെ ദോഷമായിരിക്കുമെന്നും ഞാനറിയുന്നു. അതുപോലെ എല്ലാ ജോലികളും സ്വയം ചെയ്യുകവഴി സ്വാഭാവികമായ പല ഗുണങ്ങളും ഉണ്ടായിത്തുടങ്ങി. എന്നെ കേസേല്പിക്കാൻ പോന്ന പലരേയും ഞാൻ മടക്കിയയച്ചു. എനിക്കു മനസ്സിൽത്തട്ടിയ കേസുകൾ മാത്രം ഞാൻ സ്വീകരിച്ചു. ഞാൻ എറിഞ്ഞു കൊടുക്കുന്ന ഏതു കഷണവുമെടുക്കാൻ ചാടിവീഴാൻ തയ്യാറായി നില്ക്കുന്ന വൃത്തികെട്ട ജീവികൾ എന്റെ ചുറ്റും കുറവല്ലായെന്ന കാര്യം ഞാൻ തന്നെ പറയാം. മാത്രമല്ല, അമിതജോലി ഭാരം മൂലം ഞാൻ ആകപ്പാടെ തളരുകയും ചെയ്തു. എങ്കിലും എന്റെ തീരുമാനങ്ങളിൽ എനിക്ക് യാതൊരു ഖേദവും തോന്നിയില്ല. ഞാൻകൂടുതൽ ഉറച്ചുനില്ക്കുകയും കൂടുതൽ കേസുകളെ തള്ളിക്കളയുകയും ചെയ്തു. കേസുകളിൻമേലുള്ള എന്റെ പൂർണ്ണമായ അർപ്പണമനോഭാവം അനിവാര്യമാണെന്നും ഫലം പരിശോധിക്കുമ്പോൾ വിജയകരമായിരുന്നൂയെന്നും ഞാൻ സമ്മതിച്ചേ പറ്റൂ. സാധാരണ നിയമവകുപ്പുകൾ ചെയ്യുന്ന ഒരു വക്കീലും ഇത്തരം കേസുകൾ ചെയ്യുന്ന ഒരു വക്കീലും തമ്മിലുള്ള വ്യത്യാസം ഒരു പുസ്തകത്തിൽ മനോഹരമായി എഴുതിയിരുന്നത് ഞാനൊരിക്കൽ വായിച്ചിട്ടുണ്ട്. അതിപ്രകാരമായിരുന്നു. "കോടതിവിധി വരുന്നതുവരെ ആ വക്കീൽ തന്റെ കക്ഷിയെ നേർത്തൊരു നൂലിലൂടെ നയിച്ചുകൊണ്ടുപോയി. മറ്റേ വക്കീലാകട്ടെ തന്റെ കക്ഷിയെ കോടതി വിധിവരെ, ചിലപ്പോൾ അതു കഴിഞ്ഞും, തോളിൽ ചുമന്നുകൊണ്ടുപോയി. അതു നേരാണ്. ഈ വലിയ സാഹസം ഏറ്റെടുത്തതിൽ എനിക്കൊരിക്കലും ഖേദം തോന്നിയിട്ടില്ലായെന്ന് ഞാൻ പറഞ്ഞത് പൂർണ്ണമായും ശരിയല്ല. നിങ്ങളുടെ കാര്യത്തിൽ സംഭവിച്ചതുമാതിരി, ചെയ്യുന്ന ജോലി മുഴുവനും തെറ്റിദ്ധരിക്കപ്പെടുമ്പോൾ, എനിക്കു ഖേദം തോന്നാറുണ്ട്. അതെ അത്തരം അവസരങ്ങളിൽമാത്രം."

ഈ പ്രസംഗം കെ യുടെ സംശയങ്ങളെ കെടുത്തുന്നതിനു പകരം അക്ഷമനാക്കുക മാത്രം ചെയ്തു. വക്കീലിന്റെ വാക്കുകളിൽ എന്താണുണ്ടായിരുന്നതെന്ന് കെ ഭാവന ചെയ്തു. പഴയ അതേ പൊള്ളവാക്കുകൾ വീണ്ടും തുടങ്ങും. ഹർജി തയ്യാറാക്കുന്നതിന്റെ പുരോഗതിയെക്കുറിച്ചും കോടതിയിലെ ഉദ്യോഗസ്ഥന്മാരുടെ അനുകൂലമായ പ്രതികരണത്തെക്കുറിച്ചും ഒപ്പം വക്കീലിന് തന്റെ ജോലിക്കിടയിൽ നേരിടേണ്ടിവരുന്ന പ്രയാസങ്ങളെക്കുറിച്ചും ഒന്നും അദ്ദേഹം പറയാതിരിക്കാൻ മറക്കുന്നില്ല. ചുരുക്കത്തിൽ കേട്ടുകേട്ടു മടുത്ത കാര്യങ്ങൾ, ഒരുപക്ഷേ അയാളെ വീണ്ടും പ്രലോഭിപ്പിച്ചെടുക്കാനുള്ള ശ്രമമായിരിക്കാമത്. അതുമല്ലെങ്കിൽ അവ്യക്തമായ ചില ഭീഷണികൾ കൊണ്ട് അയാളെ പീഡി

പ്പിക്കുന്നതും ആവാം.

ഇതൊക്കെ ഒന്നവസാനിച്ചേ പറ്റൂയെന്ന് കെ യ്ക്കു തോന്നി. കെ പറഞ്ഞു. “കേസ് നടത്താൻ വീണ്ടും ഞാൻ നിങ്ങളെ ഏല്പിച്ചാൽ നിങ്ങൾ എന്തൊക്കെയാണ് ചെയ്യാൻ പോകുന്നത്.”

ആക്ഷേപം നിറഞ്ഞ ചോദ്യമായിരുന്നെങ്കിലും എതിർപ്പൊന്നും കാണിക്കാതെ വക്കീൽ അതിനു മറുപടി പറഞ്ഞു. “ഞാൻ ഇതിനകം തുടങ്ങിക്കഴിഞ്ഞ അതേ നടപടികൾ തുടർന്നു കൊണ്ടുപോകും.”

“എനിക്കതറിയാമായിരുന്നു.” കെ പറഞ്ഞു. “പിന്നെ, സംസാരിച്ചു നില്ക്കുന്നത് സമയം നഷ്ടമാക്കും.”

“ഞാൻ ഒരുനടപടികൂടി എടുക്കും.” വക്കീൽ പറഞ്ഞു. തന്റെ കുഴപ്പം കൊണ്ടല്ല കെ യുടെ കുഴപ്പം കൊണ്ടാണെന്ന അർഥത്തിൽ അദ്ദേഹം പറഞ്ഞു. “എന്റെകഴിവുകളെ നിങ്ങൾ തെറ്റായി വിലയിരുത്തുകയുണ്ടായി. പിന്നെ നിങ്ങൾ വഴിവിട്ടും സംസാരിച്ചു. ഒരുകുറ്റവാളിയായിരുന്നിട്ടും നിങ്ങളോടു മാന്യമായി ഞാൻ പെരുമാറിയതാണ് അതിനു കാരണമെന്ന് ഞാൻ കരുതുന്നു. കൂടുതൽ വ്യക്തമായി പറഞ്ഞാൽ ഞാൻ നിങ്ങളോട് അശ്രദ്ധമായി പെരുമാറിയതാണ് കാരണം. അതിനും ഒരു കാരണമുണ്ട്. സ്വതന്ത്രനായി നടക്കുന്നതിനേക്കാൾ നല്ലത് ചങ്ങലയിൽ കഴിയുന്നതിലാണ്. മറ്റു കുറ്റവാളികളോട് എങ്ങനെയാണ് പെരുമാറുന്നതെന്ന് നിങ്ങൾക്കു കാണിച്ചുതന്നാൽ കൊള്ളാമെന്നുണ്ടെനിക്ക്. അതിൽ നിന്നു നിങ്ങൾക്ക് ചില പാഠങ്ങൾ പഠിക്കാനുമാകും. ഞാനിപ്പോൾ ബ്ലോക്കിനെ കൂട്ടിക്കൊണ്ടുവരാൻ പറയാൻ പോവുകയാണ്. നിങ്ങൾ ആ വാതിൽ തുറന്നശേഷം, കട്ടിലിനരികെയുള്ള മേശയ്ക്കരികിൽ വന്നിരിക്കുന്നതാണ് നല്ലത്.”

“വിരോധമില്ല” വക്കീൽ പറഞ്ഞത് അനുസരിച്ചുകൊണ്ട് കെ അതു ചെയ്തു. പഠിക്കാൻ അയാൾ എന്നും തയ്യാറായിരുന്നു. എങ്കിലും ഒരു മുൻകരുതൽ എന്നോണം ഒന്നുകൂടി അയാൾ ചോദിച്ചു. “ഞാൻ നിങ്ങളെ എന്റെകേസിൽ നിന്നും ഒഴിവാക്കാൻ പോകുകയാണെന്ന് അറിയാമല്ലോ.”

“അറിയാം.” വക്കീൽ പറഞ്ഞു. “പക്ഷേ നിങ്ങൾ നിങ്ങളുടെ മനസ്സ് ഇനി മാറ്റിയെന്നും വരാം.”

തുടർന്ന് അദ്ദേഹം കട്ടിലിൽ ചെന്നുകിടന്നു. പുതപ്പ് മുട്ടിലേക്ക് വലിച്ചിട്ടുകൊണ്ട് പുറംതിരിഞ്ഞുകിടന്നു. ഒപ്പം ബെല്ലടിക്കുകയും ചേയ്തു.

ആ സമയത്ത് ലേനി അവിടെയെത്തി. എന്താണ് സംഭവിക്കുന്നതെന്നറിയാനായി അവൾ ചുറ്റും കണ്ണുവെട്ടിച്ചു വെട്ടിച്ചുനോക്കി. വക്കീലിന്റെ കട്ടിലിനരികിലെ മേശയ്ക്കടുത്ത് കെ ഇരിക്കുന്നത് ശരിയാണെന്ന് അവൾ ഒന്നുകൂടി നോക്കി ഉറപ്പാക്കി. ഒരു പുഞ്ചിരിയോടെ അയാളെ നോക്കി അവൾ തലകുലുക്കി. അയാളാകട്ടെ അവളെ ഇമവെട്ടാതെ നോക്കിയിരുന്നു.

"ബ്ലോക്കിനെ വിളിച്ചോണ്ടുവാ.." വക്കീൽ പറഞ്ഞു.

ബ്ലോക്കിനെ ചെന്നു കൂട്ടിക്കൊണ്ടുവരുന്നതിനു പകരം അവൾ വാതിലിനരികിൽ ചെന്നുകൊണ്ട് നീട്ടിവിളിച്ചു. "ബ്ലോക്ക്... വക്കീൽ കാണണമെന്നു പറയുന്നു."

വക്കീൽ പുറംതിരിഞ്ഞു കിടക്കുന്നതുകൊണ്ടും, അവളെ അദ്ദേഹം ശ്രദ്ധിക്കാത്തതുകൊണ്ടുമാകണം അവൾ കെ യുടെ കസേരയുടെ പിന്നിൽ ചെന്നു നിന്നു. അവിടെ നിന്ന അവൾ കസേരയുടെ മുകളിലൂടെ കുനിഞ്ഞു കൊണ്ട് കെ യുടെ മുടിയിലും കവിളിലും മൃദുവായും സാവകാശത്തിലും തന്റെ വിരലോടിച്ചുകൊണ്ട് അയാളെ ശല്യപ്പെടുത്താൻ തുടങ്ങി. അവളുടെ കൈയിൽ പിടിച്ചുകൊണ്ട് കെ അതു തടയാൻ ശ്രമിച്ചു. ചെറിയ മല്പ്പിടിത്തത്തിനുശേഷമാണ് അവൾ അടങ്ങിയത്.

വിളി കേട്ടപ്പോൾതന്നെ ബ്ലോക്ക് വേഗത്തിൽ വന്നതാണ്. പക്ഷേ അകത്തേക്ക് കയറണമോ വേണ്ടയോ എന്നു സംശയിച്ചുകൊണ്ട് അയാൾ വാതിലിനു വെളിയിൽ തന്നെ നിന്നു. തന്നെ വീണ്ടും വിളിക്കുന്നുണ്ടോയെന്നറിയാനായി അയാൾ ചെവി കൂർപ്പിക്കുകയും പുരികമുയർത്തുകയും ചെയ്തു. കെ യ്ക്കു വേണമെങ്കിൽ അയാൾക്കു അകത്തേക്കു കയറാനായി പ്രോത്സാഹനം നല്കാമായിരുന്നു. പക്ഷേ വക്കീലുമായിട്ടു മാത്രമല്ല ആ വീട്ടിലുള്ള എല്ലാപേരുമായി വിടപറയാൻ തീരുമാനിച്ചിരുന്ന അയാൾ ഇളകാതെ നിന്നു. ലേനിയും ഒന്നു പറഞ്ഞില്ല. തന്നെ ആരും പറഞ്ഞയയ്ക്കാൻ പോകുന്നില്ലെന്നു മനസ്സിലാക്കിയ ബ്ലോക്ക് ശബ്ദമുണ്ടാക്കാതെ കാൽവിരലുകളൂന്നി നടന്നുകൊണ്ട് മുറിക്കുള്ളിലേക്കു കയറിവന്നു. കൈകൾ പിന്നിൽ അയാൾ അമർത്തിച്ചുരുട്ടിയിരുന്നു. മുഖം ഉൽക്കണ്ഠാകുലമായിരുന്നു. തനിക്ക് ഇറങ്ങിപ്പോകുന്നത് എളുപ്പമാക്കാൻ അയാൾ വാതിൽ അടയ്ക്കാതെ മലർക്കെ തുറന്നിട്ടു.

ബ്ലോക്ക് അപ്പോൾ കെ യെ നോക്കിയതേയില്ല. പുതപ്പുവലിച്ചു കയറ്റി പുറം തിരിഞ്ഞ് ചുവരുചേർന്നു കിടക്കുകയായിരുന്നതിനാൽ വക്കീലിനെ അയാൾ പെട്ടെന്ന് കണ്ടില്ല.

പെട്ടെന്ന് കട്ടിലിൽ നിന്നും ഒരുശബ്ദം കേട്ടു. "ബ്ലോക്കെത്തിയോ?"

മുന്നോട്ടെത്തിയ ബ്ലോക്കിന് തന്റെ ശരീരത്തിലേറ്റ ഒരു പ്രഹരം പോലെ തോന്നി ആ ശബ്ദം. തന്റെ നെഞ്ചിലും മുതുകിലും അടി കിട്ടിയ മട്ടിൽ അയാൾ ഞെട്ടിത്തരിച്ചുകൊണ്ട് ഒന്നു കുമ്പിട്ടു. തുടർന്ന് മറുപടി പറഞ്ഞു. "അടിയൻ."

"തനിക്കെന്താണ് വേണ്ടത്?" വക്കീൽ ചോദിച്ചു. "താൻ വന്ന നേരം മോശമായിപ്പോയി."

"അപ്പോൾ എന്നെ വിളിച്ചിരുന്നില്ലേ." വക്കീലിനോടു ചോദിച്ചതാ

ണെങ്കിലും സ്വയം ചോദിച്ചതുകൂടിയായിരുന്നു അത്. സ്വരക്ഷയ്ക്കു വേണ്ടിയെന്നപോലെ അയാൾ കൈകൾ മുന്നോട്ടു മടക്കിനീട്ടി, പുറത്തേക്കോടാൻ കണക്കാക്കി നിന്നു.

"തന്നെ വിളിച്ചിരുന്നു" വക്കീൽ പറഞ്ഞു. "എന്നിട്ടും മോശമായ നേരത്താണ് താൻ വന്നത്." അല്പനേരത്തേക്ക് നിശ്ശബ്ദനായിനിന്ന ശേഷം അദ്ദേഹം പറഞ്ഞു: "നിങ്ങളെപ്പോഴും വരുന്നത് മോശമായ നേരത്താണ്."

വക്കീലിന്റെ ശബ്ദം കേട്ടതിനു ശേഷം ബ്ലോക്ക് കട്ടിലിനു നേരെ നോക്കിയതേയില്ല. അങ്ങനെ ചെയ്താൽ തന്റെ കണ്ണിൽ അമ്പേല്ക്കുമെന്ന് ഭയക്കുന്നതു പോലെ അയാൾ ഒരു മൂലയ്ക്കു നോക്കിനിന്നു. ആ ശബ്ദം പോലും അയാൾക്കു കേൾക്കാൻ സുഖകരമായിരുന്നില്ല. പുറംതിരിഞ്ഞുകൊണ്ട് ഒച്ച താഴ്ത്തിയും ധൃതിയിലും സംസാരിച്ചാൽ ആർക്കാണ് സുഖകരമായിത്തോന്നുന്നത്?

"ഞാൻ പോകണമെന്നാണോ അങ്ങ് ഉദ്ദേശിക്കുന്നത്" ബ്ലോക്ക് ചോദിച്ചു.

"കൊള്ളാം വന്ന സ്ഥിതിക്ക് ..." വക്കീൽ പറഞ്ഞു. "നില്ക്ക്!"

ഇപ്പോൾ ശരിക്കും ബ്ലോക്ക് വിറച്ചുതുടങ്ങിയെന്നു പറയാം. അതു വക്കീൽ കാണുകയാണെങ്കിൽ അദ്ദേഹം അയാളുടെ ആഗ്രഹം സാധിച്ചുകൊടുക്കുകയില്ലെന്നു മാത്രമല്ല, അടി കൊടുത്തു ഭയപ്പെടുത്തുകയാണ് ചെയ്തതെന്ന് തോന്നിപ്പോകും.

"ഇന്നലെ..." വക്കീൽ പറഞ്ഞുതുടങ്ങി. "ഞാൻ എന്റെ സ്നേഹിതനായ മൂന്നാമതൊരു വക്കീലിനെ കണ്ടു. ഞങ്ങളുടെ സംസാരം ക്രമേണ കറങ്ങിത്തിരിഞ്ഞ് തന്റെ കേസിലെത്തി. അദ്ദേഹം പറഞ്ഞതെന്താണെന്ന് തനിക്ക് കേൾക്കണോ?"

"അതെ കേൾക്കണം." ബ്ലോക്ക് മറുപടി പറഞ്ഞു.

വക്കീൽ ധൃതിയിൽ മറുപടിപറയാതിരുന്നപ്പോൾ ബ്ലോക്ക് തന്റെ അപേക്ഷ ആവർത്തിച്ചു. തുടർന്ന് മുട്ടുകുത്താനെന്നതുപോലെ അയാൾ ഒന്നു കുനിയുകയും ചെയ്തു.

പക്ഷേ കെ അലറിക്കൊണ്ട് ഇടപെട്ടു. "നിങ്ങൾ എന്താണീ കാണിക്കുന്നത്?"

ലേനി അയാളുടെ ഒച്ച അടയ്ക്കാനായി വായ പിടിക്കാൻ നോക്കി. അപ്പോഴേക്കും അയാൾ അവളുടെ കൈയിൽ കയറിപ്പിടിച്ചു. അതു സ്നേഹപൂർവ്വമുള്ള ഒരു പിടിയായിരുന്നില്ല. പിടിയിൽ നിന്നും കുതറി രക്ഷപ്പെടാൻ അവൾ കിണഞ്ഞു പരിശ്രമിച്ചു. ഇടയ്ക്കിടെ അവൾ അതിനിടയിൽ നെടുവീർപ്പിട്ടു.

പക്ഷേ കെ യുടെ രോഷത്തിനുള്ള ശിക്ഷ കിട്ടിയത് ബ്ലോക്കിനായിരുന്നു. വക്കീൽ അയാളുടെ നേർക്ക് ചോദ്യമെറിഞ്ഞു. "ആരാണ് തന്റെ

വക്കീൽ."

"അങ്ങുതന്നെ." ബ്ലോക്ക് പറഞ്ഞു.

"എന്നോടൊപ്പം വേറെയാരെങ്കിലും ഉണ്ടോ?" വക്കീൽ ചോദിച്ചു

"അങ്ങയോടൊപ്പം വേറെയാരുമില്ല" ബ്ലോക്ക് പറഞ്ഞു.

"അങ്ങനെയെങ്കിൽ വല്ലവന്മാരും പറയുന്നതിനു ചെവി കൊടുക്കല്ലേ" വക്കീൽ പറഞ്ഞു.

ആ പറഞ്ഞ വാക്യത്തിന്റെ മുഴുവൻ അർത്ഥവും ഉൾക്കൊണ്ട അയാൾ കെ യെ തുറിച്ചുനോക്കുകയും തലയിട്ടു കുടയുകയും ചെയ്തു. ആ ആംഗ്യങ്ങൾ മുഴുവനും വാക്കുകളായി പറഞ്ഞാൽ അത് വല്ലാത്തൊരു തെറിപോലെ ആകുമായിരുന്നു. ഇങ്ങനെയുള്ള ഒരാളുമായിട്ടാണ് കെ തന്റെ കേസിന്റെ കാര്യം ചർച്ചചെയ്യാൻ പോയത്; സൗഹൃദപരമായിട്ട്.

"ഞാൻ ഇനി ഇടപെടുന്നില്ല." കസേരയിലേക്കു ചാഞ്ഞിരുന്നുകൊണ്ട് കെ പറഞ്ഞു. "തറയിൽ മുട്ടുകുത്തുകയോ, നാലുകാലിൽ തറയിലിഴയുകയോ നിങ്ങളുടെ ഇഷ്ടം പോലെ ആയിക്കോ. ഞാൻ ഇടപെടുന്നില്ല."

പക്ഷേ ബ്ലോക്കിന് അല്പം ആത്മവിശ്വാസം ബാക്കിയുണ്ടായിരുന്നു. കുറഞ്ഞപക്ഷം കെ യുടെ മുന്നിൽ. അയാൾ കൈ ചുരുട്ടി വീശിക്കൊണ്ട് മുന്നോട്ടുചെന്നു. വക്കീലിന്റെ സാന്നിദ്ധ്യത്തിൽ എത്ര ഉച്ചത്തിൽ സംസാരിക്കാനുള്ള ധീരതയുണ്ടോ അത്രയും ഉച്ചത്തിൽ അയാൾ കെ യോടു പറഞ്ഞു. "ഈ രീതിയിൽ നിങ്ങൾ എന്നോടു സംസാരിക്കരുത്. അതനുവദിക്കാൻ പറ്റില്ല. എന്നെ ശല്യപ്പെടുത്തുന്നതുകൊണ്ട് എന്താണ് നിങ്ങൾ ഉദ്ദേശിക്കുന്നത്? അതും ഈ വക്കീലിന്റെ മുന്നിൽ. അദ്ദേഹത്തിന്റെ കാരുണ്യത്തിലാണ് നമ്മൾ നീയും ഞാനും ഇവിടെ പ്രവേശിച്ചത്. അല്ലേ? എന്നെക്കാൾ മികച്ച ആളൊന്നുമല്ല നിങ്ങൾ, നിങ്ങളും ഒരു കുറ്റവാളിയാണ്. നിങ്ങളുടെ മനസ്സാക്ഷിക്കും ശിക്ഷയുണ്ട്. നിങ്ങളൊരു മാന്യനാണെന്നാണ് കരുതുന്നതെങ്കിൽ, ഞാനും നിങ്ങളെപ്പോലെ ഒരു മാന്യൻ തന്നെ. കൂടുതലൊന്നുമില്ലെന്നാണോ. സംസാരിക്കുമ്പോൾ അതൊക്കെ ഓർക്കണം. പ്രത്യേകിച്ച് നിങ്ങൾ സംസാരിക്കുമ്പോൾ. ഞാനിവിടെ നാലുകാലിൽ തറയിലിഴഞ്ഞോളൂ, എന്നായിരുന്നല്ലോ നിങ്ങൾ പറഞ്ഞത്. ഞാനങ്ങനെ ചെയ്യുമ്പോൾ നിങ്ങൾക്കിവിടെ സുഖമായിട്ടിരുന്ന് കേട്ടാൽ മതിയല്ലോയെന്ന ചിന്ത വലിയൊരു കാര്യമായി നിങ്ങൾ കാണുകയാണോ എങ്കിൽ എനിക്ക് നിങ്ങളോട് ഒരു പഴമൊഴി പറയാനുണ്ട്. കുറ്റവാളിയായി വിധിക്കപ്പെട്ടവർ അനങ്ങാതിരിക്കുന്നതിനേക്കാൾ ചലിച്ചുകൊണ്ടിരിക്കുന്നതാണ് നല്ലത്. താൻ ത്രാസിന്റെ ഒരു തട്ടിലാണെന്നും മറ്റേ തട്ടിൽ തന്റെ പാപങ്ങൾ തൂക്കപ്പെടുന്നെന്നും അനങ്ങാതിരിക്കുന്നവൻ അറിയുന്നില്ല.

കെ മറുപടിയൊന്നും പറഞ്ഞില്ല. അയാൾ ഇമപോലും വെട്ടാതെ

അത്ഭുതത്തോടെ ആ ഭ്രാന്തനെ നോക്കിയിരുന്നു.

ഈ ഒരുമണിക്കൂർ കൊണ്ട് അയാൾക്ക് എന്തു മാറ്റമാണ് സംഭവിച്ചത്! ശത്രുവെന്നോ മിത്രമെന്നോ തിരിച്ചറിയാൻ പറ്റാത്ത തരത്തിൽ അയാളെ ഇപ്രകാരം ശല്യപ്പെടുത്തുന്നത് അയാളുടെ കേസാണോ? വക്കീൽ തന്നെ ബോധപൂർവ്വം അപമാനിക്കുകയാണെന്നും കെ യ്ക്കു മുന്നിൽ തന്റെ അധികാരമെടുത്ത് കാട്ടാനും തദ്വാര കെ യെക്കൂടി തന്റെ മുന്നിൽ മുട്ടുകുത്തിക്കാനുമാണ് വക്കീൽ ലക്ഷ്യമാക്കുന്നതെന്നും അയാൾക്കു കരുതിക്കൂടെ. അക്കാര്യം തിരിച്ചറിയാനുള്ള ബുദ്ധി ബ്ലോക്കിനില്ലെന്നുണ്ടോ? അഥവാ അതിനായെങ്കിലും വക്കീലിനോടുള്ള ഭയം മുഖാന്തിരം അതുകൊണ്ട് അയാൾക്ക് ഉപയോഗമില്ലെങ്കിൽ വക്കീലിനെ പറ്റിക്കാനും താൻ മറ്റു ചില വക്കീലന്മാരെ വച്ചിട്ടുണ്ടെന്ന വസ്തുത മറച്ചുവയ്ക്കാനുമുള്ള സൂത്രം അഥവാ ധൈര്യം അയാൾക്ക് എവിടെ നിന്നാണ് കിട്ടിയത്? കെ യ്ക്കു വേണമെങ്കിൽ അയാളുടെ രഹസ്യം പാട്ടാക്കാമെന്നിരിക്കെ കെ യെ ആക്രമിക്കാൻ അയാൾക്കെങ്ങനെ ധൈര്യം വന്നു? അയാളുടെ ആ ധൈര്യം വീണ്ടും മുന്നോട്ടു തുടർന്നു. അയാൾ വക്കീലിന്റെ കിടയ്ക്കക്കരികിൽ ചെന്നശേഷം കെ യെക്കുറിച്ചു പരാതി പറഞ്ഞുതുടങ്ങി.

"ഹെർ വക്കീൽ സാറെ" അയാൾ പറഞ്ഞു. "ഈ മനുഷ്യൻ എന്നോടു പറഞ്ഞതു കേട്ടോ? ഇയാളുടെ കേസിന് മണിക്കൂറിന്റെ പ്രായമേയുള്ളു. എന്നിട്ട് താരതമ്യം ചെയ്യുമ്പോൾ അഞ്ചുവർഷമായി കേസും കൊണ്ടുനടക്കുന്ന എന്നെ ഇയാൾ ഉപദേശിക്കാൻ വരുന്നു. ഇയാൾ എന്നെ ആക്ഷേപിക്കുകകൂടി ചെയ്യുന്നു. ഒരുവകയും അറിയില്ലെങ്കിലും ആക്ഷേപിക്കുകയാണ്. കടമയും കാരുണ്യവും കീഴ്‌വഴക്കവും ഉള്ള ബുദ്ധി ഉപയോഗിച്ച് എല്ലാം പഠിച്ചിട്ടുള്ള എന്നോടാണ് ഇയാളുടെ ആക്ഷേപം."

"മറ്റുള്ളവർ പറയുന്ന കാര്യത്തിൽ താൻ ചെവി കൊടുക്കേണ്ട" വക്കീൽ പറഞ്ഞു. "തനിക്കു ശരിയെന്നു കാണുന്നത് ചെയ്യുക."

"തീർച്ചയായും അങ്ങനെ തന്നെ." ബ്ലോക്ക് പറഞ്ഞു. സ്വയം ആത്മവിശ്വാസം വീണ്ടെടുത്തുകൊണ്ടാണ് അയാൾ അതു പറഞ്ഞത്. തുടർന്ന് വേഗത്തിൽ ഒളികണ്ണിട്ട് വശത്തേക്കു നോക്കിയശേഷം കിടയ്ക്കക്കരികിൽ മുട്ടുകുത്തി. "ഞാൻ അങ്ങയുടെ മുന്നിൽ മുട്ടുമടക്കുകയാണ്."

വക്കീൽ മറുപടിയൊന്നും പറഞ്ഞില്ല.

ബ്ലോക്ക് ഒരു കൈ കൊണ്ട് അദ്ദേഹത്തിന്റെ പുതപ്പിൽ തലോടി. അവിടെ നിശ്ശബ്ദത നീണ്ടു നിന്നു.

ലേനിയാകട്ടെ കെ യുടെ പിടിയിൽ നിന്നും രക്ഷപ്പെടാൻ ശ്രമിച്ചുകൊണ്ട് പറഞ്ഞു. "നിങ്ങൾ എന്നെ വേദനിപ്പിക്കുന്നു. എന്നെ പോകാൻ അനുവദിക്കുക. എനിക്കു ബ്ലോക്കിന്റെ അരികിൽ പോകണം."

പിടിയിൽ നിന്നും രക്ഷപ്പെട്ട അവൾ ബ്ലോക്കിന്റെ അരികിൽ ചെന്നിരുന്നു. അവൾ വന്നതു കണ്ട ബ്ലോക്ക് വളരെയധികം സന്തോഷിച്ചു. മൂകമായ ആംഗ്യങ്ങൾ കൊണ്ട് തനിക്കുവേണ്ടി വക്കീലിനോടു അപേക്ഷിക്കാൻ അയാൾ അവളോടാവശ്യപ്പെട്ടു. വക്കീലിന്റെ മറുപടി കേൾക്കാൻ അയാൾക്ക് ധൃതിയായിയെന്ന് വ്യക്തമായിരുന്നു. ഒരു പക്ഷേ അയാൾക്ക് മറ്റു വക്കീലന്മാർക്കു അക്കാര്യങ്ങൾ കൈമാറാൻ വേണ്ടിയുള്ളതാവാം.

വക്കീലിനെ വശത്താക്കാനുള്ള കൃത്യമായ മാർഗ്ഗം ലേനിക്കു അറിയാമായിരുന്നു. അവൾ അദ്ദേഹത്തിന്റെ കൈകളിലേക്കു ചൂണ്ടി. ശേഷം അതിൽ ചുംബിക്കുന്ന മട്ടിലുള്ള ആംഗ്യം അയാൾക്കു കാണിച്ചുകൊടുത്തു. ബ്ലോക്ക് വേഗത്തിൽ ആ കൈ പിടിച്ചു ചുംബിച്ചു. ലേനി വീണ്ടും ആംഗ്യം കാണിച്ചതിനാൽ രണ്ടുപ്രാവശ്യം കൂടി അയാൾ അതു ചെയ്തു. പക്ഷേ വക്കീൽ ഒരു പ്രതികരണവും നടത്തിയില്ല.

അപ്പോൾ ലേനി തന്റെ ഒതുക്കമുള്ള ശരീരത്തിന്റെ വടിവുകൾ പുറത്തുകാണിച്ചുകൊണ്ട് ആ വൃദ്ധന്റെ മുഖത്തിനു മേലെ കുനിഞ്ഞു നിന്ന് അദ്ദേഹത്തിന്റെ നീണ്ട വെളുത്ത തലമുടിയെ തലോടാൻ തുടങ്ങി. അത് അദ്ദേഹത്തിൽ ഒരു മറുപടി ഉണർത്തുകയും ചെയ്തു.

"എനിക്ക് ഇയാളോടു പറയാൻ സമ്മതമില്ല" വക്കീൽ പറഞ്ഞു. അദ്ദേഹം തലകുലുക്കുന്നതും ഒപ്പംകാണാമായിരുന്നു. ഒരുപക്ഷേ ലേനിയുടെ കരങ്ങളുടെ സുഖം ഒന്നു നന്നാക്കാൻ വേണ്ടി മാത്രം അങ്ങനെ ചെയ്തതുമാകാം. ബ്ലോക്ക് തലതാഴ്ത്തി നിന്ന് ഒക്കെ ശ്രദ്ധിച്ചു.

"അതെന്താ സമ്മതമില്ലാത്തത്" ലേനി ചോദിച്ചു.

പല തവണ പറഞ്ഞാവർത്തിച്ചു പഠിച്ച ഒരു സംഭാഷണമാണ് താൻ കേൾക്കുന്നതെന്ന് കെ യ്ക്കു തോന്നിയിരുന്നു. പലതവണ ആവർത്തിച്ചതും ഇനിയും ആവർത്തിക്കാൻ പോകുന്നതുമായ സംഭാഷണം, എന്നാൽ ബ്ലോക്കിനു മാത്രം പുതുമ നശിക്കാത്തതാണിത്.

ഉത്തരം പറയുന്നതിനുപകരം വക്കീൽ ചോദിച്ചു. "ഇന്ന് അയാളുടെ പെരുമാറ്റം എങ്ങനെയായിരുന്നു?"

അക്കാര്യം പറയുന്നതിന് മുമ്പ് ലേനി അയാളെ കുനിഞ്ഞൊന്നു നോക്കി. യാചിച്ചുകൊണ്ട് കൈകൾ നീട്ടിപ്പിടിച്ച് തന്നെ നോക്കുന്ന അയാളെ അവൾ ഒരു നിമിഷം നോക്കി.

അല്പനേരം കഴിഞ്ഞപ്പോൾ തലയൊന്നു കുലുക്കിക്കൊണ്ട് അവൾ വക്കീലിനു നേരെ തിരിഞ്ഞുകൊണ്ടു പറഞ്ഞു. "ശാന്തനായിരുന്നു നന്നായി കഠിനാദ്ധ്വാനം ചെയ്തു."

ഒരു പ്രായം ചെന്ന, താടിമീശ നീട്ടിവളർത്തിയ ഒരു കച്ചവടവ്യാപാരി തന്നെപ്പറ്റി ഒരു നല്ല വാക്കു പറയാൻ ഒരു കൊച്ചുപെണ്ണിനോടു യാചിക്കുന്നു! ഇത്തരം ഒരു അഭിനയത്തിനു പിന്നിൽ ബ്ലോക്കിന് എന്തു

കാര്യമാണ് വ്യക്തിപരമായി ലഭിക്കുന്നതായാലും അതൊന്നും സഹജീവികളുടെ മുന്നിൽ ഒരു ന്യായീകരണവും ലഭിക്കാൻ പോകുന്നില്ല. കാണുന്നവർക്കു കൂടി അത് അംഗീകരിക്കാനാവില്ല. ഇത്രയും കാലം കെ യോട് വക്കീൽ കാണിക്കാതിരുന്ന ഇത്തരം മാർഗ്ഗങ്ങൾ കാരണമാക്കുന്നതിതാണ്. കക്ഷി അവസാനം യഥാർത്ഥ ലോകത്തെക്കുറിച്ച് മറക്കുന്നു. കേസിന്റെ അവസാനം എത്തുന്നതുവരെ അയഥാർത്ഥമായ ഈ വഴിയിലൂടെ അയാൾ നടന്നു കഷ്ടപ്പെടേണ്ടിവരുന്നു. അവസാനം കക്ഷി ഒരു കക്ഷിയല്ലാതായിത്തീരുകയും, വക്കീലിന്റെ ഒരു നായയായിത്തീരുകയും ചെയ്യും. ഒരു നായക്കൂട്ടിലേക്കെന്നപോലെ കട്ടിലിനടിയിലേക്കു കയറിക്കിടന്ന് കുരയ്ക്കാൻ പറഞ്ഞാലും വക്കീലിനുവേണ്ടി കക്ഷി സന്തോഷപൂർവ്വം തന്നെ ചെയ്യും.

അവിടെ നടക്കുന്ന കാര്യങ്ങളെല്ലാം സസൂക്ഷ്മം ശ്രദ്ധിച്ചശേഷം മേലധികാരികൾക്കുവേണ്ടി വിവരങ്ങൾ റിപ്പോർട്ടു ചെയ്യാൻ തന്നെ നിയമിച്ചിരിക്കുന്നൂയെന്ന ഭാവത്തിൽ കെ വിമർശനബുദ്ധിയോടെ എല്ലാം നിരീക്ഷിച്ചുനിന്നു.

“ഇത്രയും നേരം അയാൾ എന്തെടുക്കുകയായിരുന്നു” വക്കീൽ ചോദിച്ചു.

“ഞാൻ ഇയാളെ മുറിയിൽ അടച്ചിട്ടിരുന്നു.” ലേനി പറഞ്ഞു. “എന്റെ ജോലിക്ക് തടസ്സം വരരുതല്ലോ. ഇയാൾ പതിവായി താമസിക്കുന്നതും അവിടെത്തന്നെയാണ്. ഇയാൾ എന്താണ് ചെയ്യുന്നതെന്ന് ഞാൻ വാതിലിന്റെ വിടവിലൂടെ നോക്കുമായിരുന്നു. അപ്പോഴൊക്കെ ഇയാൾ കട്ടിലിൻമേൽ മുട്ടിലിരുന്ന് അങ്ങു കൊടുത്ത കടലാസുകൾ ജനാലപ്പടിയിൽ വിടർത്തിവച്ച് വായിക്കുകയായിരുന്നു. വെളിച്ചം വളരെ കുറച്ചുമാത്രം കിട്ടുന്ന ആ ജനാലയ്ക്കടുത്തിരുന്നുകൊണ്ടുള്ള ഇയാളുടെ ആ വായന നല്ലൊരു പ്രകൃതമായിരുന്നു. അങ്ങു പറയുന്ന കാര്യങ്ങളോട് ഇയാൾ കാണിക്കുന്ന അനുസരണ അത്രയ്ക്ക് വെളിവാക്കാൻ ആ വായന മതിയാകുമായിരുന്നു.”

“ഇതു കേട്ടതിൽ സന്തോഷമുണ്ട്” വക്കീൽ പറഞ്ഞു. “പക്ഷേ, വായിച്ചതൊക്കെ ഇയാൾക്കു മനസ്സിലായിരുന്നോ?”

ഈ സംഭാഷണം നടക്കുന്ന നേരമത്രയും കെ യുടെ ചുണ്ടുകൾ ഇടതടവില്ലാതെ ചലിച്ചുകൊണ്ടിരുന്നു. ലേനി പറയുമെന്ന് പ്രതീക്ഷിച്ച ഉത്തരങ്ങൾ അയാൾ മനസ്സിൽ രൂപപ്പെടുത്തിയതായിരുന്നു.

“അതെനിക്ക് ഉറപ്പുപറയാൻ പറ്റില്ല.” ലേനി പറഞ്ഞു. “എന്തൊക്കെത്തന്നെയായാലും ഇയാൾ അവ നന്നായി വായിക്കുന്നത് കണ്ടതാണ്. ഇയാൾ ഒരു പേജ് കഴിഞ്ഞ് വായിച്ചിട്ടേയില്ല. ഓരോ വരിയിലൂടെയും വിരലോടിച്ചാണ് അയാൾ വായിച്ചത്. ഞാൻ ഇയാളെ നോക്കുമ്പോഴൊക്കെ, വായിക്കാൻ വളരെ പ്രയാസപ്പെടുന്നെന്ന് തോന്നിക്കുന്ന രീതിയിൽ

ഇയാൾ നെടുവീർപ്പിടുകയായിരുന്നു. നിങ്ങൾ വായിക്കാൻ കൊടുത്ത പുസ്തകം മനസ്സിലാക്കാൻ എന്തായാലും പ്രയാസമുള്ളതുതന്നെയാണ്."

"അതെ" വക്കീൽ പറഞ്ഞു. "ആ എഴുത്തുകൾ തികച്ചും പ്രയാസമുള്ളവ തന്നെയാണ്. ഇയാളത് വായിച്ചുമനസ്സിലാക്കിയിട്ടുണ്ടാകുമെന്ന് ഞാൻ കരുതുന്നില്ല. ഇയാൾക്കുവേണ്ടി കേസു നടത്താനായി ഞാനെന്തുമാത്രം പ്രയാസപ്പെടുന്നെന്ന് ഇയാളറിയണ്ട. ഈ കഷ്ടപ്പാട് ഞാൻ ആർക്കുവേണ്ടിയാണിങ്ങനെ നടത്തുന്നത്? അതു പറയുന്നതുതന്നെ പരിഹാസ്യമായിപ്പോകും. ബ്ലോക്കിനുവേണ്ടിയാണ്. അതുകൊണ്ടുദ്ദേശിക്കുന്നത് എന്താണെന്ന് അയാൾ മനസ്സിലാക്കട്ടെ. ഇയാൾ നിർത്താതെ വായിക്കുകയായിരുന്നോ?"

"ഏറെക്കുറെ നിർത്താതെ തന്നെ വായിച്ചു." ലേനി മറുപടി പറഞ്ഞു. "ഒരു തവണ മാത്രം കുടിക്കാൻ കുറച്ചു വെള്ളം വേണമെന്നു പറഞ്ഞു. ഞാനതു ജനാലവഴി നല്കി. പിന്നെ ഏകദേശം എട്ടുമണിയായപ്പോൾ ഞാൻ ഇയാളെ പുറത്തിറക്കി. കഴിക്കാനും കൊടുത്തു.

തന്നെക്കുറിച്ചുള്ള മതിപ്പുള്ള കാര്യങ്ങൾ പറയുന്നതു കേട്ടു നില്ക്കുന്ന കെ യെ ബ്ലോക്ക് ഒന്നു ഒളികണ്ണിട്ടുനോക്കി. അയാളുടെ പ്രതീക്ഷകൾ ഉയരുകയാണെന്നു തോന്നി. അയാളുടെ ചലനങ്ങൾക്ക് അപ്പോൾ വലിയ പ്രയാസമുണ്ടായിരുന്നില്ല. അയാൾ ഇടയ്ക്കിടെ കാൽമുട്ടുകൾ ഉയർത്തുന്നുണ്ടായിരുന്നു.

വക്കീൽ തുടർന്നു പറഞ്ഞതുകേട്ടിട്ട് അയാൾ അന്ധനായിപ്പോയെങ്കിൽ അതൊക്കെ മനസ്സിലാക്കാവുന്നതേയുള്ളു.

"നീ ഇയാളെ അങ്ങു പുകഴ്ത്തുന്നല്ലോ" വക്കീൽ പറഞ്ഞു. "അതിനാൽ എനിക്കു പറയേണ്ടതൊന്നും എനിക്കയാളിനോടു പറയാൻ പറ്റുന്നില്ലല്ലോ. കാരണം വക്കീലന്മാരുടെ അഭിപ്രായം അയാളെയോ അയാളുടെ കേസിനെയോ ഒരു വിധത്തിലും അനുകൂലിക്കുന്നില്ല."

"അനുകൂലിക്കുന്നില്ലെന്നോ?" ലേനി ചോദിച്ചു. "അതെങ്ങനെ പറ്റും?" പണ്ടെങ്ങോ ജഡ്ജി പറഞ്ഞ വാക്കുകൾ തനിക്കനുകൂലമായി തിരിച്ചുവിടാൻ പോലും കഴിവുള്ളവളാണ് അവളെന്ന മട്ടിൽ ലേനിയെത്തന്നെ ഇമവെട്ടാതെ നോക്കിക്കൊണ്ട് ബ്ലോക്ക് നിന്നു.

"അനുകൂലിക്കുന്നില്ല" വക്കീൽ പറഞ്ഞു: "ബ്ലോക്കിനെക്കുറിച്ച് ഞാൻ പറഞ്ഞതുതന്നെ അദ്ദേഹത്തിനിഷ്ടമായില്ല" 'ബ്ലോക്കിനെപ്പറ്റി എന്നോടു സംസാരിക്കേണ്ട" അദ്ദേഹം പറഞ്ഞു. "പക്ഷെ, അയാൾ എന്റെ കക്ഷിയാണ്.' ഞാൻ പറഞ്ഞു. "നിങ്ങൾ വെറുതെ സമയം പാഴാക്കുകയാണ്." അദ്ദേഹം പറഞ്ഞു. "കേസ് രക്ഷപ്പെടുമെന്നാണ് എന്റെ തോന്നൽ." ഞാൻ പറഞ്ഞു. "നിങ്ങൾ അവളുടെ കാര്യത്തിൽ വെറുതെ സമയംപാഴാക്കുകയാണ്." അദ്ദേഹം വീണ്ടും പറഞ്ഞു. "ഞാൻ അങ്ങനെ വിശ്വസിക്കുന്നില്ല" ഞാൻ പറഞ്ഞു. "ബ്ലോക്ക് കേസിന്റെ കാര്യത്തിൽ

ആത്മാർത്ഥമായി താല്പര്യം കൊള്ളുന്നു. അയാളതിൽ അർപ്പണമാണ് നടത്തുന്നത്. കേസിന്റെ പുരോഗതിയറിയാനായി അയാൾ ഏറെക്കുറെ എന്റെ വീട്ടിൽത്തന്നെയാണ് താമസിക്കുന്നതെന്നും പറയാം. ഇത്രയും ഉത്സാഹം സാധാരണ ആരും നല്കുകയില്ല. വ്യക്തിപരമായി നോക്കിയാൽ അയാൾ അത്ര നല്ലവനല്ല. അയാളുടെ ശീലങ്ങളൊക്കെ ചീത്തയാണ്. അയാൾ വൃത്തികെട്ടവനാണ്. പക്ഷേ കേസിന്റെ കാര്യത്തിൽ അയാൾ തികച്ചും നല്ലവനാണ്. അതെ 'തികച്ചും നല്ലവനാണ്' എന്നു ഞാൻ പറഞ്ഞു. യഥാർത്ഥത്തിൽ ഞാൻ മനഃപൂർവ്വം പൊങ്ങച്ചം പറഞ്ഞതാണ്. അതിന് അദ്ദേഹം പറഞ്ഞ മറുപടി ഇങ്ങനെയായിരുന്നു. 'ബ്ലോക്ക് വെറും സൂത്രക്കാരനാണ്. അയാൾക്ക് ധാരാളം അനുഭവമുണ്ട്. അതിനാൽ കേസ് എങ്ങനെ സാവകാശത്തിലാക്കണമെന്ന് അയാൾക്ക് അറിയാം. പക്ഷേ അയാൾ അജ്ഞനുമാണ്. സൂത്രശാലിത്വത്തേക്കാൾ കൂടുതലും അജ്ഞതയാണയാൾക്ക്. തന്റെ കേസ് ഇതുവരെയും ആരംഭിച്ചിട്ടില്ലെന്നറിയുമ്പോൾ അഥവാ കോടതി സംവിധാനത്തിന്റെ ആരംഭം പോലും ആയിട്ടില്ലെന്ന് അറിയുമ്പോൾ അയാളുടെ പ്രതികരണം എന്തായിരിക്കുമെന്നാണ് നിങ്ങൾ കരുതുന്നത്."

ഇതിനൊരു വിശദീകരണം കിട്ടാനെന്നോണം ബ്ലോക്ക് വിറകാലുകളോടെ എഴുന്നേററു. അപേക്ഷയോടെ നിന്നു.

"അടങ്ങ്, ബ്ലോക്ക്" വക്കീൽ പറഞ്ഞു.

ബ്ലോക്കിനോട് ഇപ്പോൾ മാത്രമാണ് വക്കീൽ നേരിട്ടു മറുപടി പറഞ്ഞത്. ക്ഷീണിച്ച കണ്ണുകളോടെ വക്കീൽ താഴേക്ക് നോക്കി. അദ്ദേഹത്തിന്റെ പാതി നോട്ടം ബ്ലോക്കിലും ബാക്കി പാതി നോട്ടം മറ്റെങ്ങോട്ടോ പോയി. ബ്ലോക്ക് സാവകാശം വീണ്ടും മുട്ടിൻമേലേക്കു മടങ്ങി.

"ബ്ലോക്ക്, ജഡ്ജി പറഞ്ഞതൊന്നിലും താൻ സങ്കടപ്പടേണ്ട" വക്കീൽ പറഞ്ഞു. "ഇനിയെങ്ങാനും ഇങ്ങനെ സങ്കടപ്പെട്ടാൽ, ഞാൻ നിന്നോട് ഒരു കാര്യവും പറഞ്ഞുതരില്ല." അന്തിമവിധിവാചകം കേൾക്കാനെന്നപോലെയിരിക്കുന്ന തന്നോടെങ്ങനെയാണ് ഞാൻ സംസാരിക്കാൻ. ഇവിടെ എന്റെ ഒരു കക്ഷിയിരിക്കുമ്പോൾ തനിക്കിങ്ങനെ പെരുമാറുന്നതിനു ലജ്ജയില്ലേ? അയാൾക്ക് എന്നോടുള്ള വിശ്വാസത്തിന് അത് പോറലേല്പിക്കുകയില്ലേ? തനിക്ക് എന്താണ് പറ്റിയത്? താൻ ചത്തൊന്നും പോയില്ലല്ലോ? ഇപ്പോഴും താൻ എന്റെ സംരക്ഷണവലയത്തിലാണല്ലോ? തന്റെ സങ്കടത്തിന് യാതൊരു അർത്ഥവുമില്ല. അവിചാരിതമായ സമയത്ത് അപരിചിത ഇടത്തുനിന്നും അപരിചിതമായ ആരെങ്കിലും അവിചാരിതമായ വാക്കുകളിലൂടെ ഒരാളിന്റെ അന്തിമവിധിയുമായെത്തുമെന്ന് താൻ എവിടെനിന്നെങ്കിലും വായിച്ചിരിക്കുമല്ലോ. ചില ഉപാധികളുടെ അടിസ്ഥാനത്തിലാണെങ്കിലും അക്കാര്യം സത്യമാണ്. തന്റെ സങ്കടം എന്നെ അസ്വസ്ഥതപ്പെടുത്തിയെന്നും തനിക്ക് എന്നോടു വിശ്വാസമില്ലെന്നുമല്ലേ

കാണിക്കുന്നതെന്നുമുള്ള വസ്തുതയും അതുപോലെ സത്യമാണ്. ഒരു വക്കീൽ എന്നോടു പറഞ്ഞ കാര്യങ്ങൾ തന്നോടു ഞാൻ പറഞ്ഞുയെന്നെയുള്ളു. ഇത്തരം കാര്യങ്ങളിൽ അഭിപ്രായങ്ങൾ വ്യത്യസ്തമായിരിക്കുമെന്നും അത് അവസാനം ഉണ്ടാക്കുന്നത് അസ്വസ്ഥതയിലാണെന്നും തനിക്ക് തികച്ചും നന്നായിട്ടറിയാവുന്നതാണല്ലോ. ഉദാഹരണമായി ഞാൻ പറഞ്ഞ വക്കീൽ ഈ കേസ് തുടങ്ങുന്നതിന് ഒരു സമയം പറയുന്നു. ഞാനാകട്ടെ മറ്റൊരു സമയം പറയുന്നു. അഭിപ്രായങ്ങളിലുള്ള വ്യത്യാസമല്ലാതെ മറ്റൊന്നുമല്ലായത്. കേസ് ആരംഭിച്ച് ഒരു ഘട്ടത്തിൽ എത്തുമ്പോൾ മണി മുഴക്കുന്നത് ഒരു പരമ്പരാഗതരീതിയിലാണ്. കേസ് ആരംഭിക്കുവാനുള്ള സൂചനയാണതെന്നാണ് ആ വക്കീലിന്റെ അഭിപ്രായം. അദ്ദേഹത്തിനുള്ള എല്ലാ വാദങ്ങളും എനിക്കിപ്പോൾ തന്നോടു പറയാൻ വയ്യ. തനിക്കവയൊന്നും മനസ്സിലാകുകയുമില്ല. വ്യത്യസ്തമായ എതിരഭിപ്രായങ്ങൾ ഉണ്ടെന്നുമാത്രം താനിപ്പോൾ അറിഞ്ഞാൽ മതിയാകും."

അന്ധാളിപ്പോടെ ബ്ലോക്ക് അവിടെയിരുന്നു. കട്ടിലിലെ തുണിയുടെ ഇഴയിൽതടവിയിരുന്നു. വക്കീൽ പറഞ്ഞതു കേട്ട കാര്യങ്ങൾ അയാളിൽ വലിയ ഭയമാണുണ്ടാക്കിയത്. തന്മൂലം വക്കീലിനോടുണ്ടാകേണ്ട വിനയവും ബഹുമാനവും അയാൾക്കു നഷ്ടമായി. അയാൾ തന്നെക്കുറിച്ചു മാത്രം ചിന്തിച്ചു. വക്കീലിന്റെ വാക്കുകൾ തിരിച്ചും മറിച്ചുമിട്ട് എല്ലാവിധത്തിലുള്ള അർത്ഥം അയാൾ പരിശോധിക്കുകയായിരുന്നു.

"ബ്ലോക്ക്" ഒരു താക്കീതിന്റെ സ്വരത്തിൽ ലേനി അയാളെ വിളിച്ചു. ഒപ്പം അയാളുടെ കോളറിൽ പിടിച്ചുവലിച്ച് ഒന്ന് ഏറ്റുകയും ചെയ്തു. ആ "തുണിയവിടെയിട്ടേക്ക്. എന്നിട്ട് വക്കീൽ പറയുന്നത് കേൾക്ക്".

കെ യ്ക്ക് ഒന്നും മനസ്സിലായില്ല. ഈ നാടകം കൊണ്ട് വക്കീലിന് തന്റെ മേൽ വിജയമുണ്ടാകുമെന്ന് എങ്ങനെ അദ്ദേഹം ചിന്തിച്ചിരുന്നുവോ ആവോ. ഇതുവഴി വക്കീൽ അയാളെ അകറ്റാൻ പരാജയപ്പെട്ടിരുന്നെങ്കിൽ, ഈ രംഗം അദ്ദേഹത്തെ എന്നെന്നേക്കുമായി അവസാനിപ്പിച്ചേനേ

മുഖ്യദേവാലയത്തിൽ

ഒരു ഇറ്റാലിയൻ സുഹൃത്ത് പട്ടണത്തിൽ ആദ്യമായി സന്ദർശനത്തിനെത്തി. ഒത്തിരി സ്വാധീനശേഷിയുള്ള അയാൾ ബാങ്കിനെ സംബന്ധിച്ച് പ്രധാനപ്പെട്ട ഒരാളായിരുന്നു. പട്ടണത്തിലെ കലാമ്യൂസിയങ്ങളും സ്മാരകങ്ങളും മറ്റും അയാളെക്കൊണ്ട് കാണിക്കാനുള്ള ചുമതല കെയ്ക്കായി. വളരെ വൈമനസ്യത്തോടെയാണ് കെ ആ ചുമതല ഏറ്റെടുത്തത്. കാരണം മറ്റേതൊരു സമയത്തായിരുന്നെങ്കിലും ഈ ഉത്തരവാദിത്വം ഒരു ബഹുമതിയായി അയാൾക്കു കരുതാമായിരുന്നു; ഇപ്പോഴാകട്ടെ തന്റെ ഊർജ്ജം മുഴുവനും ഉപയോഗിച്ചാലേ ബാങ്കിലെ തന്റെ അഭിമാനം കാത്തുസൂക്ഷിക്കാനാവൂ.

ബാങ്കിൽ നിന്നും മാറിനില്ക്കേണ്ടി വരുന്ന ഓരോ മണിക്കൂറും കെയ്ക്ക് പരീക്ഷണം തന്നെയായിരുന്നു. നേരാണത്. ബാങ്കിൽ ഈയിടെയായി ഒരു തരത്തിലും നന്നായിട്ട് ഓഫീസുകാര്യങ്ങൾ പണ്ടുചെയ്ത മാതിരി ചെയ്യാൻ ആകുമായിരുന്നില്ല. എന്തൊക്കെയോ പ്രധാനപ്പെട്ട ജോലി ചെയ്യുന്ന മാതിരി സമയം മുഴുവനും അയാൾ വെറുതെ കളഞ്ഞു. ഓഫീസിലില്ലെങ്കിൽ അതയാളെ കൂടുതൽ വിഷമിപ്പിച്ചതേയുള്ളൂ.

അയാളുടെ മനസ്സിൽ ഡെപ്യൂട്ടി മാനേജർ ആയിരുന്നു. എപ്പോഴും കെ യെ ചുറ്റിനടന്ന് രഹസ്യം ചോർത്തുന്ന ആളായിരുന്നു മാനേജർ. ഇടയ്ക്കിടെ കെ യുടെ ഓഫീസിൽ കയറി വന്ന് മേശയ്ക്കരികിൽ ഇരുന്നുകൊണ്ട് രേഖകളൊക്കെ മറിച്ചുനോക്കും. വർഷങ്ങളായി അയാൾക്കുള്ള പഴയ സുഹൃത്തുക്കളെ അങ്ങോട്ട് ചെന്ന് കൂട്ടുകൂടും. അവരെ വശത്താക്കിയശേഷം അയാൾക്കെതിരെ തിരിപ്പിക്കും. അയാളുടെ കുറ്റങ്ങൾ കണ്ടുപിടിക്കൽ മാത്രമാണ് അദ്ദേഹത്തിന്റെ ലക്ഷ്യം. നിർഭാഗ്യമെന്നു പറയട്ടെ, ഈയിടെയായി എവിടെ നിന്നെന്നില്ലാതെ

തുടർച്ചയായി തെറ്റുകൾ അയാളെ ഭയപ്പെടുത്തുകയുമാണ്. ഒന്നിനെയും അയാൾക്ക് നിയന്ത്രിക്കാനും പറ്റുന്നില്ല.

ഈ സാഹചര്യത്തിൽ അയാൾക്ക് പുതിയൊരു ചുമതല ഏല്പിക്കുമ്പോൾ, അതൊരു ബഹുമതിയാണെന്നോ അഥവാ ഓഫീസ് വിട്ടുള്ള ചെറിയൊരു യാത്രയ്ക്കുള്ള വകയോ ആവാം. ഇത്തരം യാത്രകൾ വരുന്ന ചുമതലകൾ അടുത്തകാലത്തായി അയാളുടെ ജീവിതത്തിൽ കൂടിക്കൊണ്ടിരിക്കുകയാണ്. തന്നെക്കുറിച്ച് കൂടുതൽ ഒരു അന്വേഷണം നടത്താനായി ജോലിയിൽ നിന്നും മാറ്റിനിർത്താൻ വേണ്ടിയാണോ ഇതെന്ന് കെ യ്ക്ക് സംശയം തോന്നാതിരുന്നില്ല. അല്ലെങ്കിൽ ബാങ്കിൽ തന്റെ ആവശ്യം കുറഞ്ഞിരിക്കുകയാണോയെന്നും വരാം.

ഇത്തരം ദൗത്യങ്ങൾ കെ യ്ക്ക് ഒഴിവാക്കാവുന്നതേയുള്ളു. പക്ഷേ അയാൾ അതിനു ധൈര്യം കാണിച്ചില്ല. അതിനു കാരണവുമുണ്ട്. അയാളുടെ സംശയത്തിന് ഏറ്റവും നിസ്സാരമായ ഒരടിസ്ഥാനമുണ്ടെങ്കിൽ, യാത്രാദൗത്യത്തിന്റെ നിരസനം ആ ഉൽക്കണ്ഠയെ സ്ഥിരീകരിക്കുകയേ ഉള്ളൂ. അക്കാരണത്താൽ, ഓരോ ദൗത്യവും പ്രത്യക്ഷത്തിൽ തണുപ്പൻ പ്രതികരണം കാണിച്ചാലും, അയാൾ ഏറ്റെടുക്കുകയായിരുന്നു.

ഒരവസരത്തിൽ രണ്ടുദിവസത്തെ കഠിനയാത്ര വേണ്ടിവരുന്ന കാര്യം വന്നപ്പോൾ അന്ന് അയാൾക്ക് ബാധിച്ചിരുന്ന കടുത്ത പനിയെപ്പറ്റി അയാൾ പറഞ്ഞിരുന്നില്ല. അന്നത്തെ തണുത്ത ശിശിരകാലം പറഞ്ഞ് ആരെങ്കിലും യാത്ര മുടക്കിയാലോയെന്ന അപകടം ഒഴിവാക്കാനാണ് അയാൾ അങ്ങനെ ചെയ്തത്. അന്ന് യാത്രകഴിഞ്ഞ് കടുത്ത തലവേദനയുമായിട്ടാണ് കെ മടങ്ങിവന്നതും. അപ്പോഴാണറിഞ്ഞത് അടുത്ത ദിവസം ഇറ്റാലിയൻ സന്ദർശകനെ അനുഗമിക്കാൻ തെരഞ്ഞെടുത്തിരിക്കുന്ന കാര്യവും.

ആ ചുമത്തപ്പെട്ട പുതിയ ദൗത്യം ബാങ്കുവ്യാപാരവുമായി ബന്ധപ്പെട്ട ഒന്നല്ലാതിരുന്നതിനാൽ അതു വേണ്ടെന്നു പറയാനുള്ള എളുപ്പമുണ്ടായിരുന്നു; അതിനുള്ള പ്രലോഭനവും കൂടുതലായിരുന്നു. പക്ഷേ ഒരു സഹകാരിസന്ദർശകനോടുള്ള ഒരു സാമൂഹ്യദൗത്യം കൂടിയായിട്ടാണ് അതിനെ കാണേണ്ടത്. അതിനാൽ അതും വളരെ പ്രധാനപ്പെട്ടതായിരുന്നു. പക്ഷേ അയാളെ സംബന്ധിച്ചിടത്തോളം അങ്ങനെയായിരുന്നില്ലെന്നു പറയാം. എന്നാൽ അവരവരുടെ തൊഴിലിലൂടെയേ അവരവർക്കു രക്ഷയുള്ളൂയെന്ന് അയാൾക്കറിയാമായിരുന്നു. അതല്ലാതെ തനിക്ക് നല്ലൊരു ചങ്ങാതിയെയാണ് കിട്ടിയതെന്ന് ആ ഇറ്റലിക്കാരൻ പറഞ്ഞതുകൊണ്ടു മാത്രം കെ യ്ക്കു പ്രയോജനം ഒന്നുമില്ല. അതിനാൽ ഒരു ദിവസം പോലും ജോലിയിൽ നിന്നും വിട്ടു നില്ക്കാൻ കെ യ്ക്ക് ആഗ്രഹമുണ്ടായില്ല. പിന്നെ തിരികെ വരാൻ തന്നെ അനുവദിച്ചില്ലെങ്കിലോ എന്ന ഭയവും. ഈ ഭയമൊക്കെ യഥാർത്ഥത്തിൽ അയാൾ ഊതിവീർപ്പിച്ചതായിരുന്നു. എങ്കിലും അതെല്ലാം വല്ലാണ്ട് തളർത്തി.

ഈ അവസരത്തിൽ ഒഴിവാക്കാൻ പറ്റിയ ഒരു ന്യായവും പറയാൻ കെയ്ക്കു കഴിഞ്ഞില്ല. അയാൾക്കുള്ള ഇറ്റാലിയൻ പരിജ്ഞാനം അത്ര വലുതല്ലെങ്കിലും ആവശ്യത്തിനുണ്ടായിരുന്നു. പക്ഷേ, കലയെക്കുറിച്ച് നല്ല അറിവുണ്ടെന്ന വസ്തുതയായിരുന്നു പ്രധാന ഘടകമായത്. അത് ബാങ്ക് വലിയ കാര്യമായെടുത്തു. കാരണം, പുരാതന സ്മാരകങ്ങൾ സംരക്ഷിക്കുന്ന സൊസൈറ്റിയിലെ അംഗമായിരുന്നു അയാൾ. തികച്ചും അത് ബാങ്കാവശ്യത്തിനുവേണ്ടിയുള്ളതായിരുന്നു. ആ ഇറ്റാലിയൻ സന്ദർശകൻ നല്ലൊരു കലാസ്വാദകനെന്ന കഥയാണ് പ്രചരിച്ചിരിക്കുന്നതും. ഇത്തരം സാഹചര്യത്തിൽ അയാളെ അനുഗമിക്കാൻ കെയെത്തന്നെ തെരഞ്ഞെടുക്കേണ്ടത് അനിവാര്യമായിത്തീർന്നു.

കെ അന്ന് ഏഴുമണിക്കു തന്നെ ഓഫീസിലെത്തി. നല്ല മഞ്ഞും കാറ്റുമുള്ളതായിരുന്നു ആ പ്രഭാതം. തന്റെ മുന്നിൽ വന്നുപെട്ട ചുമതലയെക്കുറിച്ചോർത്ത് അയാൾ അസ്വസ്ഥനായിരുന്നു. എന്തായാലും ആ ഇറ്റലിക്കാരൻ സന്ദർശകൻ വന്നു ശല്യപ്പെടുത്തുന്നതിനു മുമ്പ് കുറച്ചെങ്കിലു ജോലി നന്നായി പൂർത്തിയാക്കാൻ അയാൾ തീരുമാനിച്ചിരുന്നു. ഒരു മുന്നൊരുക്കം എന്ന നിലയിൽ തലേ രാത്രിയിൽ പകുതിയും ഇറ്റാലിയൻ വ്യാകരണം പഠിച്ചുകൊണ്ടിരുന്നതിനാൽ അയാൾക്ക് നല്ല ക്ഷീണമുണ്ടായിരുന്നു. ജനാലയാണ് അയാളെ മേശയെക്കാൾ കൂടുതൽ പ്രലോഭനം നല്കിയത് ഈ അടുത്ത കാലത്തായി ജനാലക്കരികിൽ ചെന്നിരിക്കാനുള്ള പ്രേരണ അയാളിൽക്കൂടിയിരുന്നു. – എല്ലാവിധ പ്രലോഭനങ്ങളേയും തരണം ചെയ്തുകൊണ്ട് അയാൾ മേശയ്ക്കരികിൽ ജോലി ചെയ്യാനായി ചെന്നിരുന്നു.

അപ്പോഴാണ് നിർഭാഗ്യവശാൽ ശിപായി എത്തിയത്. കെ ഓഫീസിൽ എത്തിയിട്ടുണ്ടോയെന്ന് നോക്കി വരാനായി ആ മാനേജർ പറഞ്ഞയച്ചതായിരുന്നു അയാളെ. എത്തിയിട്ടുണ്ടെങ്കിൽ കെ യെ സ്വീകരണമുറിയിൽ ചെല്ലാൻ പറയണമായിരുന്നു അയാൾക്ക്. കാരണം ഇറ്റലിയിൽ നിന്നുള്ള സന്ദർശകൻ ഇതിനകം അവിടെ എത്തിയിരുന്നു.

"ശരിയെന്നാ" കെ പറഞ്ഞു.

അയാൾ ഒരു കൊച്ച് ഇറ്റാലിയൻ നിഘണ്ടുവെടുത്ത് പോക്കറ്റിൽതിരുകി. നഗരക്കാഴ്ചകളുടെ ഫോട്ടോകൾ കൊണ്ട് തയ്യാറാക്കിയ ഒരു ആൽബമെടുത്ത് കക്ഷത്തിലും വച്ചു. സന്ദർശകനുവേണ്ടി കെ അത് പെട്ടെന്നുണ്ടാക്കിയതായിരുന്നു. തുടർന്ന് അയാൾ ഡെപ്യൂട്ടി മാനേജരുടെ റൂമിലൂടെ മാനേജരുടെ മുറിയിൽ കയറി.

വളരെ നേരത്തെ തന്നെ ഓഫീസിലെത്തിയതിലും, ആവശ്യപ്പെട്ടപ്പോൾ തന്നെ സ്ഥലത്തുണ്ടാകാൻ കഴിഞ്ഞതിലും അയാൾക്കു സന്തോഷമുണ്ടായി. അയാൾ അങ്ങനെ ചെയ്യുമെന്ന് ഒരുപക്ഷേ ആരും വിചാരിക്കുകയില്ല.

ഡെപ്യൂട്ടി മാനേജരുടെ മുറി പാതിരാത്രിയിൽ കിടക്കുന്ന മാതിരി,

തികച്ചും ശൂന്യമായിരുന്നു. ഡെപ്യൂട്ടി മാനേജരെയും കൂട്ടിക്കൊണ്ടു ചെല്ലാൻ ശിപായിയോടുപറഞ്ഞിരുന്നിരിക്കാം. പക്ഷേ അതുണ്ടായില്ല.

കെ സ്വീകരണമുറിയിലെത്തി. ആ രണ്ടു മാന്യന്മാരും ചാരുകസേരയ്ക്കുള്ളിൽ നിന്നുമെഴുന്നേറ്റു.

മാനേജർ സ്നേഹത്തോടെ കെ യെ നോക്കിച്ചിരിച്ചു. തുടർന്ന് പരിചയപ്പെടുത്തൽ നടത്തുകയും ചെയ്തു. ഇറ്റാലിയൻ സന്ദർശകൻ കെയുടെ കൈ പിടിച്ച് ഹൃദയപൂർവ്വം കുലുക്കിക്കൊണ്ട് ആരോ ഒരാൾ അതിരാവിലെ ഉണർന്നെണീക്കുന്ന ആളാണെന്നു പറഞ്ഞു. അയാൾ എന്താണുദ്ദേശിച്ചതെന്ന് കെ യ്ക്കു മനസ്സിലായില്ല. ഒരാസാധാരണ ശൈലിയായിരുന്നതിനാൽ അതിന്റെ അർത്ഥം അയാളുടെ തലയിൽ പെട്ടെന്നുദിച്ചില്ല.

വിനയത്തോടെയുള്ളചില ഭാവങ്ങളുമായി കെ അതിനുത്തരം പറഞ്ഞപ്പോൾ, ആ ഇറ്റാലിയൻ സന്ദർശകൻ മറ്റൊരു ചിരിയോടെയാണ് അത് സ്വീകരിച്ചത്. അതേസമയം അയാൾ തന്റെ കനത്തതും പക്ഷേ നരച്ചതുമായ മീശ തടവുകയായിരുന്നു. ആ മീശ മണം പുരട്ടിയതായിരുന്നുയെന്നത് നിശ്ചയം. അതൊന്നു മണത്തുനോക്കിയാലോയെന്ന് ആർക്കും തോന്നിപ്പോകും.

അവർ എല്ലാവരും വീണ്ടും ഇരുന്നു. ഒരു പ്രാരംഭസംഭാഷണം തുടർന്ന് അവിടെത്തുടങ്ങി. ഇറ്റലിക്കാരൻ പറയുന്നതിന്റെ ഭാഗികമായ അർത്ഥം മാത്രമേ കെ യ്ക്കു പിടികിട്ടിയുള്ളു. അതോടെ അയാളുടെ മനഃസമാധാനം നഷ്ടപ്പെട്ടുവെന്നു പറയാം. അയാൾ സാവകാശത്തിലും സമാധാനത്തോടും സംസാരിക്കുമ്പോൾ ഏറെക്കുറെ പൂർണ്ണമായും കെ യ്ക്കു മനസ്സിലാകുമായിരുന്നു. പക്വെ, അങ്ങനെയുള്ള സംസാരങ്ങൾ വിരളമായിരുന്നു. എപ്പോഴും അയാളുടെ വായിൽ നിന്നും വാക്കുകളുടെ മലവെള്ളപ്പാച്ചിലായിരുന്നു. സംസാരത്തിന്റെ ലയത്തിൽ ആനന്ദപൂർവ്വം ആറാടിക്കൊണ്ട് അയാൾ തലയാട്ടുകയും ചെയ്യുന്നുണ്ട്. മാത്രമല്ല, അയാൾ ചില നേരങ്ങളിൽ ഭാഷയുടെ പ്രാദേശിക വകഭേദങ്ങളിലേക്കു വകഞ്ഞൊഴുകുകയായിരുന്നു. അതു കേൾക്കുമ്പോൾ ഇറ്റാലിയൻതന്നെയാണോ എന്നുപോലും സംശയിച്ചു.

പക്ഷേ മാനേജർക്കാകട്ടെ സംസാരിക്കാനും അത് മനസ്സിലാക്കുവാനും കഴിഞ്ഞിരുന്നു. കാരണം തെക്കൻ ഇറ്റലിയിൽ വളരെവർഷം ജോലി ചെയ്തിട്ടുള്ള ആളായിരുന്നു മാനേജർ. അവിടത്തുകാരനായിരുന്നു ഈ ഇറ്റാലിയൻ സന്ദർശകനും. അക്കാര്യം കെ യ്ക്കു വ്യക്തമായി. അതോടെ തനിക്ക് ഇറ്റാലിയൻ മനസ്സിലാകുകയില്ലെന്ന് കെ യ്ക്ക് ഉറപ്പായി. മാത്രമല്ല അയാളുടെ ഫ്രഞ്ചും മനസ്സിലാക്കാൻ പ്രയാസമുള്ളതായിരുന്നു. പിന്നെ അയാളുടെ ചുണ്ടിന്റെ ചലനം നോക്കി മനസ്സിലാക്കാമെന്നു വച്ചാലോ, കട്ടികൂടിയ മീശകാരണം അതും നടന്നില്ല. താൻ നേരിടാൻ പോകുന്ന പ്രയാസങ്ങൾ കെ പെട്ടെന്നു മുന്നിൽ കണ്ടു. ഒപ്പം

അയാൾ പറയുന്നതു കേൾക്കാനുള്ള ശ്രമം ഉപേക്ഷിക്കുകയും ചെയ്തു. അതൊക്കെ കേട്ട് മനസ്സിലാക്കാൻ കഴിവുള്ള മാനേജർ അവിടെയുള്ളപ്പോൾ തന്റെ പ്രയത്നം വെറുതേയാണെന്ന് കെ യ്ക്കു തോന്നി. ഇനിയെന്തായാലും അയാൾ കസേരയിൽ ചാരി സുഖമായിരിക്കുന്നത് നോക്കിയിരിക്കുന്നത് മാത്രമാകാമെന്ന് അയാൾക്കു തോന്നി.

ഇടയ്ക്കിടക്ക് തന്റെ ഇറുകിപ്പിടിച്ചതും ഇറക്കം കുറഞ്ഞതുമായ ജാക്കറ്റിന്റെ വെട്ടിയിറക്കിയ ഭാഗം പിടിച്ചു അയാൾ വലിക്കുന്നത് കെ കണ്ടു. ഒരിക്കലാകട്ടെ എന്തോ പറയാനായി തുടങ്ങിയപ്പോൾ അയാൾ കൈകൾ ഉയർത്തി എന്തോ ആംഗ്യം കാണിച്ചു. മുന്നോട്ടാഞ്ഞിരുന്ന് ആ ആംഗ്യം എന്താണെന്ന് ശ്രദ്ധയോടെ പഠിക്കാൻ നോക്കിയിട്ടും കെ ക്കത് മനസ്സിലായില്ല. അവസാനം സംഭാഷണത്തിലൊന്നും ഏർപ്പെടാൻ പറ്റാതെ അയാളിരുന്നു. അവരുടെ സംഭാഷണത്തിൽ യാന്ത്രികമായി കണ്ണുകൾ അങ്ങോട്ടുമിങ്ങോട്ടും ഓടിക്കൊണ്ടിരുന്നു. അതോടെ നേരത്തെ ഉണ്ടായിരുന്ന ക്ഷീണം വീണ്ടും അയാളെ പിടികൂടി. ഒരു തവണ ഓർമ്മയില്ലാതെ എണീറ്റുപോകാൻ എഴുന്നേറ്റതായിരുന്നു അയാൾ; ഭാഗ്യം കൊണ്ടാണ് സ്വയം അക്കാര്യം അറിഞ്ഞുകൊണ്ട് നിയന്ത്രിച്ചത്.

അവസാനം ഇറ്റാലിയൻ സന്ദർശകൻ തന്റെ വാച്ചു നോക്കിയശേഷം ചാടിയെഴുന്നേറ്റു. മാനേജരോടു യാത്ര പറഞ്ഞശേഷം അയാൾ കെ യോടു ചേർന്നു നിന്നു. അല്പം സ്വതന്ത്രമായി നില്ക്കാനുള്ള സ്ഥലം കിട്ടാനായി അവിടെക്കിടന്ന കസേരയെ കെ പിന്നിലേക്കു നീട്ടിയിട്ടു.

ഇറ്റാലിയൻ ഭാഷ കെ ക്ക് വളരെയധികം പ്രയാസമുണ്ടെന്നു മാനേജർക്കു കെ യുടെ കണ്ണുകളിൽ നിന്നും മനസ്സിലായി. അതിനാൽ അദ്ദേഹം സംഭാഷണത്തിൽ ബുദ്ധിപരമായി ഇടപെട്ടു. എന്തോ ഉപദേശ ശകലങ്ങൾ കൊടുക്കുന്ന മട്ടിൽ വളരെ വിദഗ്ദ്ധമായാണ് അദ്ദേഹം ഇടപെട്ടത്. അതേസമയം യഥാർത്ഥത്തിൽ ഇറ്റാലിയൻ സന്ദർശകൻ ഇടയ്ക്കിടയ്ക്കു പറയുന്ന കാര്യങ്ങളുടെ രത്നച്ചുരുക്കം അദ്ദേഹം കെ യ്ക്കു പറഞ്ഞുകൊടുക്കുകയുമായിരുന്നു. ഇറ്റലിക്കാരന് വളരെ വേഗത്തിൽ എന്തൊക്കെയോ ചെയ്യാനുള്ളതുകൊണ്ട് പാഴാക്കാനായി അധികസമയമമില്ലെന്നാണ് കെ യ്ക്ക് അതിൽ നിന്നും മനസ്സിലായത്. നഗരത്തിലെ കാഴ്ചകൾ മുഴുവനും ധൃതിയിൽ ചുറ്റിക്കറങ്ങിക്കാണണമെന്ന് ആഗ്രഹവും അയാൾക്കുണ്ടായിരുന്നില്ല. കെ സമ്മതിക്കുകയാണെങ്കിൽ അയാളുടെ തീരുമാനമാണ് പ്രധാനം – അവിടത്തെ മുഖ്യദേവാലയം സമയമെടുത്ത് പോയിക്കാണുക മാത്രമാണ് ആഗ്രഹമായി അയാൾക്കുണ്ടായിരുന്നത്.

ഇത്രയ്ക്കറിവും വിനയവുമുള്ള ഒരാളിനോടൊപ്പം ഇത്തരം ഒരു യാത്ര നടത്താൻ അവസരം ലഭിച്ചതിന് ഇറ്റാലിയൻ സഞ്ചാരിക്കു സന്തോഷം തോന്നിയിരുന്നു. അയാളത് കെയെ ഉദ്ദേശിച്ചു പറഞ്ഞപ്പോൾ, കെ യാകട്ടെ അയാൾ പറയുന്നതിനൊന്നും ചെവി കൊടുക്കാതെ മാനേ

ജർ പറയുന്നത് ശ്രദ്ധിച്ചുകൊണ്ടിരുന്നു. സാധിക്കുമെങ്കിൽ രണ്ടു മണിക്കൂറിനകം അതായത് പത്തുമണിയോടടുപ്പിച്ച് മുഖ്യ പള്ളിയിൽ കെ എത്തിച്ചേരുമോയെന്ന് അയാൾ ചോദിച്ചു. ആ സമയത്ത് തനിക്ക് അവിടെയെത്താൻ സാധിക്കുമെന്ന പ്രതീക്ഷയുണ്ടെന്ന കാര്യവും അയാൾ പറഞ്ഞു.

കെ ഉചിതമായ മറുപടിയെന്തോ പറഞ്ഞു.

ഇറ്റാലിയൻ സഞ്ചാരി മാനേജർക്കും കെ യ്ക്കും കൈ കൊടുത്തു. തുടർന്ന് രണ്ടാമതും മാനേജർക്കു കൈ കൊടുത്തു. ശേഷം അവർ വാതിലിനരികിലേക്കു നടന്നു; ഇറ്റാലിയൻസഞ്ചാരി മുന്നിലും മറ്റു രണ്ടുപേരും പിന്നിലുമായിട്ട്. അപ്പോഴും അയാളുടെ വായിൽ നിന്നും വാക്കുകൾ പ്രവഹിക്കുകയായിരുന്നു.

മാനേജർക്ക് അന്ന് അത്രകണ്ട് സുഖമല്ലെന്ന് കെ യ്ക്കു തോന്നി. ഒരു നിമിഷം അയാൾ അദ്ദേഹത്തിന്റെ അരികിൽ നിന്നു. കെ യോടെ എന്തോ ക്ഷമാപണം നടത്താനെന്ന പോലുള്ള മുഖഭാവം അദ്ദേഹത്തിനുണ്ടായി. ഇറ്റലിക്കാരൻ സന്ദർശകനോടൊപ്പം ആദ്യം അനുഗമിക്കാൻ താൻ വിചാരിച്ചതാണെന്നും പിന്നീടാണ് അയാളെ വിടുന്നതാണ് നല്ലതെന്ന് തീരുമാനിച്ചതെന്നും അദ്ദേഹം പറഞ്ഞു. അതിനുള്ള കൃത്യമായ കാരണമൊന്നും അദ്ദേഹം പറഞ്ഞുമില്ല. ഇറ്റലിക്കാരൻ പറയുന്നതൊന്നും മനസ്സിലാകുന്നില്ലെങ്കിൽ അതിൽ വിഷമിക്കേണ്ടതില്ലെന്നും, അയാൾ പറയുന്നതൊക്കെ കെ മനസ്സിലാക്കണമെന്നതിനെക്കുറിച്ച് അയാൾ അങ്ങനെ ആഗ്രഹിക്കുന്നില്ലെന്നും അദ്ദേഹം പറഞ്ഞു. മാത്രമല്ല, കെ യ്ക്ക് ഇറ്റാലിയനെക്കുറിച്ചുള്ള അറിവ് അസാമാന്യമാണ്. അതിനാൽ അയാൾക്ക് ചുമതല ഭംഗിയായി നിർവ്വഹിക്കാനാകുമെന്നും മാനേജർ പറഞ്ഞു. തുടർന്ന് അദ്ദേഹം കെ യോട് പൊയ്ക്കൊള്ളാൻ പറഞ്ഞു. നിഘണ്ടു നോക്കി അപരിചിതമായ വാക്കുകൾ എഴുതിയെടുക്കാൻ കെ ബാക്കിയുള്ള സമയം വിനിയോഗിച്ചു. മുഖ്യദേവാലയത്തിലേക്കുള്ള യാത്രാവേളയിൽ അവയൊക്കെ വേണ്ടിവരുമെന്ന് കെ കരുതി.

അതു തികച്ചും അസാധാരണമാം വിധത്തിലുള്ള ദുഷ്കരമായ ജോലിയായിരുന്നു. ശിപായിമാർ പല കത്തുകളുമായി എത്തി. ക്ലാർക്കുമാർ അന്വേഷണങ്ങളുമായി വന്നു. പക്ഷേ കെ വളരെ തിരക്കിലാണെന്നു മനസ്സിലാക്കിയപ്പോൾ അവർ വാതില്ക്കൽത്തന്നെ നിന്നു. എങ്കിലും മറുപടി കിട്ടിയശേഷം മാത്രമേ അവർ പോയുള്ളു. ഇതിനിടെ ഡെപ്യൂട്ടി മാനേജർ കെ യെ ശല്യപ്പെടുത്താനുള്ള അവസരം പാഴാക്കിയില്ല. അദ്ദേഹം ഇടയ്ക്കിടെ അകത്തേക്കു കയറിവന്നശേഷം കെ യുടെ കൈയിൽ നിന്നും നിഘണ്ടു പിടിച്ചുവാങ്ങി. തുടർന്ന് നിസ്സംഗതയോടെ അത് മറിച്ചുനോക്കി. ഓരോ പ്രാവശ്യം അദ്ദേഹം വാതിൽ തുറക്കുമ്പോഴും അടുത്ത മുറിയിൽ അരണ്ട വെട്ടത്തിൽ ആളുകൾ നില്ക്കുന്നത് കെയ്ക്ക് കാണാമായിരുന്നു. കെ യുടെ ശ്രദ്ധയാകർഷിക്കാനായി അവർ വിനയ

ത്തോടെ തല കുമ്പിടുന്നുണ്ടായിരുന്നു. പക്ഷേ കെ തങ്ങളെ കണ്ടോയെന്നത് ഉറപ്പാക്കാൻ അവർക്കുകഴിഞ്ഞില്ല.

കെ കേന്ദ്രബിന്ദു എന്ന പോലെ എല്ലാ പ്രവർത്തനങ്ങളും അയാളെ ചുറ്റിനടന്നു. അപ്പോഴൊക്കെ നിഘണ്ടു നോക്കിക്കൊണ്ട് അയാൾ തനിക്കാവശ്യമായ വാക്കുകൾ ശേഖരിക്കുകയായിരുന്നു. ആ വാക്കുകൾ നിഘണ്ടുവിൽ നോക്കിയെടുത്ത് കടലാസിൽ എഴുതുകയും അവയുടെ ഉച്ചാരണം പരിശീലിക്കുകയും ചെയ്തു അയാൾ. അവസാനം അവയെ മനഃപാഠമാക്കുകയും ചെയ്തു.

ഒരിക്കൽ അയാൾക്ക് അപാരമായ ഓർമ്മശക്തിയുണ്ടായിരുന്നു. ഇപ്പോൾ അയാൾക്കതില്ലാതെ പോയിരിക്കുകയാണ്. തനിക്ക് ഇത്തരം കഷ്ടപ്പാടു വരുത്തിവച്ച ആ ഇറ്റലിക്കാരൻ സന്ദർശകനോടുള്ള കടുത്ത കോപം ഇടയ്ക്കിടെ അയാളിലുണ്ടായി. അപ്പോഴൊക്കെ അയാൾ ഇനി തനിക്ക് ഒന്നിനും തയ്യാറെടുക്കാൻ വയ്യായെന്ന തീരുമാനമുറപ്പിച്ചുകൊണ്ട് നിഘണ്ടുവിനെയെടുത്ത് ഫയൽകൂനയ്ക്കടിയിൽ പൂഴ്ത്തിവച്ചു. പക്ഷേ മുഖ്യദേവാലയത്തിലെ കലാവസ്തുക്കൾക്കു മുന്നിലൂടെ മൂകനിശ്ശബ്ദതയിൽ ഇറ്റലിക്കാരനുമായി ചുറ്റിക്കറങ്ങാനാവില്ലല്ലോയെന്ന കാര്യം അയാൾക്ക് ആലോചിച്ചിരിക്കാനായില്ല. അപ്പോൾ കൂടുതൽ കടുത്ത ക്രോധത്തോടെ അയാൾ നിഘണ്ടു അതിനടിയിൽ നിന്നും വീണ്ടും വലിച്ചെടുക്കും.

ഒൻപതരമണിയായയതേയുള്ളു. അയാൾ പുറത്തേക്കു പോകാനായി എഴുന്നേറ്റപ്പോൾ ടെലിഫോൺ ശബ്ദിച്ചു. ലേനി വിശേഷങ്ങൾ അറിയാൻ വിളിച്ചതായിരുന്നു. കെ തിടുക്കത്തിൽ നന്ദി പറഞ്ഞശേഷം, തനിക്കു മുഖ്യദേവാലയത്തിൽ പോകേണ്ടതുള്ളതിനാൽ സംസാരിച്ചുകൊണ്ടിരിക്കാൻ ഒട്ടും നേരമില്ലെന്നും പറഞ്ഞു.

"മുഖ്യദേവാലയത്തിലേക്കോ?" ലേനി ചോദിച്ചു

"അതേ, മുഖ്യ ദേവാലയത്തിലേക്ക്"

"എന്തിനാണ് അങ്ങോട്ടേക്ക്" അവൾ ചോദിച്ചു

ചുരുക്കത്തിൽ അതിനൊരുത്തരം നല്കാൻ ശ്രമിക്കുകയായിരുന്നു കെ. അപ്പോഴേക്കും ലേനി പെട്ടെന്നു പറഞ്ഞു: "അവർ നിങ്ങളെ ശരിക്കും ഓടിക്കുകയാണ്."

താൻ ആവശ്യപ്പെടാത്തതും അപ്രതീക്ഷിതവുമായ അവളുടെ ആ കാരുണ്യം കെ യെ അലോസരപ്പെടുത്തി. പക്ഷേ, രണ്ടു വാക്കുകൾ കൊണ്ട് അയാൾ അവളോടു യാത്ര പറഞ്ഞു. പക്ഷേ അവൾ ഫോൺ വക്കുന്നതിനു മുമ്പ് അയാൾ പിറുപിറുത്തു: "അവർ എന്നെ ശരിക്കും ഇട്ട് ഓടിക്കുകയാണ്." പാതി തന്നോടും പാതിയാകട്ടെ പറഞ്ഞാൽ കേൾക്കാൻ പറ്റാത്തവിധം അകലത്തിൽ നില്ക്കുന്ന അവളോടുമാണ് അയാളിതു പറഞ്ഞത്.

അപ്പോൾത്തന്നെ സമയം വളരെ വൈകിയിരുന്നു. പറഞ്ഞ സമ

യത്ത് എത്താൻ പറ്റുകയില്ലെന്ന് അപകടം അയാൾ മണത്തുതുടങ്ങി. അയാൾ പെട്ടെന്ന് ഒരു ടാക്സിക്കാർ പിടിച്ചു. അവസാന നിമിഷത്തിലാണ് ആൽബത്തിന്റെ കാര്യം അയാൾക്ക് ഓർമ്മ വന്നത്. നേരത്തെ ആ ആൽബം ഇറ്റാലിയൻ സന്ദർശകനു കൊടുക്കാൻ പറ്റിയിരുന്നില്ല. അയാൾ അതെടുത്തു നെറുകയിൽ വച്ചു.

യാത്രാനേരം മുഴുവനും കാൽമുട്ടിൻമേൽ വച്ചിരുന്ന ആൽബത്തിൽ കൈവിരലുകൾ കൊണ്ട് അയാൾ താളം പിടിക്കുകയായിരുന്നു. മഴയുടെ ശക്തി കുറഞ്ഞിരുന്നെങ്കിലും, അന്തരീക്ഷം മൂടിക്കിടന്നിരുന്നു. മുഖ്യദേവാലയത്തെ വ്യക്തമായി കാണാനാകുമെന്ന് അയാൾക്കു തോന്നിയില്ല. തണുത്തുറഞ്ഞു കിടക്കുന്ന കല്പാളികളിൽ നില്ക്കുമ്പോൾ തന്റെ പനി കൂടുതൽ വഷളാകുകയേയുള്ളൂയെന്നതിൽ അയാൾക്ക് സംശയമുണ്ടായിരുന്നില്ല.

മുഖ്യദേവാലയമിരിക്കുന്ന കവല തികച്ചും വിജനമായിരുന്നു. ഒരു കൊച്ചുകുട്ടിയായിരിക്കുമ്പോൾത്തന്നെ അയാളുടെ മനസ്സിൽ പതിഞ്ഞിരുന്ന കാര്യം അയാൾ പെട്ടെന്നോർത്തു. ആ ഇടുങ്ങിയ കവലയിലെ വീടുകളിൽ മിക്കവാറും വാതിലുകളൊക്കെ തുറക്കാതിട്ടിരിക്കുന്ന കാര്യം. ഇതുപോലെയുള്ള ദിവസമാണെങ്കിൽ അതിനു മറ്റു വിശദീകരണങ്ങൾ ഒന്നും തന്നെ വേണ്ട.

മുഖ്യദേവാലയത്തിലും ആളില്ലെന്നു തോന്നി. ഇത്തരമൊരവസ്ഥയിൽ സ്വാഭാവികമായും ദേവാലയത്തിൽ വരണമെന്ന ചിന്ത ആർക്കും ഉണ്ടാകാറില്ല. പള്ളിക്കകത്തെ ഇടനാഴിയിലൂടെ കെ ഒന്നു നടന്നു നോക്കി. മഡോണയുടെ രൂപത്തിനു മുന്നിൽ മുട്ടുകുത്തി പ്രാർത്ഥിക്കുന്ന ഷാൾ ധരിച്ച ഒരു വൃദ്ധയെ മാത്രമേ അയാൾ കണ്ടുള്ളു. പെട്ടെന്ന് അകലെയായി വാതിലിലൂടെ മുടന്തനായ കപ്യാർ നടന്നു മറയുന്നതും കെ കണ്ടു.

കെ കൃത്യമായ സമയനിഷ്ഠയുള്ളയാളായിരുന്നു. അയാൾ അതിനുള്ളിൽ കയറിയപ്പോഴാണ് പത്തടിച്ചിരുന്നത്. പക്ഷേ ഇറ്റാലിയൻ സന്ദർശകൻ എത്തിയിരുന്നില്ല.

കെ മുഖ്യകവാടത്തിനരികിലേക്കു തിരിച്ചു നിന്നു. എന്താണ് ചെയ്യേണ്ടതെന്നറിയാതെ അയാൾ കുറച്ചുനേരം അവിടെ നിന്നു. വശത്തുള്ള ഏതെങ്കിലും വാതിലിനരികിൽ ഇറ്റലിക്കാരൻ വന്നു നില്പുണ്ടോയെന്നറിയാനായി അയാൾ തുടർന്ന് ആ മഴയത്തുതന്നെ ദേവാലയത്തിനു ചുറ്റും ഒരു വലയം വച്ചു. അയാളെ എങ്ങും കണ്ടില്ല. മാനേജർ പറഞ്ഞ സമയം തെറ്റിയോ? ഇങ്ങനെയുള്ള ഒരാളിനെ ആർക്കാണ് മനസ്സിലാക്കാൻ പറ്റുന്നത്? എന്തായാലും അരമണിക്കൂർ കൂടി അയാളെ കാത്തുനില്ക്കാം; കെ തീരുമാനിച്ചു. ക്ഷീണം തോന്നിയപ്പോൾ ഒന്നിരിക്കാനായി അയാൾ ദേവാലയത്തിനകത്തു വീണ്ടും കയറി. ഒരു പടിയിൽ പരവതാനിപോലെയുള്ള ഒരു സാധനത്തിന്റെ ഭാഗം കിടക്കുന്നു. സമീപത്തുള്ള ബഞ്ചിനരികിലേക്ക് കാൽവിരലുകൾ കൊണ്ട് തെന്നിച്ചിട്ടശേഷം അതിൻമേൽ

കാൽവച്ചുകൊണ്ട് അയാൾ ബഞ്ചിലിരുന്നു. അണിഞ്ഞിരുന്ന വലിയ കോട്ട് അയാൾ ശരീരത്തിലേക്ക് ഒതുക്കിപ്പിടിച്ചു. കോളർ ഉയർത്തിപ്പിടിച്ചു. തുടർന്ന് നേരം പോകാനായി അയാൾ ആൽബം തുറന്ന് പേജുകൾ വെറുതെ മറിച്ചുനോക്കി. പക്ഷേ ഇരുട്ടുപരന്നു തുടങ്ങിയിരുന്നതിനാൽ അയാൾ അപ്പോൾത്തന്നെ അതു മടക്കി വക്കുകയും ചെയ്തു. താനിരിക്കുന്നതിനരികിലെ ഇടനാഴിപോലും വ്യക്തമായിക്കാണാൻ അയാൾക്കു തുടർന്നു പറ്റിയില്ല.

ഉയർത്തിക്കെട്ടിയ അൾത്താരയിൽ കത്തുന്ന മെഴുകുതിരിയുടെ ത്രികോണാകൃതിയിലെ പ്രഭ അകലെ കാണാം. താനത് നേരത്തെ കണ്ടിരുന്നോയെന്നതിനെപ്പറ്റി കെ ക്കു നിശ്ചയമുണ്ടായില്ല. ഒരുപക്ഷേ അവ പിന്നീട് കത്തിച്ചതാകാനും വഴിയുണ്ട്. കപ്യാർമാർ തൊഴിലിന്റെ കാര്യത്തിൽ ഒളിച്ചുനടപ്പുകാരാണ്. ആർക്കും അവരെ ഒരിക്കലും കണ്ടുകിട്ടാൻ പറ്റില്ല.

പെട്ടെന്ന് കെ പുറകിലേക്കു വെറുതെ തിരിഞ്ഞുനോക്കി. വളരെ അകലത്തിലല്ലാതെ ഒരു കൽത്തൂണിൽ ഉയരവും കനവുമുള്ള ഒരു മെഴുകുതിരി ജ്വലിക്കുന്നു. കാണാൻ ഭംഗിയുണ്ട് അതിന്. പക്ഷേ, അൾത്താരയിലിരിക്കുന്ന രൂപങ്ങൾ കാണാൻ അതു പോരായിരുന്നു. മാത്രമല്ല ആ രൂപങ്ങളൊക്കെ ദേവാലയത്തിന്റെ ഇരുണ്ട ഭാഗത്ത് തൂക്കിയിരുന്നവയുമായിരുന്നു. അക്കാരണത്താൽ അത് ഇരുട്ടു വർദ്ധിപ്പിച്ചിരുന്നു.

ഇറ്റലിക്കാരൻ വരാത്തത് മര്യാദയില്ലാത്ത പ്രവൃത്തിയായിരുന്നൂയെങ്കിലും, അതു ബോധപൂർവ്വം ഉള്ളതായിരുന്നു. കാരണം വന്നിരുന്നൂയെങ്കിൽ, ഒന്നും കാണാൻ പറ്റില്ലല്ലോ. കെ യുടെ കൈയിലുള്ള പോക്കറ്റ് ടോർച്ചുപയോഗിച്ച് കുറേശ്ശേ കുറേശ്ശേ ഒന്നോ രണ്ടോ ചിത്രങ്ങൾ കാണാൻ പറ്റിയെങ്കിലായി. അങ്ങനെ പറ്റുമോയെന്ന ആകാംക്ഷയിൽ കെ സമീപത്തുള്ള ചെറിയ അൾത്താരയിലേക്കു പോയി. അതിലെകുറച്ചു പടികൾ കയറിയശേഷം കമഴ്ന്നു നിന്നുകൊണ്ട് ഒരു അൾത്താര രൂപത്തിലേക്കു ടോർച്ചടിച്ചു നോക്കി. അവിടെ ഞാണുകിടന്നിരുന്ന ഒരു വിളക്ക് ഒരു തടസ്സക്കാരനായി. ആദ്യം അയാൾ കണ്ടത് ചിത്രത്തിന്റെ ഏറ്റവും അരികിലായി നില്ക്കുന്ന പടച്ചട്ടയണിഞ്ഞ നല്ല ഉയരമുള്ള ഒരു കുലീന യോദ്ധാവിനെയാണ്. മിക്കവാറും അതൊരു ഊഹമായിരുന്നു. തനിക്കുമുന്നിലെ വെറും തറയിൽ വാൾ കുത്തിവച്ചുകൊണ്ട്, അതിന്മേൽ കൈയും വച്ച് നില്ക്കുകയാണയാൾ. വെറുതെയാണെങ്കിലും അവിടവടെ ചെറുപുല്ലുകൾ ഉയർന്നുനില്ക്കുന്നു. തന്റെ കൺമുന്നിൽ ചുരുളഴിയുന്ന ഏതോ സംഭവം കണ്ടുനില്ക്കുകയാണയാൾ. അയാൾ മുന്നോട്ടു നീങ്ങാതെ അവിടെ നിശ്ചലമായി നില്ക്കുന്നത് അതിശയം തന്നെ. ഒരുപക്ഷേ ഒരു കാവൽക്കാരനായി നില്ക്കാനുള്ള നിയോഗമായിരിക്കും അയാൾക്കുള്ളത്. കെ ആ ചിത്രത്തിൽ നോക്കി കുറച്ചുനേരം നിന്നു. ചിത്രങ്ങൾ കണ്ടിട്ട് അയാൾ കുറേക്കാലമായിരുന്നു. പക്ഷേ പോക്കറ്റ്

ടോർച്ചിൽ നിന്നും വരുന്ന പച്ചവെളിച്ചം അയാളുടെ കണ്ണുകളെ അടപ്പിച്ചുതുടങ്ങി. തുടർന്ന് ആ അൾത്താരചിത്രത്തിന്റെ ബാക്കി ഭാഗങ്ങളിലേക്കു വെളിച്ചമടിച്ചപ്പോൾ ക്രിസ്തുവിനെ കല്ലറയിൽ അടക്കിയിരിക്കുന്നതിന്റെ തികച്ചും പഴയരീതിയിലെ ഒരു ശൈലിയിലുള്ള ചിത്രമായിട്ട് കെ ക്ക് മനസ്സിലായി. എന്നാൽ ഏറെക്കുറെ അടുത്തകാലത്ത് വരച്ച് ചിത്രം കൂടിയായിരുന്നു അത്. അയാൾ ടോർച്ച് പോക്കറ്റിലിട്ടശേഷം വീണ്ടും പഴയ ഇരിപ്പിടത്തിലേക്കു തന്നെ വന്നിരുന്നു.

ഇനി അല്പനേരം പോലും ഇറ്റാലിയൻ സന്ദർശകനെ കാത്തു നില്ക്കേണ്ട കാര്യമേയില്ല. പക്ഷേ പുറത്ത് മഴ ശക്തമായിത്തുടരുകയായിരുന്നു. ഉദ്ദേശിച്ചത്ര തണുപ്പ് ദേവാലയത്തിനുള്ളിൽ ഉണ്ടാകാതിരുന്നാൽ തല്ക്കാലം അവിടെത്തന്നെ ഇരിക്കാമെന്ന് കെ കരുതി.

അല്പം അകലെയായി പ്രസംഗപീഠം ഉയർന്നു നില്ക്കുന്നു. അതിന്റെ വൃത്താകാരമായ മുകൾപ്രതലത്തിൽ രണ്ടു സ്വർണ്ണക്കുരിശുകൾ നാട്ടിയിരിക്കുന്നു. അവ ചരിച്ചു പതിപ്പിച്ചിരുന്നതിനാൽ അറ്റങ്ങൾ തമ്മിൽ പരസ്പരം ചേർന്നിരുന്നു. തിട്ടയുടെ ബാഹ്യഭാഗവും അതിനെ താങ്ങിനിർത്തുന്ന കല്ലുകൊണ്ടുള്ള ഭാഗത്തു ഇലത്തോരണങ്ങൾ ചാർത്തിയിരുന്നു. അതിൽ കൊച്ചുമാലാഖമാരെ ആലേഖനം ചെയ്തിരിക്കുന്നു. ഊർജ്ജസ്വലതയുള്ളതോ ചിലപ്പോൾ ശാന്തതയുള്ളതോ ആയ മാലാഖമാർ. കെ തുടർന്ന് സമീപത്തെ പ്രസംഗപീഠത്തിനരികിൽ ചെന്ന് ചുറ്റും നടന്നുനോക്കി. കല്ലിലെ സുന്ദരമായ കൊത്തുപണികൾ. അതിലെ തോരണത്തിനുപിന്നിലെ വലിയ അഗാധമായ കൊത്തുപണിയിലെ കുഴികളിലെ ഇരുട്ട് അവിടെ അസ്വാതന്ത്ര്യം അനുഭവിക്കുന്നതുപോലെ. കെ അതിനെയൊന്നു തൊട്ടു നോക്കി. കൊത്തുപണിയുടെ ഉയർച്ചതാഴ്ചകളുടെ ഭൂമിശാസ്ത്രം അയാൾ മൃദുലമായി തഴുകിയറിഞ്ഞു.

തൊട്ടടുത്ത രണ്ടുവരി ബഞ്ചുകൾക്കു പിന്നിലായി ഒരു കപ്യാർ നില്ക്കുന്നത് കെ കണ്ടു. അയഞ്ഞ കറുത്ത വസ്ത്രം ധരിച്ചിരുന്ന അയാളുടെ ഇടതു കൈയിൽ മൂക്കുപ്പൊടിയും ഇരിക്കുന്നു. അയാൾ കെ യെ തുറിച്ചുനോക്കുകയായിരുന്നു.

ഇയാൾക്ക് എന്താണ് വേണ്ടത്? കെ മനസ്സിലാലോചിച്ചു. എന്നെ ക്കണ്ടപ്പോൾ അയാൾക്ക് സംശയം വല്ലതും തോന്നിയോ? അതോ കൈമണിക്കു വേണ്ടിയാണോ? കെ തന്നെ കണ്ടുകഴിഞ്ഞൂയെന്നു മനസ്സിലാക്കിയ അയാൾ പെട്ടെന്ന് വലതുകൈ ഏതോ ഒരുവശത്തേക്കു ചൂണ്ടി. അപ്പോൾ ഒരുനുള്ള് മൂക്കുപ്പൊടി അയാൾ വിരലുകളിൽ നുള്ളി വച്ചിരുന്നു. അയാൾ ഉദ്ദേശിച്ചതെന്താണെന്ന് മനസ്സിലാകാതിരുന്ന കെ കുറച്ചുനേരം പകച്ചു നിന്നു പോയി. അപ്പോഴും കപ്യാർ എന്തിനെയോ ചൂണ്ടിക്കൊണ്ടിരുന്നു. ഒപ്പം തന്റെ ഉദ്ദേശ്യം ഉറപ്പാക്കാൻ അയാൾ തലയാട്ടുകയും ചെയ്തു.

“എന്താണ് ഈ മനുഷ്യന് വേണ്ടത്?” സ്വരംതാഴ്ത്തി കെ ചോദിച്ചു.

ദേവാലയത്തിൽ നിന്നുകൊണ്ട് ഉച്ചത്തിൽ സംസാരിക്കാൻ അയാൾ ആഗ്രഹിച്ചില്ല. തുടർന്ന് അയാൾ പോക്കറ്റിൽ നിന്നും പേഴ്സ് വലിച്ചെടുത്ത ശേഷം അയാൾ നില്ക്കുന്ന ബഞ്ചുകൾക്കരികിലേക്കു ചെന്നു. പക്ഷേ കപ്യാരാകട്ടെ അതു നിരസിക്കുന്നത് അടയാളം കൊണ്ടു കാണിച്ചശേഷം, തോളും കുലുക്കിക്കൊണ്ട് ഞൊണ്ടി നടന്നുപോയി. താൻ കുട്ടിയായിരുന്നപ്പോൾ ഒരു കുതിരക്കാരനെ ഞൊണ്ടി നടന്ന് അനുകരിച്ചത് കെ ഒന്നോർത്തുപോയി.

'പിള്ളാരുടെ സ്വഭാവമുള്ള കിഴവൻ' കെ മനസ്സിൽ പറഞ്ഞു. 'ഇയാൾക്ക് കപ്യാരാകാനേ കഴിഞ്ഞുള്ളു.' ഞാൻ നില്ക്കുമ്പോൾ അയാളും നില്ക്കുന്നു.' പിന്നെ ഞാൻ അയാളുടെ പിന്നാലെ പോകുന്നുണ്ടോയെന്നറിയാൻ ഒരു ഒളിഞ്ഞുനോട്ടവും.'

കെ സ്വയം ചിരിച്ചു. തുടർന്ന് കപ്യാരുടെ പിന്നാലെ ഇടനാഴിയിലൂടെ സഞ്ചരിച്ച് ഏറെക്കുറെ ആ വലിയ അൾത്താരയുടെ അരികിലെത്തി. ആ വയസ്സൻ കപ്യാർ മറ്റൊരു ദിശയിലേക്കു കൈ ചൂണ്ടിക്കൊണ്ടേയിരുന്നു. പക്ഷേ കെ മനഃപൂർവ്വം അയാൾ ചൂണ്ടിയ ഭാഗത്തേക്ക് നോക്കിയതേയില്ല. കാരണം തന്നെ അവിടെ നിന്നും പറഞ്ഞയയ്ക്കുകയെന്ന ഒരൊറ്റ ലക്ഷ്യമേ അയാൾക്കുള്ളൂയെന്ന് കെ യ്ക്കു തോന്നിയിരുന്നു.

അവസാനം കെ അയാളുടെ പിന്നാലെ പോയില്ല. ആ വൃദ്ധനെ പ്രയാസപ്പെടുത്താൻ അയാൾ ആഗ്രഹിച്ചില്ല. ആ ഇറ്റലിക്കാരൻ സന്ദർശകൻ വന്നാൽ അയാളെങ്കിലും ഉണ്ടാകുന്നതു നല്ലതല്ലേ. അതിനാൽ അയാളെ കെ വിരട്ടിവിട്ടതേയില്ല.

കെ താൻ നേരത്തെ ആൽബം വച്ചിട്ടുപോയ ഇരിപ്പിടത്തിനരികിലേക്കു ഇരിക്കാനായി തിരിച്ചു നടന്നപ്പോൾ, ഗായകസംഘക്കാർക്കുള്ള ഇടത്തിനരികിലെ തൂണിനോടുചേർന്ന് മറ്റൊരു ചെറിയ പ്രസംഗപീഠം ഇരിക്കുന്നതുകണ്ടു. ഏതോ കല്ലിൽത്തീർത്ത ചെറിയ ഒരു പീഠം. അല്പം അകലെ നിന്നു നോക്കിയാൽ ഒരു പ്രതിമ വയ്ക്കാനുള്ള ഒഴിഞ്ഞ പീഠമെന്നേ തോന്നുകയുള്ളു. വൈദികന് അൾത്താരയിൽ നിന്നും പിന്നിലേക്കു പൂർണ്ണമായി മാറാനുള്ള ഇടംപോലുമില്ല. അൾത്താരയ്ക്കു മുകളിലുള്ള കൽവിതാനം വളരെ താണതും മുന്നോട്ടു വളഞ്ഞ രീതിയിലും ആയിരുന്നതിനാൽ, സാമാന്യം ഉയരമുള്ള ഒരാളിനും അവിടെ നിവർന്നു നില്ക്കാൻ പറ്റുമായിരുന്നില്ല. അത് ആലങ്കാരികമായ ഒന്നായിരുന്നുമില്ല. അവിടെ നില്ക്കുന്നയാൾ വളഞ്ഞുനിന്നേ മതിയാകൂ. വൈദികനെ ഉപദ്രവിക്കാനുള്ളതായിരുന്നു ആ നിർമ്മാണഘടന. വളരെ വലുതും നന്നായി അലങ്കരിച്ചതുമായ മറ്റൊരു പ്രസംഗപീഠം ഉള്ളപ്പോൾ ഇങ്ങനെയുള്ള ഒന്നിന്റെ ആവശ്യകതയുടെ കാരണം കണ്ടുപിടിക്കാനേ കെ ക്കു കഴിഞ്ഞില്ല.

ചടങ്ങ് തുടങ്ങുന്നതിനു മുന്നോടിയായി കൊളുത്തി വയ്ക്കാറുള്ള

വിളക്കു കൊളുത്തിവച്ചിട്ടില്ലായിരുന്നെങ്കിൽ ആ ചെറിയ പ്രസംഗപീഠം കെ കാണുകയില്ലായിരുന്നു. ഇപ്പോൾ ഒരുപൂജ നടക്കാൻ പോവുകയാണോ? ആളില്ലാത്ത പള്ളിയിൽ? പ്രസംഗപീഠത്തിനുമുകളിലേക്കു പോകാനുള്ള തൂണിനു ചേർന്നുകിടക്കുന്ന പടികളിലേക്ക് കെ ഒന്നു ഒളികണ്ണിട്ടുനോക്കി. അതു മനുഷ്യർക്കു കയറിപ്പോകാനുള്ള പടികളാണെന്നു കെ യ്ക്കു തോന്നിയതേയില്ല. വളരെ ഇടുങ്ങിയ ആ പടികൾ വെറും അലങ്കാരപ്പണി മാത്രമായിട്ടാണ് കെ ക്കു തോന്നിയത്. പക്ഷേ പടിയുടെ ചുവട്ടിൽ ഒരു വൈദികന്റെ രൂപം കെ കണ്ടു. വശത്തെ കൈവരിയിൽ പിടിച്ചുകൊണ്ട് കയറാനൊരുങ്ങിയ അദ്ദേഹം പെട്ടെന്ന് കെ യെ കണ്ടു തുറിച്ചുനോക്കിയപ്പോൾ കെ ഒന്നുചിരിച്ചു. വൈദികൻ അല്പമൊന്നു തലകുനിച്ചു. കെ കുരിശടയാളം വരച്ചുകൊണ്ട് ഒന്നു തലകുനിച്ചു. താനത് നേരത്തെ ചെയ്യേണ്ടതായിരുന്നുയെന്നും അയാൾക്കു തോന്നി. വൈദികൻ സാവകാശം പടികളിൽ കാൽവച്ചു, തുടർന്ന് ചെറുതും വേഗത്തിലുമുള്ള അടികൾ വച്ച് ഉയർത്തിക്കെട്ടിയ പ്രസംഗപീഠത്തിലേക്കു കയറിത്തുടങ്ങി. അദ്ദേഹം യഥാർത്ഥത്തിൽ ഒരു സഭാപ്രസംഗത്തിനൊരുങ്ങുകയാണോ? അങ്ങനെയെങ്കിൽ കപ്യാർ അത്രയ്ക്ക് മണ്ടനൊന്നും ആകില്ല. ഒരുപക്ഷേ ഈ വൈദികന്റെ നേരെ ചെല്ലാനായിരിക്കും അയാൾ കെ യോടു നേരത്തെ പറഞ്ഞത്. ആളുകൾ ആരുമില്ലാത്ത പള്ളിയിൽ അതാവശ്യമാണല്ലോ. പക്ഷേ ദേവാലയത്തിനകത്ത് അവിടെവിടെയോ മഡോണയുടെ ബിംബത്തിനു മുന്നിൽ പ്രാർത്ഥിച്ചുകൊണ്ടിരുന്ന ഒരു വൃദ്ധയുണ്ടായിരുന്നല്ലോ. അവരും ദേവാലയപൂജയ്ക്കു വന്നതായിരിക്കാം അഥവാ പൂജയാരംഭിക്കാൻ പോവുകയാണെങ്കിൽ പ്രാരംഭഗാനം കേൾക്കാത്തതെന്തേ? പക്ഷേ ഓർഗാൻ നിശ്ശബ്ദമായിരുന്നു. അതിന്റെ കുഴലുകൾ അന്ധകാരത്തിൽ അവ്യക്തമായി ഉയർന്നു നിന്നിരുന്നു.

താൻ ഇവിടെ നിന്നും പെട്ടെന്ന് ഇറങ്ങിപ്പോകേണ്ടതല്ലേയെന്ന് കെ ഒരു നിമിഷം അന്തിച്ചു. ഇപ്പോൾ തന്നെ അവിടെ നിന്നും പോയില്ലെങ്കിൽ പൂജ നടക്കുന്ന സമയത്ത് അതിനു പറ്റിയെന്നു വരികയില്ല. അതു തീരുന്നതുവരെ നില്ക്കേണ്ടി വരും. ഓഫീസിലെ കാര്യങ്ങളാണ് തനിക്ക് ഇതിനകം നഷ്ടമായത്. ഇനി ആ ഇറ്റാലിയൻ സന്ദർശകനെ നോക്കി നില്ക്കേണ്ട കാര്യവുമില്ല. അയാൾ വാച്ച് നോക്കി. സമയം പതിനൊന്നായിരിക്കുന്നു. ഇപ്പോൾ നടക്കാൻ പോകുന്നത് പൂജതന്നെയാണോ? ചടങ്ങുകൾമുഴുവനും ഒറ്റയ്ക്കു തന്നെ കാണേണ്ട. വിശ്വാസിയാണോ താൻ? ഈ ദേവാലയം സന്ദർശിച്ച വെറുമൊരു സന്ദർശകൻ മാത്രമല്ലേ താൻ? ഏറെക്കുറെ ഇതൊക്കെയാണ് എന്റെ അവസ്ഥ. ഈ പ്രവൃത്തി ദിനത്തിൽ പതിനൊന്നു മണിക്ക് അതും ഭയാനകമായ ഈ കാലാവസ്ഥയിൽ വിശ്വാസപ്രസംഗം നടക്കാൻ പോവുകയെന്നത് തികച്ചും അസംബന്ധമാണ്. ആ വൈദികൻ അദ്ദേഹമൊരു വൈദികൻ തന്നെയാണെന്ന കാര്യം സംശയമില്ല. ഇരുണ്ടതും മിനുസവുമായ നിറമുള്ള ഒരു യുവവൈദികൻ അബ

ദ്ധവശാൽ കൊളുത്തിവച്ചിരുന്ന വിളക്കണയ്ക്കാൻ ഉറപ്പായും ആ പീഠത്തിൽ കയറിയതാവണം.

പക്ഷേ അതല്ലായിരുന്നു. അദ്ദേഹം വിളക്കുപരിശോധിച്ചശേഷം അതല്പം മുകളിലേക്കു കയറ്റിവച്ചു. തുടർന്ന് സാവകാശം തിട്ടയിലേക്കു തിരിഞ്ഞുകൊണ്ട് രണ്ടു കരങ്ങളും കൊണ്ട് അതിന്റെ കോണീയ അരികിൽ പിടിച്ചു. അങ്ങനെ കുറച്ചുനേരം അദ്ദേഹം നിന്നുകൊണ്ട് തലതിരിക്കാതെ ചുറ്റും നോക്കി.

കെ അല്പം പിന്നിലേക്കു പോയശേഷം ഒരു ബഞ്ചിൽ കൈമുട്ടൂന്നി ചാരിനിന്നു. കപ്യാർ എവിടെയോ ഉണ്ടെന്ന് അയാൾക്കറിയാമായിരുന്നു എവിടെയാണെന്നുള്ളതിന് വ്യക്തതയില്ലായിരുന്നുവെന്നേയുള്ളു. തന്റെ ജോലി തീർത്തശേഷം എവിടെയെങ്കിലും ശാന്തമായി ഇരിക്കുന്നുണ്ടാവാം.

ദേവാലയത്തിനകത്ത് കനത്ത നിശ്ശബ്ദത തന്നെ! പക്ഷെ കെ യ്ക്ക് അത് ഭഞ്ജിക്കണമായിരുന്നു. അയാൾക്ക് അവിടെ നില്ക്കാനുള്ള ആഗ്രഹമൊന്നും ഉണ്ടായിരുന്നില്ല. സാഹചര്യങ്ങളൊന്നും പരിഗണിക്കാതെ ഈ സമയത്ത് ഒരു സഭാപ്രസംഗം നടത്തേണ്ടത് അദ്ദേഹത്തിന്റെ ഒരു കടമയാണെങ്കിൽ അദ്ദേഹം അതു ചെയ്തോട്ടെ. അതിനു കെ യുടെ ഒത്താശയൊന്നും അദ്ദേഹത്തിനു വേണ്ടല്ലോ. കെയുടെ സാന്നിദ്ധ്യമുള്ളതുകൊണ്ടുമാത്രം പ്രസംഗത്തിന്റെ മെച്ചം കൂടണമെന്നുമില്ല. അങ്ങനെ അവിടെ നിന്നും പോകാൻ തന്നെ കെ തീരുമാനിച്ചു. കാൽവിരലുകളൂന്നി നടന്ന് അയാൾ നടുവിലെ ഇടനാഴിയിലെത്തി. തുടർന്ന് യാതൊരു തടസ്സവുമില്ലാതെ മുന്നോട്ടു നടന്നു. ആകപ്പാടെയുണ്ടായിരുന്ന ശബ്ദം അയാളുടെ പാദസ്വരം ചുവരിലും മേൽത്തട്ടിലും തട്ടി നേർത്തു പ്രതിദ്ധ്വനിച്ചതു മാത്രമായിരുന്നു. തുടർച്ചയായും കൃത്യമായ ആവർത്തനത്തിലൂടെ അതു കൂടുകയുമായിരുന്നു.

ഒഴിഞ്ഞുകിടക്കുന്ന ബെഞ്ചുകൾക്കു നടുവിലൂടെ ഒറ്റയ്ക്കു നടക്കുമ്പോൾ അയാൾക്ക് ഒരിനം നിരാലംബത്വം അനുഭവിക്കേണ്ടിവന്നു. വൈദികന്റെ കണ്ണുകൾ ഒരുപക്ഷേ അയാളെ പിന്തുടരുന്നുണ്ടാവാം. ആ ദൈവാലയത്തിന്റെ വലിപ്പം മനുഷ്യനു സങ്കല്പിക്കാൻ പറ്റാത്ത വിധത്തിലുള്ള വിശാലമായ പരിധിയുള്ളതായിരുന്നു. അയാൾ നടന്ന് വന്ന് താൻ നേരത്തെ ഇരുന്ന സ്ഥലത്തെത്തി. അവിടെ വച്ചിട്ടുപോയിരുന്ന ആൽബത്തെ എടുത്തുകൊണ്ട് നിർത്താതെ നടക്കുകയും ചെയ്തു അയാൾ.

ബെഞ്ചുകളും കഴിഞ്ഞ് പുറത്തേക്കുള്ള വാതിലിനു മുന്നിലുള്ള ഒഴിഞ്ഞ ഒരിടത്തു കെ എത്തി. അപ്പോഴേക്കും വൈദികന്റെ ശബ്ദം അവിടെ ഉയർന്നുകേട്ടു. ഗാംഭീര്യവും പരിശീലനബദ്ധവുമായ സ്വരം. അത് നിശ്ശബ്ദതയിൽ നിന്നും ദേവാലയത്തിൽ പ്രതിധ്വനിച്ചു.

പക്ഷേ ആ വൈദികൻ അഭിസംബോധന ചെയ്തത് ഒരു വിശ്വാ

സിയേയുമല്ല. നിസ്സംശയവും നിരാക്ഷേപകവുമായ വാക്കുകൾ. അദ്ദേഹം ഉറക്കെ വിളിക്കുകയായിരുന്നു. "ജോസഫ് കെ!"

കെ ഞെട്ടിത്തരിച്ചു. തനിക്കു മുന്നിലെ നിലത്തു തുറിച്ചു നോക്കിക്കൊണ്ട് അയാൾ നിന്നു. ആ നിമിഷവും അയാൾ സ്വതന്ത്രനായിരുന്നു. അയാൾക്ക് വീണ്ടും നടന്ന് വളരെ അകലെയല്ലാത്ത തനിക്കഭിമുഖമായി കാണുന്ന ചെറുതും ഇരുണ്ടതുമായ തടി വാതിലുകളിൽ ഒന്നിലൂടെ അയാൾക്ക് അപ്രത്യക്ഷമാകാവുന്നതേയുള്ളു. വിളിച്ചത് തനിക്ക് മനസ്സിലായെന്ന അഥവാ മനസ്സിലായിട്ടു അതു നിഷേധിച്ചെന്നോ അത് സൂചിപ്പിച്ചേക്കാം. പക്ഷേ തിരിഞ്ഞുനിന്നാൽ അയാൾ പിടിക്കപ്പെടും. കാരണം, വിളിച്ചത് അയാൾക്ക് മനസ്സിലായി എന്നതിന്റെ ഒരു സമ്മതമായിരുന്നു അത്. വിളികേൾക്കേണ്ടയാൾ അയാൾ തന്നെയാണെന്നും അനുസരിക്കാൻ അയാൾ തയ്യാറാണെന്നുകൂടി അത് സൂചിപ്പിക്കുന്നു.

വൈദികൻ വീണ്ടുമൊരിക്കൽ അയാളുടെ പേര് വിളിച്ചിരുന്നെങ്കിൽ, കെ ഉറപ്പായും മുന്നോട്ടു നടന്നേനെ. അയാൾ കുറച്ചുനേരം കാത്തുനിന്നു. നിശ്ശബ്ദതയ്ക്കു മാറ്റമുണ്ടായില്ല. അവസാനം വൈദികൻ എന്തു ചെയ്യുന്നുയെന്നറിയാൻ വേണ്ടി കെ ക്ക് തിരിഞ്ഞുനോക്കാതിരിക്കാൻ പറ്റിയില്ല. നേരത്തേതുപോലെ അദ്ദേഹം പ്രസംഗപീഠത്തിനു മുന്നിൽ ശാന്തനായി നില്ക്കുകയാണ്. പക്ഷേ, താൻ തിരിഞ്ഞുനോക്കിയത് അദ്ദേഹത്തിന്റെ ശ്രദ്ധയിൽപ്പെട്ടെന്നു കെ യ്ക്കു മനസ്സിലായി.

താൻ തിരിഞ്ഞ് അദ്ദേഹത്തെ നോക്കിയില്ലെങ്കിൽ അത് ഒളിച്ചുകളി മാതിരിയുള്ള ഒരു കുട്ടിക്കളിയായിത്തീരുമെന്ന് കെ യ്ക്കു തോന്നു. അതിനാൽ അയാൾ തിരിഞ്ഞു നിന്നു, അപ്പോഴേക്കും വൈദികൻ അയാളെ സമീപത്തുവരാൻ മാടിവിളിക്കുകയും ചെയ്തു. ഇനി രക്ഷപ്പെടാൻ പറ്റില്ലെന്ന് മനസ്സിലായപ്പോൾ അയാൾ വേഗത്തിൽ കാലുകൾ നീട്ടിവച്ചുകൊണ്ട് ആകാംക്ഷയോടും ജിജ്ഞാസയോടും കൂടി പ്രസംഗപീഠത്തിനരികിലേക്ക് തിരിച്ചുചെന്നു; എത്രയും പെട്ടെന്ന് അദ്ദേഹവുമായുള്ള സംഭാഷണം തീർക്കണമെന്നതായിരുന്നു അയാളുടെ ചിന്ത. ആദ്യത്തെ നിര ബെഞ്ചുകൾക്കരികിൽ അയാൾ നിന്നു. അയാൾ വളരെ അകലത്തിലാണ് നില്ക്കുന്നതെന്ന് തോന്നിക്കുന്ന മട്ടിൽ അദ്ദേഹം തന്റെ കൈകൾ നീട്ടിക്കൊണ്ട് പീഠത്തിനു തൊട്ടടുത്തുള്ള ഒരു സ്ഥലം ചൂണ്ടിക്കാണിച്ചു. കെ അവിടേക്കു ചെന്നു. പക്ഷേ അവിടെ നിന്നപ്പോൾ വൈദികനെ കാണാൻ കെ യ്ക്കു തല ചരിച്ച് പുറകിലേക്കു നോക്കണമായിരുന്നു.

"നിങ്ങളാണോ ജോസഫ് കെ?" അവ്യക്തമായ എന്തോ ആംഗ്യത്തോടെ തിട്ടയിൽ നിന്നും ഒരുകൈ മാറ്റിക്കൊണ്ട് വൈദികൻ ചോദിച്ചു.

"അതെ," കെ പറഞ്ഞു. വളരെ തുറന്ന മനസ്സോടെ സ്വന്തം പേരു പറഞ്ഞുനടന്നിരുന്ന അയാൾക്ക് അതിപ്പോൾ ഒരു ഭാരമായതുപോലെ തോന്നി. മുമ്പു കണ്ടിട്ടില്ലാത്തവർക്കുപോലും തന്റെ പേരറിയാമെന്നു

തോന്നുന്നു. തന്നെ ആരെങ്കിലും തിരിച്ചറിയുന്നതിനു മുമ്പ് പരിചയപ്പെടുത്തിക്കൊടുക്കുന്നതല്ലേ ഏററവും രസാവഹം!

"നിങ്ങൾ കുറ്റവാളിയാണ്" വൈദികൻ ശബ്ദംതാഴ്ത്തി പറഞ്ഞു.

"അതെ" കെ പറഞ്ഞു. "അങ്ങനെയാണ് ഞാൻ അറിഞ്ഞിരിക്കുന്നത്."

"എങ്കിൽ ഞാൻ അന്വേഷിക്കുന്ന വ്യക്തി നിങ്ങളാണ്." വൈദികൻ പറഞ്ഞു. "പിന്നെ ഞാൻ ജയിൽ വൈദികനാണ്."

"അതെയോ?" കെ പറഞ്ഞു.

"നിങ്ങളെ ഞാനിവിടെ വിളിച്ചു വരുത്തിച്ചതായിരുന്നു" വൈദികൻ പറഞ്ഞു. "നിങ്ങളുമായി ഒന്നും സംസാരിക്കണം."

"അതെനിക്കറിയില്ലായിരുന്നു" കെ പറഞ്ഞു. "ഈ ദേവാലയത്തെ ചുററിക്കാണിക്കാൻ ഒരു ഇറ്റലിക്കാരനെ കൊണ്ടു വന്നതാണ് ഞാൻ."

"അതു നിസ്സാരം" വൈദികൻ പറഞ്ഞു. "നിങ്ങളുടെ കൈയിൽ എന്താണ്? പ്രാർത്ഥനാപുസ്തകമാണോ?"

"അല്ല" കെ പറഞ്ഞു. "നഗരത്തില കാണേണ്ട കാഴ്ചകളുടെ ഒരാൽബം."

"അതവിടെ താഴെ വയ്ക്കൂ" വൈദികൻ പറഞ്ഞു.

കെ അതൊറ്റ ഏറിനു താഴെ വച്ചു. അതു തറയിൽ വീണ് കുറെ ദൂരം നിരങ്ങി. അതു തുറക്കുകയും പേജുകൾ ചുളുങ്ങുകയും ചെയ്തു.

"നിങ്ങളുടെ കേസുകൾ വളരെ മോശമായി നീങ്ങുകയാണെന്നറിയാമോ?" വൈദികൻ തുടർന്നു ചോദിച്ചു.

"എനിക്കും അതു തോന്നിയതാണ്." കെ പറഞ്ഞു. "എനിക്കു ചെയ്യാൻ പറ്റുന്നതൊക്കെ ഞാൻ ചെയ്തു. പക്ഷേ ഒരു ഗുണവുമുണ്ടായില്ല."

"എങ്ങനെ ഇതു തീരുമെന്നാണ് നിങ്ങൾ കരുതുന്നത്?" അദ്ദേഹം ചോദിച്ചു.

"ഒക്കെ ശരിയായി വരുമെന്ന് ഞാനാദ്യം കരുതി" കെ പറഞ്ഞു. "ഈ അടുത്തയിടെയായി എന്റെ സംശയങ്ങൾ കൂടിത്തുടങ്ങിയിരിക്കുകയാണ്. അതെങ്ങനെയാണ് അവസാനിക്കുന്നതെന്നതിനെക്കുറിച്ച് എനിക്ക് ഇപ്പോൾ അറിയില്ല. അങ്ങേക്ക് വല്ലതുമറിയാമോ?"

"ഒന്നുമറിയില്ല" വൈദികൻ പറഞ്ഞു. പക്ഷേ നിങ്ങളുടെ കേസ് പരാജയപ്പെടുമെന്നാണ് എന്റെ ഭയം. നിങ്ങളെ കുറ്റവാളിയായിത്തന്നെ കണക്കാക്കും. നിങ്ങളുടെ കേസിനെ കീഴ്ക്കോടതിക്കൊന്നും ചെയ്യാനാവില്ല. നിങ്ങൾ തെറ്റുചെയ്തിരിക്കുന്നുയെന്ന് തെളിയിക്കാനാണ് ഇപ്പോഴുള്ള സാദ്ധ്യത."

"പക്ഷേ ഞാൻ തെറ്റുകാരനല്ല" കെ പറഞ്ഞു. "ഇതൊരു തെറ്റിദ്ധാരണയാണ്. ഒരു തെറ്റിദ്ധാരണയുടെ പേരിൽ ഒരാൾ കുറ്റക്കാരനാകുന്നതെങ്ങനെ? ഒന്നുമല്ലെങ്കിൽ നാമൊക്കെ അങ്ങോട്ടുമിങ്ങോട്ടും മനുഷ്യ

രല്ലേ.''

"അതും സത്യം തന്നെ" വൈദികൻ പറഞ്ഞു. "പക്ഷേ എല്ലാ കുറ്റവാളികളും അങ്ങനെ തന്നെയാണ് പറയുന്നത്.''

"അങ്ങ് എന്നെയും മുൻവിധിയോടെയാണോ കാണുന്നത്?'' കെ ചോദിച്ചു.

"എനിക്ക് നിങ്ങൾക്കെതിരെ മുൻവിധിയൊന്നുമില്ല" വൈദികൻ പറഞ്ഞു.

"എങ്കിൽ നന്ദിയുണ്ട്" കെ പറഞ്ഞു. "പക്ഷേ എന്റെ കേസിന്റെ കാര്യത്തിൽ ഇടപെട്ടിരിക്കുന്ന മറ്റെല്ലാപേർക്കും എന്നോടു മുൻവിധിയാണുള്ളത്. അവർ പുറത്തേക്കുള്ളവരെയും സ്വാധീനിക്കുകയാണ്. എന്റെ സ്ഥിതി ഓരോ നിമിഷവും മോശമായി വരികയാണ്.''

"നിങ്ങൾക്ക് കേസിന്റെ കാര്യങ്ങൾ ദുർവ്യാഖ്യാനിച്ചിരിക്കുകയാണ്.'' വൈദികൻ പറഞ്ഞു."പെട്ടെന്നൊരു ദിവസം ഉണ്ടായ വിധിയല്ലായിത്. കേസിന്റെ നടപടികൾ ക്രമേണ വിധിയുടെ രൂപത്തിൽ കലാശിക്കുകയാണു ചെയ്തത്.''

"അങ്ങനെയാണല്ലോ അപ്പോൾ കാര്യങ്ങളുടെ കിടപ്പുവശം" കെ തല കുമ്പിട്ടുകൊണ്ടു പറഞ്ഞു.

"ഇക്കാര്യത്തിൽ ഇനി താങ്കൾ എന്താണ് ചെയ്യാൻ പോകുന്നത്?'' വൈദികൻ ചോദിച്ചു.

"ഞാൻ കൂടുതൽ സഹായം തേടാൻ പോകുകയാണ്" തന്റെ അഭിപ്രായത്തിന് ഒരു മറുപടി കിട്ടാൻ വേണ്ടി അയാൾ തലയുയർത്തി അദ്ദേഹത്തെ നോക്കി. "ഞാൻ ഉപയോഗപ്പെടുത്തിയിട്ടില്ലാത്ത അനവധി സാദ്ധ്യതകൾ ഇനിയുമുണ്ട്.''

"നിങ്ങൾ വളരെയധികം അന്യരെ ആശ്രയിക്കുന്നുണ്ടല്ലോ?'' കെയുടെ അഭിപ്രായം ശരിയല്ലാത്ത രീതിയിൽ വൈദികൻ പറഞ്ഞു. "പ്രത്യേകിച്ച് സ്ത്രീകളിൽ നിന്നും. അതല്ലാ ആവശ്യമായ സഹായമെന്ന് നിങ്ങൾക്കറിയില്ലേ?''

"ചിലപ്പോൾ, അല്ലെങ്കിൽ അധികവും അങ്ങു പറഞ്ഞതുപോലെയാണെന്ന് സമ്മതിക്കുന്നു.'' കെ പറഞ്ഞു. "പക്ഷേ, എപ്പോഴും അങ്ങനെയല്ല. സ്ത്രീകൾക്ക് നല്ല സ്വാധീനമാണുള്ളത്. എനിക്ക് പരിചയമുള്ള ചില സ്ത്രീകളെ ഞാൻ ഒരുമിച്ചു നിർത്തുമെങ്കിൽ, ഞാൻ ജയിച്ചുവരുമെന്ന് സംശയം വേണ്ട. പ്രത്യേകിച്ച് കുറെ പറട്ടവക്കീലന്മാരുള്ള ഈ കോടതിയിൽ നിന്നും ദൂരെ നില്ക്കുന്ന ഒരു പെണ്ണിനെ കാണേണ്ട താമസം, അവളെ പിടിക്കാനായി മേശയേയും തട്ടിയിട്ട് പ്രതിയേയും ഉന്തിമാറ്റി അവർ ഓടുന്നതുകാണാം.''

വൈദികൻ പ്രസംഗപീഠത്തിന്റെ തിട്ടയിൽ പിടിച്ച് കുനിഞ്ഞുനിന്നു. അത് അദ്ദേഹത്തെ ആദ്യമായി ഭാരപ്പെടുത്തുന്നതുപോലെ. പുറത്തേ കാലാവസ്ഥയ്ക്കു എന്താണ് പറ്റിയത്? നേരത്തെ നിന്ന മങ്ങിയ പകൽവെ

ട്ടംപോലും പോയ്മറഞ്ഞിരിക്കുന്നു. ഇരുട്ടുവ്യാപിച്ചുകഴിഞ്ഞു. ആ വലിയ ജനാലയിലെ നിറം പിടിപ്പിച്ച ചില്ലുകൾക്ക് അതുതിർക്കുന്ന മങ്ങിയ വെട്ടം കൊണ്ട് ഭിത്തിയുടെ ഇരുട്ടിനെ തിളക്കാൻ പറ്റിയില്ല.

അപ്പോഴേക്കും മെഴുകുതിരികൾ ഓരോന്നായി അണയ്ക്കാനായി കപ്യാർ എത്തി.

"അങ്ങേക്ക് എന്നോട് കോപമുണ്ടോ?" കെ അദ്ദേഹത്തോടു ചോദിച്ചു. "അത് ജോലി ചെയ്യുന്ന കോടതിയുടെ പ്രകൃതം അങ്ങേക്ക് അറിയില്ലെന്നു തോന്നുന്നു."

വൈദികൻ മറുപടിയൊന്നും പറഞ്ഞില്ല.

"ഇതൊക്കെ എന്റെ വ്യക്തിഗത അനുഭവങ്ങളാണ്" കെ പറഞ്ഞു.

വൈദികൻ വീണ്ടും മറുപടിയൊന്നും പറഞ്ഞില്ല.

"ഞാൻ അങ്ങയെ അധിക്ഷേപിക്കാൻ പറയുന്നതല്ല" കെ വീണ്ടും പറഞ്ഞു.

"തന്റെ കണ്ണിനെന്താണിത്ര കുഴപ്പം?" വൈദികൻ കോപാക്രാന്തനായി. അഥവാ മറ്റൊരാളിന്റെ പതനം കണ്ടതിലുള്ള അറിയാതെയുണ്ടായ ഒരു ബഹിർസ്ഫുരണം മാത്രമായിരിക്കാമത്.

കുറേനേരത്തേക്ക് ഇരുവരും മിണ്ടിയില്ല. കട്ടപിടിച്ചു നിന്ന ഇരുട്ടിൽ കെ യുടെ രൂപം വൈദികനു കാണാൻ പറ്റിയില്ല. എന്നാൽ ചെറിയ വിളക്കിന്റെ വെട്ടത്തിൽ അദ്ദേഹത്തെ അയാൾ വ്യക്തമായി കണ്ടു.

എന്താണ് വൈദികൻ പ്രസംഗപീഠത്തിൽ നിന്നും ഇറങ്ങിവരാത്തത്? അദ്ദേഹം പ്രഭാഷണമൊന്നും നടത്തിയതുമില്ല. ആലോചിച്ചാൽ ഗുണത്തിനു പകരം ദോഷമുണ്ടാക്കുന്ന കുറച്ചു വിവരങ്ങൾ കെ യോടു പറയുക മാത്രമേ അദ്ദേഹം ചെയ്തുള്ളു. എങ്കിലും വൈദികന്റെസദുദ്ദേശ്യത്തിൽ കെ യ്ക്കു സംശയം തോന്നിയതേയില്ല. അദ്ദേഹം പ്രസംഗപീഠം വിട്ടുപോരുകയാണെങ്കിൽ ഒരു തീരുമാനത്തിലെത്താമെന്നത് സാദ്ധ്യമാണെന്നും അയാൾക്കു തോന്നി. അദ്ദേഹം തരുന്ന നിർണ്ണായകവും സ്വീകാര്യവുമായ ചില ഉപദേശങ്ങൾ (ഉദാഹരണത്തിന് കേസിന്റെ ഗതിയെ സ്വാധീനിക്കുന്നതെങ്ങനെയെന്ന് കാണിച്ചുകൊടുക്കാനും, അതിനപ്പുറം കേസിനെ അപ്പാടെ ഒഴിവാക്കിപ്പോകാനും കോടതിയിൽ നിന്നും പൂർണ്ണമായും മുക്തി നേടിയ ഒരു ജീവിതം നയിക്കാനും സഹായകമായവ) അയാൾ പ്രതീക്ഷിച്ചു. അതെ അങ്ങനെയൊരു സാദ്ധ്യതയുണ്ട്. അടുത്തകാലത്തായി കെ ചിന്തിക്കുന്നത് ആ വിധത്തിലാണ്. അദ്ദേഹത്തോട് കേണപേക്ഷിച്ചാൽ, പറ്റുന്നതാണെങ്കിൽ അദ്ദേഹമത്, ആ അറിവ്, തരുമെന്ന് കെ യ്ക്കുറപ്പുണ്ട്. കോടതിയിൽ ഉൾപ്പെട്ട ആളാണ് അദ്ദേഹമെങ്കിലും കോടതിയെ വിമർശിച്ചതിനാൽ സ്വന്തം ശാന്തസ്വഭാവം മറന്ന് തന്റെ നേരെ ആക്രോശിച്ചെത്തുമെന്നോ കെ യ്ക്കു തോന്നിയില്ല.

"അങ്ങുന്ന് ഇങ്ങിറങ്ങി വരില്ലേ?" കെ ചോദിച്ചു. "അങ്ങേക്ക് പ്രഭാഷണമൊന്നും നടത്തേണ്ടല്ലോ. എന്റെ അടുത്തുവരൂ."

"ഞാനിപ്പോൾ ഇറങ്ങി വരാം." വൈദികൻ പറഞ്ഞു. നേരത്തെ ഒച്ച വച്ചതിന്റെ പശ്ചാത്താപം ഈ മറുപടിയിൽ ഉണ്ടായിരുന്നു. തുടർന്ന് അദ്ദേഹം കൊളുത്തിൽനിന്നും വിളക്കൂരിയെടുത്തു. ഒപ്പം ഇങ്ങനെ പറ യുകയും ചെയ്തു. "കുറച്ചു അകലം സൂക്ഷിച്ചേ എനിക്കു നിങ്ങളോടു സംസാരിക്കാൻ പറ്റൂ. അല്ലെങ്കിൽ ഞാൻ എളുപ്പത്തിൽ സ്വാധീന ത്തിൽപ്പെട്ട് എന്റെ കടമ തന്നെ മറന്നേക്കാം."

കെ പടികൾക്കരികിൽ അദ്ദേഹത്തെ കാത്തു നിന്നു. മുകളിൽ നിന്നും ഇറങ്ങിവരുമ്പോൾ അദ്ദേഹം കെ യുടെ നേരെ തന്റെ കൈകൾ നീട്ടിയി രുന്നു.

"എനിക്കു വേണ്ടി അല്പം നേരം ചെലവഴിച്ചുകൂടെ." കെ അദ്ദേഹ ത്തോടു ചോദിച്ചു.

"എത്രസമയം നിങ്ങൾക്കു വേണമോ അത്രയും നേരം ഞാൻ ചെല ഴിക്കാം" അദ്ദേഹം പറഞ്ഞു. ഒപ്പം കൈവശമിരുന്ന ചെറിയ വിളക്കിനെ കെ യുടെ കൈകളിലേല്പിച്ചു. കെ യുടെ അരികിലെത്തിയിട്ടും അദ്ദേഹം സ്വന്തം ഗാംഭീര്യം സൂക്ഷിച്ചിരുന്നു.

"അങ്ങേക്ക് എന്നോട് സ്നേഹമുണ്ട്." കെ പറഞ്ഞു.

അവർ ഇരുട്ടു നിറഞ്ഞ ഇടനാഴിയിലൂടെ ചേർന്നു നടന്നു. അപ്പോൾ കെ തുടർന്നു പറഞ്ഞു. "കോടതിയിലുള്ളവർക്കിടയിൽ നിങ്ങൾ വ്യത്യാ സമുള്ളയാളാണ്. എനിക്ക് മറ്റുള്ളവരോടുള്ളതിനേക്കാൾ വിശ്വാസം അങ്ങയിലാണ്. കാരണം മറ്റുള്ളവരിൽ പലരേയും എനിക്കു നന്നായിട്ട റിയാം. അങ്ങയോട് എനിക്ക് എല്ലാം തുറന്നു സംസാരിക്കാനാകും."

"നിങ്ങൾ വ്യാമോഹം നടത്തരുത്" വൈദികൻ പറഞ്ഞു.

"ഞാനെങ്ങനെയാണ് വ്യാമോഹപ്പെടുന്നത്" കെ ചോദിച്ചു.

"നിങ്ങൾ കോടതിയെപ്പറ്റി സ്വയം വ്യാമോഹപ്പെടുന്നു." വൈദികൻ പറഞ്ഞു: "നിയമത്തിന്റെ ആമുഖക്കുറിപ്പിൽ ഇങ്ങനെ പറയുന്നു." പുതിയ നിയമത്തിന്റെ മുന്നിൽ കാവൽക്കാരനായി ഒരു ഭടൻ നില്ക്കുന്നു. ഈ കവാട സൂക്ഷിപ്പുകാരന്റെ അരികിലേക്ക് ഗ്രാമത്തിൽ നിന്നും ഒരുവൻ നിയമത്തിനരികിലേക്ക് ചെല്ലാൻ അപേക്ഷിക്കുകയാണ്. അപ്പോൾ അനു വാദം നല്കാൻ പറ്റില്ലെന്ന് ആ കാവൽക്കാരൻ പറഞ്ഞു. അയാൾ ഒന്നാ ലോചിച്ചപ്പോൾ പിന്നീട് അതിനുള്ള അനുവാദം കിട്ടുമോയെന്നു ചോദിച്ചു. 'സാദ്ധ്യതയുണ്ട്' കവാടസൂക്ഷിപ്പുകാരൻ പറഞ്ഞു. 'ഇപ്പോൾ പറ്റില്ല' നിയമത്തിനരികിലേക്കുള്ള വാതിൽ പതിവുപോലെ തുറന്നു കിടക്കുക യായിരുന്നതിനാൽ, കവാടസൂക്ഷിപ്പുകാരൻ ഒരു വശത്തേക്കു ഒന്നു മാറി നിന്നു. അന്നേരം ആ ഗ്രാമവാസി ഒന്നു കുനിഞ്ഞ് അതിലൂടെ അക ത്തേക്ക് ഒളിഞ്ഞുനോക്കി. അതുകണ്ട് കവാടസൂക്ഷിപ്പുകാരൻ ചിരിച്ചു കൊണ്ടു പറഞ്ഞു. 'അത്ര കൊതിയെങ്കിൽ, എന്റെ അനുവാദം ഇല്ലാതെ കേറിനോക്ക്. പക്ഷേ ഞാൻ ശക്തനാണെന്ന് നീ മനസ്സിലാക്കണം. അതേ സമയം ഞാൻ ഏറ്റവും ചുവട്ടിലെ കാവൽക്കാരനുമാണ്. ഓരോ മുറി

യിൽ നിന്നും അടുത്ത മുറിയിലേക്ക് പോകുന്തോറും വാതിലിനരികിൽ കാവൽക്കാരുണ്ട്. ഇപ്പോൾ തന്നെ അതിലെ മൂന്നാമത്തെ ആളിനെ എനിക്കു തന്നെ നേരെ നോക്കാൻ പറ്റില്ല.' ഈ പ്രതിബന്ധങ്ങളൊന്നും ആ ഗ്രാമവാസി ഒരിക്കലും പ്രതീക്ഷിച്ചതായിരിക്കില്ല. നിയമം എല്ലാവർക്കും കടന്നുചെല്ലാവുന്നതായിരിക്കണമെന്നാണ് അയാൾ ചിന്തിക്കുന്നത്. പക്ഷേ രോമക്കുപ്പായവും അണിഞ്ഞ് കൂർത്ത വലിയ മൂക്കും, വളർത്തി മുന്നോട്ടു ചുരുട്ടിയ താടിരോമവുമുള്ള ആ കവാടസൂക്ഷിപ്പുകാരനെ സൂക്ഷിച്ചുനോക്കിയപ്പോൾ, അനുമതി കിട്ടുന്നതുവരെ കാത്തുനില്ക്കാമെന്ന് അയാൾ കരുതി. കവാടസൂക്ഷിപ്പുകാരൻ അയാൾക്ക് ഒരു സ്റ്റൂൾ നല്കി. വാതിലിനരികിലിട്ടശേഷം അതിന്മേൽ ഇരിക്കാനും അനുവദിച്ചു. അവിടെ അയാൾ ദിവസങ്ങളോളവും വർഷങ്ങളോളവും കാത്തുകാത്തിരുന്നു. അകത്തു കടക്കാനായി അയാൾ പല ശ്രമങ്ങളും നടത്തി. ചില നേരങ്ങളിൽ കവാടസൂക്ഷിപ്പുകാരൻ അയാളുമായി ചെറിയ സംഭാഷണങ്ങളിൽ ഏർപ്പെട്ടു; അയാളുടെ വീടിനെക്കുറിച്ചും മറ്റു കാരണങ്ങളെക്കുറിച്ചുമാണ് സംസാരിച്ചത്. പക്ഷേ അതിലെല്ലാം വലിയ ആളുകൾ ചോദിക്കുന്നമാതിരി വ്യക്തിബന്ധം നല്കാത്ത ചോദ്യങ്ങളായിരുന്നു. എല്ലാ സംഭാഷണങ്ങളും ആ മനുഷ്യന് അകത്തു കയറാനായിട്ടുള്ള അനുവാദമായിട്ടില്ല എന്ന പ്രസ്താവനയോടു കൂടിയാണ്. തന്റെ യാത്രയ്ക്കുവേണ്ടി ആ ഗ്രാമവാസി പലതും ഒരുക്കിയിരുന്നു. പലതും വിലപിടിപ്പുള്ളതായിരുന്നു. അതൊക്കെ കൈക്കൂലിയായി നല്കി കവാടസൂക്ഷിപ്പുകാരനെ വശത്താക്കാൻ അയാൾ നോക്കി. ആ സമ്മാനങ്ങളൊക്കെ വാങ്ങിക്കൊണ്ട് അയാൾ പറഞ്ഞു: "താങ്കൾക്ക് ഒന്നും ഒഴിവായിട്ടില്ല എന്ന് ഉറപ്പാക്കാൻ വേണ്ടിയാണ് അയാൾ ഇതൊക്കെ സ്വീകരിക്കുന്നത്." ആ ദീർഘമായ വർഷക്കാലയളവു മുഴുവനും അയാൾ കവാടസൂക്ഷിപ്പുകാരനെത്തന്നെ നോക്കിയിരുന്നു. അയാൾ മറ്റു കവാടസൂക്ഷിപ്പുകാരെക്കുറിച്ചുള്ള കാര്യങ്ങളും മറന്നു. തനിക്കും നിയമത്തിനും ഇടയിലുള്ള ഒരേയൊരു തടസ്സം ഈ കവാടസൂക്ഷിപ്പുകാരനാണെന്നും അയാൾക്കു തോന്നുന്നു. ആദ്യവർഷം മുഴുവനും അയാൾ തന്റെ ദുർവിധിയെ ഉറക്കെ ശപിച്ചു. പിന്നീട് അയാൾ വളർന്ന് വൃദ്ധനായപ്പോൾ അതൊക്കെ സ്വയം ശപിച്ചു. അയാളിൽ വിഡ്ഢിത്തം വളർന്നു. അത്രയും കാലം ആ കവാടസൂക്ഷിപ്പുകാരനെത്തന്നെ നോക്കിയിരുന്നതിനാൽ അയാളുടെ രോമകുപ്പായത്തിലെ ചെള്ളുകൾ പോലും തിരിച്ചറിയാൻ ആ ഗ്രാമവാസി പഠിച്ചു. തന്നെ സഹായിക്കാനായി ആ ചെള്ളുകളോടു പോലും അയാൾ അപേക്ഷിച്ചു; കവാടസൂക്ഷിപ്പുകാരന്റെ മനസ്സുമാറ്റാൻ അതിനുമായില്ല. കാലം കഴിഞ്ഞപ്പോൾ അയാളുടെ കാഴ്ചശക്തി കുറഞ്ഞു തുടങ്ങി. യഥാർത്ഥത്തിൽ തനിക്കു ചുറ്റും ഇരുട്ടുപരക്കുന്നതാണോ അതോ തന്റെ കണ്ണുകൾ തന്നെ ചതിക്കുകയാണോയെന്ന് അയാൾക്കു തിരിച്ചറിയാൻ പറ്റിയില്ല. പക്ഷേ നിയമത്തിന്റെ വാതിലിൽ നിന്നും അമൂർത്തമായി പ്രവ

ഹിക്കുന്ന ഒരു പ്രകാശരേഖ ആ ഇരുട്ടിലും അയാൾക്കു കാണാമായിരുന്നു. അയാളുടെ ജീവിതം മരണത്തിലേക്ക് അടുത്തുകൊണ്ടിരുന്നു. അത്രയും കാലം അയാൾ ആ കവാടസൂക്ഷിപ്പുകാരനോടു ചോദിച്ചിട്ടില്ലാത്ത ഒരു ചോദ്യവുമായി അയാളുടെ അത്രയും കാലത്തെ അനുഭവം ഘനീഭവിച്ചുകൊണ്ടാണ് അയാൾ പിന്നീട് മരണാസന്നനായത്. തന്റെ മരവിച്ചു കനത്ത ശരീരം ഉയർത്താനാകാതെ കിടന്നുകൊണ്ട് ആ ഗ്രാമവാസി അപ്പോൾ കവാടസൂക്ഷിപ്പുകാരനെ മാടിവിളിച്ചു. അയാൾ പറയുന്നതെന്താണെന്ന് കേൾക്കാനായി അയാൾ തന്റെ തല വളരെയധികം കുനിച്ചു താണു; 'ഇനിയെന്താണ് നിങ്ങൾക്ക് ഇപ്പോൾ അറിയേണ്ടത്?' കവാടസൂക്ഷിപ്പുകാരൻ ചോദിച്ചു. 'നിങ്ങൾക്ക് തൃപ്തി വന്നില്ലല്ലോ? എല്ലാവരും നിയമം തേടുന്നു.' ഗ്രാമവാസി പറഞ്ഞു. 'എന്നിട്ടും ഞാനല്ലാതെ വേറൊരാളും ഇതുവഴി അതന്വേഷിച്ച് എത്താത്തതെന്തേ?" അയാളുടെ ശക്തി കുറയുന്നതായും കേൾവി ശക്തി നശിക്കുകയാണെന്നും കവാടസൂക്ഷിപ്പുകാരനു തോന്നി. അതിനാൽ അയാൾ ഗ്രാമവാസിയുടെ ചെവിയിൽ ഉച്ചത്തിൽ പറഞ്ഞു. 'ഈ വാതിലിലൂടെ മറ്റാർക്കും കയറിപ്പോകാൻ പറ്റില്ലായിരുന്നു. കാരണം ഈ വാതിൽ നിങ്ങൾക്കു വേണ്ടി മാത്രമുള്ളതായിരുന്നു. ഇനി ഞാനിത് അടക്കാൻ പോവുകയാണ്.'

"അപ്പോൾ കവാടസൂക്ഷിപ്പുകാരൻ ഗ്രാമവാസിയെ വ്യാമോഹിപ്പിക്കുകയായിരുന്നു" കെ പെട്ടെന്നു പറഞ്ഞു. ആ കഥയിൽ വല്ലാണ്ട് ആകർഷിക്കപ്പെട്ടതിനാൽ ഉച്ചത്തിലാണയാൾ പറഞ്ഞത്.

"അങ്ങനെ പെട്ടെന്നു പറയാതെ?" വൈദികൻ പറഞ്ഞു."പരിശോധിക്കാതെ മറ്റൊരാളുടെ അഭിപ്രായം സ്വീകരിക്കരുത്. പുസ്തകത്തിലെ കഥ വരിവിടാതെ ഞാൻ പറഞ്ഞുവെന്നേയുള്ളു. വ്യാമോഹത്തെ പറ്റി അതിൽ പറഞ്ഞിട്ടേയില്ല."

"പക്ഷേ അക്കാര്യം അതിൽ വ്യക്തമായിരുന്നല്ലോ" കെ പറഞ്ഞു. "അങ്ങ് ആദ്യം പറഞ്ഞ അതിനെ സംബന്ധിച്ച വ്യാഖ്യാനവും വളരെ ശരിയായിരുന്നു. അയാൾക്ക് ഉപയോഗമില്ലാത്ത ഒരു അവസരത്തിൽ മാത്രമാണ് രക്ഷാകരസന്ദേശം കവാടസൂക്ഷിപ്പുകാരൻ അയാൾക്കു നല്കിയത്."

"അതുവരെ ആരും അയാളോടാ ചോദ്യം ചോദിച്ചിട്ടേയില്ല" വൈദികൻ പറഞ്ഞു. "ഒരുകാര്യം നാം മറക്കരുത്. അയാൾ വെറുമൊരു കവാടസൂക്ഷിപ്പുകാരൻ മാത്രമാണ്. അയാൾ അയാളുടെ കടമയാണ് നിറവേറ്റിയത്."

"അയാൾ അയാളുടെ കടമ നിറവേറ്റിയെന്ന് അങ്ങേക്ക് എങ്ങനെ പറയാനാകും?" കെ ചോദിച്ചു. "അയാൾ അതു ചെയ്തിട്ടില്ല. അപരിചിതരെ അകറ്റിവിടുന്നത് അയാളുടെ കടമയായിരുന്നിരിക്കാം. പക്ഷേ, ആ കവാടം ആ മനുഷ്യനെ ഉദ്ദേശിച്ചുകൊണ്ടുള്ളതായിരുന്നതിനാൽ അയാളെ അതിലൂടെ അകത്തു പോകാൻ അനുവദിക്കണമായിരുന്നു."

“എഴുതിയ വരികളോട് നിങ്ങൾക്ക് അല്പംപോലും ബഹുമാനമില്ല. നിങ്ങൾ കഥ മാറ്റിമറിക്കുകയാണ്.” വൈദികൻ പറഞ്ഞു. “നിയമത്തിന്റെ അരികിലേക്കു പ്രവേശിക്കുന്നത് സംബന്ധിച്ച് രണ്ടു പ്രധാനകാര്യങ്ങൾ ഈ കഥയിൽ അടങ്ങിയിരിക്കുന്നു. ഒന്ന് തുടക്കത്തിലും മറ്റൊന്ന് ഒടുവിലും. ഒന്നാമത്തെ കാര്യമിതാണ്. ഇപ്പോൾ അയാളെ കടത്തിവിടാനാകില്ല. രണ്ടാമത്തെ കാര്യമിതാണ്. ഇയാൾക്കുവേണ്ടി മാത്രമുള്ളതാണ് ഈ കവാടം. ഈ രണ്ടു കാര്യങ്ങളും തമ്മിൽ എന്തെങ്കിലും വൈരുദ്ധ്യമുണ്ടെങ്കിൽ നിങ്ങൾ പറഞ്ഞത് ശരിയായിരിക്കാം, ആ കവാടസൂക്ഷിപ്പുകാരൻ അയാളെ വ്യാമോഹിപ്പിച്ചു എന്നു പറയാം. പക്ഷേ അത്തരത്തിലുള്ള ഒരു വൈരുദ്ധ്യം അവിടെയില്ലല്ലോ. എന്നാൽ ഒന്നുണ്ട്; രണ്ടാമത്തെ കാര്യത്തിൽ ഒന്നാമത്തെ വസ്തുതയുണ്ട്. ഭാവിയിൽ എന്നെങ്കിലും അനുവാദം കിട്ടിയേക്കാമെന്ന പ്രതീക്ഷ നല്കുക വഴി ആ കവാടസൂക്ഷിപ്പുകാരൻ തന്റെ കടമ കൂടുതൽ ചെയ്യുകയായിരുന്നു. അയാളുടെ ഇപ്പോഴത്തെ പ്രത്യക്ഷത്തിലെ കടമ ഗ്രാമവാസിയെ അകറ്റുക മാത്രമാണ്. പക്ഷേ കർത്തവ്യനിർവ്വഹണത്തിൽ കണിശക്കാരനായി പ്രത്യക്ഷപ്പെടുന്ന അയാൾ അത്തരത്തിലൊരു പ്രതീക്ഷാനിർഭരമായ സൂചന നല്കിയത്, പല വ്യാഖ്യാതാക്കളേയും അത്ഭുതപ്പെടുത്തിയിട്ടുണ്ട്. അത്രയും വർഷത്തിനിടയിൽ അയാൾ ഒരിക്കൽപ്പോലും തന്റെ തൊഴിൽസ്ഥലം വിട്ടുപോകുന്നില്ല. അവസാനനിമിഷം വരെ അയാൾ വാതിൽ അടയ്ക്കുന്നുമില്ല. സ്വന്തം തൊഴിലിന്റെ പ്രാധാന്യത്തെക്കുറിച്ച് അയാൾക്ക് ബോദ്ധ്യമുണ്ട്. അയാൾ പറയുന്നു: ‘ഞാൻ ശക്തനാണ്.’ മാത്രമല്ല, അയാൾക്ക് അയാളുടെ മേലധികാരോടും ബഹുമാനമുണ്ട്. കാരണം അയാൾ പറയുന്നു: ‘ഞാൻ ഏറ്റവും ചുവട്ടിലെ ഒരേയൊരു കവാടസൂക്ഷിപ്പുകാരൻ.’ അയാൾ ഒരു വായാടിയല്ല. കാരണം ഇക്കാലം മുഴുവനും അയാൾ ചോദിച്ചതുതന്നെ വ്യക്തിബന്ധം കാണിക്കുന്ന ചോദ്യങ്ങളും ആയിരുന്നില്ല. അയാൾ ഒരുകൈക്കൂലിക്കാരൻ ആയിരുന്നില്ല. കാരണം സമ്മാനങ്ങൾ വാങ്ങിയശേഷം അയാൾ പറഞ്ഞതിത്രമാത്രമാണ്. ‘താങ്കൾക്ക് ഒന്നും ഒഴിവായിട്ടില്ല എന്നു ഉറപ്പാക്കാൻ വേണ്ടിയാണ് ഞാൻ ഇതൊക്കെ സ്വീകരിക്കുന്നത്! എന്നാൽ സ്വന്തം കടമകൾ ചെയ്യേണ്ട കാര്യം വരുമ്പോൾ സഹതാപമോ കോപമോ അയാളെ അലട്ടുന്നില്ല. മാത്രമല്ല, അയാളുടെ ബാഹ്യരൂപം അയാളുടെ ഒരു പ്രഭാഷകന്റെ രൂപമാണ് കാണിക്കുന്നത്. വലുതും കൂർത്തതുമായ മൂക്കും നീട്ടിവളർത്തി ചുരുട്ടിയെടുത്തിരിക്കുന്ന താടിരോമവും ഒക്കെ അതല്ലേ കാണിക്കുന്നത്. ഇത്തരം വിശ്വസ്തനായ ഒരു കവാടസൂക്ഷിപ്പുകാരനെ വേറെയെവിടെയെങ്കിലും കാണാൻ സാധിക്കുമോ? വേറെയും ചില പ്രത്യേകതകൾ അയാളുടെ പെരുമാറ്റത്തിൽ ഉണ്ട്. പ്രവേശനം കിട്ടാൻ ആഗ്രഹിക്കുന്ന ഏതൊരാളിനും അതിന്റെ മെച്ചം കിട്ടുന്നതാണ്. ഭാവിയിൽ പ്രവേശനം കിട്ടാൻ സാദ്ധ്യതയുണ്ടെന്ന നിർദ്ദേശം നല്കുക വഴി അയാൾ അയാ

ളുടെ കടമ ഒരു പടി കൂടുതൽ ചെയ്യുകയാണ്. ആൾ ഒരല്പലളിതമനസ്കനും, തന്മൂലം ഒരല്പം മിഥ്യാഭിമാനം പുലർത്തുന്ന ഒരാളാണെന്നും നിഷേധിക്കാൻ പറ്റില്ല. അയാളുടെ കരുത്തിനെക്കുറിച്ചും മറ്റു കവാടസൂക്ഷിപ്പുകാരുടെ കരുത്തിനെക്കുറിച്ചും അയാൾ പറയുന്നുണ്ട്. അവരുടെ ഭയാനകമായ ഘടകങ്ങൾ കാണാനുള്ള കരുത്തും അയാൾക്കില്ല. ഈ വസ്തുതകൾ വളരെ സത്യമാണെന്നു പറയാൻ ഞാൻ ആഗ്രഹിക്കുന്നു. പക്ഷേ അക്കാര്യങ്ങൾ പറയുന്നതിന് അയാൾ സ്വീകരിച്ചിരിക്കുന്ന രീതി കാണിക്കുന്നത് അയാളുടെ വ്യാഖ്യാനം ലളിതമായ മാനസികാവസ്ഥ കൊണ്ടും ധാർഷ്ട്യം കൊണ്ടും കലുഷിതമായിരിക്കുന്നതായിട്ടാണ്. വ്യാഖ്യാതേക്കാൾ ഇതുമായി ബന്ധപ്പെട്ട് പറയുന്നത് ഇപ്രകാരമാണ്. 'ഒരു വിഷയത്തിന്റെ നേരായ വ്യാഖ്യാനവും അതിന്റെ തന്നെ തെറ്റായ വ്യാഖ്യാനവും പരസ്പരം പൂർണ്ണമായി ഒഴിവാക്കാൻ പറ്റുകയില്ല.' അത്തരം ലളിതമായ മാനസികാവസ്ഥയും ധാർഷ്ട്യവും എത്ര നിസ്സാരമായിട്ടാണ് സൂചിപ്പിക്കുന്നതെങ്കിലും, കവാടസൂക്ഷിപ്പുകാരൻ എന്ന ഉത്തരവാദിത്വത്തെ അത് ക്ഷീണിപ്പിക്കുകയാണ് ചെയ്യുന്നത്. കവാടസൂക്ഷിപ്പുകാരന്റെ സ്വഭാവത്തിലെ ചില ന്യൂനതകളാണിവ. ഒരു വസ്തുത കൂടി പറയാനുണ്ട്; പ്രകൃത്യാ തന്നെ സൗഹൃദസ്വഭാവക്കാരനാണ് അയാൾ. ഒരു തരത്തിലും ഒരു ഔദ്യോഗിക കുറവ് അയാൾ കാണിക്കുന്നില്ല. ആദ്യത്തെ നിമിഷങ്ങൾ തന്നെ നോക്കാം. അകത്തു പ്രവേശിക്കുന്നതിന് കടുത്ത നിയന്ത്രണം ഉണ്ടായിരുന്നിട്ടും അകത്തു കയറിക്കോളാൻ അയാൾ തമാശാപൂർവ്വം പറയുന്നുണ്ട്. മാത്രമല്ല, അയാൾ ഗ്രാമവാസിയെ ഒഴിവാക്കുന്നുമില്ല. നാം കഥ കേട്ടതുപോലെ അയാൾ ഗ്രാമവാസിക്ക് ഇരിക്കാനായി ഒരു സ്റ്റൂൾ നല്കുന്നു. കവാടത്തിനരികിൽ ഇരിക്കാനായി അനുവദിക്കുകയും ചെയ്യുന്നു. ഗ്രാമവാസി വർഷങ്ങളോളം യാചിച്ച അപേക്ഷകൾ കേട്ടുനില്ക്കാൻ അയാൾ കാണിച്ച ക്ഷമ. ചുരുങ്ങിയ സംഭാഷണങ്ങൾ, സമ്മാനങ്ങളുടെ സ്വീകരണം, കവാടസൂക്ഷിപ്പുകാരൻ കാരണം തനിക്കുണ്ടായ വിധിയെ അയാളുടെ സാന്നിദ്ധ്യത്തിൽ തന്നെ ഉച്ചത്തിൽ പഴിക്കാൻ അനുവദിച്ച മര്യാദ തുടങ്ങിയവയൊക്കെ അനുകമ്പയുടെ ചില ചലനങ്ങളുടെ നിഗമനത്തിലേക്കാണ് നമ്മെ എത്തിക്കുന്നത്. എല്ലാ മുറിയുടെയും കവാടസൂക്ഷിപ്പുകൾ ഇങ്ങനെയല്ലാ പെരുമാറുന്നത്. അവസാനം, മനുഷ്യന്റെ ചേഷ്ടകൾക്ക് പ്രതികരണമായി അയാൾ ഒരു അവസാനചോദ്യം നല്കാൻ പാകത്തിന് അയാൾ താണുകുനിഞ്ഞും കൊടുക്കുന്നു. അയാളുടെ അനുകമ്പയല്ലാതെ മറ്റൊന്നുമല്ല ഈ വാക്കുകളിൽ ഉണ്ടായത്. 'നിങ്ങൾക്ക് തൃപ്തി വരുന്നില്ലല്ലോ!' അതിന്റെ അന്ത്യമെത്താറായിയെന്ന് അയാൾക്കറിയാമായിരുന്നു. ചിലർ ഈവിധ വ്യാഖ്യാനം ഇനിയും പറഞ്ഞിട്ടുണ്ട്. ഇതൊരിനം സൗഹൃദമേനിപറച്ചിൽ ആയി ചിലർ കരുതുന്നു; യാതൊരുവിധ ദാക്ഷിണ്യവുമില്ലാത്ത സൗഹൃദം നിറഞ്ഞ മേനി പറച്ചിൽ – എങ്ങനെയായാലും നിങ്ങൾ വിചാരിക്കുന്നതുപോലെ

യല്ല, ആ കവാടസൂക്ഷിപ്പുകാരന്റെ സ്വഭാവം പ്രകടമാകുന്നത്."

"എന്നെക്കാൾ നന്നായിട്ട് അങ്ങ് ഈ കഥ മനസ്സിലാക്കിയിട്ടുണ്ട്; മാത്രമല്ല, എന്നേക്കാൾ വളരെ മുമ്പേ അങ്ങ് ഇത് കേട്ടിട്ടുമുണ്ട്" കെ പറഞ്ഞു.

കുറച്ചുനേരത്തേക്ക് ഇരുവരും ഒന്നും പറഞ്ഞില്ല.

തുടർന്ന് കെ പറഞ്ഞു: "അപ്പോൾ അങ്ങു പറയുന്നത് ആ ഗ്രാമവാസി വ്യാമോഹപ്പെട്ടിട്ടില്ലായിരുന്നൂയെന്നാണോ?"

"എന്നെ തെറ്റിദ്ധരിക്കരുതേ?" വൈദികൻ പറഞ്ഞു: "അതുമായി ബന്ധപ്പെട്ട പലവിധ അഭിപ്രായങ്ങൾ പറഞ്ഞൂയെന്നേയുള്ളു. അവയിലൊന്നിനും നിങ്ങൾ വലിയ പ്രാധാന്യം നല്കേണ്ട. എഴുതിക്കഴിഞ്ഞതു നമുക്കാർക്കും മാറ്റാവുന്നതല്ല. വ്യാഖ്യാനങ്ങളിൽ വ്യാഖ്യാനം ചെയ്യുന്നവരുടെ ആശയക്കുഴപ്പങ്ങൾ ഉണ്ടാകാം. ഈ സംഭവത്തിൽ ആ കവാടസൂക്ഷിപ്പുകാരനാണ് വ്യാമോഹത്തിൽ അടിപ്പെട്ടതെന്ന വ്യാഖ്യാനം കൂടിയുണ്ട്."

"ആ വ്യാഖ്യാനം അല്പം കടന്നുപോയതാണല്ലോ" കെ പറഞ്ഞു. "അത് എന്തിന്റെ അടിസ്ഥാനത്തിലാണ്."

"അതിന്റെ അടിസ്ഥാനം..." വൈദികൻ പറഞ്ഞുതുടങ്ങി. "....അയാളുടെ ലളിതമായ മാനസികാവസ്ഥയിൽ തന്നെയുണ്ട്. അയാൾക്ക് നിയമത്തിന്റെ ഉൾക്കാമ്പറിയത്തില്ലായെന്നാണ് വാദം. അതിലേക്കുള്ള വഴി മാത്രമേ അയാൾക്കറിയാവൂ. ആ വഴിയുടെ കവാടമാണ് അയാൾ കാക്കുന്നത്. നിയമത്തിന്റെ ഉൾക്കാമ്പിനെക്കുറിച്ചുള്ള അയാളുടെ ധാരണകൾ വെറും ബാലിശമാണ്. ആ ഗ്രാമവാസിയെ ഭയപ്പെടുത്താൻ വേണ്ടി അയാൾ പറഞ്ഞ മറ്റു കവാടസൂക്ഷിപ്പുകാരനെ അയാൾക്കു തന്നെ ഭയമായിരുന്നു. ഗ്രാമവാസിയേക്കാൾ ഇക്കാര്യത്തിൽ കൂടുതൽ ഭയപ്പെടുന്നത് അയാളാണ്. കാരണം അകത്ത് ഭയങ്കരന്മാരായ കവാടസൂക്ഷിപ്പുകാർ ഉണ്ടെന്നു പറഞ്ഞിട്ടും ഗ്രാമവാസി അകത്തു കയറാൻ തീരുമാനിച്ചിരുന്നല്ലോ. എന്നാൽ കവാടസൂക്ഷിപ്പുകാരനാകട്ടെ അകത്തു കയറാനുള്ള ആഗ്രഹമേയില്ല. കുറഞ്ഞ പക്ഷം അങ്ങനെയൊന്നുള്ളതായി നമ്മോടാരും പറയുന്നുമില്ല. അയാൾ മുമ്പെങ്ങാനും അകത്തു കയറിയിട്ടുണ്ടായിരുന്നിരിക്കണം എന്ന് കരുതുന്നവരും ഉണ്ട്. അവിടെ വച്ചായിരിക്കാം അയാൾക്ക് നിയമനം ലഭിച്ചതെന്ന് അവർ കരുതുന്നു. ഇതിനു എതിരായ അഭിപ്രായവും ഉണ്ട്. അകത്തു നിന്നും വിളിച്ചുപറഞ്ഞ ഒരു ശബ്ദമായിരിക്കാം അയാളെ നിയമിച്ചതെന്നും പറയപ്പെടുന്നു. മൂന്നാമത്തെ കവാടസൂക്ഷിപ്പുകാരനെ കാണാനുള്ള ത്രാണി അയാൾക്കില്ലായെന്നു പറയുമ്പോൾ, അയാൾ വളരെ ഉള്ളിൽ ചെന്നിട്ടില്ലെന്നും തെളിയുന്നു. മാത്രമല്ല അത്രയും വർഷംകഴിഞ്ഞിട്ടും അതിന്റെ അകക്കാമ്പിനെക്കുറിച്ചുള്ള ഒരറിവും കാണിക്കുന്ന ഒരഭിപ്രായവും അയാൾ പറഞ്ഞിട്ടുമില്ല. ആ മൂന്നാമത്തെ കവാടസൂക്ഷിപ്പുകാരനെക്കുറിച്ചല്ലാതെ. ഇനി

അയാൾക്ക് അകത്തേക്കു പോകുന്നതിനു വല്ല വിലക്കുകളും ഉണ്ടോ യെന്നുമറിയില്ല. പക്ഷേ, അക്കാര്യങ്ങൾ ഒന്നും അയാൾ പറഞ്ഞതുമില്ല. ഈ വസ്തുതകൾ നല്കുന്ന നിഗമനമിതാണ്. അകക്കാമ്പിനെക്കുറിച്ചോ അതിന്റെ പ്രാധാന്യത്തെക്കുറിച്ചോ അയാൾക്കൊന്നും അറിയില്ലായെ ന്നത്; ഒപ്പം അയാൾ വ്യാമോഹത്തിന്റെ പിടിയിലായിരുന്നെന്നും. പക്ഷേ ആ ഗ്രാമവാസിയുമായുള്ള ബന്ധത്തിൽ അയാൾക്ക് ചതി പറ്റിയിട്ടുണ്ട്. കാരണം അയാൾ ഗ്രാമവാസിക്കു വിധേയനായിരുന്നു. അക്കാര്യം അയാൾ അറിഞ്ഞിരുന്നില്ല. പകരം അയാൾ ഗ്രാമവാസിയെ വിധേയനാ ക്കുമാറാണ് പെരുമാറിയതെന്ന കാര്യം ഇപ്പോഴും പുതുമയോടെ നിങ്ങ ളുടെ മനസ്സിലുണ്ടല്ലോ. പക്ഷേ, കഥയുടെ സാരാംശം നോക്കിയാൽ അയാളായിരുന്നു ഗ്രാമവാസിക്കു വിധേയമായിരുന്നതെന്ന് വ്യക്തമായ സൂചനയുണ്ട്. ഒന്നാമത് ഒരു ബന്ധിതൻ ഒരു സ്വതന്ത്രന് എപ്പോഴും വിധേയമായിരിക്കും. ഗ്രാമവാസിയായിരുന്നു യഥാർത്ഥസ്വതന്ത്രൻ. അയാൾക്ക് ഇഷ്ടമുള്ളയിടങ്ങളിൽ പോകാമായിരുന്നു. അയാളുടെ മുന്നിൽ നിയമം മാത്രമായിരുന്നു കൊട്ടിയടക്കപ്പെട്ടിരുന്നത്. മാത്രമല്ല നിയ മത്തിലേക്കുള്ള പ്രവേശനത്തിന് ഒരു തടസ്സമായി നിന്നത് ഒരൊറ്റ വ്യക്തി മാത്രവുമായിരുന്നു– ആ കവാടസൂക്ഷിപ്പുകാരൻ മാത്രം. ഗ്രാമവാസികൾ കവാടത്തിനരികിൽ സ്റ്റൂളിൽ ഇരുന്നപ്പോൾ തന്റെ ജീവിതകാലംമുഴുവൻ കാത്തിരുന്നപ്പോൾ, അയാൾ സ്വന്തം ഇഷ്ടമാണ് ചെയ്തത്. അയാളെ നിർബ്ബന്ധിച്ചു ചെയ്തതാണെന്ന് കഥ ഒരിടത്തും പറയുന്നില്ല. എന്നാൽ ആ കവാടസൂക്ഷിപ്പുകാരനെ ഉദ്യോഗസ്ഥർ നിയമിച്ചതായിരുന്നു. അയാൾക്കു ഗ്രാമത്തിലേക്കു പോകാനോ, നിയമത്തിന്റെ അകത്തളങ്ങ ളിലേക്കു പോകാനോ പറ്റില്ല, അങ്ങനെ പോകണമെന്ന് ആഗ്രഹിച്ചാൽ പോലും. മാത്രമല്ല നിയമത്തെ കാക്കുന്ന ജോലിയിൽ നിയമിതനായിരി ക്കുന്ന അയാൾക്ക്, അയാളുടെ നിയമനം ഒരൊറ്റ കവാടത്തിൽ മാത്രം ഒതുക്കിയിരിക്കുകയാണ്. മറ്റൊരു രീതിയിൽ പറഞ്ഞാൽ ആ ഗ്രാമവാ സിക്കുവേണ്ടി സേവനം ചെയ്യാൻ മാത്രം. ആ കവാടമാകട്ടെ ആ ഗ്രാമ വാസിക്കുവേണ്ടിയുള്ളതും. ഇങ്ങനെ നോക്കുമ്പോഴും അയാൾ ഗ്രാമവാ സിക്കു വിധേയനാണെന്നു പറയാം. വളരെക്കാലത്തേക്ക് – ഒരാളിനു പ്രായപൂർത്തിയെത്താൻ എത്ര കാലം വേണമോ അത്രയും കാലത്തേക്ക് – അയാളുടെ സേവനം ഒരു തരത്തിൽ ശൂന്യമായ പ്രവൃത്തിയായിരു ന്നുവെന്നു പറയാം. കാരണം ഒരാൾ വരാൻവേണ്ടി അയാൾക്കു കാത്തു നില്ക്കേണ്ടിവന്നു; അതായത് പ്രായപൂർത്തിയായ ഒരാളെത്താൻ. വീണ്ടും വ്യക്തമായിപ്പറഞ്ഞാൽ തന്റെ ദൗത്യപൂർത്തീകരണത്തിന് അയാൾക്ക് വളരെക്കാലം കാത്തിരിക്കേണ്ടി വന്നു. അതായത് ഗ്രാമവാസിയുടെ സന്തോഷം – സ്വന്തം ഇഷ്ടമനുസരിച്ചുള്ള ആ വരവ് – വരെ അയാൾക്കു കാത്തു നില്ക്കേണ്ടി വന്നു. മാത്രമല്ല കവാടസൂക്ഷിപ്പുകാരന്റെ ജോലി തീരുന്നത് ആ ഗ്രാമവാസി എത്രകാലം ജീവിച്ചിരിക്കുന്നുയെന്നതിന്റെ

അടിസ്ഥാനത്തിലാണ്. അങ്ങനെ നോക്കുമ്പോഴും അയാൾ അവസാനം വരെ ഗ്രാമവാസിക്കു വിധേയമായിരിക്കുന്നുവെന്ന് പറയാം. ഈ വസ്തുതകളെക്കുറിച്ചൊന്നും ഗ്രാമവാസിക്ക് അറിയില്ലെന്നാണ് കഥ വെളിവാക്കുന്നത്. അതിൽ കാര്യമൊന്നുമില്ല തന്നെ. കാരണം ഈ വ്യാഖ്യാനമനുസരിച്ച് ആ കവാടസൂക്ഷിപ്പുകാരൻ മറ്റൊരു പ്രധാന വിഷയത്തിൽ വഞ്ചിതനായിരിക്കുകയാണ്. അതയാളുടെ ഔദ്യോഗികജീവിതത്തെപ്പോലും ബാധിക്കും. ഉദാഹരണമായി, കഥയുടെ അവസാനം അയാൾ നിയമത്തിന്റെ പ്രവേശനത്തെ സംബന്ധിച്ച് ഇങ്ങനെ പറഞ്ഞു. "ഞാൻ വാതിൽ അടയ്ക്കാൻ പോവുകയാണ്? പക്ഷേ കഥാരംഭത്തിൽ നാം കണ്ടത് നിയമത്തിന്റെ അകക്കാമ്പിലേക്കു പോകാനുള്ള ആ വഴി മലർക്കെ എപ്പോഴും തുറന്നിട്ടിരിക്കുന്നതായിട്ടാണ്. പക്ഷേ അതെപ്പോഴും ആ വിധം തുറന്നിട്ടിരിക്കുകയാണെങ്കിൽ, ഗ്രാമവാസിയുടെ ജീവിതത്തെയോ മരണത്തെയോ അത് ഉദ്ദേശിക്കുന്നില്ലെങ്കിൽ, അയാൾക്ക് ആ വാതിൽ അടയ്ക്കാനും പറ്റില്ല. കവാടസൂക്ഷിപ്പുകാരന്റെ മറുപടിക്കു പിന്നിലെ ചേതോവികാരത്തിന് വ്യത്യസ്ത അഭിപ്രായങ്ങൾ നിലവിലുണ്ട്. ഒരു മറുപടിക്കുവേണ്ടി മാത്രമോ അഥവാ തന്റെ കർത്തവ്യബോധം കാണിക്കാനോ, ഗ്രാമവാസിയെ തന്റെ അന്ത്യനിമിഷങ്ങളിൽ വേദനിപ്പിക്കാനോ ഖേദം ഉണ്ടാക്കാനോ ഒക്കെയാകാം അയാൾ വാതിലടയ്ക്കാൻ താൻ പോകുന്നുയെന്ന് പറഞ്ഞത്. പക്ഷേ അയാൾക്ക് വാതിലടയ്ക്കാൻ കഴിയുകയില്ലായെന്ന കാര്യത്തിൽ എല്ലാവരും സമ്മതിക്കുന്നു. അവസാനകാലത്തെങ്കിലും വിവേകത്തിന്റെ കാര്യത്തിൽ അയാൾ ആ ഗ്രാമവാസിക്കു വിധേയനായിരുന്നുയെന്ന് മിക്കവരും പറയുന്നുണ്ട്. കാരണം നിയമത്തിന്റെ കവാടത്തിൽ നിന്നും പ്രസരിച്ച പ്രകാശം അയാൾ കണ്ടല്ലോ. എന്നാൽ കവാടസൂക്ഷിപ്പുകാരൻ പുറംതിരിഞ്ഞു നിന്നതിനാൽ അതു കണ്ടിട്ടുണ്ടാവില്ല. താൻ എന്തെങ്കിലും കണ്ടതായി അയാൾ പറയുന്നൊന്നുമില്ല."

"നന്നായി വ്യാഖ്യാനിച്ചല്ലോ" കെ പറഞ്ഞു. "അതെ, അങ്ങ് നന്നായി വ്യാഖ്യാനിച്ചു. കവാടസൂക്ഷിപ്പുകാരൻ വ്യാമോഹത്തിൽ അടിപ്പെട്ടുയെന്ന് ഞാൻ സമ്മതിച്ചേ പറ്റൂ. അതുകൊണ്ടുമാത്രം ഞാനെന്റെ ആദ്യത്തെ അഭിപ്രായം ഉപേക്ഷിക്കാനൊന്നും പോകുന്നില്ല. കാരണം രണ്ടു വ്യാഖ്യാനങ്ങളും പൊരുത്തമുള്ളവയാണ്. കവാടസൂക്ഷിപ്പുകാരൻ യാഥാർത്ഥ്യം കാണുകയായിരുന്നോ അഥവാ വ്യാമോഹക്കാഴ്ചകൾ കാണുകയായിരുന്നോ എന്നത് ഇവിടെ ഒരു വിഷയമേ അല്ല. ഗ്രാമവാസി വ്യാമോഹിക്കപ്പെടുകയായിരുന്നൂയെന്നാണ് ഞാൻ പറഞ്ഞത്. കപടസൂക്ഷിപ്പുകാരൻ യാഥാർത്ഥ്യമാണ് കണ്ടിരുന്നതെങ്കിൽ അതിനെക്കുറിച്ച് ആർക്കും സംശയമുണ്ടാകാം. എന്നാൽ അയാൾ വ്യാമോഹക്കാഴ്ചകളാണ് കണ്ടിരുന്നതെങ്കിൽ അത് ഉറപ്പായും ഗ്രാമവാസി സ്വാഭാവികമായും അറിഞ്ഞേനെ. ഇതു കാണിക്കുന്നത് അയാൾ നല്ലവനായ ഒരു കപട

സൂക്ഷിപ്പുകാരനെന്നാണ്. പക്ഷേ അത്രയും ലാളിത്യമനസ്സിന്റെ ഉടമയായ ഒരാളെ ഔദ്യോഗിക നിർവ്വഹണത്തിൽ നിന്നും പിരിച്ചുവിടേണ്ടതല്ലേ. പിന്നെ ഒരുകാര്യം കൂടി അങ്ങ് മറക്കരുത്. കവാടസൂക്ഷിപ്പുകാരന്റെ വ്യാമോഹം സ്വയം അയാൾക്കൊരു ദോഷവും ഉണ്ടാക്കുന്നില്ല. എന്നാൽ അനന്തമായ ദോഷമാണ് ഗ്രാമവാസിക്കുണ്ടാക്കുന്നത്."

"അതിനും എതിരഭിപ്രായങ്ങളുണ്ട്" വൈദികൻ പറഞ്ഞു. "ഈ കഥവച്ചുകൊണ്ട് ആ കവാടസൂക്ഷിപ്പുകാരനെ വിധിക്കരുതെന്നാണ് മിക്കവരുടെയും അഭിപ്രായം. അയാളെ സംബന്ധിച്ച് നമുക്ക് എന്തുതന്നെ തോന്നിയാലും അയാൾ നിയമത്തിന്റെ കാവൽക്കാരൻ മാത്രമാണ്. അയാൾ നിയമത്തിന്റേതാണ്. അതിനാൽ അയാളെ വിധിക്കേണ്ടതില്ല. അതുകൊണ്ട് ഗ്രാമവാസിക്കു കീഴിലാണ് അയാളെന്ന് പറയാൻ ആർക്കും പറ്റില്ല. സ്വന്തം ഔദ്യോഗിക ജീവിതത്തിൽ തളച്ചിടപ്പെടുന്നുണ്ടെങ്കിലും നിയമത്തിന്റെ വാതിലിനരികിലായാലും ശരി, അയാൾ മറ്റൊരാളുമായി താരതമ്യം ചെയ്യാൻ പറ്റാത്തത്ര സ്വതന്ത്രനാണ്. ഗ്രാമവാസി നിയമം അന്വേഷിച്ചു നില്ക്കുന്നയാളാണ്; കവാടസൂക്ഷിപ്പുകാരനാകട്ടെ ഇതിനകം നിയമത്തിൽ പറ്റിച്ചേർന്നിരിക്കുകയാണ്. അയാൾക്ക് ആ ജോലി നല്കിയതു തന്നെ നിയമമായിരുന്നു. അയാളുടെ അസ്തിത്വത്തെ സംശയിക്കുന്നത് നിയമത്തെത്തന്നെ സംശയിക്കുന്നതിനു തുല്യമാണ്."

"ഈ അഭിപ്രായത്തോട് ഞാൻ യോജിക്കുന്നില്ല" കെ തലകുലുക്കിക്കൊണ്ടു പറഞ്ഞു. "കാരണം, ഇതംഗീകരിച്ചാൽ, പിന്നെ ആ കവാടസൂക്ഷിപ്പുകാരൻ പറഞ്ഞതു മുഴുവനും അംഗീകരിക്കേണ്ടി വരും. പക്ഷേ, അതെന്തുമാത്രം അസാദ്ധ്യമായ കാര്യമാണെന്ന് അങ്ങുതന്നെ നന്നായി തെളിച്ചു പറഞ്ഞതാണല്ലോ."

"അല്ല" വൈദികൻ പറഞ്ഞു. "എല്ലാം സത്യമാണ് എന്ന് അംഗീകരിക്കേണ്ട ആവശ്യമില്ല. ആവശ്യമെന്നു വരികയാണെങ്കിൽ മാത്രം മതി."

"എത്ര മനോവിഷമമുണ്ടാക്കുന്ന ഉപസംഹാരമാണിത്" കെ പറഞ്ഞു - "ഇതൊരു പൊതുതത്ത്വമായി മാറിത്തീരുകയും ചെയ്യുന്നു."

കെ ഇത് ശക്തമായിട്ടാണ് പറഞ്ഞത്. പക്ഷേ, അത് അയാളുടെ ഒരു അന്തിമവിധിയായിരുന്നില്ല. കഥയിൽ നിന്നും ഉരുത്തിരിയുന്ന എല്ലാവിധ ആശയങ്ങളും മനസ്സിലാക്കാൻ പറ്റാത്ത വിധത്തിൽ ക്ഷീണിതനായിരുന്നു അയാൾ. മാത്രമല്ല അക്കാര്യങ്ങളെ അയാളിൽ നയിച്ചുകൊണ്ടുപോയ ചിന്താശ്രേണിയാകട്ടെ അപരിചിതവുമായിരുന്നു. ഈ അയഥാർത്ഥമായ വസ്തുതകൾ തന്നോടു ചർച്ച ചെയ്യുന്നതിനേക്കാൾ കോടതിയുദ്യോഗസ്ഥന്മാരുടെ ഏതെങ്കിലും ഗൂഢസംഘത്തിനു ചർച്ച ചെയ്യാൻ പറ്റിയതാണെന്ന് അയാൾക്കു തോന്നി. ആ കൊച്ചുകഥയ്ക്ക് അതിന്റെ രൂപം ഇല്ലാണ്ടായിരിക്കുന്നു. അതിനെ മനസ്സിൽ നിന്നും കെടുത്തിക്കളയാനാണ് അയാൾ ആഗ്രഹിച്ചത്. കെ യുടെ മാനസികാവസ്ഥയിൽ കൂറുകാണിച്ച വൈദികൻ എതിർപ്പൊന്നും കിട്ടാതെ നിശ്ശബ്ദമായി

ആ അഭിപ്രായത്തെ അംഗീകരിച്ചു - എങ്കിലും അദ്ദേഹത്തിന് വ്യക്തിപരമായി എതിർപ്പുണ്ടായിരുന്നുയെന്നത് സംശയമല്ലാത്ത കാര്യമായിരുന്നു.

അവൻ കുറച്ചുനേരം നിശ്ശബ്ദമായി അങ്ങോട്ടുമിങ്ങോട്ടും നടന്നു. അന്ധകാരത്തിൽ ലക്ഷ്യമറിയാത്തതിനാൽ വൈദികന്റെ ഓരം ചേർന്നാണ് അയാൾ നടന്നത്. അയാളുടെ കൈയിലിരുന്ന വിളക്കണഞ്ഞിട്ട് നേരം കുറേയായി. ഏതോയൊരു പുണ്യവാളന്റെ രൂപം ഒരിക്കൽ തന്റെ നേരെ മുന്നിൽ തിളങ്ങിയത് അയാൾ കണ്ടു. ആ രൂപത്തിന്റെ തന്നെ തിളക്കമായിരുന്നുയെന്ന് അയാൾക്ക് മനസ്സിലായി. പെട്ടെന്ന് അത് ഇരുട്ടിൽ മറയുകയും ചെയ്തു.

വൈദികനെ അത്ര കാര്യമായി ആശ്രയിക്കേണ്ടായെന്നു തോന്നിയ കെ പറഞ്ഞു. "നമ്മളിപ്പോൾ പ്രധാന വാതിലിന്റെ അരികിലെത്തി അല്ലേ?"

"ഇല്ല" വൈദികൻ പറഞ്ഞത്, "പ്രധാന വാതിൽ വളരെ അകലെയാണ്. നിങ്ങൾക്ക് ഉടനെ തന്നെ പോകണമോ?"

യഥാർത്ഥത്തിൽ പോകാനൊന്നും ആഗ്രഹിച്ചിരുന്നില്ലെങ്കിലും കെ പറഞ്ഞു. "അതെ, എനിക്കുടനെ പോകണം. ഞാനൊരു ബാങ്കിലെ അസിസ്റ്റന്റ് മാനേജരാണ്. അവിടെയുള്ളവർ എന്നെ കാത്തിരിക്കുന്നുണ്ടാവും. വിദേശത്തുനിന്നും വന്ന ഒരു സുഹൃത്തിനെ ഈ മുഖ്യദേവാലയം ചുറ്റിക്കറക്കി കാണിക്കാൻ വന്നതാണിവിടെ."

"അതു ശരി." വൈദികൻ പറഞ്ഞു. തുടർന്ന് അയാൾക്ക് കൈ കൊടുത്തുകൊണ്ട് അദ്ദേഹം പറഞ്ഞു: "എങ്കിൽ പൊയ്ക്കൊള്ളൂ."

"പക്ഷേ, ഈ കൂറ്റാക്കൂറ്റിരുട്ടിൽ എനിക്കൊറ്റയ്ക്ക് പുറത്തേക്കു പോകാനുള്ള വഴി കണ്ടുപിടിക്കാൻ കഴിയുന്നില്ല" കെ പറഞ്ഞു.

"ഇടതുവശത്തേക്കു തിരിഞ്ഞ് ആ ചുവരിനരികിൽ പോകൂ." വൈദികൻ പറഞ്ഞു. "പിന്നെ ചുവരുചേർന്ന് നടക്കുക. നിങ്ങൾക്കു മുഖ്യവാതിലിന്റെ അരികിൽ എത്താനാകും."

ഇത്രയും പറയുകയും അതിനകം കെ യെ വിട്ട് അദ്ദേഹം ഒന്നുരണ്ടടി മാറുകയും ചെയ്തു.

പക്ഷേ, കെ ഉച്ചത്തിൽ വിളിച്ചു കൂവി. "ദയവായി ഒരു നിമിഷം നില്ക്കണേ."

"ഞാൻ നില്ക്കുകയാണ്." വൈദികൻ പറഞ്ഞു.

"എന്നെക്കൊണ്ട് എന്തെങ്കിലും സഹായം അങ്ങേക്കിനി വേണ്ടേ?" കെ ചോദിച്ചു.

"വേണ്ട" വൈദികൻ പറഞ്ഞു.

"അങ്ങ് എന്നോട് കുറേ നേരം സുഹൃത്തിനേപ്പോലെയാണ് പെരുമാറിയത്." കെ പറഞ്ഞു "ഒരുപാട് കാര്യങ്ങൾ എനിക്കു വിശദീകരിച്ചു തന്നു. ഇപ്പോൾ എന്നെ ശ്രദ്ധിക്കാതെ എന്നെയും വിട്ടേച്ചുപോകുന്നു."

"പക്ഷേ, നിങ്ങൾക്കിപ്പോൾ പോകണമല്ലോ." വൈദികൻ പറഞ്ഞു.

‘‘കൊള്ളാം. അതെ’’ കെ പറഞ്ഞു. ‘‘എനിക്കു അതല്ലാതെ മറ്റൊന്നും ചെയ്യാൻ പറ്റില്ലെന്നറിയണം അങ്ങ്.”

“പക്ഷേ, അതിനുമുമ്പ് ഞാൻ നിസ്സഹായനാകത്തക്കവിധം ആരാണെന്നറിയാം.” വൈദികൻ പറഞ്ഞു.

“അങ്ങ് ജയിൽ വികാരിയാണല്ലോ” കെ പറഞ്ഞു. ഒപ്പം ഇരുട്ടിൽ തപ്പിത്തടഞ്ഞുകൊണ്ട് വൈദികന്റെ അരികിലെത്തുകയും ചെയ്തു. അത്ര പെട്ടെന്നൊന്നും ബാങ്കിൽ പോകേണ്ടെന്ന് അയാൾ ചിന്തിച്ചിരുന്നു. കുറച്ചുനേരം കൂടി വൈദികനോടൊപ്പം ഇരിക്കാൻ അയാൾ ആഗ്രഹിച്ചുപോയി.

“അപ്പോൾ ഞാൻ കോടതിയിലെ ആളാണല്ലോ” വൈദികൻ പറഞ്ഞു. “അപ്പോൾ എനിക്ക് നിങ്ങളെക്കൊണ്ട് ഒരു കാര്യവുമില്ല. കോടതിക്കും നിങ്ങളെക്കൊണ്ട് ഒരു കാര്യവുമില്ല. നിങ്ങൾ വരുമ്പോൾ കോടതി നിങ്ങളെ സ്വീകരിക്കും; നിങ്ങൾ പോകുമ്പോൾ നിങ്ങളെ വിട്ടുകളയുകയും ചെയ്യുന്നു.”

അന്ത്യം

കെ യുടെ മുപ്പത്തിയൊന്നാം ജന്മനാളിന്റെ തലേരാത്രി - ഏകദേശം ഒൻപതുമണിയായിക്കാണും. തെരുവിലെ ശബ്ദകോലാഹലങ്ങൾ തീരുന്ന സമയം. രണ്ടുപേർ അയാളുടെ മുറിയിലെത്തി. ഫ്രോക്കുപോലുള്ള കോട്ടും ധരിച്ച്, നന്നായി ഉറപ്പിച്ചുവച്ച തൊപ്പിയും ധരിച്ച രണ്ട് ആളുകൾ. അവർ അനാരോഗ്യരും തടിച്ചുകൊഴുത്തവരും ആയിരുന്നു.

ആരാണ് മുറിക്കുള്ളിൽ ആദ്യം കയറേണ്ടത് എന്നതിനെപ്പറ്റിയുള്ള ചില ചടങ്ങുകൾക്കുശേഷം, അവർ കെ യുടെ മുറിയുടെ മുന്നിൽ വച്ച് കൂടുതൽ വിപുലമായി. അതാവർത്തിച്ചു. അവരുടെ സന്ദർശനത്തെപ്പറ്റി മുൻകൂട്ടിയുള്ള അറിവൊന്നും കിട്ടിയിട്ടില്ലെങ്കിലും, ഒരു വിരുന്നുകാരനെ പ്രതീക്ഷിക്കുന്ന മട്ടിൽ ഇരിക്കുകയായിരുന്നു കെ. കറുത്തവേഷം ധരിച്ച് വാതിലിനരികിലെ ഒരു കസേരയിലായിരുന്നു അയാളുടെ ഇരിപ്പ്. വിരലുകളിൽ പുതിയ ഒരു ജോഡി കൈയുറകൾ അയാൾ ധരിച്ചിരുന്നു. അത് അയാൾ സാവധാനം പിടിച്ചുവലിക്കുന്നുണ്ടായിരുന്നു.

കെ പെട്ടെന്ന് എഴുന്നേറ്റു നിന്നു. വന്ന മാന്യന്മാരെ ആകാംക്ഷയോടെ നോക്കി. “അപ്പോൾ നിങ്ങളെയാണല്ലേ എനിക്കുവേണ്ടി നിയമിച്ചിരിക്കുന്നത്” കെ ചോദിച്ചു.

മാന്യന്മാർ തല കുമ്പിട്ടു. തൊപ്പിയൂരിയെടുത്ത് കൈയിൽ വച്ചുകൊണ്ട് അവർ പരസ്പരം ചൂണ്ടുകയും ചെയ്തു.

വേറെ സന്ദർശകരെയാണല്ലോ താൻ പ്രതീക്ഷിച്ചിരുന്നതെന്ന് കെ ഒരു നിമിഷം ചിന്തിച്ചു. അയാൾ എഴുന്നേറ്റ് ജനാലയ്ക്കരികിലേക്കു പോയി. ഇരുട്ടുപിടിച്ചുകിടക്കുന്ന തെരുവിലേക്കു അയാൾ ഒന്നുകൂടി നോക്കി. തെരുവിന്റെ മറുവശത്തെ എല്ലാ ജനാലകളും ഇരുട്ടിൽ മൂടിക്കി

ടുന്നു. പലതിലും കർട്ടനുകളും വലിച്ചിട്ടിരുന്നു. വെളിച്ചമുണ്ടായിരുന്ന ഒരു ജനാല കെ കണ്ടു. അതിന്റെ അഴികൾക്കു പിന്നിൽ കുറച്ചു കുഞ്ഞുങ്ങളിരുന്നു കളിക്കുന്നു. അവർ ഇരിക്കുന്നിടത്തു നിന്നും ഇളകാതെ കൈകൾ നീട്ടി കളിക്കുകയായിരുന്നു.

"ഒന്നിനും കൊള്ളാത്ത ഇവന്മാരെയാണ് എന്നെക്കൊണ്ടുപോകാൻ അയച്ചിരിക്കുന്നത്" കെ ചിന്തിച്ചു. തന്റെ നിഗമനം ഉറപ്പാക്കാൻ വേണ്ടി കെ ഒന്നുകൂടി ചുറ്റും നോക്കി. "എന്നെ നിസ്സാരമായി ഒതുക്കാനായിരിക്കും ഇവർ ഉദ്ദേശിക്കുന്നത്" കെ വീണ്ടും ആലോചിച്ചു.

കെ പെട്ടെന്ന് വെട്ടിത്തിരിഞ്ഞുകൊണ്ട് വന്നവരെ നോക്കിച്ചോദിച്ചു."ഏതു നാടകക്കമ്പനിയിലാണ് നിങ്ങൾ ജോലി ചെയ്യുന്നത്."

"നാടകക്കമ്പനിയിലോ?" ഒരാൾ ചോദച്ചു. ഒരു സഹായത്തിനായി മറ്റേയാളിനെ നോക്കുമ്പോൾ അയാളുടെ ചുണ്ടുകൾ വിറച്ചിരുന്നു. മറ്റേയാൾ ഒരസ്വാഭാവികമായ കഴിവില്ലായ്മയെ തരണം ചെയ്യാൻ പെടാപാടുപെടുന്ന ഒരു മൂകനെപ്പോലെ അഭിനയിച്ചു നില്ക്കുകയായിരുന്നു.

"ഇവരാരും അപ്പോൾ മറുപടി പറയാൻ തയ്യാറെടുത്തിട്ടില്ലല്ലോ"കെ സ്വയം പറഞ്ഞുകൊണ്ട് തന്റെ തൊപ്പിയെടുക്കാൻ പോയി.

കെ കോണിപ്പടി കയറിയപ്പോഴേക്കും ആ രണ്ടുപേരും ചേർന്ന് അയാളെ കൈകൾ കൊണ്ട് പിടിച്ചെടുക്കാൻ നോക്കി.

"തെരുവിലെത്തുന്നതു വരെ ഒന്ന് ക്ഷമിക്ക്. ഞാൻ രോഗിയൊന്നുമല്ല" കെ പറഞ്ഞു.

അവർ നടന്ന് തെരുവിന് പുറത്തേക്കിറങ്ങുന്ന വാതിലിനരികിലെത്തിയപ്പോഴേക്കും അവർ ഒരു പ്രത്യേക രീതിയിൽ കെ യെ പിടിച്ചു. അങ്ങനെയൊരു രീതി കെ ആദ്യമായിട്ടാണ് കാണുന്നത്. അവർ തോളുകൾ കെ യുടെ തോളിനോടു ചേർത്തുവച്ചുകൊണ്ട് കൈമുട്ടുകൾ വളക്കാതെ കൈകൾ കൊണ്ട് അവർ കെ യുടെ കൈകളെ പിടിച്ചു. പ്രത്യേക രീതിയിലും പരിശീലനം കൊണ്ടു നേടിയതും ആർക്കും ചെറുക്കാൻ പറ്റാത്തതുമായ ഒരു പിടിയായിരുന്നു കെ യുടെ കൈകൾക്കുണ്ടായിരുന്നത്. കെ അവർക്കു നടുവിലായി വളയാതെ നടന്നു. മൂന്നുപേരും ചേർന്ന് അങ്ങോട്ടുമിങ്ങോട്ടും പൂട്ടിട്ടിരിക്കുന്നതിനാൽ അതിനൊരു ഒരുമ തോന്നിച്ചു. അതിലൊരാൾ കാൽതട്ടി വീണാൽ മൂവരും വീഴുമെന്നുറപ്പാണ്. യന്ത്രസാമഗ്രികൾ പരസ്പരം ഉറപ്പിച്ച മട്ടായിരുന്നു അത്.

മുറിയിലെ ഇരുട്ടിൽ കണ്ട അവരെ കൂടുതൽ വ്യക്തമായി തിരിച്ചറിയാൻ വേണ്ടി കെ തെരുവിലെ വെട്ടത്തിൽ ഇടയ്ക്കിടെ അവരെ നോക്കി ചേർന്നു നടക്കുന്നതിനാൽ അങ്ങനെ നോക്കാനും കെ യ്ക്കു സാധിച്ചില്ല.

"ഇവർ ഉപകരണസംഗീതജ്ഞരാകണം" കെ ചിന്തിച്ചു. അവരുടെ കൊഴുത്തു തടിച്ച ഇരട്ടത്താടി കണ്ടപ്പോഴാണ് കെ ആ വിധം ചിന്തിച്ചത്.

അവരുടെ മുഖത്തിലെ വൃത്തിയില്ലായ്മ കണ്ട് കെ യ്ക്ക് അറപ്പു തോന്നി. വൃത്തിയാക്കാനായി ഒരു കൈ കണ്ണിൽത്തിരുമ്മുന്നതും ചുണ്ടിൽത്തേയ്ക്കുന്നതും താടിയിലുരയ്ക്കുന്നതും കെ ശ്രദ്ധിച്ചു.

പെട്ടെന്ന് കെ നിന്നു. അതോടെ മറ്റു രണ്ടുപേരും നിന്നു. പൂക്കൾ കൊണ്ട് അലങ്കരിച്ചതും, ആളില്ലാത്തതും, തുറന്നിട്ടിരിക്കുന്നതുമായ ഒരു കവലയിലാണ് അവർ നിന്നത്.

“എത്രയോ പേരുണ്ടായിരിക്കേ, അവരെന്തിനാ നിങ്ങളെത്തന്നെ പറഞ്ഞയച്ചത്” കെ ചോദിച്ചു. ചോദ്യത്തേക്കാളുപരി അതൊരു ആക്രോശം ആയിരുന്നു.

ഇതിന് ആ മാന്യന്മാർക്ക് യഥാർത്ഥത്തിൽ മറുപടിയുണ്ടായില്ല. രോഗി വിശ്രമിക്കുമ്പോൾ സമീപത്തുനോക്കി നില്ക്കുന്ന നേഴ്സിനെപ്പോലെ അവർ കൈകൾ സ്വതന്ത്രമായി താഴ്ത്തിയിട്ടുകൊണ്ടുനിന്നു.

“ഇനി ഞാൻ നടക്കില്ല” കെ പരീക്ഷണാർത്ഥം പറഞ്ഞു.

അതിന് ഉത്തരം നല്കേണ്ടതില്ലല്ലോ. അവർ കെ യുടെ മേലുള്ള പിടിത്തം മുറുക്കി; അയാളെ ഇളക്കാതെ നിർത്തി.

പക്ഷേ, കെ അവരെ എതിർത്തു.“എനിക്കിനി എന്റെ ശക്തിയെന്തിനാണ്? എനിക്കുള്ള കരുത്തുമുഴുവൻ ഞാൻ ഇവിടെ ഉപയോഗിക്കും” കെ ചിന്തിച്ചു. കടലാസിൽ ഒട്ടിപ്പോയപ്പോൾ കാലുകളും പറിച്ചുകളഞ്ഞു കൊണ്ട് പറന്നുപോകുന്ന ഈച്ചകളുടെ പരിശ്രമമാണ് കെ യുടെ മനസ്സിൽ പെട്ടെന്നെത്തിയത്. “ഈ മാന്യന്മാർക്ക് അത്ര എളുപ്പത്തിൽ പോകാമെന്നുള്ള വിചാരം വേണ്ട” കെ ചിന്തിച്ചു.

പെട്ടെന്ന് അവരുടെ മുന്നിൽ ഫ്രൗളിൻ ബ്രൂസ്റ്റനർ പ്രത്യക്ഷപ്പെട്ടു. അവർ നില്ക്കുന്ന കവലയ്ക്കു കീഴിലെ ഒരിടത്തു നിന്നും ചെറിയ കുറച്ചു പടികൾ കയറിയാണ് അവൾ അങ്ങോട്ടുവന്നത്. അതു പക്ഷേ, അവളാണോയെന്ന് കെ ക്ക് ഉറപ്പായില്ല. പക്ഷേ അവളെ കണ്ടാൽ അങ്ങനെയേ തോന്നൂ. ഇനിയഥവാ അവളായാലും അല്ലെങ്കിലും അതുകൊണ്ട് കെ ക്ക് ഒരു പ്രശ്നവും ഇല്ല. പക്ഷേ, പെട്ടെന്നയാൾ തിരിച്ചറിഞ്ഞ ഒരു പ്രധാനകാര്യം ചെറുത്തുനില്ക്കുന്നതു കണ്ട് യാതൊരു പ്രയോജനവുമില്ലെന്നാണ്.

ചെറുത്തു നില്ക്കുന്നതിലോ, അവർക്കു കുറച്ചു പ്രയാസങ്ങൾ ഉണ്ടാക്കുന്നതിലോ, സംഘട്ടനത്തിലൂടെ ജീവന്റെ അവസാന കണികയെങ്കിലും പിടിച്ചെടുക്കുന്നതിലോ യാതൊരു നായകവീറുമില്ലെന്ന് കെ ക്കു തോന്നി.

കെ തന്നെ പിന്നെ മുന്നോട്ടു നടന്നു കൂടെയുള്ളവർക്ക് അതു നല്കിയ ആശ്വാസത്തിന്റെ ഒരല്പം അയാൾക്കും പടർന്നുകിട്ടി. എങ്ങോട്ടു നടക്കണമെന്ന തീരുമാനം അവർ കെ യ്ക്കു തന്നെ വിട്ടുകൊടുത്തു. തന്റെ മുന്നിലൂടെ നടന്നുപോയ ഫ്രൗളിൻ ബ്രൂസ്റ്റനറിന്റെ പിന്നാലെ കെ നടന്നു. അവൾക്കു മുന്നേ നടന്നെത്താനോ, കഴിയുന്നത്ര

വേഗത്തിൽ അവളെ കാഴ്ചയിലെത്തിക്കാനോ വേണ്ടിയല്ല കെ അതു ചെയ്തത്. മറിച്ച് അവൾ കെ യുടെ മനോമുകുരത്തിലെത്തിച്ച ഒരു പാഠം മറക്കാതിരിക്കാൻ വേണ്ടിയായിരുന്നു.

"എനിക്കിപ്പോൾ ചെയ്യാൻ പറ്റുന്നത്..." സ്വയം പറഞ്ഞു. അയാളുടെയും ഒപ്പമുള്ള ഇരുവരുടെയും താളത്തിലുള്ള കാൽവയ്പുകൾ അയാളുടെ ചിന്തയെ ഉറപ്പിക്കുകയായിരുന്നു. "... അവസാനം വരെ എന്റെ ബുദ്ധിയെ ശാന്തമായും വിവേചനപരമായും ഉപയോഗിക്കുക എന്നതിലാണ്. ഞാൻ എപ്പോഴും ഇല്ലാത്ത കൈകൾ കൊണ്ട് ഈ ലോകത്തെ തട്ടിപ്പറിക്കാനാണ് ശ്രമിച്ചുകൊണ്ടിരുന്നത്. അതൊരു ഔചിത്യമുള്ള ലക്ഷ്യവും അല്ലായിരുന്നു. അതൊരു തെറ്റായിരുന്നു. വളരെ നീണ്ട വർഷത്തെ എന്റെ കേസുമായുള്ള മൽപ്പിടിത്തത്തിനുശേഷവും താൻ ഒന്നും നേടിയില്ലെന്ന് അറിയാനാണോ പോകുന്നത്? എല്ലാവിധ വീക്ഷണങ്ങളിൽ നിന്നും വിമുഖതകാട്ടുന്ന ഒരാളായിട്ടാണോ ഞാൻ ഈ ഭൂമുഖം വീഴാൻ പോകുന്നത്? കേസു തുടങ്ങിയപ്പോൾ അതു തീരണമെന്നും അതവസാനിക്കുമ്പോൾ അതു വീണ്ടും തുടങ്ങണമെന്നും ആഗ്രഹിച്ച ഒരാളാണ് താനെന്ന് ആളുകളെക്കൊണ്ട് പറയിപ്പിക്കാൻ പോവുകയാണോ? അങ്ങനെയൊക്കെ ആളുകൾ പറയുന്നത് എനിക്കിഷ്ടമല്ല. എന്തായാലും ഈ യാത്രയിൽ തന്നോടൊപ്പം പോരാൻ ഈ അര – ഊമയെയും മന്ദബുദ്ധിയെയും അയച്ചുതന്നത് നന്നായി." തനിക്കു പറയാനുള്ളത് തനിക്കു തന്നെ പറയാമല്ലോയെന്ന് കെ ചിന്തിച്ചു.

ഈ സമയത്ത് ഫ്രൗളിൻ ബ്രൂസ്റ്റനർ തെരുവിന്റെ ഒരറ്റത്തുള്ള വഴിയിലേക്കു ഇറങ്ങിയിരുന്നു. പക്ഷേ, ഇപ്പോൾ കെ യ്ക്ക് അവളെ ആവശ്യമില്ലായിരുന്നു. തന്റെ അകമ്പടിക്കാരുടെ നേതൃത്വത്തിന് വിട്ടുകൊടുത്തുകൊണ്ട് അയാൾ നടന്നു. അങ്ങനെ പൂർണ്ണമായ ഒരുമയോടെ മൂവരും ആ നിലാവിൽ ഒരു പാലത്തിൻമേൽ കയറി കുറുകേ നടന്നു. കെ യുടെ ഏതൊരു നേരിയ ചലനവും സമ്മതിച്ചുകൊടുക്കാൻ അവർ തയ്യാറായിരുന്നു. അയാൾ പാലത്തിന്റെ കൈവരിക്കെട്ടിനരികിലേക്കു ചാഞ്ഞപ്പോൾ ഇരുവരും ഒപ്പം അങ്ങോട്ടു ചാഞ്ഞു. ഒരുറച്ച സാധനം പോലെ. നിലാവിൽ തിളങ്ങുകയും വിറകൊള്ളുകയും ചെയ്ത ഒരു പുഴ ഒരു തുരുത്തിന്റെ ഇരുവശങ്ങളിലായി പിരിഞ്ഞൊഴുകുന്നു. തുരുത്തിലെ മരങ്ങളും കുറ്റിച്ചെടികളും ഒരുമിച്ച് ചേർന്ന് ഇരുട്ടിൽ കനം തൂങ്ങിക്കിടന്നിരുന്നു. മരച്ചുവട്ടിൽ ചരൽപ്പാതയും സൗകര്യപ്രദമാം നിരത്തിലെ ബെഞ്ചുകളും. അതൊന്നും ഇരുട്ടിൽ വ്യക്തമല്ലെങ്കിലും, താൻ എത്രയോ വേനലുകളിലാണ് അതിൽ നീണ്ടു നിവർന്നിരുന്നതെന്നും കെ ഓർത്തു.

"എനിക്കു നില്ക്കണമെന്നില്ലായിരുന്നു" അയാൾ തന്റെ ഒപ്പമുള്ളവരോടായി പറഞ്ഞു. അവരുടെ അനുസരണാസ്വഭാവത്തിൽ കെ യ്ക്കു ലജ്ജ തോന്നി. ആവശ്യമില്ലാതെ നിന്നതിൽ ഒരുവൻ മറ്റേയാളിനെ സൗമ്യ

മായി കുറ്റപ്പെടുത്തിയത് കെ പിന്നിൽ നിന്നും കേട്ടു. തുടർന്ന് മൂവരും വീണ്ടും നടന്നു.

അവർ കുത്തനെയുള്ള പല തെരുവിലൂടെയും നടന്നു നീങ്ങി. അവിടവിടെ നില്ക്കുകയും നടക്കുകയും ചെയ്യുന്ന പൊലീസുകാർ തെരുവിലുണ്ടായിരുന്നു. ചിലരെ അടുത്തും മറ്റു ചിലരെ അകലെയും കെ കണ്ടു. കട്ടിമീശയുള്ള ഒരു പൊലീസുകാരൻ തന്റെ വാളിന്റെ പിടിയിൽ കൈയും വച്ചുകൊണ്ട് കുഴപ്പമുണ്ടെന്ന് തോന്നിക്കുന്ന ഒരു സംഘത്തിനരികിലേക്കു നീങ്ങി. ആ രണ്ടു മാന്യന്മാരും പെട്ടെന്നു നിന്നു. പൊലീസ് എന്തെങ്കിലും ചോദിക്കാൻ വായ തുറക്കുന്നതിനു മുമ്പ് കെ അവരെയും വലിച്ചോണ്ട് മുന്നോട്ടു നടന്നു. പൊലീസുകാർ തങ്ങളെ അനുഗമിക്കുന്നുണ്ടോയെന്നറിയാൻ വേണ്ടി കെ ബദ്ധശ്രദ്ധനായി ചുറ്റും നോക്കി. ഒരു വളവിലെത്തിയപ്പോൾ ഒരു പൊലീസുകാരൻ അരികിലെത്തിയപ്പോൾ കെ ഓടാൻ തുടങ്ങി. കൂടെയുണ്ടായിരുന്ന രണ്ടുപേരും ഒപ്പം കിതച്ചുകൊണ്ടു കെയുടെ പിന്നാലെ ഓടി. അവർക്കും അതേ നിർവ്വാഹം ഉണ്ടായിരുന്നുള്ളു.

അവർ വളരെ വേഗത്തിൽ പട്ടണത്തിനു പുറത്തു കടന്നു. ഇപ്പോൾ അവർ പാടത്തേക്കു നീണ്ടുകിടക്കുന്ന ഒരിടത്താണെത്തിയത്. തികച്ചും പട്ടണത്തിലെ ഒരു വീടുപോലെ തോന്നിയ ഒരിടത്ത് സമീപത്തായി വിജനമായ ഒരു പാറമട അവർ കണ്ടു. അവിടെയെത്തിയപ്പോൾ ആ മനുഷ്യർ നിന്നു. തുടക്കത്തിലേ അവരുടെ ലക്ഷ്യമിതായിരുന്നൂയെന്നു തോന്നിപ്പോകുന്നതായിരുന്നു; അതോ ഇനിയും ഒരടി മുന്നോട്ടു നടക്കാൻ അവർക്കു സാധിക്കാത്തതാണോ? കെ യുടെ മേലുള്ള പിടി സാവധാനം അവർ അയയ്ക്കാൻ തുടങ്ങി. കെ മൂകനായി നിന്നു. തലയിലിരുന്ന തൊപ്പി ഊരിമാറ്റിയശേഷം, പുരികങ്ങളിൽ വന്നു നിന്നിരുന്ന വിയർപ്പു കണങ്ങളെ അയാൾ പോക്കറ്റിൽ നിന്നെടുത്ത തൂവാല കൊണ്ടു തുടച്ചു. ഒപ്പം അയാൾ പാറമട സസൂക്ഷ്മം പരിശോധിക്കുകയായിരുന്നു. മറ്റൊന്നിനുമില്ലാത്ത ചന്ദ്രികയുടെ വെട്ടം എല്ലാ വസ്തുക്കളുടെയും മേൽ സൗമ്യമായി പ്രകാശിച്ചു കിടന്നിരുന്നു.

അടുത്ത പ്രവൃത്തി ആരാണ് ചെയ്യേണ്ടതെന്നതിനെപ്പറ്റി ഇരുവരും തമ്മിൽ സൗമ്യമായ ചില സംസാരം നടന്നു. – പ്രത്യേക നിർദ്ദേശങ്ങളൊന്നും ഇരുവർക്കും മുൻകൂട്ടി നല്കിയിരുന്നില്ലെന്നു തോന്നുന്നു.

ഒരാൾ കെ യുടെ അടുത്തു ചെന്ന് അയാളുടെ കോട്ടും അരക്കോട്ടും അവസാനം ഉടുപ്പും ഒക്കെ ഊരിയെടുത്തു. കെ തണുത്തുവിറയ്ക്കാൻ തുടങ്ങി. കൂടെയുണ്ടായിരുന്നവരിൽ ഒരാൾ അയാളുടെ മുതുകിൽ മൃദുവായി തട്ടിക്കൊണ്ട് ധൈര്യം കൊടുത്തു. തുടർന്ന് അയാൾ അതൊക്കെ ശ്രദ്ധയോടെ ഒരുമിച്ചു മടക്കിവച്ചു; ഉടനെയെങ്കിലും, കുറച്ചുകഴിയുമ്പോഴെങ്കിലും അവയൊക്കെ ഉപയോഗിക്കേണ്ടതാണെന്ന രീതിയിൽ.

രാത്രിയിലെ തണുപ്പിൽ കെ യെ വെറുതെ നിർത്തേണ്ടതില്ലെന്ന്

കരുതിയ ഒരാൾ അയാളെ കൈ പിടിച്ച് അങ്ങോട്ടുമിങ്ങോട്ടും കുറച്ചു നടത്തി. മാമരം കോച്ചുന്ന തണുപ്പായിരുന്നു. അതേസമയം മറ്റേയാൾ പാറമടയിലേക്ക് നോക്കിക്കൊണ്ട് ഉചിതമായ ഒരു ഇടം പരതുകയായിരുന്നു. അതു കണ്ടെത്തിയപ്പോൾ അയാൾ അവരെ മാടിവിളിച്ചു. കെയെയും കൂട്ടി മറ്റേയാൾ അങ്ങോട്ടു നീങ്ങി.

പാറമടയുടെ ഒരു അരികിലെ ഒരിടമായിരുന്നു അത്. ഇളകിയ ഒരു പാറ അവിടെ കിടന്നിരുന്നു. ഇരുവരും ചേർന്ന് കെ യെ ആ പാറയ്ക്കടുത്ത് നിലത്തുകിടത്തി. അയാളുടെ തലയുയർത്തി ആ പാറയിൽവച്ചു. യാതൊരു എതിർപ്പും കാട്ടാതെ കെ കിടന്നെങ്കിലും, വളരെ പ്രയാസപ്പെട്ടുകൊണ്ടാണ് അവർ അതു ചെയ്തത്. ശ്രമിച്ചവർക്ക് അയാളെ സ്വാഭാവികമായി കിടത്താനും പറ്റിയില്ല; അയാളുടെ കിടപ്പുരീതിക്ക് ഒരു അസ്വാഭാവികത. അപ്പോൾ ഒരാൾ താനൊറ്റയ്ക്ക് കെ യെ നേരെ കിടത്തട്ടേയെന്ന് അപേക്ഷിച്ചു. അയാൾ ഒറ്റയ്ക്ക് ശ്രമിച്ചിട്ടും അയാളുടെ കിടപ്പു നേരെയാക്കാൻ പറ്റിയില്ല. അവസാനം അവർ അതത്ര കാര്യമാക്കിയില്ല; എന്തായാലും അവർ ഇതിനകം പരീക്ഷിച്ചിരുന്ന രീതിയിലല്ലായിരുന്നു ആ കിടപ്പ്.

തുടർന്ന് അവരിലൊരാൾ തന്റെ നീണ്ട ഫ്രോക്കു ഒതുക്കിക്കൊണ്ട് അരപ്പട്ടയിൽ തൂക്കിയിട്ടിരുന്ന നീണ്ടതും കനം കുറഞ്ഞതും രണ്ടറ്റവും കൂർപ്പിച്ചിട്ടുള്ളതുമായ ഒരു കൊലക്കത്തിയെടുത്തു. അയാൾ അതു ഉയർത്തിപ്പിടിച്ചുകൊണ്ട് ചന്ദ്രികനിലാവിൽ അതിന്റെ മൂർച്ച പരിശോധിച്ചു.

വീണ്ടുമൊരു മുഷിപ്പൻ ചടങ്ങു തുടങ്ങി. ഒരാൾ കത്തി കെ യുടെ ശരീരത്തിനു മുകളിലൂടെ മറ്റേയാളിനു നല്കി. അയാൾ ആ കത്തി വീണ്ടും കെ യുടെ ശരീരത്തിനു മുകളിലൂടെ ആദ്യത്തെയാളിനു തിരിച്ചും നല്കി. തനിക്കു മുകളിലൂടെ കത്തിയിങ്ങനെ നീങ്ങിയപ്പോൾ അതിനെ തട്ടിപ്പറിച്ചെടുത്ത് സ്വയം നെഞ്ചിലേക്കു കുത്തിയിറക്കിയാലോയെന്ന് കെക്കു തോന്നി. പക്ഷേ കെ അതു ചെയ്തില്ല. തല ചലിപ്പിക്കൻ പറ്റുമായിരുന്നതിനാൽ അയാൾ വെറുതെ തല തിരിച്ചുകൊണ്ട് ചുറ്റും പരതി. പക്ഷേ, ആ അവസരത്തിൽ പൂർണ്ണമായി ഉയർന്നുവന്നുകൊണ്ട് ആ ഉദ്യോഗസ്ഥന്മാരെ അവരുടെ കൃത്യനിർവ്വഹണത്തിൽ നിന്നും ഒഴിവാക്കാൻ കെ യ്ക്കു പറ്റിയില്ല. അയാളുടെ ഒടുവിലെ ഈ പരാജയത്തിനുത്തരവാദി ആ പ്രവൃത്തി ചെയ്യുന്നതിനുവേണ്ട കരുത്ത് അയാൾക്ക് നിഷേധിച്ചയാളാണ്.

പാറമടയുടെ സമീപത്തെ കെട്ടിടത്തിന്റെ മുകളിലത്തെ നിലയിലേക്ക് കെ യുടെ ദൃഷ്ടി പാഞ്ഞു. ഒരു വെട്ടമടിക്കുന്ന മട്ടിൽ അതിലെ ജനാലപ്പാളി പെട്ടെന്ന് തുറന്നു മലർന്നു. ഒരു മനുഷ്യരൂപം വേഗത്തിൽ പുറത്തേക്ക് ഇരുകൈകളും നീട്ടിപ്പിടിച്ചുകൊണ്ട് കമിഴ്ന്നു നില്ക്കുന്നു. അത്രയും അകലത്തിലും ഉയരത്തിലുമായിരുന്നതിനാൽ അതാരാണെന്ന്

തിരിച്ചറിയാൻ കെ യ്ക്കു കഴിഞ്ഞില്ല.

അതാരാണ്? സുഹൃത്തോ? ഒരു നല്ല മനുഷ്യനോ? അനുകമ്പ തോന്നിയ ആരെങ്കിലുമോ? സഹായിക്കാൻ ആഗ്രഹിക്കുന്ന ആരെങ്കിലുമോ? അതു ഒരാൾ മാത്രമോ? അതോ അവരെല്ലാവരുമോ? ഇനിയും സഹായം കിട്ടുമെന്നുണ്ടോ? തനിക്കനുകൂലമായി പരിഗണിക്കാവുന്ന വാദങ്ങൾ ഇനിയുമുണ്ടെന്നാണോ?

തത്ത്വചിന്തകൾക്ക് ഉറപ്പായും ഇളക്കമുണ്ടാകില്ലല്ലോ? പക്ഷേ ജീവിതം മോഹിച്ചു കഴിയുന്ന ഒരാളിന് അത് അതിജീവിക്കാനാവില്ല. താനിതുവരെയും കാണാതിരുന്ന ആ ന്യായാധിപൻ എവിടെ? തനിക്കിതേവരെ ഇടിച്ചുകയറാൻ പറ്റാതിരുന്ന മേല്ക്കോടതിയെവിടെ? വിരലുകൾ വിടർത്തിക്കൊണ്ട് അയാൾ ഇരുകൈകളും മുകളിലേക്കുയർത്തി.

അപ്പോഴേക്കും ഇരുവരിൽ ഒരാൾ കെ യുടെ കഴുത്തിൽ പിടിച്ചിരുന്നു. മറ്റേയാൾ കത്തി അയാളുടെ നെഞ്ചിലേക്കു കുത്തിയിറക്കിക്കൊണ്ട് രണ്ടുതവണ തിരിച്ചു.

തന്റെ കാഴ്ച ഇരുളുമ്പോഴും കെ യ്ക്ക് ഇരുവരെയും കാണാമായിരുന്നു; തന്റെ തലയ്ക്കു തൊട്ടു മുകളിൽ കവിളോടു കവിൾ ചേർന്നുകൊണ്ട് അവർ അവസാനരംഗം വീക്ഷിക്കുന്നു

“ഒരു നായയെപ്പോലെ!” കെ പറഞ്ഞു – താൻ മരിച്ചാലും ഈ നാണക്കേട് തന്നെ അതിജീവിക്കുമെന്ന് ഉദ്ദേശിക്കുന്നതുപോലത്തെതായിരുന്നു ആ വാക്യം.

www.ingramcontent.com/pod-product-compliance
Lightning Source LLC
LaVergne TN
LVHW060600051026
849519LV00002B/432